ಭಾರತದ ವೈವಿಧ್ಯಮಯ ಜಾನಪದ ಕಥೆಗಳು

ಡಾ. ಬಿ.ಆರ್. ಸುಹಾಸ್

notionpress
.com

INDIA · SINGAPORE · MALAYSIA

Notion Press

No.8, 3rd Cross Street,
CIT Colony, Mylapore,
Chennai, Tamil Nadu – 600004

First Published by Notion Press 2020
Copyright © Dr. B.R. Suhas 2020
All Rights Reserved.

ISBN 978-1-64951-687-9

BHARATADA VAIVIDHYAMAYA JANAPADA KATHEGALU

Variegated Folk Tales of India

A Collection of Folk Tales from Different States & Dialects of India

by Dr. B. R. Suhas

Pages: 392

1st edition: 2020

notionpress .com

INDIA • SINGAPORE • MALAYSIA

ಪರಿವಿಡಿ

❦

ಮುನ್ನುಡಿ

ಭಾರತವು ಹಲವಾರು ವಿಷಯಗಳಲ್ಲಿ ಶ್ರೀಮಂತವಾಗಿರುವಂತೆ, ಕಥೆಗಳ ವಿಷಯದಲ್ಲೂ ಬಹಳ ಶ್ರೀಮಂತವಾಗಿದೆ. ಭಾರತವು ಕಥೆಗಳ ತವರೂರು ಎಂದು ಹೇಳುತ್ತಾರೆ. ಇದನ್ನು ಭಾರತೀಯರಷ್ಟೇ ಅಲ್ಲದೇ ಅನೇಕ ಪಾಶ್ಚಾತ್ಯ ವಿದ್ವಾಂಸರೂ ಒಪ್ಪಿಕೊಂಡಿದ್ದಾರೆ. ಬಹಳ ಹಿಂದಿನಿಂದಲೇ ಭಾರತೀಯರು ನೀತಿಯನ್ನು ಬೋಧಿಸಲು ಒಂದು ಘಟನಾತ್ಮಕವಾದ ಕಥೆಯ ಮೂಲಕ ಹೇಳುವುದು ಅತ್ಯಂತ ಪರಿಣಾಮಕಾರಿಯಾದ ಮಾರ್ಗವೆಂದು ಕಂಡುಕೊಂಡರು. ಋಷಿಮುನಿಗಳು ಇದನ್ನು ಯಶಸ್ವಿಯಾಗಿ ಬಳಸಿಕೊಂಡರು. ಹಾಗಾಗಿಯೇ, ವಿಶ್ವದಲ್ಲೇ ಅತ್ಯಂತ ಪ್ರಾಚೀನ ಸಾಹಿತ್ಯವಾದ ವೇದಗಳಲ್ಲೇ ಕಥೆಗಳ ಎಳೆಗಳು ಸಿಗುತ್ತವೆ. ಅನಂತರ, ಉಪನಿಷತ್ತುಗಳಲ್ಲಿ ಕಥೆಗಳು ಬೆಳೆದಿರುವುದನ್ನು ಕಾಣಬಹುದು. ಅನಂತರದ ರಾಮಾಯಣ, ಮಹಾಭಾರತ, ಮತ್ತು ಅಷ್ಟಾದಶ ಪುರಾಣಗಳು ಮತ್ತು ಉಪ ಪುರಾಣಗಳಲ್ಲಿ ರಾಶಿ ರಾಶಿ ಕಥೆಗಳಿದ್ದು ಇವೆಲ್ಲವೂ ಕಥೆಗಳ ಗಣಿಗಳೇ ಆಗಿವೆ! ಇವು ಮುಖ್ಯವಾಗಿ ಧರ್ಮ ಮೋಕ್ಷಗಳ ಕುರಿತಾದ ಕಥೆಗಳಾದರೆ, ಕಥಾಸರಿತ್ಸಾಗರ, ಪಂಚತಂತ್ರ, ವೇತಾಲಪಂಚವಿಂಶತಿ, ಸಿಂಹಾಸನದ್ವಾತ್ರಿಂಶಿಕಾ, ಶುಕಸಪ್ತತಿ, ಪುರುಷ ಪರೀಕ್ಷಾ, ಮೊದಲಾದವುಗಳು, ಅರ್ಥ, ಕಾಮಗಳಿಗೆ ಸಂಬಂಧಿಸಿದ, ಮುಖ್ಯವಾಗಿ ಮನೋರಂಜನೆಯ ಉದ್ದೇಶವನ್ನು ಹೊಂದಿರುವ ಲೌಕಿಕ ಕಥಾಸಂಕಲನಗಳಾಗಿವೆ. ಇವೆಲ್ಲವುಗಳಿಗೆ ಮೂಲವೆಂದರೆ ಪೈಶಾಚೀ ಪ್ರಾಕೃತ ಭಾಷೆಯಲ್ಲಿ ರಚಿತವಾಗಿದ್ದ ಗುಣಾಢ್ಯನ ಬೃಹತ್ಕಥೆ. ಅತ್ಯಂತ ಪ್ರಾಚೀನ ಕಥೆಗಳ ಸಂಕಲನವಾದ ಇದು ಈಗ ಉಪಲಬ್ಧವಿಲ್ಲ. ಆದರೆ ಇದರ ಸಂಸ್ಕೃತ ರೂಪಾಂತರಗಳಾದ ಸೋಮದೇವನ ಕಥಾಸರಿತ್ಸಾಗರ, ಕ್ಷೇಮೇಂದ್ರನ ಬೃಹತ್ ಕಥಾಮಂಜರಿ ಹಾಗೂ ಬುಧಸ್ವಾಮಿಯ ಬೃಹತ್ಕಥಾಶ್ಲೋಕಸಂಗ್ರಹ, ಇವುಗಳಲ್ಲಿ ಇಪ್ಪತ್ತೆರಡು ಸಾವಿರ ಶ್ಲೋಕಗಳುಳ್ಳ ಕಥಾಸರಿತ್ಸಾಗರ ಅತ್ಯಂತ ದೊಡ್ಡದಾಗಿದ್ದು ಇದರಲ್ಲಿ ಎಲ್ಲ ಬಗೆಯ ಲೌಕಿಕ ಕಥೆಗಳಿವೆ. ಇವುಗಳಲ್ಲಿ ನೀತಿ, ಧರ್ಮಗಳಿಲ್ಲವೆಂದಲ್ಲ. ಆದರೆ ಇವುಗಳ ಮುಖ್ಯ ಉದ್ದೇಶ ಮನರಂಜನೆ. ಪ್ರಾಚೀನ ಭಾರತದ ಸಮಾಜದ ಬಗ್ಗೆ ತಿಳಿಯಲು ಇದೊಂದು ಮುಖ್ಯ ಆಗರ. ಈಗ ನಾವು ಜಾನಪದ ಕಥೆಗಳೆಂದು ಹೇಳುವುದು ಈ ಜಾಡಿಗೇ ಸೇರುತ್ತದೆ.

ಅಂದರೆ, ಲೌಕಿಕ ಅಥವಾ ಮನರಂಜನಾತ್ಮಕ ಕಥೆಗಳಿವು. ಕಥಾಸರಿತ್ಸಾಗರ ಮೊದಲಾದ ಮೇಲೆ ಹೇಳಿದ ಪಂಚತಂತ್ರಾದಿ ಕಥಾಸಂಕಲಗಳೆಲ್ಲವೂ ರಾಮಾಯಣ, ಮಹಾಭಾರತ, ವೇದೋಪನಿಷತ್ತುಗಳು, ಪುರಾಣಗಳಂತೆ ಸಂಸ್ಕೃತದಲ್ಲಿವೆ. ಹೀಗೆ ಸಂಸ್ಕೃತ ಕಥಾ ಪರಂಪರೆ ಧಾರ್ಮಿಕ ಹಾಗೂ ಲೌಕಿಕ ಎರಡೂ ವಿಧಗಳಲ್ಲಿ ಬೆಳೆದಿದೆ. ಸಂಸ್ಕೃತದಂತೆ ಅದರ ಆಡು ಭಾಷೆಯಾದ, ಅಂದರೆ ಅದರ ಛಾಯೆಯೇ ಆದ ಪ್ರಾಕೃತದಲ್ಲೂ ಅನೇಕಾನೇಕ ಕಥಾ ಸಂಕಲನಗಳಿವೆ. ಇವು ಬಹುತೇಕ ಜೈನ, ಬೌದ್ಧ ಕಥೆಗಳ ಸಂಕಲನಗಳು. ಬೌದ್ಧರ ಸುಮಾರು 545 ಜಾತಕ ಕಥೆಗಳು ಪಾಲೀ ಭಾಷೆಯಲ್ಲಿವೆ. ಅಂತೆಯೇ ಜೈನರ ವಸುದೇವ ಹಿಂಡೀ (ಬೃಹತ್ಕಥೆಯ ಜೈನ ರೂಪಾಂತರ), ಕಹಾವಲಿ, ಕಹಕೋಸು, ನಾಯಾಧಮ್ಮಕಹಾವೋ, ಮೊದಲಾದ ಅನೇಕ ಪ್ರಾಕೃತ ಕಥಾಕೋಶಗಳಿವೆ. ಆದರೆ, ಜೈನ, ಬೌದ್ಧರ ಕಥಾಸಂಕಲನಗಳು ಕೇವಲ ಪ್ರಾಕೃತದಲ್ಲಲ್ಲದೇ ಸಂಸ್ಕೃತದಲ್ಲೂ ಹೇರಳವಾಗಿವೆ. ಬೌದ್ಧರ ಆರ್ಯಶೂರನ ಜಾತಕಮಾಲಾ, ಕ್ಷೇಮೇಂದ್ರನ ಅವದಾನಕಲ್ಪಲತಾ, ಅಂತೆಯೇ ಅವದಾನಶತಕ, ದಿವ್ಯಾವದಾನ, ಮೊದಲಾದ ಸಂಸ್ಕೃತ ಕಥಾ ಸಂಕಲನಗಳಿವೆ. ಅಂತೆಯೇ ಜೈನರ ಹರಿಷೇಣನ ಬೃಹತ್ಕಥಾಕೋಶ 150 ಜೈನ ಕಥೆಗಳ ಒಂದು ಬೃಹತ್ ಕಥಾಕೋಶ. ಇದರಂತೆಯೇ ರಾಜಶೇಖರ ಸೂರಿ ಮೊದಲಾದ ಕವಿಗಳು ಅನೇಕ ಜೈನ ಕಥಾಕೋಶಗಳನ್ನು ರಚಿಸಿದ್ದಾರೆ. ಹೀಗೆ, ಸಂಸ್ಕೃತ, ಪ್ರಾಕೃತಗಳೆರಡರಲ್ಲೂ ಜೈನ, ಬೌದ್ಧ, ಕಥಾಸಂಕಲನಗಳಿವೆ. ಜೈನ, ಬೌದ್ಧ ಕಥೆಗಳು ಮುಖ್ಯವಾಗಿ ಲೌಕಿಕ, ಸಾಮಾಜಿಕ ಕಥೆಗಳಾಗಿದ್ದು, ಅವುಗಳಿಗೆ ಜೈನ, ಬೌದ್ಧ ತತ್ವಗಳ ಲೇಪನ ಕೊಡಲಾಗಿದೆಯಷ್ಟೆ. ಇವು ಬಹಳ ವಿಪುಲವಾಗಿವೆ.

ಸಂಸ್ಕೃತ, ಪ್ರಾಕೃತಗಳಲ್ಲದೇ ಹಳಗನ್ನಡ, ತಮಿಳುಗಳಲ್ಲೂ ಪ್ರಾಚೀನ ಕಥಾ ಸಂಕಲನಗಳಿವೆ. ಹಳಗನ್ನಡದ ಶಿವಕೋಟ್ಯಾಚಾರ್ಯರ (ಭ್ರಾಜಿಷ್ಣು ಎಂದೂ ಹೇಳುತ್ತಾರೆ) ವಡ್ಡಾರಾಧನೆ, ನಯಸೇನನ ಧರ್ಮಾಮೃತ, ಮೊದಲಾದ ಜೈನಕಥಾಸಂಕಲನಗಳು ಪ್ರಸಿದ್ಧವಾಗಿವೆ. ಅಂತೆಯೇ ದುರ್ಗಸಿಂಹನ ಪಂಚತಂತ್ರ, ಸಂಸ್ಕೃತದ ವಸುಭಾಗಭಟ್ಟನೆಂಬುವನ ಪಂಚತಂತ್ರದ ಕನ್ನಡ ಆವೃತ್ತಿಯಾಗಿದೆ. ಅಂತೆಯೇ ತಮಿಳಿನಲ್ಲಿ ಬೃಹತ್ಕಥೆಯ ತಮಿಳು ರೂಪಾಂತರವಾದ ಪೆರುಂಗತ್ಯೆ ಎಂಬ ಗ್ರಂಥವಿದೆ.

ಹೀಗೆ ಧಾರ್ಮಿಕ ಕಥಾಪರಂಪರೆಯಂತೆಯೇ ಲೌಕಿಕ ಕಥಾಪರಂಪರೆಯೂ ಹಿಂದಿನಿಂದಲೂ ಬೆಳೆದು ಬಂದಿದೆ. ಈ ಲೌಕಿಕ ಕಥಾಪರಂಪರೆಯನ್ನೇ ಈಗ ಜಾನಪದ

ಕಥೆಗಳೆಂದು ಗುರುತಿಸುತ್ತಾರೆ. ಆದರೆ ಮಹಾಭಾರತ, ಪುರಾಣಾದಿಗಳಲ್ಲಿ ಲೌಕಿಕ ಅಥವಾ ಜಾನಪದೀಯ ಅಂಶಗಳಿಲ್ಲವೆಂದಲ್ಲ. ಹಾಗೆಯೇ ಲೌಕಿಕ ಅಥವಾ ಜಾನಪದ ಕಥಾಪರಂಪರೆಯಲ್ಲೂ ಧರ್ಮ, ನೀತಿ, ಮೊದಲಾದ ಅಂಶಗಳಿರುತ್ತವೆ. ಹಾಗಾಗಿ ಇವೆರಡೂ ಪರಸ್ಪರ ಪೂರಕವಾಗಿದ್ದು, ಪ್ರಾಚೀನ ಭಾರತೀಯ ಕವಿಗಳು ಎರಡನ್ನೂ ಪೋಷಿಸಿದ್ದಾರೆ. ಉದಾಹರಣೆಗೆ ಸಂಸ್ಕೃತ ಕವಿ ಕ್ಷೇಮೇಂದ್ರನು ರಾಮಾಯಣ ಮಂಜರಿ, ಭಾರತಮಂಜರಿ ಎಂದು ರಾಮಾಯಣ, ಮಾಹಾಭಾರತಗಳ ಸಂಗ್ರಹ ಕಾವ್ಯಗಳನ್ನು ರಚಿಸಿದಂತೆ, ಬೃಹತ್ಕಥೆಯ ಸಂಗ್ರಹವಾಗಿ ಬೃಹತ್ಕಥಾಮಂಜರಿ ಹಾಗೂ ಬೌದ್ಧ ಕಥೆಗಳ ಅವದಾನಕಲ್ಪಲತಾ ಎಂಬ ಕಾವ್ಯಗಳನ್ನೂ ರಚಿಸಿದ್ದಾನೆ.

ಮುಂದೆ, ಈ ಲೌಕಿಕ ಕಥೆಗಳು ಅಥವಾ ಲೋಕಕಥೆಗಳು ಅಥವಾ ಜಾನಪದ ಕಥೆಗಳು ಪ್ರತಿ ರಾಜ್ಯ, ಭಾಷೆ ಹಾಗೂ ಉಪಭಾಷೆಗಳಲ್ಲಿ ಹಳ್ಳಿಗಳಲ್ಲಿ ಗ್ರಾಮಸ್ಥರಿಂದ ಕೇಳಿ ವಿಪುಲವಾಗಿ ಸಂಗ್ರಹಿಸಿಲಾಯಿತು. ಇದಕ್ಕೆ ಬ್ರಿಟಿಷರ ಕೊಡುಗೆಯೂ ಸಾಕಷ್ಟಿದೆ. ಇವು ಬಹಳ ಸ್ವಾರಸ್ಯವಾಗಿವೆ. ಇವು ಆಯಾ ರಾಜ್ಯಗಳ, ಪ್ರದೇಶಗಳ ವಿಶಿಷ್ಟ ಪದ್ಧತಿಗಳು, ಆಚರಣೆಗಳು, ನಂಬಿಕೆಗಳು ಇತ್ಯಾದಿಗಳನ್ನು ಮೈತುಂಬಿಕೊಂಡು ಆಯಾ ರಾಜ್ಯಗಳ, ಪ್ರದೇಶಗಳ ಬಗ್ಗೆ ತಿಳಿಯಲು ಸಹಾಯ ಮಾಡುತ್ತವೆ. ಭಾರತೀಯ ಸಂಸ್ಕೃತಿಯು ಮೂಲತಃ ಒಂದೇ ಆಗಿದ್ದರೂ ಬೇರೆ ಬೇರೆ ರಾಜ್ಯ, ಪ್ರದೇಶಗಳಲ್ಲಿ ಸಣ್ಣ–ಪುಟ್ಟ ಪ್ರಾದೇಶಿಕ ವ್ಯತ್ಯಾಸಗಳಿದ್ದು ಅವು ಸ್ವಾರಸ್ಯವಾಗಿ ಈ ಜಾನಪದ ಕಥೆಗಳಲ್ಲಿ ಕಾಣುತ್ತವೆ. ಅಂತೆಯೇ ಅನೇಕ ಕಥೆಗಳು ಬೇರೆ ಬೇರೆ ಪ್ರದೇಶಗಳಲ್ಲಿ ಸಣ್ಣ ವ್ಯತ್ಯಾಸಗಳೊಂದಿಗೆ ಹಾಗೆಯೇ ಕಂಡು ಬರುತ್ತವೆ. ಇದಕ್ಕೆ ಕಾರಣ, ಪ್ರಯಾಣಿಕರು ಒಂದು ಕಡೆಯಿಂದ ಇನ್ನೊಂದು ಕಡೆಗೆ ಪ್ರಯಾಣ ಮಾಡುತ್ತಾ ಕಥೆಗಳನ್ನು ಹರಡಿರುವುದು. ಹಾಗೆ ಪ್ರತಿ ಬಾರಿ ಕಥೆಗಳನ್ನು ಹೇಳುತ್ತಾ ಹರಡಿದಾಗ ಅವುಗಳ ಸ್ವಾರಸ್ಯ ಹೆಚ್ಚುತ್ತದೆ. ಜಾನಪದ ಕಥೆಗಳನ್ನು ಯಾರೋ ಒಬ್ಬರು ಬರೆದಿರದೇ, ಒಬ್ಬರಿಗೊಬ್ಬರು ಬಾಯ್ಮಾತಿನ ಮೂಲಕ ಹೇಳಿ ಹರಡುತ್ತಾ ಅವು ಸಂಗ್ರಹಗಳಾಗುತ್ತವೆ. ಭಾರತದ ವಿವಿಧ ರಾಜ್ಯಗಳ, ಪ್ರದೇಶಗಳ, ಜನಾಂಗಗಳ ಇಂಥ ಒಂದಷ್ಟು ಕಥೆಗಳನ್ನು ವಿವಿಧ ಸಂಗ್ರಹಗಳಿಂದ ಆರಿಸಿ ಇಲ್ಲಿ ಪುನರ್ನಿರೂಪಿಸಿದ್ದೇನೆ. ಅವು ಓದುಗರಾದ ನಿಮಗೆ ಇಷ್ಟವಾದರೆ ನನ್ನ ಶ್ರಮ ಸಾರ್ಥಕ.

— ಬಿ.ಆರ್. ಸುಹಾಸ್

ರಾಜಕುಮಾರನ ಸಾವಿನ ರಹಸ್ಯ
ಅಸ್ಸಾಮ್‌ನ ಜಾನಪದ ಕಥೆ

ವಿಧಾತನು (ವಿಧಿಯು) ಎಲ್ಲಾ ಜೀವಿಗಳ ಹಣೆಬರಹವನ್ನು ನಿರ್ಧರಿಸುವವನು. ಒಮ್ಮೆ ಅವನ ತಂಗಿಗೆ ಒಂದು ಮಗುವಾಯಿತು. ಆಗ ವಿಧಾತನು ತನ್ನ ಸೋದರ ಸೊಸೆಯ ಅದೃಷ್ಟ, ದುರಾದೃಷ್ಟಗಳನ್ನು ಲೆಕ್ಕಹಾಕಿ ಹೇಳಿದ, "ಇವಳಿಗೆ ಎಲ್ಲವೂ ಸರಿಯಾಗಿದೆ. ಊಟ, ವಸತಿಗಳ ಚಿಂತೆಯೇನೂ ಇರುವುದಿಲ್ಲ. ಆದರೆ ಇವಳು ಸತ್ತ ಗಂಡನನ್ನು ಮದುವೆಯಾಗಬೇಕಾಗುತ್ತದೆ!"

ಇದನ್ನು ಕೇಳಿ ಮಗುವಿನ ತಾಯಿಗೆ ಬಹಳ ದುಃಖವಾಯಿತು. ಅವಳು ಒಂದು ದಿನ, ತನ್ನ ಮಗುವನ್ನೆತ್ತಿಕೊಂಡು ಮನೆ ಬಿಟ್ಟು ಹೊರಟುಹೋದಳು. ಸ್ವಲ್ಪ ಕಾಲ ಅವಳು ಮಗುವಿನೊಂದಿಗೆ ಅಲ್ಲಿ ಇಲ್ಲಿ ಅಲೆದಾಡುತ್ತಾ ಕೊನೆಗೆ ಒಂದು ಹಳ್ಳಿಗೆ ಬಂದಳು. ಅಲ್ಲಿ ಒಂದು ರಾತ್ರಿ ಇಳಿದುಕೊಂಡು ಮರುದಿನ ಪುನಃ ಬೇರೊಂದು ಜಾಗಕ್ಕೆ ಹೊರಟಳು. ಆದರೆ ಈ ಬಾರಿ ಅವಳು ದಾರಿತಪ್ಪಿ ಒಂದು ದಟ್ಟವಾದ ಕಾಡಿಗೆ ಬಂದಳು! ಈ ಹೊತ್ತಿಗೆ ಸ್ವಲ್ಪ ಬೆಳೆದು ಪುಟ್ಟ ಹುಡುಗಿಯಾಗಿದ್ದ ಅವಳ ಮಗಳು, ನಡೆದೂ ನಡೆದೂ ಸುಸ್ತಾಗಿ ನೀರು ಬೇಕೆಂದು ಅಳತೊಡಗಿದಳು! ಆದರೆ ತಾಯಿಯು ಇನ್ನೂ ಮುಂದೆ ನಡೆಯಲು ಒತ್ತಾಯಪಡಿಸಲು, ಅವಳು ಕಷ್ಟಪಟ್ಟು ನಡೆದಳು. ಇಬ್ಬರೂ ಎಷ್ಟು ನಡೆದರೂ, ಮಾನವ ವಸತಿಯ ಕುರುಹೂ ಎಲ್ಲೂ ಕಾಣಲಿಲ್ಲ! ಕೊನೆಗೆ ಅವರು ಒಂದು ದೊಡ್ಡ ಅರಮನೆಯ ಬಳಿಗೆ ಬಂದರು! ಆ ಅರಮನೆಯ ದ್ವಾರದ ಬಳಿ ನಿಂತು ಅವರಿಬ್ಬರೂ ಬಹಳ ಕೂಗಿದರು. ಆದರೆ ಯಾರೂ ಬರಲಿಲ್ಲ! ಪಾಪ, ಪುಟ್ಟ ಹುಡುಗಿಗೆ ಬಹಳ ಬಾಯಾರಿಕೆಯಾಗಿದ್ದು ನೀರು ಅವಶ್ಯವಾಗಿ ಬೇಕಾಗಿತ್ತು! ಹಾಗಾಗಿ ಅವಳು ದ್ವಾರವನ್ನು ಜೋರಾಗಿ ತಳ್ಳತೊಡಗಿದಳು! ಆಗ ದ್ವಾರವು ಇದ್ದಕ್ಕಿದ್ದಂತೆ ತೆರೆದುಕೊಂಡಿತು! ಹುಡುಗಿಯು ವೇಗವಾಗಿ ಮುಂದೆ ಹೋಗಿ ಒಳಗೆ ಬಿದ್ದಳು! ಆಗ ದ್ವಾರವು ತಾನಾಗಿಯೇ ಮುಚ್ಚಿ ಹೋಯಿತು! ತಾಯಿಯು ಒಳಗೆ ಹೋಗಲಾಗಲಿಲ್ಲ! ಹುಡುಗಿಯು ಅರಮನೆಯ ಒಳಗೆ ಸೇರಿಕೊಂಡು ಜೋರಾಗಿ

ಅಳತೊಡಗಿದಳು! ತಾಯಿಗೆ ಮಗಳು ಕಾಣದೇ ಏನು ಮಾಡುವುದೆಂದು ತೋಚಲಿಲ್ಲ! ಅವಳಿಗೆ ಬಹಳ ದುಃಖವಾಗಿ ಅವಳು ಹೊರಟು ಹೋದಳು.

ಹುಡುಗಿಯು ಅತ್ತೂ ಅತ್ತೂ, ಸಾಕಾಗಿ ಮಲಗಿಬಿಟ್ಟಳು! ಅವಳಿಗೆ ಪುನಃ ಎಚ್ಚರವಾದಾಗ, ಅವಳ ಬಳಿ ಒಬ್ಬ ಸುಂದರ ಯುವಕ ನಿಂತಿದ್ದುದ್ದನ್ನು ಕಂಡಳು! ಅವನು ಅವಳನ್ನು ದಯೆಯಿಂದ ಕಂಡು, ಅವಳಿಗೆ ಆಹಾರ, ನೀರುಗಳನ್ನು ಕೊಟ್ಟನು. ಊಟವಾದ ಬಳಿಕ, ಇಬ್ಬರೂ ಪರಸ್ಪರ ಮಾತನಾಡತೊಡಗಿದರು. ಆಗ ಆ ಯುವಕನು ಹೇಳಿದ, "ಬೆಳಗ್ಗೆಯಾದ ಕೂಡಲೇ ನಾನು ಸತ್ತುಹೋಗುತ್ತೇನೆ! ಪುನಃ ನಾನು ಸಂಜೆ ಜೀವಂತನಾಗುತ್ತೇನೆ! ಇದರಿಂದ ನೀನು ಭಯಗೊಳ್ಳಬೇಡ! ಇಲ್ಲಿ ನಿನಗೆ ತಿನ್ನಲು ಬೇಕಾದಷ್ಟು ತಿಂಡಿ, ತಿನಿಸುಗಳಿರುತ್ತವೆ!"

ಅಂತೆಯೇ ಬೆಳಗ್ಗೆಯಾದ ಕೂಡಲೇ ಆ ಯುವಕನು ಸತ್ತುಹೋದ! ಆದರೆ ಅವನು ಮೊದಲೇ ಹೇಳಿದ್ದಂತೆ ಅವಳು ಹೆದರಲಿಲ್ಲ. ಅಲ್ಲೇ ಇರಲು ನಿರ್ಧರಿಸಿದಳು. ಹೀಗೆಯೇ ಅನೇಕ ವರ್ಷಗಳು ಕಳೆದವು. ಬೆಳಗ್ಗೆ ಸಾಯುತ್ತಿದ್ದ ಹುಡುಗ ಸಂಜೆಯಾದ ಕೂಡಲೇ ಜೀವಂತನಾಗುತ್ತಿದ್ದ. ಅವಳೊಂದಿಗೆ ಮಧುರವಾಗಿ ಮಾತನಾಡುತ್ತಿದ್ದ. ಹೀಗೆಯೇ ಕ್ರಮೇಣ ಆ ಹುಡುಗಿ ಬೆಳೆದು ಸುಂದರ ಯುವತಿಯಾದಳು. ಇಬ್ಬರೂ ಪರಸ್ಪರ ಇಷ್ಟಪಟ್ಟು ಮದುವೆಯಾದರು. ಸ್ವಲ್ಪ ಕಾಲದಲ್ಲಿ, ಅವರಿಗೆ ಒಂದು ಮಗುವಾಯಿತು.

ಒಂದು ದಿನ, ಹುಡುಗಿಯು ತನ್ನ ಗಂಡನನ್ನು ಕೇಳಿದಳು. "ನೀನೇಕೆ ದಿನವೂ ಬೆಳಗ್ಗೆ ಸಾಯುವುದು?"

ಆಗ ಅವನು ತನ್ನ ಕಥೆ ಹೇಳಿದನು. "ನಾನೊಬ್ಬ ರಾಜಕುಮಾರನಾಗಿ ಹುಟ್ಟಿದ್ದೆ. ನನ್ನ ಜನ್ಮ ದೋಷಪೂರ್ಣವಾಗಿತ್ತಂತೆ! ಅದಕ್ಕಾಗಿ ನನ್ನಮ್ಮ ನನ್ನ ಕೊರಳಿಗೆ ಒಂದು ಸರ ಹಾಕಿದ್ದಳು! ಆದರೆ, ನನ್ನಮ್ಮ ಸತ್ತುಹೋದಳು! ಆಗ ನನ್ನಪ್ಪ ಇನ್ನೊಬ್ಬಳನ್ನು ಮದುವೆಯಾದ. ನನ್ನ ಮಲತಾಯಿಗೆ ನನ್ನ ಮೇಲೆ ಪ್ರೀತಿಯಿರಲಿಲ್ಲ! ಅವಳು ನನ್ನ ಕೊರಳಿನಲ್ಲಿ ಸರವಿದ್ದುದ್ದನ್ನು ನೋಡಿ, ಒಂದು ದಿನ ನಾನು ಮಲಗಿದ್ದಾಗ ಅದನ್ನು ಕದ್ದುಬಿಟ್ಟಳು! ಆಗ ನಾನು ಕೂಡಲೇ ಸತ್ತು ಹೋದೆ! ಅದರಿಂದ ಅರಮನೆಯಲ್ಲಿ ದೊಡ್ಡ ಕೋಲಾಹಲವುಂಟಾಯಿತು! ಯಾರು ಎಷ್ಟು ಪ್ರಯತ್ನಿಸಿದರೂ ನನ್ನ ಪ್ರಾಣ ಬರಿಸಲಾಗಲಿಲ್ಲ ಆದರೆ ನನ್ನ ತಂದೆಗೆ ನನ್ನನ್ನು ಪೂರ್ತಿಯಾಗಿ ಕಳೆದುಕೊಳ್ಳಲು

ಇಷ್ಟವಿರಲಿಲ್ಲ. ಹಾಗಾಗಿ ಅವರು ಈ ಅರಣ್ಯದ ಮಧ್ಯದಲ್ಲಿ ಈ ದೊಡ್ಡ ಅರಮನೆಯನ್ನು ಕಟ್ಟಿಸಿ ನನ್ನನ್ನು ಇಲ್ಲಿರಿಸಿದರು. ನಾನು ಬದುಕಿರುವಾಗ ಬೇಕಾಗುವ ಎಲ್ಲವನ್ನೂ ಇಲ್ಲಿರಿಸಿದ್ದಾರೆ! ವರ್ಷಕ್ಕೊಮ್ಮೆ, ಅವರು ನನ್ನನ್ನು ನೋಡಲು ಇಲ್ಲಿಗೆ ಬರುತ್ತಾರೆ. ನನ್ನ ಮಲತಾಯಿ ಹಗಲಿನ ಹೊತ್ತಿನಲ್ಲಿ ಸರ ಹಾಕಿಕೊಳ್ಳುತ್ತಾಳೆ. ಸಂಜೆಯಾದಾಗ ಅದನ್ನು ತೆಗೆದು ನೀರು ತುಂಬಿರುವ ಒಂದು ಮಡಕೆಯಲ್ಲಿ ಹಾಕುತ್ತಾಳೆ. ಆಗ ನನಗೆ ಪ್ರಾಣ ಬರುತ್ತದೆ! ಆದರೆ ಹಾಗೆ ಪ್ರಾಣ ಬಂದರೂ ನಾನು ನನ್ನ ಅಪ್ಪನ ಬಳಿಗೆ ಹೋಗಲಾರೆ! ಏಕೆಂದರೆ ಈ ದಟ್ಟ ಅರಣ್ಯದ ಮೂಲಕ ಹೋಗಲಾಗುವುದಿಲ್ಲ! ಆದ್ದರಿಂದ ನಾನು ಇಲ್ಲೇ ಇರುವೆ! ಯಾರಾದರೂ ಆ ಸರವನ್ನು ನನ್ನ ಮಲತಾಯಿಯಿಂದ ತೆಗೆದುಕೊಂಡು ಇಲ್ಲಿಗೆ ತರುವಂತಾದರೆ ಎಲ್ಲವೂ ಸರಿ ಹೋಗುತ್ತದೆ!"

ರಾಜಕುಮಾರನ ಈ ರಹಸ್ಯ ಕಥೆಯನ್ನು ಕೇಳಿ ಅವನ ಹೆಂಡತಿ ಒಂದು ಉಪಾಯ ಮಾಡಿದಳು. ಒಂದು ಬೆಳಗ್ಗೆ ಅವಳು ತನ್ನ ಮಗುವನ್ನು ಎತ್ತಿಕೊಂಡು ರಾಜನ ಅರಮನೆಯನ್ನು ಹುಡುಕಿಕೊಂಡು ಹೊರಟಳು. ಅಂತೂ ಕಷ್ಟದಿಂದ ಅವಳು ಅರಮನೆಯನ್ನು ತಲುಪಿ ಅರಮನೆಯಲ್ಲಿ ಕೆಲಸಕ್ಕೆ ಯಾರಾದರೂ ಬೇಕೇ ಎಂದು ಕೇಳಿದಳು. ಆಗ ಅವಳನ್ನು ರಾಣಿಯ ಬಳಿಗೆ ಕರದೊಯ್ಯಲಾಯಿತು. ರಾಣಿಗೆ ಚುರುಕಾಗಿಯೂ ಸುಂದರವಾಗಿಯೂ ಇದ್ದ ಇವಳೂ ಮುದ್ದಾಗಿದ್ದ ಇವಳ ಮಗುವೂ ಇಷ್ಟವಾದರು. ಹಾಗಾಗಿ ರಾಣಿಯು ಇವಳಿಗೆ ತನ್ನ ಬಳಿಯೇ ಕೆಲಸ ಮಾಡಲು ಹೇಳಿದಳು. ಅವಳು ತನ್ನ ಅಡುಗೆ ಮನೆಯ ಪಾತ್ರೆಗಳನ್ನು ತೊಳೆದು ಬಟ್ಟೆಗಳನ್ನು ಒಗೆಯಲು ಹೇಳಿದಳು.

ಹುಡುಗಿಯು ಬಹಳ ಚೆನ್ನಾಗಿ ಕೆಲಸ ಮಾಡುತ್ತಾ ರಾಣಿಯ ಮನಸ್ಸನ್ನು ಗೆದ್ದಳು! ಆದರೆ ಅವಳು ಸದಾ ರಾಣಿಯ ಕೊರಳಿನಲ್ಲಿದ್ದ ಸರದ ಮೇಲೆ ಒಂದು ಕಣ್ಣಿಟ್ಟಿದ್ದಳು! ಹೀಗೆಯೇ ಸ್ವಲ್ಪ ದಿನಗಳು ಕಳೆಯಲು, ಒಂದು ದಿನ ರಾಣಿಯು ಹುಡುಗಿಗೆ ತನ್ನ ತಲೆಯಲ್ಲಿದ್ದ ಹೇನುಗಳನ್ನು ತೆಗೆಯಲು ಹೇಳಿದಳು. ಅದರಂತೆ, ಅವಳು ಹೇನುಗಳನ್ನು ತೆಗೆಯುತ್ತಾ ಮೆಲ್ಲನೆ ತನ್ನ ಮಗುವನ್ನು ಗಿಂಟಿದಳು! ಆಗ ಮಗುವು ಅಳತೊಡಗಿತು! ರಾಣಿಯು ಅವಳನ್ನು ಮಗುವು ಏಕೆ ಅಳುತ್ತಿದೆಯೆಂದು ಕೇಳಿದಳು. ಅದಕ್ಕೆ ಹುಡುಗಿಯು, "ಮಗುವು ನಿಮ್ಮ ಕೊರಳಿನಲ್ಲಿರುವ ಹೊಳೆಯುವ ಸರವನ್ನು ನೋಡಿ ಅದು ಬೇಕೆಂದು

ಅಳುತ್ತಿದೆ!" ಎಂದಳು. ಆಗ ರಾಣಿಯು ಮಗುವನ್ನು ಸುಮ್ಮನಾಗಿಸಲು ಆಕರ್ಷಕವಾದ ಬೇರೆ ವಸ್ತುಗಳನ್ನು ತೋರಿಸತೊಡಗಿದಳು. ಆದರೆ ಹುಡುಗಿಯು ಪುನಃ ರಾಣಿಗೆ ತಿಳಿಯದಂತೆ ಮಗುವನ್ನು ಗಿಳ್ಳಿದಳು! ಪುನಃ ಮಗುವು ಜೋರಾಗಿ ಅಳತೊಡಗಿತು! ರಾಣಿಗೆ ಹೇನು ತೆಗೆಯುವ ಕಾರ್ಯ ನಿಲ್ಲುವುದು ಬೇಕಿರಲಿಲ್ಲ. ಹಾಗಾಗಿ ಅವಳು ಮಗುವಿಗೆ ತನ್ನ ಸರವನ್ನು ಕೊಟ್ಟಳು. ಆ ಹೊಳೆಯುವ ವಸ್ತುವನ್ನು ಪಡೆದು ಮಗುವು ಅಳುವುದನ್ನು ನಿಲ್ಲಿಸಿತು. ಹುಡುಗಿಯು ತನ್ನ ಕೆಲಸವನ್ನು ಮುಂದುವರೆಸಿದಳು. ಸಂಜೆಯಾಗಲು, ಅವಳು ಮನೆಗೆ ಹೊರಡಬೇಕಾದಾಗ, ಆ ಸರವನ್ನು ರಾಣಿಗೆ ಕೊಟ್ಟು, ಹೊರಟಳು. ಹೀಗೆಯೇ ಅವಳು ಕೆಲದಿನಗಳು ಮಾಡಿದಳು. ಇದರಿಂದ ರಾಣಿಗೆ ಅವಳ ಮೇಲೆ ಸಂಪೂರ್ಣ ನಂಬಿಕೆ ಬಂದಿತು! ಅನಂತರ, ಒಂದು ದಿನ, ಮಗುವು ಸರದೊಂದಿಗೆ ಆಡುತ್ತಿದ್ದಾಗ ರಾಣಿಯು ಅರಮನೆಯ ಒಳಗೆ ಹೋಗಿರಲು, ಅವಳು ಬೇಗನೆ ಮಗುವನ್ನು ಸರದೊಂದಿಗೆ ಎತ್ತಿಕೊಂಡು ಕಾಡಿಗೆ ಓಡಿಹೋದಳು! ಸ್ವಲ್ಪ ಹೊತ್ತಿನ ಬಳಿಕ ಹೊರಬಂದ ರಾಣಿಯು ಅವಳನ್ನು ಕಾಣದೇ ಅವಳನ್ನು ಹುಡುಕಲು ಸೇವಕರನ್ನಟ್ಟಿದಳು! ಆದರೆ ಹುಡುಗಿಯು ಬಹುದೂರ ಹೋಗಿಬಿಟ್ಟಿದ್ದಳು.

ಹುಡುಗಿಯು ಬೇಗನೆ ಮನೆ ತಲುಪಿ ಆ ಸರವನ್ನು ನೀರು ತುಂಬಿದ ಒಂದು ಮಡಿಕೆಯಲ್ಲಿ ಹಾಕಿದಳು. ಕೂಡಲೇ ಅವಳ ಗಂಡನು ಎದ್ದು ಕುಳಿತನು! ಈಗ ಅವರಿಬ್ಬರೂ ಯಾವುದೇ ಚಿಂತೆಯಿಲ್ಲದೇ ಬಾಳಬಹುದಾಗಿತ್ತು. ಬೇಗನೆ ಅವರು ಕಾಡನ್ನು ಕಡಿದು ತಮ್ಮ ಅರಮನೆಯನ್ನು ಇನ್ನಷ್ಟು ಸುಂದರವಾಗಿಸಿದರು. ಬೇಗನೆ ರಾಜಕುಮಾರನ ಅಪ್ಪನಿಗೂ ವಿಷಯ ತಿಳಿದು ಅವನು ಆಶ್ಚರ್ಯಗೊಂಡನು! ತನ್ನ ಪುತ್ರನು ಬದುಕಿರುವುದನ್ನೂ ಮದುವೆಯಾಗಿರುವುದನ್ನೂ ಕಂಡು ಅವನು ಬಹಳ ಸಂತೋಷಪಟ್ಟನು. ತನ್ನ ರಾಣಿಯು ಮಾಡಿದ ದುಷ್ಕಾರ್ಯವನ್ನು ತಿಳಿದು ಅವಳನ್ನು ಶೂಲಕ್ಕೆ ಹಾಕಿಸಿದನು! ಮಗನನ್ನೂ ಸೊಸೆಯನ್ನೂ ಅರಮನೆಗೆ ಕರೆದೊಯ್ದನು.

ಆರು ಸಹೋದರರು ಮತ್ತು ಅವರ ಬುದ್ಧಿವಂತ ಸೋದರಳಿಯ

ಅಸ್ಸಾಂನ ಜಾನಪದ ಕಥೆ

ಒಂದಾನೊಂದು ಕಾಲದಲ್ಲಿ ಮಿಕಿರ್ ಪರ್ವತ ಸಾಲಿನಲ್ಲಿ ಒಂದು ಕಡೆ ಒಬ್ಬ ವಿಧವೆಯಿದ್ದಳು. ಅವಳಿಗೆ ಒಬ್ಬ ಮಗನಿದ್ದನು. ಅವಳಿಗೆ ಹೇಗಾದರೂ ಮಾಡಿ ತನ್ನ ಮಗನನ್ನು ಚೆನ್ನಾಗಿ ಬೆಳೆಸಬೇಕೆಂದು ಆಸೆಯಿತ್ತು. ಹಾಗಾಗಿ ಅವಳು ತನ್ನ ಸಹೋದರರ ಸಹಾಯ ಯಾಚಿಸಿದಳು. ಅವಳಿಗೆ ಆರು ಜನ ಸಹೋದರರಿದ್ದರು. ಆದರೆ ಆ ಆರು ಸಹೋದರರಿಗೆ ಅವಳ ಮಗನ ಮೇಲೆ ಬಹಳ ಹೊಟ್ಟೆಕಿಚ್ಚಿತ್ತು. ಆ ಹುಡುಗನಾದರೋ ಅವರಿಗಿಂತ ಬಹಳ ಬುದ್ಧಿವಂತನಾಗಿದ್ದನು.

ಆ ಹುಡುಗನ ಬಳಿ ತನ್ನದೆಂದು ಹೇಳಿಕೊಳ್ಳಲು ಒಂದೇ ಒಂದು ಕರುವಿತ್ತು. ಆ ಕರುವು ಥಳ-ಥಳನೆ ಹೊಳೆಯುವ ಮೈ ಹೊಂದಿತ್ತು. ಅಲ್ಲದೇ ಅದು ದಷ್ಟಪುಷ್ಟವಾಗಿಯೂ ಇತ್ತು. ಹುಡುಗನಿಗೆ ಆ ಕರುವನ್ನು ಕಂಡರೆ ಬಹಳ ಪ್ರೀತಿಯಿತ್ತು! ದಿನವೂ ತಾನೇ ಅದಕ್ಕೆ ಉಣಿಸುತ್ತಾ ಪ್ರೀತಿಯಿಂದ ಮೈದಡವುತ್ತಿದ್ದನು. ಇದು ಅವನ ಆರು ಮಾವಂದರಿಗೆ ಸಹಿಸಲಾಗುತ್ತಿರಲಿಲ್ಲ. ಒಂದು ದಿನ ಅವರು ಆ ಕರುವನ್ನು ಕೊಂದುಬಿಟ್ಟರು!

ಪಾಪ, ಹುಡುಗನಿಗೆ ಬಹಳ ದುಃಖವಾಯಿತು. ಆದರೆ ಅವನು ಬಹಳ ಬುದ್ಧಿವಂತನಾಗಿದ್ದನಷ್ಟೆ! ಇದರಿಂದಲೂ ಏನಾದರೂ ಲಾಭ ಮಾಡಲು ಯೋಚಿಸಿದನು. ಆ ಕರುವಿನ ಚರ್ಮ ಸುಲಿದು, ಒಂದು ಕಾಲನ್ನು ಕತ್ತಿರಿಸಿಕೊಂಡು ಇನ್ನೊಂದು ಹಳ್ಳಿಗೆ ಹೋದನು. ಅಲ್ಲಿ ಒಬ್ಬ ಬ್ರಾಹ್ಮಣನ ಮನೆಗೆ ಬಂದು, ಯಾರೂ ನೋಡದ ವೇಳೆಯಲ್ಲಿ ಆ ಮನೆಯ ಒಳಗಿನ ಒಂದು ಮೂಲೆಯಲ್ಲಿ ಆ ಕರುವಿನ ಕಾಲನ್ನು ಹೂತು ಹಾಕಿದನು!

ಅನಂತರ ಅವನು ಬ್ರಾಹ್ಮಣನ ಬಳಿ ಹೋಗಿ, ಸ್ವಾಮಿ! ನಿಮ್ಮ ಮನೆಯಲ್ಲಿ ಗೋಮಾಂಸದ ವಾಸನೆ ಬರುತ್ತಿದೆಯಲ್ಲ! ಎಂದನು.

ಅದಕ್ಕೆ ಬ್ರಾಹ್ಮಣನು ಬಹಳ ಕೋಪದಿಂದ, "ಎಷ್ಟು ಧೈರ್ಯ ನಿನಗೆ ಹಾಗೆ ಹೇಳಲು? ನಿನ್ನನ್ನು ಒಂದು ಹುಲಿ ತಿನ್ನಲಿ! ಇದೊಂದು ಬ್ರಾಹ್ಮಣರ ಮನೆಯೆಂದು ತಿಳಿಯದೇ ನಿನಗೆ? ದುಷ್ಟ! ಅದು ಹೇಗೆಂದು ತೋರಿಸು ನೋಡೋಣ! ನನ್ನ ಮನೆಯಲ್ಲಿ ಗೋಮಾಂಸವಿರುವುದನ್ನು ನೀನು ತೋರಿಸಲಾಗದಿದ್ದರೆ, ನೀನು ಸುಟ್ಟು ಬೂದಿಯಾಗುವಂತೆ ಶಾಪ ಕೊಟ್ಟುಬಿಡುತ್ತೇನೆ!" ಎಂದನು.

ಆಗ ಹುಡುಗನು ಮುಗ್ಧನಂತೆ, "ಆಯಿತು! ನಾನು ಹುಡುಕುತ್ತೇನೆ!" ಎಂದು ಹುಡುಕುವವನಂತೆ ನಟಿಸುತ್ತಾ ಸ್ವಲ್ಪ ಹೊತ್ತಿನಲ್ಲಿ, ತಾನೇ ಮುಚ್ಚಿಟ್ಟಿದ್ದ ಕರುವಿನ ಕಾಲನ್ನು ತೋರಿಸಿ ನಗುತ್ತಾ, "ನೋಡಿ ಸ್ವಾಮಿ! ಇದೊಂದು ಕರುವಿನ ಕಾಲೋ ಏನೋ ನೋಡಿ!' ಎಂದ.

ಅದನ್ನು ನೋಡಿ ಬ್ರಾಹ್ಮಣನು ವಿಪರೀತ ಕೋಪಗೊಂಡ! ಆದರೆ ನೆರೆಹೊರೆಯವರೇನಾದರೂ ಇದನ್ನು ನೋಡಿಬಿಟ್ಟರೆ ತನ್ನನ್ನು ಜಾತಿಭ್ರಷ್ಟನನ್ನಾಗಿ ಮಾಡಿಬಿಡುವರೆಂದು ಭಯಗೊಂಡು ಅವನು, ಹೇಗಾದರೂ ಈ ಮಿಕಿರ ಹುಡುಗನನ್ನು ಅಲ್ಲಿಂದ ಸಾಗಹಾಕಬೇಕೆಂದು ಭಾವಿಸಿ ಅವನಿಗೆ ಮೆಲ್ಲನೆ ಪಿಸುದನಿಯಲ್ಲಿ ಹೇಳಿದನು. "ನೋಡು! ನಿನಗೆ ಒಂದು ಹಣದ ಥೈಲಿ ಕೊಡುವೆ! ಈ ವಿಷಯವನ್ನು ಯಾರಿಗೂ ಹೇಳಬೇಡ!"

ಅಂತೆಯೇ ಆ ಬ್ರಾಹ್ಮಣನು ಹುಡುಗನಿಗೆ ಒಂದು ಹಣದ ಥೈಲಿಯನ್ನು ಕೊಟ್ಟನು. ಹುಡುಗನು ಬಹಳ ಸಂತೋಷಗೊಂಡು ಹೊರಟುಹೋದನು. ಅವನು ಅಷ್ಟೊಂದು ಹಣವನ್ನು ನೋಡಿಯೇ ಇರಲಿಲ್ಲ! ತನ್ನ ತಾಯಿಯ ಬಳಿಗೋಡಿ, ಅಮ್ಮಾ! ಮಾವಂದಿರ ಬಳಿ ಹೋಗಿ, ಅಳೆಯುವ ಸೇರನ್ನು ತೆಗೆದುಕೊಂಡು ಬಾ!" ಎಂದನು.

ಅಂತೆಯೇ ಹುಡುಗನ ತಾಯಿಯು ತನ್ನ ಸಹೋದರರ ಬಳಿಗೆ ಹೋಗಿ ಸೇರನ್ನು ಕೇಳಿ ತಂದಳು. ಅವಳು ಸೇರನ್ನು ತೆಗೆದುಕೊಂಡು ಹೋದ ಬಳಿಕ, ಅವಳ ಸಹೋದರರು ಆಶ್ಚರ್ಯದಿಂದ ತಮ್ಮ ತಮ್ಮಲ್ಲೇ ಮಾತಾಡಿಕೊಂಡರು, "ನಮ್ಮ ಬಳಿ ಅವಳು ಸಹಾಯ ಯಾಚಿಸಿದ ಬಡವಳು! ಅಳೆಯುವಂಥದ್ದು ಅವಳ ಬಳಿ ಏನಿದ್ದೀತು? ಇದು

ನಿಜವಾಗಿಯೂ ಸೋಜಿಗವಾಗಿದೆ! ನಮ್ಮಲ್ಲೊಬ್ಬರು ಗುಟ್ಟಾಗಿ ಹೋಗಿ ಅವಳೂ ಅವಳ ಮಗನೂ ಅದೇನು ಅಳೆಯುವರೆಂದು ನೋಡಿ ಬರಲಿ!"

ಹೀಗೆ ಮಾತಾಡಿಕೊಂಡ ಅವರು, ತಮ್ಮಲ್ಲಿ ಅತ್ಯಂತ ಕಿರಿಯನಾದವನನ್ನು ಈ ಕೆಲಸಕ್ಕೆ ಕಳಿಸಿದರು. ಅವನು ಹೋಗಿ, ವಿಧವೆಯ ಮನೆಯ ಹಿಂದೆ ಅಡಗಿಕೊಂಡು, ಅವಳೂ ಅವಳ ಮಗನೂ ಒಂದು ರಾಶಿ ಹಣವನ್ನು ಅಳೆಯುತ್ತಿದ್ದುದ್ದನ್ನು ನೋಡಿ ಆಶ್ಚರ್ಯಗೊಂಡ! ಅನಂತರ ಅವನು ಹಿಂದಿರುಗಿ ಹೋಗಿ ತಾನು ಕಂಡದ್ದನ್ನು ತನ್ನ ಸಹೋದರರಿಗೆ ಹೇಳಿದ. ಎಲ್ಲರಿಗೂ ಮಹಾದಾಶ್ಚರ್ಯವಾಯಿತು!

ವಿಧವೆಯು ಸೇರನ್ನು ಹಿಂದಿರುಗಿ ಕೊಡಲು ಹೋದಾಗ, ಅವಳ ಸಹೋದರರು ಅವಳಿಗೆ ಹೇಳಿದರು. "ಮನೆಗೆ ಹೋಗಿ ನಿನ್ನ ಮಗನನ್ನು ಕಳಿಸು! ಅವನೊಂದಿಗೆ ತುರ್ತು ಕೆಲಸವಿದೆ!"

ಅಂತೆಯೇ ವಿಧವೆಯು ಹೋಗಿ ತನ್ನ ಮಗನನ್ನು ಅವರ ಬಳಿ ಕಳಿಸಿದಾಗ, ಅವರು ಅವನನ್ನು ಕೇಳಿದರು, "ಅಷ್ಟೊಂದು ಹಣವನ್ನು ಎಲ್ಲಿಂದ ತಂದೆ? ನೀನು ನಮ್ಮಿಂದ ಸೇರನ್ನು ಕೇಳಿದ್ದು ಆ ಹಣವನ್ನು ಅಳೆಯಲು ತಾನೇ? ಸುಳ್ಳು ಹೇಳಬೇಡ! ನಿಜ ಹೇಳು! ಇಲ್ಲವಾದರೆ ತೊಂದರೆಗೊಳಗಾಗುವೆ!"

ಅದಕ್ಕೆ ಹುಡುಗನು ಸಮಾಧಾನದಿಂದ, "ಇದರಲ್ಲಿ ಮುಚ್ಚಿಡುವಂಥದ್ದೇನೂ ಇಲ್ಲ! ನೀವು ನನ್ನ ಕರುವನ್ನು ಕೊಂದಾಗ, ಅದನ್ನು ತುಂಡು ತುಂಡಾಗಿ ಕತ್ತರಿಸಿ ಪಕ್ಕದ ಹಳ್ಳಿಗೆ ತೆಗೆದುಕೊಂಡು ಹೋದೆ! ಅಲ್ಲಿನ ಜನ, ಗೋಮಾಂಸದ ವಾಸನೆ ಹತ್ತುತ್ತಲೇ ನನ್ನನ್ನು ಮುತ್ತಿಕೊಂಡರು! ಹಾಗಾಗಿ ಅಷ್ಟೂ ಮಾಂಸದ ತುಂಡುಗಳು ಕೆಲವೇ ನಿಮಿಷಗಳಲ್ಲಿ ಮಾರಾಟವಾದವು! ಅಲ್ಲದೆ ನಾನು ಬಹಳ ಕಡಿಮೆ ಗೊಮಾಂಸ ತೆಗೆದುಕೊಂಡು ಹೋದುದ್ದಕ್ಕೆ ಆಕ್ಷೇಪಿಸುತ್ತಾ ಇನ್ನೂ ಬೇಕಾಗಿತ್ತೆಂದರು! ಅವರಿಗೆ ಮಾಂಸದಾಸೆ ಎಷ್ಟಿತ್ತೆಂದರೆ, ನಾನು ಸಾಕಷ್ಟು ಮಾಂಸ ತರುತ್ತೇನೆಂದು ಮಾತು ಕೊಡದಿದ್ದರೆ ನನ್ನನ್ನೇ ತಿಂದು ಬಿಡುವಂತಿದ್ದರು! ನಾನೇನು ಮಾಡಲಿ ಮಾವಂದಿರೇ?!" ಎಂದನು.

"ಹಾಗಾದರೆ ನಾವು ಸ್ವಲ್ಪ ಗೋಮಾಂಸ ತೆಗೆದುಕೊಂಡು ಹೋದರೆ ಅವರು ಕೊಳ್ಳುವರೇ?"ಸಹೋದರರು ಹೆಚ್ಚು ಹಣ ಸಂಪಾದಿಸುವ ಆಸೆಯಿಂದ ಕೇಳಿದರು.

"ಓಹೋ! ಖಂಡಿತ!" ಹುಡುಗನು ಹೇಳಿದನು, "ಅದರಲ್ಲೂ ನಿಮ್ಮ ಬಳಿ ಎಷ್ಟೊಂದು ಹಸುಗಳಿವೆ! ಅವೆಲ್ಲವನ್ನೂ ಕೊಂದು ಗೋಮಾಂಸ ತೆಗೆದುಕೊಂಡು ಹೋಗಿ ಅಲ್ಲಿ ಮಾರಿದರೆ ನಿಮಗೆ ಎಷ್ಟು ಹಣ ಬರುವುದೆಂದರೆ ಅದನ್ನು ಎತ್ತಿಕೊಂಡು ಬರುವುದೂ ಕಷ್ಟವಾದೀತು!"

ಸಹೋದರರು ಹೆಚ್ಚು ಯೋಚಿಸಲೇ ಇಲ್ಲ! ತಮ್ಮ ಎಲ್ಲಾ ಹಸುಗಳನ್ನೂ ಕೊಂದು ದೊಡ್ಡ -ದೊಡ್ಡ ಚೀಲಗಳ ತುಂಬಾ ಗೋಮಾಂಸ ತುಂಬಿಕೊಂಡು ಆ ಹಳ್ಳಿಗೆ ಹುಡುಗನು ಹೇಳಿದ ದಾರಿಯಲ್ಲಿ ಹೊರಟರು! ಅವರು ಹೋಗುವಾಗ ಹುಡುಗನು ಅವರಿಗೆ ಹೀಗೆ ಹೇಳಿದನು, "ನೀವು ಹೋಗುತ್ತಿರುವ ಈ ಹಳ್ಳಿಯ ಮುಖ್ಯಸ್ಥ ಒಬ್ಬ ಬ್ರಾಹ್ಮಣ! ನೀವು ಹಳ್ಳಿಗೆ ಕಾಲಿಟ್ಟ ಕೂಡಲೇ, "ಗೋಮಾಂಸ ಯಾರಿಗೆ ಬೇಕು? ಗೋಮಾಂಸ ಯಾರಿಗೆ ಬೇಕು?" ಎಂದು ಜೋರಾಗಿ ಕೂಗಿಕೊಳ್ಳಿ! ಜನರು ಗುಂಪು-ಗುಂಪಾಗಿ ನಿಮ್ಮನ್ನು ಮುತ್ತಿಕೊಳ್ಳುತ್ತಾರೆ!"

ಅಂತೆಯೇ ಆ ಆರು ಸಹೋದರರೂ ಪಕ್ಕದ ಹಳ್ಳಿಗೆ ಹೋಗಿ, "ಗೋಮಾಂಸ ಬೇಕೇ? ಗೋಮಾಂಸ ಬೇಕೇ?" ಎಂದು ಜೋರಾಗಿ ಕಿರುಚಿಕೊಂಡರು! ಹೇಳಿ ಕೇಳಿ ಅದು ಬ್ರಾಹ್ಮಣರ ಹಳ್ಳಿ. ಆ ಆರು ಸಹೋದರರ ಸೋದರಳಿಯನು ವಂಚಿಸಿದ್ದ ಬ್ರಾಹ್ಮಣನ ಮನೆಯ ಚಾವಡಿಯಲ್ಲಿ ಅನೇಕರು ಕುಳಿತುಕೊಂಡು ಅವನೊಂದಿಗೆ ಹರಟುತ್ತಿದ್ದರು. ಇವರ ಕೂಗನ್ನು ಕೇಳಿದವರೇ ಎಲ್ಲರೂ ಒಕ್ಕೊರಲಿನಿಂದ, "ಬೇಕು ಬೇಕು! ಬನ್ನಿ ಇಲ್ಲಿ!" ಎಂದು ಕೂಗಿದರು.

ಸಂತೋಷದಿಂದ ಆ ಆರು ಸಹೋದರರು ಆ ಮನೆಯ ಬಳಿಗೆ ಹೋಗಲು, ಎಲ್ಲರೂ ಅವರನ್ನು ಹಿಡಿದು ಚೆನ್ನಾಗಿ ಚಚ್ಚಿದರು! ಒಟ್ಟಿಗೆ ಬಿದ್ದ ಬಲವಾದ ಏಟುಗಳ ನೋವು ತಾಳಲಾರದೇ ಆರು ಜನರೂ ಆ ಬ್ರಾಹ್ಮಣರ ಕಾಲಿಗೆ ಬಿದ್ದು, "ನಿಮ್ಮ ದಮ್ಮಯ್ಯ, ಹೊಡೆಯಬೇಡಿ! ತಪ್ಪಾಯಿತು! ಇನ್ನೊಮ್ಮೆ ಹೀಗೆ ಮಾಡುವುದಿಲ್ಲ!' ಎಂದು ಬೇಡಿಕೊಂಡರು.

ತಮಗೆ ಸಮಾಧಾನವಾಗುವಷ್ಟು ಹೊಡೆದ ಬ್ರಾಹ್ಮಣರು ಕೊನಗೆ ಅವರನ್ನು ಬಿಟ್ಟು, ಎಷ್ಟು ಧೈರ್ಯ ನಿಮಗೆ ಬ್ರಾಹ್ಮಣರ ಕೇರಿಗೇ ಬಂದು ಗೋಮಾಂಸ ಮಾರಲು? ಇನ್ನೊಮ್ಮೆ ಹೀಗೆ ಮಾಡೀರ ಜೋಕೆ!" ಎಂದು ಎಚ್ಚರಿಸಿ ಕಳಿಸಿದರು. ಆರು

ಸಹೋದರರೂ ಅವಮಾನ, ಕೋಪಗಳಿಂದ ತಮ್ಮ ಹಳ್ಳಿಗೆ ಹಿಂದಿರುಗುತ್ತಾ, "ನಮ್ಮ ಸೋದರಳಿಯ ನಮಗೆ ಸರಿಯಾಗಿ ಮೋಸ ಮಾಡಿದ್ದಾನೆ! ಅವನಿಗೆ ಸರಿಯಾದ ಶಾಸ್ತಿ ಮಾಡಬೇಕು! ಅವನ ಮನೆಯನ್ನೇ ಸುಟ್ಟುಬಿಡೋಣ! ಎಂದು ಪರಸ್ಪರ ಮಾತನಾಡಿಕೊಂಡರು.

ಮೊದಲೇ ದುಷ್ಟರಾಗಿದ್ದ ಅವರಿಗೆ ಇಂಥ ಆಲೋಚನೆ ಬರುವುದು ಸಹಜವೇ ಆಗಿತ್ತು! ಅಂದು ರಾತ್ರಿ ಗುಟ್ಟಾಗಿ ತಮ್ಮ ಸೋದರಳಿಯನ ಮನೆಯನ್ನು ಸುಟ್ಟುಬಿಟ್ಟರು! ಆ ಹುಡುಗನೂ ಅವನ ತಾಯಿಯೂ ಹೇಗೋ ಬೆಂಕಿಯಿಂದ ತಪ್ಪಿಸಿಕೊಂಡು ಉಳಿದರು. ಮರುದಿನ ಹುಡುಗನು ಎರಡು ಬೆತ್ತದ ಬುಟ್ಟಿಗಳನ್ನು ಹೆಣೆದು ಬೂದಿಯನ್ನೆಲ್ಲಾ ತುಂಬಿಕೊಂಡನು. ಅನಂತರ ಅವುಗಳನ್ನೆತ್ತಿಕೊಂಡು ದೂರದ ಹಳ್ಳಿಯೊಂದಕ್ಕೆ ಹೋದನು. ಆ ಹಳ್ಳಿಯ ಜನರೆಲ್ಲಾ ಯಾವುದೋ ಒಂದು ವಿಚಿತ್ರ ಕಣ್ಣಿನ ಬೇನೆಯಿಂದ ನರಳುತ್ತಿದ್ದರು. ಅದರಿಂದ ಅವರಿಗೆ ಸರಿಯಾಗಿ ಕಾಣಿಸುತ್ತಲೂ ಇರಲಿಲ್ಲ! ಇವನು ಅಲ್ಲಿಗೆ ಹೋದಾಗ ಅವರು ಇವನನ್ನು ಕೇಳಿದರು. "ಯಾರಪ್ಪಾ ನೀನು? ಇಲ್ಲಿಗೇಕೆ ಬಂದೆ?"

ಅದಕ್ಕೆ ಹುಡುಗನು ಹೇಳಿದನು, "ಸಹೋದರರರೇ! ನೀವೆಲ್ಲರೂ ಯಾವುದೋ ಕಣ್ಣಿನ ಬೇನೆಯಿಂದ ನರಳುತ್ತಿರುವಿರೆಂದು ಕೇಳಿದೆ! ಇದರಿಂದ ಬೇಸರ ಹೊಂದಿ, ನಿಮಗಾಗಿ ಒಂದು ಅದ್ಭುತ ಔಷಧಿ ತಂದಿದ್ದೇನೆ!"

ಇದನ್ನು ಕೇಳಿ ಬಹಳ ಸಂತೋಷಗೊಂಡ ಅವರು ಅವನ ಬುಟ್ಟಿಗಳಲ್ಲಿದ್ದ ಬೂದಿಯನ್ನೆಲ್ಲಾ ತಮ್ಮ ಬುಟ್ಟಿಗಳಿಗೆ ತುಂಬಿಸಿಕೊಂಡು ಅವನ ಬುಟ್ಟಿಗಳನ್ನು ಹಣದಿಂದ ತುಂಬಿಸಿದರು. ಆಗ ಅವನು ಹೇಳಿದನು. "ಇದನ್ನು ಸವರಿಕೊಳ್ಳಲು ಒಂದು ನಿಯಮವಿದೆ! ಈಗಲೇ ಇದನ್ನು ಸವರಬಾರದು! ನಾನು ಸ್ವಲ್ಪ ದೂರ ಹೋಗಿ, 'ಸವರಿಕೊಳ್ಳಿ' ಎಂದು ಕಿರುಚಿಕೊಳ್ಳುತ್ತೇನೆ! ಆಗ ನೀವು ನಿಮ್ಮ ಕಣ್ಣುಗಳಿಗೆ ಸವರಿಕೊಳ್ಳಿ!"

ಅವರು ಇದಕ್ಕೊಪ್ಪಿದರು. ಅವನು ಸ್ವಲ್ಪ ದೂರ ಹೋಗುತ್ತಲೇ ಅವರು, "ಈಗ ಸವರಿಕೊಳ್ಳೋಣವೇ?" ಎಂದು ಕೂಗಿದರು.

"ತಾಳಿ ತಾಳಿ! ಇಷ್ಟು ಬೇಗ ಬೇಡ! ಆತುರಪಡಬೇಡಿ!" ಹುಡುಗನು ಕೂಗಿದನು. ಬಳಿಕ, "ಈಗ ಸವರಿಕೊಳ್ಳಿ!" ಎಂದು ಜೋರಾಗಿ ಕೂಗಿದನು. ಹಾಗೆ ಕೂಗುತ್ತಲೇ ತನ್ನ ಹಳ್ಳಿಗೆ ಓಡಿಹೋದನು. ಅವನ ಧ್ವನಿ ದೂರದಿಂದ ಮೆಲ್ಲನೆ ಕೇಳಿತು ಹಳ್ಳಿಗರಿಗೆ. ಅದು

ಕೇಳಿದ ಕೂಡಲೇ ಅವರು ಆ ಬೂದಿಯನ್ನು ತಮ್ಮ ಕಣ್ಣುಗಳಿಗೆ ಬಳಿದುಕೊಂಡರು. ಆಮೇಲೇನಾಯಿತು? ಅವರ ಕಣ್ಣುಗಳು ಚೆನ್ನಾಗಿ ಉರಿದು ರಕ್ತ ಕಾರಿದವು! ಎಲ್ಲರೂ ನೋವಿನಿಂದ ಹುಚ್ಚೆದ್ದು ಹೋದರು. ಆ ಹುಡುಗನ ಮೇಲೆ ಅವರಿಗೆ ವಿಪರೀತ ಕೋಪ ಬಂದಿತು. ಆದರೇನು ಮಾಡುವುದು? ಅವನು ಆಗಲೇ ಹೋಗಿ ತನ್ನ ಹಳ್ಳಿ ಸೇರಿಕೊಂಡಿದ್ದನು! ಈ ಹಳ್ಳಿಯ ಜನ ತಮ್ಮತಮ್ಮಲ್ಲೇ ಮಾತನಾಡಿಕೊಂಡರು. "ಎಲಾ! ಮಿಕಿರ ಹುಡುಗ ನಮ್ಮನ್ನು ವಂಚಿಸಿದನಲ್ಲ! ಮತ್ತೊಮ್ಮೆ ಅವನು ಇಲ್ಲಿ ಬರಲಿ! ಅವನನ್ನು ಕಟ್ಟಿಹಾಕಿ ಚೆನ್ನಾಗಿ ಥಳಿಸೋಣ!"

ಇತ್ತ ಹುಡುಗನು ತನ್ನ ಹಳ್ಳಿಯನ್ನು ತಲುಪಿ, ತಾಯಿಯನ್ನು ಸೇರು ತರಲು ಪುನಃ ತನ್ನ ಮಾವಂದಿರ ಬಳಿಗೆ ಕಳಿಸಿದ. ಆಗ ಅವರಿಗೆ ಆಶ್ಚರ್ಯವಾಯಿತು. ಇವನು ಯಾವುದೋ ಗುಪ್ತನಿಧಿಯನ್ನಿಟ್ಟುಕೊಂಡಿರಬೇಕೆಂದು ಭಾವಿಸಿ ತಾವಾಗಿಯೇ ಅವನ ಬಳಿ ಬಂದು ಕೇಳಿದರು, "ಸೇರಿನಲ್ಲಿ ಅಳೆಯುವಷ್ಟು ಹಣ ಎಲ್ಲಿಂದ ಬಂತಪ್ಪಾ?"

ಅದಕ್ಕೆ ಅವನು ಹೇಳಿದ, "ಅದು ನೀವು ಸುಟ್ಟ ನಮ್ಮ ಮನೆಯ ಬೂದಿಯಿಂದ ಬಂದದ್ದು! ಅದನ್ನು ಮಾರಲೆಂದು ನಾನು ತೆಗೆದುಕೊಂಡು ಹೋದ ಹಳ್ಳಿಯಲ್ಲಿ ಇನ್ನೂ ಬೇಕು ಇನ್ನೂ ಬೇಕು ಎಂದು ಕೇಳುತ್ತಿದ್ದರು. ಆದರೆ ಅಷ್ಟೊಂದು ಬೂದಿಯನ್ನು ನಾನು ಎಲ್ಲಿಂದ ತರಲಿ? ನಮ್ಮ ಮನೆ ಪುಟ್ಟದಲ್ಲವೇ? ಅದರಿಂದ ಎಷ್ಟು ಬೂದಿ ಬರಲು ಸಾಧ್ಯ? ಒಂದು ವೇಳೆ ನೀವು ನಿಮ್ಮ ಮನೆಗಳನ್ನು ಸುಟ್ಟರೆ ಅಷ್ಟು ಬೂದಿ ಸಿಗಬಹುದು! ಅದರಿಂದ ನಿಮಗೆ ಬೇಕಾದಷ್ಟು ಹಣ ದೊರೆತು ಅಂಥ ಸಾವಿರಾರು ಮನೆಗಳನ್ನು ಕಟ್ಟಿಕೊಳ್ಳಬಹುದು! ಈಗ ನಿಮಗೆ ಸಿಗುವ ಹಣವನ್ನು ಹೊತ್ತು ತರಲು ಕೂಲಿಯಾಳುಗಳೂ ಬೇಕಾಗಬಹುದು!"

ಇದನ್ನು ಕೇಳಿ ಆ ಆರು ಸಹೋದರರು ಬಹಳ ಆಶ್ಚರ್ಯಗೊಂಡರು. ಬೂದಿಗೆ ಇಷ್ಟೊಂದು ಬೇಡಿಕೆಯಿರುವಾಗ ಇಂಥ ಅವಕಾಶ ಬಿಡಬಾರದೆಂದುಕೊಂಡರು. ಆರು ಜನರೂ ಒಟ್ಟಿಗೆ ಸಮಾಲೋಚಿಸಿ ಅಂದು ರಾತ್ರಿಯೇ ತಮ್ಮ ಮನೆಗಳಿಗೆ ಬೆಂಕಿ ಹಚ್ಚಿದರು! ಅವೆಲ್ಲಾ ಉರಿದು ಬೂದಿಯಾಗಲು, ಅವರು ಆ ಬೂದಿಯನ್ನೆಲ್ಲಾ ಸಂಗ್ರಹಿಸಿ ಚೀಲಗಳಲ್ಲಿ ತುಂಬಿಕೊಂಡರು. ಅವು ಬಹಳ ಭಾರವೆನಿಸಿದರೂ ಬರುವ ಹಣದ ಬಗ್ಗೆ ಯೋಚಿಸುತ್ತಾ ಉತ್ಸಾಹದಿಂದ ಹೊರಟರು. ಆಗ ಅವರ ಸೋದರಳಿಯ ಅವರ ಎದುರು ಬಂದು, "ಕಣ್ಣ

ಬೇನೆಯಿಂದ ನರಳುತ್ತಿರುವವರ ಹಳ್ಳಿಗೆ ಹೋಗಿ ಬೂದಿ ಬೇಕೆ ಬೂದಿ ಎಂದು ಕೂಗಿಕೊಳ್ಳಿ!" ಎಂದು ಹೇಳಿದ. ಅಂತೆಯೇ ಆ ಆರು ಜನರೂ ಆ ಹಳ್ಳಿಗೆ ಹೋಗಿ ಬೂದಿ ಬೇಕೆ ಬೂದಿ ಎಂದು ಕೂಗತೊಡಗಿದರು. ಆ ಹಳ್ಳಿಯ ಜನರು ಇದನ್ನು ಕೇಳಿ, "ಬೇಕು ಬೇಕು! ಬನ್ನಿ! ಬನ್ನಿ!" ಎಂದು ಅವರನ್ನು ಕರೆದುಕೊಂಡರು. ಅನಂತರ ಅವರ ಕೈಕಾಲುಗಳನ್ನು ಹಗ್ಗಗಳಿಂದ ಕಟ್ಟಿ, ಅವರು ತಂದಿದ್ದ ಬೂದಿಯನ್ನು ಅವರ ಕಣ್ಣುಗಳಿಗೇ ಚೆನ್ನಾಗಿ ಬಳಿದರು. ಕಣ್ಣೇ ಕಾಣಿಸದಂತಾಗಿ ಆರು ಜನರೂ ಉರಿಯಿಂದ ಕಿರುಚಿದರು! ಅನಂತರ ಆ ಜನರು ಅವರನ್ನು ಚೆನ್ನಾಗಿ ಥಳಿಸಿದರು! ತಮಗೆ ತೃಪ್ತಿಯಾಗುವಷ್ಟು ಹೀಗೆ ಹೊಡೆದ ಬಳಿಕ, ಅವರನ್ನು ಹೋಗಗೊಟ್ಟರು.

ಆರು ಜನರೂ ನೋವು, ಅವಮಾನಗಳಿಂದ ಬೇಸತ್ತು ಹಿಂದಿರುಗುತ್ತಾ ಪರಸ್ಪರ ಮಾತಾಡಿಕೊಂಡರು, "ಈ ಪಾಪಿಷ್ಠ ಹುಡುಗ ನಮಗೆ ಅದೆಷ್ಟು ತೊಂದರೆ ಕೊಟ್ಟಿದ್ದಾನೆ! ನಮ್ಮ ಮನೆಗಳನ್ನು ಸುಡುವಂತೆ ಮಾಡಿದ! ಅಷ್ಟೇ ಅಲ್ಲದೇ ಬೂದಿಯನ್ನು ಮಾರುವಂತೆ ಮಾಡಿ ನಮಗೆ ಚೆನ್ನಾಗಿ ಹೊಡೆಸಿದ! ನಾವು ಅವನ ಮೇಲೆ ಸೇಡು ತೀರಿಸಿಕೊಳ್ಳಲೇಬೇಕು! ನಾವು ಅವನನ್ನು ಒಂದು ಕಬ್ಬಿಣದ ಪಂಜರದಲ್ಲಿ ಹಾಕಿ ನದಿಗೆ ಎಸೆದುಬಿಡೋಣ!"

ಹೀಗೆ ಯೋಚಿಸಿ ಅವರು ಹಿಂದಿರುಗಿದಾಗ ಆ ಹುಡುಗನನ್ನು ಹಿಡಿದು ಕಬ್ಬಿಣದ ಪಂಜರದಲ್ಲಿ ಹಾಕಿ, ನದಿ ದಂಡೆಯಲ್ಲಿದ್ದ ಕಾಡಿಗೆ ಎತ್ತಿಕೊಂಡು ಹೋದರು. ಅಷ್ಟು ಹೊತ್ತಿಗೆ ಆಯಾಸಗೊಂಡಿದ್ದ ಅವರು ಅವನಿದ್ದ ಕಬ್ಬಿಣದ ಪಂಜರವನ್ನು ಅಲ್ಲಿಟ್ಟು, "ಇನ್ನು ಇವನು ನದಿಯೊಳಗೆ ಬಿದ್ದನೆಂದರೆ ಹರಿದು ಹೋಗುತ್ತಾ ಸಾಯುತ್ತಾನೆ! ಆದರೆ ನದಿಯವರೆಗೂ ಎತ್ತಿಕೊಂಡು ಹೋಗಿ ಅದರಲ್ಲೆಸೆಯುವಷ್ಟು ಚೈತನ್ಯ ನಮ್ಮಲ್ಲಿಲ್ಲ! ಇನ್ನು ಇವನು ಇಲ್ಲಿಂದ ತಪ್ಪಿಸಿಕೊಂಡು ಹೋಗುವುದಕ್ಕಾಗುವುದಿಲ್ಲ! ನಾವು ಊಟ ಮಾಡಿಕೊಂಡು ಬರೋಣ!" ಎಂದು ಮಾತನಾಡಿಕೊಂಡು ಊಟ ಮಾಡಲೆಂದು ನೆರಳಿರುವ ಕಡೆಗೆ ಸ್ವಲ್ಪ ಮುಂದೆ ಹೋದರು.

ಆರು ಸಹೋದರರೂ ಹಾಗೆ ಹೋಗಿದ್ದಾಗ, ಬೇರೊಂದು ರಾಜ್ಯದ ರಾಜಕುಮಾರನೊಬ್ಬ ಬೇಟೆಯಾಡುತ್ತಾ ಆ ದಾರಿಯಲ್ಲಿ ಬಂದ. ಅವನು ಆ ಹುಡುಗನು

ಕಬ್ಬಿಣದ ಪಂಜರದಲ್ಲಿರುವುದನ್ನು ನೋಡಿ ಆಶ್ಚರ್ಯಗೊಂಡು ಕೇಳಿದ. "ಏನಿದು! ಈ ದಟ್ಟ ಕಾಡಿನಲ್ಲಿ ಈ ಕಬ್ಬಿಣದ ಪಂಜರದಲ್ಲೇಕಿದ್ದೀಯೆ? ನಿನ್ನ ಕೈಕಾಲುಗಳನ್ನೇಕೆ ಕಟ್ಟಲಾಗಿದೆ?"

ಅದಕ್ಕೆ ಈ ಹುಡುಗನು ಹೇಳಿದ, "ನನಗೊಬ್ಬ ಮಾವನ ಮಗಳಿದ್ದಾಳೆ! ಅವಳೆಷ್ಟು ಸುಂದರಿಯೆಂದು ನೀನು ಊಹಿಸಿಕೊಳ್ಳುವುದೂ ಕಷ್ಟ! ನನ್ನ ದುರದೃಷ್ಟವೆಂದರೆ ನನ್ನ ಎಲ್ಲಾ ಮಾವಂದಿರೂ ಅವಳನ್ನು ಮದುವೆಯಾಗಲು ಬಲವಂತಪಡಿಸುತ್ತಿದ್ದಾರೆ! ನಾನಾದರೋ, ಬೇರೊಂದು ಹೆಣ್ಣನ್ನು ನೋಡಿದ್ದೇನೆ! ಹಾಗಾಗಿ ನಾನು ಅವರಿಗೆ ಯಾವಾಗಲೂ, 'ನೀವು ನನ್ನ ಆಂಗ್ (ಸೋದರಮಾವ) ಆಗಿದ್ದೀರಿ! ಆಂಗ್-ಹಿ (ಹೆಣ್ಣು ಕೊಟ್ಟು ಮಾವ) ಆಗಲು ಬಿಡುವುದಿಲ್ಲ! ಎಂದು ಹೇಳುತ್ತಿರುತ್ತೇನೆ! ಆದರೆ ಅವರು ನನ್ನ ಮಾತನ್ನೇ ಕೇಳುವುದಿಲ್ಲ. ಮೊದಮೊದಲು ಕೇಳಿಕೊಂಡರು. ಅನಂತರ ಹೊಡೆದರು. ಆದರೆ ಯಾವುದೇ ದಾರಿಯಿಂದಲೂ ಅವರಿಗೆ ನನ್ನನ್ನು ಒಪ್ಪಿಸಲು ಆಗದಿದ್ದಾಗ ನನ್ನನ್ನು ಈ ಕಬ್ಬಿಣದ ಪಂಜರದಲ್ಲಿ ಹಾಕಿ ಇಲ್ಲಿಗೆ ಕರೆತಂದರು! ಈಗ ಅವರು ನನ್ನನ್ನೇನು ಮಾಡುವರೋ ಗೊತ್ತಿಲ್ಲ!"

ಇದನ್ನು ಕೇಳಿ ರಾಜಕುಮಾರನು ಹೇಳಿದ, "ನಾನು ಅವಳನ್ನು ಮದುವೆಯಾದರೆ ನಿನ್ನ ಸಮಸ್ಯೆ ತೀರುವುದೇ?"

ಅದಕ್ಕೆ ಹುಡುಗನು ಹೇಳಿದ, "ಹಾಗಿದ್ದರೆ ನೀನು ಈ ಕಬ್ಬಿಣದ ಪಂಜರದಲ್ಲಿ ಪ್ರವೇಶಿಸಿ ನನ್ನ ಮಾವಂದಿರು ಬರುವವರೆಗೂ ಕಾಯಬೇಕು!"

ಸ್ವಲ್ಪ ಹೊತ್ತು ಸುಮ್ಮನಿದ್ದು ಅನಂತರ ಅವನು ಪುನಃ ಹೇಳಿದ, "ಅವರು ಬಂದಾಗ ನಿನ್ನನ್ನು ಇನ್ನೇನು ಹೇಳುವುದಿದೆ ಎಂದು ಕೇಳುತ್ತಾರೆ. ಆಗ ನೀನು ನದಿಯಲ್ಲಿ ಎಸೆಯಿರಿ, ಅದೇ ಸರಿ ಎನ್ನಬೇಕು! ಅವರು ನಿನಗೆ ಇನ್ನೇನಾದರೂ ಹೇಳಿದರೆ, ನಾನು ಸಿದ್ಧನಾಗಿರುವೆನೆಂದು ಹೇಳು!"

ರಾಜಕುಮಾರನಿಗೆ ಬಹಳ ಸಂತೋಷವಾಗಿ ಅವನು ಹೇಳಿದ, "ನಾನು ನಿನ್ನನ್ನು ಸದಾಕಾಲ ನೆನಪಿಸಿಕೊಳ್ಳುತ್ತೇನೆ!"

ಆಗ ಹುಡುಗನು, "ಆದರೆ ಅದು ಅಷ್ಟು ಸುಲಭವಲ್ಲ! ನೀನು ನಿನ್ನ ಈ ರಾಜ ಪೋಷಾಕು ಮತ್ತು ಆಭರಣಗಲ್ಲಿ ಈ ಕಬ್ಬಿಣದ ಪಂಜರದೊಳಗೆ ಹೋದರೆ ಅವರಿಗೆ

ನೀನಾರೆಂದು ತಿಳಿದು ಹೋಗುತ್ತದೆ! ನನ್ನನ್ನು ಇಲ್ಲಿಂದ ಹೊರತೆಗೆ. ನಿನಗೆ ನನ್ನ ಬಟ್ಟೆಗಳನ್ನು ಕೊಡುತ್ತೇನೆ! ಅವುಗಳನ್ನು ಧರಿಸಿ ಒಳಗೆ ಹೋಗು!" ಎಂದನು.

ಅದರಂತೆ ರಾಜಕುಮಾರನು ಹುಡುಗನನ್ನು ಕಬ್ಬಿಣದ ಪಂಜರದಿಂದ ಬಿಡಿಸಿ, ಅವನು ಬಿಚ್ಚಿಕೊಟ್ಟ ಕೊಳಕು ಬಟ್ಟೆಗಳನ್ನು ಧರಿಸಿ, ಒಳಗೆ ಹೋದನು. ಈ ಮಿಕಿರ ಹುಡುಗನು ರಾಜಕುಮಾರನ ವಸ್ತ್ರಗಳನ್ನು ಧರಿಸಿ ತನ್ನ ಹಳ್ಳಿಗೆ ಹೋದನು. ಸ್ವಲ್ಪ ಹೊತ್ತಿನಲ್ಲಿ ಆರು ಜನ ಸಹೋದರರೂ ತಮ್ಮ ಊಟ ಮುಗಿಸಿಕೊಂಡು ಬಂದರು. ಅವರಲ್ಲೊಬ್ಬನು ಪಂಜರದೊಳಗಿದ್ದ ರಾಜಕುಮಾರನನ್ನೇ ಕೇಳಿದನು, "ಇನ್ನೇನು ಹೇಳುವುದಿದೆ?"

ಅದಕ್ಕೆ ರಾಜಕುಮಾರನು, ನೀವು ನನ್ನನ್ನು ನದಿಗೆಸೆಯುವುದೇ ಸರಿ!" ಎಂದು ಹುಡುಗನು ಹೇಳಿದ್ದಂತೆಯೇ ಹೇಳಿದನು.

"ಹಾಗಾದರೆ ನಮ್ಮದೇನೂ ತಪ್ಪಿರುವುದಿಲ್ಲ?" ಎಂದು ಅವರು ರಾಜಕುಮಾರನಿದ್ದ ಕಬ್ಬಿಣದ ಪಂಜರವನ್ನು ನದಿಗೆ ಎಸೆದರು! ಅವನು ತಮ್ಮ ಹುಡುಗನಲ್ಲವೆಂದು ಅವರಿಗೆ ತಿಳಿಯಲೇ ಇಲ್ಲ! ರಾಜಕುಮಾರನಿಗೂ ಇದೊಂದೂ ಅರ್ಥವಾಗದೇ ನದಿಯಲ್ಲಿ ಮುಳುಗಿಹೋದನು.

ಆರು ಜನರೂ ನೆಮ್ಮದಿಯಿಂದ ತಮ್ಮ ಹಳ್ಳಿಗೆ ಹೋದರು. ತಮ್ಮ ಸೋದರಳಿಯ ಸತ್ತನೆಂದು ಭಾವಿಸಿ ಅವರು ಸಂತೋಷಗೊಂಡರು. ಆದರೆ ಅವರು ಹಳ್ಳಿಗೆ ಹಿಂದಿರುಗಿದ ಕೂಡಲೇ ತಮ್ಮ ತಂಗಿಯ ಮನೆಯ ಅಂಗಳದಲ್ಲಿ ಓಡಾಡುತ್ತಿದ್ದ ದೇವತೆಯಂಥ ಒಬ್ಬ ರಾಜಕುಮಾರನು ಕಾಣಿಸಿದನು! ಅವನ ವಸ್ತ್ರಗಳು ಬಹಳ ಸುಂದರವಾಗಿದ್ದವು! ಅವನ ಆಭರಣಗಳು ಅವರ ಕಣ್ಣು ಕುಕ್ಕುತ್ತಿದ್ದವು! ಆಶ್ಚರ್ಯಗೊಂಡ ಅವರು ಹತ್ತಿರ ಹೋಗಿ ನೋಡಿದರೆ, ಅವನು ಬೇರಾರೂ ಆಗಿರದೇ ತಮ್ಮ ಸೋದರಳಿಯನೇ ಆಗಿದ್ದನು! ಅವನನ್ನು ಕಂಡು ಅವರಲ್ಲಿ ಆಶ್ಚರ್ಯ, ಮಾತ್ಸರ್ಯ, ದ್ವೇಷಗಳು ಒಟ್ಟೊಟ್ಟಿಗೆ ಉಂಟಾದವು! ಅವನಲ್ಲಿ ಪ್ರೇತಾತ್ಮಗಳು ಸೇರಿಕೊಂಡಿರಬೇಕೆಂದು ಅವರು ಭಾವಿಸಿದರು! ಇಲ್ಲವಾದರೆ ನೀರಿಗೆಸಯಲಾದ ವ್ಯಕ್ತಿ ಬದುಕಿ ಬರುವುದಾದರೂ ಹೇಗೆ ಸಾಧ್ಯ? ಯಾರಾದರೂ ಇಂಥ ಘಟನೆಯ ಬಗ್ಗೆ ಕೇಳಿರುವರೇ ಅಥವಾ ಎಲ್ಲಾದರೂ ಕಂಡಿರುವರೇ? ಪಾತಾಳಲೋಕದಿಂದ ಇವನು ಸಾಕಷ್ಟು ಐಶ್ವರ್ಯವನ್ನು ತಂದಿರಬೇಕು!

ಹೀಗೆಲ್ಲಾ ಯೋಚಿಸಿ ಅವರು ಅವನನ್ನೇ ಕೇಳಿದರು, "ಮಗು! ನೀನೇ ಹೇಳಿದೆಯೆಂದು ನಾನು ನಿನ್ನನ್ನು ನದಿಗೆಸೆದೆವು! ಪ್ರಾಯಶಃ, ನೀನು ಪಾತಾಳಲೋಕಕ್ಕೆ ಹೋಗಿರಬೇಕಲ್ಲವೇ? ಆದರೆ ಇಷ್ಟು ಬೇಗೆ ಹೇಗೆ ಹಿಂದಿರುಗಿಬಂದೆ?

ಆಗ ಹುಡುಗನು ತನ್ನ ಕಥೆಯನ್ನು ಗಂಭೀರವಾಗಿ ಹೇಳತೊಡಗಿದನು, "ನೀವು, ನನ್ನನ್ನು ನದಿಗೆ ಎಸೆದರಷ್ಟೆ? ನಾನು ನಿಧಾನವಾಗಿ ನೀರಿನಲ್ಲಿ ಇಳಿಯುತ್ತಾ ಹೋದೆ! ಎಲ್ಲಿಗೆ ಹೋಗುತ್ತಿದ್ದೆನೋ ಅದು ಪ್ರೇತಾತ್ಮಗಳಿಗಷ್ಟೇ ಗೊತ್ತಿತ್ತು! ಆಗ ಇದ್ದಕ್ಕಿದ್ದಂತೆ ಒಂದು ಪಲ್ಲಕ್ಕಿ ನನ್ನ ಮುಂದೆ ಬಂದಿತು! ಅದರೊಳಗಿಂದ ಆಯುಧಗಳನ್ನು ಹಿಡಿದಿದ್ದ ಅನೇಕ ಸೈನಿಕರು ಹೊರಬಂದರು. ಅವರು ನನಗೆ ಬಹಳ ಗೌರವ ತೋರಿಸುತ್ತಾ ನನ್ನ ಕಬ್ಬಿಣದ ಪಂಜರವನ್ನು ತೆಗೆದರು. ಅನಂತರ, ಅವರು, "ಸ್ವಾಮಿ! ನಿಮ್ಮ ಅಜ್ಜ ಅಜ್ಜಿಯರು ನಿಮ್ಮನ್ನು ಮೃತ್ಯುದೇವತೆಯ ಬಳಿ ಕರೆದುಕೊಂಡು ಬರಲು ಈ ಪಲ್ಲಕ್ಕಿಯನ್ನು ಕಳಿಸಿದ್ದಾರೆ! ದಯವಿಟ್ಟು ಅದರಲ್ಲಿ ಕುಳಿತುಕೊಳ್ಳಿ!" ಎಂದರು. ನನಗೆ ಭಯವಾಯಿತು! ಆದರೆ ನಾನಾಗಲೇ ಸತ್ತು ಹೋಗಿದ್ದೆನಲ್ಲವೇ? ಮತ್ತೇಕೆ ಭಯ ಪಡಬೇಕೆಂದು ಭಾವಿಸಿ ಆ ಪಲ್ಲಕ್ಕಿಯೊಳಗೆ ಕುಳಿತೆ! ಅನಂತರ ಆ ಪಲ್ಲಕ್ಕಿಯನ್ನು ಹೊರುವವರು ಅದನ್ನು ಹೊತ್ತು ಈಜುತ್ತಾ ಮೃತ್ಯುದೇವತೆಯ ರಾಜ್ಯಕ್ಕೆ ಹೋದರು! ಅಲ್ಲಿ ನಾನು ಪಲ್ಲಕ್ಕಿಯಿಂದಿಳಿಯಲು ನನ್ನ ಮುಂದೆ ಒಂದು ದೊಡ್ಡ ಮನೆಯಿದ್ದುದ್ದನ್ನು ಕಂಡೆ! ಆ ಮನೆಯಿಂದ ನನ್ನ ಅಜ್ಜ-ಅಜ್ಜಿಯರು ಹೊರಬಂದರು! ಅವರು ನನ್ನನ್ನು ಬಹಳ ಪ್ರೀತಿಯಿಂದ ಮಾತನಾಡಿಸುತ್ತಾ, ನನ್ನನ್ನು ಕಳಿಸಬೇಕಾದ ಸಮಯದಲ್ಲಿ ಈ ಬೆಲೆ ಬಾಳುವ ವಸ್ತ್ರಾಭರಣಗಳನ್ನು ಕೊಟ್ಟರು. ಆಗ ಅವರು ನನಗೆ, "ಮಗು! ನಾವು ನಿನ್ನ ಮಾವಂದಿರನ್ನು ನೋಡಲು ಬಹಳ ಕಾತರರಾಗಿದ್ದೇವೆ! ಆದ್ದರಿಂದ ಅವರಿಗೆ ಇಲ್ಲಿಗೆ ಬೇಗನೆ ಬರಲು ಹೇಳು!" ಎಂದು ಹೇಳಿದರು. ಅವರು ನನಗೊಂದು ಚಿನ್ನದ ಹಿಡಿಯಿದ್ದ ಚಾಕುವನ್ನೂ ಕೊಡುತ್ತಾ, ಈ ಚಾಕುವನ್ನು ನೋಡಿದಾಗ ಅವರಿಗೆ ನಮ್ಮ ನೆನಪಾಗಬಹುದು!" ಎಂದರು.

ಹೀಗೆ ತನ್ನ ಕಥೆ ಹೇಳಿ ಹುಡುಗನು ತನ್ನ ಮಾವಂದಿರಿಗೆ ರಾಜಕುಮಾರನ ಚಾಕು ತೋರಿಸಿ ತನ್ನ ಕಥೆಯನ್ನು ಮುಂದುವರೆಸಿದನು, "ಅನಂತರ ಆ ಪಲ್ಲಕ್ಕಿ ಹೊರುವವರು ನಾನು ಪಲ್ಲಕ್ಕಿಯಲ್ಲಿ ಕುಳಿತ ಬಳಿಕ, ಅದನ್ನೆತ್ತಿಕೊಂಡು ಈಜುತ್ತಾ ನದಿಯ ದಂಡೆಯ ಮೇಲೆ ಬಿಟ್ಟರು! ನೀವು ಬೇಗನೆ ಅಲ್ಲಿಗೆ ಹೋಗಬೇಕು! ಇಲ್ಲವಾದರೆ ಅಜ್ಜ-ಅಜ್ಜಿಯರಿಗೆ ಬಹಳ ಬೇಸರವಾಗುತ್ತದೆ!"

ಆಗ ಅವನ ಆರು ಮಾವಂದಿರು ಹೇಳಿದರು, "ಆಗಲಿ! ನಮಗೆ ಅರ್ಥವಾಗುತ್ತದೆ! ಆದರೆ ಆ ಸ್ಥಳಕ್ಕೆ ಹೋಗುವುದಾದರೂ ಹೇಗೆ?"

ಅದಕ್ಕೆ ಹುಡುಗನು ಹೇಳಿದನು, "ಅದೇನೂ ಅಷ್ಟು ಕಷ್ಟವಲ್ಲ! ನೀವು ಪ್ರತಿಯೊಬ್ಬರೂ ಒಂದೊಂದು ಕಬ್ಬಿಣದ ಪಂಜರ ತೆಗೆದುಕೊಂಡು ನದೀ ದಂಡೆಗೆ ಬನ್ನಿ! ಒಬ್ಬೊಬ್ಬರೂ ನಿಮ್ಮ ನಿಮ್ಮ ಪಂಜರದೊಳಗೆ ಪ್ರವೇಶಿಸಿ! ನಾನು ಅನಂತರ ನಿಮ್ಮನ್ನು ಒಬ್ಬೊಬ್ಬರನ್ನಾಗಿ ನದಿಯೊಳಗೆ ಎಸೆಯುತ್ತೇನೆ! ಬೇಗನೆ ಆರು ಪಲ್ಲಕ್ಕಿಗಳು ಬಂದು ನಿಮ್ಮನ್ನು ನೇರ ಪಾತಾಳ ಲೋಕಕ್ಕೆ ಕರೆದೊಯ್ಯುತ್ತವೆ!"

ಆರು ಸಹೋದರರೂ ಕೂಡಲೇ ಒಪ್ಪಿ ಆರು ಕಬ್ಬಿಣದ ಪಂಜರಗಳನ್ನು ತಂದು ತಮ್ಮ ಸೋದರಳಿಯನೊಂದಿಗೆ ನದೀದಂಡೆಗೆ ಹೋದರು. ಅಲ್ಲಿ ಒಬ್ಬೊಬ್ಬರೂ ಒಂದೊಂದು ಕಬ್ಬಿಣದ ಪಂಜರದೊಳಗೆ ಹೋದರು. ಹುಡುಗನು ಒಬ್ಬೊಬ್ಬರ ಕೈಕಾಲುಗಳನ್ನೂ ಗಟ್ಟಿಯಾಗಿ ಕಟ್ಟಿ ಪಂಜರ ಸಮೇತವಾಗಿ ಅವರನ್ನು ಒಬ್ಬೊಬ್ಬರನ್ನಾಗಿ ನದಿಗೆ ಎಸೆದನು! ಮೊದಲ ಮಾವನನ್ನು ಎಸೆದಾಗ ನೀರಿನಲ್ಲಿ ಬುಳುಬುಳು ಎಂದು ಸಾಕಷ್ಟು ನೀರ್ಗುಳ್ಳೆಗಳೇಳಲು, ಅವನು, "ನೋಡಿ! ನೋಡಿ! ಅಜ್ಜಿಯು ಮಾವನಿಗೆ ಎಷ್ಟು ಗಂಜಿ ಕುಡಿಸಿದ್ದಾಳೆ! ಅದಕ್ಕೆ ಅವನು ವಾಂತಿ ಮಾಡುತ್ತಿದ್ದಾನೆ! ಎಂದು ಕಿರುಚಿದನು! ಇದರಿಂದ ಇತರೆ ಮಾವಂದಿರಿಗೆ ಪಾತಾಳಕ್ಕೆ ಹೋಗಲು ಇನ್ನೂ ಕಾತರವಾಯಿತು! ಆಗ ಹುಡುಗನು ಬೇಗಬೇಗನೇ ಅವರನ್ನೆಲ್ಲಾ ನೀರಿಗೆ ತಳ್ಳಿದನು. ಅನಂತರ ನೆಮ್ಮದಿಯಿಂದ ಮನೆಗೆ ಹೋದನು.

ಅವನೊಬ್ಬನೇ ಮನೆಗೆ ಬರುವುದನ್ನು ನೋಡಿದ ಅವನ ಅತ್ತೆಯಂದಿರು ಗಾಬರಿಯಾಗಿ ಅವರು, "ನಿನ್ನ ಮಾವಂದಿರೆಲ್ಲೋ? ಅವರು ಯಾವಾಗ ಬರುವರೋ?" ಎಂದು ಕೇಳಿದರು.

ಅದಕ್ಕೆ ಹುಡುಗನು, "ಯಾಕೆ ಗಾಬರಿಗೊಳ್ಳುವಿರಿ ಅತ್ತೆಯಂದಿರು ಬಹುಕಾಲದ ಬಳಿಕ ಅಜ್ಜ–ಅಜ್ಜಿಯರನ್ನು ಭೇಟಿಯಾಗಿರುತ್ತಾರೆ! ಇಷ್ಟು ಬೇಗನೆ ಹೋಗಲು ಬಿಡುತ್ತಾರೆಯೇ? ಈಗಿನ್ನೂ ಪಾನೀಯಗಳನ್ನು ಕುಡಿಯಲಾರಂಭಿಸಿರುತ್ತಾರೆ! ಇನ್ನೂ ಎಷ್ಟೋ ಭಕ್ಷ್ಯ–ಭೋಜ್ಯಗಳನ್ನು ಸೇವಿಸಬೇಕು! ಅನಂತರ ಹಾಡಬೇಕು, ಕುಣಿಯಬೇಕು! ಇವೆಲ್ಲಾ ಆಗಲು ಎಷ್ಟೋ ಹೊತ್ತಾಗುತ್ತದೆ!"

ಅವನ ಮಾತನ್ನು ನಂಬಿ ಅವನ ಅತ್ತೆಯರು ಅಂದು ರಾತ್ರಿಯೆಲ್ಲಾ ಎಚ್ಚರವಿದ್ದರು. ಆದರೆ ಅವರ ಗಂಡಂದಿರು ಬರಲೇ ಇಲ್ಲ! ಅನಂತರ ನಾಲ್ಕು ರಾತ್ರಿಗಳು ನಿದ್ರೆಯಿಲ್ಲದೆ ಎಚ್ಚರವಾಗಿದ್ದು ಕಾದರು! ಆದರೆ ಅವರು ಬರಲಿಲ್ಲ! ಈಗ ಅವನ ಅತ್ತೆಯಂದಿರು ಬಹಳ ಗಾಬರಿಯಾಗಿ ಅವನನ್ನು ಪುನಃ ಕೇಳಿದರು, ಅದಕ್ಕೆ ಅವನು, "ಅಯ್ಯೋ ಬರುತ್ತಾರೆ ಬಿಡಿ! ಎಂದು ಹಾರಿಕೆಯ ಉತ್ತರ ಕೊಟ್ಟನು! ಅವರು ಇನ್ನೊಂದಷ್ಟು ದಿನಗಳ ಕಾಲ ನಿದ್ರೆಯಿಲ್ಲದ ರಾತ್ರಿಗಳನ್ನು ಕಳೆದು, ತಮ್ಮ ಗಂಡಂದಿರಿಗೆ ನಿಜಕ್ಕೂ ಏನೋ ಕೆಟ್ಟದಾಗಿದೆಯೆಂದು ಭಯಗೊಂಡು ಅವನಿಗೆ, "ಲೋ, ಹುಡುಗ! ನಿನ್ನ ಮಾವಂದಿರು ಇನ್ನೂ ಬರಲಿಲ್ಲವಲ್ಲೋ! ಅವರಿಗೆ ಏನೋ ಕೆಟ್ಟದಾಗಿದೆಯೆಂದು ನಮಗೆ ಭಯವಾಗುತ್ತಿದೆ! ಹೋಗಿ ನೋಡುವೆಯೇನೋ?" ಎಂದು ಹೇಳಿದರು.

ಅದಕ್ಕೆ ಅವನು, "ನಿರರ್ಥಕವಾಗಿ ಮಾತನಾಡಬೇಡಿ! ಏನು ಮಾಡಬೇಕೋ ಅದನ್ನು ಮಾಡಿ! ಒಬ್ಬೊಬ್ಬರಿಗೂ ನೋಕ್‌ಸೇಕ್ (ಸತ್ತವರಿಗೆ ಅನ್ನವಿಡುವ ಅಡುಗೆಮನೆಯ ಒಂದು ಜಾಗ) ನಲ್ಲಿ ಒಂದೊಂದು ತಟ್ಟೆ ಅನ್ನವಿಡಿ!' ಎಂದನು.

ತಮ್ಮ ಗಂಡಂದಿರು ಸತ್ತು ಹೋಗಿದ್ದಾರೆಂದು ಅವನ ಅತ್ತೆಯಂದಿರಿಗೆ ಆಗಲೇ ಗೊತ್ತಾದದ್ದು! ಅವರು ಗೊಳೋ ಎಂದು ಅತ್ತರು! ಇಡೀ ಹಳ್ಳಿಯೇ ಅವರ ಅಳುವಿನಿಂದ ಮಾರ್ದನಿಸಿತು! ಆದರೆ ಅವರ ಅಳುವನ್ನು ಕೇಳುವವರಾರು?

ಹೀಗೆ ತನ್ನನ್ನು ಕೀಳಾಗಿ ಕಂಡಿದ್ದ ತನ್ನ ಮಾವಂದಿರನ್ನು ತನ್ನ ಜಾಣತನದಿಂದ ಮುಗಿಸಿ, ಆ ಮಿಕಿರ ಹುಡುಗ ತನ್ನ ತಾಯಿಯೊಡನೆ ಸುಖವಾಗಿ ಬಾಳಿದ.

ಹುಲಿಗಳಿಗೇಕೆ ಪಟ್ಟೆಗಳಿವೆ? ಗೂಬೆಗಳ ಮುಖವೇಕೆ ಚಪ್ಪಟೆಯಿದೆ?
ಅರುಣಾಚಲ ಪ್ರದೇಶದ ಜಾನಪದ ಕಥೆ

ಒಂದು ಬಾರಿ, ಭೂಮಿಯ ಪ್ರಾಣಿ-ಪಕ್ಷಿಗಳೆಲ್ಲವೂ ಸಭೆ ಸೇರಿ, ತಮಗೊಬ್ಬ ರಾಜ ಮತ್ತು ಮಂತ್ರಿಯನ್ನು ಆರಿಸಿಕೊಂಡವು. ಆಗ ಅವು ಹುಲಿಯನ್ನು ತಮ್ಮ ರಾಜನನ್ನಾಗಿ ಆರಿಸಿ, ಗೂಬೆಯನ್ನು ಅದರ ಮಂತ್ರಿಯನ್ನಾಗಿ ಆರಿಸಿದವು.

ಆ ದಿನಗಳಲ್ಲಿ ಹುಲಿಯ ಮೈಮೇಲೆ ಕಪ್ಪು ಪಟ್ಟೆಗಳಿರಲಿಲ್ಲ. ಅಂತೆಯೇ ಗೂಬೆಗಳ ಮುಖ ಇಂದಿನಂತೆ ಚಪ್ಪಟೆಯಾಗಿರದೇ ಸುಂದರವಾಗಿತ್ತು.

ಆದರೆ ಆಗ ರಾಜನಾಗಿ ಆರಿಸಲಾದ ಹುಲಿ, ಬಹಳ ಮುಂಗೋಪಿ ಮತ್ತು ದುಡುಕು ಸ್ವಭಾವದ್ದಾಗಿತ್ತು. ಅದಕ್ಕೆ ಸ್ವಲ್ಪ ಸರಿಹೋಗದಿದ್ದರೂ ಎದುರಿಗಿದ್ದವರನ್ನು ಥಟ್ಟನೆ ಹೊಡೆದು ಬಿಡುತ್ತಿತ್ತು. ಅದರ ಮಂತ್ರಿಯಾದ ಗೂಬೆ, ತಾನೇ ಮಹಾಬುದ್ಧಿವಂತನೆಂದು ಅಹಂಕಾರದಿಂದ ಮೆರೆಯುತ್ತಿತ್ತು. ಹೀಗೆ, ರಾಜ, ಮಂತ್ರಿಗಳ ಸ್ವಭಾವ ಬೇರೆ-ಬೇರೆಯಾಗಿತ್ತು.

ಒಂದು ದಿನ ಹುಲಿಗೂ, ಗೂಬೆಗೂ ಒಂದು ವಾಗ್ವಾದವಾಯಿತು. ಆಗ ಹುಲಿ ಕೋಪದಲ್ಲಿ ಗೂಬೆಯ ಮುಖಕ್ಕೆ ಥಟ್ಟನೆ ಹೊಡೆಯಿತು! ಅದು ಹೊಡೆದ ರಭಸಕ್ಕೆ ಗೂಬೆಯ ಮುಖ ಚಪ್ಪಟೆಯಾಗಿ ಹೋಯಿತು! ಅಂದಿನಿಂದ ಗೂಬೆಗಳ ಮುಖ ಚಪ್ಪಟೆಯಾಗಿದೆ.

ಹುಲಿಯಿಂದ ಹೊಡೆಸಿಕೊಂಡ ಗೂಬೆ, ಸೇಡು ತೀರಿಸಿಕೊಳ್ಳಲು ಹೊಂಚು ಹಾಕಿತು. ಒಂದು ದಿನ, ಅದು ಉರಿಯುವ ಕಟ್ಟಿಗೆಯನ್ನು ತೆಗೆದುಕೊಂಡು ಹುಲಿಯನ್ನು ಮತ್ತೆ ಮತ್ತೆ ಹೊಡೆಯಿತು! ಇದರಿಂದ ಹುಲಿಯ ಮೈತುಂಬಾ ಕಪ್ಪು ಬರೆಗಳಾದವು! ಆ ಬರೆಗಳೇ ಕಪ್ಪು ಪಟ್ಟೆಗಳಾದವು! ಅಂದಿನಿಂದ ಹುಲಿಗಳಿಗೆ ಕಪ್ಪು ಪಟ್ಟೆಗಳಿವೆ.

ಏಡಿಯ ದೇಹ ಏಕೆ ಚಪ್ಪಟೆಯಾಗಿದೆ? ಅರುಣಾಚಲ ಪ್ರದೇಶದ ಜಾನಪದ ಕಥೆ

ಮೊದಲಿಗೆ ಏಡಿಯ ದೇಹ ಚಪ್ಪಟೆಯಾಗಿರದೇ ದುಂಡಾಗಿತ್ತು. ಅದು ಏಕೆ ಚಪ್ಪಟೆಯಾಯಿತೆನ್ನುವುದಕ್ಕೆ ಒಂದು ಕಥೆ ಹೇಳುತ್ತಾರೆ.

ಒಂದು ಕಾಡಿನಲ್ಲಿ ಒಂದು ಏಡಿ, ನದಿಯ ಹತ್ತಿರ ವಾಸಿಸುತ್ತಿತ್ತು. ಅದಕ್ಕೆ ಒಂದು ಇಲಿ ಮಿತ್ರನಾಗಿತ್ತು. ಒಂದು ದಿನ, ಏಡಿಗೆ ಒಂದು ಮರದ ಮೇಲಿನ ಹಣ್ಣುಗಳನ್ನು ತಿನ್ನಬೇಕೆಂದು ಬಹಳ ಆಸೆಯಾಯಿತು. ಆದರೆ ಅದಕ್ಕೆ ಮರ ಹತ್ತಲು ಬರುತ್ತಿರಲಿಲ್ಲ. ಹಾಗಾಗಿ ಅದು ತನ್ನ ಆಸೆಯನ್ನು ತನ್ನ ಮಿತ್ರ ಇಲಿಯ ಬಳಿ ಹೇಳಿಕೊಂಡಿತು. ಆಗ ಇಲಿಯು ಮರವನ್ನು ಹತ್ತಿ ಹಣ್ಣುಗಳನ್ನು ಕಿತ್ತು ಕೆಳಗೆಸೆಯತೊಡಗಿತು. ಏಡಿಯು ಸಂತೋಷದಿಂದ ಅವನ್ನು ಆರಿಸಿಕೊಳ್ಳತೊಡಗಿತು. ಆಗ ಇಲಿಯು ಎಸೆದ ಒಂದು ಹಣ್ಣು ಅಕಸ್ಮಾತ್ತಾಗಿ ಒಂದು ಇರುವೆ ಗೂಡಿನ ಮೇಲೆ ಬಿತ್ತು! ಗೂಡು ಸ್ವಲ್ಪ ಚದುರಲು, ಕೋಪಗೊಮಡ ಕೆಂಪಿರುವೆಗಳು ಯಾರು ಹೀಗೆ ಮಾಡಿದ್ದೆಂದು ಸುತ್ತಲೂ ನೋಡಿದವು. ಅದೇ ಸಮಯಕ್ಕೆ ಸರಿಯಾಗಿ ಒಂದು ಕಾಡುಹಂದಿ ಆ ದಾರಿಯಲ್ಲಿ ಹೋಗುತ್ತಿತ್ತು. ಅದೇ ತಮ್ಮ ಗೂಡನ್ನು ಚದುರಿಸಿದ್ದೆಂದು ಭಾವಿಸಿ ಕೆಂಪಿರುವೆಗಳು ಅದರ ಬಳಿ ಹೋಗಿ ಅದರ ಕಾಲುಗಳನ್ನೂ, ಮೈಯನ್ನೂ ಕಚ್ಚತೊಡಗಿದವು! ನೋವಿನಿಂದ ಹುಚ್ಚೆದ್ದ ಕಾಡುಹಂದಿಯು ಓಡುತ್ತಾ ಓಡುತ್ತಾ ಒಂದು ಮರಕ್ಕೆ ಢಿಕ್ಕಿ ಹೊಡೆಯಿತು. ಆ ಮರದಲ್ಲಿ ನೇತಾಡುತ್ತಿದ್ದ ಬಾವಲಿಯೊಂದು, ಆ ಕಾಡುಹಂದಿಯು ತನ್ನನ್ನು ಅಟ್ಟಿಸಿಕೊಂಡು ಬರುತ್ತಿದೆಯೆಂದು ತಪ್ಪು ತಿಳಿದು ಹೆದರಿ ಹಾರುತ್ತಾ ಹೋಗಿ, ಒಂದು ಆನೆಯನ್ನು ಕಂಡು, ಅಗಲವಾದ ಅದರ ಕಿವಿಯೊಳಗೆ ಅಡಗಿಕೊಂಡಿತು. ಇದರಿಂದ ಆನೆಗೆ ಬಹಳ ಹಿಂಸೆಯಾಗಿ, ಅದು ಹುಚ್ಚೆದ್ದು ಓಡುತ್ತಾ ಓಡುತ್ತಾ ಒಬ್ಬ ಮುದುಕಿಯ ಗುಡಿಸಲಿನ ಮೇಲೆ ಬಿದ್ದು ಅದನ್ನು ಮುರಿದು ಬಿಟ್ಟಿತ್ತು! ಇದರಿಂದ ಕೆರಳಿದ ಮುದುಕಿಯು ಆನೆಯ ಬಾಲವನ್ನು ಹಿಡಿದು

ಎಳೆಯುತ್ತಾ, "ಏ ಪಾಪಿ! ಎಷ್ಟು ಧೈರ್ಯ ನಿನಗೆ ನನ್ನ ಗುಡಿಸಲು ಮುರಿಯಲು? ನಿನ್ನನ್ನು ನಾನು ಸುಮ್ಮನೆ ಬಿಡುವುದಿಲ್ಲ!" ಎಂದು ಬೈಯ್ಯತೊಡಗಿದಳು!

ಆಗ ಆನೆ, "ದಯವಿಟ್ಟು ನನ್ನನ್ನು ಕ್ಷಮಿಸು ಅಜ್ಜಿ! ನಾನು ಬೇಕೆಂದು ನಿನ್ನ ಮನೆಯನ್ನು ಮುರಿಯಲಿಲ್ಲ! ಒಂದು ಬಾವಲಿ ನನ್ನ ಕಿವಿಯನ್ನು ಹೊಕ್ಕಿದೆ! ಅದರಿಂದ ನನಗೆ ಹುಚ್ಚು ಹಿಡಿದಂತಾಗುತ್ತಿದೆ!' ಎಂದಿತು.

ಅದು ಹಾಗೆ ಹೇಳುತ್ತಿರುವಂತೆ ಆ ಬಾವಲಿ ಅದರ ಕಿವಿಯಿಂದ ಹೊರಗೆ ಬಂದಿತು. ಈಗ ಮುದುಕಿ ಬಾವಲಿಯ ಕಡೆ ತಿರುಗಿದಳು. ಆಗ ಬಾವಲಿ ಹೇಳಿತು, "ಅಜ್ಜಿ! ನಾನು ಬೇಕೆಂದು ಆನೆಯ ಕಿವಿಯೊಳಗೆ ಹೋಗಲಿಲ್ಲ. ಒಂದು ಕಾಡುಹಂದಿ ನಾನು ಮಲಗಿದ್ದ ಮರವನ್ನೇ ಗುದ್ದಿ ನನ್ನನ್ನು ಅಟ್ಟಿಸಿಕೊಂಡು ಬರುತ್ತಿತ್ತು! ಅದರಿಂದ ತಪ್ಪಿಸಿಕೊಳ್ಳಲು ಆನೆಯ ಅಗಲವಾದ ಕಿವಿ ಸುರಕ್ಷಿತವೆಂದು ಅದರೊಳಗೆ ಹೋದೆ ಅಷ್ಟೆ!"

ಈಗ ಮುದುಕಿ, ಆನೆ ಮತ್ತು ಬಾವಲಿಗಳೊಂದಿಗೆ ಕಾಡುಹಂದಿಯ ಬಳಿ ಹೋಗಿ ಅದನ್ನು ಬೈಯ್ದಳು, "ಅಯ್ಯೋ ಕಾಡುಹಂದಿಯೇ! ನೀನೇಕೆ ಈ ಬಾವಲಿಯು ಮಲಗಿದ್ದ ಮರವನ್ನು ಗುದ್ದಿ ಅದನ್ನು ಹೆದರಿಸಿದೆ? ಇದರಿಂದ ಹೆದರಿದ ಅದು ಆನೆಯ ಕಿವಿಯೊಳಗೆ ಹೋಗಿ ಅದನ್ನು ಹೆದರಿಸಿತು! ಆ ಆನೆಯು ಹೆದರಿ ಹುಚ್ಚಾಪಟ್ಟೆ ಓಡುತ್ತಾ ನನ್ನ ಮನೆಯ ಮೇಲೆ ಬಿದ್ದು ನನ್ನ ಮನೆಯನ್ನೇ ಮುರಿಯಿತು! ಒಟ್ಟಿನಲ್ಲಿ ನಿನ್ನಿಂದ ನನ್ನ ಮನೆಯೇ ಹೋಯಿತು!"

ಆಗ ಕಾಡುಹಂದಿ ಹೇಳಿತು, "ಇದರಲ್ಲಿ ನನ್ನದೇನೂ ತಪ್ಪಿಲ್ಲ! ನನ್ನ ಪಾಡಿಗೆ ನಾನು ಹೋಗುತ್ತಿದ್ದರೆ ಕೆಲವು ಕೆಂಪಿರುವೆಗಳು ನನ್ನನ್ನು ಕಚ್ಚಿದವು! ಅವುಗಳಿಂದ ತಪ್ಪಿಸಿಕೊಳ್ಳಲು ನೋವು ತಾಳಲಾರದೆ ನಾನು ಓಡುತ್ತಾ ಓಡುತ್ತಾ ತಿಳಿಯದೇ ಮರಕ್ಕೆ ಗುದ್ದಿದೆ!"

ಇರುವೆಗಳದೇ ತಪ್ಪೆಂದು ಮುದುಕಿಯು ನಿಶ್ಚಯಿಸಿ, ಇತರರೊಂದಿಗೆ ಇರುವೆ ಗೂಡಿನ ಬಳಿ ಹೋಗಿ ಈ ವಿಚಾರವಾಗಿ ಇರುವೆಗಳನ್ನು ಪ್ರಶ್ನಿಸಿದರು. ಆಗ ಇರುವೆಗಳು, "ನಾವೇಕೆ ಈ ಕಾಡು ಹಂದಿಯನ್ನು ಕಚ್ಚಿದೆಯೆಂದು ಅದನ್ನೇ ಕೇಳು ಅಜ್ಜಿ! ಅದು ನಮ್ಮ ಗೂಡನ್ನು ಚುದುರಿಸಿ ಹಾಳು ಮಾಡಿತು!" ಎಂದವು.

ಈಗ ಮುದುಕಿ ಪುನಃ ಹಂದಿಯ ಕಡೆ ತಿರುಗಿದಳು. ಆಗ ಹಂದಿಯು, "ಅಯ್ಯೋ! ಹಾಗೆ ಮಾಡಿದ್ದು ನಾನಲ್ಲ! ಒಂದು ಏಡಿಯು ಹಣ್ಣು ಬೇಕೆಂದು ಆಸೆಪಡಲು, ಅದರ ಮಿತ್ರನಾದ ಇಲಿಯು ಮರ ಹತ್ತಿ ಹಣ್ಣುಗಳನ್ನು ಕಿತ್ತು ಎಸೆಯುತ್ತಿತ್ತು. ಆಗ ಒಂದು ಹಣ್ಣು ಈ ಇರುವೆಗೂಡಿನ ಮೇಲೆ ಬಿತ್ತು! ಅದರಿಂದಲೇ ಗೂಡು ಹಾಳಾಗಿದ್ದು! ಅದೇ ಸಮಯದಲ್ಲಿ ನಾನು ಅಲ್ಲಿ ಬರುತ್ತಿದ್ದೆನಾದ್ದರಿಂದ ಈ ಇರುವೆಗಳು ನಾನೇ ಗೂಡನ್ನು ಹಾಳು ಮಾಡಿದ್ದೆಂದು ತಪ್ಪು ತಿಳಿದು ನನ್ನನ್ನು ಕಚ್ಚಿವೆ!" ಎಂದಿತು.

ಈಗ ಮುದುಕಿಯು ಇತರ ಪ್ರಾಣಿಗಳೊಂದಿಗೆ ಏಡಿಯ ಬಳಿ ಹೋಗಿ ಈ ವಿಷಯವಾಗಿ ಪ್ರಶ್ನಿಸಿದಾಗ, ಏಡಿಯು ಹೌದೆಂದು ಒಪ್ಪಿಕೊಂಡಿತು. ಆಗ ಮುದುಕಿಯು "ನನ್ನ ಮನೆ ಮುರಿದುಹೋಗಲು ಮೂಲ ಕಾರಣ ನೀನೇ! ಆದ್ದರಿಂದ ಅದನ್ನು ಸರಿಪಡಿಸಲು ನೀನೇ ಏನಾದರೂ ಕೊಡಬೇಕು!' ಎಂದಳು.

ಇತರ ಪ್ರಾಣಿಗಳೂ ಒಕ್ಕೊರಲಿನಿಂದ, "ಹೌದು! ಹೌದು!" ಎಂದವು. ಆಗ ಏಡಿಯು, "ಆಯಿತು! ಕೊಡುತ್ತೇನೆ! ನನ್ನ ಮನೆಯಿಂದ ಏನನ್ನಾದರೂ ತರುತ್ತೇನೆ!" ಎಂದು ಒಂದು ಬಂಡೆಯ ಅಡಿಗೆ ನುಸುಳಿಕೊಂಡು ಹೋಯಿತು. ಆದರೆ ಎಷ್ಟು ಹೊತ್ತಾದರೂ ಅದು ಹೊರಗೆ ಬರಲೇ ಇಲ್ಲ! ಮುದುಕಿಯೂ ಇತರ ಪ್ರಾಣಿಗಳೂ ಹೊರಗೆ ಬರುವಂತೆ ಕೂಗಿದರು! ಆದರೆ ಎಷ್ಟು ಕೂಗಿದರೂ ಅದು ಬರಲಿಲ್ಲ! ಕೊನೆಗೆ ಮುದುಕಿಯೂ ಇತರ ಪ್ರಾಣಿಗಳೂ ಬಹಳ ಕೋಪಗೊಂಡು ಅದು ಹೊಕ್ಕಿದ್ದ ಬಂಡೆಯನ್ನು ತಮ್ಮ ಬಲವನ್ನೆಲ್ಲಾ ಬಳಸಿ ಒತ್ತಿದರು! ಏಡಿ, ಒಳಗೆ ಸಿಕ್ಕಿಕೊಂಡು ಒದ್ದಾಡಿತು! ಕೂಗಿಕೊಂಡಿತು! ಆದರೂ ಎಲ್ಲರೂ ಒತ್ತಿ ಕೊನೆಗೆ ಸಾಕಾಗಿ ಹೊರಟು ಹೋದರು.

ಆದರೆ ಏಡಿಯ ಮೈಮೇಲೆ ಗಟ್ಟಿಯಾದ ಕವಚವಿದ್ದುದ್ದರಿಂದ ಅದು ಸಾಯಲಿಲ್ಲ. ಸ್ವಲ್ಪ ಹೊತ್ತಿನ ಬಳಿಕ, ಅದು ಮೆಲ್ಲನೆ ನುಸುಳಿಕೊಂಡು ಹೊರಗೆ ಬಂದಿತು! ಆದರೆ ಬಂಡೆಯೊತ್ತಿನ ಪ್ರಭಾವದಿಂದ ಅದರ ದೇಹ ಚಪ್ಪಟೆಯಾಗಿ ಹೋಗಿತ್ತು.

ಮನುಷ್ಯನಿಗೆ ಸಾವು ಬಂದುದು ಹೇಗೆ?
ಅರುಣಾಚಲ ಪ್ರದೇಶದ ಜಾನಪದ ಕಥೆ

ಬಹಳ ಬಹಳ ಹಿಂದಿನ ಮಾತು. ಆಗ ಭೂಮಿಯೇ ಇರಲಿಲ್ಲ! ಕೇವಲ ಆಕಾಶ ಮಾತ್ರ ಇತ್ತು! ಮಿತಿಯಿಲ್ಲದ್ದೂ ವಿಶಾಲವೂ ಆಗಿದ್ದ ಈ ಆಕಾಶಕ್ಕೆ ರಂಗ್ ಎಂಬುವವನು ದೇವರಾಗಿದ್ದ. ರಂಗ್ ಈ ಆಕಾಶಕ್ಕೆ ಒಂದು ನಕ್ಷತ್ರವನ್ನು ಚಿಮ್ಮಿಸಿ ಭೂಮಿಯನ್ನು ಸೃಷ್ಟಿಸಿದ. ಆ ನಕ್ಷತ್ರ, ಭೂಮಿಯಾಗುವುದಕ್ಕೆ ಎಷ್ಟೋ ವರ್ಷಗಳು ತೆಗೆದುಕೊಂಡಿತು. ಅದು ಭೂಮಿಯಾಗಿ ರೂಪಾಂತರ ಹೊಂದಿದ ಬಳಿಕ, ಅದರ ಮೇಲೆ ಅನೇಕ ಗಿಡಮರಗಳು ಹಾಗೂ ಪ್ರಾಣಿಪಕ್ಷಿಗಳೊಂದಿಗೆ ಮಾನವರೂ ಹುಟ್ಟಿ ವಾಸಿಸತೊಡಗಿದರು. ಈ ರಂಗ್ ಬಳಿ ಒಂದು ಚೂರಿಯಿದೆ. ಆ ಚೂರಿಯೇ ಮಿಂಚು! ರಂಗ್ ಆಕಾಶದಲ್ಲಿ ಕುಣಿಯುತ್ತಾ ತನ್ನ ಚೂರಿಯನ್ನು ಅತ್ತಿಂದಿತ್ತ ಆಡಿಸಿದಾಗ ನಮಗೆ ಮಿಂಚು ಹೊಳೆದಂತೆ ಕಾಣುತ್ತದೆ! ಈ ಮಿಂಚನ್ನು ನೋಡಿ ನೋಡಿ ಮನುಷ್ಯರು ಬಂದೂಕಿನಿಂದ ಗುಂಡು ಹೊಡೆಯುವುದನ್ನು ಕಲಿತರು. ಮಿಂಚು ಹೇಗೆ ಆಕಾಶದಿಂದ ಭೂಮಿಗೆ ಬಡಿಯುವುದೋ, ಹಾಗೆಯೇ ಮನುಷ್ಯರೂ ತಮ್ಮ ಬಂದೂಕುಗಳಿಂದ ಗುರಿಯಿಟ್ಟು ಹೊಡೆಯುವುದನ್ನು ಕಲಿತರು. ವಾಸ್ತವವಾಗಿ ಮನುಷ್ಯರಿಗೆ ಈ ಬಂದೂಕುಗಳನ್ನು ಕೊಟ್ಟದ್ದು ರಂಗ್ ದೇವರೇ! ಸ್ವತಃ ರಂಗ್ ಒಳ್ಳೆಯ ಬೇಟೆಗಾರನಾಗಿದ್ದ! ಅವನು ಆಗಾಗ ತನ್ನ ಬಂದೂಕುಗಳಿಂದ ಸಿಡಿಲುಗಳನ್ನು ಹೊಡೆಯುತ್ತಿದ್ದ! ಒಮ್ಮೊಮ್ಮೆ ಮಾತ್ರ ಅವನು ತನ್ನ ಗುರಿ ತಪ್ಪುತ್ತಿದ್ದ. ಆಗ ಆ ಸಿಡಿಲು ಭೂಮಿಗೆ ಬಿದ್ದು ಒಳಗೆ ಹೋಗುತ್ತಿತ್ತು! ಅಲ್ಲಿ ಅದು ನಾಲ್ಕು ವರ್ಷಗಳ ಕಾಲ ಹೂತುಕೊಂಡಿದ್ದು ಅನಂತರ ಮರವಾಗಿ ಬೆಳೆಯುತ್ತಿತ್ತು! ಆದರೆ ಕೆಲವೊಮ್ಮೆ, ರಂಗ್‌ನ ಗುಂಡುಗಳು ಭೂಮಿಯೊಳಗೆ ಹೋಗದೇ ಮರಗಳಿಗೆ ಬಡಿಯುತಿತದ್ದವು! ಆಗ ಆ ಮರಗಳು ರೋಗಗಳನ್ನು, ಅದರಲ್ಲೂ ಕುಷ್ಠರೋಗವನ್ನು ಹರಡುತ್ತಿದ್ದವು! ಇಂಥ ಮರಗಳ ಎಲೆಗಳನ್ನು ಮನುಷ್ಯರೇನಾದರೂ ಮುಟ್ಟಿದರೆ ಕುಷ್ಠರೋಗಿಗಳಾಗಿಬಿಡುತ್ತಿದ್ದರು! ಇನ್ನಿತರ ಕಾಯಿಲೆಗಳೆಲ್ಲಾ ಭೂಮಿಯಿಂದಲೇ ಬಂದವು!

ಭೂಮಿಯು ಕೆಟ್ಟ ಉಸಿರನ್ನು ಬಿಟ್ಟಾಗ, ಮನುಷ್ಯನಿಗೆ ಹಲವಾರು ರೋಗಗಳು ಹರಡಿದವು! ಆಗಿನ ಕಾಲದಲ್ಲಿ ಮನುಷ್ಯರಿಗೆ ಬಹಳ ತೆಳುವಾದ ಚರ್ಮವಿದ್ದುದ್ದರಿಂದ ಅವರು ಬಹುಬೇಗ ರೋಗಗಳಿಗೆ ತುತ್ತಾಗುತ್ತಿದ್ದರು!

ಇಷ್ಟೆಲ್ಲಾ ಇದ್ದರೂ ಆಗಿನ ಮನುಷ್ಯರು ಈಗಿನ ಮನುಷ್ಯರಿಗಿಂತ ಬಹಳ ವಿಭಿನ್ನರಾಗಿದ್ದರು. ಅವರು ತಮ್ಮ ರೂಪಗಳನ್ನು ಬದಲಿಸಬಲ್ಲರಾಗಿದ್ದರು! ಒಬ್ಬ ಮನುಷ್ಯ ಬೇಕಿದ್ದರೆ ಕಂಬಳಿ ಹುಳುವಾಗಬಹುದಿತ್ತು! ಅನಂತರ ಚಿಟ್ಟೆಯಾಗಬಹುದಿತ್ತು! ಅವರಿಗಿದ್ದ ತೆಳು ಚರ್ಮದಿಂದ ಅವರು ಹಾಗೆ ಬದಲಾಗಬಹುದಿತ್ತು. ಇದರಿಂದ ಅವರ ಸಾವನ್ನೂ ಮೀರಬಹುದಿತ್ತು! ಹೀಗಾಗಿ ಮನುಷ್ಯರು ಸಾವಿಲ್ಲದ ಅಮರರಾಗಿದ್ದರು! ಇದರಿಂದ ಅವರು ದಿನೇ ದಿನೇ ಹೆಚ್ಚಾಗಿ ಭೂಮಿಯೆಲ್ಲಾ ಮನುಷ್ಯರಿಂದ ತುಂಬಿಹೋಯಿತು! ಇದರಿಂದ ಮನುಷ್ಯರು ಅಹಂಕಾರಿಗಳಾಗಿ ಇತರ ಜೀವಿಗಳಿಗೆ ತೊಂದರೆ ಕೊಡತೊಡಗಿದರು! ಅವರು ತಮ್ಮ ಆಹಾರಕ್ಕಾಗಿ ಪ್ರಾಣಿಪಕ್ಷಿಗಳನ್ನು ಅತಿಯಾಗಿ ಕೊಲ್ಲತೊಡಗಿದರು! ಅವರು ತಮ್ಮ ರೂಪ ಬದಲಿಸಿ ಇತರ ಜೀವಿಗಳ ಆಹಾರಗಳನ್ನು ಕಸಿಯತೊಡಗಿದರು! ಈ ಕಾರಣದಿಂದಲೇ ಅವರಿಗೆ ಸಾವಿನ ಶಾಪ ಬಂತು! ಅದು ಆದುದು ಹೀಗೆ –

ಒಂದು ದಿನ, ಒಂದು ಕೊಕ್ಕರೆ ಆಹಾರಕ್ಕಾಗಿ ಬೇಟೆಯಾಡುತ್ತಿತ್ತು. ಆಗ ಒಬ್ಬ ಮನುಷ್ಯನು ಅದನ್ನು ನೋಡಿದ. ಅವನು ತನ್ನ ಮನಸ್ಸಿನಲ್ಲಿ, "ಆಹಾ! ಇಂದು ನನಗೆ ಅದೃಷ್ಟದ ದಿನ! ಬೇಟೆಯಾಡಲೋ ಅಥವಾ ಮೀನು ಹಿಡಿಯಲೋ ಹೆಚ್ಚು ಕಷ್ಟಪಡಬೇಕಿಲ್ಲ! ಈ ಕೊಕ್ಕರೆಯೇ ಆ ಕೆಲಸವನ್ನು ಮಾಡುತ್ತದೆ!" ಎಂದು ಯೋಚಿಸಿ ನೋಡುತ್ತಾ ಒಂದು ಮೂಲೆಯಲ್ಲಿ ನಿಂತ. ಆಗ ಆ ಕೊಕ್ಕರೆ ನೀರಿಗೆ ಧುಮುಕಿ ಒಂದು ಮೀನನ್ನು ತನ್ನ ಕೊಕ್ಕಿನಲ್ಲಿ ಹಿಡಿಯಿತು. ಅದನ್ನು ಸಂತೋಷದಿಂದ ನೆಲದ ಮೇಲಿಡುವಷ್ಟರಲ್ಲಿ ಮನುಷ್ಯನು ಓಡಿಬಂದು ಕಿತ್ತುಕೊಂಡುಬಿಟ್ಟ! ಪಾಪ, ಆ ಮೀನಿಗಾಗಿ ಆ ಕೊಕ್ಕರೆ ಎಷ್ಟು ಕಷ್ಟಪಟ್ಟಿತ್ತೆಂದು ಸ್ವಲ್ಪವೂ ಯೋಚಿಸದೇ ಅವನು ಅದನ್ನು ಚಪ್ಪರಿಸಿ ತಿನ್ನತೊಡಗಿದ. ಅಸಹಾಯಕತೆಯಿಂದ ನೋಡುತ್ತಾ ಕೊಕ್ಕರೆ, "ಛೀ! ಈ ಮಾನವರಿಗೆ ಸ್ವಲ್ಪವೂ ಕರುಣೆಯಿಲ್ಲ! ಇತರ ಜೀವಿಗಳ ಬಗ್ಗೆ ಇವರು ಸ್ವಲ್ಪವೂ ಯೋಚಿಸುವುದಿಲ್ಲ! ಎಲ್ಲವೂ ತಮಗೆ ಬೇಕು! ಎಷ್ಟು ಸ್ವಾರ್ಥ ಇವರಿಗೆ! ನನ್ನ ಆಹಾರವನ್ನೇ ಈ ಸ್ವಾರ್ಥಿ ಕಸಿದುಬಿಟ್ಟನಲ್ಲ! ಈಗ ನಾನು ಹಸಿವೆಯಿಂದಿರಬೇಕು! ಅಯ್ಯೋ!" ಎಂದು ನೊಂದುಕೊಂಡು "ಛೀ! ನೀವು ಮಾನವರು ಎಷ್ಟು ಅಹಂಕಾರಿಗಳಾಗಿದ್ದೀರಿ! ನಿಮಗೆ

ಸಾವಿನ ಭಯ ಇದ್ದಿದ್ದರೆ ಎಲ್ಲದಕ್ಕೂ ಬೆಲೆ ಕೊಡುತ್ತಿದ್ದಿರಿ! ನೀನು ಬೇಗ ಸಾಯುವೆ! ಇದು ನನ್ನ ಶಾಪ!"ಎಂದು ಆ ಮನುಷ್ಯನನ್ನು ಶಪಸಿತು!

ಆದರೆ ಆ ಮನುಷ್ಯನು ನಗುತ್ತಾ "ಅಯ್ಯೋ ಮೂರ್ಖ ಕೊಕ್ಕರೆ! ಮನುಷ್ಯರಿಗೆ ಸಾವಿಲ್ಲ ಎಂದು ನಿನಗೆ ಗೊತ್ತಿಲ್ಲವೇ? ನನಗೇಕೆ ಶಾಪ ಕೊಡುತ್ತಿರುವೆ? ನನಗೆ ಶಾಪ ಕೊಡುವುದೆಂದರೇನೆಂದು ಈಗ ತೋರಿಸುವೆ!" ಎಂದು ಆ ಕೊಕ್ಕರೆಯ ಬಳಿಗೋಡಿ ಅದನ್ನು ಹಿಡಿದು ಅದರ ತಲೆಯ ಮೇಲೆ ಜೋರಾಗಿ ಬಡಿದನು! ಅವನು ಅದೆಷ್ಟು ಜೋರಾಗಿ ಬಡಿದನೆಂದರೆ, ಅದರ ತಲೆಯ ಮೇಲಿದ್ದ ಪುಕ್ಕಗಳೆಲ್ಲಾ ಉದುರಿಹೋದವು. ಆದ್ದರಿಂದಲೇ ಇಂದಿಗೂ ಕೊಕ್ಕರೆಗಳ ತಲೆ, ಪುಕ್ಕಗಳಿಲ್ಲದೇ ಬೋಳಾಗಿರುತ್ತದೆ!

ಈ ಘಟನೆಯ ನಂತರ ಮನುಷ್ಯರು ಇನ್ನಷ್ಟು ಅಹಂಕಾರಿಗಳೇ ಆದರು! ಇತರ ಜೀವಿಗಳಿಗೆ ಅವರು ಸ್ವಲ್ಪವೂ ಬೆಲೆ ಕೊಡುತ್ತಿರಲಿಲ್ಲ! ಕೊನೆಗೆ ಒಂದು ಕಾಗೆ ಅವರ ಹಣೆಬರಹ ಬರೆಯಿತು! ಒಂದು ದಿನ, ಒಂದು ಕಾಗೆ ಎಲ್ಲಿಂದಲೋ ಒಂದಿಷ್ಟು ಮಾಂಸವನ್ನು ಸಂಗ್ರಹಿಸಿ, ಅದನ್ನು ಇನ್ನೇನು ತಿನ್ನುವುದರಲ್ಲಿತ್ತು. ಆಗ ಎಲ್ಲಿಂದಲೋ ಬಂದ ಒಬ್ಬ ಮನುಷ್ಯ, ಆ ಕಾಗೆಯ ಕೊಕ್ಕಿನಿಂದಲೇ ಮಾಂಸವನ್ನು ಕಿತ್ತುಕೊಂಡು ತಿನ್ನತೊಡಗಿದ!

"ಅಯ್ಯೋ! ಎಂಥ ದುಷ್ಟ ಮಾನವರು!" ಕಾಗೆಯು ಅತ್ತಿತು, "ಇವರು ಹೀಗೆ ಬದುಕಿದ್ದರೆ, ನಾವೆಲ್ಲಾ ಅಳಿದು ಹೋಗುತ್ತೇವೆ! ಏನು ಮಾಡುವುದು?"

ಕಾಗೆಯ ರೋದನ ತಚಕ್ ನಮ್‌ಲೊಂಗ್ ಎಂಬ ದೇವತೆಗೆ ಕೇಳಿಸಿತು. ಅವನಿಗೆ ಮಾನವರು ನಿಜಕ್ಕೂ ಭೂಮಿಯ ಮೇಲೆ ಪಿಡುಗು ತರುತ್ತಿದ್ದಾರೆಂದು ಅರ್ಥವಾಯಿತು. ಅವನು ಯೋಚಿಸಿದ, "ಈ ಮಾನವರು ಹೀಗೆಯೇ ಮುಂದುವರೆದರೆ, ಮಿಕ್ಕೆಲ್ಲಾ ಸೃಷ್ಟಿಯೂ ನರಳಬಾಕಾದೀತು! ಹಾಗಾಗಬಾರದು! ಒಂದು ಜೀವಿಗಾಗಿ ಇತರ ಜೀವಿಗಳು ನರಳಬಾರದು! ಇವರ ಅಮರತ್ವ ಇತರ ಎಲ್ಲಾ ಜೀವಿಗಳ ಸಾವಿಗೆ ಕಾರಣವಾಗುತ್ತದೆ!"

ಹೀಗೆ ಯೋಚಿಸಿ ಅವನು ಘೋಷಿಸಿದ, "ಇನ್ನು ಮುಂದೆ ಮನುಷ್ಯರು ಸಾಯುತ್ತಾರೆ! ಹಾಗಾಗಿಯೇ ಮಾನವಲೋಕದಲ್ಲಿ ಮೊದಲ ಬಾರಿ ಸಾವಿನ ಪ್ರವೇಶವಾಯಿತು! ಒಬ್ಬೊಬ್ಬರಾಗಿ ಮಾನವರು ಸಾಯತೊಡಗಿದರು! ಹಾಗೆ ಮೊದಲು ಸತ್ತ ಮಾನವನು ಸತ್ತ ಆತ್ಮಗಳು ಎಲ್ಲಿಗೆ ಹೋಗುವವರೋ ಅಲ್ಲಿಗೆ ಹೋದನು. ಆದರೆ ಅಲ್ಲಿ ತಾನೊಬ್ಬನೇ

ಇದ್ದುದ್ದರಿಂದ ಅವನಿಗೆ ಬಹಳ ಬೇಸರವಾಯಿತು. ಅವನಿಗೆ ತನ್ನ ಹೆಂಡತಿ, ಮಕ್ಕಳು, ಸೋದರ, ಸೊದರಿಯರು, ಮತ್ತಿತರ ಬಂಧು-ಬಾಂಧವರು ಮೊದಲಾದವರ ನೆನಪಾಯಿತು. ಅವರೆಲ್ಲರೂ ಏನು ಮಾಡುತ್ತಿರಬಹುದೆಂದು ಯೋಚಿಸಿದನು. ತಾನು ಅವರನ್ನು ನೆನೆಸುತ್ತಿರುವಂತೆ ಅವರೂ ತನ್ನನ್ನು ನೆನೆಸುತ್ತಿರಬಹುದೆಂದು ಭಾವಿಸಿದರು. ಅವನಿಗೆ ತನ್ನ ಮನೆಯವರನ್ನು ನೆನೆಸಿದಷ್ಟು ಅವರನ್ನು ನೋಡಬೇಕೆಂಬ ಆಸೆಯಾಯಿತು. ಪುನಃ ತಾನು ತನ್ನ ಹಳೆಯ ಜೀವನಕ್ಕೆ ಹಿಂದಿರುಗಬೇಕೆಂಬ ಆಸೆಯಾಯಿತು. ಕೊನಗೆ ತಾನು ಭೂಮಿಗೆ ಹೋಗಲೇಬೇಕೆಂದು ನಿರ್ಧರಿಸಿದನು. ಆದರೆ ಭೂಮಿಗೆ ಹೋಗುವುದಾದರೂ ಹೇಗೆ? ಅವನೀಗ ಸತ್ತ ಆತ್ಮವಾಗಿದ್ದನು. ಸತ್ತವರ ಆತ್ಮಗಳು ಕತ್ತಲೆಯಲ್ಲಷ್ಟೇ ಓಡಾಡಬಲ್ಲವು! ಕತ್ತಲೆಯಲ್ಲಷ್ಟೇ ಇರಬಲ್ಲವು! ಆದರೆ ಭೂಮಿಯು ಬೆಳಕಿನಿಂದ ತುಂಬಿತ್ತು! ಹಾಗಾಗಿ, ಕತ್ತಲಿನಿಂದ ಬೆಳಕಿಗೆ ಹೋಗುವುದು ಹೇಗೆಂದು ಅವನಿಗೆ ಚಿಂತೆಯಾಯಿತು. ಕೊನೆಗೊಂದು ದಿನ ಅವನು ಒಂದು ಮಿಂಚುಹುಳುವನ್ನು ಹಿಡಿದನು. ಅದೊಂದು ದೀಪದಂತೆ ಅವನನ್ನು ಒಂದು ಬೆಟ್ಟದ ತುದಿಯವರೆಗೂ ಕರೆದೊಯ್ಯಿತು. ಆ ತುದಿಯಿಂದ ಅವನು ತನ್ನ ಹಳ್ಳಿಯನ್ನೂ ತನ್ನ ಬಂಧು-ಮಿತ್ರರನ್ನೂ ನೋಡಿ ಬಹಳ ಸಂತೋಷಗೊಂಡನು! ಆ ಸಂತೋಷಕ್ಕೆ ಅವನು ಮೇಲಿಂದ ಕುಣಿಯುತ್ತಾ ಹೋದನು! ಆದರೆ ಅವನು ಅಲ್ಲಿಗೆ ಹೋದಾಗ ಅಲ್ಲಿ ಎಲ್ಲರೂ ಅವನಿಗಾಗಿ ಅಳುತ್ತಿದ್ದರು! ಇದರಿಂದ ಮಿಂಚುಹುಳುವಿಗೆ ಅವರ ಕಣ್ಣೀರು ತನ್ನ ಬೆಳಕನ್ನು ಆರಿಸಿಬಿಡುವುದೆಂದು ಭಯವಾಯಿತು! ಹಾಗಾಗಿ ಅದು ಅಲ್ಲಿಂದ ಹೊರಟು ಹೋಯಿತು. ಇದರಿಂದ ಪುನಃ ಕತ್ತಲಾಗಿ ಆ ಸತ್ತ ಮನುಷ್ಯ ಪುನಃ ಸತ್ತ ಆತ್ಮಗಳಿರುವಲ್ಲಿಗೆ ಹೋಗಲೇಬೇಕಾಯಿತು!

ಇಂದಿನವರೆಗೂ ಮಿಂಚುಹುಳುಗಳು ಅಳುವವರ ಕಣ್ಣೀರಿನ ಭಯದಿಂದ ಸತ್ತವರ ಬಳಿ ಹೋಗುವುದಿಲ್ಲವೆಂದು ನಂಬುತ್ತಾರೆ! ಅಂತೆಯೇ ಆಗಷ್ಟೇ ಸತ್ತಿರುವವರ ಆತ್ಮಗಳು ಸ್ವಲ್ಪ ಹೊತ್ತು ಕುಣಿದು ಅನಂತರ ಈ ಮೊದಲು ಸತ್ತಿರುವ ಆತ್ಮಗಳು ಹೋಗಿರುವ ಕತ್ತಲಿನ ಸ್ಥಳಕ್ಕೆ ಹೋಗುವವೆಂದು ನಂಬುತ್ತಾರೆ!

ಕಪ್ಪೆಗಳೇಕೆ ನೀರಿನಲ್ಲಿ ವಾಸಿಸುತ್ತವೆ? ಅರುಣಾಚಲ ಪ್ರದೇಶದ ಜಾನಪದ ಕಥೆ

ಒಂದು ಕಾಡಿನಲ್ಲಿ ಒಂದು ಕಪ್ಪೆ ಮತ್ತು ಹುಲಿ ಸ್ನೇಹಿತರಾಗಿದ್ದವು. ಕಪ್ಪೆಯು ಸದಾ ಹುಲಿಯ ಮನೆಗೆ ಹೋಗುತ್ತಿತ್ತು. ಆಗ ಹುಲಿಯು ಅದಕ್ಕೆ ಭರ್ಜರಿ ಮಾಂಸದೂಟ ಹಾಕುತ್ತಿತ್ತು. ಕಪ್ಪೆಯು ಚಪ್ಪರಿಸಿ ಚಪ್ಪರಿಸಿ ತಿನ್ನುತ್ತಿತ್ತು. ಆದರೆ ಅದಕ್ಕೂ ಹುಲಿಯನ್ನು ತನ್ನ ಮನೆಗೆ ಕರೆಯಬೇಕೆಂದು ಆಸೆಯಾಯಿತು. ಹಾಗೆಯೇ ಒಂದು ದಿನ ಹುಲಿಗೆ ಹೇಳಿತು, "ಮಿತ್ರ! ನಾನು ಎಷ್ಟೋ ಬಾರಿ ನಿನ್ನ ಮನೆಗೆ ಬಂದಿದ್ದೇನೆ! ಆದರೆ ನೀನು ಒಮ್ಮೆಯೂ ನನ್ನ ಮನೆಗೆ ಬಂದಿಲ್ಲ! ದಯವಿಟ್ಟು ನಾಳೆ ನನ್ನ ಮನೆಗೆ ಬಾ!"

ಅದಕ್ಕೆ ಹುಲಿಯು ಹೇಳಿತು, "ಬರಬಹುದು .... ಆದರೆ .... ನಾನು ಮಾಂಸಾಹಾರಿ .... ನೀನು ಹೇಗೆ ನನಗೆ ಭೋಜನ ಸಿದ್ಧಪಡಿಸಬಲ್ಲೆ?"

"ಏನು? ನನ್ನ ಮನೆಯಲ್ಲಿ ಮಾಂಸವಿರುವುದಿಲ್ಲವೇ?" ಕಪ್ಪೆ ಹೇಳಿತು, "ಅದಕ್ಕೆ ನೀನೇನೂ ಯೋಚಿಸಬೇಡ! ನಾನು ಸಿದ್ಧಪಡಿಸುತ್ತೇನೆ?"

ಸರಿಯೆಂದು ಹುಲಿ ಒಪ್ಪಿತು. ಕಪ್ಪೆ ಹೊರಟಿತು. ಆದರೆ ದಾರಿಯಲ್ಲಿ ಹೋಗುವಾಗ ಅದಕ್ಕೆ ಚಿಂತೆಯಾಯಿತು. ಹುಲಿಗೆ ಮಾಂಸವನ್ನು ಹೇಗೆ ತರುವುದೆಂದು ಅದಕ್ಕೆ ಚಿಂತೆಯಾಯಿತು. ಹುಲಿಯನ್ನು ತನ್ನ ಮನೆಗೆ ಆಹ್ವಾನಿಸಿ ತಪ್ಪು ಮಾಡಿದೆನೆನಿಸಿತು. ಆಗ ಅದಕ್ಕೆ ಒಂದು ಕುದುರೆ ಮೇಯುತ್ತಿದ್ದುದು ಕಾಣಿಸಿತು. ಅದರ ಕೊಬ್ಬಿದ ತೊಡೆಗಳನ್ನು ನೋಡಿ ಮೆಲ್ಲನೆ ಅಲ್ಲಿಂದ ಸ್ವಲ್ಪ ಮಾಂಸವನ್ನು ಕಿತ್ತುಕೊಳ್ಳುವ ಯೋಚನೆ ಮಾಡಿತು! ಛಂಗನೆ ಆ ಕುದುರೆಯ ತೊಡೆಯ ಮೇಲೆ ನೆಗೆದು ಕಚ್ಚತೊಡಗಿತು! ಕೆರಳಿದ ಕುದುರೆ ಜೋರಾಗಿ ಕಾಲನ್ನು ಝಾಡಿಸಿ ಒದೆಯಲು, ಕಪ್ಪೆ ಮಾರುದ್ದ ದೂರ ಹೋಗಿ ಧೊಪ್ಪನೆ ಬಿತ್ತು! ಆ ರಭಸದ ಏಟಿಗೆ ಅದರ ದವಡೆಯೇ ಮುರಿದು ತಲೆ ತಿರುಗಿತು. ಪಾಪ, ಇನ್ನೇನೂ ಮಾಡಲಾಗದೆ ಅದು ನಿಧಾನವಾಗಿ ತೆವಳುತ್ತಾ ಮನೆಗೆ ಹೋಯಿತು.

ಮರುದಿನ ಬೆಳಗಾಗಲು ಹುಲಿಯು ಬಂದೇ ಬಿಟ್ಟಿತು! ಕಪ್ಪೆಯು ಅದನ್ನು ಸ್ವಾಗತಿಸಿ ಕೂರಿಸುತ್ತಾ, "ಮಿತ್ರ! ಇದನ್ನು ನಿನ್ನ ಮನೆಯೆಂದೇ ತಿಳಿದುಕೋ! ನಿನಗೆ ರುಚಿಕರವಾದ ಮಾಂಸವನ್ನು ತರುತ್ತೇನೆ! ಎಂದು ಒಳಗೆ ಹೋಯಿತು.

ಹುಲಿಯು ಕಾಯುತ್ತಾ ಕುಳಿತಿತು. ಆದರೆ ಕಪ್ಪೆಯು ಬಹಳ ಹೊತ್ತಾದರೂ ಬರಲೇ ಇಲ್ಲ. ಜೊತೆಗೆ ನೋವಿನ ಶಬ್ಧಗಳು ಕೇಳಬರತೊಡಗಿದವು! ಕಪ್ಪೆಯು ಏನು ಮಾಡುತ್ತಿರಬಹುದೆಂದು ಕುತೂಹಲಗೊಂಡು ನೋಡಲು ಹುಲಿಯು ಒಳಗೆ ಹೋಯಿತು. ಅಲ್ಲಿ ನೋಡಿದರೆ ಕಪ್ಪೆಯು ತನ್ನ ಮಾಂಸವನ್ನು ತಾನೇ ಕಿತ್ತುಕೊಳ್ಳುತ್ತಿತ್ತು!

"ಅಯ್ಯೋಯ್ಯೋ! ಏನು ಮಾಡುತ್ತಿರುವೆ?" ಹುಲಿಯು ಆಶ್ಚರ್ಯದಿಂದ ಕೇಳಿತು.

"ಮಿತ್ರ! ನಿಜ ಹೇಳಬೇಕೆಂದರೆ, ನಿನಗೆ ಕೊಡಲು ನ್ನ ಬಳಿ ಮಾಂಸವಿಲ್ಲ! ಅದಕ್ಕೇ......" ಕಪ್ಪೆ ತಡವರಿಸಿತು.

"ಅದಕ್ಕೆ ನಿನ್ನ ಮಾಂಸವನ್ನೇ ಕಿತ್ತು ಕೊಡಲು ಹೊರಟಿರುವೆಯಾ? "ಹುಲಿ ಹೇಳಿತು, "ಆದರೆ ಅದನ್ನು ನಾನು ತಿನ್ನುವೆನೆಂದುಕೊಂಡೆಯಾ? ಇಲ್ಲಪ್ಪ! ಮತ್ತೊಮ್ಮೆ ಇಂಥ ದುಸ್ಸಾಹಸಕ್ಕೆ ಕೈಹಾಕಬೇಡ!"

ಹೀಗೆ ಹೇಳಿ ಹುಲಿಯು ಮೌನವಾಗಿ ಹೊರಟುಹೋಯಿತು.

ಕಪ್ಪೆಗೆ ಅವಮಾನವಾಯಿತು. ಪುನಃ ಅದಕ್ಕೆ ಹುಲಿಗೆ ಮುಖ ತೋರಿಸಲು ಮನಸ್ಸಾಗಲಿಲ್ಲ! ಮೌನವಾಗಿ ಕುಪ್ಪಳಿಸುತ್ತಾ ಕುಪ್ಪಳಿಸುತ್ತಾ ನದಿಗೆ ಹೋಗಿ ಹಾರಿತು. ಅಂದಿನಿಂದ ಇಂದಿನವರೆಗೂ ಕಪ್ಪೆಗಳು ನೀರಿನಲ್ಲೇ ವಾಸಿಸುತ್ತಿವೆ.

ಮಾನವರಿಗೆ ಬೆಂಕಿ ಸಿಕ್ಕಿದ್ದು ಹೇಗೆ? ಅಂಡಮಾನ್ ದ್ವೀಪದ ಜಾನಪದ ಕಥೆ

ಅಂಡಮಾನ್ ದ್ವೀಪದಲ್ಲಿ ನಮ್ಮನ್ನು ಅಂದರೆ ಮಾನವರನ್ನು ಒಂಗ್‌ಜಿಗಳೆಂದು ಕರೆಯುತ್ತಾರೆ. ಸೃಷ್ಟಿಕರ್ತನನ್ನು ಪುಲುಗ ಎನ್ನುತ್ತಾರೆ. ಆ ಪುಲುಗನಿಗೆ ವಿರುಧ್ಧವಾಗಿ ಒಬ್ಬ ದುಷ್ಟನೂ ಇದ್ದಾನೆ! ಅವನೇ ಬಿಲುಕು. ಅವನು ಸದಾ ಪುಲುಗನಿಗೆ ವಿರುಧ್ಧವಾಗಿ ಏನಾದರೂ ಕೆಟ್ಟ ಕೆಲಸ ಮಾಡುತ್ತಲೇ ಇರುತ್ತಾನೆ. ಒಮ್ಮೆ, ಸೂರ್ಯ, ಚಂದ್ರ, ಭೂಮಿ, ಸಮುದ್ರ, ಗಾಳಿ, ಇವೆಲ್ಲವನ್ನೂ ಸೃಷ್ಟಿಸಿದ್ದ ಪುಲುಗನಿಗೆ ತನ್ನ ರೂಪದಂಥ ಒಬ್ಬನನ್ನು ಸೃಷ್ಟಿಸಬೇಕೆನಿಸಿತು. ಹಾಗಾಗಿ ಅವನು ಮಾನವ ಅಥವ ಒಂಗ್‌ಜಿಯನ್ನು ಸೃಷ್ಟಿಸಿದ. ಹಾಗೆ ಸೃಷ್ಟಿಯಾದ ಮೊದಲ ಮಾನವನೇ ಥೋಮ. ಅವನನ್ನು ಅಂಡಮಾನ್ ದ್ವೀಪದಲ್ಲಿರಿಸಿ, ಅವನ ಸಂತೋಷಕ್ಕಾಗಿ ಪೊಟ ಐಮಿ ಎಂಬ ಸೊಗಸಾದ ಉದ್ಯಾನವನ್ನು ನಿರ್ಮಿಸಿದ ಪುಲುಗ. ಪುಲುಗ ಮತ್ತು ಬಿಲುಕಗಳೂ ಅದೇ ದ್ವೀಪದಲ್ಲಿ ಬೇರೆ ಬೇರೆ ಕಡೆ ಇದ್ದರು.

ಪುಲುಗನು ತಾನೇ ಮೊದಲ ಮಾನವನಾದ ಥೋಮನಿಗೆ ಬೆಂಕಿಯನ್ನು ತಯಾರಿಸುವ ಹಾಗೂ ಉಳಿಸಿಕೊಳ್ಳುವ ವಿಧಾನವನ್ನು ಕಲಿಸಿದ್ದನು. ಇದಕ್ಕಾಗಿ ಅವನು ತನ್ನ ನೆಚ್ಚಿನ ಗುರುವಾದ ಲಚಿ ಪುಂಜನನ್ನು ನೇಮಿಸಿದ್ದನು. ಅವನೊಬ್ಬ ಆತ್ಮನಾಗಿದ್ದನು. ಆದರೆ ಬಹಳ ಕಾಲವಾಗಲು, ಥೋಮನ ಮಗ ಬಹಳ ಜಗಳಗಂಟನೂ ಅವಿಧೇಯನೂ ಆಗುತ್ತಾ ಪುಲುಗನ ಮಾತಿಗೂ ಬೆಲೆ ಕೊಡದಷ್ಟು ಅಹಂಕಾರಿಯಾದನು! ಇದರಿಂದ ಕೋಪಗೊಂಡ ಪುಲುಗನು ಮಾನವನಿಂದ ಬೆಂಕಿಯನ್ನು ಕಿತ್ತುಕೊಂಡು ಸೂರ್ಯನ ಬಳಿ ಬಚ್ಚಿಟ್ಟನು! ಇದರಿಂದ, ಮಾನವರಿಗೆ ಬಹಳ ಕಾಲ, ಬೆಂಕಿಯನ್ನು ಉಪಯೋಗಿಸುವ ಕಲೆ ಹೊರಟು ಹೋಯಿತು! ಪುನಃ ಯಾರು ಬೆಂಕಿಯನ್ನು ಪಡೆದು ಮಾನವರಿಗೆ ಕೊಟ್ಟರು? ಅದೊಂದು ಸ್ವಾರಸ್ಯವಾದ ಕಥೆ!

ಮಯ್ಯ ತಿರಿತೋರ್ ಅಥವಾ ಮಿಂಚುಳ್ಳಿ ಪಕ್ಷಿ, ಮಯ್ಯ ಕೊಕ್ಕುರ ಅಥವಾ ಕೊಕ್ಕರೆ ಹಾಗೂ ಮಯ್ಯ ಮಿತೇ ಅಥವಾ ಬೂದು ರೆಕ್ಕೆಗಳ ಪಾರಿವಾಳ, ಈ ಮೂರು ಪಕ್ಷಿಗಳು ಮಾನವರಿಗೆ ಬೆಂಕಿಯನ್ನು ತಂದುಕೊಡಲು ಕಷ್ಟಪಟ್ಟವು. ಇವುಗಳ ಹೆಸರುಗಳ ಹಿಂದಿರುವ ಮಯ್ಯ ಎಂದರೆ ಸಂಭಾವಿತ ಎಂದರ್ಥ!

ಮಾನವರಿಗೆ ಬೆಂಕಿಯಿಲ್ಲದೇ, ಯಾವ ತರಕಾರಿ ಅಥವಾ ಮಾಂಸವನ್ನೂ ಸುಡದೇ ಬೇಯಿಸದೇ ತಿನ್ನಲಾಗುತ್ತಿರಲಿಲ್ಲ! ಆದರೆ ಹಾಗೆ ಹಸಿ ಪದಾರ್ಥಗಳನ್ನು ತಿಂದೂ ತಿಂದೂ ಅವರ ನಾಲಿಗೆ ಕೆಟ್ಟುಹೋಗಿತ್ತು! ದ್ವೀಪದಲ್ಲೆಲ್ಲೂ ಒಂದು ಸಣ್ಣ ಬೆಂಕಿಯ ಕಿಡಿಯಾಗಲೀ ಬೂದಿ ಮುಚ್ಚಿದ ಕೆಂಡವಾಗಲೀ ಕಾಣುತ್ತಿರಲಿಲ್ಲ! ಆದರೆ ಬೆಂಕಿಯಿದ್ದ ಒಬ್ಬ ವ್ಯಕ್ತಿಗೆ ತಿಳಿದಿತ್ತು. ಅವನೇ ಬಿಲುಕುವಾಗಿದ್ದ! ಪುಲುಗನಿಗೆ ವಿರುದ್ಧವಾಗಿ ಬಿಲುಕು, ಮಹಾ ಕೋಪಿಷ್ಠನಾಗಿದ್ದನು! ಬೆಂಕಿಯನ್ನು ಕೊಡುವುದಿರಲಿ, ನೋಡಲೂ ಬಿಡುತ್ತಿರಲಿಲ್ಲ! ಆದರೆ ಅವನಿಗೆ ಹೇಗೆ ಬೆಂಕಿ ಸಿಕ್ಕಿತೆಂಬುದೇ ಒಂದು ಸ್ವಾರಸ್ಯವಾದ ಕಥೆ. ಒಂದು ದಿನ, ಮಟಮಟ ಮಧ್ಯಾಹ್ನದ ವೇಳೆಯಲ್ಲಿ, ಬಿಲುಕು, ಕಾಡಿನ ದಕ್ಷಿಣ ತುದಿಯಲ್ಲಿ ಬೇಟೆಯಾಡುತ್ತಿದ್ದ. ಆಗ ಒಂದು ಕೊಬ್ಬಿದ ದೊಡ್ಡ ಹಂದಿ ಅವನ ಕಣ್ಣಿಗೆ ಬಿತ್ತು. ಅವನು ತನ್ನ ಬಿಲ್ಲಿಗೆ ಬಾಣ ಹೂಡಿ ಅದನ್ನು ಅಟ್ಟಿಸಿಕೊಂಡು ಹೋದ. ಆದರೆ ಆ ಹಂದಿ, ಮಿಂಚಿನ ವೇಗದಲ್ಲಿ ಓಡುತ್ತಾ ಅವನನ್ನು ತನ್ನ ಹತ್ತಿರಕ್ಕೂ ಬರಲು ಬಿಡಲಿಲ್ಲ! ಖಿನ್ನನಾದ ಬಿಲುಕು, ಕೋಪಕ್ಕೂ ಒಳಗಾಗಿ ತನ್ನ ಬಾಣವನ್ನು ಎದುರಿಗಿದ್ದ ಒಂದು ದೊಡ್ಡ ಬಂಡೆಗೆ ಬಿಟ್ಟ! ಅವನ ಖಿನ್ನತೆ, ಕೋಪಗಳಿಂದಲೋ ಏನೋ! ಅವನು ಬಾಣ ಬಿಟ್ಟ ರಭಸಕ್ಕೆ, ಅದು ಬಂಡೆಗೆ ತಗುಲಿದ ಕೂಡಲೇ, ಬೆಂಕಿಯ ಕಿಡಿಗಳು ಹುಟ್ಟುದವು. ಆಗ ಬೇಸಗೆಯಾಗಿದ್ದರಿಂದ ವಿಪರೀತ ಬಿಸಿಲು ಸುಡುತ್ತಿತ್ತು! ಹಾಗಾಗಿ ಅಲ್ಲೆಲ್ಲಾ ಒಣ ಎಲೆಗಳು ತುಂಬಿದ್ದು, ಬೆಂಕಿಯ ಕಿಡಿಗಳು ಅವುಗಳ ಮೇಲೆ ಬಿದ್ದ ಕೂಡಲೇ ಅವಕ್ಕೆ ಬೆಂಕಿ ಹತ್ತಿಕೊಂಡಿತು. ಬೆಂಕಿಯು ಹರಡುತ್ತಾ ಹರಡುತ್ತಾ ಸ್ವಲ್ಪ ಹೊತ್ತು, ಚೆನ್ನಾಗಿ ಉರಿಯಿತು. ಆಗ ಬಿಲುಕುವಿನ ಕೋಪ ಸ್ವಲ್ಪ ಕಡಿಮೆಯಾಗಿ ಅವನು ಸುತ್ತಲೂ ನೋಡಿದ. ಅಲ್ಲೆಲ್ಲಾ ಕಲ್ಲಿನ ತುಂಡುಗಳು ಕೆಂಪು ಕೆಂಡಗಳಂತೆ ಉರಿಯುತ್ತಿದ್ದವು. ಆಕರ್ಷಿತನಾದ ಅವನು ಅವುಗಳಲ್ಲಿ ಕೆಲವನ್ನು ತನ್ನ ಮೋಜಿಗಾಗಿ ತೆಗೆದುಕೊಂಡು ಮನೆಗೆ ಹೋದನು. ಅವನು ತನ್ನ ಬೆಂಕಿಯ ಮಡಕೆಯಲ್ಲಿ ಹಾಕಿಟ್ಟನು. ಅದನ್ನು ಅವನು ಯಾರಿಗೂ ತೋರಿಸುತ್ತಿರಲಿಲ್ಲ. ಅವುಗಳಿಂದ ಅವನು ಗೆಡ್ಡೆ, ಗೆಣಸು, ಮಾಂಸ, ಜೋಳ, ಮೊದಲಾದವುಗಳನ್ನು ಬೇಯಿಸಿ ತಿನ್ನುತ್ತಿದ್ದನು. ಹೀಗೆ ಅವನಿಗೆ ಬೆಂಕಿ ಸಿಕ್ಕಿತು.

ಬಿಲುಕು, ತನ್ನ ಬಳಿ ಬೆಂಕಿಯಿದ್ದ ವಿಷಯವನ್ನು ಯಾರಿಗೂ ಹೇಳಿರಲಿಲ್ಲವಾದರೂ, ಜನರಿಗೆ ಅದರ ಬಗ್ಗೆ ಸ್ವಲ್ಪ ಸ್ವಲ್ಪವೇ ಗೊತ್ತಾಯಿತು! ಕೆಲವು ತಬಂಜ್‌ಗಳೂ (ಸತ್ತವರ ಆತ್ಮಗಳು) ಅವನ ಬಳಿ ಬಂದು ಬೆಂಕಿಯನ್ನು ಬೇಡಿದರು. ಆದರೆ ಕೋಪಿಷ್ಠನೂ ಉಪಕಾರ ಬುದ್ಧಿರಹಿತನೂ ಆದ ಅವನು, "ನನ್ನ ಬಳಿಯಿರುವ ಅಮೂಲ್ಯ ವಸ್ತುವನ್ನು ಕೇಳಲು ಎಷ್ಟು ಧೈರ್ಯ ನಿಮಗೆ?" ಎಂದು ಬಯ್ಯುತ್ತಾ ಅವರನ್ನು ಶಪಿಸುತ್ತಾ ಓಡಿಸಿದನು!

ಈ ಮಧ್ಯೆ, ಮಿಂಚುಳ್ಳಿ ಮಯ್ಯ ತಿರಿತ್ಮೋರ್, ಬಿಲುಕುವಿನ ಬಳಿ ಬೆಂಕಿಯಿದೆಯೆಂಬ ವಿಷಯ ಕೇಳಿ, ಅದರಿಂದ ಬೇಯಿಸಿ ರುಚಿಗೊಳಿಸಿದ ಮಾಂಸವನ್ನು ತಿನ್ನಬೇಕೆಂದು ಆಸೆಪಟ್ಟಿತು. ಬಿಲುಕು ಕೋಪಿಷ್ಠನೆಂದು ಗೊತ್ತಿದ್ದರೂ ಒಂದು ಪ್ರಯತ್ನ ಮಾಡಬೇಕೆಂದು ಅದು ಯೋಚಿಸಿತು. ಅದಕ್ಕೆ ಕಾರಣವಿತ್ತು. ಅದು ಗೂಡು ಕಟ್ಟಿದ್ದ ಮರವಿದ್ದ ಜಾಗದಲ್ಲಿ, ಒಂದು ದಿನ ಒಂದು ಬಲವಾದ ಮಿಂಚು ಹೊಡೆದು ಕಾಡ್ಗಿಚ್ಚು ಹೊತ್ತಿಕೊಂಡಿತ್ತು. ಆ ಕಾಡ್ಗಿಚ್ಚು ಆರಿದಾಗ, ಅದಕ್ಕೆ ಸುಟ್ಟ ಮಾಂಸದ ವಾಸನೆ ಬಂದಿತು! ಕೆಳಗಿದ್ದ ಪೊದೆಗಳಲ್ಲಿ ಹುಡುಕಿದಾಗ, ಅಲ್ಲಿ ಬೆಂಕಿಯಲ್ಲಿ ಸಿಕ್ಕಿಕೊಂಡು ಸುಟ್ಟುಹೋದ ಕೆಲವು ಪ್ರಾಣಿಗಳ ಮಾಂಸವಿತ್ತು! ಆ ಮಾಂಸವನ್ನು ಅದು ಸೇವಿಸಿದಾಗ, ಅದು ಬಹಳ ರುಚಿಯಾಗಿತ್ತು! ತಿರಿತ್ಮೋರ್‌ಗೆ ಸುಟ್ಟ ಮಾಂಸದ ರುಚಿ ಹತ್ತಿತ್ತು! ಅಂದಿನಿಂದ ಅದಕ್ಕೆ ಹಸಿಮಾಂಸವೆಂದರೆ ಬೇಸರವೂ ಆಯಿತು! ನದಿಯ ಬಳಿ ಹೋಗಿ ಕುಳಿತಾಗಲೆಲ್ಲಾ ಅದರಲ್ಲಿ ಈಜಾಡುತ್ತಿದ್ದ ಮೀನುಗಳನ್ನು ನೋಡಿಯೂ ಅವನ್ನು ಹಿಡಿಯಲು ಅದಕ್ಕೆ ಮನಸ್ಸಾಗುತ್ತಿರಲಿಲ್ಲ! ಅವನ್ನು ಬೆಂಕಿಯಲ್ಲಿ ಸುಟ್ಟು ರುಚಿಕರವಾಗಿಸಿ ತಿನ್ನಲಾಗದಿದ್ದ ಮೇಲೆ ಅವುಗಳನ್ನು ಹಿಡಿದು ಪ್ರಯೋಜನವೇನು ಎಂದು ಅದು ಹತಾಶೆಯಿಂದ ಯೋಚಿಸುತ್ತಿತ್ತು! ಹಾಗಾಗಿಯೇ ಅದು ಬಿಲುಕುವನ್ನು ಬೆಂಕಿಗಾಗಿ ಬೇಡಲು ನಿರ್ಧರಿಸಿತ್ತು. ಆದರೂ ಈ ವಿಷಯದಲ್ಲಿ ಕೊಕ್ಕರೆಯಾದ ಮಯ್ಯ ಕೊಕ್ಕುರವನ್ನು ಒಂದು ಮಾತು ಕೇಳಲೆಂದು ಅದರ ಬಳಿಗೆ ಹೋಯಿತು. ಕೊಕ್ಕುರಕ್ಕೆ ಅದು ತನ್ನ ವಿಷಯ ಹೇಳಲು, ಕೊಕ್ಕುರ ಅದನ್ನೊಪ್ಪದೇ, "ನಾವೇಕೆ ಸುಟ್ಟ ಮಾಂಸಕ್ಕೆ ಆಸೆ ಪಡಬೇಕು? ಇಷ್ಟು ವರ್ಷಗಳ ಕಾಲ ನಾವು ಹಸಿಮಾಂಸಕ್ಕೆ ಒಗ್ಗಿಕೊಂಡಿಲ್ಲವೇ? ನಮ್ಮ ಹಳೆಯ ಅಭ್ಯಾಸಗಳಿಂದಲೇ ಬದುಕುವುದು ಒಳಿತಲ್ಲವೇ? ಆ ಬಿಲುಕು ಎಂಥ ಕೋಪಿಷ್ಠನೆಂದು ನಿನಗೇ ಗೊತ್ತಿದೆ! ಅವನು ಖಂಡಿತವಾಗಿಯೂ ಯಾರಿಗೂ, ಅದರಲ್ಲೂ ನಿನಗಂತೂ ಬೆಂಕಿಯನ್ನು ಕೊಡುವುದಿಲ್ಲ!" ಎಂದಿತು.

ಆದರೆ ಕೊಕ್ಕುರದ ಮಾತುಗಳಿಂದ ತಿರಿತ್ಮೋರ್ ತನ್ನ ಆಸೆ ಬಿಡಲಿಲ್ಲ. ಅದು ಹೇಳಿತು. "ನೀನು ಹೇಳುವುದು ಸರಿ! ನಾವು ಹಸಿ ಮಾಂಸಕ್ಕೆ ಒಗ್ಗಿಕೊಂಡಿದ್ದೇವೆ, ನಿಜ! ಆದರೆ ಸುಟ್ಟ ಮಾಂಸಕ್ಕೂ ಅದಕ್ಕೂ ಇರುವ ವ್ಯತ್ಯಾಸವನ್ನು ತಿಳಿಯಬೇಕೆಂದರೆ ನೀನೊಮ್ಮೆ ಸುಟ್ಟ ಮಾಂಸದ ರುಚಿ ನೋಡಲೇಬೇಕು! ಈಗ ನಾವು ಮೀನು ಹಿಡಿಯಲು ಹಲವು ಮಾರ್ಗಗಳನ್ನು ಅನುಸರಿಸುವುದಿಲ್ಲವೇ? ಒಂದು ಮಾರ್ಗ ಫಲಿಸದಿದ್ದರೆ ಇನ್ನೊಂದು ಮಾರ್ಗ ಹಿಡಿಯುವುದಿಲ್ಲವೇ? ಹಾಗೆಯೇ ಸುಟ್ಟ ಮಾಂಸವನ್ನು ತಿಂದು ನೋಡಿದರೇನು ತಪ್ಪು? ನಾವು ಹೊಸ ವಿಚಾರಗಳಿಗೆ ತೆರೆದುಕೊಳ್ಳಬೇಡವೇ? ಅವುಗಳಿಂದ ನಮ್ಮ ಜೀವನ ಸುಧಾರಿಸಬಹುದು! ಯಾರಿಗೆ ಗೊತ್ತು?"

ಈಗ ಕೊಕ್ಕರಕ್ಕೂ ತಿರಿತ್ಮೋರ್‌ನ ಮಾತು ಸರಿಯೆನಿಸಿತು. ಅದು ಇನ್ನು ತಿರಿತ್ಮೋರ್‌ನನ್ನು ನಿರುತ್ಸಾಹಗೊಳಿಸಲಿಲ್ಲ. ಸರಿ, ಎರಡೂ ಪಕ್ಷಿಗಳೂ ಬಿಲುಕುವಿನ ಬಳಿ ಹೋಗಿ ಬೆಂಕಿಗಾಗಿ ಬೇಡಿದವು. ವಿಶ್ರಾಂತಿ ಪಡೆಯುತ್ತಿದ್ದ ಬಿಲುಕು, ಅವುಗಳ ಮಾತು ಕೇಳಿ ವಿಪರೀತ ಕೋಪಿಸಿಕೊಂಡು, ಕಣ್ಣುಗಳನ್ನು ಕೆಂಪಗೆ ಮಾಡಿಕೊಂಡು, ಅವುಗಳಿಗೆ ಚೆನ್ನಾಗಿ ಶಾಪ ಹಾಕುತ್ತಾ ಬೈದು ಅಟ್ಟಿದ! ಪಾಪ, ಪಕ್ಷಿಗಳು ನಿರಾಶೆಯಿಂದ ಹಾರಿಹೋದವು.

ತಿರಿತ್ಮೋರ್ ಮತ್ತು ಕೊಕ್ಕುರ ಹಾರಿಹೋಗುತ್ತಿರುವಾಗ ದಾರಿಯಲ್ಲಿ ಮಯ್ಯಮೀದೇ ಸಿಕ್ಕಿತು. ಖುಷಿಯಾಗಿ ಹಾರಾಡುತ್ತಿದ್ದ ಅದು, ಇವು ಸಪ್ಪೆಮೋರೆ ಹಾಕಿಕೊಂಡಿದ್ದನ್ನು ನೋಡಿ ಏಕೆಂದು ಕೇಳಿತು. ಕೊಕ್ಕುರ, ಸಂಕ್ಷಿಪ್ತವಾಗಿ ತಮಗಾದ ಅನುಭವವನ್ನು ಹೇಳಿತು. ಆಗ ಮೀಲೆ, "ಓಹೋ! ಇಷ್ಟೇಯೇ? ಇದಕ್ಕೇಕೆ ಇಷ್ಟು ಬೇಸರಗೊಳ್ಳಬೇಕು? ಒಂದು ವಿಷಯ ನೆನಪಿಡಿ! ಬೆಂಕಿಯು ಬಿಲುಕನ ಸ್ವತ್ತೇನಲ್ಲ! ಅವನ ಅದೃಷ್ಟಕ್ಕೆ ಅವನಿಗದು ಸಿಕ್ಕಿತು ಅಷ್ಟೆ! ಅವನು ಅದನ್ನು ಕೊಡದಿರುವುದು ಅವನ ಸ್ವಭಾವಕ್ಕೆ ಸಹಜವಾಗಿಯೇ ಇದೆ! ಹಾಗಾಗಿ ಬೆಂಕಿಯನ್ನು ಪಡೆಯಲು ನಾನೊಂದು ದಾರಿ ಹೇಳುತ್ತೇನೆ! ಅದನ್ನು ಕದ್ದುಬಿಡೋಣ! ಪ್ರತಿದಿನ ಮಧ್ಯಾಹ್ನ ಬಿಲುಕನು ನಿದ್ರೆ ಮಾಡುತ್ತಾನೆ! ಆಗ ಮೆಲ್ಲನೆ ಅವನ ಅಡುಗೆಮನೆಗೆ ಹೋಗಿ ಅದನ್ನು ಕದ್ದುಬಿಡಿ! ಒಂದು ವೇಳೆ ಇದರಲ್ಲಿ ವಿಫಲವಾದರೆ ಇನ್ನೂ ಒಂದು ದಾರಿಯಿದೆ! ಪುಲುಗನು ಆಕಾಶದಲ್ಲಿ ನಿಂತು ಗಟ್ಟಿ ಕಲ್ಲುಗಳನ್ನು ಬಂಡೆಗಳಿಗೆ ಉಜ್ಜಿಯೋ ಇಲ್ಲವೇ ಕೋರ್ ಮತ್ತು ಬೇರ್ (ಅಂಡಮಾನ್ ಕಾಡುಗಳ ಎರಡು ಮರಗಳು) ಕಟ್ಟಿಗೆಗಳನ್ನು ಉಜ್ಜಿಯೋ ಬೆಂಕಿಯನ್ನು ಪಡೆಯುವುದು ಹೇಗೆಂದು ಕಲಿಸುತ್ತಾನೆ. ಹಾಗೆ ಕಲಿಸಲು ನಾವು ಅವನನ್ನು ಬೇಡಿಕೊಳ್ಳಬಹುದು. ಇರಲಿ! ಈಗ

ಸಮಯ ವ್ಯರ್ಥ ಮಾಡಬೇಡಿ! ಬಿಲುಕುವಿನ ಅಡುಗೆಮನೆಗೆ ಹೋಗಿ ಬೆಂಕಿಯನ್ನು ಕದಿಯಿರಿ! ಬೇಗ ಮಾಡಿ ಆ ಕೆಲಸವನ್ನು!"

ಮೀಠೆಯ ಈ ಮಾತುಗಳು ಆ ಎರಡು ಪಕ್ಷಿಗಳಲ್ಲೂ ಉತ್ಸಾಹ ತುಂಬಿದವು! ಕೂಡಲೇ ಅವು ಬಿಲುಕುವಿನ ಮನೆಗೆ ಹಾರಿಹೋದವು. ಅವುಗಳ ಅದೃಷ್ಟಕ್ಕೆ ಅವನು ಸುಖವಾಗಿ ನಿದ್ರಿಸುತ್ತಿದ್ದನು. ಎರಡೂ ಮೆಲ್ಲನೆ ಅಡುಗೆ ಮನೆಗೆ ಹೋಗಿ ಬೆಂಕಿಗಾಗಿ ಹುಡುಕಿದವು. ಕೆಂಡದ ಉಂಡೆಗಳಿದ್ದ ಮಡಕೆ ಕಾಣಲು, ತಿರಿತ್ಮೋರ್ ಒಂದು ಕೆಂಡವನ್ನು ತನ್ನ ಕೊಕ್ಕಿನಲ್ಲಿ ಕಚ್ಚಿಕೊಂಡಿತು. ಕೂಡಲೇ ಎರಡೂ ಕಿಟಕಿಯಿಂದ ಹಾರಿಹೋದವು! ಆದರೆ ಸಂಭ್ರಮಗೊಂಡಿದ್ದ ತಿರಿತ್ಮೋರ್ ವೇಗವಾಗಿ ತನ್ನ ರೆಕ್ಕೆಗಳನ್ನು ಬಡಿಯಲು, ಆ ಶಬ್ದದಿಂದ ಬಿಲುಕುವಿಗೆ ಎಚ್ಚರವಾಗಿ ಹೋಯಿತು! ಕೂಡಲೇ ಅವನಿಗೆ ತನ್ನ ಬೆಂಕಿ ಕದಿಯಲಾಗಿದೆಯೆಂದು ಅರಿವಾಯಿತು! ಕೂಡಲೇ ಅವನು ತನ್ನ ಹಾಸಿಗೆಯಿಂದ ನೆಗೆದು ತನ್ನ ಬಿಲ್ಲು, ಬಾಣಗಳನ್ನೂ ಬಾಣದಂತೆಯೇ ವೇಗವಾಗಿ ಹೋಗುವ ಒಂದು ಕೆಂಪು ಶಂಖವನ್ನೂ ತೆಗೆದುಕೊಂಡನು. ಮೊದಲಿಗೆ ತಿರಿತ್ಮೋರ್‌ಗೆ ಒಂದು ಬಾಣ ಬಿಟ್ಟನು. ಆದರೆ ಅದು ಗುರಿ ತಪ್ಪಲು, ಶಂಖವನ್ನೆಸೆದನು. ಅದು ಪಾಪ, ತಿರಿತ್ಮೋರ್ ಕತ್ತನ್ನು ಸೀಳಿಬಿಟ್ಟಿತು! ಆಗ ಬೆಂಕಿಯ ಕೆಂಡ ಅದರ ಕೊಕ್ಕಿನಿಂದ ಜಾರಿಬಿತ್ತು. ಅದು ಬೀಳುತ್ತಿರಲು, ಕೂಡಲೇ ಕೊಕ್ಕುರ ಅದನ್ನು ತನ್ನ ಕೊಕ್ಕಿನಲ್ಲಿ ಹಿಡಿಯಿತು! ಬೇಗ-ಬೇಗನೆ ಹಾರುತ್ತಾ ಅದು ಭೂಮಿಗೆ ಬಂದು, ಬೆಂಕಿಯನ್ನು ತಿರಿತ್ಮೋರ್‌ನ ಬಂಧು-ಮಿತ್ರರಿಗೆಲ್ಲಾ ಹಂಚಿತು! ಅವುಗಳಿಂದ ನಮ್ಮ, ಅಂದರೆ ಮಾನವರ ಜಾನ್‌ಜೀಲ್‌ಗಳು, ಅಂದರೆ ಪೂರ್ವಜರು ಬೆಂಕಿಯನ್ನು ಪಡೆದುಕೊಂಡರು. ಹಾಗಾಗಿ ನಾವೀಗ ನಮ್ಮ ಆಹಾರವನ್ನು ಬೆಂಕಿಯಿಂದ ಬೇಯಿಸಿ ತಿಂದು ಆನಂದಪಡುತ್ತೇವೆ! ಒಂದು ವೇಳೆ ಮಯ್ಯ ಕೊಕ್ಕುರ ಬಿಲುಕುವಿನಂತೆ ತಾನೇ ಬೆಂಕಿಯನ್ನಿಟ್ಟುಕೊಂಡು ಯಾರಿಗೂ ಕೊಡದಿದ್ದರೆ, ನಮ್ಮ ಗತಿ ಏನಾಗುತ್ತಿತ್ತು?

ಹೀಗೆ ಮಾನವರಾದ ನಮಗೆ ಬೆಂಕಿ ಸಿಕ್ಕಿತು. ಆದರೆ ಮಯ್ಯ ತಿರಿತ್ಮೋರ್ ಮತ್ತು ಮಯ್ಯ ಕೊಕ್ಕುರ ಅದನ್ನು ತರಲು ಎಷ್ಟು ಕಷ್ಟಪಟ್ಟವೆಂಬುದನ್ನು ಮರತೇಬಿಟ್ಟಿದ್ದೇವೆ!

ಮೂರ್ಖ ಕಳ್ಳ
ಆಂಧ್ರಪ್ರದೇಶದ ಜಾನಪದ ಕಥೆ

ಒಂದು ಬೆಳದಿಂಗಳ ರಾತ್ರಿ, ಒಬ್ಬ ಮೂರ್ಖ ಕಳ್ಳ, ಕಳ್ಳತನ ಮಾಡಲೆಂದು ಒಂದು ದೊಡ್ಡ ಮನೆಯನ್ನು ಹೊಕ್ಕ. ಮನೆಯೊಳಗೆ ಗಾಢ ಕತ್ತಲಿತ್ತು. ಆದರೆ ಒಂದು ಕೋಣೆಯ ಮಧ್ಯದಲ್ಲಿ ಆ ಕೋಣೆಯ ಗವಾಕ್ಷಿಯಿಂದ ಸೂಸುತ್ತಿದ್ದ ಬೆಳದಿಂಗಳು ದೊಡ್ಡದಾಗಿ ಚೆಲ್ಲಿತ್ತು. ಆ ಕಳ್ಳನು ತನ್ನ ಹೆಗಲಿನ ಮೇಲೆ ಒಂದು ಬಿಳಿ ಬಟ್ಟೆಯನ್ನು ಹೊದ್ದುಕೊಂಡಿದ್ದನು. ಆ ಬಟ್ಟೆಯನ್ನು ತೆಗೆದು ಆ ಬೆಳದಿಂಗಳು ಚೆಲ್ಲಿದ್ದ ಜಾಗದಲ್ಲಿ ಹಾಕಿದನು. ಮನೆಯಲ್ಲಿರುವ ವಸ್ತುಗಳನ್ನೆಲ್ಲಾ ಕದ್ದು ಆ ಬಟ್ಟೆಯ ಮೇಲೆ ಹಾಕಿ ಗಂಟುಕಟ್ಟಬೇಕೆಂದು ಅವನ ಯೋಚನೆಯಾಗಿತ್ತು.

ಅನಂತರ ಆ ಕಳ್ಳನು ಮನೆಯ ಉಗ್ರಾಣಕ್ಕೆ ಹೋದನು. ಆಗ ಮನೆಯ ಒಂದು ಮೂಲೆಯ ಮಂಚದ ಮೇಲೆ ಮಲಗಿದ್ದ ಮನೆಯ ಯಜಮಾನನು ಎಚ್ಚರವಾಗಿದ್ದು ಎಲ್ಲವನ್ನೂ ನೋಡುತ್ತಿದ್ದನು. ಈಗ ಕಳ್ಳನು ಉಗ್ರಾಣಕ್ಕೆ ಹೋದುದನ್ನೂ ನೋಡಿದನು. ಕಳ್ಳನು ಉಗ್ರಾಣಕ್ಕೆ ಹೋದ ಕೂಡಲೇ ಇವನು ಎದ್ದು, ಅವನು ಬಟ್ಟೆ ಹಾಸಿದ್ದ ಕೋಣೆಗೆ ಹೋದನು. ಅಲ್ಲಿ ಅವನು ಹಾಸಿದ್ದ ಬಟ್ಟೆಯನ್ನು ಎತ್ತಿಕೊಂಡು ಮೆಲ್ಲನೆ ತನ್ನ ಮಂಚಕ್ಕೆ ಹಿಂದಿರುಗಿದನು. ಆ ಬಟ್ಟೆಯನ್ನು ತನ್ನ ದಿಂಬಿನಡಿಯಲ್ಲಿಟ್ಟುಕೊಂಡು ನಿದ್ರಿಸುತ್ತಿರುವವನಂತೆ ನಟಿಸುತ್ತಾ ನಡೆಯುವುದೆಲ್ಲವನ್ನೂ ನೋಡತೊಡಗಿದನು!

ಆಗ ಆ ಕಳ್ಳನು ಎರಡೂ ಕೈಗಳಲ್ಲಿ ಒಂದಿಷ್ಟು ವಸ್ತುಗಳನ್ನು ಹಿಡಿದುಕೊಂಡು ಬಂದು ಬೆಳದಿಂಗಳು ಚೆಲ್ಲಿದ್ದ ನೆಲದ ಮೇಲೆ ಬಟ್ಟೆಯಿದೆಯೆಂದುಕೊಂಡು ಹಾಕಿದನು! ಹೀಗೆಯೇ ಅವನು ಇಡೀ ಮನೆಯನ್ನು ದೋಚಿ, ಸಿಕ್ಕ ಸಿಕ್ಕ ವಸ್ತುಗಳನ್ನೆಲ್ಲಾ ಆ ಬೆಳದಿಂಗಳು ಹರಡಿದ್ದ ಜಾಗದಲ್ಲಿ ಹಾಕಿದನು. ಮನೆಯಲ್ಲಿ ಕದಿಯಲು ಇನ್ನೇನೂ ಇಲ್ಲವೆಂಬುದು ಖಾತ್ರಿಯಾದಾಗ ಆ ಜಾಗದಲ್ಲಿ ಅವನು ಕುಳಿತು, ತಾನು ಕದ್ದ ವಸ್ತುಗಳನ್ನೆಲ್ಲಾ ಮೂಟೆ ಕಟ್ಟಲು ಆ 'ಬಟ್ಟೆ'ಯ ನಾಲ್ಕು ತುದಿಗಳನ್ನು ಬಾಚಲು ಹೊರಟ. ಆದರೆ ಅವನ ಕೈಗಳಿಗೆ

ಬಟ್ಟೆಯೇ ಸಿಗಲಿಲ್ಲ! ಕೇವಲ ನೆಲವೇ ಸಿಗುತ್ತಿತ್ತು! ಇದರಿಂದ ಕಳ್ಳನು ಬಹಳ ಗೊಂದಲಕ್ಕೊಳಗಾದ!

ಆಗ ಇದನ್ನೆಲ್ಲಾ ನೋಡುತ್ತಿದ್ದ ಮನೆಯ ಯಜಮಾನ ಮೆಲ್ಲನೆ ಗುರುಗುಟ್ಟಿದ! ಇದರಿಂದ ಕಳ್ಳನಿಗೆ ವಿಪರೀತ ಭಯವಾಯಿತು! ಯಾರೋ ತನ್ನನ್ನು ಗಮನಿಸುತ್ತಿರುವರೆಂದು ಅರಿತು, ತಾನು ಕದ್ದುದನ್ನೆಲ್ಲಾ ಅಲ್ಲೇ ಬಿಟ್ಟು ಕಂಬಿಕಿತ್ತಿದ! ಆಗ ಯಜಮಾನನು ಎದ್ದು, "ಅಯ್ಯಾ, ಭಾವ! ಈ ಬಾರಿ ನೀನು ಬಿಟ್ಟಿರುವ ಬಟ್ಟೆ ನನಗೆ ಬಹಳ ಉಪಯೋಗವಾಗುತ್ತದೆ! ಅದನ್ನು ನಾನು ಪೇಟವಾಗಿ ಸುತ್ತಿಕೊಳ್ಳಲು ಬಳಸಿಕೊಳ್ಳಬಹುದು. ಆದರೆ ಮುಂದಿನ ಬಾರಿ ಬರುವಾಗ ನಿನ್ನ ತಂಗಿಗೂ ಏನಾದರೂ ತೆಗೆದುಕೊಂಡು ಬಾ!" ಎಂದು ಕೀಟಲೆ ಮಾಡಿದ ಅವನನ್ನು!

ಹೀಗೆ ಪಾಪ, ಆ ಮೂರ್ಖ ಕಳ್ಳನು ಏನೂ ಕದಿಯಲಾಗದೇ, ತನ್ನ ಬಟ್ಟೆಯನ್ನೂ ಕಳೆದುಕೊಂಡು ಅವಮಾನವನ್ನೂ ಅನುಭವಿಸಬೇಕಾಯಿತು!

⟼⟶≫≪⟵⟻

ಮೂಗಿನ ಮೇಲೆ ಬೆರಳಿಟ್ಟ ದೇವಿ!
ಆಂಧ್ರಪ್ರದೇಶದ ಜಾನಪದ ಕಥೆ

ರಾಜಮಂಡ್ರಿಯ ಒಂದುಚಿಕ್ಕ ಹಳ್ಳಿಯಲ್ಲಿ ಉಮೆಯೆಂಬ ಒಬ್ಬ ಚಿಕ್ಕ ವಯಸ್ಸಿನ ಹೆಂಗಸಿದ್ದಳು. ಅವಳಿಗೆ ಮದುವೆಯಾಗಿ ಒಂದೇ ವರ್ಷವಾಗಿತ್ತು. ಹೊಸದಾದ ವೈವಾಹಿಕ ಜೀವನಕ್ಕೆ ಅವಳು ನಿಧಾನವಾಗಿ ಒಗ್ಗಿಕೊಳ್ಳುತ್ತಿದ್ದಳು. ಆದರೆ ಅದೊಂದು ಕಷ್ಟಕರ ಜೀವನವಾಗಿತ್ತು. ಅವಳು ತನ್ನ ಗಂಡ ಮತ್ತು ಅವನ ವಿಧವೆಯಾದ ತಾಯಿಯೊಂದಿಗೆ ಒಂದು ಚಿಕ್ಕ ಗುಡಿಸಲಿನಲ್ಲಿ ಹಳ್ಳಿಯ ಒಂದು ಮೂಲೆಯಲ್ಲಿ ವಾಸಿಸುತ್ತಿದ್ದಳು! ಅವರದು ಬಡ ಕುಟುಂಬವಾಗಿತ್ತು. ಅವಳ ಗಂಡನಾದ ಯಲ್ಲೈಯ್ಯನು ಶ್ರೀಮಂತ ಜಮೀನುದಾರರ ಹೊಲಗಳಲ್ಲಿ ದುಡಿಯುತ್ತಿದ್ದನು. ಅವನು ಬೆಳಗ್ಗೆ ಬೇಗನೆ ಮನೆ ಬಿಟ್ಟು ಹೊರಟರೆ ಮನೆಗೆ ಸೂರ್ಯ ಮುಳುಗಿದ ಮೇಲಷ್ಟೇ ಬರುತ್ತಿದ್ದ. ಉಮೆಗೂ ಸಾಕಷ್ಟು ಕೆಲಸಗಳಿದ್ದವು. ಅಡುಗೆ ಮಾಡುವುದು, ನೀರು ತರುವುದು, ಸೌದೆ ತರುವುದು, ಮೊದಲಾದ ಮನೆಗೆಲಸಗಳನ್ನು ಮಾಡುವುದಲ್ಲದೇ ಅವಳು ಬುಟ್ಟಿ ಹೆಣೆದು ಮಾರುತ್ತಿದ್ದಳು ಕೂಡ.

ಪ್ರತಿದಿನವೂ ಯೆಲ್ಲೈಯ್ಯನು ಹೊರಗೆ ಹೋದ ಬಳಿಕ, ಉಮೆಯು ಹಳ್ಳಿಯ ಇನ್ನೊಂದು ತುದಿಯಲ್ಲಿದ್ದ ನದಿಗೆ ಹೋಗಿ ಸ್ನಾನ ಮಾಡಿ, ಬಟ್ಟೆ ಒಗೆದು, ಬಿಂದಿಗೆಗಳಲ್ಲಿ ನೀರು ತುಂಬಿಕೊಂಡು ಮನೆಗೆ ಹಿಂದಿರುಗುತ್ತಿದ್ದಳು. ಈ ಮಧ್ಯೆ, ಅವಳು ಸ್ನಾನ ಮಾಡಿದ ಕೂಡಲೇ ಅಲ್ಲಿದ್ದ ಒಂದು ಚಿಕ್ಕ ದೇವಾಲಯಕ್ಕೆ ಹೋಗಿ ದೇವಿಯನ್ನು ಪ್ರಾರ್ಥಿಸುತ್ತಿದ್ದಳು. ಬೆಳಗಿನ ಆ ಹೊತ್ತಿಗೆ ದೇವಾಲಯದಲ್ಲಿ ಯಾರೂ ಇರುತ್ತಿರಲಿಲ್ಲ. ಹಾಗಾಗಿ ಅವಳು ಆಗ ದೇವಿಯ ವಿಗ್ರಹದ ಮುಂದೆ ಕುಳಿತುಕೊಂಡು ತನ್ನ ಕಷ್ಟಗಳನ್ನೆಲ್ಲಾ ಹೇಳಿಕೊಂಡು ಏನಾದರೂ ಸಹಾಯ ಮಾಡುವಂತೆ ದೇವಿಯನ್ನು ಬೇಡಿಕೊಳ್ಳುತ್ತಿದ್ದಳು. ದೇವಿಯು ತಾನು ಹೇಳುವುದನ್ನೆಲ್ಲಾ ಕೇಳಿ ಕರುಣೆಯಿಂದ ತನ್ನತ್ತ ನೋಡಿ ನಗುತ್ತಿದ್ದಳೆಂದು ಅವಳು ಭಾವಿಸುತ್ತಿದ್ದಳು. ಅವಳು ಮನೆಗೆ ಹೋದ ಬಳಿಕ, ತಡವಾಗಿದ್ದಕ್ಕೆ ಅವಳ ಅತ್ತೆ ಅವಳನ್ನು ಬಯ್ಯುತ್ತಿದ್ದಳು. ಬಹಳ ಸಂಕುಚಿತ ಬುದ್ಧಿಯವಳೂ ಜಿಪುಣಳೂ ಆಗಿದ್ದ ಅವಳ ಅತ್ತೆ

ಅವಳಿಗೆ ಎಲ್ಲ ಕೆಲಸಗಳನ್ನೂ ಮಾಡಲು ಹೇಳಿ ತಿನ್ನುವುದಕ್ಕೆ ಮಾತ್ರ ಸರಿಯಾಗಿ ಕೊಡುತ್ತಿರಲಿಲ್ಲ! ಉಮೆಯು ಸದಾ ಹಸಿದುಕೊಂಡೇ ಇರುತ್ತಿದ್ದಳು.

ಒಂದು ದಿನ, ಉಮೆಯು ತನಗಾಗಿ ಒಂದಿಷ್ಟು ಅನ್ನವನ್ನು ನೀರಿಗಾಗಿ ತೆಗೆದುಕೊಂಡು ಹೋಗುವ ಬಿಂದಿಗೆಯ ಅಡಿಯಲ್ಲಿ ಮುಚ್ಚಿಟ್ಟುಕೊಂಡಳು. ತನ್ನ ಅತ್ತೆಯ ಹತ್ತಿರವಿದ್ದಾಗ ಅದನ್ನು ತಿನ್ನಲಾಗದೇ ಮರುದಿನ ನದಿಗೆ ಹೋದಾಗ ದೇವಾಲಯದೊಳಗೆ ಒಬ್ಬಳೇ ಕುಳಿತು ತಿಂದಳು. ಅನಂತರ, ಅವಳು ದಿನವೂ ಹೀಗೆಯೇ ಮಾಡತೊಡಗಿದಳು. ಬರಬರುತ್ತಾ ಅವಳು ತನ್ನ ಅತ್ತೆಯ ಕಣ್ಣು ತಪ್ಪಿಸಿ ಹೆಚ್ಚು ಹೆಚ್ಚು ಅನ್ನವನ್ನು ಕದ್ದು ಅಡಗಿಸುತ್ತಾ ಚೆನ್ನಾಗಿ ತಿನ್ನತೊಡಗಿದಳು. ಆದರೆ, ಅವಳು ಹೆಚ್ಚು ಅನ್ನವನ್ನು ದೇವಾಲಯದೊಳಗೆ ತೆಗೆದುಕೊಂಡು ಹೋದಂತೆ, ಅದನ್ನು ಬೇಗ-ಬೇಗನೆ ತಿನ್ನಬೇಕಿತ್ತು! ಏಕೆಂದರೆ ಅವಳು ಬೇಗನೆ ಮನೆಗೆ ಹಿಂದಿರುಗಿ ಹೋಗಬೇಕಿತ್ತು. ಹಾಗಾಗಿ ಅವಳು ದೊಡ್ಡ ದೊಡ್ಡ ತುತ್ತುಗಳನ್ನು ಮಾಡಿಕೊಂಡು ಕಣ್ಣು ಮಿಟುಕಿಸುವಷ್ಟರಲ್ಲಿ ನುಂಗುವ ಅಭ್ಯಾಸ ಮಾಡಿಕೊಂಡಳು! ಹೇಗೂ ಅವಳನ್ನು ನೋಡುವವರು ಆಗ ದೇವಾಲಯದಲ್ಲಿ ಯಾರೂ ಇರುತ್ತಿರಲಿಲ್ಲವಷ್ಟೆ!

ಆದರೆ ಒಬ್ಬರು ಅವಳ ಚಟುವಟಿಕೆಗಳನ್ನೆಲ್ಲಾ ಗಮನಿಸುತ್ತಿದ್ದರು! ಅದು ದೇವಿಯೇ ಆಗಿದ್ದಳು! ಉಮೆಯ ಆಹಾರ ದಿನೇ ದಿನೇ ಹೆಚ್ಚಿದಂತೆ, ಅವಳು ತಿನ್ನುವ ವೇಗವೂ ಹೆಚ್ಚುತ್ತಾ ಹೋಯಿತು! ಇದನ್ನು ದೇವಿಯು ವಿಸ್ಮಯಾಶ್ಚರ್ಯಗಳಿಂದ ನೋಡುತ್ತಿದ್ದಳು! ಒಂದು ದಿನ, ದೇವಿಯು ನೋಡುತ್ತಿದ್ದಂತೆ, ಉಮೆಯು ಒಂದು ದೊಡ್ಡ ತುತ್ತನ್ನು ಬಾಯಿಗೆ ತುರುಕಿಕೊಂಡು ಬೆಳಕಿನ ವೇಗದಲ್ಲಿ ನುಂಗಿದಳು! ಅದನ್ನು ನೋಡಿ ಬಹಳ ಆಶ್ಚರ್ಯಗೊಂಡ ದೇವಿಯು ತನ್ನ ಬಲಗೈಯ ತೋರುಬೆರಳನ್ನೆತ್ತಿ ತನ್ನ ಮೂಗಿನ ಮೇಲಿಟ್ಟುಕೊಂಡಳು. ಆಗ ಆ ಬೆರಳು ಅಲ್ಲಿಯೇ ಅಂಟಿಕೊಂಡಿತು!

ಉಮೆಯು ದೇವಿಯ ಬೆರಳು ಅವಳ ಮೂಗಿಗೆ ಅಂಟಿಕೊಂಡಿದ್ದನ್ನು ನೋಡಲಿಲ್ಲ. ಯಥಾಪ್ರಕಾರ ಅವಳು ತನ್ನ ಊಟ ಮುಗಿಸಿ ಹೋದಳು. ಸ್ವಲ್ಪ ಹೊತ್ತಿನ ಬಳಿಕ, ಆ ದೇವಾಲಯದ ಅರ್ಚಕ ದೇವಾಲಯದೊಳಗೆ ಬಂದು, ದೇವಿಯು ಈ ವಿಚಿತ್ರ ಭಂಗಿಯಲ್ಲಿರುವುದನ್ನು ನೋಡಿ ಆಶ್ಚರ್ಯ, ಚಿಂತೆಗಳಿಗೊಳಗಾದ! ಅಲ್ಲಿಯವರೆಗೂ

ವರದಹಸ್ತದ ಭಂಗಿಯಲ್ಲಿರುತ್ತಿದ್ದ ದೇವಿಗೆ ಹೀಗೇಕಾಯಿತು? ಯಾರು ಹೀಗೆ ಮಾಡಿದರು? ಇದೊಂದಕ್ಕೂ ಆ ನಿಶ್ಶಬ್ದ ದೇವಾಲಯದಲ್ಲಿ ಅವನಿಗೆ ಉತ್ತರ ಸಿಗಲಿಲ್ಲ!

ಆ ಅರ್ಚಕ ಕೂಡಲೇ ಹಳ್ಳಿಯ ಹಿರಿಯರನ್ನು ನೋಡಲು ಓಡಿದ. ಅವರನ್ನು ನೋಡಿ ನಡೆದ ಘಟನೆಯನ್ನು ಹೇಳುತ್ತಾ, "ನಿನ್ನೆ ಸಂಜೆ ಆರತಿಯಾದ ಬಳಿಕ, ದೇವಿ ಸರಿಯಾಗಿಯೇ ಇದ್ದಳು. ಆದರೆ ಈಗ ಬೆಳಗ್ಗೆ ಅವಳು ಹೀಗಾಗಿದ್ದಾಳೆ?" ಎಂದನು.

ಅವರೆಲ್ಲರೂ ಬಂದು ನೋಡಿದರು. ಆದರೆ ಏನು ಮಾಡಬೇಕೆಂದು ತಿಳಿಯಲಿಲ್ಲ. ಮಧ್ಯಾಹ್ನದ ಹೊತ್ತಿಗೆ ಹಳ್ಳಿಯ ಅನೇಕ ಜನರಿಗೆ ವಿಷಯ ತಿಳಿದು, ಈ ವಿಸ್ಮಯವನ್ನು ನೋಡಲು ಗುಂಪು-ಗುಂಪಾಗಿ ಬರತೊಡಗಿದರು. ದೇವಿಯು ಈ ಹೊಸ ಮುದ್ರೆಯನ್ನೇಕೆ ತಾಳಿರಬಹುದೆಂದು ಬಹಳ ಯೋಚಿಸಿದರು. ಅಷ್ಟು ಹೊತ್ತಿಗೆ ಈ ವಿಷಯ ಉಮೆಗೂ ತಿಳಿಯಿತು. ಅವಳು ಇದರ ಬಗ್ಗೆ ಯೋಚಿಸತೊಡಗಿದಳು. ಎಷ್ಟಾದರೂ ಅವಳ ದೇವಿಯಲ್ಲವೇ? ಅಂದು ಬೆಳಗ್ಗೆ ಸ್ನಾನವಾದ ಬಳಿಕ ತಾನು ನೋಡಿದಾಗ ಸರಿಯಾಗಿಯೇ ಇದ್ದಳಲ್ಲವೇ? ಅನಂತರ ತಾನು ಉಪಾಹಾರ ಮಾಡಿಕೊಂಡು ಹೊರಟಿದ್ದಳು. ಅನಂತರ ಅರ್ಚಕ ಬಂದಿರಬೇಕು! ಏನಿದರ ಮರ್ಮ?

ಕ್ರಮೇಣ ಈ ವಿಷಯ ಎಲ್ಲೆಲ್ಲೂ ಹರಡಿ ದೂರದೂರದಿಂದೆಲ್ಲಾ ಜನರು ನೋಡಲು ಬರತೊಡಗಿದರು! ಆ ರಾಜ್ಯದ ರಾಜನಿಗೂ ಈ ವಿಷಯ ತಲುಪಿತು! ಅವನು ತನ್ನ ಮಂತ್ರಿಗಳೊಡನೆ ಸಮಾಲೋಚನೆ ನಡೆಸಿ ಹೇಗಾದರೂ ಮಾಡಿ ದೇವಿಯನ್ನು ಮೊದಲಿನಂತೆ ಮಾಡಬೇಕೆಂದು ತೀರ್ಮಾನ ಕೈಗೊಂಡನು. ಯಾರು ಹಾಗೆ ಮಾಡುವರೋ, ಅವರಿಗೆ ಒಂದು ದೊಡ್ಡ ಬಹುಮಾನ ಕೊಡುವುದಾಗಿ ನಿರ್ಧರಿಸಲಾಯಿತು. ಅಂತಯೇ ಘೋಷಿಸಲಾಯಿತು.

ಈಗ ಅನೇಕ ಜನರು ತಮ್ಮ ಅದೃಷ್ಟ ಪರೀಕ್ಷಿಸಲು ಬಂದರು. ಯುವಕರು, ಮುದುಕರು, ಶ್ರೀಮಂತರು, ಬಡವರು, ರೈತರು, ಬೆಸ್ತರು, ನ್ಯಾಯವಾದಿಗಳು, ಕಳ್ಳರು, ವ್ಯಾಪಾರಿಗಳು, ಶಿಲ್ಪಿಗಳು, ಮಂತ್ರಿಗಳು, ಮೊದಲಾದ ಎಲ್ಲಾ ರೀತಿಯ ಜನರು ದೇವಿಯನ್ನು ಮೊದಲಿನಂತೆ ಮಾಡಲು ಬಂದರು. ಅವರೆಲ್ಲರೂ ದೇವಿಯನ್ನು ಹೊಗಳಿದರು. ಬೇಡಿದರು. ಕಲೆಯನ್ನು ತೋರಿಸಿದರು! ಮಂತ್ರ ಪ್ರಯೋಗ ಮಾಡಿದರು.

ಹೀಗೆ ತಮಗೆ ಗೊತ್ತಿದ್ದ ವಿದ್ಯೆಯನ್ನೆಲ್ಲಾ ಪ್ರಯೋಗಿಸಿದರು! ಆದರೆ ಏನೂ ಪ್ರಯೋಜನವಾಗಲಿಲ್ಲ! ದೇವಿಯು ಹಾಗೆಯೇ ಇರಲು ನಿಶ್ಚಯಿಸಿದಳು!

ಈ ಹೊತ್ತಿಗೆ ಉಮೆಗೆ ತಾನೇ ದೇವಿಯನ್ನು ಅವಳ ಪೂರ್ವಸ್ಥಿತಿಯಲ್ಲಿ ಕೊನೆಯ ಬಾರಿ ನೋಡಿದ್ದರಿಂದ, ಅವಳ ಈ ಬದಲಾವಣೆಗೆ ತಾನೇ ಕಾರಣಳಿರಬಹುದೆಂದೆನಿಸಿತು. ಹಾಗಾಗಿ, ತಾನೇ ಏನಾದರೂ ಮಾಡಿ ಅವಳನ್ನು ಪುನಃ ಪೂರ್ವರೂಪಕ್ಕೆ ತರಬೇಕೆಂದುಕೊಂಡಳು. ಅಂತೆಯೇ ಅವಳು ಅರ್ಚಕನ ಬಳಿ ಹೋಗಿ ತಾನೂ ಒಮ್ಮೆ ದೇವಿಯನ್ನು ಮೊದಲಿನಂತೆ ಮಾಡಲು ಪ್ರಯತ್ನಿಸಬಹುದೇ ಎಂದು ಕೇಳಿದಳು. ಈಗಾಗಲೇ ಅರ್ಚಕನಿಗೆ ಸಾಕಾಗಿ ಹೋಗಿತ್ತು. ಇನ್ನು ಇವಳಾದರೂ ಪ್ರಯತ್ನಿಸಲಿ ಎಂದು ಸಂತೋಷದಿಂದ ಒಪ್ಪಿದನು. ಆಗ ಅವಳು, "ಸರಿ ಹಾಗಾದರೆ! ನಾನು ನಾಳೆ ಪ್ರಯತ್ನಿಸುವೆ! ಆದರೆ ನಾನು ದೇವಿಯೊಡನೆ ಒಬ್ಬಳೇ ಇರಬೇಕು!"

ಅದಕ್ಕೆ ಅರ್ಚಕನು ಒಪ್ಪಿದನು. ಅಂದು ರಾತ್ರಿ, ಉಮೆಯು ಹೆಚ್ಚು ಅನ್ನವನ್ನು ತೆಗೆದಿಟ್ಟು, ಬೆಳಗ್ಗೆ ಬಹಳ ಬೇಗನೆ ದೇವಾಲಯಕ್ಕೆ ಹೋದಳು. ದೇವಿಯನ್ನು ಪೂಜಿಸಿ, ಅವಳೊಡನೆ ಬಹಳ ಹೊತ್ತು ಹರಟುವಂತೆ ಕುಳಿತುಕೊಂಡಳು.

"ನಾನೇನೋ ಮಾಡಿದೆನೆಂದು ನನಗೆ ಗೊತ್ತು!" ಉಮೆ ಹೇಳಿದಳು, "ಆದರೆ, ನಾನು ಪ್ರತಿದಿನ ಬೆಳಗ್ಗೆ ಇಲ್ಲಿ ಅನ್ನ ತಿನ್ನುತ್ತೇನಷ್ಟೆ! ಅಂದೇನು ವಿಶೇಷವಿತ್ತು?"

ದೇವಿಯು ಏನೂ ಹೇಳಲಿಲ್ಲ!

ಉಮೆಯು ನಿಟ್ಟುಸಿರು ಬಿಡುತ್ತಾ, "ನಿನಗೆ ಅಂಥ ಆಶ್ಚರ್ಯವಾಗಲು ಕಾರಣವೇನೆಂದು ನಾನು ಕಂಡುಹಿಡಿಯಬೇಕು!" ಎಂದಳು.

ಹೀಗೆನ್ನುತ್ತಾ ಅವಳು ತನ್ನ ಆಹಾರವನ್ನು ತೆಗೆದು ಒಂದು ಸಣ್ಣ ತುತ್ತನ್ನು ತೆಗೆದುಕೊಂಡು ತಿನ್ನುತ್ತಾ, "ಇದರಲ್ಲಿ ಆಶ್ಚರ್ಯಪಡುವಂಥದ್ದೇನಿದೆ?" ಎಂದು ಯೋಚಿಸುತ್ತಾ ಒಂದು ದೊಡ್ಡ ತುತ್ತನ್ನು ತೆಗೆದುಕೊಂಡಳು. ಅದನ್ನು ತಿನ್ನುವಾಗ ದೇವಿಯನ್ನು ನೋಡಿದಳು. ಅವಳಿಗೆ ದೇವಿಯ ದೃಷ್ಟಿಯು ತನ್ನತ್ತಲೇ ಇದೆಯೆನಿಸಿತು. ಪುನಃ ಅನ್ನದಲ್ಲಿ ಕೈಹಾಕಿ ಅವಳು ಒಂದು ಬಹು ದೊಡ್ಡ ತುತ್ತನ್ನು ತೆಗೆದುಕೊಂಡಳು. ಈಗ ದೇವಿಯ ಕಣ್ಣುಗಳು ದೊಡ್ಡದಾಗುತ್ತಿರುವುದನ್ನು ಅವಳು ಗಮನಿಸಿದಳು!

ಆಶ್ಚರ್ಯದಿಂದ ಅವಳು ಆ ತುತ್ತನ್ನು ತನ್ನ ಬಾಯಿಗೆ ಹಾಕಿಕೊಳ್ಳುತ್ತಿರುವಾಗ, ಅವಳ ಬಲಗೈ ಕೂಡ ಸ್ವಲ್ಪ ಅಲುಗಾಡುತ್ತಿರುವಂತೆ ಕಂಡಿತು!

"ಅಯ್ಯೋ ದೇವಿ! ನನ್ನ ಪ್ರಾರ್ಥನೆಯನ್ನು ದಯವಿಟ್ಟು ಕೇಳಮ್ಮಾ!" ಕೂಗಿದಳು ಉಮೆ. ನಿಜಕ್ಕೂ ಒಂದು ಚೂರು ಚಲಿಸಿದ್ದ ದೇವಿಯ ಕೈ ಅಲ್ಲಿಗೇ ನಿಂತಿತು!

ದೇವಿ! ದಯವಿಟ್ಟು ನಿನ್ನ ಬಲಗೈಯನ್ನು ಮೊದಲಿನಂತೆಯೇ ಕೆಳಗಿಳಿಸಿ ನನ್ನನ್ನು ಹರಸು! ದಯವಿಟ್ಟು!" ಉಮೆ ಬೇಡಿಕೊಂಡಳು.

ದೇವಿಯು ಈ ಪ್ರಾರ್ಥನೆಯನ್ನು ಈಗಾಗಲೇ ಹಲವಾರು ಬಾರಿ ಕೇಳಿದ್ದಳು. ಹಾಗಾಗಿ ಅವಳು ತನ್ನ ಬಲಗೈಯನ್ನು ಕೆಳಗಿಳಿಸಲಿಲ್ಲ.

"ಆಗಲಿ ದೇವಿ!" ಉಮೆ ಹೇಳಿದಲು, "ನನಗೆ ಹೀಗೆ ಹೇಳಲು ಇಷ್ಟವಿಲ್ಲ! ಆದರೆ ನಿನ್ನನ್ನು ನಾನೀಗ ಹೆದರಿಸಲೇಬೇಕಾಗಿದೆ! ನೀನು ನಿನ್ನ ಬಲಗೈಯನ್ನು ಇಳಿಸದಿದ್ದರೆ ನಾನೇನು ಮಾಡುವೆ ಗೊತ್ತೇ?".

ದೇವಿಯು ಆಸಕ್ತಿಯಿಂದ ಕೇಳುತ್ತಿರುವಂತೆ ಕಂಡಳು.

"ನಾನೀಗ ಈ ದೊಡ್ಡ ತುತ್ತನ್ನು ಬಾಯಿಗೆ ತುರುಕಿಕೊಂಡು ಬೇಗನೆ ನುಂಗಿಬಿಡುತ್ತೇನೆ!" ಉಮೆಯು ಹೇಳಿದಳು, "ಆಗ ನಿನಗೆ ಆಶ್ಚರ್ಯವಾಗಿ ನಿನ್ನ ಇನ್ನೊಂದು ಕೈಯನ್ನೂ ನಿನ್ನ ಮೂಗಿನ ಮೇಲಿಟ್ಟುಕೊಳ್ಳುವೆ! ಆಗ ಜನರು ಏನು ಹೇಳುತ್ತಾರೆ? ದೇವಿಯು ತನ್ನ ಎರಡೂ ಕೈಗಳನ್ನೂ ಮೂಗಿನ ಮೇಲಿಟ್ಟುಕೊಂಡಿರುವುದನ್ನು ಎಲ್ಲಾದರೂ ಯಾರಾದರೂ ಕಂಡಿರುವರೇ? ಕೇಳಿರುವರೇ? ಅವರು ನಿನ್ನನ್ನೆತ್ತಿಕೊಂಡು ಹೋಗಿ ನದಿಗೆಸೆಯುವರು! ನಿನಗೆ ಇದನ್ನು ತಪ್ಪಿಸಲಾಗದೆಂದು ನಾನು ಹೇಳುತ್ತಿಲ್ಲ! ಆದರೆ ಇದೆಲ್ಲದರ ಬದಲಿಗೆ ನೀನೇಕೆ ಸುಮ್ಮನೆ ನಿನ್ನ ಬಲಗೈಯನ್ನು ಕೆಳಗಿಳಿಸಬಾರದು?".

ಆದರೆ ಏನೂ ಆಗಲಿಲ್ಲ! ಉಮೆಯು ಖಿನ್ನಳಾದಾಳು. ಅನಂತರ ಅವಳು ಪುನಃ ಬೇಡಿಕೊಂಡಳು, "ದೇವಿ! ದಯವಿಟ್ಟು ನಿನ್ನ ಕೈಯನ್ನು ಕೆಳಗಿಳಿಸಿ ನನ್ನನ್ನು ಹರಸು! ಇಲ್ಲವಾದರೆ ನಾನು ಈಗಿಂದೀಗಲೇ ಹೇಳಿದಂತೆ ಮಾಡುತ್ತೇನೆ!".

ಕೊನೆಗೂ ದೇವಿಯು ತನ್ನ ಬಲಗೈಯನ್ನು ಕೆಳಗಿಳಿಸಿ ಅಭಯ ಮುದ್ರೆಯನ್ನು ಧರಿಸಿದಳು! ಉಮೆಯು ನಿಟ್ಟುಸಿರು ಬಿಡುತ್ತಾ ಕುಳಿತಳು! ಅವಳು ಮೆಲ್ಲನೆ ಹೇಳಿದಳು, "ತುಂಬಾ ಸಂತೋಷ ದೇವಿ! ಇಲ್ಲೇನು ನಡೆಯಿತೆಂದು ನಾನು ಯಾರಿಗೂ ಹೇಳುವುದಿಲ್ಲ! ಅಂತೆಯೇ ಇನ್ನೆಂದಿಗೂ ನಿನ್ನನ್ನು ಆಶ್ಚರ್ಯಗೊಳಿಸುವುದಿಲ್ಲ!".

ಹತ್ತು ನಿಮಿಷಗಳ ಬಳಿಕ, ಉಮೆಯು ದೇವಾಲಯದಿಂದ ಹೊರಗೆ ಹೋದಳು. ಹೊರಗೆ ಕಾತರದಿಂದ ಕಾಯುತ್ತಿದ್ದ ಅರ್ಚಕ ಒಳಗೆ ಹೋಗಿ ನೋಡುತ್ತಾನೆ, ದೇವಿಯ ಸ್ಥಿತಿ ಸರಿಹೋಗಿದೆ! ಆನಂದಿಂದ ಉಬ್ಬಿ ಹೋದ ಅವನು! ಎಲ್ಲರಿಗೂ ವಿಷಯ ತಲುಪಿ, ರಾಜನವರೆಗೂ ಹೋಯಿತು! ರಾಜನಿಗೂ ಬಹಳ ಸಂತೋಷವಾಯಿತು! ಅವನು ಹೇಳಿದಂತೆಯೇ ಉಮೆಗೆ ಒಂದು ದೊಡ್ಡ ಬಹುಮಾನ ಕಳಿಸಿದ!.

ಈಗ ಉಮೆಯ ಅತ್ತೆಗೆ ಅವಳ ಬಹುಮಾನದಲ್ಲಿ ತಾನೂ ಒಂದು ಪಾಲು ಪಡೆಯಬೇಕೆಂದು ಆಸೆಯಾಯಿತು. ಆದರೆ ಉಮೆಗೆ ಕೋಪ ಬಂದಿತು. ಆದರೆ ಅವಳು ಒಂದು ಕ್ಷಣ ಯೋಚಿಸಿದಳು, "ನನ್ನ ಅತ್ತೆಯು ಹಾಗೆ ಜಿಪುಣಳಾಗಿರದಿದ್ದರೆ, ನಾನು ಅನ್ನ ತೆಗೆದುಕೊಂಡು ದೇವಾಲಯಕ್ಕೆ ಹೋಗಿ ತಿನ್ನುತ್ತಿರಲಿಲ್ಲ ಹಾಗೂ ಇಂಥ ಘಟನೆಯೂ ನಡೆಯದೇ ನನಗೆ ಈ ಬಹುಮಾನವೂ ಬರುತ್ತಿರಲಿಲ್ಲ!".

ಅವಳು ಅತ್ತೆಗೆ ಹೇಳಿದಳು, "ಇನ್ನು ಮುಂದೆ ನನ್ನನ್ನು ಬಯ್ಯುವುದನ್ನು ನಿಲ್ಲಿಸಿ ನನಗೆ ಸರಿಯಾಗಿ ಊಟ ಹಾಕುವೆಯಾ?"

"ಖಂಡಿತವಾಗಿಯೂ! ನಿನಗೆ ಅದೇ ಬೇಕಾಗಿದ್ದರೆ ಹಾಗೆಯೇ ಆಗಲಿ!" ಅತ್ತೆಯು ಹೇಳಿದಳು.

ಉಮೆಯು ತನ್ನ ಬಹುಮಾನದ ಒಂದು ಭಾಗವನ್ನು ಅತ್ತೆಗೆ ಕೊಟ್ಟಳು. ಅಂದಿನಿಂದ ಅತ್ತೆಯು ಅವಳನ್ನು ಬೈಯಲಿಲ್ಲ; ಒಳ್ಳೆಯ ಊಟವನ್ನು ಅವಳಿಗೆ ಹಾಕಿದಳು. ಉಮೆಯು ತನ್ನ ಗಂಡನೊಂದಿಗೆ ಸುಖವಾಗಿ ಬಾಳಿದಳು. ಇನ್ನು ಮುಂದೆ ಅವಳು ಅನ್ನವನ್ನು ಕದ್ದು ಅದನ್ನು ತಿನ್ನಲು ದೇವಾಲಯಕ್ಕೆ ಹೋಗಬೇಕಾದ ಅವಶ್ಯಕತೆ ಬರಲಿಲ್ಲ! ಆದರೆ ಅವಳು ದಿನನಿತ್ಯ ದೇವಿಯನ್ನು ನೋಡಲು ಹೋದಳು.

ಆಂಧ್ರ ಪ್ರದೇಶದ ಜಾನಪದ ಕಥೆ
ವರನ ಕಿವಿಯೋಲೆಗಳು

ಒಮ್ಮೆ ಒಬ್ಬ ಯುವಕ, ಮದುವೆಯಾಗಲು ಹೆಣ್ಣು ನೋಡಲು ಹೋಗುತ್ತಿದ್ದ. ಆಗ ಅವನು ತನ್ನ ಜೊತೆಗಾಗಿ ತನ್ನ ಒಬ್ಬ ಸ್ನೇಹಿತನನ್ನು ಕರೆದೊಯ್ದ. ಹೆಣ್ಣಿಗೂ ಅವಳ ಅಪ್ಪ, ಅಮ್ಮಂದಿರಿಗೂ ತಾನು ಚೆನ್ನಾಗಿ ಕಂಡು ಅವರನ್ನು ಮೆಚ್ಚಿಸಬೇಕೆಂದು, ಅವನು ಒಂದು ಜೊತೆ ಕಿವಿಯೋಲೆಗಳನ್ನು ಒಬ್ಬರಿಂದ ಬಾಡಿಗೆ ಪಡೆದು ಧರಿಸಿಕೊಂಡನು. ವಧುವಿನ ಮನೆಗೆ ಹೋದಾಗ, ಅವಳ ಅಪ್ಪ ಇಬ್ಬರನ್ನೂ ಕೂರಿಸಿ, "ನಿಮ್ಮಿಬ್ಬರಲ್ಲಿ ವರ ಯಾರು?" ಎಂದು ಕೇಳಿದನು.

ಆಗ ಆ ಯುವಕನ ಸ್ನೇಹಿತನು, "ನನ್ನ ಪಕ್ಕದಲ್ಲಿ ಕುಳಿತಿರುವ ನನ್ನ ಸ್ನೇಹಿತನೇ ವರ! ಆದರೆ ಅವನು ಧರಿಸಿಕೊಂಡಿರುವ ಕಿವಿಯೋಲೆಗಳು ಅವನವಲ್ಲ!" ಎಂದುಬಿಟ್ಟ!

ಇದನ್ನು ಕೇಳಿ, ಹುಡುಗಿಯ ತಂದೆ ಅವಳನ್ನು ಅವನಿಗೆ ಕೊಡಲು ಒಪ್ಪಲಿಲ್ಲ. ಕಿವಿಯೋಲೆಗಳನ್ನು ಬಾಡಿಗೆ ಪಡೆಯುವವನಿಗೆ ತನ್ನ ಮಗಳನ್ನು ಕೊಡುವುದು ಬೇಡವೆನಿಸಿತು ಅವನಿಗೆ. ಹೀಗೆ ಆ ಸಂಬಂಧ ಕುದುರಲಿಲ್ಲ. ಇದರಿಂದ ಯುವಕನು ತನ್ನ ಸ್ನೇಹಿತನಲ್ಲಿ ಕೋಪಗೊಂಡು, "ನೀನೇಕೆ ಆ ಕಿವಿಯೋಲೆಗಳು ನನ್ನದಲ್ಲವೆಂದು ಹೇಳಿದೆ? ನೀನು ಹಾಗೆ ಹೇಳಬಾರದಿತ್ತು!".

ಇನ್ನೊಂದು ಬಾರಿ ಆ ಯುವಕ, ಇದೇ ಸ್ನೇಹಿತನೊಂದಿಗೆ ಇನ್ನೊಂದು ಹೆಣ್ಣನ್ನು ನೋಡಲು ಹೋದನು. ಅಲ್ಲಿಯೂ ಕನ್ಯಾಪಿತೃವು ಅದೇ ಪ್ರಶ್ನೆಯನ್ನು ಕೇಳಲು, ಈ ಸ್ನೇಹಿತನು ಯುವಕನನ್ನು ತೋರಿಸುತ್ತಾ, "ಇವನೇ ನಿಮ್ಮ ಮಗಳನ್ನು ಮದುವೆಯಾಗಲು ಬಂದಿರುವ ಗಂಡು! ಅವನು ಧರಿಸಿರುವ ಕಿವಿಯೋಲೆಗಳು ಅವನವೇ!" ಎಂದು ಬಿಟ್ಟ!

ಈ ಸಂಬಂಧವೂ ಕುದರಲಿಲ್ಲ! ಯುವಕನು ರೋಸಿಹೋಗಿ, "ನೀನೇಕೆ ನನ್ನ ಕಿವಿಯೋಲೆಗಳ ಬಗ್ಗೆ ಏನಾದರೂ ಹೇಳಬೇಕು? ಸುಮ್ಮನಿರಬಾರದೇ?" ಎಂದನು.

ಮೂರನೆಯ ಬಾರಿ ಆ ಯುವಕನು ಇದೇ ಸ್ನೇಹಿತನೊಂದಿಗೆ ಹೆಣ್ಣು ನೋಡಲು ಇನ್ನೊಂದು ಮನೆಗೆ ಹೋದನು. ಅಲ್ಲಿಯೂ ಈ ಸ್ನೇಹಿತ, ಅವನನ್ನು ತೋರಿಸುತ್ತಾ, "ಇವನೇ ವರ! ಆದರೆ ಇವನು ಧರಿಸಿರುವ ಕಿವಿಯೋಲೆಗಳ ಬಗ್ಗೆ ಏನೂ ಕೇಳಬೇಡಿ!" ಎಂದು ಬಿಟ್ಟ!

-->>>|<<<--

ಆಂಧ್ರ ಪ್ರದೇಶದ ಜಾನಪದ ಕಥೆ
ಅವಳಿ ರಾಜಕುಮಾರರು

ಒಂದಾನೊಂದು ಕಾಲದಲ್ಲಿ ಒಬ್ಬ ರಾಜನಿದ್ದನು. ಅವನಿಗೊಬ್ಬ ರಾಣಿಯಿದ್ದಳು. ಅವರಿಗೆ ಅನೇಕ ವರ್ಷಗಳು ಕಾದ ಬಳಿಕ, ಇಬ್ಬರು ಅವಳಿ ಮಕ್ಕಳು ಹುಟ್ಟಿದರು. ಅವರಿಗೆ ರಾಮುಡು ಮತ್ತು ಲಕ್ಷ್ಮಣುಡು ಎಂದು ಹೆಸರಿಟ್ಟರು. ಅವರಿಬ್ಬರೂ ಸಕಲ ವಿದ್ಯೆಗಳನ್ನೂ ಕಲಿತು ವಯಸ್ಸಿಗೆ ಬರಲು, ರಾಜನು ಅವರಲ್ಲಿ ಹಿರಿಯನಿಗೆ ತನ್ನ ರಾಜ್ಯವನ್ನು ಒಪ್ಪಿಸಲು ನಿರ್ಧರಿಸಿದನು. ಆದರೆ ಅವರು ಇದಕ್ಕೊಪ್ಪದೇ, ಒಂದು ವರ್ಷ ರಾಜ್ಯದಲ್ಲೆಲ್ಲಾ ಸುತ್ತಾಡಿ ಇನ್ನಷ್ಟು ಜ್ಞಾನೋಪಾರ್ಜನೆ ಮಾಡಿ ಅನಂತರ ಪಟ್ಟಾಭಿಷೇಕದ ಬಗ್ಗೆ ನಿರ್ಧರಿಸುತ್ತೇವೆಂದರು. ರಾಜನು ಇದಕ್ಕೊಪ್ಪಿದನು.

ಇಬ್ಬರೂ ರಾಜಕುಮಾರರು ಒಂದೊಂದು ಖಡ್ಗವನ್ನು ತೆಗೆದುಕೊಂಡು ಒಂದೊಂದು ಕುದುರೆ ಹತ್ತಿ ಹತ್ತಿರದ ಕಾಡಿಗೆ ಹೋದರು. ಅಲ್ಲಿ ಒಂದು ಕಡೆ, ಆಗಷ್ಟೇ ಎರಡು ಮರಿಗಳಿಗೆ ಜನ್ಮವಿತ್ತಿದ್ದ ಒಂದು ಹೆಣ್ಣು ಹುಲಿಯನ್ನು ಕಂಡರು. ಅದು ಬಹಳ ಹಸಿದು ಬಳಲಿತ್ತು. ರಾಜಕುಮಾರರಿಬ್ಬರೂ ಅದಕ್ಕೆ ಮಾಂಸವನ್ನುಣಿಸಿದರು. ಹುಲಿಯು ಬಹಳ ಸಂತೋಷಗೊಂಡು, ಒಬ್ಬೊಬ್ಬರಿಗೂ ಒಂದೊಂದು ಮರಿಯನ್ನು ಕೊಟ್ಟಿತು! ಆ ಮರಿಗಳನ್ನು ಎತ್ತಿಕೊಂಡು ಅವರಿಬ್ಬರೂ ಮುಂದೆ ಹೋಗಲು, ಆಗಷ್ಟೇ ಎರಡು ಮರಿಗಳಿಗೆ ಜನ್ಮವಿತ್ತಿದ್ದ ಒಂದು ಕರಡಿಯನ್ನು ಕಂಡರು! ಅದೂ ಹಸಿವಿನಿಂದ ಬಳಲುತ್ತಿರಲು, ಅವರು ಅದಕ್ಕೆ ಹಲಸಿನಹಣ್ಣು ಮತ್ತು ಜೇನನ್ನು ತಿನ್ನಿಸಿದರು. ಅದೂ ಬಹಳ ಸಂತೋಷಗೊಂಡು ತನ್ನ ಮರಿಗಳನ್ನು ಅವರಿಗೆ ಕೊಟ್ಟಿರು!

ರಾಜಕುಮಾರರಿಬ್ಬರೂ ಹುಲಿಮರಿಗಳು ಹಾಗೂ ಕರಡಿಮರಿಗಳೊಂದಿಗೆ ಬಹಳ ದೂರ ಪಯಣಿಸಿ ಒಂದು ದೊಡ್ಡ ಆಲದ ಮರದ ಬಳಿಗೆ ಬಂದರು. ಅದೊಂದು ವಿಚಿತ್ರ ಮರವಾಗಿದ್ದು ಎರಡೇ ಕೊಂಬೆಗಳನ್ನು ಹೊಂದಿತ್ತು! ಅವೆರಡೂ ಬಹಳ ಗಟ್ಟಿಯಾಗಿದ್ದು ಆಕಾಶದೆತ್ತರಕ್ಕೆ ಹಬ್ಬಿದ್ದವು! ಒಂದು ಉತ್ತರಕ್ಕೂ ಇನ್ನೊಂದು ದಕ್ಷಿಣಕ್ಕೂ

ಚಾಚಿಕೊಂಡಿದ್ದವು! ಆ ಮರವನ್ನು ನೋಡಿ ರಾಜಕುಮಾರರಿಬ್ಬರೂ ಒಂದೊಂದು ಕೊಂಬೆಯನ್ನು ಹತ್ತಿ ಹೋಗಿ ಒಂದು ವರ್ಷದ ಕೊನೆಗೆ ಮರದ ಬುಡದ ಬಳಿಗೆ ಬರಬೇಕೆಂದು ನಿರ್ಧರಿಸಿದರು. ಹಾಗೆ ಹೋಗುವಾಗ ಅವರು ಅಲ್ಲೊಂದು ತುಳಸೀ ಗಿಡವನ್ನು ನೆಟ್ಟು, ಇಬ್ಬರಲ್ಲಿ ಒಬ್ಬನು ಮೊದಲು ಬಂದಾಗ, ಆ ಗಿಡವೇನಾದರೂ ಸತ್ತಿದ್ದರೆ ಅಥವಾ ಬಾಡಿದ್ದರೆ, ಇನ್ನೊಬ್ಬನು ಸತ್ತಿದ್ದಾನೆ ಅಥವಾ ಕಷ್ಟದಲ್ಲಿದ್ದಾನೆಂದು ಅರ್ಥವೆಂದೂ ಗಿಡವು ಚೆನ್ನಾಗಿಯೇ ಇದ್ದರೇ ಅವನು ಎಲ್ಲೋ ಚೆನ್ನಾಗಿಯೇ ಇದ್ದು ಬೇಗನೆ ಹಿಂದಿರುಗುವವನೆಂದು ಅರ್ಥವೆಂದೂ ಮತನಾಡಿಕೊಂಡು ಹೊರಟರು.

ರಾಮುಡು ಉತ್ತರದಿಕ್ಕಿಗಿದ್ದ ಕೊಂಬೆಯನ್ನು ಹತ್ತಿ ಹೊರಟನು. ಅದು ಬಹಳ ಅಗಲವಿದ್ದುದರಿಂದ ಅವನಿಗೆ ನೆಲದ ಮೇಲೆ ನಡೆಯುವಷ್ಟೇ ಸುಲಭವಾಗಿ ನಡೆಯುವಂತಾಯಿತು. ಹಾಗೆಯೇ ಬಹಳ ನಡೆಯುತ್ತಾ ಬರಲು, ಅವನೊಂದು ನಗರಕ್ಕೆ ಬಂದನು. ತನ್ನ ಮರಿಗಳನ್ನೆತ್ತಿಕೊಂಡು ಆ ನಗರದ ರಸ್ತೆಗಳಲ್ಲಿ ನಡೆಯುತ್ತಾ ಹೋದನು. ಆಶ್ಚರ್ಯವೆಂಬಂತೆ ಆ ರಸ್ತೆಗಳಲ್ಲಿ ಯಾರೂ ಜನರೇ ಇರಲಿಲ್ಲ! ಹಾಗಾಗಿ ಅವನು ಒಂದು ಮನೆಗೆ ಹೋಗಿ ಇದಕ್ಕೆ ಕಾರಣವನ್ನು ಕೇಳಿದನು. ಆ ಮನೆಯಲ್ಲಿದ್ದ ಮುದುಕಿ, "ಈ ನಗರವನ್ನು ಒಬ್ಬ ರಾಕ್ಷಸನು ಆಕ್ರಮಿಸಿಕೊಂಡಿದ್ದಾನೆ! ಅವನು ಇದ್ದಕ್ಕಿದ್ದಂತೆ ಬಂದು ಅನೇಕ ಜನರನ್ನು ಕೊಲ್ಲುತ್ತಿದ್ದುದರಿಂದ ನಮ್ಮ ರಾಜನು ಅವನೊಡನೆ ಒಂದು ಒಪ್ಪಂದ ಮಾಡಿಕೊಂಡನು. ಅದರಂತೆ, ದಿನವೂ ಒಬ್ಬೊಬ್ಬ ವ್ಯಕ್ತಿಯನ್ನು ಅವನ ಆಹಾರಕ್ಕಾಗಿ ಕಳಿಸಲಾಗುತ್ತದೆ! ಇಂದು ನಮ್ಮ ರಾಜನ ಮಗಳದೇ ಸರದಿ! ರಾಜಕುಮಾರಿ ಇಂದು ಸಾಯುವವಳಲ್ಲ ಎಂದು ಎಲ್ಲರೂ ಶೋಕಾಚರಣೆ ಮಾಡುತ್ತಿದ್ದಾರೆ! ಅದಕ್ಕೇ ರಸ್ತೆಗಳಲ್ಲಿ ಯಾರೂ ಇಲ್ಲ!" ಎಂದಳು.

ಇದನ್ನು ಕೇಳಿ ರಾಮುಡು, ಸಂಜೆ ಆ ರಾಕ್ಷಸನಿದ್ದ ಗುಹೆಗೆ ಹೋದ. ಆ ರಾಕ್ಷಸನು ಅಲ್ಲಿ ಮಲಗಿರಲು, ಅವನನ್ನು ಬಡಿದೆಬ್ಬಿಸಿ, ತನ್ನ ಖಡ್ಗದ ಒಂದೇ ಏಟಿಗೆ ಅವನನ್ನು ಕೊಂದು ಹಾಕಿದ. ಅನಂತರ, ಗುರುತಿಗಾಗಿ ಅವನ ನಾಲಿಗೆ ಮತ್ತು ಉಗುರುಗಳನ್ನು ಕತ್ತರಿಸಿ ಇಟ್ಟುಕೊಂಡ. ಸ್ವಲ್ಪ ಹೊತ್ತಿಗೆ ಅಂದಿನ ಸರದಿಯಂತೆ ರಾಜಕುಮಾರಿಯು ಬರಲು, ನಡೆದ ಘಟನೆಯನ್ನು ಹೇಳಿ ಅವಳನ್ನು ನಯವಾಗಿ ಮಾತನಾಡಿಸಿ ಕಳಿಸಿದ. ಇದೆಲ್ಲವನ್ನೂ ಒಬ್ಬ ಅಗಸ ನೋಡುತ್ತಿದ್ದ. ಮರುದಿನ ಅವನು ಬೇಗನೆ ರಾಜನ ಆಸ್ಥಾನಕ್ಕೆ

ಹೋಗಿ ತಾನೇ ರಾಕ್ಷಸನನ್ನು ಕೊಂದಿದ್ದೆಂದು ಸುಳ್ಳು ಹೇಳಿದ. ರಾಜನಿಗೆ ಬಹಳ ಸಂತೋಷವಾಯಿತು! ಅವನು ಆ ಅಗಸನಿಗೆ ಅರ್ಧ ರಾಜ್ಯವನ್ನೂ ತನ್ನ ಮಗಳನ್ನೂ ಅರ್ಪಿಸಿದ. ಆಗ ಅಲ್ಲೇ ಇದ್ದ ರಾಜಕುಮಾರಿ, ರಾಕ್ಷಸನನ್ನು ಕೊಂದದ್ದು ಅಗಸನಾಗಿರದೇ ಬೇರಾರೋ ಆಗಿದ್ದನೆಂದು ಹೇಳಿದಳು. ಸ್ವಲ್ಪ ಹೊತ್ತಿಗೆ ಅಲ್ಲಿಗೆ ರಾಮುಡು ಬಂದನು. ರಾಕ್ಷಸನನ್ನು ಕೊಂದಿದ್ದು ತಾನೆಂದನು. ರಾಜಕುಮಾರಿಯೂ ಹೌದೆಂದಳು. ಆದರೂ ರಾಜನಿಗೆ ನಿಜವಾಗಿ ರಾಕ್ಷಸನ್ನು ಕೊಂದಿದ್ದು ಯಾರೆಂದು ನಿರ್ಧರಿಸುವುದು ಕಷ್ಟವಾಯಿತು. ಆಗ ರಾಮುಡು ತನ್ನ ಬಳಿಯಿದ್ದ ರಾಕ್ಷಸನ ನಾಲಿಗೆ ಮತ್ತು ಉಗುರುಗಳನ್ನು ತೋರಿಸಿದನು. ಆಗ ಅವನೇ ರಾಕ್ಷಸನನ್ನು ಕೊಂದದ್ದೆಂದು ಎಲ್ಲರಿಗೂ ಖಾತ್ರಿಯಾಯಿತು. ರಾಜನು ಸಂತೋಷದಿಂದ ಅವನಿಗೆ ಅರ್ಧ ರಾಜ್ಯವನ್ನೂ ತನ್ನ ಮಗಳನ್ನೂ ಅರ್ಪಿಸಿದನು. ಸುಳ್ಳು ಹೇಳಿದ ತಪ್ಪಿಗಾಗಿ ಅಗಸನನ್ನು ಸುಡುವ ಸುಣ್ಣದಲ್ಲಿ ತಳ್ಳಿಸಿ ಕೊಲ್ಲಿಸಿದನು.

ರಾಮುಡು ತನ್ನ ಹೊಸ ಹೆಂಡತಿಯೊಂದಿಗೆ ಆ ನಗರದಲ್ಲಿ ಸುಖವಾಗಿದ್ದನು. ಒಂದು ದಿನ ಅವನು ಬೇಟೆಯಾಡಲೆಂದು ಹೊರಟನು. ಆಗ ರಾಜನು ಅವನಿಗೆ ಯಾವುದೇ ಕಾರಣಕ್ಕೂ ಉತ್ತರದಿಕ್ಕಿಗೆ ಮಾತ್ರ ಹೋಗಬಾರದೆಂದು ಹೇಳಿದ. ಆದರೆ ರಾಮುಡು, ಕುತೂಹಲದಿಂದ ಆ ದಿಕ್ಕಿನಲ್ಲೇ ಹೋದ. ಹಾಗೆ ಹೋಗುತ್ತಾ ಅವನೊಂದು ಕಾಡುಹಂದಿಯನ್ನು ನೋಡಿ ಅದನ್ನು ಅಟ್ಟಿಸಿಕೊಂಡು ಹೋದ. ಅವನೊಂದಿಗಿದ್ದ ಹುಲಿ ಮತ್ತು ಕರಡಿ ಮರಿಗಳೂ ಅದನ್ನು ಅಟ್ಟಿಸಿಕೊಂಡು ಹೋದವು. ಹಾಗೆ ಹೋಗುತ್ತಾ, ಇದ್ದಕ್ಕಿದ್ದಂತೆ ಆ ಕಾಡುಹಂದಿ ಮಾಯವಾಯಿತು! ಮುಂದಿನ ಹಾದಿಯಲ್ಲಿ ಬರಿಯ ಕಲ್ಲುಗಳಿದ್ದವು! ಮುಂದೆ ಹೋದಂತೆ ಒಂದು ಒಣಗಿದ ಮರ ಕಂಡಿತು. ಆ ಮರದ ತುದಿಯಲ್ಲಿ ಒಬ್ಬ ಮುದುಕಿ ಕುಳಿತಿದ್ದಳು! ಅವಳನ್ನು ನೋಡಿ ಅಚ್ಚರಿಗೊಂಡ ರಾಜಕುಮಾರನು ಅವಳನ್ನು, "ಯಾರು ನೀನು? ಏಕೆ ಹೀಗೆ ಕಲ್ಲಿನ ಹಾದಿಯಲ್ಲಿ ಒಬ್ಬಳೇ ಕುಳಿತಿರುವೆ?" ಎಂದು ಕೇಳಿದನು. ಅದಕ್ಕೆ ಅವಳು, "ನನಗೆ ಬಹಳ ಛಳಿಯಾಗುತ್ತಿದೆ! ಸ್ವಲ್ಪ ಬೆಂಕಿ ಹಚ್ಚಿಕೊಡುವೆಯಾ?" ಎಂದಳು.

ರಾಮುಡುವಿಗೆ ಅವಳ ಮೇಲೆ ಕರುಣೆಯಾಗಿ ಬೆಂಕಿ ಹಚ್ಚಿದನು. ಆಗ ಆ ಮುದುಕಿ, "ನಿನ್ನ ಆ ಪ್ರಾಣಿಗಳನ್ನು ಮರದ ಹತ್ತಿರಕ್ಕೆ ತಾ! ನನ್ನ ಬಳಿಯಿರುವ ಕೋಲಿನಿಂದ ಒಮ್ಮೆ ಅವನ್ನು ಮುಟ್ಟಿ ನೋಡುತ್ತೇನೆ!" ಎಂದಳು.

ರಾಮುಡು ಹಾಗೆಯೇ ಮಾಡಿದ. ಆಗ ಆ ಮುದುಕಿ, ಮೇಲೆ ಕುಳಿತಿರುವಂತೆಯೇ ತನ್ನ ಕೋಲಿನಿಂದ ಅವನ ಎರಡು ಮರಿಗಳನ್ನು ಸ್ಪರ್ಶಿಸಿದಳು. ಏನಾಶ್ಚರ್ಯ! ಕೂಡಲೇ ಅವು ಕಲ್ಲುಗಳಾಗಿಬಿಟ್ಟವು! ರಾಮುಡು ಕಕ್ಕಾಬಿಕ್ಕಿಯಾಗಿ ನೋಡುತ್ತಿದ್ದಂತೆ ಅವಳು ಅವನನ್ನೂ ತನ್ನ ಕೋಲಿನಿಂದ ಸ್ಪರ್ಶಿಸಿದಳು. ಅವನೂ ಕಲ್ಲಾಗಿಹೋದ!

ಈಗ ರಾಮುಡು ಮತ್ತು ಲಕ್ಷ್ಮಣುಡು ಒಟ್ಟಿಗೆ ನೆಟ್ಟಿದ್ದ ತುಳಸೀಗಿಡ ಬಾಡಿಹೋಯಿತು! ಈ ಹೊತ್ತಿಗೆ ಒಂದು ವರ್ಷ ಕಳೆದುದ್ದರಿಂದ, ಲಕ್ಷ್ಮಣುಡು ಆಲದ ಮರದ ಬುಡದ ಬಳಿ ಬಂದ. ಅಲ್ಲಿ ತುಳಸೀಗಿಡವು ಬಾಡಿದ್ದುದನ್ನು ನೋಡಿ ರಾಮುಡು ಏನೋ ಅಪಾಯದಲ್ಲಿದ್ದನೆಂದು ಅರಿತುಕೊಂಡ. ಅವನು ಉತ್ತರದಿಕ್ಕಿಗಿದ್ದ ಕೊಂಬೆಯನ್ನು ಹತ್ತಿ ನಡೆಯುತ್ತಾ ಹೋಗಿ ರಾಮುಡು ತಲುಪಿದ್ದ ನಗರವನ್ನೇ ತಲುಪಿದ. ಅಲ್ಲಿ ಎಲ್ಲರೂ ಅವನನ್ನು ನೋಡಿ ಅವನು ರಾಮುಡು ಎಂದು ತಪ್ಪು ತಿಳಿದು ನೇರ ಅರಮನೆಗೇ ಕರೆದೊಯ್ದರು! ಅಲ್ಲಿ ರಾಜನೂ ಅವನನ್ನು ರಾಮುಡು ಎಂದೇ ತಪ್ಪು ತಿಳಿದ! ರಾಜಕುಮಾರಿಯೂ ಹಾಗೆಯೇ ತಿಳಿದು ಅವನ ಕಾಲಿಗೆ ನಮಸ್ಕರಿಸಲು ಬಂದಳು! ಆಗ ಅವನು ಅವಳು ತನ್ನ ಅಣ್ಣನ ಹೆಂಡತಿಯೆಂದು ಅರ್ಥಮಾಡಿಕೊಂಡ. ತಾನು ರಾಮುಡು ಅಲ್ಲವೆಂದೂ ಅವನ ತಮ್ಮ ಲಕ್ಷ್ಮಣುಡು ಎಂದೂ ಹೇಳಿದರೂ ಅವಳು ನಂಬಲಿಲ್ಲ! ಕೊನೆಗೆ ಅವನು ತಾನೊಂದು ವ್ರತವನ್ನು ಪೂರೈಸಬೇಕಿದೆಯೆಂದು ಅಲ್ಲಿಂದ ಹೊರಟುಬಿಟ್ಟ.

ಲಕ್ಷ್ಮಣುಡು ಉತ್ತರದಿಕ್ಕಿಗೆ ಹೋಗಲು, ಅವನಿಗೂ ರಾಮುಡುಗಾದ ಅನುಭವಗಳೇ ಆದವು! ಅವನೂ ಕಲ್ಲಿನ ಹಾದಿಯಲ್ಲಿ ಒಣಗಿದ ಮರದ ಮೇಲೆ ಕುಳಿತಿದ್ದ ಮುದುಕಿಯನ್ನು ಕಂಡ. ಅವನೂ ಅವಳಿಗಾಗಿ ಬೆಂಕಿ ಹಚ್ಚಿದ. ಆದರೆ ಅವಳು ಅವನ ಮರಿಗಳನ್ನು ಮರದ ಹತ್ತಿರ ತರಲು ಹೇಳಿದಾಗ, ಅವನು ಹಾಗೆ ಮಾಡದೇ ಅವಳನ್ನು ಹೆದರಿಸಿ ಮರದಿಂದ ಕೆಳಗಿಳಿಯುವಂತೆ ಮಾಡಿದ! ಅವಳನ್ನು ತನ್ನ ಕೋಲಿನಿಂದ ಅಲ್ಲಿದ್ದ ಕಲ್ಲುಗಳನ್ನೆಲ್ಲಾ ಸ್ಪರ್ಶಿಸಲು ಗದರಿಸಿದ! ಅವಳು ಹಾಗೆಯೇ ಮಾಡಲು, ಆ ಕಲ್ಲುಗಳು ತಮ್ಮ ಮೊದಲಿನ ರೂಪಗಳಿಗೆ ಮರಳಿದವು! ಅಲ್ಲಿ ಎಷ್ಟೋ ಜನರಿದ್ದರು! ಅವರಲ್ಲಿ ರಾಮುಡು ಹಾಗೂ ಅವನ ಎರಡು ಮರಿಗಳೂ ಇದ್ದವು! ಆಗ ಲಕ್ಷ್ಮಣುಡು ಕೂಡಲೇ ಆ

ಮುದುಕಿಯ ಕೈಯಿಂದ ಕೋಲನ್ನು ಕಿತ್ತುಕೊಂಡು ಅದರಿಂದ ಅವಳನ್ನೇ ಸ್ಪರ್ಶಿಸಿದನು!
ಕೂಡಲೇ ಅವಳು ಕಲ್ಲಾದಳು!.

ಅಲ್ಲಿದ್ದ ಜನರೆಲ್ಲರೂ ತಮ್ಮನ್ನು ಆ ಮಾಟಗಾತಿಯಿಂದ ಬಿಡಿಸಿದ್ದಕ್ಕೆ ಲಕ್ಷ್ಮಣುಡುವಿಗೆ
ಕೃತಜ್ಞತೆ ಹೇಳಿ ತಮ್ಮ ತಮ್ಮ ಸ್ಥಳಗಳಿಗೆ ಹೋದರು. ಲಕ್ಷ್ಮಣುಡು ರಾಮುಡುವಿನೊಂದಿಗೆ
ನಗರಕ್ಕೆ ಮರಳಿ ನಡೆದುದೆಲ್ಲವನ್ನೂ ರಾಜನಿಗೆ ಹೇಳಿದನು. ಅನಂತರ, ರಾಮುಡು ತನ್ನ
ಹೆಂಡತಿ ಮತ್ತು ಲಕ್ಷ್ಮಣುಡುವಿನೊಂದಿಗೆ ತನ್ನ ಸ್ವಂತ ರಾಜ್ಯಕ್ಕೆ ಹೋದನು. ಅಲ್ಲಿ ಇಬ್ಬರೂ
ತಮ್ಮ ಸಾಹಸಗಳನ್ನು ವರ್ಣಿಸಲು ರಾಜನು ಆನಂದಗೊಂಡು ಇಬ್ಬರಿಗೂ ಅರ್ಧರ್ಧ
ರಾಜ್ಯ ಕೊಟ್ಟನು. ಇಬ್ಬರೂ ರಾಜರಾಗಿ ಸುಖವಾಗಿ ಬಾಳಿದರು.

--->>|<<---

ಉತ್ತರ ಪ್ರದೇಶದ ಜಾನಪದ ಕಥೆ
ಚತುರ ರೈತ

ಒಂದು ಹಳ್ಳಿಯಲ್ಲಿ ಒಬ್ಬ ರೈತನಿದ್ದ. ಅವನ ಬಳಿ ಒಂದು ಹಸುವಿತ್ತು. ಅದು, ಪ್ರತಿದಿನವೂ ಎರಡು ಸೇರುಗಳಷ್ಟು ಸ್ವಾದಿಷ್ಟ ಹಾಲನ್ನು ಕೊಡುತ್ತಿತ್ತು! ಅದರಿಂದಲೇ ಆ ರೈತನ ಜೀವನ ನಡೆಯುತ್ತಿತ್ತು. ಅವನ ಮನೆಯ ಪಕ್ಕದಲ್ಲೇ ಒಬ್ಬ ಪಂಡಿತನಿದ್ದ. ಅವನಿಗೆ ಸದಾ ಈ ರೈತನ ಹಸುವಿನ ಮೇಲೆಯೇ ಕಣ್ಣಿತ್ತು! ಹೇಗಾದರೂ ಆ ಹಸುವನ್ನು ತಾನು ಪಡದುಕೊಳ್ಳಬೇಕೆಂದು ಯೋಚಿಸುತ್ತಿದ್ದ. ಈ ರೈತನ ಮುದಿ ತಂದೆ ಸತ್ತುಹೋದರೆ, ಆಗ ತಾನು ಆ ಹಸುವನ್ನು ಅವನಿಂದ ದಾನದ ರೂಪದಲ್ಲಿ ಪಡೆಯಬಹುದೆಂದು ಅವನು ಯೋಚಿಸಿದ!

ಅದರಂತೆ, ಸ್ವಲ್ಪ ಸಮಯದ ಬಳಿಕ, ಆ ರೈತನ ಮುದಿತಂದೆ ಕಾಯಿಲೆಬಿದ್ದ! ಆಗ ಅವನು ರೈತನನ್ನು ಕರೆದು, "ಮಗನೇ! ನಾನು ಸಾಯುವ ಸಮಯ ಹತ್ತಿರ ಬಂದಿತು! ಬೇಗನೆ ಯಾರಾದರೂ ಪುರೋಹಿತರನ್ನು ಕರೆಸು! ಏನಾದರೂ ದಾನ ಮಾಡಿ ಪುಣ್ಯ ಗಳಿಸುವೆ!" ಎಂದನು.

ಆಗ ರೈತನು ಕೂಡಲೇ ಪಕ್ಕದ ಮನೆಯ ಪಂಡಿತನನ್ನು ಕರೆದನು. ಪಂಡಿತನೂ ಇದೇ ಸಮಯಕ್ಕೆ ಕಾಯುತ್ತಿದ್ದನು! ಅವನು ರೈತನ ಮುದಿ ತಂದೆಯನ್ನು ನೋಡಿ, ರೈತನಿಗೆ, "ನಿನ್ನ ಬಳಿಯಿರುವ ಹಸುವನ್ನು ನಿನ್ನ ತಂದೆಯ ಕೈಯಿಂದ ನನಗೆ ದಾನ ಮಾಡಿಸು! ಒಳ್ಳೆಯದಾಗುತ್ತದೆ!" ಎಂದನು.

ಆದರೆ ರೈತನಿಗೆ ತನ್ನ ಹಸುವನ್ನು ದಾನ ಕೊಡಲು ಇಷ್ಟವಿರಲಿಲ್ಲ! ಹಾಗಾಗಿ, ಅವನು ನೂರು ರೂಪಾಯಿಗಳನ್ನು ತನ್ನ ತಂದೆಯ ಕೈಯಲ್ಲಿಟ್ಟು ಪಂಡಿತನಿಗೆ ದಾನ ಕೊಡಲು ಹೇಳಿದನು. ಆದರೆ ಪಂಡಿತನು, "ಇಲ್ಲ! ಇಲ್ಲ! ನೂರು ರೂಪಾಯಿಗಳಿಂದ ಏನೂ

ಪ್ರಯೋಜನವಾಗುವುದಿಲ್ಲ! ಒಂದು ಒಳ್ಳೆಯ ಹಸುವನ್ನೇ ದಾನ ಕೊಡಬೇಕು. ಅದು ಮುದಿಯಾಗಿರಬಾರದು ಹಾಗೂ ಚೆನ್ನಾಗಿ ಹಾಲು ಕೊಡುವಂಥದ್ದಾಗಿರಬೇಕು!" ಎಂದನು.

ಆಗ ರೈತನು ಹೇಳಿದನು, "ಪಂಡಿತರೇ! ನನ್ನ ಬಳಿಯಿರುವುದು ಒಂದೇ ಹಸು. ಅದರಿಂದಲೇ ನನ್ನ ಮತ್ತು ನನ್ನ ಕುಟುಂಬದ ಜೀವನ ನಡೆಯುತ್ತಿರುವುದು! ಅದನ್ನು ದಾನ ಕೊಟ್ಟುಬಿಟ್ಟರೆ ನನ್ನ ಹೆಂಡತಿ, ಮಕ್ಕಳು ಉಪವಾಸ ಬೀಳುತ್ತಾರೆ! ನೀವು ಇನ್ನೂರು ರೂಪಾಯಿ ದಾನ ಪಡೆಯಿರಿ! ಅದರಿಂದ ಹೊಸ ಹಸುವನ್ನು ಕೊಳ್ಳಿರಿ!"

ಇದನ್ನು ಕೇಳಿ ಪಂಡಿತನು ಕೋಪಗೊಂಡು, "ಏನಯ್ಯ! ನಿನ್ನ ತಂದೆಗೆ ಮೋಕ್ಷ ದೊರೆಯುವುದು ನಿನಗೆ ಇಷ್ಟವಿಲ್ಲವೇ? ನಾನೇನು ಆ ಹಸುವನ್ನು ಇಟ್ಟುಕೊಳ್ಳುವೆನೇ? ವೈತರಿಣೀ ಎಂಬ ನದಿ, ನಿನ್ನ ತಂದೆಯ ಆತ್ಮವು ಹೋಗುವಾಗ ಅಡ್ಡ ಬರುತ್ತದೆ! ನಾನು ಈ ಹಸುವನ್ನು ಆ ನದಿಗೆ ಕೊಡುತ್ತೇನೆ! ಆಗ ಅವರ ಆತ್ಮ ಅದನ್ನು ದಾಟಿ ಶಾಂತಿ ಪಡೆಯತ್ತದೆ!" ಎಂದನು.

ರೈತನಿಗೆ ಏನು ಮಾಡಬೇಕೆಂದು ತೋಚಲಿಲ್ಲ! ಅವನು ತನ್ನ ಪರಿವಾರವನ್ನು ಕೇಳಲು, ಪರಿವಾರದವರೆಲ್ಲರೂ ಗೋದಾನಕ್ಕೆ ಸಮ್ಮತಿಸಿದರು. ಅವನು ಇನ್ನೇನು ಹೇಳಲಾಗದೇ ತಂದೆಯ ಕೈಯಿಂದ ಹಸುವನ್ನು ಪಂಡಿತನಿಗೆ ದಾನ ಮಾಡಿಸಿದ. ದಾನ ಮಾಡಿದ ಕೂಡಲೇ ಆ ಮುದಿ ತಂದೆ ಸತ್ತುಹೋದ! ಆಗ ಪಂಡಿತನು ಹಸುವನ್ನೂ ಅದರ ಕರುವನ್ನೂ ಬೇಗನೆ ಮನೆಗೆ ಹೊಡೆದುಕೊಂಡು ಹೋಗಿ ಕಟ್ಟಿಹಾಕಿ, ರೈತನ ತಂದೆಯ ಅಂತ್ಯಕ್ರಿಯೆಗೆ ಸ್ಮಶಾನಕ್ಕೆ ಓಡಿಹೋದನು! ಅಲ್ಲಿಯೂ ಅಂತಿಮಸಂಸ್ಕಾರದ ನೆಪದಲ್ಲಿ ರೈತನಿಂದ ಸಾಕಷ್ಟು ಹಣ ಕಿತ್ತುಕೊಂಡನು!.

ಕೆಲವು ದಿನಗಳ ಬಳಿಕ, ರೈತನು ಪಂಡಿತನ ಮನೆಗೆ ಬಂದನು. ಆಗ ಪಂಡಿತನು ಹಸುವಿನ ಹಾಲು ಕರೆಯುತ್ತಿದ್ದುದನ್ನು ನೋಡಿದನು! ಅವನು ಪಂಡಿತನನ್ನು ಕೂಗಿ ಕರೆದನು, "ಪಂಡಿತರೇ! ಇಲ್ಲಿ ಸ್ವಲ್ಪ ಬನ್ನಿ!"

"ಸ್ವಲ್ಪ ತಾಳು ಬಂದೆ! ಹಾಲಿನ ಪಾತ್ರೆಯಿಟ್ಟು ಬರುತ್ತೇನೆ!" ಪಂಡಿತನು ಹೇಳಿದನು. "ಪರವಾಗಿಲ್ಲ! ಅದರೊಂದಿಗೇ ಬನ್ನಿ!" ರೈತನು ಹೇಳಿದನು.

ಪಂಡಿತನು ಅಂತೆಯೇ ಹಾಲಿನ ಪಾತ್ರೆಯೊಂದಿಗೇ ಹೊರಗೆ ಬಂದನು. ಅದನ್ನು ರೈತನ ಮುಂದೆಯೇ ಇಟ್ಟನು.

ಆಗ ರೈತನು ಕೇಳಿದನು, "ಪಂಡಿತರೇ! ನೀವೇಕೆ ಸುಳ್ಳು ಹೇಳಿದಿರಿ?"

"ನಾನೇನು ಸುಳ್ಳು ಹೇಳಿದೆ?" ಪಂಡಿತನು ಕೇಳಿದ.

"ನೀವು ಹಾಲಿಗಾಗಿಯೇ ಅಲ್ಲವೇ ಹಸುವಿನ ದಾನ ಪಡೆದದ್ದು?" ರೈತನು ಕೇಳಿದ.

"ಅಯ್ಯೋ! ಇಲ್ಲಪ್ಪ! ನಿನ್ನ ತಂದೆಗೆ ಮುಕ್ತಿ ಕೊಡಿಸಲೆಂದು ನಾನು ಗೋದಾನ ಪಡೆದೆ!" ಪಂಡಿತನು ಹೇಳಿದ.

"ಆದರೆ ನೀವು ಈ ಹಸುವನ್ನು ಯಾವುದೋ ನದಿಗೆ ದಾನ ಮಾಡುವೆನೆಂದಿದ್ದಿರಿ! ಏಕೆ ದಾನ ಮಾಡಲಿಲ್ಲ?" ರೈತನು ಕೇಳಿದ.

ಅದಕ್ಕೆ ಪಂಡಿತನು, "ದಾನ ಮಾಡಿದೆ! ಆದರೆ ದಾನದ ಪುಣ್ಯ ಪ್ರಭಾವದಿಂದ ಹಸುವು ನನ್ನ ಬಳಿಗೇ ಹಿಂದಿರುಗಿ ಬಂದಿತು!" ಎಂದನು.

"ಓಹೋ! ಹಾಗಾದರೆ ಅದು ಬಹು ಚಮತ್ಕಾರಿ ನದಿಯೇ ಸರಿ! ಅದು ಇಲ್ಲಿಂದ ಎಷ್ಟು ದೂರ ಇದೆ?" ರೈತನು ಕೇಳಿದನು.

"ಇಲ್ಲಿಂದ....... ಇಲ್ಲಿಂದ ಅದು ಎರಡು ಮೈಲಿ ದೂರವಿದೆ!" ತಡವರಿಸುತ್ತಾ ಹೇಳಿದ ಪಂಡಿತ.

ಅದಕ್ಕೆ ರೈತನು, "ಅಷ್ಟು ದೂರದಿಂದ ಹಸುವು ಹೇಗೆ ಹಿಂದಿರುಗಿ ಬಂದಿತು?" ಎಂದು ಕೇಳಿದ.

ಇದಕ್ಕೆ ಪಂಡಿತನು ಏನನ್ನೂ ಹೇಳಲಾರದಾದ! ಅವನೊಬ್ಬ ಠಕ್ಕನೆಂದು ಅರಿತ ರೈತನು ತನ್ನ ಹಸುವನ್ನೂ ಕರುವನ್ನೂ ಪುನ: ತನ್ನ ಮನೆಗೆ ಹೊಡದುಕೊಂಡು ಹೋದ! ಪಂಡಿತನು ಸುಮ್ಮನೆ ಅವಾಕ್ಕಾಗಿ ನೋಡುತ್ತಿದ್ದ!.

ಉತ್ತರ ಪ್ರದೇಶದ ಜಾನಪದ ಕಥೆ

ಬುದ್ಧಿವಂತ ನರಿ ಮತ್ತು ದಡ್ಡ ಮೊಸಳೆ

ಒಂದು ಕಾಡಿನಲ್ಲಿ ಒಂದು ನರಿಯಿತ್ತು. ಅದಕ್ಕೆ ಒಂದು ಬಗೆಯ ಹಣ್ಣು ಬಹಳ ಇಷ್ಟವಿತ್ತು. ಆದರೆ ಕ್ರಮೇಣ ಆ ಹಣ್ಣು ಆ ಕಾಡಿನಲ್ಲಿ ಸಿಗದಂತಾಯಿತು. ಯಾವುದಾದರೂ ಹೊಸ ಹಣ್ಣನ್ನು ಹುಡುಕಿ ತಿನ್ನಬೇಕೆಂದು ನರಿಯು ಕಾಡಿನಲ್ಲೆಲ್ಲಾ ಹುಡುಕುತ್ತಾ ಹೋಯಿತು. ಹಾಗೆಯೇ ಅದು ಒಂದು ನದಿಯ ತೀರಕ್ಕೆ ಬರಲು, ಅದರ ಆಚೆ ದಡದಲ್ಲಿ ಒಬ್ಬ ರೈತನು ಕಲ್ಲಂಗಡಿ ಹಣ್ಣುಗಳನ್ನು ಬೆಳೆದಿದ್ದನ್ನು ನೋಡಿತು. ಆ ಕಲ್ಲಂಗಡಿ ಹಣ್ಣುಗಳನ್ನು ತಿನ್ನಲು ಅದಕ್ಕೆ ಬಹಳ ಆಸೆಯಾಯಿತು. ಆದರೆ ಈಜು ಗೊತ್ತಿಲ್ಲದ ಅದು ನದಿಯನ್ನು ದಾಟಿ ಅಲ್ಲಿ ತಲುಪುವುದಾದರೂ ಹೇಗೆ? ಹೀಗೆ ಯೊಚಿಸುತ್ತಾ ನೋಡಿದಾಗ ಅದಕ್ಕೆ ಒಂದು ಮೊಸಳೆ ಕಾಣಿಸಿತು. ಈ ಮೊಸಳೆಯ ಸಹಾಯ ಪಡೆಯಬೇಕೆಂದು ಅದರ ಬಳಿ ಹೋಗಿ, "ಮಾವ! ಆಚೆ ದಡದಲ್ಲಿ ಎಷ್ಟು ಸೊಗಸಾದ ಹಣ್ಣುಗಳಿವೆ ನೋಡಿದೆಯಾ? ನೀನು ನನ್ನನ್ನು ಅಲ್ಲಿಗೆ ದಾಟಿಸಿದರೆ, ನಿನಗೆ ಹೆಣ್ಣು ಹುಡುಕಿ ಮದುವೆ ಮಾಡಿಸುತ್ತೇನೆ!" ಎಂದಿತು.

"ನಿಜವೇ?" ಮೊಸಳೆ ಆಸೆಯಿಂದ ಕೇಳಿತು.

"ಹೌದು! ನನ್ನಾಣೆಗೂ!" ನರಿ ಹೇಳಿತು.

"ಸರಿ ಹಾಗಾದರೆ! ನನ್ನ ಬೆನ್ನ ಮೇಲೆ ಕುಳಿತುಕೋ!" ಮೊಸಳೆ ಹೇಳಿತು.

ನರಿಯು ಮೊಸಳೆಯ ಬೆನ್ನ ಮೇಲೆ ಕೂರಲು, ಅದು ಈಜುತ್ತಾ ನದಿ ದಾಟಿಸಿತು. ಅಷ್ಟು ಹೊತ್ತಿಗೆ ರಾತ್ರಿಯಾಗಿತ್ತು. ಎರಡೂ ಮೆಲ್ಲನೆ ಕಲ್ಲಂಗಡಿ ತೋಟಕ್ಕೆ ನುಗ್ಗಿ ಒಂದೊಂದು ಕಲ್ಲಂಗಡಿ ಹಣ್ಣನ್ನು ಚಪ್ಪರಿಸುತ್ತಾ ತಿಂದವು. ಒಂದು ಹಣ್ಣಿನೊಂದಿಗೆ ನರಿಗೆ ಹೊಟ್ಟೆಯೂ ತುಂಬಿತು. ಬಾಯಾರಿಕೆಯೂ ಇಂಗಿತು. ಆದರೆ ಮೊಸಳೆಗೆ ಒಂದು ಹಣ್ಣು ಸಾಲಲಿಲ್ಲ. ಅದು ಇನ್ನೊಂದನ್ನು ತಿನ್ನಲು ಹೊರಟಿತು. ಆಗ ನರಿಯು, "ನನಗೆ

ಏನನ್ನಾದರೂ ತಿಂದ ಬಳಿಕ ಊಳಿಡುವ ಅಭ್ಯಾಸ! ಇಲ್ಲವಾದರೆ ಸಮಾಧಾನವಾಗುವುದಿಲ್ಲ!" ಎಂದಿತು.

"ಅಯ್ಯಯ್ಯೋ! ಇಗ ಊಳಿಡಬೇಡ ಸುಮ್ಮನಿರು!" ಎಂದು ಮೊಸಳೆ ಹೇಳಿತು.

ಆದರೆ ನರಿಯು ಕೇಳದೇ ಜೋರಾಗಿ ಊಳಿಡತೊಡಗಿತು! ಇದರಿಂದ ರೈತನಿಗೆ ಎಚ್ಚರವಾಗಿ ಅವನೊಂದು ದೊಣ್ಣೆ ಹಿಡಿದು ಬಂದನು! ನರಿ ಮತ್ತು ಮೊಸಳೆಗಳನ್ನು ನೋಡಿ ಎರಡಕ್ಕೂ ದೊಣ್ಣೆಯಿಂದ ಬಾರಿಸತೊಡಗಿದನು! ಆದರೆ ನರಿಯು ಓಡಿ ಪೊದೆಗಳಲ್ಲಿ ಅವಿತುಕೊಂಡಿತು! ಮೊಸಳೆಯು ನಿಧಾನವಾಗಿ ಹೋಗುವುದಲ್ಲವೇ? ಹಾಗೂ ಹೀಗೂ ಕಷ್ಟಪಟ್ಟು ನೀರಿಗಿಳಿಯುವಷ್ಟರಲ್ಲಿ ಅದು ಸಾಕಷ್ಟು ಏಟು ತಿಂದಿತು! ಅದು ನೀರಿಗಿಳಿಯುತ್ತಲೇ ನರಿಯು ಹಾರಿ ಅದರ ಬೆನ್ನೇರಿತು! ಅಂತೂ ಇಂತೂ ಎರಡೂ ತಮ್ಮ ಕಾಡು ಸೇರಿದವು.

ಒಂದೆರಡು ದಿನಗಳಲ್ಲಿ ನರಿಯು ಮೊಸಳೆಯನ್ನು ಪುನಃ ಭೇಟಿಯಾದಾಗ, "ಮಾವ! ನಾನು ಅಂದು ಹೇಳಿದಂತೆ ನಿನಗಾಗಿ ಒಂದು ಹೆಣ್ಣನ್ನು ನೋಡಿದ್ದೇನೆ! ಪೊದೆಯ ಹಿಂದೆ ಇದ್ದಾಳೆ!" ಎಂದಿತು.

"ಹೌದೇ? ಹಾಗಾದರೆ ಬೇಗನೆ ತೋರಿಸು ನನಗೆ!" ಮೊಸಳೆಯು ಆಸೆಯಿಂದ ಹೇಳಿತು.

ಅಂತೆಯೇ ನರಿಯು ಅದನ್ನು ಆ ಪೊದೆಯ ಬಳಿ ಕರೆದೊಯ್ದು ಸ್ವಲ್ಪ ದೂರ ನಿಲ್ಲಿಸಿ ಹೇಳಿತು "ಅಲ್ಲಿದ್ದಾಳೆ ಅವಳು! ಆದರೆ ಬಹಳ ನಾಚಿಕೆ!"

ಅಲ್ಲಿ ಏನೋ ಒಂದು ಬಟ್ಟೆಯಿರುವಂತೆ ಕಂಡಿತು. ವಾಸ್ತವವಾಗಿ ನರಿಯು ಕಲ್ಲಂಗಡಿ ತೋಟಕ್ಕೆ ಹೋಗಿದ್ದಾಗ, ಮೊಸಳೆಗೆ ತಿಳಿಯದಂತೆ ಅಲ್ಲಿ ಹಾಸಿದ್ದ ಒಂದು ಬಟ್ಟೆಯನ್ನು ಕದ್ದು ತಂದಿತು! ಅದನ್ನು ಒಂದು ಎಮ್ಮೆಯ ಅಸ್ಥಿಪಂಜರಕ್ಕೆ ಹೊದ್ದಿಸಿ ಪೊದೆಯ ಹಿಂದೆ ಇಟ್ಟು, ಅದನ್ನೇ ಹೆಣ್ಣು ಮೊಸಳೆಯೆಂದು ತೋರಿಸಿತು! ಈಗ ಅದು ಹೊರಬರಲು ನಾಚುತ್ತಿದೆಯೆಂದು, "ಬಾರಮ್ಮಾ ಹೊರಗೆ! ನಾಚಿಕೊಳ್ಳಬೇಡ!" ಎಂದು ಕೂಗಿತು. ಆದರೆ ಅದು ಬರದಿರಲು, ನರಿಯು ಮೊಸಳೆಗೆ, "ಅದೇಕೋ ಹೊರಬರಲು ಅವಳು ಬಹಳ ನಾಚಿಕೊಳ್ಳುತ್ತಿದ್ದಾಳೆ! ನೀನೇ ಏಕೆ ಅವಳ ಬಳಿಗೆ ಹೋಗಬಾರದು?" ಎಂದಿತು.

ಸರಿಯೆಂದು ಮೊಸಳೆಯೇ ಅಲ್ಲಿ ಹೋಗಿ ಒಂದೆರಡು ಮಾತುಗಳನ್ನಾಡಿತು. ಆದರೆ 'ಹೆಣ್ಣು ಮೊಸಳೆ'ಯು ಏನೂ ಮಾತನಾಡದಿದ್ದಾಗ, ಇದಕ್ಕೆ ಬಹಳ ಕೋಪ ಬಂದು, ಅದನ್ನು ಬಲವಾಗಿ ಒದೆಯಿತು! ಆಗ ಈ ಮೊಸಳೆಯ ಕಾಲಿಗೆ ಆ ಗಟ್ಟಿಯಾದ ಅಸ್ಥಿಪಂಜರದ ಏಟಿನಿಂದ ಬಲವಾಗಿ ಪೆಟ್ಟುಬಿದ್ದಿತು! ಆಗ ಬಟ್ಟೆಯೂ ಸರಿದು, ಅದೊಂದು ಅಸ್ಥಿಪಂಜರವೆಂದು ಮೊಸಳೆಗೆ ಗೊತ್ತಾಯಿತು! ಹೊರಗೆ ಬಂದು ನೋಡಿದರೆ ಅಲ್ಲಿ ನರಿಯು ಇರಲಿಲ್ಲ! ಕೋಪದಿಂದ ಉರಿಯುತ್ತಾ ನರಿಯು ಇನ್ನೊಮ್ಮೆ ಸಿಕ್ಕರೆ ಅದಕ್ಕೆ ಸರಿಯಾಗಿ ಬುದ್ಧಿ ಕಲಿಸುವೆನೆಂದುಕೊಂಡು ಮೊಸಳೆಯು ನೀರಿಗಿಳಿಯಿತು.

ಇನ್ನೊಮ್ಮೆ ನರಿಯು ನದಿಗಿಳಿದು ನೀರು ಕುಡಿಯುತ್ತಿರುವಾಗ, ನೀರಿನಲ್ಲಿದ್ದ ಮೊಸಳೆಯು ಮೆಲ್ಲನೆ ಬಂದು ಅದರ ಕಾಲು ಹಿಡಿದುಕೊಂಡಿತು! ಚಾಣಾಕ್ಷ ನರಿಗೆ ಇದು ಗೊತ್ತಾದರೂ ಅದು ತೋರಿಸಿಕೊಳ್ಳದೇ, "ಇದೇನು ಮಾವ! ನನ್ನ ಕಾಲೆಂದುಕೊಂಡು ಮರದ ಕೊಂಬೆಯನ್ನು ಹಿಡಿದುಕೊಂಡಿರುವೆ! ನಾನಿಲ್ಲೇ ನಿಂತಿರುವೆನಲ್ಲ!" ಎಂದಿತು!.

'ಇರಬಹುದೇನೋ ಎಂದು ದಡ್ಡ ಮೊಸಳೆ ನರಿಯ ಕಾಲನ್ನು ಬಿಟ್ಟು ಅತ್ತ ನೋಡಿತು! ಆಗ ನರಿಯು ಓಡಿಹೋಯಿತು! ಮೋಸಹೋದ ಮೊಸಳೆ ಕೋಪದಿಂದ ಉರಿದುಕೊಂಡಿತು!

ಸ್ವಲ್ಪ ದಿನಗಳಲ್ಲಿ ಮೊಸಳೆಯು ತಾನೇ ಒಂದು ಹೆಣ್ಣು ಮೊಸಳೆಯನ್ನು ಹುಡುಕಿಕೊಂಡು ಅದನ್ನು ಮದುವೆಯಾಯಿತು. ಈಗ ಹೇಗಾದರೂ ಮಾಡಿ ನರಿಯನ್ನು ಹಿಡಿಯಬೇಕೆಂದು ಒಂದು ಉಪಾಯ ಮಾಡಿ ತನ್ನ ಹೆಂಡತಿಯನ್ನು ಅದರ ಬಳಿಗೆ ಕಳಿಸಿತು. ಅದು ಅಳುತ್ತಾ ನರಿಯ ಬಳಿ ಬಂದು, "ಅಯ್ಯೋ! ನಿನ್ನ ಮೊಸಳೆಮಾವ ಸತ್ತುಹೋದನೋ! ಬಂದು ನೋಡೋ!" ಎಂದಿತು.

ಸರಿಯೆಂದು ನರಿ ಬಂದಿತು. ಮೊಸಳೆಯ ಮೈಯನ್ನು ಮೂಸಿ ನೋಡಿ ಅದು ಸತ್ತಿಲ್ಲವೆಂದರಿತು ಅದರ ಹೆಂಡತಿಯನ್ನು, "ಮಾವನಿಗೆ ತೇಗು ಬಂತಾ?" ಎಂದು ಕೇಳಿತು.

"ಇಲ್ಲ!" ಎಂದಿತು ಹೆಂಡತಿ ಮೊಸಳೆ.

"ಹಾಗಾದರೆ ಮಾವ ಸತ್ತಿಲ್ಲ! ಸಾಯುವಾಗ ಎಲ್ಲರಿಗೂ ತೇಗು ಬರುತ್ತದೆ!" ಎಂದಿತು ನರಿ.

ಇದನ್ನು ಕೇಳಿ ಮೊಸಳೆಯು ತಾನು ಸತ್ತಿರುವೆನೆಂದು ನಿರೂಪಿಸಲು ಒಮ್ಮೆ ತೇಗಿತು! ಆಗ ನರಿಯು ಗೊಳ್ಳೆಂದು ನಗುತ್ತಾ, "ಜೀವ ಹೋದಮೇಲೆ ತೇಗು ಬರಲು ಸಾಧ್ಯವೇ" ನಿನ್ನ ದಡ್ಡ ಗಂಡ ನನ್ನನ್ನು ಎಂದಿಗೂ ಮೋಸಗೊಳಿಸಲಾರ!" ಎಂದು ಓಡಿಹೋಯಿತು. ಮೊಸಳೆಯು ನಾಚಿಕೆಯಿಂದ ಸುಮ್ಮನಾಯಿತು.

ಉತ್ತರ ಪ್ರದೇಶದ ಜಾನಪದ ಕಥೆ
ಮಾಯಾಮಂಚ

ಒಂದಾನೊಂದು ಕಾಲದಲ್ಲಿ ಸೀತಲನೆಂಬ ಬಡಗಿಯಿದ್ದನು. ಅವನು ಯಾವ ಕೆಲಸವನ್ನೂ ಮಾಡದೇ ಬಹಳ ಸೋಮಾರಿಯಾಗಿದ್ದನು. ಇದರ ಪರಿಣಾಮವಾಗಿ ಅವನೂ ಅವನ ಕುಟುಂಬವೂ ಸದಾ ಉಪವಾಸವಿರಬೇಕಾಗುತ್ತಿತ್ತು!

ಒಂದು ದಿನ ಅವನ ತಾಯಿ ಹೇಳಿದಳು, "ಮಗನೇ! ನೀನು ಒಂದು ಪೈಸೆಯನ್ನೂ ಸಂಪಾದಿಸದಿದ್ದರೆ ನಾವು ಹೇಗೆ ಬದುಕುವುದು? ನಾನೇನೋ ಮುದುಕಿಯಾದೆ! ಹಾಗಾಗಿ ನನಗೇನೂ ಹಣ ಬೇಕಿಲ್ಲ! ಆದರೆ ನಿನ್ನ ಹೆಂಡತಿ, ಮಕ್ಕಳ ಗತಿ? ಅವರಿಗೆ ತಿನ್ನಲು ಊಟವೂ ಇಲ್ಲ! ಚಳಿಯಿಂದ ರಕ್ಷಿಸಿಕೊಳ್ಳಲು ಸರಿಯಾದ ಬಟ್ಟೆಗಳೂ ಇಲ್ಲ! ಅವರಿಗಾಗಿಯಾದರೂ ನೀನೇನಾದರೂ ಕೆಲಸ ಮಾಡಬೇಕಪ್ಪ!"

ಸೂಕ್ಷ್ಮ ಮನಸ್ಸಿನ ಸೀತಲನಿಗೆ ತನ್ನ ತಾಯಿಯ ಮಾತಿನಿಂದ ಬಹಳ ನಾಚಿಕೆಯಾಯಿತು! ಹಾಗಾಗಿ, ಅವನು ತನ್ನ ಉಪಕರಣಗಳನ್ನು ತೆಗೆದುಕೊಂಡು ಒಂದು ಮಂಚ ಮಾಡತೊಡಗಿದನು. ಅವನು ಆ ಕೆಲಸದಲ್ಲಿ ಎಷ್ಟು ಮುಳುಗಿ ಹೋದನೆಂದರೆ, ಊಟ, ನಿದ್ರೆಗಳನ್ನೂ ಮರೆತು ಹಗಲೂ ರಾತ್ರಿಯೂ ಬಹಳ ಶ್ರದ್ಧೆಯಿಂದ ಆ ಕೆಲಸ ಮಾಡತೊಡಗಿದನು! ಹೀಗೆ ಕೆಲವು ದಿನಗಳವರೆಗೆ ಕೆಲಸ ಮಾಡುತ್ತಾ ಕೊನೆಗೆ ಮಂಚವನ್ನು ಮಾಡಿಮುಗಿಸಿದನು. ಬಹಳ ಸುಂದರವಾಗಿ ಅದನ್ನು ಮಾಡಿದ್ದ ಅವನು ಅದರ ನಾಲ್ಕು ಕಾಲುಗಳಲ್ಲಿ ನಾಲ್ಕು ಸೈನಿಕರನ್ನು ಕೆತ್ತಿದ್ದನು! ಅವನು ಅಷ್ಟು ಶ್ರದ್ಧೆಯಿಂದ ಸೊಗಸಾಗಿ ಅದನ್ನು ಮಾಡಿದ್ದರಿಂದಲೋ ಏನೋ, ಯಾವುದೇ ದೈವಶಕ್ತಿಗಳಿಗೆ ಬಹುಶಃ ಇಷ್ಟವಾಗಿ, ಅವರ ಪ್ರಭಾವದಿಂದಲೋ ಏನೋ, ಅದೊಂದು ಮಾಯಾಮಂಚವಾಯಿತು! ಅದರ ನಾಲ್ಕು ಕಾಲುಗಳಲ್ಲಿದ್ದ ನಾಲ್ಕು ಸೈನಿಕರು ಓಡಾಡಬಲ್ಲವರಾಗಿದ್ದರು ಹಾಗೂ ಮಾತನಾಡಬಲ್ಲವರಾಗಿದ್ದರು!.

ಸೀತಲನು ಮಂಚವನ್ನು ರಾಜನ ಅರಮನೆಯ ಬಳಿಗೆ ತೆಗೆದುಕೊಂಡು ಹೋಗಿ ಜೋರಾಗಿ ಕೂಗತೊಡಗಿದನು –

ಮಂಚ ಕೊಳ್ಳಿರಿ! ಮಂಚ ಕೊಳ್ಳಿರಿ!

ಮಲಗುವವನು ಕಳೆದುಕೊಳ್ಳುವನು!

ಎಚ್ಚರವಿರುವವನು ಮಾತ್ರ ಪಡೆದುಕೊಳ್ಳುವನು!

ಮಂಚ ಕೊಳ್ಳಿರಿ! ಮಂಚ ಕೊಳ್ಳಿರಿ!

ಇದನ್ನು ಕೇಳಿ ರಾಜನು ಬಡಗಿಯನ್ನು ಅರಮನೆಯೊಳಗೆ ಕರೆಸಿದನು. ಮಂಚವು ಸುಂದರವಾಗಿದ್ದುದನ್ನು ನೋಡಿ ಅದರ ಬೆಲೆಯೆಷ್ಟೆಂದು ಕೇಳಿದನು. ಆಗ ಸೀತಲನು ಹೇಳಿದನು, "ಪ್ರಭು! ಇದಕ್ಕೆ ನಾನೇನೂ ತೆಗೆದುಕೊಳ್ಳುವುದಿಲ್ಲ! ನಿಮಗೆ ಇದು ಇಷ್ಟವಾದರೆ, ಬರ್ಥಾಯ್ ಗಲ್ಲಿಯ ಈ ಸೀತಲ್ ಬಡಗಿಯನ್ನು ಕರೆಸಬಹುದು!". ಹೀಗೆ ಹೇಳಿ, ಸೀತಲ್ ರಾಜನಿಗೆ ತಲೆಬಾಗಿ ಹೊರಟುಹೋದನು.

ಇತ್ತ, ಸೀತಲನ ತಾಯಿ ಅವನಿಗಾಗಿ ಕಾತರದಿಂದ ಕಾಯುತ್ತಿದ್ದಳು. ಅವನು ಬಹಳಷ್ಟು ಹಣ ಮತ್ತು ಉಡುಗೊರೆಗಳನ್ನು ತರುತ್ತಾನೆಂದು ಅವಳು ಕನಸು ಕಾಣುತ್ತಿದ್ದಳು! ಆದರೆ ಅವನು ಬರಿಗೈಲಿ ಬರುವುದನ್ನು ನೋಡಿ ಅವಳು ಬಹಳ ಖೇದಗೊಂಡು, "ಮಹಾರಾಜನು ಅಂಥ ಅದ್ಭುತ ಮಂಚವನ್ನು ಏನೂ ಕೊಡದೇ ತೆಗೆದುಕೊಂಡದೇ?" ಎಂದು ಕೇಳಿದಳು. ಅದಕ್ಕೆ ಅವನು, "ಅಮ್ಮಾ! ಮಹಾರಾಜರು ಮಂಚಕ್ಕೆ ಹಣ ಕೊಡುವವರಿದ್ದರು. ಆದರೆ ನಾನೇ ಮೊದಲು ಅದನ್ನು ಉಪಯೋಗಿಸಿ ಅನಂತರ ಕೊಡಲು ಏನಿಷ್ಟವಾಗುವುದೋ ಅದನ್ನು ಕೊಡಿ ಎಂದು ಹೇಳಿ ಬಂದೆ!" ಎಂದನು.

ಸೀತಲನ ತಾಯಿ ಅವನ ಮುಗ್ಧತೆಗೆ ನಗುತ್ತಾ, "ಅಯ್ಯೋ ಮಂಕೇ! ನೀನೆಂಥ ಮೂರ್ಖತನದ ಕೆಲಸ ಮಾಡಿರುವೆ! ರಾಜನ ಮನಸ್ಸು ಹೀಗೆಯೇ ಎಂದು ಹೇಳಲಾಗುವುದಿಲ್ಲ! ಒಂದು ಕ್ಷಣ ಅವನಿಗೆ ಸಮಾಧಾನವಿದ್ದರೆ ಇನ್ನೊಂದು ಕ್ಷಣ ಕೋಪವಿರುತ್ತದೆ! ಅವನೇನು ತೀರ್ಮಾನ ತೆಗೆದುಕೊಳ್ಳುವನೆಂದು ಆ ದೇವನೊಬ್ಬನೇ ಬಲ್ಲ! ಕೈಗೆ ಬಂದ ತುತ್ತು ಬಾಯಿಗಿಲ್ಲದಂತಾಯಿತು!" ಎಂದಳು.

ಆಗ ಸೀತಲ್ ಹೇಳಿದನು, "ಅಮ್ಮಾ! ನಾನೀಗ ಮಂಚವನ್ನು ರಾಜನ ಅರಮನೆಯಲ್ಲಿಟ್ಟು ಬಂದಿದ್ದೇನೆ! ಪುನ: ಅದನ್ನು ತರಲು ಸಾಧ್ಯವಿಲ್ಲ! ಏನೋ ಒಳ್ಳೆಯದಾಗಬಹುದು, ನೋಡೋಣ!

ಅತ್ತ, ಅರಮನೆಯಲ್ಲಿ ರಾಜನು ಆ ಮಂಚವನ್ನು ತನ್ನ ಮಲಗುವ ಕೋಣೆಯಲ್ಲಿರಿಸಿ ಆ ರಾತ್ರಿಯೇ ಅದರ ಮೇಲೆ ಮಲಗಿದನು. ರಾಜ್ಯ ವ್ಯವಹಾರಗಳಿಂದ ಚಿಂತಾಗ್ರಸ್ತನಾಗಿದ್ದ ಅವನಿಗೆ ನಿದ್ರೆಯೇ ಬರಲಿಲ್ಲ! ಮಧ್ಯರಾತ್ರಿಯಾದಾಗ, ಆ ಮಂಚದ ಕಾಲುಗಳ ಮೊದಲ ಸೈನಿಕ ಹೊರಬಂದು ಇತರ ಮೂವರು ಸೈನಿಕರಿಗೆ ಹೇಳಿದ, "ಈಗ ನೀವು ಮಂಚವನ್ನು ನೋಡಿಕೊಳ್ಳಿ! ನಾನು ರಾಜ್ಯದಲ್ಲಿ ಸುತ್ತಾಡಿಕೊಂಡು ಬರುತ್ತೇನೆ! ಯಾರ್ಯಾರು ಸುಖವಾಗಿದ್ದಾರೆ ಹಾಗೂ ಯಾರ್ಯಾರು ಸುಖವಾಗಿಲ್ಲ ಎಂದು ನೋಡಿಕೊಂಡು ಬರುತ್ತೇನೆ!"

"ಆಗಲಿ! ನೀನೇನೂ ಚಿಂತಿಸಬೇಡ! ನಾವು ಮಂಚವನ್ನು ಕಾಯುತ್ತೇವೆ!" ಎಂದರು ಇತರ ಮೂವರು ಸೈನಿಕರು.

ಈ ವಿಚಿತ್ರವನ್ನು ನೋಡಿ ರಾಜನು ನಿಬ್ಬೆರಗಾದ!

ಹೊರಗೆ ಹೋದ ಸೈನಿಕ, ದಾರಿಯಲ್ಲಿ ಜೋರಾಗಿ ಗರ್ಜಿಸುತಾ ಸಂಚರಿಸುತ್ತಿದ್ದ ಒಬ್ಬ ರಾಕ್ಷಸನನ್ನು ನೋಡಿದ! ಸೈನಿಕನು ಅವನನ್ನು, "ಎಲ್ಲಿಗೆ ಹೋಗುತ್ತಿರುವೆ?" ಎಂದು ಕೇಳಿದ.

ರಾಕ್ಷಸನು ಮುಖವನ್ನು ಗಂಟುಹಾಕಿಕೊಂಡು, "ಅದು ನನ್ನಿಷ್ಟ! ನಾನು ಎಲ್ಲಿಗಾದರೂ ಹೋಗುತ್ತೇನೆ! ನಿನಗೇಕೆ? ನಿನ್ನ ಕೆಲಸ ನೀನು ನೋಡಿಕೋ! ನಾನು ಎಷ್ಟೋ ಮನುಷ್ಯರನ್ನು ತಿಂದಿದ್ದೇನೆ! ಇಂದು ರಾಜನನ್ನು ತಿನ್ನಲು ಹೋಗುತ್ತಿದ್ದೇನೆ!" ಎಂದನು!

ಆಗ ಸೈನಿಕ ಹೇಳಿದನು, "ನಾನು ರಾಜನ ಸೈನಿಕ! ನೀನು ರಾಜನನ್ನು ಕೊಲ್ಲಬೇಕೆಂದರೆ ಮೊದಲು ನನ್ನೊಂದಿಗೆ ಯುದ್ಧ ಮಾಡಬೇಕು! ಬಾ! ನಿನ್ನ ಶಕ್ತಿ ತೋರಿಸು!".

ಇದನ್ನು ಕೇಳಿ ಅತ್ಯಂತ ಕೃದ್ಧನಾದ ರಾಕ್ಷಸನು ಕೂಡಲೇ ಸೈನಿಕನ ಮೇಲೆರಗಿದ! ಆದರೆ ಅದನ್ನು ನಿರೀಕ್ಷಿಸಿಯೇ ಇದ್ದ ಸೈನಿಕನು ಅಷ್ಟೇ ವೇಗವಾಗಿ ಪಕ್ಕಕ್ಕೆ ಸರಿದ!

ಪರಿಣಾಮವಾಗಿ ರಾಕ್ಷಸನು ನೆಲದ ಮೇಲ ಧೊಪ್ಪನೆ ಬಿದ್ದ! ಆಗ ಸೈನಿಕನು ಮಿಂಚಿನ ವೇಗದಲ್ಲಿ ತನ್ನ ಖಡ್ಗವನ್ನು ಸೆಳೆದು ರಾಕ್ಷಸನನ್ನು ತುಂಡು ತುಂಡಾಗಿ ಕತ್ತರಿಸಿಹಾಕಿದ!

ಹೀಗೆ ರಾಕ್ಷಸನನ್ನು ಕೊಂದ ಬಳಿಕ, ಸೈನಿಕನು ಅರಮನೆಗೆ ಹಿಂದಿರುಗಿ ಮಂಚದಲ್ಲಿನ ತನ್ನ ಕಾಲಿನ ಸ್ಥಳವನ್ನು ಸೇರಿಕೊಂಡ. ಆಗ ಇತರ ಮೂರು ಸೈನಿಕರಲ್ಲಿ ಒಬ್ಬನು ಕೇಳಿದ, "ಮಿತ್ರ! ನೀನು ಸಂಚಾರಕ್ಕೆ ಹೋದಾಗ ಏನಾಯಿತೆಂದು ಹೇಳುವೆಯಾ?"

ಆಗ ಮೊದಲನೆಯ ಸೈನಿಕ ಹೇಳಿದ, "ಮಿತ್ರರೇ! ರಾಜ್ಯದಲ್ಲೆಲ್ಲಾ ಭೀತಿಯನ್ನುಂಟು ಮಾಡಿದ್ದ ಒಬ್ಬ ರಾಕ್ಷಸನನ್ನು ನಾನು ಕೊಂದು ಹಾಕಿದೆ! ಅನೇಕ ಜನರನ್ನು ತಿಂದಿದ್ದ ಅವನು ಇಂದು ರಾಜನನ್ನೂ ತಿನ್ನಲು ಬರುತ್ತಿದ್ದ! ಕೂಡುರಸ್ತೆಯಲ್ಲಿ ಅವನನ್ನು ನೋಡಿದ ನಾನು, ನನ್ನ ಖಡ್ಗದಿಂದ ಅವನನ್ನು ತುಂಡುತುಂಡಾಗಿ ಕತ್ತರಿಸಿ ಹಾಕಿದೆ! ಇನ್ನು ಮುಂದೆ ರಾಜನ ಪ್ರಜೆಗಳು ನಿಶ್ಚಿಂತೆಯಿಂದಿರಬಹುದು!"

"ಭಲೆ!ಭಲೆ!" ಇತರ ಮೂವರು ಸೈನಿಕರು ಹೇಳಿದರು, "ಆದರೆ ನೀನೇಕೆ ಅವನೊಂದಿಗೆ ಹೋರಾಡಿದೆ? ಅವನೇ ನಿನ್ನನ್ನು ಯುದ್ಧಕ್ಕೆ ಕರೆದನೇ?"

"ಇಲ್ಲ! ನಾನೇ ಅವನನ್ನು ಯುದ್ಧಕ್ಕೆ ಕರೆದೆ! ಅವನು ನಮ್ಮ ರಾಜನನ್ನು ಕೊಂದು ತಿನ್ನಲು ಹೊರಟಿದ್ದ!" ಮೊದಲನೆಯ ಸೈನಿಕ ಹೇಳಿದ.

ಇದನ್ನು ಕೇಳಿ ಇದು ನಿಜವೇ ಎಂದು ಪರೀಕ್ಷಿಸಲು ಕಾವಲುಗಾರನನ್ನು ಕಳಿಸಿದ. ಅವನು ಹೋಗಿ ನೋಡಿಕೊಂಡು ಬಂದು, ನಿಜಕ್ಕೂ ಕೂಡರಸ್ತೆಯಲ್ಲಿ ರಾಕ್ಷಸನು ಖಂಡತುಂಡಾಗಿ ಸತ್ತುಬಿದ್ದಿರುವುದಾಗಿ ಹೇಳಿದ. ರಾಜನಿಗೆ ಆಶ್ಚರ್ಯ, ಸಂತೋಷಗಳೆರಡೂ ಒಟ್ಟೊಟ್ಟಿಗೆ ಆದವು! ಮರುದಿನ, ಅವನು ನಿದ್ರೆಯಿಂದೆದ್ದ ಕೂಡಲೇ ಸೀತಲ್‌ನಿಗೆ ಹೇಳಿ ಕಳಿಸಿ, ಅವನು ಬರಲು, ಅವನಿಗೆ ಒಂದು ಬಂಡಿಯ ತುಂಬಾ ಚಿನ್ನ, ಮುತ್ತು, ರತ್ನಗಳನ್ನು ತುಂಬಿಸಿ ಕೊಡುತ್ತಾ, "ಇವೆಲ್ಲವನ್ನೂ ತೆಗೆದುಕೋ! ನಿನ್ನ ಮಂಚಕ್ಕೆ ಬೆಲೆ ಕಟ್ಟಲಾಗದು! ಅದನ್ನು ಕೊಂಡ ನಾನು ನಿಜಕ್ಕೂ ಧನ್ಯ!" ಎಂದನು. ಸೀತಲನು ಹರ್ಷಿತನಾಗಿ ಆ ಅಮೂಲ್ಯ ಉಡುಗೊರೆಯೊಂದಿಗೆ ಮನೆಗೆ ಹೋದನು. ಅವನ ತಾಯಿಯ ಸಂತೋಷವಂತೂ ಹೇಳತೀರದು!

ಮರುದಿನ ರಾತ್ರಿ ರಾಜನು ಪುನಃ ಆ ಮಂಚದ ಮೇಲೆ ಮಲಗಿದನು. ಹಿಂದಿನ ರಾತ್ರಿಯ ಘಟನೆಯಿಂದ ಕುತೂಹಲಗೊಂಡ ಅವನು ಬೇಕೆಂದೇ ಎಚ್ಚರವಾಗಿದ್ದನು. ಮಧ್ಯರಾತ್ರಿಯಲ್ಲಿ, ಎರಡನೆಯ ಸೈನಿಕ ಇತರ ಸೈನಿಕರಿಗೆ ಹೇಳಿ ಸಂಚಾರಕ್ಕೆ ಹೊರಟನು. ಅವನು ಮಂಚದ ಕಾಲಿನಿಂದ ಹೊರಬಂದು ಬಾಗಿಲಿನ ಬಳಿ ಹೋಗುತ್ತಿದ್ದಂತೆ ಆಶ್ಚರ್ಯ, ಭೀತಿಗಳಿಗೊಳಗಾದನು! ರಾಜನ ಚಪ್ಪಲಿಗಳಲ್ಲಿ ಒಂದು ಕಪ್ಪು ಸರ್ಪ ಕುಳಿತಿತ್ತು! ಆಗ ಸೈನಿಕನು ಕೂಡಲೇ ತನ್ನ ಖಡ್ಗವನ್ನು ಸೆಳೆದು ಆ ಸರ್ಪವನ್ನು ತುಂಡುತುಂಡಾಗಿ ಕತ್ತರಿಸಿಹಾಕಿದನು! ಅನಂತರ ಅವನು ಚಪ್ಪಲಿಗಳನ್ನು ಪುನಃ ಅವುಗಳ ಸ್ಥಳದಲ್ಲಿರಿಸಿ ಮಂಚದ ಕಾಲಿನ ಜಾಗಕ್ಕೆ ಹಿಂದಿರುಗಿದನು.

ಅವನು ಅಷ್ಟು ಬೇಗನೆ ಹಿಂದಿರುಗಿದುದನ್ನು ನೋಡಿ ಮೊದಲನೆಯ ಸೈನಿಕ, "ಅರೆ! ನೀನು ಇಷ್ಟು ಬೇಗ ಬಂದುಬಿಟ್ಟೆ?" ಎಂದನು, ಆಶ್ಚರ್ಯದಿಂದ.

"ಸಹೋದರರರೇ!" ಎರಡನೆಯ ಸೈನಿಕ ಹೇಳಿದ, "ನಾನು ಅರಮನೆಯ ಹೊರಗೇ ಹೋಗಲಿಲ್ಲ! ನಾನು ಮಂಚದಿಂದ ಹೊರಹೊರಟ ಕೂಡಲೇ ರಾಜನ ಚಪ್ಪಲಿಗಳಲ್ಲಿ ಒಂದು ಭಯಂಕರವಾದ ಸರ್ಪವಿದ್ದುದನ್ನು ನೋಡಿದೆ! ಹಾಗಾಗಿ ಅದನ್ನು ಕೂಡಲೇ ಕೊಂದು ಹಿಂದಿರುಗಿದೆ! ಆದ್ದರಿಂದ ನಾನೂ ಮೊದಲನೆಯವನಂತೆಯೇ ಅರ್ಹತೆಯ ಕಾರ್ಯವನ್ನು ಮಾಡಿದ್ದೇನಲ್ಲವೇ?"

"ಖಂಡಿತವಾಗಿ!" ಮೊದಲನೆಯ ಸೈನಿಕ ಹೇಳಿದ, "ನೀನು ರಾಜನ ಜೀವವನ್ನುಳಿಸಿರುವೆ!".

ಇತರರೂ ಒಪ್ಪಿದರು. ಈ ಸಂವಾದವನ್ನು ಕೇಳಿ ರಾಜನಿಗೆ ಅತ್ಯಾಶ್ಚರ್ಯವಾಯಿತು! ಅವನು ಕೂಡಲೇ ಮಂಚದಿಂದೆದ್ದು ಒಂದು ದೀಪವನ್ನು ತೆಗೆದುಕೊಂಡು ನೆಲದ ಮೇಲೆ ಬೆಳಕು ಹಾಯಿಸಿ ನೋಡಿದನು. ಅಲ್ಲಿ ನಿಜಕ್ಕೂ ಹಾವಿನ ತುಂಡುಗಳು ಬಿದ್ದಿದ್ದವು! ಆನಂದಾಶ್ಚರ್ಯಗಳಿಗೊಳಗಾದ ಅವನು ಪುನಃ ಮಂಚದ ಮೇಲೆ ಹತ್ತಿ ಮಲಗಿ ನಿದ್ರಿಸಿದ.

ಮರುದಿನ, ರಾಜನು ಸೀತಲನಿಗೆ ಎರಡು ಬಂಡಿಗಳ ತುಂಬಾ ಮುತ್ತುರತ್ನಗಳನ್ನು ಕಳಿಸಿದ. ಸೀತಲನಿಗೂ ಅವನ ತಾಯಿಗೂ ಅತ್ಯಾನಂದವಾಯಿತು!

ಮೂರನೆಯ ರಾತ್ರಿ, ಮೂರನೆಯ ಸೈನಿಕನ ಸರದಿಯಾಗಿತ್ತು. ಅವನು ಇತರ ಸೈನಿಕರಿಗೆ, "ಮಿತ್ರರೇ! ಇಂದು ನಾನು ಸಂಚಾರಕ್ಕೆ ಹೋಗುತ್ತಿದ್ದೇನೆ! ನೀವು ಈ ಮಂಚವನ್ನು ಕಾಯಿರಿ!" ಎಂದು ಹೇಳಿ ಹೊರಟ. ಅವನು ಅರಮನೆಯ ಕೋಶಾಗಾರದ ಬಳಿ ಹೋಗುತ್ತಿದ್ದಾಗ, ನಾಲ್ಕು ಕಳ್ಳರು ಗೋಡೆಗೆ ಕನ್ನ ಹಾಕಿ ಅದರ ಮೂಲಕ ಒಳಹೋಗಲು ಪ್ರಯತ್ನಿಸುತ್ತಿದ್ದುದನ್ನು ನೋಡಿದ! ಆಗ ಅವನು ನಿಶ್ಶಬ್ದವಾಗಿ ಕತ್ತಲೆಯಲ್ಲಿ ನಿಂತು ಅವರೇನು ಮಾಡುವರೆಂದು ನೋಡತೊಡಗಿದ! ಕನ್ನ ಕೊರೆದುದು ಮುಗಿದ ಬಳಿಕ, ಮೂವರು ಕಳ್ಳರು ಒಳಹೋದರು. ಒಬ್ಬನು ಹೊರಗೇ ನಿಂತು ಕಾಯತೊಡಗಿದ. ಕಳ್ಳರು ಕೋಶಾಗಾರದೊಳಗಿನ ಸಂಪತ್ತನ್ನೆಲ್ಲಾ ಸಂಗ್ರಹಿಸಿ ತಮ್ಮ ಚೀಲಗಳಲ್ಲಿ ತುಂಬಿಸಿಕೊಂಡರು. ಆ ಸಮಯದಲ್ಲಿ ಸೈನಿಕನು ಮೆಲ್ಲನೆ ಹೊರಗೆ ನಿಂತಿದ್ದ ಕಳ್ಳನ ಬಳಿಗೆ ಹೋಗಿ ತನ್ನ ಖಡ್ಗವನ್ನು ಅವನ ಹೊಟ್ಟೆಗೆ ಇರಿದನು! ಮರುಕ್ಷಣವೇ ಆ ಕಳ್ಳನು ಒಂದು ಶಬ್ದ ಮಾಡದೇ ಸತ್ತುಬಿದ್ದನು!

ಅನಂತರ, ಸೈನಿಕನು ಆ ಕನ್ನದ ಬಳಿಯೇ ನಿಂತು ಕಾದನು. ಅದರೊಳಗೆ ಒಮ್ಮೆಗೆ ಒಬ್ಬನೇ ತೂರಿಬರಬಹುದಿತ್ತು! ಒಳಗಿದ್ದ ಕಳ್ಳರು ಒಬ್ಬೊಬ್ಬರೇ ಹೊರಬರತೊಡಗಿದರು! ಒಬ್ಬೊಬ್ಬನು ಬಂದಂತೆಯೇ ಸೈನಿಕನು ಅವನ ತಲೆಯನ್ನು ತನ್ನ ಖಡ್ಗದಿಂದ ಕತ್ತರಿಸತೊಡಗಿದನು! ಹೀಗೆ ಅವನು ನಾಲ್ವರು ಕಳ್ಳರನ್ನೂ ಕೊಂದನು! ಅನಂತರ, ಅವನು ಅವರು ತಂದಿದ್ದ ಚೀಲಗಳನ್ನು ಒಳಗೆ ಹಾಕಿ ಅವರು ಕೊರೆದಿದ್ದ ರಂಧ್ರವನ್ನು ಮುಚ್ಚಿ ಹೊರಟನು.

ಆ ಸೈನಿಕನು ಬಹಳ ನಿಧಾನವಾಗಿ ಬರಲು, ಇತರ ಸೈನಿಕರು ಅವನಿಗೆ ಹೇಳಿದರು, "ಇಷ್ಟು ಹೊತ್ತು ಎಲ್ಲಿಗೆ ಹೋಗಿದ್ದೆ? ಏಕಿಷ್ಟು ನಿಧಾನ ಮಾಡಿದೆ? ನೀನೆಲ್ಲೋ ಕಳೆದುಹೋದೆಯೆಂದೇ ಭಾವಿಸಿದ್ದೆವು!"

"ಹೌದು ನಾನು ಹೋಗಿ ಬಹಳ ಹೊತ್ತಾಯಿತು! ಬೆಳಗಿನ ಜಾವವೇ ಆಗುತ್ತಿದೆ! ಆದರೆ ನಾನು ಬಹಳ ಉಪಯುಕ್ತವಾದ ಕಾರ್ಯ ಮಾಡಿದ್ದೇನೆ! ನಾಲ್ಕು ಜನ ಕಳ್ಳರು ರಾಜನ ಕೋಶಾಗಾರವನ್ನು ದೋಚಲು ಯತ್ನಿಸುತ್ತಿದ್ದರು! ನಾನು ಅವರೆಲ್ಲರನ್ನೂ ಕೊಂದು ಅವರು ಕದ್ದಿದ್ದ ಧನವನ್ನೆಲ್ಲಾ ಕೋಶಾಗಾರದಲ್ಲಿಯೇ ಹಾಕಿ ಅವರು ಕೊರೆದಿದ್ದ ರಂಧ್ರವನ್ನು ಮುಚ್ಚಿ ಬಂದೆ! ಅದಕ್ಕೇ ಇಷ್ಟು ಹೊತ್ತಾಯಿತು!" ಮೂರನೆಯ ಸೈನಿಕ

ಹೇಳಿದ. ಇದನ್ನು ಕೇಳಿ ಇತರ ಸೈನಿಕರು ಬಹಳ ಸಂತೋಷಗೊಂಡು, "ಭಲೆ!ಭಲೆ! ನೀನು ಏಕಾಂಗಿಯಾಗಿ ನಾಲ್ಕು ಕಳ್ಳರನ್ನು ಕೊಂದು ಬಹಳ ಅದ್ಭುತವಾದ ಕಾರ್ಯ ಮಾಡಿರುವೆ!" ಎಂದು ಅವನನ್ನು ಹೊಗಳಿದರು!

ಈ ಸಂವಾದವನ್ನು ಕೇಳಿದ ರಾಜನಿಗೆ ಅತ್ಯಾಶ್ಚರ್ಯವಾಯಿತು! ಅದು ನಿಜವೇ ಎಂದು ತಿಳಿಯಲು ಕೂಡಲೇ ತಾನೇ ಎದ್ದು ನೋಡಲು ಹೋದನು! ಅಲ್ಲಿ ನಿಜಕ್ಕೂ ನಾಲ್ಕು ಜನ ಕಳ್ಳರು ಸತ್ತುಬಿದ್ದಿದ್ದು ಕಂಡಿತು! ಕೋಶಾಗಾರದೊಳಗೆ ಹೋಗಿ ನೋಡಲು ಅಲ್ಲಿ ಧನವನ್ನು ಹಾಕಿದ್ದ ಗಂಟುಗಳು ಬಿದ್ದಿದ್ದು ಕಂಡಿತು! ಈಗ ಅವನಿಗೆ ಇನ್ನೂ ಆಶ್ಚರ್ಯವಾಯಿತು! ಸಮಾಧಾನದಿಂದ ಮಂಚಕ್ಕೆ ಹೋಗಿ ಮಲಗಿದನು. ಮರುದಿನ ಅವನು ಸೀತಲ್‌ನನ್ನು ಕರೆಸಿ, "ಆಹಾ! ನಿನ್ನ ಮಂಚ ಪರಮಾದ್ಭುತವಾಗಿದೆ! ಅದಕ್ಕೆ ಬೆಲೆಕಟ್ಟಲಿಕ್ಕೇ ಸಾಧ್ಯವಿಲ್ಲ!" ಎಂದು ಅವನಿಗೆ ವಜ್ರದ ಹಾರವನ್ನೂ ಅಮೂಲ್ಯವಾದ ರತ್ನಗಳನ್ನೂ ಸಾಕಷ್ಟು ಚಿನ್ನವನ್ನೂ ಕೊಡುತ್ತಾ, "ನಾನೆಷ್ಟು ಕೊಟ್ಟರೂ ಅದು ಕಡಿಮೆಯೇ!" ಎಂದು ಹೇಳಿ, ಕಳಿಸಿಕೊಟ್ಟನು.

ನಾಲ್ಕನೆಯ ರಾತ್ರಿ ರಾಜನು ಮಂಚದ ಮೇಲೆ ಎಚ್ಚರವಾಗಿದ್ದುಕೊಂಡೇ ಮಲಗಿದ್ದನು. ಏನಾಗುವುದೋ ನೋಡಬೇಕೆಂದು ಅವನು ಕಾತರಗೊಂಡಿದ್ದನು. ಬಡಗಿಯು ಹೇಳಿದ್ದ, "ಎಚ್ಚರವಿರುವವನು ಮಾತ್ರ ಪಡೆದುಕೊಳ್ಳುವನು! ಮಲಗುವವನು ಕಳೆದುಕೊಳ್ಳುವನು!" ಎಂಬ ಮಾತು ಅವನ ಮನಸ್ಸಿಗೆ ಬಂದಿತು! ಅವನು ಇದನ್ನೇ ಯೋಚಿಸುತ್ತಿರಲು, ನಾಲ್ಕನೆಯ ಸೈನಿಕನು ಮಂಚವನ್ನು ಬಿಟ್ಟು ಹೊರಡುತ್ತಿದ್ದುದನ್ನು ನೋಡಿದನು!.

ನಾಲ್ಕನೆಯ ಸೈನಿಕ ಅರಮನೆಯಿಂದ ಹೊರಹೋಗುತ್ತಿದ್ದಾಗ, ಕಿಟಕಿಯಿಂದ ಯಾರೋ ಒಬ್ಬ ಅಪರಿಚಿತನು ಒಳಗೆ ಬರಲು ಪ್ರಯತ್ನಿಸುತ್ತಿದ್ದುದನ್ನು ನೋಡಿದನು! ಕೂಡಲೇ ಸೈನಿಕನು ಕಿಟಕಿಯ ಬಳಿ ಬಂದು, "ಯಾರು ನೀನು?!" ಎಂದು ಕೇಳಿದನು.

"ನಾನು ಯಾರಾದರೆ ನಿನಗೇನು?" ಆ ಅಪರಿಚಿತನು ಹೇಳಿದನು, "ಮೊದಲು ದಾರಿಬಿಡು! ಇಲ್ಲವಾದರೆ ನಿನ್ನನ್ನು ಮುಗಿಸಿಬಿಡುವೆನು! ನಾನು ರಾಜನನ್ನು ಕೊಲ್ಲಲು ಹೋಗುತ್ತಿರುವೆನು! ಅವನು ನನ್ನ ಶತ್ರು!"

"ಓಹೋ! ಹಾಗೋ!" ಸೈನಿಕನು ವ್ಯಂಗ್ಯವಾಗಿ ಹೇಳಿದನು, "ಆದ್ದರಿಂದಲೇ ನೀನೊಬ್ಬ ಕಳ್ಳನಂತೆ ನುಗ್ಗುತ್ತಿರುವೆ! ನೀನು ಧೈರ್ಯಶಾಲಿಯಾಗಿದ್ದಿದ್ದರೆ ಹೀಗೆ ಮಲಗಿರುವವನನ್ನು ಕೊಲ್ಲಲು ಬರದೇ ನೇರವಾಗಿ ಯುದ್ಧದಲ್ಲಿ ಎದುರಿಸುತ್ತಿದ್ದೆ! ಛೀ! ನೀನೆಂಥ ಹೇಡಿ!"

ಇದನ್ನು ಕೇಳಿ ಆ ಅಪರಿಚಿತನ ಮುಖ ಕೋಪದಿಂದ ಕೆಂಪಾಯಿತು! ಅವನು ಅಬ್ಬರಿಸಿದನು,"ನಿನ್ನ ಸಮಯ ಬಂದಂತಿದೆ! ಇನ್ನೊಂದು ಮಾತಾಡಿದರೆ ನಿನ್ನನ್ನು ಕೊಂದುಬಿಡುತ್ತೇನೆ!"

"ಹೌದೇ?"ಸೈನಿಕನು ನಗುತ್ತಾ, "ಹಾಗಿದ್ದರೆ ಯಾರು ಯಾರನ್ನು ಕೊಲ್ಲುತ್ತಾರೋ ನೋಡೋಣ!" ಎಂದು ತನ್ನ ಖಡ್ಗವನ್ನು ಸೆಳೆದು ಅವನ ಮೇಲೆ ಬಿದ್ದ!.

ಇಬ್ಬರೂ ರೋಷಾಯುಕ್ತರಾಗಿ ಯುದ್ಧ ಮಾಡತೊಡಗಿದರು! ಆದರೆ ಕ್ರಮೇಣ ಅಪರಿಚಿತನ ಕೈ ಕೆಳಗಾಗಲು, ಸೈನಿಕನು ಅವನನ್ನು ಗೋಡೆಗೆ ತಳ್ಳಿ ಅವನಿಗೆ ಕತ್ತಿ ಬೀಸಲು ಅವಕಾಶ ಕೊಡದೇ ತನ್ನ ಕತ್ತಿಯಿಂದ ಅವನನ್ನು ಇರಿದುಬಿಟ್ಟನು! ಅಪರಿಚಿತನು ಕೂಡಲೇ ರಕ್ತ ಕಾರುತ್ತಾ ಸತ್ತುಬಿದ್ದನು! ಸೈನಿಕನು ತನ್ನ ಖಡ್ಗವನ್ನು ಒರೆಸಿಕೊಳ್ಳುತ್ತಾ ಮಂಚಕ್ಕೆ ಹಿಂದಿರುಗಿದನು. ಅವನು ಸಂತೋಷದಿಂದ ಬರುತ್ತಿರಲು, ಇತರ ಸೈನಿಕರು, "ಏನು ಮಿತ್ರ! ಬಹಳ ಸಂತೋಷದಿಂದಿರುವೆ! ಏನು ಸಾಧಿಸಿದೆ?" ಎಂದು ಕೇಳಿದರು.

"ಹೌದು! ನಾನು ಸಂತೋಷವಾಗಿರಲು ಕಾರಣವಿದೆ!" ಆ ಸೈನಿಕ ಹೇಳಿದನು, ಈಗಷ್ಟೇ ರಾಜನನ್ನು ಕೊಲ್ಲಲು ಕಿಟಕಿಯಿಂದ ಬರುತ್ತಿದ್ದ ಅವನ ಶತ್ರುವನ್ನು ಕೊಂದು ಬರುತ್ತಿದ್ದೇನೆ!"

"ಆಹಾ! ಭಲೆ! ಈಗ ರಾಜನಿಗೆ ಸ್ವಲ್ಪ ಶಾಂತಿ ಸಿಗುತ್ತದೆ!" ಇತರ ಸೈನಿಕರು ಉದ್ಗರಿಸಿದರು.

ಇದನ್ನು ಕೇಳಿ ರಾಜನು ಆಶ್ಚರ್ಯದಿಂದ ಎದ್ದ! ಕೂಡಲೇ ಅವನು ಎದ್ದು ಹೋಗಿ ದೀಪದ ಬೆಳಕಿನಿಂದ ಕಿಟಕಿಯಿಂದ ಹೊರಗೆ ನೋಡಿದ. ನಿಜಕ್ಕೂ ಅವನ ಶತ್ರು ಸತ್ತುಬಿದ್ದಿದ್ದ! ಇದು ಅವನಿಗೆ ಅತ್ಯಾನಂದವುಂಟುಮಾಡಿತು! ಇನ್ನು ಅವನು ತನ್ನ ಶತ್ರುವಿಗೆ ಹೆದರಬೇಕಿರಲಿಲ್ಲ!

ಬೆಳಕಾದ ಕೂಡಲೇ ರಾಜನು ಸೀತಲನನ್ನು ಪುನಃ ಕರೆಸಿ ಹೇಳಿದ, "ನಿನ್ನ ಅತ್ಯಮೂಲ್ಯ ಮಂಚಕ್ಕೆ ನಾನು ಯಾವ ಬೆಲೆಯನ್ನೂ ಕೊಡಲಾರೆ! ಮಿತ್ರ! ಆ ಮಂಚದ ಕಾಲುಗಳಲ್ಲಿ ನೀನು ಕೆತ್ತಿರುವ ನಾಲ್ಕು ಸೈನಿಕರೂ ನನ್ನ ರಾಜ್ಯವಲ್ಲದೇ ನನ್ನ ಜೀವವನ್ನೂ ಉಳಿಸಿದ್ದಾರೆ! ಆದ್ದರಿಂದ ನಿನ್ನನ್ನು ನನ್ನ ಮುಖ್ಯಮಂತ್ರಿಯನ್ನಾಗಿ ನೇಮಿಸುತ್ತೇನೆ! ಅಲ್ಲದೇ ಇನ್ನು ಮುಂದೆ ನೀನು ನ್ನನ ಮಿತ್ರನೂ ಹೌದು!"

ಹೀಗೆ ಹೇಳಿ ರಾಜನು ಸೀತಲನನ್ನು ಆಲಂಗಿಸಿಕೊಂಡು ಅವನಿಗೆ ಹಲವಾರು ಉಡುಗೊರೆಗಳನ್ನು ಕೊಟ್ಟ! ಸೀತಲನು ಸ್ವಲ್ಪ ಹೊತ್ತು ರಾಜನ ಬಳಿಯಿದ್ದು ಅನಂತರ ಈ ಸಂತೋಷದ ಸುದ್ದಿಯನ್ನು ತನ್ನ ತಾಯಿಗೂ ಹೆಂಡತಿಗೂ ಹೇಳಲು ಮನೆಗೋಡಿದ!

-→➤➤◄◄←-

ಉತ್ತರಖಂಡದ ಜಾನಪದ ಕಥೆ: ಕೋತಿಯಾಗಿದ್ದ ರಾಜಕುಮಾರಿ

ಒಂದಾನೊಂದು ಕಾಲದಲ್ಲಿ ಒಬ್ಬ ರಾಜನಿದ್ದ. ಅವನಿಗೆ ಏಳು ಪುತ್ರರಿದ್ದರು. ಸುಂದರರೂ ಸುಶಿಕ್ಷಿತರೂ ಆಗಿ ಬೆಳೆದ ಅವರು ಮದುವೆಯ ವಯಸ್ಸಿಗೆ ಬಂದಾಗ, ರಾಜನು ಅವರಿಗೆ ಸೂಕ್ತ ಹುಡುಗಿಯರನ್ನು ಹುಡುಕಲು ನಿರ್ಧರಿಸಿದ. ಆದರೆ ಆ ಏಳು ರಾಜಕುಮಾರರಿಗೆ ಸೂಕ್ತ ಪತ್ನಿಯರಾಗುವ ಹುಡುಗಿಯರನ್ನು ಹುಡುಕುವುದು ಬಹಳ ಕಷ್ಟವಿತ್ತು. ರಾಜನಿಗೆ ಅದು ಸಾಧ್ಯವಾಗದೇ ಹೋದಾಗ, ಅವನು ಚಿಂತಾಕುಲನಾಗಿ ತನ್ನ ಮಂತ್ರಿಯನ್ನು ಕರೆದು ಹೇಳಿದ, "ಮಂತ್ರಿಗಳೇ! ನನಗೆ ವಯಸ್ಸಾಗುತ್ತಿದೆ! ನನ್ನ ಮಕ್ಕಳೆಲ್ಲರೂ ನಾನು ಸಾಯುವ ಮೊದಲು ಮದುವೆಯಾಗಬೇಕೆಂಬುದು ನನ್ನ ಬಹುದೊಡ್ಡ ಆಸೆ! ಆದರೆ ಅವರಿಗೆ ಸೂಕ್ತವಾದ ಏಳು ಕನ್ಯೆಯರನ್ನು ಹುಡುಕುವುದೇ ಬಹಳ ಕಷ್ಟವಾಗಿದೆ! ಈಗೇನು ಮಾಡುವುದು?"

"ಪ್ರಭು! ನಿಮ್ಮ ಕಷ್ಟ ನನಗೆ ಅರ್ಥವಾಗುತ್ತದೆ!" ಮಂತ್ರಿ ಹೇಳಿದ, "ನಾವಿದನ್ನು ವಿಧಿಗೇ ಬಿಡುವುದೊಳ್ಳೆಯದೆನಿಸುತ್ತದೆ! ಇಷ್ಟಕ್ಕೂ ಒಬ್ಬ ಮನುಷ್ಯನ ಜೀವನವನ್ನು ನಿರ್ಧರಿಸುವುದು ಅವನ ವಿಧಿ! ಆದರೂ ಇದಕ್ಕೆ ನಾನೊಂದು ಉಪಾಯ ಹೇಳುತ್ತೇನೆ! ನಿಮಗೆ ಇಷ್ಟವಾದರೆ ನಡೆಸಬಹುದು! ಏಳು ರಾಜಕುಮಾರರೂ ಒಂದು ಗುಡ್ಡದ ಮೇಲೆ ಹತ್ತಿ ಒಂದೊಂದು ಬಾಣ ಬಿಡಲಿ! ಅವರ ಬಾಣಗಳು ಬಿದ್ದ ಜಾಗಗಳಲ್ಲಿ ಮದುವೆಯ ವಯಸ್ಸಿನ ಹುಡುಗಿಯರಿದ್ದರೆ ಅವರನ್ನು ವರಿಸಲಿ! ಆದರೆ ಇದಕ್ಕೆ ಮೊದಲು ಅವರು ನಿಮ್ಮ ಕುಲದೇವತೆಯ ಪ್ರಾರ್ಥನೆ ಮಾಡಿ ಅವಳ ಆಶೀರ್ವಾದ ಪಡೆದು ಹೊರಡಲಿ!"

ರಾಜನಿಗೆ ಈ ಉಪಾಯ ಬಹಳ ಇಷ್ಟವಾಯಿತು! ಅವನು ಕೂಡಲೇ ಅರಮನೆಯ ಅಕ್ಕಸಾಲಿಗನನ್ನು ಕರೆಸಿ, ಏಳು ಚಿನ್ನದ ಬಾಣಗಳನ್ನು ತಯಾರಿಸಲು ಹೇಳಿದನು. ಒಂದೊಂದು ಬಾಣದ ಮೇಲೂ ಒಬ್ಬೊಬ್ಬ ರಾಜಕುಮಾರನ ಹೆಸರನ್ನು ಕೆತ್ತಬೇಕೆಂದೂ ಹೇಳಿದನು. ಅಂತೆಯೇ ಅಕ್ಕಸಾಲಿಗನು ಚಿನ್ನದ ಬಾಣಗಳನ್ನು ತಯಾರಿಸಿಕೊಟ್ಟನು.

ಒಂದು ಶುಭದಿನದಂದು ರಾಜನು ತನ್ನ ಏಳು ಪುತ್ರರನ್ನು ಕರೆದು ಬಿಲ್ಲು ಬಾಣಗಳನ್ನು ಅವರಿಗೆ ಕೊಡುತ್ತಾ ಅವರೇನು ಮಾಡಬೇಕೆಂದು ಹೇಳಿದನು. ಅದರಂತೆ ಆ ಏಳು ರಾಜಕುಮಾರರು ಹತ್ತಿರದ ಗುಡ್ಡಕ್ಕೆ ಹೋಗಿ, ಅಲ್ಲಿಯೇ ಇದ್ದ ದೇಗುಲದಲ್ಲಿ ದೇವಿಗೆ ಪ್ರಾರ್ಥನೆ ಸಲ್ಲಿಸಿದರು. ಅನಂತರ ಅವರು ಚಕ್ರಾಕಾರದಲ್ಲಿ ನಿಂತು ತಮ್ಮ ಬಿಲ್ಲುಗಳಿಂದ ಬಾಣಗಳನ್ನು ಬಿಟ್ಟರು. ಅನಂತರ, ಅವರ ಸೇವಕರು ಆ ಬಾಣಗಳು ಎಲ್ಲೆಲ್ಲಿ ಬಿದ್ದಿವೆ, ಹಾಗೂ ಆ ಪ್ರದೇಶಗಳಲ್ಲಿ ಹುಡುಗಿಯರು ಇರುವರೇ ಎಂದು ಹುಡುಕಲು ಹೋದರು. ಆರು ರಾಜಕುಮಾರರ ಅದೃಷ್ಟ ಚೆನ್ನಾಗಿತ್ತು! ಅವರ ಬಾಣಗಳು ಒಳ್ಳೆಯ ಮನೆತನಗಳಿಗೆ ಸೇರಿದ ಹುಡಿಗಿಯರಿದ್ದ ಮನೆಗಳ ಬಳಿಯೇ ಬಿದ್ದಿದ್ದವು! ಆ ಹುಡುಗಿಯರು ಸುಂದರಿಯರೂ ಸುಶಿಕ್ಷಿತೆಯರೂ ಆಗಿದ್ದರು! ಆದರೆ ಏಳನೆಯ ರಾಜಕುಮಾರನ ಬಾಣ ಮಾತ್ರ ಎಷ್ಟು ಹುಡುಕಿದರೂ ಸಿಗಲಿಲ್ಲ!.

ಸೇವಕರು ಬಹಳ ಹುಡುಕಲು, ಕೊನೆಗೂ ಏಳನೆಯ ರಾಜಕುಮಾರನ ಬಾಣ ಸಿಕ್ಕಿತು! ಅದು ಒಂದು ಕಾಡಿನ ಮಧ್ಯೆ, ಒಣಗಿದ ಮರವೊಂದರ ಬುಡಕ್ಕೆ ಸಿಕ್ಕಿಕೊಂಡಿತ್ತು! ಅಲ್ಲೆಲ್ಲೂ ಹತ್ತಿರದಲ್ಲಿ ಯಾವ ಹುಡುಗಿಯೂ ಇರಲಿಲ್ಲ. ಸೇವಕರಿಗೆ ಏನು ಮಾಡಬೇಕೆಂದೇ ತಿಳಿಯಲಿಲ್ಲ! ಹತಾಶರಾದ ಅವರು ಹಿಂದಿರುಗಿ ಬಂದು ರಾಜನಿಗೆ ವಿಷಯವನ್ನು ಹೇಳಿದರು. ಆಗ ರಾಜನು ಅವರಿಗೆ, "ಪುನಃ ಹೋಗಿ ಸರಿಯಾಗಿ ಹುಡುಕಿ! ಯಾರಾದರೂ ತಪಸ್ವಿಯ ಮಗಳೋ ಅರಣ್ಯವಾಸಿಯ ಮಗಳೋ ಅಲ್ಲಿ ಇದ್ದಾಳು!" ಎಂದು ಆಜ್ಞಾಪಿಸಿದನು.

ರಾಜಸೇವಕರು ಪುನಃ ಹೋಗಿ ಹುಡುಕಿದರು. ಆದರೆ ಹುಡುಗಿ ಸಿಗದಿರಲು ಅವರು ಹಿಂದಿರುಗಿ ರಾಜನಿಗೆ ಹಾಗೆಯೇ ಹೇಳಿದರು. ಆಗ ರಾಜನು ಕೋಪಗೊಂಡು, "ರಾಜಕುಮಾರನಿಗೆ ಸೂಕ್ತವಾದ ಹುಡುಗಿ ಸಿಗಲಿಲ್ಲವೋ ಅಥವಾ ಅಲ್ಲಿ ಯಾವುದೇ ಹುಡುಗಿಯಿಲ್ಲವೋ? ನಿಜ ಹೇಳಿ!" ಎಂದನು. ಎಲ್ಲರೂ ಪರಸ್ಪರ ಮುಖ ನೋಡಿಕೊಳ್ಳುತ್ತಾ ಮೌನವಾಗಿದ್ದರು. ಕೊನೆಗೆ ರಾಜಕುಮಾರನನ್ನು ಮಗುವಾಗಿದ್ದಾಗಿನಿಂದ ನೋಡಿದ್ದ ಒಬ್ಬ ವೃದ್ಧ ಸೇವಕ ನಡುಗುತ್ತಾ ಹೇಳಿದ, "ಪ್ರಭು....! ನನಗೆ ಇದನ್ನು ಹೇಗೆ ಹೇಳಬೇಕೋ ಗೊತ್ತಾಗುತ್ತಿಲ್ಲ...! ಹುಡುಗಿಗೆ ಅತ್ಯಂತ ನಿಕಟವಾಗಿ ಕಂಡುದೆಂದರೆ... ಆ ಒಣಗಿದ ಮರದ ಪೊಟರೆಯಲ್ಲಿ ವಾಸಿಸುತ್ತಿರುವ ಒಂದು ಹೆಣ್ಣು ಕೋತಿ!"

ಇದನ್ನು ಕೇಳಿ ರಾಜನು ಮೊದಲು ಆಘಾತಗೊಂಡ! ಆದರೆ ಸ್ವಲ್ಪ ಹೊತ್ತಿನ ನಂತರ ಅವನು, "ಪ್ರಾಯಶಃ ಅವನ ವಿಧಿ ಇದೇ ಇರಬೇಕು! ಅವನು ಆ ಕೋತಿಯನ್ನೇ ಮದುವೆಯಾಗಬೇಕು! ನನ್ನ ಮಾತನ್ನು ತಪ್ಪಲಾರೆ!" ಎಂದನು. ಯಾರಿಗೂ ಏನೂ ಹೇಳಲಾಗಲಿಲ್ಲ.

ಏಳು ಜನ ರಾಜಕುಮಾರರಿಗೂ ಒಂದೇ ದಿನದಂದು ಮದುವೆಯಾಯಿತು. ಮೊದಲ ಆರು ಜನರು ಸುಂದರಿಯರಾದ ಆರು ಹುಡುಗಿಯರನ್ನು ಮದುವೆಯಾದರೆ, ಪಾಪ, ಏಳನೆಯವನು ಒಂದು ಕೋತಿಯನ್ನು ಮದುವೆಯಾದ. ಆದರೆ ಮದುವೆ ಸಮಾರಂಭದ ಪೂರಾ ಆ ಕೋತಿಯು ಸ್ವಲ್ಪವೂ ತಂಟೆ ಮಾಡದೇ ಗಂಭೀರವಾಗಿ ಕುಳಿತಿತ್ತು! ಅದಕ್ಕೆ ಮನುಷ್ಯರ ಭಾಷೆಯೂ ಅರ್ಥವಾಗುತ್ತಿತ್ತು! ಮದುವೆ ಮುಗಿದ ಬಳಿಕ, ಅರಮನೆಗೆ ಕರೆದೊಯ್ಯಲು ಪಲ್ಲಕ್ಕಿಯಲ್ಲಿ ಕುಳಿತುಕೊಳ್ಳಬೇಕಾದಾಗಲೂ ಅದು ಏನೂ ತಕರಾರು ಮಾಡದೇ ತಾನೇ ಹತ್ತಿ ಕುಳಿತುಕೊಂಡಿತು! ಇದನ್ನೆಲ್ಲಾ ನೋಡಿದ ಜನರಿಗೆ ಆಶ್ಚರ್ಯವಾಯಿತು! ನಗರದ ಜನರು ತಮ್ಮ ಹೆಣ್ಣುಮಕ್ಕಳಿಗೆ ತಮಾಷೆ ಮಾಡುತ್ತಾ, "ನೀನು ಕೋತಿಯಾಗಾದರೂ ಹುಟ್ಟಿದ್ದರೆ ಚೆನ್ನಾಗಿರುತ್ತಿತ್ತು! ಒಬ್ಬ ರಾಜಕುಮಾರನನ್ನು ಮದುವೆಯಾಗಿ ಅರಮನೆಯಲ್ಲಿ ಸುಖವಾಗಿರಬಹುದಿತ್ತು!" ಎಂದರು. ಅಂತೆಯೇ ಅನೇಕರು, ರಾಜಕುಮಾರನ ತಾಳ್ಮೆಯನ್ನೂ ಮೆಚ್ಚಿ ಮಾತಾಡಿದರು.

ಆದರೆ ಪಾಪ, ರಾಜ, ರಾಣಿಯರಿಗೆ ತಮ್ಮ ಕೊನೆಯ ಮಗನು ಒಂದು ಕೋತಿಯನ್ನು ಮದುವೆಯಾಗುತ್ತಿದ್ದುದು ಬಹಳ ದುಃಖ ತಂದಿತ್ತು! ತಾವೇನು ಪಾಪ ಮಾಡಿದ್ದರಿಂದ ತಮ್ಮ ಮಗನಿಗೆ ಈ ಗತಿ ಬಂದಿತೋ ಎಂದು ಶೋಕಿಸಿದರು. ವಾಸ್ತವವಾಗಿ ರಾಜಕುಮಾರನಿಗೂ ಈ ವಿಷಯ ಬಹಳ ಬೇಸರ ತಂದಿತ್ತು! ಮೊದಲಿಗೆ ಈ ವಿಷಯ ಕೇಳಿದಾಗಲೇ ಅವನು ಆಘಾತಗೊಂಡಿದ್ದನು! ಆದರೆ ಅಪ್ಪನ ಮಾತಿಗೆ ಗೌರವ ಕೊಟ್ಟು ಸುಮ್ಮನಿದ್ದನು. ಆದರೆ ಮದುವೆಯ ಸಮಯದಲ್ಲಿ ಅವನ ಅಣ್ಣಂದಿರೂ ಸ್ನೇಹಿತರೂ ಅವನನ್ನು ಎಷ್ಟು ಹಾಸ್ಯ ಮಾಡಿದರೆಂದರೆ ಅವನು ಅತ್ಯಂತ ಖೇದಗೊಂಡನು!.

ಮದುವೆ ಮುಗಿದು ಎಲ್ಲರೂ ಅರಮನೆ ತಲುಪಿ ತಮ್ಮ ತಮ್ಮ ಹೆಂಡತಿಯರೊಂದಿಗೆ ತಮ್ಮ ತಮ್ಮ ಕೋಣೆಗಳಿಗೆ ಹೋದರು. ಏಳನೆಯ

ರಾಜಕುಮಾರನೂ ತನ್ನ ಮಂಗಪತ್ನಿಯೊಂದಿಗೆ ತನ್ನ ಕೋಣೆಗೆ ಹೋದನು. ಆ ರಾತ್ರಿ, ಅವನು ಕೋತಿಯೊಂದಿಗೆ ಒಬ್ಬನೇ ಇದ್ದಾಗ, ಜೀವನವಿಡೀ ಒಂದು ಕೋತಿಯೊಂದಿಗೆ ಬಾಳುವುದಕ್ಕಿಂತ ಸಾಯುವುದೇ ಮೇಲೆಂದು ಬಗೆದು ತನ್ನ ಖಡ್ಗವನ್ನು ಸೆಳೆದು ತನ್ನ ಎದೆಯನ್ನು ಚುಚ್ಚಿಕೊಳ್ಳಲು ಹೊರಟನು! ಆದರೆ ಅಷ್ಟರಲ್ಲಿ ಯಾರೋ ಅವನು ಕೈ ಹಿಡಿದು, "ನನ್ನನ್ನು ಕೊಲ್ಲು!" ಎಂದು ಇಂಪಾದ ಧ್ವನಿಯಲ್ಲಿ ಹೇಳಿದರು! ಯಾರೆಂದು ತಿರುಗಿ ನೋಡಿದರೆ, ಒಬ್ಬ ಸುಂದರ ಹುಡುಗಿ ನಿಂತಿದ್ದಳು!.

"ಯಾರು ನೀನು?!" ಆಶ್ಚರ್ಯದಿಂದ ಕೇಳಿದ ರಾಜಕುಮಾರ.

"ನಿನ್ನ ಹೆಂಡತಿ!" ಆ ಹುಡುಗಿ ಹೇಳಿದಳು!

ಅವಳ ಕಾಲ ಬಳಿ ಕೋತಿಯ ಚರ್ಮ ಬಿದ್ದಿದ್ದನ್ನು ರಾಜಕುಮಾರ ನೋಡಿದ! ಅವನು ಇನ್ನಷ್ಟು ಆಶ್ಚರ್ಯಗೊಂಡು ಕೇಳಿದ, "ಏನಿದರ ಅರ್ಥ?!"

"ನಾನೊಬ್ಬ ರಾಜಕುಮಾರಿ!" ಹುಡುಗಿ ಹೇಳಿದಳು, "ಒಂದು ದಿನ, ತಪಸ್ಸು ಮಾಡುತ್ತಿದ್ದ ಒಬ್ಬ ಮುನಿಯನ್ನು ನನ್ನ ತುಂಟಾಟಗಳಿಂದ ತೊಂದರೆಪಡಿಸಿದೆ! ಅವನು ನನ್ನನ್ನು ಕೋತಿಯಾಗೆಂದು ಶಾಪಕೊಟ್ಟ! ನಾನು ಕರುಣೆ ತೋರಲು ಬೇಡಿಕೊಂಡಾಗ, ರಾತ್ರಿಯ ಹೊತ್ತಿನಲ್ಲಿ ನನ್ನ ರೂಪ ಮರಳಿಬರುವುದೆಂದು ಹೇಳಿದ! ಅಲ್ಲದೇ ಯಾರಾದರೂ ನನ್ನನ್ನು ಏಳು ತಿಂಗಳುಗಳು ಹಾಗೂ ಏಳು ದಿನಗಳ ಕಾಲ ಹೆಂಡತಿಯಾಗಿಟ್ಟುಕೊಂಡರೆ ಈ ಶಾಪ ಪೂರ್ತಿ ಕಳೆಯುವುದೆಂದು ಹೇಳಿದ! ಅದಕ್ಕೇ ನಾನು ಹೀಗೆ ಕೋತಿಯಾಗಿದ್ದೇನೆ!"

ಅವಳ ಮಾತನ್ನು ಕೇಳಿ ರಾಜಕುಮಾರನಿಗೆ ಆಶ್ಚರ್ಯ, ಸಂತೋಷಗಳೆರಡೂ ಒಟ್ಟಿಗೆ ಆದವು! ಅಂತೂ ತನ್ನ ಹೆಂಡತಿ ಕೋತಿಯಲ್ಲವೆಂದಾಯಿತು! ಏಳು ತಿಂಗಳು, ಏಳು ದಿನಗಳು ಬೇಗನೆ ಕಳೆದುಹೋಗುತ್ತವೆಂದು ಸಮಾಧನಗೊಂಡನು. ತನ್ನ ಹೆಂಡತಿಯ ಸೌಂದರ್ಯವನ್ನು ನೋಡಿ ಒಮ್ಮೆಲೇ ಅವಳಲ್ಲಿ ಪ್ರೇಮವನ್ನು ತಾಳಿದನು! ಆ ರಾತ್ರಿ ಅವಳೊಂದಿಗೆ ಸಂತೋಷದಿಂದ ಕಳೆದನು.

ಹೀಗೆಯೇ ದಿನಗಳು ಕಳೆಯುತ್ತಾ ಏಳು ತಿಂಗಳುಗಳು ಕಳೆದುಹೋದವು. ಇನ್ನು ಏಳೇ ದಿನಗಳು ಉಳಿದಿದ್ದವು. ಆಗ ಉಳಿದ ಆರು ರಾಜಕುಮಾರರಿಗೆ ತಮ್ಮ ತಮ್ಮನು

ಒಂದು ಕೋತಿಯನ್ನು ಮದುವೆಯಾಗಿದ್ದರೂ ಹೇಗೆ ಇಷ್ಟು ಸಂತೋಷವಾಗಿದ್ದನೆಂದು ಆಶ್ಚರ್ಯವಾಯಿತು. ಪ್ರಾಯಶಃ ಆ ಕೋತಿ, ವೇಷಾಂತರದಲ್ಲಿರುವ ರಾಕ್ಷಸಿಯಿರಬಹುದೆಂದು ಭಾವಿಸಿದರು. ನಿಜವಿಷಯವೇನೆಂದು ತಿಳಿಯಲು ಅವರು ತಮ್ಮ ತಮ್ಮನನ್ನೂ ಅವನ ಮಂಗಪತ್ನಿಯನ್ನೂ ಸೂಕ್ಷ್ಮವಾಗಿ ಗಮನಿಸತೊಡಗಿದರು. ಆಗ ಅವರು ಅವನ ಮಂಗಪತ್ನಿಯು ಹಗಲಿನ ಹೊತ್ತಿನಲ್ಲಿ ಕೋತಿಯಾಗಿರುತ್ತಾ ರಾತ್ರಿಯ ಹೊತ್ತಿನಲ್ಲಿ ಸುಂದರ ರಾಜಕುಮಾರಿಯಾಗಿ ಬದಲಾಗುವುದನ್ನು ಕಂಡರು! ಅವರಿಗೆ ಮಹದಾಶ್ಚರ್ಯವಾಯಿತು! ಆದರೆ ಬೆಳಗಿನ ಹೊತ್ತು ಆ ರಾಜಕುಮಾರಿ ಏಕೆ ಕೋತಿಯಾಗಿ ಬದಲಾಗುತಿದ್ದಳೆಂದು ಅವರಿಗೆ ಅರ್ಥವಾಗಲಿಲ್ಲ. ಆಗ ಎರಡನೆಯ ರಾಜಕುಮಾರ ಹೇಳಿದ, "ನಾವು ಅವಳ ಕೋತಿಯ ಚರ್ಮವನ್ನು ಸುಟ್ಟುಬಿಟ್ಟರೆ? ಆಗ ಅವಳು ಪುನಃ ರೂಪ ಬದಲಾಯಿಸಲಾಗುವುದಿಲ್ಲ!"

ಈ ಸಲಹೆ ಎಲ್ಲರಿಗೂ ಹಿಡಿಸಿತು. ಆ ರಾತ್ರಿ ಏಳನೆಯ ರಾಜಕುಮಾರ ಮತ್ತು ಅವನ ಹೆಂಡತಿ ಮಲಗಿದ್ದಾಗ ಅವನ ಅಣ್ಣಂದಿರು ಮೆಲ್ಲನೆ ಅವನ ಕೋಣೆಯೊಳಗೆ ಹೋಗಿ ರಾಜಕುಮರಿಯ ಕೋತಿ ಚರ್ಮವನ್ನು ಕದ್ದುಬಿಟ್ಟರು! ಅದನ್ನು ಅವರು ಅಡುಗೆಮನೆಯಲ್ಲಿದ್ದ ಬೆಂಕಿಯ ಗೂಡಿಗೆ ಹಾಕಿಬಿಟ್ಟರು! ಅದು ರಾತ್ರಿಯೆಲ್ಲಾ ಉರಿಯಿತು! ಆಗ, "ಅಯ್ಯೋ! ಅಯ್ಯೋ! ನಾನು ಸುಟ್ಟುಹೋದೆ! ನಾನು ಸುಟ್ಟುಹೋದೆ!" ಎಂದು ಕಿರುಚಿದ ಶಬ್ದ ಕೇಳಿಸಿತು! ರಾಜಕುಮಾರರೆಲ್ಲರೂ ಹೆದರುತ್ತಾ ತಮ್ಮ ತಮ್ಮ ಕೋಣೆಗಳಿಗೆ ಓಡಿಹೋದರು!.

ಮರುದಿನ, ರಾಜಕುಮಾರಿ ಮಾಯವಾಗಿದ್ದಳು! ಇದರಿಂದ ಏಳನೆಯ ರಾಜಕುಮಾರನು ಅತ್ಯಂತ ದುಃಖಿತನಾದನು. ಈ ವಿಷಯ ಅರಮನೆಯಲ್ಲೆಲ್ಲಾ ಹರಡಿದಾಗ, ಇತರ ರಾಜಕುಮಾರರು ಮತ್ತಿತರರೆಲ್ಲರೂ ಸಂಭ್ರಮಿಸಿದರು! ಇತರ ರಾಜಕುಮಾರರು ಏಳನೆಯ ರಾಜಕುಮಾರನಿಗೆ, "ನೋಡು! ಈಗ ನಿನ್ನ ಮಂಗಪತ್ನಿ ತಾನಾಗಿಯೇ ಮಾಯವಾಗಿರುವುದಕ್ಕೆ ಸಂತೋಷಪಡು! ಈಗ ನೀನು ಸಹಜ ಹುಡುಗಿಯೊಬ್ಬಳನ್ನು ಮದುವೆಯಾಗಬಹುದು! ಎಂದು ಹೇಳಿದರು. ಅದಕ್ಕೆ ಏಳನೆಯ ರಾಜಕುಮಾರು, "ನನಗೆ ಅವಳೇ ಬೇಕಾಗಿತ್ತು! ಇನ್ನಾರೂ ಅಲ್ಲ! ಇನ್ನೊಬ್ಬಳನ್ನು ಮದುವೆಯಾಗುವುದನ್ನು ನಾನು ಕನಸಿನಲ್ಲೂ ಯೋಚಿಸಲಾರೆ!" ಎಂದು ಹಲುಬಿದನು.

ರಾಜಕುಮಾರಿಯನ್ನು ಕಾಡಿನಲ್ಲಿ ಪತ್ತೆಮಾಡಬಹುದೆಂದು ಯೋಚಿಸಿ ಅವನು ಯಾರಿಗೂ ಹೇಳದೇ ಕುದುರೆ ಹತ್ತಿ ಕಾಡಿಗೆ ಹೋದನು. ಅಲ್ಲಿ ತನ್ನ ಬಾಣ ನೆಟ್ಟಿದ್ದ ಮರದ ಬುಡದ ಬಳಿ ಬಂದನು. ಆದರೆ ಅಲ್ಲಿ ಅರ್ಧಸುಟ್ಟ ಮೂಳೆಯ ತುಂಡು ಮತ್ತು ರೇಷ್ಮೆ ಬಟ್ಟೆಯ ಕೆಲವು ತುಂಡುಗಳಷ್ಟೇ ಇದ್ದವು! ಆದರೆ ಅವನಿಗೆ ರೇಷ್ಮೆ ಬಟ್ಟೆಯ ತುಂಡುಗಳ ಗುರುತು ಹತ್ತಿತು! ಹಿಂದಿನ ರಾತ್ರಿ ರಾಜಕುಮಾರಿ ಧರಿಸಿದ್ದ ವಸ್ತ್ರದ ಬಣ್ಣವನ್ನೇ ಹೊಂದಿದ್ದವು ಅವು! ಅವಳಿಗೇನಾಗಿರಬಹುದೋ ಎಂದು ಭಯಗೊಂಡ ಅವನು, ಅವುಗಳನ್ನೇ ಒಂದು ಎಲೆಯಲ್ಲಿ ಸುತ್ತಿಕೊಂಡು ಮನೆಗೆ ಹೋದನು. ಅವನ್ನು ಒಂದು ಪೆಟ್ಟಿಗೆಯಲ್ಲಿ ಜೋಪಾನವಾಗಿಟ್ಟು ಅದನ್ನು ರಾಜಕುಮಾರಿ ಮಲಗುತ್ತಿದ್ದ ದಿಂಬಿನ ಮೇಲಿಟ್ಟನು. ಆ ರಾತ್ರಿ ಅವನಿಗೆ ಕನಸಿನಲ್ಲಿ ರಾಜಕುಮಾರಿಯು ಬಂದು, "ಈಗೇನಾಗಿದೆಯೋ ಅದನ್ನು ಸರಿಪಡಿಸುವುದಕ್ಕಗುವುದಿಲ್ಲ! ನನ್ನ ಅವಶೇಷಗಳನ್ನು ತೆಗೆದುಕೊಂಡು, ಯಾವ ಬೆಟ್ಟದಿಂದ ಬಾಣ ಬಿಟ್ಟೆಯೋ, ಆ ಬೆಟ್ಟದ ಮೇಲೆ ಹೂಳಿ, ಏಳು ದಿನಗಳ ಕಾಲ ಶೋಕಿಸಬಹುದಷ್ಟೆ! ಆದರೆ ಆಮೇಲೆ ನೀನು ನಿನ್ನ ಹಿಂದಿನ ಜೀವನಕ್ಕೆ ಮರಳಬೇಕು! ಎಂದು ದು:ಖದಿಂದ ಹೇಳಿದಳು.

ಅಂತೆಯೇ ರಾಜಕುಮಾರನು ಭಾರವಾದ ಹೃದಯದಿಂದ ಅವಳ ಅವಶೇಷಗಳನ್ನು ತೆಗೆದುಕೊಂಡು ಬೆಟ್ಟದ ಮೇಲಕ್ಕೆ ಹೋಗಿ ಹೂಳಿದನು. ಅನಂತರ ಅಲ್ಲೇ ಇದ್ದ ಮಂದಿರದಲ್ಲಿ ದೇವಿಯ ಪ್ರಾರ್ಥನೆ ಮಾಡಿದನು. ಆಮೇಲೆ ಅವನು ಅರಮನೆಗೆ ಬಂದು ತನ್ನ ಅಪ್ಪ, ಅಮ್ಮಂದಿರ ಬಳಿ, "ನನ್ನ ಹೆಂಡತಿ ಒಂದು ಕೋತಿಯಾಗಿದ್ದರೂ ಅವಳು ನನಗೆ ಬಹಳ ಪ್ರಿಯಳಾಗಿದ್ದಳು! ಹಾಗಾಗಿ, ನಾನು ಏಳು ದಿನಗಳ ಕಾಲ ಶೋಕಾಚರಣೆ ಮಾಡಬೇಕೆಂದಿದ್ದೇನೆ! ಆಮೇಲೆ ನನ್ನ ಸಹಜ ಕಾರ್ಯಗಳಿಗೆ ಮರಳುತ್ತೇನೆ!" ಎಂದು ಹೇಳಿದನು. ರಾಜನು ಇದಕ್ಕೊಪ್ಪಿದ್ದಲ್ಲದೇ ತನ್ನ ರಾಜ್ಯದಲ್ಲೆಲ್ಲಾ ಏಳು ದಿನಗಳು ಶೋಕಾಚರಣೆ ಮಾಡಬೇಕೆಂದು ಸಾರಿದನು! ಎಲ್ಲರಿಗೂ ರಾಜಕುಮಾರನು ತನ್ನ ಕೋತಿಪತ್ನಿಯ ಮೇಲಿರಿಸಿದ್ದ ಪ್ರೀತಿಗೆ ಆಶ್ಚರ್ಯವಾಯಿತು!

ಅಂದಿನಿಂದ ಏಳನೆಯ ರಾಜಕುಮಾರನು ಪ್ರತಿದಿನವೂ ಬೆಟ್ಟಕ್ಕೆ ಹೋಗಿ, ತನ್ನ ಹೆಂಡತಿಯ ಅವಶೇಷಗಳನ್ನು ಹೂತಿಟ್ಟಿದ್ದ ಸ್ಥಳದಲ್ಲಿ ಶೋಕಿಸುತ್ತಾ, ಅನಂತರ ದೇವಾಲಯದಲ್ಲಿ ದೇವಿಯ ಪ್ರಾರ್ಥನೆ ಮಾಡಿ ಹಿಂದಿರುಗತೊಡಗಿದನು. ಹೀಗೆಯೇ ಆರು ದಿನಗಳು ಮಾಡಿ, ಏಳನೆಯ ದಿನದಂದೂ ಅದೇ ರೀತಿ ತನ್ನ ಪತ್ನಿಯ ಸಮಾಧಿಯ ಬಳಿ

ಕಣ್ಣೀರು ಹಾಕಿ, ಅನಂತರ ದೇವಿಯ ಪ್ರಾರ್ಥನೆ ಮಾಡಲು ದೇವಾಲಯಕ್ಕೆ ಹೋದನು. ಅಲ್ಲಿ ದೇವಿಯ ಪ್ರಾರ್ಥನೆ ಮಾಡಲೆಂದು ಅವನು ತಲೆಬಾಗಲು, ತನ್ನ ಹಿಂದೆ ಮೃದುವಾದ ಹೆಜ್ಜೆ ಸಪ್ಪಳಗಳು ಬರುತ್ತಿರುವುದನ್ನು ಕೇಳಿದನು! ಯಾರೆಂದು ತಿರುಗಿ ನೋಡಲು, ಅವನ ಪತ್ನಿ ಮಾನವರೂಪಿನಲ್ಲಿ ಬರುತ್ತಿದ್ದಳು!

"ನೀನು ನನ್ನ ಅವಶೇಷಗಳನ್ನು ನೋಡಿಕೊಳ್ಳುತ್ತಾ ಅಗತ್ಯ ಕಾಲದವರೆಗೆ ಶೋಕಾಚರಣೆ ಮಾಡಿದೆ! ಹಾಗಾಗಿ ನಾನು ನನ್ನ ಹಿಂದಿನ ರೂಪಕ್ಕೆ ಬರುವಂತಾಯಿತು! "ಅವಳು ಹೇಳಿದಳು.

ರಾಜಕುಮಾರನಿಗೆ ಅತ್ಯಾನಂದವಾಯಿತು! ಅವಳನ್ನು ಪ್ರೀತಿಯಿಂದ ಆಲಿಂಗಿಸಿಕೊಂಡನು! ಅನಂತರ ಇಬ್ಬರೂ ಸಂತೋಷದಿಂದ ಅರಮನೆಗೆ ಹೋದರು. ರಾಜ, ರಾಣಿ ಮತ್ತು ಆರು ರಾಜಕುಮಾರರು ಅವರ ಕಥೆಯನ್ನೆಲ್ಲಾ ಕೇಳಿ ಆಶ್ಚರ್ಯ, ಸಂತೋಷಗಳಿಗೊಳಗಾದರು! ಅಂದಿನಿಂದ ಏಳನೆಯ ರಾಜಕುಮಾರನು ಸಂಪೂರ್ಣ ಮಾನವಳಾಗಿದ್ದ ತನ್ನ ಸುಂದರ ಹೆಂಡತಿಯೊಂದಿಗೆ ಸುಖವಾಗಿದ್ದನು.

⟶⟫⟪⟵

ಉತ್ತರಖಂಡದ ಜಾನಪದ ಕಥೆ:
ಸುಳ್ಳು ಕಥೆಗಳ ಸರದಾರರು

ಒಂದು ಹಳ್ಳಿಯಲ್ಲಿ ಖಿಮ್ವ ಮತ್ತು ಪಣ್ವ ಎಂಬ ಇಬ್ಬರು ಸೋಮಾರಿಗಳಿದ್ದರು. ಬೇಸಿಗೆಯಲ್ಲಾಗಲೀ, ಚಳಿಗಾಲದಲ್ಲಾಗಲೀ ಅಥವಾ ಮಳೆಗಾಲದಲ್ಲಾಗಲೀ ಅವರ ಹೆಂಡಿರು ಮಕ್ಕಳು ಹಸಿದಿರಲಿ ಅಥವಾ ಹರಿದ ಬಟ್ಟೆಯುಟ್ಟಿರಲಿ, ಅವರು ಒಂದು ಹುಲ್ಲುಕಡ್ಡಿ ಎತ್ತಿಡುವಷ್ಟು ಕೆಲಸವನ್ನೂ ಮಾಡುತ್ತಿರಲಿಲ್ಲ! ಸದಾ ಮಲಗಿರುತ್ತಲೋ, ಇಲ್ಲವೇ ಹುಕ್ಕಾ ಸೇದುತ್ತಾ ಒಬ್ಬರಿಗೊಬ್ಬರು ಸುಳ್ಳು ಸುಳ್ಳು ಕಥೆಗಳನ್ನು ಹೇಳುತ್ತಲೋ ಸುಮ್ಮನೆ ಕಾಲ ಕಳೆಯುತ್ತಿದ್ದರು! ಹೀಗೆ ಸುಳ್ಳು ಕಥೆಗಳನ್ನು ಕಟ್ಟುವುದರಲ್ಲಿ ಅವರು ಒಬ್ಬರನ್ನೊಬ್ಬರು ಮೀರಿಸುತ್ತಿದ್ದರು! ಈ ಕೆಲಸದಲ್ಲೇ ಅವರೇನಾದರೂ ಸಂಪಾದನೆಗಿಳಿದಿದ್ದರೆ, ಖಂಡಿತವಾಗಿ ಅವರು ಬಹಳ ಶ್ರೀಮಂತರಾಗುತ್ತಿದ್ದರು!

ಒಂದು ಚಳಿಗಾಲದ ದಿನ, ಯಥಾಪ್ರಕಾರ, ಖಿಮ್ವ, ಒಂದು ಕಟ್ಟಿಗೆಯ ತುಂಡಿನಂತೆ ಬಿಸಿಲು ಕಾಯಿಸಿಕೊಳ್ಳುತ್ತಾ ನಿಶ್ಚಲವಾಗಿ ಮನೆಯ ಮುಂದೆ ಮಲಗಿದ್ದನು! ಆ ಹೊತ್ತಿನಲ್ಲಿ ಇತರ ಹಳ್ಳಿಗರೆಲ್ಲಾ ಕಷ್ಟಪಟ್ಟು ಹೊಲಗಳಲ್ಲಿ ದುಡಿಯುತ್ತಿದ್ದರು. ಆಗ ಅವನ ಸ್ನೇಹಿತನಾದ ಪಣ್ವ, ಪ್ರಪಂಚದ ಬಗ್ಗೆ ಸ್ವಲ್ಪವೂ ಚಿಂತೆಯಿಲ್ಲದೇ ಕೈಬೀಸಿಕೊಂಡು ಬಂದ! ಖಿಮ್ವ ಬಿಸಿಲಿನಲ್ಲಿ ಆನಂದವಾಗಿ ಪವಡಿಸಿರುವುದನ್ನು ನೋಡಿ ಪಣ್ವ, "ಆಹಾ!ಖಿಮ್ವ!ನೀನೇ ಧನ್ಯನಪ್ಪ! ಅದೆಷ್ಟು ಸುಖವಾಗಿರುವೆ! ನಿನ್ನನ್ನು ನೋಡಿದಾಗಲೆಲ್ಲಾ ನಾನು ನಿನ್ನಂತಿರಬೇಕೆಂದು ಆಸೆಪಡುತ್ತೇನೆ! ಅದು ಹೇಗೆ ನೀನು ಇಷ್ಟು ದಷ್ಟಪುಷ್ಟನಾಗಿದ್ದೀಯೆ ಎಂದು ನಾನು ಸದಾ ಯೋಚಿಸುತ್ತೇನೆ! ಒಂದೆರಡು ರೂಪಾಯಿಗಳನ್ನು ಗಳಿಸಲೂ ನೀನು ಕೆಲಸ ಮಾಡುವುದಿಲ್ಲ!ಭರ್ಜರಿ ಊಟವನ್ನು ಮಾಡುವುದನ್ನೂ ಕಂಡಿಲ್ಲ! ಯಾವುದಾದರೂ ಗ್ರಾಮೋತ್ಸವದ ವೇಳೆಯನ್ನು ಬಿಟ್ಟು! ಆದರೆ ಅದೇನನ್ನು ತಿನ್ನುವುದರಿಂದ ನೀನು ಹೀಗೆ ದಷ್ಟಪುಷ್ಟನಾಗಿರುವೆಯೆಂದು ಕೇಳಬಹುದೇ? ಈಗ ನನ್ನನ್ನು ನೋಡು! ನನಗೇನೂ ಕಡಿಮೆಯಾಗಿಲ್ಲ! ಆದರೆ ನಾನೆಷ್ಟೇ ತಿಂದರೂ ನನ್ನ

ಮುಖ ಮೂಳೆ ಚಕ್ಕಳವಾಗಿ ಒಣಗಿರುತ್ತದೆ! ಯಾವಾಗಲೂ ನಾನು ಉಪವಾಸವಿದ್ದವನಂತೆ ಕಾಣುತ್ತೇನೆ!"

ಇದನ್ನು ಕೇಳಿ ಖಿಮ್ಮ ಧೀರ್ಘವಾಗಿ ಹುಕ್ಕಾ ಎಳೆದುಕೊಂಡು ಹೇಳಿದನು, "ಮಿತ್ರ! ಪಣ್ಣ! ನೀನು ಹೇಳಿದ್ದು ಅಕ್ಷರಶಃ ನಿಜ! ನಾನು ಹೆಚ್ಚು ತಿನ್ನಲಾಗುವುದಿಲ್ಲ! ದಿನಕ್ಕೆ ಎರಡು ಒಣ ಚಪಾತಿಗಳನ್ನು ತಿನ್ನುವಂತಾದರೆ ಅದೇ ನನ್ನ ಅದೃಷ್ಟ! ಆದರೆ ನನ್ನ ಅಪ್ಪ ಇದ್ದನಲ್ಲ? ಅವನು ಬಹಳ ಅನುಕೂಲಸ್ಥನಾಗಿದ್ದ! ಅವನ ಬಳಿ ಹಿಂಡು ಹಿಂಡು ಹಸು, ಎಮ್ಮೆಗಳಿದ್ದವು! ಅವು ಎಷ್ಟು ಹಾಲು ಕರೆಯುತ್ತಿದ್ದವೆಂದರೆ, ಅವನು ಬೇಕಾದಷ್ಟು ಕುಡಿಯುತ್ತಿದ್ದ! ನಮ್ಮಮ್ಮ ದಿನವೆಲ್ಲಾ ಮಜ್ಜಿಗೆ ಕಡೆದೂ ಕಡೆದೂ ರಾಶಿ ರಾಶಿ ಬೆಣ್ಣೆ ತೆಗೆಯುತ್ತಿದ್ದಳು! ಅದನ್ನು ಕಾಯಿಸಿ ತುಪ್ಪ ಮಾಡಿದರೆ, ಅದು ಮನೆಯೆಲ್ಲಾ ಹರಿಯುವಷ್ಟಾಗುತ್ತಿತ್ತು! ಆ ತುಪ್ಪವನ್ನು ಮುಗಿಸಲು ನಮ್ಮಪ್ಪ ಕೊಡಗಟ್ಟಲೆ ತುಪ್ಪ ಕುಡಿಯುತ್ತದ್ದ! ಅವನ ಜೀವಮಾನದಲ್ಲಿ ಅದೆಷ್ಟು ತುಪ್ಪ ಕುಡಿದುಬಿಟ್ಟನೆಂದರೆ, ನಾನು ಏನನ್ನೂ ತಿನ್ನುವ ಅವಶ್ಯಕತೆಯೇ ಬರಲಿಲ್ಲ! ಅದರ ಫಲವೆಲ್ಲಾ ನನಗೆ ಬಂದುಬಿಟ್ಟಿದೆ! ನನ್ನ ಕೈಕಾಲುಗಳನ್ನು ನೋಡು! ಎಷ್ಟು ಮೃದುವಾಗಿವೆ! ಇದೆಲ್ಲಾ ನಮ್ಮಪ್ಪ ಅವನು ಜೀವನದಲ್ಲಿ ತುಪ್ಪ ಕುಡಿದ ಫಲ! ಈಗ ಮಿತ್ರ! ನನಗೊಂದು ವಿಷಯ ಹೇಳುವೆಯಾ? ನಿನಗೆ ಎಷ್ಟೊಂದು ಹೊಲಗಳೂ ತೋಟಗಳೂ ಇವೆ! ಅಷ್ಟೊಂದು ಹೊಲಗಳನ್ನು ಉಳುತ್ತಲೂ ತೋಟಗಳನ್ನು ನೋಡಿಕೊಳ್ಳುತ್ತಲೂ ಹೇಗೆ ಇಷ್ಟು ಬಿಡುವಾಗಿರುವೆ? ನೀನೂ ಏನೂ ಕೆಲಸ ಮಾಡುವುದನ್ನು ನಾನು ನೋಡಿಲ್ಲ!

ಖಿಮ್ಮನ ಮಾತು ಕೇಳಿ ಪಣ್ಣ ನಗುತ್ತಾ ತನ್ನ ತಲೆ ಕೆರೆದುಕೊಂಡ. ವಾಸ್ತವವಾಗಿ ಅವನ ಬಳಿ ನಾಲ್ಕು ಪುಟ್ಟ ಹೊಲಗಳಿದ್ದವಷ್ಟೆ! ಅವನ್ನೂ ಸೋಮಾರಿಯಾದ ಅವನು ಉಳುತ್ತಿರಲಿಲ್ಲ. ಅವನ ಹೆಂಡತಿ ಸಾಧ್ಯವಾದಷ್ಟು ಉಳುತ್ತಿದ್ದಳು, ಪಾಪ! ಆದರೆ ಸುಳ್ಳು ಕಥೆ ಹೇಳುವುದರಲ್ಲಿ ಅವನೇನೂ ಕಡಿಮೆಯಿರಲಿಲ್ಲ! ಹಾಗಾಗಿ, ನಿಟ್ಟುಸಿರು ಬಿಡುತ್ತಾ ಅವನು ಹೇಳಿದ "ಮಿತ್ರ! ಅಷ್ಟು ದೊಡ್ಡ ಆಸ್ತಿಯನ್ನು ನಿಭಾಯಿಸುವುದು ಎಷ್ಟು ಕಷ್ಟವೆಂದು ನಿನಗೆ ಗೊತ್ತಿಲ್ಲ! ನಿಭಾಯಿಸುವವನಿಗಷ್ಟೇ ಗೊತ್ತು ಅದು ಎಷ್ಟು ಕಷ್ಟ ಎಂದು! ಒಂದು ವರ್ಷ ಏನಾಯಿತೆಂದು ಹೇಳುವೆ ಕೇಳು! ಆಗ ನಿನಗೇ ಗೊತ್ತಾಗುತ್ತದೆ! ಮೊದಲಿಗೆ ನಾನು ಬೀಜ ಬಿತ್ತುವ ಮೊದಲು ಹೊಲವನ್ನು ಅದಕ್ಕೆ ಸಿದ್ಧಪಡಿಸಬೇಕಿತ್ತು! ಹಾಗಾಗಿ, ಒಂದು ಗುದ್ದಲಿ ತೆಗೆದುಕೊಂಡು ಚೆನ್ನಾಗಿ ಅಗೆದೆ! ನಾನು ಅದೆಷ್ಟು ಅಗೆದೆನೆಂದರೆ, ಗಟ್ಟಿಯಾಗಿದ್ದ

ಮಣ್ಣೆಲ್ಲಾ ಹತ್ತಿಯಂತೆ ಮೆತ್ತಗಾಯಿತು! ಆದರೆ ಹಾಗೆ ಅಗೆದೂ ಅಗೆದೂ ನನ್ನ ಗುದ್ದಲಿ ಮೊಂಡಾಯಿತು! ಆಮೇಲೆ ನಾನು ಘೌಟ್ ಕಾಳು (ಒಂದು ಬಗೆಯ ಕಾಳು) ಬಿತ್ತಿದೆ! ನಾನು ಹೊಲವನ್ನು ಎಷ್ಟು ಚೆನ್ನಾಗಿ ಸಿದ್ಧಪಡಿಸಿದ್ದೇನೆಂದರೆ ಘೌಟ್ ಕಾಳುಗಳನ್ನು ಬಿತ್ತಿದ ಕೂಡಲೇ ಸಸಿಗಳು ಚಿಗುರೊಡೆದವು! ನಾನು ಅಲ್ಲೇ ಕುಳಿತುಕೊಂಡು ಆಶ್ಚರ್ಯದಿಂದ ನೋಡುತ್ತಿದ್ದಂತೆ ಅವು ಬೇಗಬೇಗನೆ ಬೆಳೆದು ಬಿಟ್ಟವು! ಎಷ್ಟು ಬೇಗ ಎಂದರೆ, ನೀನು ಮಾತನಾಡುವುದಕ್ಕಿಂತ ಬೇಗನೆ ಬೆಳೆದುಬಿಟ್ಟವು! ನೋಡನೋಡುತ್ತಿದ್ದಂತೆ ಅವು ಎಷ್ಟು ಎತ್ತರಕ್ಕೆ ಬೆಳದವೆಂದರೆ, ಅವುಗಳ ಮಧ್ಯೆ ಒಂದು ಹುಲಿ ಅಡಗಿಕೊಂಡಿದ್ದರೆ ಗೊತ್ತಾಗುತ್ತಲೇ ಇರಲಿಲ್ಲ!"

"ಅಯ್ಯಯ್ಯೋ! ನಿಜವೇ ಮಿತ್ರ?" ಖಿಮ್ಮ ಮಧ್ಯೆ ಬಾಯಿ ಹಾಕಿದ, "ಅಂಥ ಹೊಲದಲ್ಲಿ ಓಡಾಡಲು ನನಗ ಭಯವಾಗುತ್ತಪ್ಪ!"

"ಆದರೆ ಖಿಮ್ಮ! ನನ್ನ ಬೆಳೆ ಅಷ್ಟು ಬೇಗ ಬೆಳೆದುದನ್ನು ನೋಡಿ ನನಗಂತೂ ಬಹಳ ಆನಂದವಾಯಿತು!" ಪಣ್ಣ ಮುಂದುವರೆಸಿದ, "ನಾನು ಎಲ್ಲವನ್ನೂ ಮರೆತೇಬಿಟ್ಟೆ! ಹೊಟ್ಟೆ ಹಸಿದು ಗುರುಗುಟ್ಟತೊಡಗಿದಾಗಲೇ ನನಗೆ ಮನೆಗೆ ಹೋಗಲು ಸಮಯವಾಗಿದೆಯೆಂದು ಗೊತ್ತಾಗಿದ್ದು! ಆಗ ನಾನು ಅದರ ಯೋಚನೆಯನ್ನು ಬಿಟ್ಟು, ಕೊಯ್ಲಿನ ಸಮಯದಲ್ಲಿ ಸಿಗುವುದೆಂದು ಮನೆಗೆ ಹೋದೆ! ಅನಂತರ, ಕೊಯ್ಲಿನ ಸಮಯ ಬಂತು. ಪಕ್ವವಾಗಿದ್ದ ಘೌಟ್ ಬೆಳೆಯನ್ನು ಕತ್ತರಿಸಿ, ಕಾಳುಗಳನ್ನು ತೆಗೆದೆ! ಅವುಗಳನ್ನು ಒಂದು ಕಡೆ ಶೇಖರಿಸಿಟ್ಟೆ! ಇಷ್ಟಾದರೂ ನನ್ನ ಗುದ್ದಲಿ ಸಿಗಲೇ ಇಲ್ಲ! ನನಗೂ ಹುಡುಕೀ ಹುಡುಕೀ ಸಾಕಾಯಿತು! ಹೀಗೆಯೇ ಎಷ್ಟೋ ದಿನಗಳಾಗಿ ಹೋದವು! ಕೊನೆಗೆ ಆ ಗುದ್ದಲಿಯ ಆಸೆಯನ್ನೇ ಬಿಟ್ಟುಬಿಟ್ಟೆ! ಮುಂದಿನ ಕಥೆ ಕೇಳು! ಅದೇ ಮುಖ್ಯವಾದುದು! ಕಳೆದ ಬೇಸಿಗೆಯಲ್ಲಿ ಅರೆದ ಘೌಟ್‌ನಿಂದ ಬೆರೆತ ಚಪಾತಿಗಳನ್ನು ತಿನ್ನುವ ಮನಸ್ಸಾಯಿತು! ಹಾಗಾಗಿ ಶೇಖರಿಸಿಟ್ಟಿದ್ದ ಕೆಲವು ಘೌಟ್‌ಕಾಳುಗಳನ್ನು ತೆಗೆದುಕೊಂಡು ನೀರಿನಲ್ಲಿ ಸೋಕಿಸಿ ಕಲ್ಲಿನ ಮೇಲೆ ಚೆನ್ನಾಗಿ ಅರೆದೆ! ಅನಂತರ ಗೋಧಿ ಹಿಟ್ಟಿಗೆ ಬೆರೆಸಿ ಚಪಾತಿಗಳನ್ನು ಮಾಡಿದೆ! ಆಮೇಲೆನಾಯ್ತು ಗೊತ್ತೇ? ಒಂದು ಚಪಾತಿ ಚೂರನ್ನು ಕಚ್ಚಿದೆನೋ ಇಲ್ಲವೋ, ದೊಡ್ಡ ಶಬ್ಧವಾಗಿ ನನ್ನದೊಂದು ಹಲ್ಲು ಮುರಿದುಹೋಯಿತು! ಅದು ಎರಡು ತುಂಡಾಯಿತು! ನನ್ನ ಹಲ್ಲು ಮುರಿದದ್ದು ಏಕೆ ಗೊತ್ತೇ? ಅಂದು ನಾನು

ನನ್ನ ಹೊಲ ಅಗೆಯುತ್ತಿದ್ದಾಗ ಕಳೆದುಕೊಂಡ ಗುದ್ದಲಿಯೇ ಹಾಗೆ ಹಲ್ಲು ಮುರಿಯಲು ಕಾರಣವಾಗಿತ್ತು! ನೋಡು! ನನ್ನ ಮುರಿದ ಹಲ್ಲು ಹೇಗಿದೆ ನೋಡು!"

ಹೀಗೆ ಹೇಳುತ್ತಾ ಪಣ್ಣ ಖಿಮ್ಮನಿಗೆ ತನ್ನ ಬಾಯಿ ಬಿಟ್ಟು ತನ್ನ ಹಲ್ಲು ತೋರಿಸಿದ! ಖಿಮ್ಮ ಅವನ ಬಾಯಿಯಲ್ಲಿ ಬಗ್ಗಿ ಬಗ್ಗಿ ನೋಡಿ, "ಅಯ್ಯೋ ಮಿತ್ರ! ನಿಜವಾಗಿಯೂ ದೊಡ್ಡ ನಷ್ಟವಾಯಿತು ನಿನಗೆ! ಗುದ್ದಲಿಯನ್ನು ಕಳೆದುಕೊಂಡಿದ್ದಲ್ಲದೆ ಅದರಿಂದ ಒಂದು ಹಲ್ಲನ್ನು ಮುರಿದುಕೊಂಡೆ! ನೀನು ಹೇಳಿದ್ದು ಅಪ್ಪಟ ಸತ್ಯ! ಅಷ್ಟೊಂದು ಆಸ್ತಿಯನ್ನು ನಿಭಾಯಿಸುವುದು ಬಹಳ ಕಷ್ಟ! ಅದಕ್ಕೇ ನಾನು ಹೇಳುವುದು, ಕೆಲಸವನ್ನೇ ಮಾಡಬಾರದೆಂದು! ಆದರೂ ನೀನು ನನ್ನಷ್ಟು ಅದೃಷ್ಟವಂತನಲ್ಲ! ನಿನ್ನಪ್ಪ ಚೆನ್ನಾಗಿ ತುಪ್ಪ ಕುಡಿದು ಅದರ ಫಲವನ್ನು ನಿನಗೆ ವರ್ಗಾಯಿಸಿದ್ದರೆ ಎಷ್ಟು ಚೆನ್ನಾಗಿರುತ್ತಿತ್ತು!" ಎಂದನು!

———»≫≪«———

ಒಡಿಶಾದ ಜಾನಪದ ಕಥೆ:
ವಿಧಿಯ ಬಲ

ಒಂದಾನೊಂದು ಕಾಲದಲ್ಲಿ ಜಯದೇವನೆಂಬ ಒಬ್ಬ ರಾಜನಿದ್ದನು. ಅವನ ಆಸ್ಥಾನದಲ್ಲಿ ಅನೇಕ ಪಂಡಿತರಿದ್ದರು. ಅವರಲ್ಲಿ ಒಬ್ಬ ಪಂಡಿತನು ಬಹಳ ತಿಳಿದಿದ್ದನು.ಆದರೆ ಅವನು ಬಹಳ ಧೈರ್ಯವಂತನಾಗಿದ್ದು ನೇರವಾಗಿ ಮಾತನಾಡುತ್ತಿದ್ದನು. ಅವನು ಯಾರನ್ನೂ ಹೊಗಳುತ್ತಿರಲಿಲ್ಲ. ರಾಜನನ್ನೂ ಹಾಡಿ ಹೊಗಳುತ್ತಿರಲಿಲ್ಲ. ಅವನ ಈ ವರ್ತನೆಯಿಂದ ರಾಜನಿಗೆ ಒಮ್ಮೆ ಬಹಳ ಬೇಸರವಾಗಿ ಅವನಿಗೆ ಕೋಪದಿಂದ ಹೇಳಿದ, "ನೀನು ಬಹಳ ಬುದ್ಧಿವಂತನೆಂದು ಭಾವಿಸಿರುವೆ! ಆದರೆ ನನ್ನ ಆಸ್ಥಾನದ ಹೊರಗೆ ನಿನ್ನನ್ನು ಯಾರಾದರು ಗೌರವ ತೋರಿಸಿಯಾರೇ?"

ಅದಕ್ಕೆ ಪಂಡಿತನು ಹೇಳಿದ,"ಪ್ರಭು! ನೀವು ಹೇಗೆ ಮಹಾರಾಜರೋ ಹಾಗೆಯೇ ನಾನು ಪಂಡಿತ! ನಿಮಗೆ ಹೇಗೆ ಗೌರವವಿರುತ್ತದೆಯೋ ನನಗೂ ಹಾಗೆ ಗೌರವವರುತ್ತದೆ! ಇಲ್ಲಿ ನಿಮ್ಮ ಔದಾರ್ಯಕ್ಕಿಂತಲೂ ವಿಧಿಯ ಬಲವೇ ಮುಖ್ಯ! ನಮ್ಮ ಕೈಯಲ್ಲೇನೂ ಇಲ್ಲ! ಎಲ್ಲವೂ ಅವರವರ ವಿಧಿಯಂತೆ ನಡೆಯುತ್ತದೆ!"

ಇದರಿಂದ ರಾಜನು ಬಹಳ ಕೋಪಗೊಂಡ!ಅವನು,"ನಾನು ನಿನಗೆ ತೋರಿದ ಔದಾರ್ಯವನ್ನು ವಿಧಿಯ ಬಲವೆನ್ನುವೆಯಾ?! ನಿನ್ನ ಮಾತನ್ನು ಪರೀಕ್ಷಿಸಲು ಹೋಗುತ್ತೇನೆ! ಅದೇನಾದರೂ ಸುಳ್ಳಾದರೆ ನಿನ್ನನ್ನು ಮರಣದಂಡನೆಗೊಳಪಡಿಸುತ್ತೇನೆ!" ಎಂದು ಪಂಡಿತನನ್ನು ಕಾರಾಗೃಹಕ್ಕೆ ಹಾಕಿಸಿಬಿಟ್ಟ!

ಮರುದಿನ, ರಾಜಾಜಯದೇವನು, ಯಾರಿಗೂ ತಿಳಿಯದಂತೆ ವೇಷಮರೆಸಿಕೊಂಡು ಅರಮನೆ ಬಿಟ್ಟು ಹೊರಟನು. ಹಾಗೆ ಹೋಗುತ್ತಾ ಅವನು ಒಂದು ಅರಣ್ಯಕ್ಕೆ ಬಂದನು. ಅಲ್ಲಿನ ಒಂದು ಮರದ ಮೇಲೆ ಒಂದು ಪಕ್ಷಿ ದಂಪತಿ ಗೂಡು ಕಟ್ಟಿ ಮರಿಗಳನ್ನು ಬೆಳೆಸುತ್ತಿತ್ತು. ತಾಯ್ತಂದೆ ಪಕ್ಷಿಗಳು ಆಹಾರ ತರಲು ಹೋಗಿರಲು, ಗೂಡಿನಲ್ಲಿ ಮರಿಗಳು

ಮಾತ್ರ ಇದ್ದವು. ಈ ಸಮಯ ನೋಡಿಕೊಂಡು ಒಂದು ಭಯಂಕರ ಹಾವು ಆ ಅಸಹಾಯಕ ಮರಿಗಳನ್ನು ಕಬಳಿಸಲು ಬರುತ್ತಿತ್ತು! ಅದನ್ನು ನೋಡಿದ ರಾಜನು ಕರುಣಾಪೂರಿತನಾಗಿ, ಆ ಹಾವನ್ನು ತನ್ನ ಖಡ್ಗದಿಂದ ಹೊಡೆದು ತುಂಡರಿಸಿ ಮರಿಗಳನ್ನು ಕಾಪಾಡಿದನು!

ತಾಯ್ತಂದೆ ಪಕ್ಷಿಗಳು ಆಹಾರದೊಂದಿಗೆ ಹಿಂದಿರುಗಲು, ಮರಿಗಳು ಅವುಗಳಿಗೆ ರಾಜನನ್ನು ತೋರಿಸುತ್ತಾ ಹೇಳಿದವು," ಅಪ್ಪ! ಅಮ್ಮ! ನಾವೀಗ ದೊಡ್ಡ ಅಪಾಯದಲ್ಲಿ ಸಿಲುಕಿದ್ದೆವು! ಒಂದು ದೊಡ್ಡ ಹಾವು ನಮ್ಮನ್ನು ನುಂಗಲು ಬಂದಿತ್ತು! ಅಷ್ಟರಲ್ಲಿ ಅಲ್ಲಿ ಕೆಳಗೆ ನಿಂತಿರುವ ಆ ಕರುಣಾಶಾಲಿ ಮನುಷ್ಯ ಆ ಹಾವನ್ನು ಕೊಂದು ನಮ್ಮನ್ನು ಕಾಪಾಡಿದ!"

"ಹಾಗಾದರೆ ನಾವು ಆ ಮನುಷ್ಯನಿಗೆ ಏನಾದರೂ ಪ್ರತ್ಯುಪಕಾರ ಮಾಡಲೇಬೇಕು! ಅವನು ನಮ್ಮ ಮರಿಗಳನ್ನು ಕಾಪಾಡಿದ್ದಾನೆ!" ಪಕ್ಷಿದಂಪತಿಗಳು ಪರಸ್ಪರ ಮಾತನಾಡಿಕೊಂಡು ರಾಜನ ಬಳಿಗೆ ಹೋಗಿ ಹೇಳಿದವು,"ಒಡೆಯ! ನಮ್ಮನ್ನು ಹಿಂಬಾಲಿಸು! ನಿನ್ನ ಉಪಕಾರಕ್ಕೆ ಪ್ರತ್ಯುಪಕಾರ ಮಾಡುತ್ತೇವೆ!"

ಅಂತೆಯೇ ರಾಜನು ಆ ಪಕ್ಷಿಗಳನ್ನು ಹಿಂಬಾಲಿಸಿದನು. ಅವು ಅವನನ್ನು ಅರಣ್ಯ ಮಧ್ಯದಲ್ಲಿದ್ದ ಒಂದು ಆಶ್ರಮಕ್ಕೆ ಕರೆದೊಯ್ದವು. ಆ ಆಶ್ರಮದಲ್ಲಿ ಒಬ್ಬ ಋಷಿಯು ಧ್ಯಾನ ಮಾಡುತ್ತಾ ಕುಳಿತಿದ್ದನು. ರಾಜನು ಅವನಿಗೆ ತಲೆಬಾಗಿ ವರವೊಂದನ್ನು ಪ್ರಾರ್ಥಿಸಿದನು. ಆಗ ಋಷಿಯು ಅವನಿಗೆ ಒಂದು ಮರದ ಟೊಂಗೆಯನ್ನು ಕೊಡುತ್ತಾ," ಈ ಟೊಂಗೆಯನ್ನು ತೆಗೆದುಕೋ! ಆದರಿಂದ ನಿನಗಿಷ್ಟ ಬಂದ ರೂಪವನ್ನು ನೀನು ಧರಿಸಬಹುದು! ಅನಂತರ ಪುನಃ ನಿನ್ನ ಹಿಂದಿನ ರೂಪಕ್ಕೂ ಬರಬಹುದು!" ಎಂದು ಹೇಳಿದನು.

ರಾಜನು ಆ ಮಾಯಾಟೊಂಗೆಯನ್ನು ಪಡೆದುಕೊಂಡು ಪುನಃ ತನ್ನ ಪ್ರಯಾಣವನ್ನು ಮುಂದುವರೆಸಿದನು. ಹಾಗೆ ಹೋಗುತ್ತಾ ಅವನು ಕೇಸರಿ ಎಂಬ ರಾಜನೊಬ್ಬನ ರಾಜ್ಯಕ್ಕೆ ಬಂದನು. ಅಲ್ಲಿ ಅವನು ಮಾಯಟೊಂಗೆಯ ಸಹಾಯದಿಂದ ಒಬ್ಬ ಕುರುಡನಂತೆ ರೂಪಧರಿಸಿ ಒಂದು ಮೂಲೆಯಲ್ಲಿ ಭಿಕ್ಷೆ ಬೇಡುತ್ತಾ ಕುಳಿತನು!

ಅಲ್ಲಿನ ರಾಜನಾದ ಕೇಸರಿ ದುರಂಹಕಾರದಿಂದ ಕೂಡಿದ್ದನು! ಅವನು ದೇವರನ್ನು ನಂಬದೇ, ತಾನು ರಾಜನಾದುದರಿಂದ ಸರ್ವಶಕ್ತನೆಂದು ಭಾವಿಸಿದ್ದನು! ಆದರೆ

ಅವನಿಗೊಬ್ಬ ಮಗಳಿದ್ದು ಅವಳು ಅವನಿಗೆ ತದ್ವಿರುದ್ಧದ ಸ್ವಭಾವದವಳಾಗಿದ್ದಳು! ಅವಳು ಬಹಳ ಸೌಮ್ಯ ಸ್ವಭಾವದವಳೂ, ಕರುಣಾಶಾಲಿಯೂ ದೈವಭಕ್ತಳೂ ಆಗಿದ್ದಳು. ಅವಳು ಧ್ಯಾನ ಮತ್ತು ಪೂಜೆಗಳಲ್ಲಿ ಸಮಯ ಕಳೆಯುತ್ತಿದ್ದಳು. ಇದರಿಂದ, ಆಗಾಗ್ಗೆ ತಂದೆ, ಮಗಳ ನಡುವೆ ವಾಗ್ವಾದಗಳು ನಡೆಯುತ್ತಿದ್ದವು! ಹೀಗೆಯೇ ಒಂದು ದಿನ, ಒಂದು ದೊಡ್ಡ ವಾಗ್ವಾದವಾಗಲು, ತಂದೆಯು ಕೋಪದಿಂದ ಹೇಳಿದನು, "ನೋಡು! ನನಗೆ ನಿನ್ನ ದೇವರ ಬಗ್ಗೆ ಏನೂ ಗೊತ್ತಿಲ್ಲ! ಆದರೆ ನೀನು ನನ್ನ ಕೈಯಲ್ಲಿರುವೆ! ನಾನು ನಿನ್ನನ್ನು ರಾಣಿಯನ್ನಾದರೂ ಮಾಡಬಲ್ಲೆ ಅಥವಾ ಭಿಕ್ಷುಕಿಯನ್ನಾದರೂ ಮಾಡಬಲ್ಲೆ!

ಅದಕ್ಕೆ ಮಗಳು, "ಸಾಧ್ಯವಿಲ್ಲ ಅಪ್ಪ! ನೀವು ಮಹಾರಾಜರೇ ಇರಬಹುದು! ಆದರೆ ನೀವೂ ಒಬ್ಬ ಮನುಷ್ಯರೆಂಬುದನ್ನು ಮರೆಯದಿರಿ! ವಿಧಿಯ ಮುಂದೆ ಯಾರೇನೂ ಮಾಡಲಾರರು! ನಾವೆಲ್ಲರೂ ವಿಧಿವಶರು!" ಎಂದಳು.

"ಹೌದೇ? ಹಾಗಾದರೆ ನಾನೂ ನೋಡುತ್ತೇನೆ!" ಎಂದು ರಾಜನು ಕೂಡಲೇ ಅವಳನ್ನು ಕರೆದುಕೊಂಡು ಬೀದಿಗೆ ಹೊರಟನು! ಅಲ್ಲಿ ಒಂದು ಮೂಲೆಯಲ್ಲಿ ಒಬ್ಬ ಕುರುಡ ಭಿಕ್ಷುಕ ಕುಳಿತಿದ್ದುದನ್ನು ನೋಡಿ, ಅವನ ಬಳಿಗೆ ಅವಳನ್ನು ಕರೆದೊಯ್ದು, "ನೋಡು! ಈಗ ನಿನ್ನನ್ನು ನಾನು ಈ ಕುರುಡ ಭಿಕ್ಷುಕನಿಗೆ ಕೊಟ್ಟು ಮದುವೆ ಮಾಡುತ್ತಿದ್ದೇನೆ! ನಿನ್ನ ವಿಧಿ ಏನಿದೆಯೋ ನೋಡೋಣ!" ಎಂದು ಅವನಿಗೆ ಅವಳನ್ನು ಕೊಟ್ಟು ಮದುವೆ ಮಾಡಿಯೇಬಿಟ್ಟನು!

ಆಗ ಅವನ ಮಗಳು, "ಸರಿ ಅಪ್ಪ! ನನ್ನ ವಿಧಿ ಹಾಗಿದ್ದರೆ ಹಾಗೆಯೇ ಆಗಲಿ!" ಎಂದಳು. ರಾಜನು ಅವಳನ್ನು ಅಲ್ಲಿಯೇ ಬಿಟ್ಟು ಅರಮನೆಗೆ ಹೊರಟು ಹೋದನು! ಪಾಪ, ಅವಳು ಆ ಕುರುಡ ಭಿಕ್ಷಕನೊಂದಿಗೇ ನಿಂತಳು! ಆದರೆ ಅವನಿಗೊಂದು ಮನೆಯೂ ಇರಲಿಲ್ಲ! ರಾಜಕುಮಾರಿಯೇ ಅವನನ್ನು ಕರೆದೊಯ್ದು ತನ್ನ ಒಡವೆಗಳನ್ನು ಬಳಸಿ ಒಂದು ಪುಟ್ಟ ಮನೆಯನ್ನು ತೆಗೆದುಕೊಂಡಳು. ಇಬ್ಬರೂ ಆ ಮನೆಯಲ್ಲಿರುತ್ತಾ ಭಿಕ್ಷೆಯಿಂದ ಬದುಕತೊಡಗಿದರು. ರಾಜಕುಮಾರಿಯು ಪಾಲಿಗೆ ಬಂದದ್ದು ಪಂಚಾಮೃತವೆಂದು ಭಾವಿಸುತ್ತಾ ತನ್ನ ಕುರುಡು ಗಂಡನನ್ನೇ ಸೇವಿಸುತ್ತಲಿದ್ದಳು. ಹೀಗಿರುವಾಗ, ಒಂದು ದಿನ, ಒಂದು ದೊಡ್ಡ ಆಶ್ಚರ್ಯ ನಡೆಯಿತು! ಅವಳ ಕುರುಡು ಗಂಡ, ಇದ್ದಕ್ಕಿದ್ದಂತೆ ಸುಂದರನಾದ ಕಣ್ಣು ಕಾಣುವ ಪುರುಷನಾದ! ಅವನು ಬೇರಾರೂ

ಆಗಿರದೇ ರಾಜಾ ಜಯದೇವನೇ ಆಗಿದ್ದ! ತನ್ನ ಮಾಯಾಟೊಂಗೆಯಿಂದ ಕುರುಡು ಭಿಕ್ಷುಕನಾಗಿದ್ದ ಅವನು ಈಗ ಪುನಃ ಹಿಂದಿನ ರೂಪವನ್ನು ಪಡೆದಿದ್ದ! ಇದನ್ನು ತಿಳಿದ ರಾಜಕುಮಾರಿ ಅತ್ಯಂತ ಆನಂದಿತಳಾದಳು! ಅವನೊಂದಿಗೆ ತನ್ನ ತಂದೆಯ ಬಳಿ ಹೋಗಿ ನಡೆದುದನ್ನು ಹೇಳುತ್ತಾ ವಿಧಿಯ ಬಲವೇ ಹೆಚ್ಚೆಂದು ವಾದಿಸಿದಳು. ಅವಳ ಗಂಡನು ಒಬ್ಬ ರಾಜನೆಂದು ತಿಳಿದು ಅವನಿಗೆ ಬಹಳ ಸಂತೋಷವಾಯಿತು! ತಾನು ಒಬ್ಬ ಕುರುಡು ಬಿಕ್ಷುಕನಿಗೆ ಅವಳನ್ನು ಮದುವೆ ಮಾಡಿದ್ದರೂ ವಿಧಿಯ ಬಲದಿಂದ ಆ ಕುರುಡು ಭಿಕ್ಷುಕನು ಒಬ್ಬ ರಾಜನೇ ಆಗಿದ್ದುದನ್ನು ನೋಡಿ ಅವನಿಗೆ ಆಶ್ಚರ್ಯವಾಯಿತು! ಕೊನೆಗೂ ಅವನು ವಿಧಿಯೇ ಹೆಚ್ಚೆಂಬ ರಾಜಕುಮಾರಿಯ ಮಾತನ್ನು ಒಪ್ಪಿದನು. ಸ್ವಲ್ಪ ಕಾಲ, ಜಯದೇವನೂ ರಾಜಕುಮಾರಿಯೂ ಅವನೊಂದಿಗೇ ಇರಲು, ಅವನು, ತನಗೆ ಗಂಡು ಮಕ್ಕಳಿಲ್ಲದ ಕಾರಣ, ಜಯದೇವನನ್ನೇ ದತ್ತುಪುತ್ರನನ್ನಾಗಿ ಸ್ವೀಕರಿಸಿ ಅವನಿಗೆ ರಾಜ್ಯವನ್ನು ಒಪ್ಪಿಸಿ ತಪಸ್ಸಿಗೆ ಹೊರಟುಹೋದನು. ಹೀಗೆ ಜಯದೇವನು ಎರಡು ರಾಜ್ಯಗಳಿಗೆ ರಾಜನಾದನು.

ಈಗ ರಾಜ ಜಯದೇವನಿಗೂ ಪಂಡಿತನ ಮಾತಿನ ಅರಿವಾಯಿತು. ವಿಧಿಯ ಬಲವೇ ಹೆಚ್ಚೆಂದು ಅವನು ಅರಿತನು. ತಾನೊಬ್ಬ ಕುರುಡು ಭಿಕ್ಷುಕನಂತೆ ವೇಷ ಮರೆಸಿದರೂ ರಾಜಕುಮಾರಿಯೊಂದಿಗೆ ವಿವಾಹವಾಗಿ ಹೊಸ ರಾಜ್ಯವೊಂದು ಅನಾಯಾಸವಾಗಿ ತನಗೆ ಸಿಕ್ಕಿದ್ದು ನೋಡಿ ಅವನಿಗೆ ಖಂಡಿತವಾಗಿಯೂ ವಿಧಿಯು ಬಲವಾದುದೆನಿಸಿತು. ಅವನು ತನ್ನ ರಾಜ್ಯಕ್ಕೆ ಹಿಂದಿರುಗಿ ಪಂಡಿತನನ್ನು ಕಾರಾಗೃಹದಿಂದ ಬಿಡಿಸಿ ಅವನ ಕ್ಷಮೆಯಾಚಿಸಿ ಸನ್ಮಾನಿಸಿದ.

ಒಡಿಶಾದ ಜಾನಪದ ಕಥೆ:
ಮೀನಿನ ನಗು

ಒಂದಾನೊಂದು ಕಾಲದಲ್ಲಿ ಒಬ್ಬ ರಾಜನಿದ್ದನು. ಅವನಿಗೆ ಬಹಳ ಸುಂದರಿಯಾದ ಒಬ್ಬ ಹೆಂಡತಿಯಿದ್ದಳು. ಅವರಿಗೆ ಬಹಳ ಬುದಿವಂತನಾದ ಮತ್ತು ಕಲಾಪ್ರೌಢಿಮನಾದ ಒಬ್ಬ ಮಗನಿದ್ದನು. ರಾಜನು ತುಂಬಾ ಸುಖವಾಗಿದ್ದನು. ಆದರೆ ಕಾಲವು ಒಂದೇ ರೀತಿ ಇರಲಾರದಷ್ಟೇ? ಒಂದು ದಿನ, ಅವನ ರಾಣಿಯು ಮಹಡಿಯ ಮೆಟ್ಟಿಲುಗಳಿಂದ ಬಿದ್ದು ತನ್ನ ಎದೆಗೆ ಏಟು ಮಾಡಿಕೊಂಡಳು! ರಾಜವೈದ್ಯನು ಅವಳಿಗೆ ಸಾಕಷ್ಟು ಚಿಕಿತ್ಸೆ ಮಾಡಿದ. ಆದರೆ ಅವಳು ಸತ್ತು ಹೋದಳು!

ರಾಜನಿಗೆ ದು:ಖ ತಡೆಯಲಾಗಲಿಲ್ಲ. ದಿನೇ ದಿನೇ ರಾಣಿಯ ವಿರಹ ಬಹಳವಾಗಿ ಕಾಡಿತು. ರಾಜನ ಸಭಾಸದರು ಅವನಿಗೆ ಮತ್ತೆ ಮದುವೆ ಮಾಡಿಕೊಳ್ಳಲು ಒತ್ತಾಯ ಮಾಡಿದರು. ಅವರ ಮಾತನ್ನು ನಿರಾಕರಿಸಲಾಗದೇ ರಾಜನು ಮತ್ತೆ ಮದುವೆಯಾದನು. ಹೊಸರಾಣಿಯೂ ಮೊದಲಿನವಳಷ್ಟೇ ಸುಂದರವಾಗಿದ್ದಳು. ಅವಳ ಜೊತೆ ಅನೇಕ ಸಖಿಯರೂ ಬಂದಿದ್ದರು. ರಾಜನು ಅವಳ ಮತ್ತು ಅವಳ ಸಖಿಯರ ಸಂಗದಲ್ಲಿ ಕ್ರಮೇಣ ತನ್ನ ದು:ಖವನ್ನೆಲ್ಲಾ ಮರೆತನು. ಹೀಗಿರಲು, ಒಂದು ದಿನ ಅವನು ತನ್ನ ಮಗನೊಂದಿಗೆ ಏನೋ ಮಾತನಾಡುತ್ತಿದ್ದನು. ಆಗ ಒಬ್ಬ ಬೆಸ್ತನು ಬಂದು, ತಾನು ಹಿಡಿದಿದ್ದ ಒಂದು ದೊಡ್ಡ ಮೀನನ್ನು ರಾಜನಿಗೆ ಕಾಣಿಕೆಯಾಗಿ ಕೊಟ್ಟನು. ರಾಜನು ಅವನಿಗೆ ಉಡುಗೊರೆ ಕೊಟ್ಟು ಕಳಿಸಿದನು.

ರಾಜನು ತನ್ನ ಮಗನೊಂದಿಗೆ ಮಾತನ್ನು ಮುಂದುವರೆಸಿದನು. ಆಗ ಒಂದು ವಿಚಿತ್ರ ಘಟನೆ ನಡೆಯಿತು! ಅಲ್ಲೇ ಇದ್ದ ಆ ಮೀನು ಜೋರಾಗಿ ನಕ್ಕಿತು! ಇದನ್ನು ನೋಡಿ ರಾಜನಿಗೆ ಮಹದಾಶ್ಚರ್ಯವಾಯಿತು! ಅದು ಏಕೆ ಹಾಗೆ ನಕ್ಕಿತೆಂದು ಅವನಿಗೆ ಅರ್ಥವಾಗಲಿಲ್ಲ. ಇದರ ಅರ್ಥವನ್ನು ಕಂಡುಹಿಡಿದು ಬರಲು ರಾಜಕುಮಾರನನ್ನು ಕಳಿಸಿದನು. ಅನಂತರ ಅವನು ಆ ಮೀನನ್ನು ತನ್ನ ಸ್ನಾನದ ಬೋಗುಣಿಯಲ್ಲಿ ಬಿಟ್ಟನು.

ರಾಜಕುಮಾರನು ಮೀನಿನ ನಗುವಿಗೆ ಕಾರಣವನ್ನು ಕಂಡುಹಿಡಿಯಲು ಬಹಳ ಕಷ್ಟಪಟ್ಟನು. ಆದರೆ ಆಗಲಿಲ್ಲ. ಒಂದು ದಿನ, ಅವನು ಒಬ್ಬ ಸಾಮಾನ್ಯ ಮನುಷ್ಯನ ವೇಷದಲ್ಲಿ ಸನಿಹದ ಹಳ್ಳಿಗಳಿಗೆ ಹೋದನು. ಒಂದು ಹಳ್ಳಿಯಲ್ಲಿ ಒಬ್ಬ ಮುದುಕನು ಒಂದು ಮರದ ನೆರಳಿನಲ್ಲಿ ಛತ್ರಿಯನ್ನು ಕಟ್ಟಿ ಅದರಡಿಯಲ್ಲಿ ಕುಳಿತಿದ್ದನು. ಅದನ್ನು ನೋಡಿ ರಾಜಕುಮಾರನು, "ಮರದ ನೆರಳಿನಲ್ಲಿ ಕುಳಿತಿದ್ದರೂ ಛತ್ರಿಯಡಿಯಲ್ಲಿ ಏಕೆ ಕುಳಿತಿರುವಿರಿ?" ಎಂದು ಕೇಳಿದನು. ಅದಕ್ಕೆ ಆ ಮುದುಕ, "ವತ್ಸ! ಮರದಿಂದ ಟೊಂಗೆಗಳು ನನ್ನ ತಲೆಯ ಮೇಲೆ ಬೀಳಬಹುದು! ಪಕ್ಷಿಗಳು ಹಿಕ್ಕೆ ಹಾಕಬಹುದು! ಹಾಗಾಗಿ, ಅವುಗಳಿಂದ ರಕ್ಷಣೆ ಪಡೆಯಲು ಛತ್ರಿಯಡಿ ಕುಳಿತಿದ್ದೇನೆ ಎಂದನು. ರಾಜಕುಮಾರನು, ಅವನು ಬಹಳ ಬುದ್ಧಿವಂತನೆಂದೂ ತನ್ನ ಸಮಸ್ಯೆಗೆ ಅವನಿಂದ ಉತ್ತರ ಸಿಗಬಹುದೆಂದೂ ಭಾವಿಸಿ, ಮೀನು ನಕ್ಕ ವಿಷಯವನ್ನು ಹೇಳಿದನು. ಆದರೆ ಆ ಮುದುಕ ಏನೂ ಹೇಳದೇ ಎದ್ದು ನಡೆಯತೊಡಗಿದನು. ರಾಜಕುಮಾರನೂ ಅವನನ್ನು ಹಿಂಬಾಲಿಸಿದನು. ಸ್ವಲ್ಪ ದೂರ ನಡೆದ ಮೇಲೆ ಆ ಮುದುಕನು, "ನಾನು ನನ್ನ ಮಗಳಿಗೆ ಗಂಡು ನೋಡಲು ಹೋಗಿದ್ದೆ! ಆದರೆ ಸೂಕ್ತವಾದ ಗಂಡು ಸಿಗಲಿಲ್ಲ. ನಿನ್ನನ್ನು ನೋಡಿದರೆ ಅವಳಿಗೆ ಸೂಕ್ತನಾದ ಗಂಡಿನಂತಿರುವೆ! ನನ್ನ ಮನೆಗೆ ಬಾ! ನನ್ನ ಅಭಿಪ್ರಾಯವನ್ನು ಅವಳಿಗೆ ಹೇಳುತ್ತೇನೆ! ನೋಡೋಣ!" ಎಂದನು. ಅಂತೆಯೇ ರಾಜಕುಮಾರನು ಅವನೊಂದಿಗೆ ಹೊರಟನು.

ಸ್ವಲ್ಪ ದೂರ ಹೋದ ಬಳಿಕ, ಅವರು ಒಂದು ಹೊಲದ ಬಳಿ ಬಂದರು. ಅದನ್ನು ತೋರಿಸುತ್ತಾ ಮುದುಕನು, "ಈ ಹೊಲ ನನ್ನದೇ! ನೀನು ನನ್ನ ಮಗಳನ್ನು ಮದುವೆಯಾದರೆ ಈ ಹೊಲ ನಿನ್ನದಾಗುತ್ತದೆ!" ಎಂದನು.

"ಹೊಲವೇನೋ ಚೆನ್ನಾಗಿದೆ! ಆದರೆ ಅದರ ತಾಯಿಯೇ ಇಲ್ಲವಲ್ಲ! ಎಲ್ಲಿ ಅದರ ತಾಯಿ? ರಾಜಕುಮಾರನು ಹೇಳಿದನು.

ಮುದುಕನಿಗೆ ಅವನ ಮಾತೇ ಅರ್ಥವಾಗಲಿಲ್ಲ! ಅವನೊಬ್ಬ ಹುಚ್ಚನೆಂದುಕೊಂಡನು. ಮುಂದೆ ಹೋಗುತ್ತಾ ಮುದುಕನು ತನ್ನ ಮನೆಗೆ ಅವನನ್ನು ಕರೆತಂದನು. ತನ್ನ ಮನೆಯನ್ನು ಮುದುಕನು ರಾಜಕುಮಾರನಿಗೆ ತೋರಿಸಿದನು. ರಾಜಕುಮಾರನು

ಮನೆಯನ್ನೆಲ್ಲಾ ನೋಡಿ ಕೊನೆಗೆ, "ಮನೆಯೇನೋ ಬಹಳ ಚೆನ್ನಾಗಿದೆ! ಆದರೆ ಅದರ ಗಂಡನಿಲ್ಲದೇ ಅದು ಚೆನ್ನಾಗಿ ಕಾಣುವುದಿಲ್ಲ!" ಎಂದನು.

ಅವನ ಮಾತು ಕೇಳಿ ಮುದುಕನಿಗೆ ಕೋಪ ಬಂದಿತು! ಅವನು ನೋಡುವುದಕ್ಕಷ್ಟೇ ಸುಂದರನಾಗಿದ್ದು ವಾಸ್ತವವಾಗಿ ಒಬ್ಬ ಮೂರ್ಖನಾಗಿದ್ದನೆಂದು ಭಾವಿಸಿದನು. ತನ್ನ ಮಗಳಿಗೆ ಅವನನ್ನು ಸುಮ್ಮನೆ ನೋಡಿ ಏನಾದರೂ ತಿಂಡಿ ಕೊಟ್ಟು ಕಳಿಸಲು ಹೇಳಿದನು. ಅವಳು ಅವನನ್ನು ನೋಡಿ ಒಂದು ಪೊಟ್ಟಣವನ್ನು ಕಟ್ಟಿ ಕೊಟ್ಟು ಕಳಿಸಿದಳು. ಅವನು ಹೋದ ಬಳಿಕ, ಮುದುಕನು ತನ್ನ ಮಗಳಿಗೆ ಹೇಳಿದನು, "ಮಗಳೇ! ಅವನೊಬ್ಬ ಹುಚ್ಚನೆನಿಸುತ್ತದೆ ನನಗೆ! ನನ್ನ ಹೊಲವನ್ನು ನೋಡಿ ಅದಕ್ಕೆ ತಾಯಿಯಿಲ್ಲ ಎಂದ! ಈ ಮನೆಯನ್ನು ನೋಡಿ ಇದಕ್ಕೆ ಗಂಡನಿಲ್ಲ ಎಂದ! ನಿನ್ನನ್ನು ಅವನಿಗೆ ಕೊಟ್ಟು ಮದುವೆ ಮಾಡೋಣವೆಂದು ಯೋಚಿಸಿದೆ! ಆದರೆ ಇಂಥ ಮೂರ್ಖನಿಗೆ ಹೇಗೆ ನಿನ್ನನ್ನು ಕೊಡುವುದು?"

ಆ ಮುದುಕನ ಮಗಳು ಬಹಳ ಬುದ್ಧಿವಂತೆಯಾಗಿದ್ದಳು. ಅವನ ಮಾತನ್ನು ಕೇಳಿ ಅವಳು, "ಅಪ್ಪ! ನನಗೇನೋ ಅವನು ಬಹಳ ಬುದ್ಧಿವಂತನೆಂದು ತೋರುತ್ತದೆ! ಉಳುವ ಹೊಲಕ್ಕೆ ನೀರೇ ತಾಯಿ! ಅವನು ಆ ಹೊಲದ ಬಳಿ ಎಲ್ಲೂ ಒಂದು ಕೆರೆಯನ್ನೋ ಅಥವಾ ನೀರಿನ ಇನ್ನಾವುದೇ ಆಧಾರವನ್ನೋ ಕಾಣದೇ ಹಾಗೆಂದಿದ್ದಾನೆ! ಹಾಗೆಯೇ ನಮ್ಮ ಮನೆಗೆ ಅತಿಥಿಗಳು ಬಂದಾಗ ಕುಳಿತುಕೊಳ್ಳುವಂಥ ಒಂದು ಸಾಮಾನ್ಯ ಅಂಗಣ ಇಲ್ಲ. ಹಾಗಾಗಿ ಅವರು ನೇರ ಒಳಕ್ಕೇ ಬಂದು ನಮ್ಮ ರಹಸ್ಯಗಳನ್ನೆಲ್ಲಾ ತಿಳಿದುಕೊಳ್ಳುತ್ತಾರೆ! ಈ ಸಾಮಾನ್ಯ ಅಂಗಣವನ್ನೇ ಅವನು ಗಂಡನೆಂದು ಹೇಳಿದ್ದು!" ಎಂದಳು.

"ಓ! ಹಾಗೋ! ನನಗೆ ತಿಳಿಯಲೇ ಇಲ್ಲ! ನಾನು ಅವನನ್ನು ಕಳಿಸಿ ತಪ್ಪು ಮಾಡಿದೆ! ಹೋಗಿ ಪುನಃ ಕರೆಯುತ್ತೇನೆ!" ಮುದುಕನು ಹೇಳಿದನು.

ಅದಕ್ಕೆ ಅವನ ಮಗಳು, "ಬೇಡ ಬೇಡ! ನೀವು ಹೋಗಬೇಕಿಲ್ಲ! ಅವನು ನಿಜವಾಗಿಯೂ ಬುದ್ಧಿವಂತನಾಗಿದಿದ್ದರೆ ನಾನು ಕೊಟ್ಟ ಪೊಟ್ಟಣವನ್ನು ನೋಡಿ ತಾನೇ ಬರುತ್ತಾನೆ!" ಎಂದಳು.

ರಾಜಕುಮಾರನು ದಾರಿಯಲ್ಲಿ ಹೋಗುತ್ತಾ ಸ್ವಲ್ಪ ಹೊತ್ತಾದ ಬಳಿಕ, ಹುಡುಗಿಯು ಕೊಟ್ಟ ಪೊಟ್ಟಣವನ್ನು ತೆಗೆದು ನೋಡಿದನು. ಅದರಲ್ಲಿ ಒಂದು ಹೊಸ ಗುಲಾಬಿ ಹೂವೂ ಸ್ವಲ್ಪ ಸಗಣಿಯೂ ಇದ್ದವು! ಇದರರ್ಥವೇನೆಂದು ಅವನು ಬಹಳ ಯೋಚಿಸಿದನು. ಕೊನೆಗೆ ಅವನಿಗೆ ಉತ್ತರ ಸಿಕ್ಕಿತು! ಅವಳು ಅವನಿಗೆ ಗುಲಾಬಿ ಹೂವನ್ನು ಕೊಟ್ಟಿದ್ದಳೆಂದರೆ ಅವಳು ಅವನನ್ನು ತನ್ನ ದೇವರೆಂದು ಸ್ವೀಕರಿಸಿದ್ದಳೆಂದು ಅರ್ಥ! ಹೊಸ ಗುಲಾಬಿಯು ಹುಡುಗಿಯೇ ಆಗಿದ್ದಳು! ಹೂವನ್ನು ದೇವರಿಗೆ ಅರ್ಪಿಸುವುದರಿಂದ, ಅವನು ಈ ಅರ್ಥವನ್ನು ತಿಳಿದನು. ಇನ್ನು ಗೋವಿನ ಸಗಣಿ, ಪಾವಿತ್ರ್ಯದ ಸಂಕೇತ! ಅದರರ್ಥ, ಆ ಹುಡುಗಿ ಅವನನ್ನು ತನ್ನ ಗಂಡನಾಗಿ ಬಯಸುತ್ತಿದ್ದಳೆಂದು ತಿಳಿದನು. ಹೀಗೆ ಅವಳು ಕೊಟ್ಟ ಸಂಕೇತಗಳ ಅರ್ಥವನ್ನು ತಿಳಿದು ಅವನು ಪುನ: ಮುದುಕನ ಮನೆಗೆ ಹೋದನು. ಅವನನ್ನು ಸ್ವಾಗತಿಸಲಾಯಿತು. ಆಗ ಅವನು ತಾನೊಬ್ಬ ರಾಜಕುಮಾರನೆಂದು ಹೇಳಿ, ಅವನ ಮಗಳನ್ನು ಮೀನು ನಕ್ಕ ಕಾರಣವನ್ನು ಕೇಳಿದನು. ಅದಕ್ಕೆ ಅವಳು, ಅದರ ರಹಸ್ಯ ಅರಮನೆಯಲ್ಲಿ ಅಡಗಿದೆಯೆಂದೂ ತಾನು ಅರಮನೆಗೆ ಬಂದಾಗ ಅದನ್ನು ಕಂಡುಹಿಡಿದು ಹೇಳಬಹುದೆಂದೂ ಹೇಳಿದಳು. ಆಗ ರಾಜಕುಮಾರನು ಅವಳನ್ನು ಅರಮನೆಗೆ ಕರೆದುಕೊಂಡು ಹೋಗಿ, ತನ್ನ ತಂದೆಯ ಒಪ್ಪಿಗೆಯೊಂದಿಗೆ ಅವಳನ್ನು ಮದುವೆಯಾದನು. ಹೀಗೆ ಒಬ್ಬ ಸಾಮಾನ್ಯ ರೈತನ ಮಗಳು ಒಬ್ಬ ರಾಜಕುಮಾರನ ಹೆಂಡತಿಯಾಗಿ ಒಬ್ಬ ರಾಜನ ಸೊಸೆಯಾದಳು!

ಮರುದಿನ ರಾಜಕುಮಾರನ ಹೆಂಡತಿಯು, ಐದು ಅಡಿ ಆಳದ ಹಾಗೂ ಎರಡು ಅಡಿ ಅಗಲದ ಒಂದು ಹಳ್ಳ ಅಗೆಸಲು ಹೇಳಿದಳು. ಆ ಹಳ್ಳವನ್ನು ಅಗೆಸಲು, ಅವಳು, ರಾಣಿಯ ಎಲ್ಲಾ ಸಖಿಯರೂ ಅದರ ಮೇಲೆ ಹಾರಬೇಕೆಂದು ಹೇಳಿದಳು! ಹೊಸ ರಾಣಿಯ ಅತ್ಯಂತ ನಂಬಿಕಸ್ಥ ಸಖಿಯೊಬ್ಬಳನ್ನು ಬಿಟ್ಟು ಇನ್ನಾರಿಗೂ ಹಾಗೆ ಹಾರಲಾಗಲಿಲ್ಲ! ಅವಳನ್ನು ಸರಿಯಾಗಿ ಪರೀಕ್ಷಿಸಿದಾಗ, ಅವಳು ವಾಸ್ತವವಾಗಿ ಸ್ತ್ರೀ ವೇಷದ ಒಬ್ಬ ಪುರುಷನೆಂದು ತಿಳಿಯಿತು! ಇದನ್ನು ನೋಡಿ ಸಭಾಸದಸರಿಗೆಲ್ಲಾ ಬಹಳ ಆಶ್ಚರ್ಯವಾಯಿತು! ಆಗ ಆ ಬುದ್ಧಿವಂತ ಸೊಸೆ ರಾಜನಿಗೆ ಹೇಳಿದಳು, "ಪ್ರಭು! ಮೀನು ಈ ಪುರಷನನ್ನು ನೋಡಿಯೇ ನಕ್ಕಿದ್ದು! ಈ ಪುರುಷನು ಹೊಸ ರಾಣಿಯ ಸಹಾಯದಿಂದ ನಿಮ್ಮನ್ನೂ ರಾಜಕುಮಾರನನ್ನೂ ಕೊಂದು ನಿಮ್ಮ ರಾಜ್ಯವನ್ನು ಲಪಟಾಯಿಸಬೇಕೆಂದು ಸಂಚು

ಮಾಡಿದ್ದನು! ಅದಕ್ಕಾಗಿಯೇ ಸ್ತ್ರೀವೇಷ ಧರಿಸಿ ಬಂದಿದ್ದನು! ಮೀನು ತನ್ನ ನಗುವಿನಿಂದ ನಿಮ್ಮ ಯೋಜನೆಗಳೆಲ್ಲಾ ನಿರರ್ಥಕವಾಗುವುದೆಂದು ತೋರಿಸಿತು!

ರಾಜನು ವಿಚಾರಣೆ ನಡೆಸಿ ಇದು ನಿಜವೆಂದು ಅರಿತನು. ಅವನು ಆ ಸ್ತೀವೇಷದ ಪುರುಷನಿಗೂ ಹೊಸರಾಣಿಗೂ ಕಠಿಣ ಶಿಕ್ಷೆ ವಿಧಿಸಿದನು. ಅನಂತರ ಅವನು ಮತ್ತೆ ಮದುವೆಯಾಗದೇ ತನ್ನ ಪುತ್ರನಿಗೆ ಪಟ್ಟಾಭಿಷೇಕ ಮಾಡಿ, ತಾನು ರಾಜ್ಯವನ್ನು ತ್ಯಜಿಸಿ ತಪಸ್ಸಿಗೆಂದು ಕಾಡಿಗೆ ಹೋದನು.

ಕರ್ನಾಟಕದ ಜಾನಪದ ಕಥೆ:
ಮೂರ್ಖ ಹಳ್ಳಿಗರು

ಒಂದಾನೊಂದು ಕಾಲದಲ್ಲಿ ಪಿರಿಯಾಪಟ್ಟಣವೆಂಬ ಹಳ್ಳಿಯಲ್ಲಿ ಒಬ್ಬ ವಿಧವೆಯು ರಾಮ ಎಂಬ ತನ್ನ ಒಬ್ಬನೇ ಮಗನೊಂದಿಗೆ ಒಂದು ಪುಟ್ಟ ಮನೆಯಲ್ಲಿ ವಾಸಿಸುತ್ತಿದ್ದಳು. ಬಹಳ ವಿಧೇಯನಾಗಿದ್ದ ರಾಮು ತನ್ನ ತಾಯಿಗೆ ಎಲ್ಲ ರೀತಿಯ ಸಹಾಯವನ್ನೂ ಮಾಡುತ್ತಿದ್ದ. ಒಂದು ದಿನ ಅವನು ಮನೆಯ ಹಿತ್ತಲಿನ ಕೈತೋಟದಲ್ಲಿ ಒಂದು ಗುಂಡಿ ಅಗೆಯುತ್ತಿದ್ದಾಗ ಅಲ್ಲೊಂದು ಮಡಿಕೆಯನ್ನು ಕಂಡ! ಅದರೊಳಗೆ ಚಿನ್ನದ ನಾಣ್ಯಗಳಿದ್ದವು! ಆಶ್ಚರ್ಯಗೊಂಡ ಅವನು ಆ ಮಡಿಕೆಯನ್ನು ತಂದು ತಾಯಿಗೆ ತೋರಿಸಿದ. ಸಂತೋಷಗೊಂಡ ಅವಳು ಆ ಹಣದಿಂದ ಒಂದು ಎಮ್ಮೆಯನ್ನು ಖರೀದಿಸಿ ದಿನವೂ ಅದನ್ನು ಮೇಯಿಸಿಕೊಂಡು ಬರಲು ಅವನಿಗೆ ಹೇಳಿದಳು. ಅಂತೆಯೇ ರಾಮು ದಿನವೂ ಎಮ್ಮೆಯನ್ನು ಮೇಯಿಸಿಕೊಂಡು ಬರತೊಡಗಿದ.

ಒಂದು ದಿನ ಎಮ್ಮೆಯನ್ನು ಮೇಯಿಸಲು ಹೋದ ರಾಮುವು ಹಾಗೆಯೇ ನಿದ್ರೆಹೋದ. ಆಗ ಆ ಎಮ್ಮೆಯು ಆಕಸ್ಮತ್ತಾಗಿ ಭೈರೇಗೌಡ ಎಂಬುವನ ಹೊಲದೊಳಗೆ ನುಗ್ಗಿ ಅದನ್ನು ನೋಡಿ ಕೋಪಗೊಂಡ ಭೈರೇಗೌಡ ತನ್ನ ಸೇವಕರಿಗೆ ಆ ಎಮ್ಮೆಯನ್ನು ಕೊಲ್ಲಲು ಆಜ್ಞೆಮಾಡಿದ! ಅಂತೆಯೇ ಅವರು ಎಮ್ಮೆಯನ್ನು ಕೊಂದುಬಿಟ್ಟರು! ಅನಂತರ, ವಿಷಯ ತಿಳಿದ ರಾಮನಿಗೆ ಬಹಳ ದು:ಖವಾಯಿತು. ಅವನ ತಾಯಿಯು ಅವನ ಬೇಜವಾಬ್ದಾರತನಕ್ಕೆ ಬೈಯ್ದಳು! ಕೊನೆಗೆ ಎಮ್ಮೆಯ ಚರ್ಮವನ್ನಾದರೂ ಕೊಡುವಂತೆ ಗೌಡರನ್ನು ಬೇಡಿಕೊಂಡಳು. ಗೌಡರು ಅವಳಿಗೆ ಎಮ್ಮೆಯ ಚರ್ಮವನ್ನು ಸುಲಿಸಿ ಕೊಟ್ಟರು. ಅವಳು ಅದನ್ನು ಒಂದು ಚೀಲದಲ್ಲಿ ಹಾಕಿ ಮಾರಿಕೊಂಡು ಬರಲು ಅವನಿಗೆ ಕೊಟ್ಟಳು. ಅಂತೆಯೇ ಅವನು ಪೇಟೆಗೆ ಹೋಗಲು, ದಾರಿಯಲ್ಲಿ ರಾತ್ರಿಯಾಯಿತು. ಹಾಗಾಗಿ ಅವನು ಆ ಚರ್ಮದ ಚೀಲದೊಂದಿಗೆ ಒಂದು ಮಾವಿನ ಮರವನ್ನೇರಿ ಕುಳಿತನು. ಸ್ವಲ್ಪ ಹೊತ್ತಿನ ಬಳಿಕ, ಕೆಲವು ಕಳ್ಳರು ಆ ಮಾವಿನ ಮರದ ಕೆಳಗೆ

ವಿಶ್ರಮಿಸಿಕೊಳ್ಳಲು ಬಂದರು. ಅವರು ವಿಶ್ರಮಿಸಿಕೊಳ್ಳುತ್ತಾ ಮಾತನಾಡಿಕೊಳ್ಳ-ತೊಡಗಿದರು. ಒಬ್ಬನು ಹೇಳಿದ, "ಈ ಮಾವಿನ ಮರದ ಮೇಲೆ ಒಂದು ಭೂತ ವಾಸವಾಗಿತ್ತಂತೆ. ನಿನಗೆ ಗೊತ್ತೇ?"

ಅದಕ್ಕೆ ಇನ್ನೊಬ್ಬನು, "ಇಲ್ಲ!" ಎಂದನು.

ಇದನ್ನು ಕೇಳಿ ರಾಮನು ತನ್ನ ಚರ್ಮದ ಚೀಲದಿಂದ ಒಂದು ಶಬ್ದ ಮಾಡಿದನು. ಅದನ್ನು ಕೇಳಿದ ಕಳ್ಳರಿಗೆ ಸ್ವಲ್ಪ ಭಯವಾಯಿತು! ಅನಂತರ ರಾಮನು ಆ ಚರ್ಮದ ಚೀಲವನ್ನು ಅವರ ನಡುವೆ ಹಾಕಿಬಿಟ್ಟನು! ಆಗ ಭಯಭೀತರಾದ ಆ ಕಳ್ಳರು ತಾವು ಕದ್ದು ತಂದಿದ್ದ ವಸ್ತುಗಳನ್ನೆಲ್ಲಾ ಅಲ್ಲಿಯೇ ಬಿಟ್ಟು ಓಡಿಹೋದರು! ರಾಮನು ಕೆಳಗಿಳಿದು ಆ ವಸ್ತುಗಳನ್ನು ತೆಗೆದುಕೊಂಡು ಮನೆಗೆ ಹಿಂದಿರುಗಿದನು. ಮರುದಿನ, ಅವನು ಅಷ್ಟೊಂದು ಅಪೂರ್ವ ವಸ್ತುಗಳನ್ನು ಸಂಪಾದಿಸಿದ ವಿಷಯ ಒಬ್ಬರಿಂದೊಬ್ಬರಿಗೆ ಹಳ್ಳಿಗರೆಲ್ಲರಿಗೂ ತಿಳಿಯಿತು. ಎಲ್ಲರೂ ಬಂದು ಇಷ್ಟೊಂದು ವಸ್ತುಗಳನ್ನು ಹೇಗೆ ಸಂಪಾದಿಸಿದೆಯೆಂದು ಅವನನ್ನು ಕೇಳಲು, ಅವನು, "ನಿನ್ನೆ ಎಮ್ಮೆಯ ಚರ್ಮವನ್ನು ತೆಗೆದುಕೊಂಡು ಸಂತೆಗೆ ಹೋದೆ. ಅಲ್ಲಿ ಅದನ್ನು ಮಾರಿದ್ದರಿಂದ ಬಹಳ ಹಣ ದೊರೆಯಿತು! ಅದರಿಂದಲೇ ಇಷ್ಟು ವಸ್ತುಗಳನ್ನು ತೆಗೆದುಕೊಂಡು ಬಂದೆ! ಈಗ ಸಂತೆಯಲ್ಲಿ ಎಮ್ಮೆಯ ಚರ್ಮಕ್ಕೆ ಬಹಳ ಬೇಡಿಕೆಯಿದೆ!" ಎಂದನು.

ರಾಮನ ಮಾತನ್ನು ನಂಬಿ ಅನೇಕ ಹಳ್ಳಿಗರು ತಮ್ಮ ಎಮ್ಮೆಗಳನ್ನು ಕೊಂದು ಅವುಗಳ ಚರ್ಮ ಸುಲಿದು ಅದನ್ನು ಮಾರಲೆಂದು ಸಂತೆಗೆ ತೆಗೆದುಕೊಂಡು ಹೋದರು. ಆದರೆ ಯಾರೂ ಅವರು ತಂದ ಚರ್ಮವನ್ನು ಕೊಳ್ಳಲಿಲ್ಲ! ಇದರಿಂದ, ರಾಮನು ತಮಗೆಲ್ಲಾ ಸುಳ್ಳು ಹೇಳಿರುವನೆಂದು ತಿಳಿದು ಅವರು ವಿಪರೀತ ಕ್ರುದ್ಧರಾದರು! ರಾಮನ ಮನೆಯನ್ನು ಸುಟ್ಟುಬಿಡಬೇಕೆಂದು ಅವರೆಲ್ಲರೂ ಮಾತನಾಡಿಕೊಂಡರು! ಆದರೆ ಅವರು ಮಾತನಾಡಿಕೊಳ್ಳುತ್ತಿದ್ದುದನ್ನು ರಾಮನು ಹೋಗೋ ಕೇಳಿಸಿಕೊಂಡುಬಿಟ್ಟನು! ಆ ರಾತ್ರಿ ಅವನು ತನ್ನ ತಾಯಿಯನ್ನು ಕರೆದುಕೊಂಡು ಮನೆಯ ವಸ್ತುಗಳನ್ನೆಲ್ಲಾ ತೆಗೆದುಕೊಂಡು ತನ್ನ ಸ್ನೇಹಿತನ ಮನೆಗೆ ಹೋದನು. ಹಾಗಾಗಿ, ಗ್ರಾಮಸ್ಥರು ಬರಿಯ ಖಾಲಿ ಮನೆಯನ್ನು ಸುಟ್ಟರು.

ಮರುದಿನ ಬೆಳಿಗ್ಗೆ ರಾಮನು ಸುಟ್ಟುಹೋದ ತನ್ನ ಮನೆಯ ಬೂದಿಯನ್ನು ಆರಿಸಿಕೊಂಡು ಒಂದು ಚೀಲದಲ್ಲಿ ತುಂಬತೊಡಗಿದನು! ಹಾಗೆ ತುಂಬುತ್ತಾ ಅದು ಮೂರು ಚೀಲಗಳಾಯಿತು! ಅವನಿನ್ನೂ ಬದುಕಿರುವುದನ್ನು ನೋಡಿ ಆಶ್ಚರ್ಯಗೊಂಡ ಗ್ರಾಮಸ್ಥರು ಅವನನ್ನು ಏನು ಮಾಡುತ್ತಿರುವೆಯೆಂದು ಕೇಳಿದರು. ಆಗ ಅವನು ಒಂದು ಕತ್ತೆಯನ್ನು ಬಾಡಿಗೆಗೆ ತೆಗೆದುಕೊಂಡು ಆ ಮೂರು ಚೀಲಗಳನ್ನು ಅದರ ಮೇಲೆ ಹೇರಿಕೊಂಡು ಆ ಬೂದಿಯನ್ನೆಲ್ಲಾ ಮಾರುಕಟ್ಟೆಯಲ್ಲಿ ಮಾರಿ ಬರುವೆನೆಂದು ಹೇಳಿ ಹೊರಟನು. ಅದನ್ನು ನೋಡಿ ಗ್ರಾಮಸ್ಥರೆಲ್ಲರೂ ಅವನೊಬ್ಬ ಹುಚ್ಚನೆಂದು ಜೋರಾಗಿ ನಕ್ಕರು! ಅವನು ತನ್ನ ಚೀಲಗಳನ್ನು ಹೊತ್ತು ಹೊರಟನು. ದಾರಿಯಲ್ಲಿ ಕತ್ತಲಾಗಲು ಅವನು ಮರವೊಂದರ ಕೆಳಗೆ ನಿಂತನು. ಆಗ ಅಲ್ಲಿಗೆ ಅರಸೀಕೆರೆಯಿಂದ ಬಂದ ರತ್ನವ್ಯಾಪಾರಿಯೊಬ್ಬನು ಅಲ್ಲಿಯೇ ನಿಂತು ರಾಮನನ್ನು ಪ್ರಶ್ನಿಸಿದನು, "ಯಾರು ನೀನು? ನಿನ್ನ ಈ ಚೀಲಗಳಲ್ಲೇನಿದೆ?"

ಅದಕ್ಕೆ ರಾಮನು, "ನಾನೊಬ್ಬ ರತ್ನವ್ಯಾಪಾರಿ, ಈ ಚೀಲಗಳಲ್ಲಿ ಪುಟ್ಟ ಪುಟ್ಟ ಮುತ್ತುಗಳಿವೆ. ಅವುಗಳನ್ನು ಮಾರಲು ಭದ್ರಾವತಿಗೆ ಹೊರಟಿದ್ದೇನೆ!" ಎಂದನು.

ಆಗ ಆ ವ್ಯಾಪಾರಿಯು, "ನಾನೂ ರತ್ನವ್ಯಾಪಾರಿಯೇ! ನನ್ನ ಚೀಲಗಳಲ್ಲಿ ದೊಡ್ಡ ದೊಡ್ಡ ಮುತ್ತುಗಳಿವೆ. ಅವುಗಳನ್ನು ಮಾರಲು ಮಂಡ್ಯಕ್ಕೆ ಹೊರಟಿದ್ದೇನೆ!" ಎಂದನು.

ಇಬ್ಬರೂ ಆ ರಾತ್ರಿ ಅಲ್ಲಿಯೇ ಮಲಗುವುದೆಂದು ನಿರ್ಧರಿಸಿದರು. ಒಬ್ಬನು ಮಲಗಿರುವಾಗ ಇನ್ನೊಬ್ಬನು ಕಾಯುವುದೆಂದು ನಿರ್ಧರಿಸಿದರು. ಮೊದಲು ರತ್ನವ್ಯಾಪಾರಿಯು ಕಾಯಲು ಕೂರಲು, ರಾಮನು ಮಲಗಿದನು. ಸ್ವಲ್ಪ ಹೊತ್ತಿನ ಅವನ ಸರಿದಿಯು ಮುಗಿಯಲು, ಅವನು ರಾಮನನ್ನು ಎಚ್ಚರಿಸಿ ತಾನು ಮಲಗಿದನು. ರಾಮನು ಕಾಯುತ್ತಾ ಕುಳಿತನು. ಆಗ ಅವನು ತನ್ನ ಮತ್ತು ಆ ರತ್ನವ್ಯಾಪಾರಿಯ ಚೀಲಗಳನ್ನು ಬದಲಾಯಿಸಿ ಬಿಟ್ಟನು! ಅನಂತರ, ಬೆಳಗಾಗಲು ಇಬ್ಬರೂ ತಮ್ಮ ತಮ್ಮ ದಾರಿ ಹಿಡಿದು ಹೊರಟರು.

ರಾಮನು ತನ್ನ ಹಳ್ಳಿಗೆ ಹಿಂದಿರುಗಿ ಗ್ರಾಮಸ್ಥರಿಗೆ ಮುತ್ತುಗಳನ್ನು ತೋರಿಸಿ, ಅರಸೀಕೆರೆ ಸಂತೆಯಲ್ಲಿ ಬೂದಿಯನ್ನು ಮಾರಿ ಮುತ್ತುಗಳನ್ನು ಸಂಪಾದಿಸಿದೆನೆಂದು ಹೇಳಿದನು. ಅದನ್ನು ನಂಬಿದ ಆ ಮೂರ್ಖ ಗ್ರಾಮಸ್ಥರು, ತಮ್ಮ ಮನೆಗಳನ್ನು ಸುಟ್ಟು

ಬೂದಿಯನ್ನು ಮಾರಲು ಅರಸೀಕೆರೆಗೆ ಹೋದರು. ಅಲ್ಲಿನ ಸಂತೆಯಲ್ಲಿ ಬೂದಿಯನ್ನು ಹರಡಿಕೊಂಡು ಕುಳಿತರು. ಆಗ ಆ ಬೂದಿ ಗಾಳಿಗೆ ಹಾರಿ ಎಲ್ಲರಿಗೂ ತೊಂದರೆಯಾಗಲು, ಎಲ್ಲರೂ ಇವರನ್ನು ನಿಂದಿಸಿ ಓಡಿಸಿದರು! ಕೋಪಗೊಂಡ ಅವರು ಹಳ್ಳಿಗೆ ಹಿಂದಿರುಗಿ ರಾಮನನ್ನು ಚೆನ್ನಾಗಿ ಹೊಡೆದರು!

ಈ ಕಥೆ ಮೈಸೂರಿನ ರಾಜನವರೆಗೂ ತಲುಪಿತು. ಅವನು ರಾಮನನ್ನು ಕರೆದು ಅವನ ಕಥೆ ಕೇಳಿದನು. ರಾಮನು ಎಲ್ಲವನ್ನೂ ಹೇಳಿದನು. ಅನಂತರ ರಾಜನು ಪಿರಿಯಾಪಟ್ಟಣದ ಗ್ರಾಮಸ್ಥರನ್ನು ಕರೆದು ಅವರ ಮೂರ್ಖತನಕ್ಕಾಗಿ ಅವರನ್ನು ಬೈಯ್ದು ಕಳಿಸಿದನು! ರಾಮನ ಬುದ್ಧಿವಂತಿಕೆಗೆ ಮೆಚ್ಚಿ ಅವನಿಗೆ ತನ್ನ ಮಗಳು ವಿಶಾಲಾಕ್ಷಿಯನ್ನು ಮದುವೆ ಮಾಡಿಕೊಟ್ಟನು. ಅಲ್ಲಿಂದ ಮುಂದೆ ರಾಮನೂ ಅವನ ತಾಯಿಯೂ ಸುಖವಾಗಿದ್ದರು.

→→►◄←←—

ಕರ್ನಾಟಕದ ಜಾನಪದ ಕಥೆ
ಕಥೆ ಮತ್ತು ಹಾಡು

ಒಂದು ಹಳ್ಳಿಯಲ್ಲಿ ಒಬ್ಬ ಹೆಂಗಸಿದ್ದಳು. ಅವಳಿಗೆ ಒಂದು ಕಥೆ ಮತ್ತು ಒಂದು ಹಾಡು ಗೊತ್ತಿತ್ತು. ಆದರೆ ಅವಳು ಯಾರಿಗೂ ಆ ಕಥೆಯನ್ನಾಗಲೀ ಹಾಡನ್ನಾಗಲೀ ಹೇಳಲಿಲ್ಲ. ಇದರಿಂದ ಆ ಕಥೆಯೂ ಹಾಡೂ ಬೇಸತ್ತು ಹೋದವು! ಅವುಗಳಿಗೆ ಹೊರಗೆ ಓಡಿ ಹೋಗಬೇಕೆಂದು ಬಹಳ ಆಸೆಯಾಗುತ್ತಿತ್ತು! ಆದರೆ ಅವಳು ಯಾರಿಗೂ ಆ ಕಥೆಯನ್ನಾಗಲೀ ಹಾಡನ್ನಾಗಲೀ ಹೇಳಲಿಲ್ಲ. ಒಂದು ದಿನ ಅವಳು ಬಾಯ್ದೆರೆದುಕೊಂಡು ಮಲಗಿದ್ದಳು. ಆಗ ಆ ಕಥೆಯೂ ಹಾಡೂ ಅವಳ ಬಾಯಿಂದ ಹೊರಗೆ ಬಂದವು! ಕಥೆಯು ಒಂದು ಜೊತೆ ಚಪ್ಪಲಿಗಳಾಗಿ ಮನೆಯ ಹೊರಗೆ ಕುಳಿತಿತು! ಹಾಡು, ಪುರುಷರ ಮೇಲಂಗಿಯಾಗಿ ಗೋಡೆಯ ಮೇಲಿನ ಒಂದು ಕೊಕ್ಕೆಗೆ ನೇತುಹಾಕಿಕೊಂಡಿತು!

ಸ್ವಲ್ಪ ಹೊತ್ತಿನ ನಂತರ ಅವಳ ಗಂಡನು ಮನೆಗೆ ಬಂದನು. ಮನೆಯ ಹೊರಗೆ ಚಪ್ಪಲಿ ಜೊತೆಯನ್ನೂ ಮನೆಯೊಳಗೆ ಪುರುಷರ ಅಂಗಿಯನ್ನೂ ನೋಡಿ ಅವಳನ್ನು ಎಬ್ಬಿಸಿ,

"ಮನೆಗೆ ಯಾರು ಬಂದು ಹೋಗುತ್ತಿದ್ದಾರೆ?" ಎಂದು ಕೇಳಿದ.

"ಯಾರೂ ಇಲ್ಲ!" ಎಂದಳು ಅವಳು.

"ಹಾಗಾದರೆ ಈ ಚಪ್ಪಲಿ ಜೊತೆ ಮತ್ತು ಅಂಗಿ ಯಾರದು?" ಎಂದು ಕೇಳಿದನು ಅವನು.

"ನನಗೆ ಗೊತ್ತಿಲ್ಲ!" ಎಂದಳು ಅವಳು.

ಇದರಿಂದ ಅವನಿಗೆ ಅಸಮಾಧಾನವಾಯಿತು. ಅವಳೊಂದಿಗೆ ಸರಿಯಾಗಿ ಮಾತನಾಡದೇ ಜಗಳವಾಡುವಂತಾಯಿತು! ಕೊನೆಗೆ ಅವನಿಗೆ ಬೇಸರವಾಗಿ ಮಲಗಲು

ಹನುಮಂತನ ಗುಡಿಗೆ ಹೋದನು! ಅವನ ಹೆಂಡತಿಗೂ ಬೇಸರವಾಗಿ ಅವಳು ದೀಪವನ್ನು ಆರಿಸಿ ಮಲಗಿದಳು.

ರಾತ್ರಿಯ ಹೊತ್ತಿನಲ್ಲಿ ಎಲ್ಲ ಮನೆಗಳ ದೀಪಗಳೂ ಹನುಮಂತನ ಗುಡಿಗೆ ಹೋಗುತ್ತಿದ್ದವು. ಅಂತೆಯೇ ಈ ಮನೆಯ ದೀಪವೂ ಹೋಯಿತು. ಆದರೆ ಇದು ತಡವಾಗಿ ಬಂದುದನ್ನು ನೋಡಿ ಇತರ ದೀಪಗಳು, "ಏಕಿಷ್ಟು ತಡವಾಯಿತು?" ಎಂದು ಕೇಳಿದವು. ಅದಕ್ಕೆ ಈ ದೀಪವು ಹೇಳಿತು, "ನಮ್ಮ ಮನೆಯ ಯಜಮಾನ ಮತ್ತು ಯಜಮಾನಿ ಜಗಳವಾಡಿದರು! ಆದ್ದರಿಂದಲೇ ತಡವಾಯಿತು!"

"ಅವರೇಕೆ ಜಗಳವಾಡಿದರು?" ಇತರ ದೀಪಗಳೂ ಕೇಳಿದವು.

ಆಗ ಈ ದೀಪವು ಹೇಳಿತು,"ನಮ್ಮ ಯಜಮಾನಿಗೆ ಒಂದು ಕಥೆ ಮತ್ತು ಒಂದು ಹಾಡು ಗೊತ್ತಿತ್ತು! ಆದರೆ ಅವಳು ಅವುಗಳನ್ನು ಯಾರಿಗೂ ಹೇಳದೇ ತನ್ನಲ್ಲೇ ಮುಚ್ಚಿಟ್ಟುಕೊಂಡಳು. ಇದರಿಂದ ಬೇಸತ್ತ ಅವು, ಅವಳು ಮಲಗಿದ್ದಾಗ ಅವಳ ಬಾಯಿಂದ ಹೊರಬಂದು ಒಂದು ಜೊತೆ ಚಪ್ಪಲಿ ಮತ್ತು ಪುರುಷ ಅಂಗಿಯ ರೂಪ ತಾಳಿದವು! ಅವಳ ಗಂಡನು ಬಂದು ಅವುಗಳನ್ನು ನೋಡಿ ಇನ್ನಾರೋ ಒಬ್ಬರು ಮನೆಗೆ ಬಂದಿದ್ದರೆಂದು ತಿಳಿದು ಅವಳೊಂದಿಗೆ ಜಗಳವಾಡಿದನು! ಹೀಗೆ ಆ ಕಥೆ ಮತ್ತು ಹಾಡು ಅವಳ ಮೇಲೆ ಸೇಡು ತೀರಿಸಿಕೊಂಡವು! ಆದರೆ ಅವಳಿಗೇ ಈ ವಿಷಯ ತಿಳಿದಿಲ್ಲ!"

ಅಲ್ಲಿಯೇ ಮಲಗಿದ್ದ ಮನೆಯ ಯಜಮಾನನು ಇದನ್ನು ಕೇಳಿ ತನ್ನ ತಪ್ಪು ತಿಳುವಳಿಕೆಯನ್ನು ಸರಿಪಡಿಸಿಕೊಂಡನು. ಅನಂತರ ಅವನು ಎದ್ದು ಮನೆಗೆ ಹೊರಟನು. ಅವನು ಮನೆಗೆ ಹೋಗುವ ಹೊತ್ತಿಗೆ ಬೆಳಗಿನ ಜಾವವಾಯಿತು. ಮನೆಯನ್ನು ತಲುಪಿ ತನ್ನ ಹೆಂಡತಿಯನ್ನು ಕೇಳಿದನು, "ನಿನ್ನ ಕಥೆ ಮತ್ತು ಹಾಡು ಯಾವುದು? ಹೇಳು!"

ಅದಕ್ಕವಳು, "ಯಾವ ಕಥೆ? ಯಾವ ಹಾಡು?" ಎಂದಳು!

ಅವಳಿಗೆ ಆ ಹಾಡೂ ಕಥೆಯೂ ಮರೆತು ಹೋಗಿದ್ದವು!

ಕರ್ನಾಟಕದ ಜಾನಪದ ಕಥೆ
ಅದೃಷ್ಟ ಮತ್ತು ಬುದ್ಧಿ

ಅದೃಷ್ಟ ಮತ್ತು ಬುದ್ಧಿ ಇಬ್ಬರೂ ಒಬ್ಬ ತಾಯಿಯ ಮಕ್ಕಳು. ಒಂದು ದಿನ ಅವರು ಒಬ್ಬ ಬಡಮನುಷ್ಯನನ್ನು ನೋಡಿದರು. ಅವನು ದಿನವೂ ಕಾಡಿಗೆ ಹೋಗಿ ಕಟ್ಟಿಗೆ ಕಡಿದು ಸಂತೆಯಲ್ಲಿ ಮಾರುತ್ತಿದ್ದ. ಅವನು ಒಂದು ದಿನ ಕಾಯಿಲೆ ಬಿದ್ದರೂ ಅಂದಿನ ಗಂಜಿ ಅವನಿಗಿರುತ್ತಿರಲಿಲ್ಲ! ಅವನನ್ನು ನೋಡಿ ಅದೃಷ್ಟವು ತನ್ನ ಸಹೋದರ ಬುದ್ಧಿಗೆ ಹೇಳಿದ, "ನೋಡಣ್ಣ! ನೀನು ಜನರಿಗೆ ವಿದ್ಯಾಬುದ್ಧಿಗಳನ್ನು ಕೊಟ್ಟು ಪ್ರಪಂಚವನ್ನೇ ಆಳುವೆ! ಈ ಮನುಷ್ಯನು ನಾಳೆ ಬಹಳ ವೃದ್ಧನೂ ನಿಶ್ಶಕ್ತನೂ ಆಗಿ ಕೆಲಸ ಮಾಡಲಿಕ್ಕಾಗದಂತಾದರೆ ಏನಾಗುತ್ತಾನೆ?"

"ಏಕೆ? ನಾನಿರುವುದಿಲ್ಲವೇ ಸಹಾಯ ಮಾಡಲು?" ಬುದ್ಧಿ ಹೇಳಿತು.

"ಆದರೆ ನಾನಿಲ್ಲದೇ ನಡೆಯುವುದಿಲ್ಲ!" ಎಂದಿತು ಅದೃಷ್ಟ.

"ಪ್ರಯೋಗ ಮಾಡಿ ನೋಡೋಣವೇ?" ಬುದ್ಧಿ ಕೇಳಿತು.

"ಮೊದಲು ನೀನೇ ಆರಂಭಿಸು!" ಅದೃಷ್ಟ ಹೇಳಿತು.

ಬುದ್ಧಿಯು ಒಪ್ಪಿತು. ಆ ಮನುಷ್ಯನ ಮುಂದೆ ಬಂದು ಅವನಿಗೆ ಮೂರು ಸಾವಿರ ರೂಪಾಯಿಗಳಷ್ಟು ಬೆಲೆ ಬಾಳುವ ಒಂದು ಚಿನ್ನದ ಸರ ಕೊಟ್ಟು ಹೇಳಿತು," ಇದರಿಂದ ಬರುವ ಮೂರು ಸಾವಿರ ರೂಪಾಯಿಗಳಲ್ಲಿ ಒಂದು ಸಾವಿರದಿಂದ ಒಂದು ಮನೆ ಕಟ್ಟಿಕೋ! ಇನ್ನೊಂದು ಸಾವಿರವನ್ನು ನಿನ್ನ ಮದುವೆಗಿಟ್ಟುಕೋ! ಇನ್ನುಳಿದ ಸಾವಿರದಿಂದ ಮನೆಗೆ ಬೇಕಾದ ವಸ್ತುಗಳನ್ನೆಲ್ಲಾ ಖರೀದಿಸು! ಇನ್ನು ಮುಂದೆ ಕಟ್ಟಿಗೆ ಮಾರುವುದನ್ನು ನಿಲ್ಲಿಸು!

ಕೆಂಚನೆಂಬ ಆ ಬಡ ಮನುಷ್ಯನು ಆ ಚಿನ್ನದ ಸರವನ್ನು ಸಂತೋಷದಿಂದ ತೆಗೆದುಕೊಂಡು ತನ್ನ ಹಳ್ಳಿಗೆ ಹೊರಟನು. ದಾರಿಯಲ್ಲಿ ಹೋಗುವಾಗ ಅವನಿಗೆ ನೀರಡಿಕೆಯಾಯಿತು. ಒಂದು ಪುಟ್ಟ ಕೆರೆಯನ್ನು ಅವನು ನೋಡಲು ಅದರಲ್ಲಿ ನೀರು ಕುಡಿಯಲು ಹೋದನು. ಕೆರೆಯ ಬಳಿಯ ಕಲ್ಲಿನ ಬಂಡೆಯ ಮೇಲೆ ಸರವನ್ನಿಟ್ಟು ನೀರು ಕುಡಿಯತೊಡಗಿದನು. ಆ ಸರವು ಸೂರ್ಯಕಿರಣಗಳಿಂದ ಫಳಫಳನೆ ಹೊಳೆಯಲು, ಒಂದು ಹದ್ದುವು ಅದನ್ನು ನೋಡಿ ಹಾವೆಂದು ಭಾವಿಸಿ ಎತ್ತಿಕೊಂಡು ಹಾರಿಹೋಯಿತು!

ಇದರಿಂದ ಕೆಂಚನಿಗೆ ಬಹಳ ದುಃಖವಾಯಿತು. ಅವನು ಪುನಃ ಕಟ್ಟಿಗೆ ಕಡಿಯುವ ತನ್ನ ಕಸುಬನ್ನು ಮುಂದುವರೆಸಿದನು. ಆಗ ಅದೃಷ್ಟವು ಬುದ್ಧಿಗೆ ಹೇಳಿತು, "ಇದು ಅನ್ಯಾಯ! ಕೊಟ್ಟದ್ದನ್ನು ಹೀಗೆ ಕಿತ್ತುಕೊಳ್ಳಬಾರದು!"

ಅದಕ್ಕೆ ಬುದ್ಧಿಯು, "ಅವನಿಗೆ ಬಹಳ ಅಹಂಕಾರ! ಲಭಿಸಿದ್ದನ್ನು ಉಳಿಸಿಕೊಳ್ಳಲಾರದೇ ಹೋದ! ಇರಲಿ, ಇನ್ನೊಮ್ಮೆ ಅವನಿಗೆ ಸಹಾಯ ಮಾಡುತ್ತೇನೆ!" ಎಂದಿತು.

ಅನಂತರ ಬುದ್ಧಿಯು ಪುನಃ ಕೆಂಚನ ಮುಂದೆ ಬಂದು ಅವನಿಗೆ ಒಂದು ಚಿನ್ನದ ಉಂಗುರ ಕೊಡುತ್ತಾ ಅದನ್ನು ಹೇಗೆ ಉಪಯೋಗಿಸಬೇಕೆಂದು ಹೇಳಿತು, "ಈ ಚಿನ್ನದ ಉಂಗುರ ಮಾರಿದರೆ ನಿನಗೆ ಐದು ಸಾವಿರ ರೂಪಾಯಿಗಳು ಸಿಗುತ್ತವೆ. ಆ ಹಣವನ್ನು ಸರಿಯಾಗಿ ಬಳಸಿದರೆ ನೀನು ಇನ್ನು ಮುಂದೆ ಬಡವನಾಗಿರಬೇಕಿಲ್ಲ!"

ಸಂತೋಷಗೊಂಡ ಕೆಂಚನು ಆ ಚಿನ್ನದ ಉಂಗುರವನ್ನು ತೆಗೆದುಕೊಂಡು ಹೊರಟನು. ದಾರಿಯಲ್ಲಿ ಅವನಿಗೆ ಪುನಃ ಬಾಯಾರಿಕೆಯಾಯಿತು. ನೀರು ಕುಡಿಯಲೆಂದು ಅವನು ಈ ಬಾರಿ ಬಂಡೆಯ ಮೇಲೋ ಇನ್ನೆಲ್ಲೋ ಉಂಗುರವನ್ನಿಡಬಾರದೆಂದು ಎಚ್ಚರವಹಿಸಿ ಅದನ್ನು ತನ್ನ ಅಂಗಿಯ ಜೇಬಿನಲ್ಲಿಟ್ಟುಕೊಂಡು ನೀರು ಕುಡಿಯಲು ಮುಂದಾದ. ಆದರೆ ಅವನು ನೀರು ಕುಡಿಯಲು ಬಾಗಿದೊಡನೆಯೇ ಅವನ ಜೇಬಿನಿಂದ ಚಿನ್ನದ ಉಂಗುರ ನೀರಿನಲ್ಲಿ ಬಿದ್ದುಹೋಯಿತು! ಬಹಳ ದುಃಖಿತನಾದ ಕೆಂಚನು ತನ್ನ ದುರದೃಷ್ಟವನ್ನು ಹಳಿದುಕೊಂಡ! ಅಂದು ಅವನು ಕಟ್ಟಿಗೆಯನ್ನು ಕಡಿದು ಮಾರಿರಲಿಲ್ಲವಾದ್ದರಿಂದ ಅವನಿಗೆ ಅಂದಿನ ದಿನಗೂಲಿಯೂ ತಪ್ಪಿಹೋಗಿತ್ತು! ಹಾಗಾಗಿ ಅವನು ಅಂದು ರಾತ್ರಿ ಒಂದಿಷ್ಟು

ಅನ್ನಕ್ಕಾಗಿ ಭಿಕ್ಷೆಯೆತ್ತಬೇಕಾಯಿತು! ಮಾರನೆಯ ದಿನ ಅವನು ಪುನಃ ಕಟ್ಟಿಗೆ ಕಡಿಯಲು ಕಾಡಿಗೆ ಹೋದ.

ಪುನಃ ಬುದ್ಧಿಯು ಕೆಂಚನಿಗೆದುರಾಗಿ ಒಂದು ಮಡಿಕೆಯ ತುಂಬಾ ಹಣವನ್ನು ಕೊಟ್ಟಿತು. ಈ ಬಾರಿ ಕೆಂಚನು ಅದನ್ನೆತ್ತಿಕೊಂಡು ಎಲ್ಲಿಯೂ ನಿಲ್ಲದೆ ನೇರ ಮನೆಗೆ ಓಡಿಹೋದ! ಆದರೆ ಅವನು ಹಸಿವು, ಬಾಯಾರಿಕೆಗಳಿಂದ ಆಯಾಸಗೊಂಡು ಮನೆಯ ಬಾಗಿಲ ಮುಂದೆಯೇ ಮೂರ್ಛೆ ಬಿದ್ದ! ಆಗ ಅಲ್ಲಿಯೇ ಇದ್ದ ಮುದುಕಿಯೊಬ್ಬಳು ಅವನು ತಂದಿದ್ದ ಹಣದ ಮಡಿಕೆಯನ್ನು ಕದ್ದೊಯ್ದಳು!

ಕೆಂಚನು ಪುನಃ ಮರುದಿನ ಕಟ್ಟಿಗೆ ಕಡಿಯುವ ಕೆಲಸಕ್ಕೆ ಹಿಂದಿರುಗಿದ! ಇದನ್ನು ನೋಡಿ ಬುದ್ಧಿ, ಅದೃಷ್ಟಗಳೆರಡಕ್ಕೂ ಬಹಳ ಆಶ್ಚರ್ಯವಾಯಿತು! ಆಗ ಅದೃಷ್ಟವು ಬುದ್ಧಿಗೆ ಹೇಳಿತು, "ಸಹೋದರ! ನೀನು ಅವನಿಗೆ ಮೂರು ಬಾರಿ ಐಶ್ವರ್ಯ ಕೊಟ್ಟೆ! ಆದರೆ ಅವನು ಅವನ್ನು ಉಳಿಸಿಕೊಳ್ಳಲಾಗಲಿಲ್ಲ! ಈ ಬಾರಿ ನೀನು ಅವನಿಗೆ ಏನನ್ನೂ ಕೊಡಬೇಡ! ಸುಮ್ಮನೆ ನನ್ನನ್ನು ಹಿಂಬಾಲಿಸು!

ಅಂತೆಯೇ ಬುದ್ಧಿಯು ಅದೃಷ್ಟವನ್ನು ಹಿಂಬಾಲಿಸಿತು. ಇಬ್ಬರೂ ಅವನ ಮುಂದೆ ಬಂದವು. ಅದೃಷ್ಟವು ಅವನನ್ನು ಕೇಳಿತು, "ಒಂದು ಕಟ್ಟು ಕಟ್ಟಿಗೆಗೆ ಬೆಲೆಯೆಷ್ಟು?

ಕೆಂಚನು, "ಹನ್ನೆರಡು ಆಣೆಗಳು!" ಎಂದನು.

ಅದೃಷ್ಟವು ಅವನಿಗೆ ಹನ್ನೆರಡು ಆಣೆಗಳನ್ನು ಕೊಟ್ಟು, "ನಾಲ್ಕು ಆಣೆಗಳಿಗೆ ಅಕ್ಕಿಯನ್ನೂ ನಾಲ್ಕು ಆಣೆಗಳಿಗೆ ಉಪ್ಪು ಮತ್ತು ಮೆಣಸಿನಕಾಯಿಗಳನ್ನೂ ಇನ್ನುಳಿವ ನಾಲ್ಕಾಣೆಗಳಿಗೆ ತರಕಾರಿಗಳನ್ನೂ ಕೊಂಡು ಕೋ!" ಎಂದಿತು.

ಕೆಂಚನು ಆ ಹಣವನ್ನೆತ್ತಿಕೊಂಡು ಹೊರಟನು. ಅವನು ಕೇವಲ ಹತ್ತು ಆಣೆಗಳಷ್ಟು ಮಾತ್ರ ಖರ್ಚು ಮಾಡಿದನು. ಇನ್ನೂ ಎರಡು ಆಣೆಗಳು ಉಳಿಯಲು ಅವನು ಬಹಳ ಸಂತೋಷದಿಂದ ಮನೆಗೆ ಹೋಗುತ್ತಿದ್ದಾಗ, ದಾರಿಯಲ್ಲಿ ಒಬ್ಬ ಹೆಂಗಸು ಮೀನು ಮಾರುತ್ತಿದ್ದುದನ್ನು ನೋಡಿದನು. ಉಳಿದಿದ್ದ ಎರಡು ಆಣೆಗಳಿಗೆ ಒಂದು ದೊಡ್ಡ ಮೀನನ್ನು ಕೊಂಡನು. ಮನೆ ತಲುಪಿದ ಬಳಿಕ, ಮೊದಲು ಮೀನನ್ನು ಅಡುಗೆ ಮಾಡಲೆಂದು ಹೊರಟನು. ಆದರೆ ಮನೆಯಲ್ಲಿ ಕಟ್ಟಿಗೆಯಿರಲಿಲ್ಲ. ಹಾಗಾಗಿ, ಮನೆಯ ಮುಂದಿದ್ದ ಒಂದು

ಬೇವಿನ ಮರದ ಕೊಂಬೆಯನ್ನು ಕಡಿಯಲೆಂದು ಆ ಮರ ಹತ್ತಿದನು. ಅದರ ಒಂದು ಕೊಂಬೆಯನ್ನು ಕಡಿಯುತ್ತಿರುವಾಗ ಅಲ್ಲಿಯೇ ಇದ್ದ ಹದ್ದುವಿನ ಗೂಡೊಂದರಲ್ಲಿ ಏನೋ ಹೊಳೆಯುತ್ತಿದ್ದುದನ್ನು ನೋಡಿದ! ಹತ್ತಿರ ಹೋಗಿ ನೋಡಿದರೆ ಅದು ಅವನು ಕಳೆದುಕೊಂಡಿದ್ದ ಚಿನ್ನದ ಸರವಾಗಿತ್ತು! ಅವನು ಅದನ್ನು ತೆಗೆದುಕೊಂಡು ಅತ್ಯಂತ ಸಂತೋಷದಿಂದ, "ಆಹಾ! ಅಂತೂ ನೀನು ಸಿಕ್ಕಿಬಿದ್ದೆ! "ಎಂದು ಜೋರಾಗಿ ಕಿರುಚಿದ! ಅವನ ಹಣದ ಮಡಿಕೆಯನ್ನು ಕದ್ದಿದ್ದ ಮುದುಕಿಯ ಮನೆಯು ಆ ಮರದ ಇನ್ನೊಂದು ಕಡೆಯಲ್ಲೇ ಇತ್ತು! ಅಲ್ಲಿಯೇ ಕುಳಿತಿದ್ದ ಅವಳು ಅವನ ಈ ಕೂಗನ್ನು ಕೇಳಿ ಅದು ತನಗೇ ಅನ್ವಯಿಸುತ್ತಿದೆಯೆಂದು ತಪ್ಪು ತಿಳಿದಳು! ತಾನು ಮಡಿಕೆಯ ಹಣ ಕದ್ದ ವಿಷಯ ಅವನಿಗೆ ತಿಳಿದುಹೋಯಿತೆಂದು ಭಾವಿಸಿ ಅದನ್ನೆತ್ತಿಕೊಂಡು ಓಡಿಬಂದು ಅವನಿಗೆ ಹಿಂದಿರುಗಿಸುತ್ತಾ, "ಅಯ್ಯಾ! ದಯವಿಟ್ಟು ನನ್ನನ್ನು ಕ್ಷಮಿಸು! ನಾನು ಇದರಲ್ಲಿ ಒಂದೇ ಒಂದು ಪೈಸೆಯನ್ನೂ ತೆಗೆದುಕೊಂಡಿಲ್ಲ! "ಎಂದಳು. ಕೆಂಚನಿಗೆ ಇನ್ನೂ ಸಂತೋಷವಾಯಿತು! ಮನೆಯೊಳಗೆ ಬಂದು ಮೀನನ್ನು ಕೊಯ್ದನು. ಏನಾಶ್ಚರ್ಯ! ತಾನು ಕೆರೆಯಲ್ಲಿ ಬೀಳಿಸಿಕೊಂಡಿದ್ದ ಚಿನ್ನದ ಉಂಗುರ ಆ ಮೀನಿನ ಹೊಟ್ಟೆಯಲ್ಲಿತ್ತು! ಅದು ಆ ಉಂಗುರವನ್ನು ನುಂಗಿತ್ತು! ಇದರಿಂದ ಕೆಂಚನಿಗೆ ಮತ್ತಷ್ಟು ಸಂತೋಷವಾಯಿತು! ಅಂತೂ ಅವನಿಗೆ, ಅವನು ಕಳೆದುಕೊಂಡಿದ್ದು ಮೂರೂ ವಸ್ತುಗಳು ಸಿಕ್ಕವು!

ಹೀಗೆ ಅದೃಷ್ಟದ ಕೈವಾಡದಿಂದ ಬುದ್ಧಿಯು ಕೊಟ್ಟಿದ್ದ ವಸ್ತುಗಳೆಲ್ಲವೂ ಕೆಂಚನಿಗೆ ದೊರಕಿದವು. ಅದೃಷ್ಟವಿಲ್ಲದೇ ತಾನೊಂದೇ ಸಾಫಲ್ಯವುಂಟುಮಾಡಲಾರೆನೆಂದು ಬುದ್ಧಿಯು ಅರಿತಿತು! ಪಂದ್ಯದಲ್ಲಿ ಅದೃಷ್ಟವು ಗೆದ್ದಿತು!

ಕರ್ನಾಟಕದ ಜಾನಪದ ಕಥೆ
ಮೂರ್ಖ ಮಗ

ಮಂಚೇನಹಳ್ಳಿಯಲ್ಲಿ ಒಬ್ಬ ಕುರುಬನಿದ್ದ. ಅವನಿಗೆ ಬೆಟ್ಟನೆಂಬ ಮಗನಿದ್ದ. ಅವನು ಮಹಾ ಮೂರ್ಖನಾಗಿದ್ದ. ಅವನನ್ನು ನೋಡಿ ಎಲ್ಲರೂ ನಗುತ್ತಿದ್ದರು!

ಒಂದು ದಿನ, ಬೆಟ್ಟನು ಕುರಿ ಕಾಯಲು ಹೋಗಿದ್ದ. ಕುರಿಗಳು ಹುಲ್ಲು ಮೇಯುತ್ತಿದ್ದಾಗ ಜೋರಾಗಿ ಮಳೆ ಸುರಿಯತೊಡಗಿತು. ಆಗ ಬೆಟ್ಟನು ಅವನ್ನು ಒಂದು ಆಸರೆಗೆ ಓಡಿಸಿಕೊಂಡು ಹೋದ. ಅಲ್ಲಿ ಅವನು ನಿಂತು, ತನ್ನ ತಾಯಿ ಕೊಟ್ಟಿದ್ದ ಹುರಿದ ಕಡಲೆಬೀಜಗಳನ್ನು ಜಗಿಯತೊಡಗಿದ. ಆಗ ಕುರಿಗಳೂ ಅವನನ್ನು ನೋಡುತ್ತಾ ತಾವು ಹುಲ್ಲು ಮೇಯುವಾಗ ಆರಿಸಿಕೊಂಡಿದ್ದ ಕಾಳುಗಳನ್ನು ಜಗಿಯತೊಡಗಿದವು. ಒಂದೇ ಒಂದು ಮುದಿ ಕುರಿಯು ಮಾತ್ರ ಜಗಿಯದೇ ಸುಮ್ಮನೆ ನಿಂತಿತ್ತು. ಬೆಟ್ಟನು ಕುರಿಗಳನ್ನು ನೋಡಿದಾಗ, ಅವೂ ತನ್ನಂತೆ ಜಗಿಯುತ್ತಿರುವುದನ್ನು ನೋಡಿ, "ನನ್ನನ್ನು ಅಣಕಿಸಲು ಅವು ಬೇಕೆಂದೇ ನನ್ನನ್ನು ಅನುಕರಿಸುತ್ತಿವೆ! ಎಂದು ಭಾವಿಸಿದನು. ಇದರಿಂದ ಅವನು ಬಹಳ ಕೋಪಗೊಂಡು, ಮಚ್ಚನ್ನು ತೆಗೆದುಕೊಂಡು ಮುದಿಕುರಿಯೊಂದನ್ನು ಬಿಟ್ಟು ಮಿಕ್ಕೆಲ್ಲ ಕುರಿಗಳನ್ನು ಕೊಂದುಬಿಟ್ಟನು! ಮುದಿ ಕುರಿಯು ಜಗಿಯದೇ ಸುಮ್ಮನೆ ನಿಂತಿತ್ತಲ್ಲವೇ? ಆದ್ದರಿಂದ ಅದನ್ನು ಕೊಲ್ಲದೇ ಬಿಟ್ಟನು! ಅನಂತರ, ಅವನು ಮನೆಗೆ ಹೋಗಿ ಅಪ್ಪನಿಗೆ ತಾನು ಮಾಡಿದುದನ್ನು ಹೇಳಿದನು. ಅದನ್ನು ಕೇಳಿ ಅಪ್ಪನು ಹೌಹಾರಿ ಅವನನ್ನು ಚೆನ್ನಾಗಿ ಥಳಿಸಿದನು!

ಒಂದು ದಿನ, ಕುರುಬನೂ ಅವನ ಹೆಂಡತಿಯೂ ಹಳ್ಳಿಯ ಜಾತ್ರೆಗೆ ಹೋದರು. ಹೋಗುವಾಗ ಅವರು ತಮ್ಮ ಎರಡನೆಯ ಮಗುವನ್ನು ಬೆಟ್ಟನಿಗೊಪ್ಪಿಸುತ್ತಾ, ಅಮ್ಮನು, "ಮಗುವು ಅಳದಂತೆ ನೋಡಿಕೋ! "ಎಂದು ಹೇಳಿದಳು. ಸ್ವಲ್ಪ ಹೊತ್ತಿನ ಬಳಿಕ, ಮಗುವು ಅಳತೊಡಗಿತು! ಅಮ್ಮನ ಮಾತು ಜ್ಞಾಪಿಸಿಕೊಂಡ ಬೆಟ್ಟ, ಮಗುವು ಅಳದಿರಲೆಂದು ಅದರ ಬಾಯಿಗೆ ಒಂದು ಬಟ್ಟೆಯ ತುಂಡನ್ನು ಕಟ್ಟಿ ಬಿಟ್ಟ! ಮಗು ಪಾಪ, ಒದ್ದಾಡತೊಡಗಿತು!

ಅದೃಷ್ಟವಶಾತ್ ಅಪ್ಪ, ಅಮ್ಮಂದಿರು ಬೇಗನೆ ಬಂದರು! ಮಗುವಿಗೆ ಬೆಟ್ಟನು ಮಾಡಿದ್ದ ಅವಸ್ಥೆಯನ್ನು ನೋಡಿ ಅಮ್ಮ ಗಾಬರಿಗೊಂಡು, ಅದರ ಬಾಯಿಂದ ಬಟ್ಟೆಯ ತುಂಡನ್ನು ತೆಗೆದಳು! ಬೆಟ್ಟನ ಕೆನ್ನೆಗೆ ಫಟೀರನೆ ಹೊಡೆಯುತ್ತಾ, "ಅಯ್ಯೋ ಪಾಪಿ! ಮಗುವನ್ನು ಕೊಂದುಬಿಡುತ್ತಿದ್ದೆಯಲ್ಲೋ!" ಎಂದು ಬಯ್ದಳು.

ಅದಕ್ಕೆ ಮೂರ್ಖ ಬೆಟ್ಟನು, "ಮಗುವು ಅಳದಂತೆ ನೋಡಿಕೋ ಎಂದು ನೀನೇ ಅಲ್ಲವೇ ಹೇಳಿದ್ದು? "ಎಂದನು!

ಇನ್ನೊಮ್ಮೆ, ಬೆಟ್ಟನ ಅಪ್ಪ, ಅಮ್ಮ ಇಬ್ಬರೂ ಕೆಲವು ನೆಂಟರನ್ನು ಯಾವುದೋ ಸಮಾರಂಭಕ್ಕೆ ಆಹ್ವಾನಿಸಲು ಹೋದರು. ಆಗ ಮನೆಯಲ್ಲಿ ಬೆಟ್ಟನೊಬ್ಬನೇ ಇದ್ದನು. ಆಗ ಮನೆಯ ತುಂಬಾ ಇಲಿಗಳು ಓಡಾಡುತ್ತಾ ಬಹಳ ಶಬ್ಧ ಮಾಡತೊಡಗಿದವು! ಇದರಿಂದ ಬಹಳ ಕೋಪಗೊಂಡ ಬೆಟ್ಟ ಎಲ್ಲ ಇಲಿಗಳನ್ನೂ ಕೊಲ್ಲಬೇಕೆಂದುಕೊಂಡ! ಆದರೆ ಒಂದೊಂದು ಇಲಿಯನ್ನೂ ಹಿಡಿದು ಕೊಲ್ಲುವುದಾದರೂ ಹೇಗೆ? ಆಗ ಅವನು ಹೀಗೆ ಯೋಚಿಸಿದ. "ನಾನು ಈ ಮನೆಯನ್ನೇ ಸುಟ್ಟುಬಿಟ್ಟರೆ, ಆಗ ಎಲ್ಲಾ ದುಷ್ಟ ಇಲಿಗಳು ಸಾಯುತ್ತವೆ!"

ಹೀಗೆ ಯೋಚಿಸಿ ಮೂರ್ಖ ಬೆಟ್ಟ, ಮನೆಯನ್ನೇ ಸುಟ್ಟುಬಿಟ್ಟ! ಅವನ ಅಪ್ಪ, ಅಮ್ಮಂದಿರು ಬರುವ ಹೊತ್ತಿಗೆ ಮನೆ ಧಗಧಗನೆ ಉರಿಯುತ್ತಿದ್ದುದನು ನೋಡಿ ಹೌಹಾರಿ ತಲೆ ಚಚ್ಚಿಕೊಂಡರು! ಆದರೆ ಮೂರ್ಖ ಮಗ ನಗುತ್ತಾ, "ಅಪ್ಪ! ಮನೆಯಲ್ಲಿದ್ದ ಇಲಿಗಳನ್ನೆಲ್ಲಾ ನಾನು ಯಾವ ರೀತಿ ಕೊಂದೆ ನೋಡು!" ಎಂದನು! ತಮ್ಮ ಮಗನ ಮೂರ್ಖತೆಗೆ ಏನು ಹೇಳಬೇಕೋ ಅವರಿಗೆ ತಿಳಿಯಲಿಲ್ಲ!

ಇನ್ನೊಂದು ದಿನ, ಬೆಟ್ಟನ ತಾಯಿ ಅವನಿಗೆ ಕಾಡಿಗೆ ಹೋಗಿ ಒಂದಷ್ಟು ಕಟ್ಟಿಗೆ ತರಲು ಹೇಳಿದಳು. ಅದರಂತೆ ಅವನು ಕಾಡಿಗೆ ಹೋಗಿ ಕಟ್ಟಿಗೆಗಳನ್ನು ಸಂಗ್ರಹಿಸಿದ. ಅವುಗಳನ್ನು ಅವನು ತರುತ್ತಿದ್ದಾಗ ದಾರಿಯಲ್ಲಿ ಒಂದು ನದಿಯನ್ನು ನೊಡಿದ. ಅಲ್ಲೇ ನಿಂತಿದ್ದ ಒಬ್ಬ ರೈತನನ್ನು ಅವನು ಕೇಳಿದ, "ಈ ನದಿ ಎಲ್ಲಿಗೆ ಹೋಗುತ್ತದೆ?"

ಅದಕ್ಕೆ ಆ ರೈತನು ತಮಾಷೆಯಾಗಿ, "ಈ ನದಿ ನೇರ ನಿಮ್ಮಪ್ಪನ ಮನೆಗೆ ಹೋಗುತ್ತದೆ!" ಎಂದನು.

ಬೆಟ್ಟನು ಅದನ್ನು ಕೇಳಿ ಬಹಳ ಸಂತೋಷಗೊಂಡು ಕಟ್ಟಿಗೆಗಳನ್ನೆಲ್ಲಾ ಆ ನದಿಗೆ ಹಾಕಿ ಬಿಟ್ಟ! ನದಿಯು ಅವನ್ನೆಲ್ಲಾ ಕೊಚ್ಚಿಕೊಂಡು ಹೋಯಿತು! ಅನಂತರ ಬೆಟ್ಟನು ಆನಂದದಿಂದ ಹಾಡುತ್ತಾ ಮನೆಗೆ ಹೋದ. ಆಗ ಅವನ ತಾಯಿಯು ಕಟ್ಟಿಗೆಗಳನ್ನು ಕೇಳಲು ಅವನು ತಾನು ಮಾಡಿದುದನ್ನು ಹೇಳಿದನು. ಅವನ ಮೌಢ್ಯಕ್ಕೆ ಅವನ ತಾಯ್ತಂದೆಯರಿಗೆ ದುಃಖವಾಯಿತು. ಅವರು, "ಈ ಬೆಟ್ಟನಿಗೆ ಏನಾದರೂ ಕೆಲಸ ಹೇಳುವುದಕ್ಕಿಂತ ನಾವೇ ಅದನ್ನು ಮಾಡುವುದು ವಾಸಿ! ಇವನಿಗೆ ಕೆಲಸ ಹೇಳುವುದರಿಂದ ಸಮಯ, ಶಕ್ತಿ, ಎಲ್ಲವೂ ಹಾಳು!" ಎಂದು ಮಾತಾಡಿಕೊಂಡರು.

ಅಂದಿನಿಂದ ಅವರು ಅವನಿಗೆ ಕೆಲಸ ಹೇಳುವುದನ್ನು ನಿಲ್ಲಿಸಿದರು.

--->>>≪≪--

ಕರ್ನಾಟಕದ ಜಾನಪದ ಕಥೆ

ಬುದ್ಧಿವಂತ ಬ್ರಾಹ್ಮಣ

ಒಂದಾನೊಂದು ಕಾಲದಲ್ಲಿ ಪುಟ್ಟಶಾಸ್ತ್ರಿ ಎಂಬ ಒಬ್ಬ ಬ್ರಾಹ್ಮಣನಿದ್ದ. ಒಂದು ದಿನ ಅವನು ನದಿಯಲ್ಲಿ ಸ್ನಾನ ಮಾಡಿ ಮನೆಯೊಳಗೆ ಪ್ರವೇಶಿಸಿದಾಗ, ಅವನ ಪತ್ನಿಯು ದೋಸೆ ಮಾಡುತ್ತಿದ್ದುದನ್ನು ನೋಡಿದ. ಅವಳಿಗೆ ಗೊತ್ತಾಗದಂತೆ ಅವನು ನಿಧಾನವಾಗಿ ಅಡುಗೆ ಮನೆಗೆ ಹೋಗಿ ಬಾಗಿಲ ಹಿಂದೆ ಮರೆಯಾಗಿ ನಿಂತ. ಅವನ ಹೆಂಡತಿ, ಒಟ್ಟು ಮೂವತ್ತು ದೋಸೆಗಳನ್ನು ಮಾಡಿದಳೆಂದು ಲೆಕ್ಕ ಹಾಕಿದ. ಅನಂತರ, ಅವಳಿಗೆ ಗೊತ್ತಾಗದಂತೆ ಹೊರಗೆ ಹೋದ.

ಇಬ್ಬರೂ ಊಟಕ್ಕೆ ಕುಳಿತಾಗ ಅವನು, "ಏನು? ಇಂದು ಮೂವತ್ತು ದೋಸೆಗಳನ್ನು ಮಾಡಿರುವೆಯಾ? "ಎಂದ. ಇದನ್ನು ಕೇಳಿ ಅವಳಿಗೆ ಆಶ್ಚರ್ಯವಾಯಿತು! ಅವಳು "ನಿಮಗೆ ಹೇಗೆ ಗೊತ್ತಾಯಿತು?" ಎಂದು ಕೇಳಿದಳು.

"ಓ! ನನಗೆ ಹಾಗೆಯೇ ಗೊತ್ತಾಗುತ್ತದೆ!" ಅವನು ನಗುತ್ತಾ ಹೇಳಿದ.

ಅವನ ಹೆಂಡತಿ ಅದನ್ನೇ ಯೋಚಿಸತೊಡಗಿದಳು. ಕೊನೆಗೆ ಅವಳು ತನ್ನ ಗಂಡನಿಗೆ ವಿಶೇಷ ಶಕ್ತಿಯಿರಬೇಕೆಂದು ಭಾವಿಸಿದಳು.

ಊಟವಾದ ಬಳಿಕ, ಅವಳು ನೀರು ತರಲು ಹತ್ತಿರದ ಬಾವಿಗೆ ಹೋದಳು. ಅಲ್ಲಿ ಅವಳು ಅಗಸನ ಹೆಂಡತಿಯಾದ ನಿಂಗಿಯು ಅಳುತ್ತಿದ್ದುದನ್ನು ಕಂಡಳು!

"ಯಾಕೆ ನಿಂಗಿ ಅಳುತ್ತಿರುವೆ? ಏನಾಯಿತು? "ಅವಳು ಕೇಳಿದಳು.

"ನನ್ನ ಕತ್ತೆ ಎಲ್ಲಿಯೋ ಕಳೆದುಹೋಗಿದೆ! "ನಿಂಗಿ ಹೇಳಿದಳು.

ಆಗ ಬ್ರಾಹ್ಮಣನ ಹೆಂಡತಿಯು ಅವಳನ್ನು ಸಮಾಧಾನಪಡಿಸುತ್ತಾ, "ನೀನು ಕೂಡಲೇ ನನ್ನ ಗಂಡನ ಬಳಿ ಹೋಗು! ಅವರಿಗೆ ವಿಶೇಷ ದೈವಶಕ್ತಿಯಿದೆ! ಅವರು ಖಂಡಿತವಾಗಿಯೂ ನಿನ್ನ ಕತ್ತೆಯು ಎಲ್ಲಿದೆಯೆಂದು ಹೇಳುತ್ತಾರೆ!" ಎಂದಳು.

ಅದರಂತೆ ನಿಂಗಿಯು ಪುಟ್ಟಶಾಸ್ತ್ರಿಯ ಬಳಿ ಹೋಗಿ ತನ್ನ ಕತ್ತೆಯು ಕಳೆದುಹೋಗಿರುವ ವಿಷಯ ಹೇಳಿದಳು. ಆಗ ಆ ಬ್ರಾಹ್ಮಣನು ಅವಳಿಗೆ, "ನಾಳೆ ಬೆಳಗ್ಗೆ ಬಾ! ಬರುವಾಗ ಹದಿನಾರು ರೂಪಾಯಿಗಳನ್ನೂ ನಾಲ್ಕು ತೆಂಗಿನಕಾಯಿಗಳನ್ನೂ ಎರಡೂ ಸೇರು ಅಕ್ಕಿಯನ್ನೂ ಒಂದಷ್ಟು ವೀಳ್ಯದೆಲೆಗಳನ್ನೂ ಬಾಳೆಹಣ್ಣುಗಳನ್ನೂ ತೆಗೆದುಕೊಂಡು ಬಾ! ನಾನು ಚಾಮುಂಡಿದೇವಿಗೆ ಪೂಜೆ ಸಲ್ಲಿಸಿ ನಿನ್ನ ಕತ್ತೆ ಎಲ್ಲಿದೆಯೆಂದು ತಿಳಿದುಕೊಂಡು ಹೇಳುತ್ತೇನೆ! "ಎಂದನು.

ನಿಂಗಿಯು ಸರಿಯೆನ್ನಲು, ಅವನು ಅವಳಿಂದ ಕತ್ತೆಯ ರೂಪವನ್ನು ತಿಳಿದುಕೊಂಡ. ಅವಳು ಹೋಗಲು, ಅವನು ರಾತ್ರಿಯೇ ಇಡೀ ನಗರವೆಲ್ಲಾ ಹುಡುಕಿ ಆ ಕತ್ತೆಯು ಒಂದು ಪಾಳು ಬಿದ್ದ ಕಟ್ಟಡದ ಬಳಿಯಿದೆಯೆಂದು ಕಂಡುಕೊಂಡನು. ಅದನ್ನು ಅವನು ಅಲ್ಲಿಯೇ ಕಟ್ಟಿ ಮನೆಗೆ ಹೋಗಿ ಮಲಗಿದನು. ಬೆಳಗ್ಗೆ, ನಿಂಗಿಯು ಹಣ, ತೆಂಗಿನಕಾಯಿ, ಬಾಳೆಹಣ್ಣು ಮೊದಲಾದವುಗಳೊಂದಿಗೆ ಬಂದಳು. ಅವನು ಎಲ್ಲವನ್ನೂ ದೇವಿಯ ಮುಂದೆ ಇಟ್ಟು ಪ್ರಾರ್ಥನೆ ಸಲ್ಲಿಸುವಂತೆ ನಟಿಸಿದನು. ಅದು ಮುಗಿದ ಬಳಿಕ, ಅವನು ನಿಂಗಿಗೆ ಕತ್ತೆ ಇರುವ ಸ್ಥಳದ ಬಗ್ಗೆ ಹೇಳಿದನು. ನಿಂಗಿಯು ಹೋಗಿ ನೋಡಲು ಅಲ್ಲಿ ಕತ್ತೆ ಇತ್ತು! ಅತ್ಯಾನಂದಿತಳಾದ ಅವಳು ಬ್ರಾಹ್ಮಣನಿಗೆ ಕೃತಜ್ಞತೆ ಸಲ್ಲಿಸಿ ಅವನನ್ನು ಮನಸಾರೆ ಹೊಗಳಿದಳು. ಅನಂತರ ಅವಳು ಹೋಗಿ ಎಲ್ಲರಿಗೂ ಈ ವಿಷಯ ಹೇಳಿದಳು. ಇದರಿಂದ ಪುಟ್ಟಶಾಸ್ತ್ರಿಯ ಕೀರ್ತಿ ಆ ನಗರದಲ್ಲೆಲ್ಲಾ ಹರಡಿತು!

ಒಂದು ದಿನ, ಒಬ್ಬ ರೈತನು ಪುಟ್ಟಶಾಸ್ತ್ರಿಯ ಬಳಿ ಬಂದು, "ನನ್ನ ಪುಟ್ಟ ಭತ್ತದ ಹೊಲ ಮಳೆಯಿಲ್ಲದೇ ಒಣಗಿ ಹೋಗಿದೆ! ಅದು ಮತ್ತೆ ಹಸುರಾಗಿ ಫಲವತ್ತಾಗಲು ಯಾವಾಗ ಮಳೆ ಬರುತ್ತದೆಯೆಂದು ದಯವಿಟ್ಟು ಹೇಳಿ! ಎಂದು ಕೇಳಿಕೊಂಡನು.

ಬ್ರಾಹ್ಮಣನಿಗೆ ಆ ರೈತನ ಹೊಲ ಎಲ್ಲಿತ್ತೆಂದು ತಿಳಿದಿತ್ತು! ಅವನು ರೈತನಿಗೆ ಮರುದಿನ, ಹಣ, ತೆಂಗಿನಕಾಯಿ ಮತ್ತು ಹಣ್ಣುಗಳೊಡನೆ ಬರಲು ಹೇಳಿದನು. ಸರಿಯೆಂದು ರೈತನು ಹೋದನು. ಬ್ರಾಹ್ಮಣನು ಆ ರಾತ್ರಿ, ರೈತನ ಹೊಲಕ್ಕೆ ಹೋಗಿ ಸುತ್ತಮುತ್ತಲೂ

ನೋಡಿದನು. ಅದೃಷ್ಟಕ್ಕೆ ಹತ್ತಿರದಲ್ಲೆ ಒಂದು ಬಾವಿಯಿತ್ತು! ಅವನು ಆ ಬಾವಿಯಿಂದ ಸಾಕಷ್ಟು ನೀರು ಸೇದಿ ಆ ಹೊಲದ ತುಂಬಾ ಸುರಿದನು. ಪುಟ್ಟ ಹೊಲವಾದ್ದರಿಂದ ಅದರ ತುಂಬಾ ನೀರು ಸುರಿಯುವುದಕ್ಕೆ ಹೆಚ್ಚು ಹೊತ್ತೇನೂ ಬೇಕಾಗಲಿಲ್ಲ! ಬೇಗನೆ ಕೆಲಸ ಮುಗಿಸಿ ಮನೆಗೆ ಹೋಗಿ ಮಲಗಿದನು.

ಮರುದಿನ, ರೈತನು ಅಗತ್ಯ ವಸ್ತುಗಳೊಂದಿಗೆ ಬರಲು, ಪುಟ್ಟಶಾಸ್ತ್ರಿಯು ಧೀರ್ಘಕಾಲ ಪೂಜಾಶಾಸ್ತ್ರ ಮಾಡಿ, "ನಿನ್ನೆಯಷ್ಟೇ ನಿನ್ನ ಹೊಲದಲ್ಲಿ ಮಳೆಯಾಗಿದೆ ಇನ್ನಿತರ ಹೊಲಗಳಲ್ಲೆಲ್ಲಾ ಒಣಗಿವೆ! ಹೋಗಿ ನೋಡು!" ಎಂದನು. ಅದರಂತೆ ರೈತನು ಹೋಗಿ ತನ್ನ ಹೊಲವನ್ನು ನೋಡಲು, ಚೆನ್ನಾಗಿ ನೀರೆರೆಯಲ್ಪಟ್ಟು ಅದು ಒದ್ದೆಯಾಗಿತ್ತು! ರೈತನ ಆನಂದಕ್ಕೆ ಪಾರವೇ ಇರಲಿಲ್ಲ! ಅವನು ಹಳ್ಳಿಯಲ್ಲೆಲ್ಲಾ ಬ್ರಾಹ್ಮಣನ ಗುಣಗಾನ ಮಾಡಿದನು!

ಈ ಮಧ್ಯೆ, ಚೆನ್ನ ಮತ್ತು ಬೋರರೆಂಬ ಇಬ್ಬರು ಕಳ್ಳರು, ಅರಮನೆಯ ಪ್ರಾರ್ಥನಾಮಂದಿರದಿಂದ ಒಂದು ಚಿನ್ನದ ಹಾರವನ್ನು ಕದ್ದರು! ಪುಟ್ಟಶಾಸ್ತ್ರಿಯ ದಿವ್ಯಶಕ್ತಿಯ ಬಗ್ಗೆ ಕೇಳಿದ್ದ ರಾಜನು ಅವನನ್ನು ಅರಮನೆಗೆ ಕರೆಸಿ ಕಳ್ಳತನದ ಬಗ್ಗೆ ಹೇಳಿ, ಚಿನ್ನದ ಹಾರವನ್ನು ಕಂಡುಹಿಡಿಯಲು ಹೇಳಿದ. ಪುಟ್ಟಶಾಸ್ತ್ರಿಗೆ ಕೂಡಲೇ ಏನು ಹೇಳಬೇಕೆಂದೇ ತಿಳಿಯಲಿಲ್ಲ! ಅವನು, "ರಾಜಾ! ಇಂದು ಪ್ರಾರ್ಥನೆ ಮಾಡಲು ಶುಭದಿನವಲ್ಲ! ನಾಳೆ ನಾನು ದೇವಿಯ ಪ್ರಾರ್ಥನೆ ಮಾಡಿ ಖಂಡಿತವಾಗಿಯೂ ಉತ್ತರ ಪಡೆಯುತ್ತೇನೆ! "ಎಂದನು.

ರಾಜನು ಅದಕ್ಕೊಪ್ಪಿದನು.

ಮನೆಗೆ ಬಂದ ಪುಟ್ಟಶಾಸ್ತ್ರಿಗೆ ಏನು ಮಾಡಬೇಕೆಂದೇ ತೋಚಲಿಲ್ಲ! ತಾನು ಈಗ ಆ ಚಿನ್ನದ ಹಾರವನ್ನು ಕಂಡುಹಿಡಿಯದಿದ್ದರೆ ರಾಜನು ತನ್ನನ್ನು ಶಿಕ್ಷಿಸುವನು. ಎಂದು ಅವನು ಗಾಬರಿಗೊಂಡನು. ಈ ಹೊತ್ತಿಗೆ ಕಳ್ಳರಾದ ಬೋರ ಮತ್ತು ಚೆನ್ನರಿಗೆ ರಾಜನು ಚಿನ್ನದ ಹಾರವನ್ನು ಕಂಡುಹಿಡಿಯುವ ಕೆಲಸವನ್ನು ಪುಟ್ಟಶಾಸ್ತ್ರಿಗೆ ವಹಿಸಿರುವನೆಂಬ ವಿಷಯ ಗೊತ್ತಾಯಿತು! ಅವರೂ ಪುಟ್ಟಶಾಸ್ತ್ರಿಯ 'ಪವಾಡ'ಗಳ ಬಗ್ಗೆ ಕೇಳಿದ್ದರು! ಇವನು ಖಂಡಿತವಾಗಿ ತಮ್ಮನ್ನು ರಾಜನಿಗೆ ಹಿಡಿದುಕೊಡುತ್ತಾನೆಂದು ಭಾವಿಸಿದರು! ರಾಜನ ಶಿಕ್ಷೆಯ ಭಯವೂ ಆಯಿತು! ಇಬ್ಬರೂ ಪುಟ್ಟಶಾಸ್ತ್ರಿಯ ಬಳಿಗೆ ಓಡಿ ಬಂದು ಅವನ

ಕಾಲಿಗೆ ಬಿದ್ದು ಚಿನ್ನದ ಹಾರವನ್ನು ಅವನಿಗೆ ಕೊಟ್ಟುಬಿಟ್ಟರು! ಇದೊಳ್ಳೆಯ ಅದೃಷ್ಟವೆಂದು ಬಗೆದು ಬ್ರಾಹ್ಮಣನು ಅವರನ್ನು ಕಳಿಸಿ, ಚಿನ್ನದ ಹಾರವನ್ನು ಅರಮನೆಯ ಉದ್ಯಾನವನದಲ್ಲೇ ಒಂದು ಮಾವಿನ ಮರದಡಿಯಲ್ಲಿ ಹೂತಿಟ್ಟನು!

ಮರುದಿನ ಬೆಳಗ್ಗೆ ಅವನು ಅರಮನೆಗೆ ಹೋಗಿ ಯಥಾಪ್ರಕಾರ ಪೂಜೆ ಮಾಡಿದನು. ಅನಂತರ ಅವನು ಧ್ಯಾನಸ್ಥನಂತೆ ನಟಿಸುತ್ತಾ ಸೇವಕರಿಗೆ, "ಅರಮನೆಯ ಉದ್ಯಾನವನದಲ್ಲಿನ ಮಾವಿನ ಮರದ ಕೆಳಗೆ ಅಗೆಯಿರಿ! ಅಲ್ಲಿ ನಿಮಗೆ ಚಿನ್ನದ ಹಾರ ಸಿಗುತ್ತದೆ! ಎಂದನು. ಅದರಂತೆ ಸೇವಕರು ಅಲ್ಲಿ ಅಗೆಯಲು ನಿಜಕ್ಕೂ ಅಲ್ಲಿ ಚಿನ್ನದ ಹಾರ ಸಿಕ್ಕಿತು! ರಾಜನು ಅತ್ಯಾನಂದಿತನಾಗಿ ಪುಟ್ಟಶಾಸ್ತ್ರಿಗೆ ಸನ್ಮಾನ ಮಾಡಿ ಒಳ್ಳೆಯ ಉಡುಗೊರೆ ಕೊಟ್ಟನು!

ಈಗ ಬ್ರಾಹ್ಮಣನಿಗೆ ತನಗೊಲಿದ ಅದೃಷ್ಟ ಬಹಳ ಕಾಲ ಇರುವುದಿಲ್ಲವೆಂದು ಮನವರಿಕೆಯಾಯಿತು! ಏನಾದರೂ ತೊಂದರೆಯಾಗುವ ಮೊದಲೇ ಬೇರೆ ಊರಿಗೆ ಹೊರಟು ಬಿಡುವುದು ಒಳ್ಳೆಯದೆಂದು ಅವನು ನಿರ್ಧರಿಸಿದನು. ಅಂತೆಯೇ ಅವನು ತನ್ನ ಹೆಂಡತಿಯನ್ನು ಕರೆದುಕೊಂಡು ಬೇರೆ ಊರಿಗೆ ಹೊರಟು ಹೋದನು. ಅನಂತರವಷ್ಟೇ ಅವನು ತನ್ನ ಹೆಂಡತಿಗೆ ನಿಜಸಂಗತಿಯನ್ನು ಹೇಳಿದನು. ಅದನ್ನು ಕೇಳಿ ಅವನ ಹೆಂಡತಿಯು ಆಶ್ಚರ್ಯದಿಂದ, "ನಿಮಗೆ ದಿವ್ಯಶಕ್ತಿಯಿಲ್ಲದಿರಬಹುದು! ಆದರೆ ಒಳ್ಳೆಯ ಬುದ್ಧಿಯಂತೂ ಇದೆ!" ಎಂದಳು.

ಅಲ್ಲಿಂದ ಮುಂದೆ, ಪುಟ್ಟಶಾಸ್ತ್ರಿಯು ಇನ್ನೆಂದೂ ತನಗೆ ದಿವ್ಯಶಕ್ತಿಯಿದೆಯೆಂದು ಹೇಳಿಕೊಳ್ಳದೇ ಏನಾದರೊಂದು ಕೆಲಸ ಮಾಡುತ್ತಾ ಸುಖವಾಗಿದ್ದನು.

❯❯≫✦≪❮❮

ಕರ್ನಾಟಕದ ಜಾನಪದ ಕಥೆ
ಮಂಜಣ್ಣನ ರಾತ್ರಿ ಕುರುಡು

ಒಂದು ಪುಟ್ಟ ಹಳ್ಳಿಯಲ್ಲಿ ಮಂಜಣ್ಣನೆಂಬ ಯುವಕನಿದ್ದ, ಅವನಿಗೊಂದು ವಿಚಿತ್ರ ಕಾಯಿಲೆಯಿತ್ತು. ಅದೇನೆಂದರೆ ರಾತ್ರಿಕುರುಡು, ಅಂದರೆ ಅವನಿಗೆ ರಾತ್ರಿಯ ಹೊತ್ತು ಕಣ್ಣು ಕಾಣಿಸುತ್ತಿರಲಿಲ್ಲ! ಅವನ ಮನೆಯಲ್ಲಿ ಒಂದು ಸಾಕಿದ ಬೆಕ್ಕಿತ್ತು. ರಾತ್ರಿಯ ಹೊತ್ತಿನಲ್ಲಿ ಅವನು ಊಟಕ್ಕೆ ಕುಳಿತಾಗ ಅದು ಬಂದು ಅವನ ತಟ್ಟೆಯನ್ನು ನೆಕ್ಕಿಬಿಡುತ್ತಿತ್ತು! ಆದರೆ ಪಾಪ, ಅವನಿಗೆ ರಾತ್ರಿ ಕುರುಡು ಇದ್ದುದರಿಂದ ಇದು ಗೊತ್ತಾಗುತ್ತಲೇ ಇರಲಿಲ್ಲ! ಆದ್ದರಿಂದ ಅವನ ತಾಯಿ ಆ ಬೆಕ್ಕಿನ ಕೊರಳಿಗೆ ಒಂದು ಗಂಟೆ ಕಟ್ಟಿದ್ದಳು. ಅದು ಅವನ ಹತ್ತಿರ ಬಂದಾಗ ಆ ಗಂಟೆಯಾಡಿ ಶಬ್ದವಾಗುತ್ತಿತ್ತು! ಅದರಿಂದ ಮಂಜಣ್ಣನಿಗೆ ಅದು ಬಂದುದು ತಿಳಿಯುತ್ತಿತ್ತು! ಆಗ ಅದನ್ನು ಓಡಿಸಲೆಂದು ಅವಳು ಅವನಿಗೆ ಒಂದು ಕೋಲು ಕೊಟ್ಟಿದ್ದಳು. ಹಾಗಾಗಿ, ಅದು ಬಂದ ಕೂಡಲೇ ಅವನು ಕೋಲನ್ನು ಅದರತ್ತ ಬೀಸಿ ಅದನ್ನು ಓಡಿಸುತ್ತಿದ್ದನು!

ಹೀಗಿರಲು, ಮಂಜಣ್ಣನಿಗೆ ಪಕ್ಕದ ಹಳ್ಳಿಯ ಚೆನ್ನಿ ಎಂಬ ಹುಡುಗಿಯೊಂದಿಗೆ ಮದುವೆಯಾಯಿತು. ಆದರೆ ಅವನ ತಾಯಿ, ಹುಡುಗಿಗಾಗಲೀ ಹುಡುಗಿಯ ಮನೆಯವರಿಗಾಗಲೀ ಮಂಜಣ್ಣನ ಸಮಸ್ಯೆಯ ಬಗ್ಗೆ ಹೇಳಲಿಲ್ಲ. ಮದುವೆಯಾದ ಕೆಲದಿನಗಳಿಗೇ ದೀಪಾವಳಿ ಹಬ್ಬ ಬಂದಿತು. ಅದಕ್ಕಾಗಿ ಚೆನ್ನಿಯ ತಾಯ್ತಂದೆಯರು ಮಂಜಣ್ಣನನ್ನು ಮನೆಗೆ ಆಹ್ವಾನಿಸಿದರು. ಚೆನ್ನಿಯು ಮೊದಲೇ ಹೊರಟು ಹೋದಳು. ಮಂಜಣ್ಣನನ್ನು ಕರೆತರಲು ಚೆನ್ನಿಯ ಅಣ್ಣನನ್ನು ಕಳಿಸಲಾಯಿತು. ಚೆನ್ನಿಯ ಅಣ್ಣನೊಂದಿಗೆ ಮಂಜಣ್ಣನು ಹೊರಟನು. ಅವರು ಹೋಗುತ್ತಿದ್ದಂತೆ ಸಂಜೆಯಾಗಿ ಕತ್ತಲು ಕವಿಯಿತು!

ಮಂಚಯ್ಯನೆಂಬ ಹೆಸರಿನ ತನ್ನ ಬಾಮೈದುನನ ಹೆಜ್ಜೆ ಸಪ್ಪಳ ಕೇಳುತ್ತಾ ಮಂಜಣ್ಣನು ಹೇಗೋ ಅವನನ್ನು ಹಿಂಬಾಲಿಸಿಕೊಂಡು ಹೋದನು. ಆದರೆ ದಾರಿಯಲ್ಲಿ ಒಂದು ದೊಡ್ಡ

ಹಳ್ಳ ಸಿಕ್ಕಿತು! ಮಂಚಯ್ಯನೇನೋ ಅದನ್ನು ಬೇಗನೆ ದಾಟಿಬಿಟ್ಟ! ಆದರೆ ಅವನ ಹೆಜ್ಜೆ ಸಪ್ಪಳ ಕೇಳಿಸದೆ ಮಂಜಣ್ಣ ಮುಂದೆ ಹೆಜ್ಜೆ ಇಡಲಾಗದೆ ನಿಂತು ಬಿಟ್ಟ! ಅವನ ಭಾಮೈದ ಹಿಂದೆ ತಿರುಗಿ ನೋಡಿ,"ಏಕೆ ನಿಂತುಬಿಟ್ಟಿರಿ ಭಾವ! ಬನ್ನಿ! "ಎಂದನು. ಅದಕ್ಕೆ ಮಂಜಣ್ಣನು, "ನಿನಗೆ ನಿನ್ನ ಭಾವನ ಮೇಲೆ ಸ್ವಲ್ಪವಾದರೆ ಗೌರವವಿದ್ದರೆ ನನ್ನ ಕೈಹಿಡಿದು ಕರೆದೊಯ್ಯುವೆ! "ಎಂದನು! ಪಾಪ, ಮಂಚಯ್ಯನು, "ಕ್ಷಮಿಸಿ ಭಾವ! "ಎಂದು ಮಂಜಣ್ಣನ ಕೈಹಿಡಿದು ಹಳ್ಳ ದಾಟಿಸಿ ಕರೆದೊಯ್ದನು.

ಹೀಗೆ ಮಂಚಯ್ಯನು ಮಂಜಣ್ಣನ ಕೈಹಿಡಿದುಕೊಂಡು ಹೋಗುತ್ತಿರುವುದನ್ನು ದಾರಿಹೋಕರು ಆಶ್ಚರ್ಯದಿಂದ ನೋಡಿದರು! ಸ್ವಲ್ಪ ದೂರ ಹೋಗಲು, ಮಂಚಯ್ಯನಿಗೆ ಮುಜುಗರವಾಗಿ ಮಂಜಣ್ಣನ ಕೈ ಬಿಟ್ಟು ಮುಂದೆ ನಡೆದನು. ಅವನ ಹಳ್ಳಿಯೂ ಸಿಕ್ಕಿತು. ಮುಂದೆ ನಡೆಯುತ್ತಾ ಮಂಚಯ್ಯ ಮನೆಗೆ ಹೋದ. ಮಂಜಣ್ಣನಾದರೋ, ಏನು ಮಾಡಬೇಕೆಂದು ತೋಚದೇ ಹಾಗೇ ನಿಂತುಬಿಟ್ಟ! ಅವನು ಹಾಗೇ ನಿಂತಿದ್ದಾಗ ಕೆಲವು ಎಮ್ಮೆಗಳು ಆ ದಾರಿಯಲ್ಲಿ ಬಂದವು. ಮಂಜಣ್ಣನು ಒಂದು ಎಮ್ಮೆಯ ಬಾಲವನ್ನು ಹಿಡಿದುಕೊಂಡನು. ಅದು ನಡೆಯುತ್ತಾ ಒಂದು ಭತ್ತದ ಹೊಲದ ಬೇಲಿಯ ಬಳಿ ಬಂದಿತು. ಅನಂತರ ಅದು ಬೇಲಿಯ ಒಂದು ಸಣ್ಣ ತೂತಿನಿಂದ ಒಳಕ್ಕೆ ನುಗ್ಗಿತ್ತು! ಆಗ ಪಾಪ, ಮಂಜಣ್ಣ ಧೊಪ್ಪನೆ ಬಿದ್ದ!

ಇತ್ತ, ಚೆನ್ನಿಯ ತಾಯ್ತಂದೆಯರು ಮಂಜಣ್ಣನನ್ನು ಬಹಳ ಹೊತ್ತು ಕಾದರು. ಆದರೆ ಎಷ್ಟು ಹೊತ್ತು ಕಾದರೂ ಅವನು ಬರದಿರಲು, ಅವರಿಗೆ ಬಹಳ ಆತಂಕವಾಗಿ ಅವನನ್ನು ಹುಡುಕಿಕೊಂಡು ಬಂದರು. ಅವನು ಬೇಲಿಯ ಬಳಿ ಕುಳಿತಿದ್ದುದನ್ನು ನೋಡಿ ಹಾಗೇಕೆ ಕುಳಿತಿರುವನೆಂದು ಕೇಳಿದರು.

"ನಾನು ನಿಮ್ಮ ಭತ್ತದ ಹೊಲದ ಬೇಲಿಯ ಬಳಿ ಕುಳಿತು ನೀವು ಹೇಗೆ ಬೇಲಿ ಹಾಕಿರುವಿರೆಂದು ನೋಡುತ್ತಿದ್ದೇನೆ! ನಿಮಗೆ ನನ್ನ ಮೇಲೆ ಸ್ವಲ್ಪ ಪ್ರೀತಿ ಇದ್ದರೆ ನನ್ನ ಕೈಹಿಡಿದು ಮನೆಗೆ ಕರೆದುಕೊಂಡು ಹೋಗಿ!" ಮಂಜಣ್ಣನು ಹೇಳಿದನು.

ಆಗಲೆಂದು ಅವರಿಬ್ಬರೂ ಅವನ ಕೈ ಹಿಡಿದು ಅವನನ್ನು ತಮ್ಮ ಮನೆಗೆ ಕರೆದೊಯ್ದರು. ಪುನಃ ಮನೆಯಲ್ಲಿ ಅವನು, "ಎಷ್ಟಾದರೂ ನಾನು ನಿಮ್ಮ ಅಳಿಯ! ಬಚ್ಚಲ

ಮನೆಯವರೆಗೂ ಕೈ ಹಿಡಿದು ಕರೆದೊಯ್ದು, ನಾನು ಕೈಕಾಲು ಮುಖಗಳನ್ನು ತೊಳೆದ ಬಳಿಕ ಕೈ ಹಿಡಿದು ಕರೆತನ್ನಿ!" ಎಂದನು. ಸರಿಯೆಂದು ಅವರು ಹಾಗೆಯೇ ಮಾಡಿದರು.

ಅನಂತರ, ಎಲ್ಲರೂ ಊಟಕ್ಕೆ ಕುಳಿತಿರಲು, ಮಂಜಣ್ಣನ ಅತ್ತೆ ಎಲ್ಲರಿಗೂ ಊಟ ಬಡಿಸತೊಡಗಿದಳು. ಆಗ ಅವಳು ನಡೆದು ಬರುತ್ತಿದ್ದಂತೆ ಅವಳ ಕಾಲ್ಗೆಜ್ಜೆಗಳ ಶಬ್ದವಾಗಲು, ಮಂಜಣ್ಣನು ಬೆಕ್ಕು ಬರುತ್ತಿದೆಯೆಂದು ಅಭ್ಯಾಸಬಲದಿಂದ ತಪ್ಪು ತಿಳಿದು, ಅವಳು ಅವನ ಹತ್ತಿರ ಬಂದಾಗ ತನ್ನಲ್ಲಿದ್ದ ಕೋಲನ್ನು ಅವಳತ್ತ ಬೀಸಿದನು! ಅದು ಅವಳ ಕಾಲುಗಳಿಗೆ ಬಡಿಯಿತು, ಪಾಪ! ಅದರಿಂದ ಅವಳು ಆಯತಪ್ಪಿ ಕೆಳಗೆ ಬಿದ್ದಳು! ಇದನ್ನು ನೋಡಿ ಆಘಾತಗೊಂಡ ಅವನ ಮಾವ, "ಯಾಕೆ ಅಳಿಯಂದಿರೇ ಈ ಕೋಪ?!"ಎಂದು ಕೇಳಿದನು. ಈಗ ಮಂಜಣ್ಣನಿಗೆ ತಾನು ಮಾಡಿದ ತಪ್ಪಿನ ಅರಿವಾಯಿತು! ಆದರೆ ಅವನು ನಟಿಸುತ್ತಾ ಹೇಳಿದ, "ನಾನು ನನ್ನ ಅತ್ತೆಯನ್ನು ಮದುವೆಯಾಗಿಲ್ಲ! ನಿಮ್ಮ ಮಗಳು ನನ್ನ ಸೇವೆ ಮಾಡಲಾರಳಾದರೆ ನಾನವಳನ್ನು ಮದುವೆಯಾಗಿ ಏನುಪಯೋಗ? ಹೆಂಡತಿಯ ಕರ್ತವ್ಯ ಗಂಡನನ್ನು ಸರಿಯಾಗಿ ನೋಡಿಕೊಳ್ಳುವುದು!"

ಎಲ್ಲರೂ ಅವನ ಮಾತನ್ನು ಒಪ್ಪಿದರು. ಚೆನ್ನಿಯೇ ಬಡಿಸತೊಡಗಿದಳು. ಊಟವದ ಬಳಿಕ, ಅವನಿಗೆ ವೀಳ್ಯದೆಲೆ, ಅಡಕೆ ಕೊಟ್ಟಳು. ಅನಂತರ ಎಲ್ಲರೂ ಮಾತನಾಡುತ್ತಾ ಕುಳಿತರು. ಹಾಗೆಯೇ ಸ್ವಲ್ಪ ಹೊತ್ತು ಕಳೆಯಲು, ಮಂಜಣ್ಣನ ಮಾವ ಅವನಿಗೆ ಅವನ ಕೋಣೆಗೆ ಹೋಗಿ ಮಲಗಿಕೊಳ್ಳಲು ಹೇಳಿದ. ಆದರೆ ಅವನು ಆ ಮಾತು ಕೇಳಿಸಿಯೇ ಇಲ್ಲವೆಂಬಂತೆ ಸುಮ್ಮನೆ ಕುಳಿತಿದ್ದ. ಮಾವನು ಮತ್ತೆ ಹೇಳಿದಾಗ ಅವನು ಕೂಗಾಡಿದ, "ನಾನು ನಮ್ಮಮ್ಮನಿಗೆ ಎಷ್ಟೋ ಬಾರಿ ಹೇಳಿದೆ, ನೀವುಗಳೆಲ್ಲಾ ಸಂಸ್ಕೃತಿ ತಿಳಿಯದವರು ಎಂದು! ಆದರೆ ಅವಳು ನನ್ನ ಮಾತು ಕೇಳಲಿಲ್ಲ! ನಾನು ಈ ಮನೆ ಅಳಿಯ ಎಂಬ ಗೌರವವಿದ್ದರೆ ನನ್ನ ಕೈ ಹಿಡಿದು ನನ್ನ ಕೋಣೆಗೆ ಬಿಡಿ!"

ಆಗಲೆಂದು ಅವರು ಒಪ್ಪಿ ಅವನನ್ನು ಅವನ ಕೋಣೆಗೆ ಬಿಟ್ಟರು.

ಮಧ್ಯರಾತ್ರಿಯಲ್ಲಿ ಕೋಣೆಯಲ್ಲಿ ಬಹಳ ಸೆಖೆಯಾಗಿ, ಮಂಜಣ್ಣನಿಗೆ ಸ್ವಲ್ಪ ಹೊತ್ತು ತಂಗಾಳಿಯಲ್ಲಿ ವಿಹರಿಸಬೇಕೆನಿಸಿತು. ಹೇಗೋ ಕಷ್ಟಪಟ್ಟು ಅವನು ಕೋಣೆಯಿಂದ ಹೊರಗೆ ಹೋಗಿ ಸ್ವಲ್ಪ ಹೊತ್ತು ಗಾಳಿಯಲ್ಲಿ ನಿಂತಿದ್ದು ಅನಂತರ ಒಳಗೆ ಬಂದ. ಅವನ ಕೋಣೆಯು ಮನೆಯಲ್ಲಿ ಎಡಕ್ಕಿತ್ತು. ಆದರೆ ಅವನು ಬಲಗಡೆಯ ಕೋಣೆಗೆ ಹೊರಟು

ಹೋದ! ಆ ಕೋಣೆಯಲ್ಲಿ ಅವನ ಅತ್ತೆ ಬಾಗಿಲ ಕಡೆಗೆ ತನ್ನ ಕಾಲುಗಳನ್ನು ಚಾಚಿಕೊಂಡು ಮಲಗಿದ್ದಳು! ಮಂಜಣ್ಣನು ಕಾಲು ಜಾರಿ ಅವಳ ಕಾಲುಗಳ ಮೇಲೆ ಬಿದ್ದ! ಪಾಪ, ಅವನ ಅತ್ತೆ ಎಚ್ಚರಗೊಂಡು ಯಾರೋ ಕಳ್ಳರು ಬಂದಿರುವರೆಂದು ಗಾಬರಿಯಾಗಿ ಜೋರಾಗಿ "ಅಯ್ಯೋ! ಅಯ್ಯೋ!" ಎಂದು ಕಿರುಚಿದಳು! ಅವಳ ಕೂಗಾಟವನ್ನು ಕೇಳಿ ಮನೆಯವರೆಲ್ಲರೂ ಓಡಿ ಬಂದರು! ಆಗ ಯಾರೋ ದೀಪ ಹಚ್ಚಿದರು! ನೋಡಿದರೆ ಅಲ್ಲಿ ಮಂಜಣ್ಣ ನಿಂತಿದ್ದ! ಎಲ್ಲರಿಗೂ ಆಶ್ಚರ್ಯವಾಯಿತು!

ಆಗ ಮಂಜಣ್ಣನು, "ನಾನು ನಮ್ಮತ್ತೆಯ ಬಳಿ ಕ್ಷಮಾಪಣೆ ಕೇಳಲು ಬಂದಿದ್ದೇನೆ! ಇದು ನಿಮಗೇಕೆ ಅರ್ಥವಾಗುತ್ತಿಲ್ಲ? ಆಗಲೇ ಊಟ ಮಾಡುವಾಗ ನಾನು ಅತ್ತೆಯನ್ನು ಹೊಡೆದನಲ್ಲವೇ? ಆ ತಪ್ಪಿಗಾಗಿ ಅವಳ ಪಾದ ಮುಟ್ಟಿ ಕ್ಷಮೆಯಾಚಿಸಲು ಬಂದಿದ್ದೇನೆ! ಎಂದನು.

ಅದಕ್ಕೆ ಅವನ ಅತ್ತೆ ಅವನನ್ನು ಸಮಾಧಾನಪಡಿಸುತ್ತಾ ಹೇಳಿದಳು, "ನಾನು ಅದನ್ನು ಆಗಲೇ ಮರೆತಾಯಿತಪ್ಪ! ನೀನು ನನ್ನ ಮಗನಿದ್ದಂತೆ! ಅಂಥ ಚಿಕ್ಕಪುಟ್ಟ ತಪ್ಪುಗಳನ್ನೆಲ್ಲಾ ನಾನು ದೊಡ್ಡದಾಗಿ ತೆಗೆದುಕೊಳ್ಳುವುದಿಲ್ಲ!"

ಸಂತೋಷಗೊಂಡ ಮಂಜಣ್ಣ, "ನೀನು ನನ್ನನ್ನು ಮಗನಂತೆ ಭಾವಿಸುವುದಾದರೆ ನನ್ನನ್ನು ಕೈಹಿಡಿದು ನನ್ನ ಕೋಣೆಗೆ ಬಿಡು!" ಎಂದನು.

"ಅಯ್ಯೋ! ಸಂತೋಷದಿಂದ ಕರೆದೊಯ್ಯುವೆ ಬಾ!" ಎಂದು ಅವನ ಅತ್ತೆ ಅವನನ್ನು ಕೈಹಿಡಿದು ಅವನ ಕೋಣೆಗೆ ಕರೆದೊಯ್ದು ಬಿಟ್ಟಳು.

ಅನಂತರ, ಸೋಜಿಗಗೊಂಡ ಚೆನ್ನಿ ಮಂಜಣ್ಣನನ್ನು, "ಏಕೆ ನೀವು ಬಂದಾಗಿನಿಂದಲೂ ಹೀಗೆ ವಿಚಿತ್ರವಾಗಿ ಆಡುತ್ತಿರುವಿರಿ?" ಎಂದು ಕೇಳಿದಳು.

ಆಗ ಮಂಜಣ್ಣನು ಹೇಳಿದನು, "ನಾನೇನು ಮಾಡಲಿ? ನನಗೆ ರಾತ್ರಿಕುರುಡು! ನನಗೆ ರಾತ್ರಿಯ ಹೊತ್ತು ಸರಿಯಾಗಿ ಕಣ್ಣು ಕಾಣಿಸುತ್ತಿದ್ದರೆ ಹೀಗೆಲ್ಲಾ ಆಡುತ್ತಿರಲಿಲ್ಲ!"

ಚೆನ್ನಿ ಒಳ್ಳೆಯ ಹುಡುಗಿಯಾಗಿದ್ದಳು. ಗಂಡನ ಕಷ್ಟವನ್ನು ಅವಳು ಅರ್ಥಮಾಡಿಕೊಂಡು, ಅಂದಿನಿಂದ ಅವನನ್ನು ಚೆನ್ನಾಗಿ ನೋಡಿಕೊಂಡಳು.

ಕರ್ನಾಟಕದ ಜಾನಪದ ಕಥೆ

ಕಡುಬು

ಒಂದು ಹಳ್ಳಿಯಲ್ಲಿ ಒಬ್ಬ ಗಂಡ, ಹೆಂಡತಿಯಿದ್ದರು. ಒಂದು ಬಾರಿ, ಗಂಡನು ಯಾವುದೋ ಕೆಲಸದ ಮೇಲೆ, ತನ್ನ ಅತ್ತೆಯ ಮನೆಗೆ ಹೋದ. ಆಗ ಅವಳು ಅವನಿಗೆ ಬಹಳ ರುಚಿಯಾದ ಕಡುಬು ಮಾಡಿಕೊಟ್ಟಳು. ಅವನು ಜೀವನದಲ್ಲಿ ಎಂದೂ ಕಡುಬನ್ನೇ ತಿಂದಿರಲಿಲ್ಲ! ಈಗ ಅದನ್ನು ತಿಂದು ಬಹಳ ಸಂತೋಷಗೊಂಡು, "ಅತ್ತೆ! ಇದು ಎಷ್ಟು ಸೊಗಸಾಗಿದೆ! ಇದರ ಹೆಸರೇನು? ಇದನ್ನು ಹೇಗೆ ಮಾಡುವುದು?" ಎಂದು ಕೇಳಿದ.

ಅದಕ್ಕೆ ಅವಳು, "ಇದನ್ನು ಕಡುಬು ಎನ್ನುತಾರೆ! ಮೈದಾಹಿಟ್ಟು, ಕೊಬ್ಬರಿ ಸಕ್ಕರೆ ಉಪಯೋಗಿಸಿ ಎಣ್ಣೆಯಲ್ಲಿ ಕರಿದು ಮಾಡಬೇಕು! ಬಿಡು, ನಿನಗೇಕೆ ಅದೆಲ್ಲ? ಮನೆಯಲ್ಲಿ ನನ್ನ ಮಗಳಿದ್ದಾಳಲ್ಲಾ, ಅವಳನ್ನು ಕೇಳು ಮಾಡಿಕೊಡುತ್ತಾಳೆ!" ಎಂದಳು.

ಆನಂದಿತನಾದ ಅವನು ಅತ್ತೆಯನ್ನು ಬೀಳ್ಕೊಂಡು ಮನೆಗೆ ಹೊರಟ. ತಿಂಡಿಯ ಹೆಸರು ಮರೆತುಹೋದೀತೆಂದು ದಾರಿಯುದ್ದಕ್ಕೂ 'ಕಡುಬು' 'ಕಡುಬು' ಎಂದು ಹೇಳಿಕೊಂಡು ಹೋದ. ಆದರೆ ಹಾಗೆ ಹೋಗುತ್ತಿದ್ದಾಗ, ಅದೇ ಧ್ಯಾನದಲ್ಲಿ, ನೋಡದೇ ಯಾರಿಗೋ ಡಿಕ್ಕಿ ಕೊಟ್ಟು ಕೆಳಗೆ ಬಿದ್ದ! ಆಗ ಅವನಿಗೆ ಕಡುಬು ಎಂಬ ಹೆಸರು ಮರೆತುಹೋಗಿ, ಅವನು ಜ್ಞಾಪಿಸಿಕೊಳ್ಳುತ್ತಾ ಸರಿಯಾಗಿ ಬರದೇ 'ಬುಡುಕ' ಎಂದು ತಿಳಿದುಕೊಂಡನು! ದಾರಿಯುದ್ದಕ್ಕೂ 'ಬುಡುಕ' 'ಬುಡುಕ' ಎಂದು ಹೇಳಿಕೊಳ್ಳುತ್ತಾ ಹೋದನು.

ಮನೆಗೆ ಬರಲು ಅವನು ಹೆಂಡತಿಯನ್ನು ಕರೆದು, "ನನಗೆ ಬುಡುಕ ಮಾಡಿಕೊಡು! ನಿಮ್ಮಮ್ಮನ ಮನೆಯಲ್ಲಿ ತಿಂದೆ! ಬಹಳ ರುಚಿಯಾಗಿತ್ತು!" ಎಂದನು.

"ಏನು? ಬುಡುಕವೇ? ಹಾಗೆಂದರೇನು?" ಅವಳು ಕೇಳಿದಳು.

"ಅದೇ ಬುಡುಕ! ನಿನಗೆ ಮಾಡಲು ಬರುವುದೆಂದು ನಿಮ್ಮಮ್ಮ ಹೇಳಿದಳು!" ಅವನು ಹೇಳಿದ.

"ಅಯ್ಯೋ! ನಿಜವಾಗಿಯೂ ಅದೇನೆಂದು ನನಗೆ ಗೊತ್ತಿಲ್ಲ! ಸ್ವಲ್ಪ ಸರಿಯಾಗಿ ಹೇಳಬಾರದೇ?" ಅವಳು ಹೇಳಿದಳು.

"ನಾಟಕ ಮಾಡಬೇಡ! ನಿನಗೆ ಎಲ್ಲಾ ಗೊತ್ತಿದೆ! ಸುಮ್ಮನೆ ಮಾಡು!" ಅವನು ಹೇಳಿದ.

"ಖಂಡಿತವಾಗಿಯೂ ಗೊತ್ತಿಲ್ಲ! ಹೇಗಿರುತ್ತದೆ ಅದು?" ಅವಳು ಕೇಳಿದಳು.

"ಉದ್ದಕ್ಕೆ, ದಪ್ಪಗೆ, ಬೆಳ್ಳಗೆ, ಸಿಹಿಯಾಗಿ ಗರಿಗರಿಯಾಗಿರುತ್ತದೆ! ಮಾಡು!" ಅವನು ಹೇಳಿದ.

"ಅದರ ಹೆಸರೇನೆಂದಿರಿ?" ಅವಳು ಕೇಳಿದಳು.

"ಅದೇ ಬುಡುಕ!" ಅವನು ಹೇಳಿದ.

"ಆ ಹೆಸರನ್ನೇ ನಾನು ಕೇಳಿಲ್ಲವಲ್ಲ!" ಅವಳು ಹೇಳಿದಳು.

ಅವನು ಅವಳನ್ನು ಒಪ್ಪಿಸಲು ಬಹಳ ಪ್ರಯತ್ನಿಸಿ ಕೊನೆಗೆ ಕೋಪಗೊಂಡು ಅವಳ ಕೆನ್ನೆಗೆ ಫಟೀರನೆ ಹೊಡೆದನು! ಅವಳೂ ಅಳುತ್ತಾ ಹೊರಹೋದಳು.

ಅವನು ಅವಳ ಕೆನ್ನೆಗೆ ಹೊಡೆದುದರಿಂದ ಅದು ಊದಿಕೊಂಡಿತು! ಅದನ್ನು ನೋಡಿದ ಪಕ್ಕದ ಮನೆಯವರು, "ಏನ್ರೀ ನಿಮ್ಮ ಕೆನ್ನೆ ಕಡುಬಿನ ಹಾಗೆ ಊದಿಕೊಂಡಿದೆ! ಏನಾಯ್ತು?" ಎಂದರು. ಕಡುಬು ಎಂಬ ಪದ ಕೇಳುತ್ತಲೇ ಅವಳ ಗಂಡ ಹೊರಗೋಡಿ ಬರುತ್ತಾ," ಹಾ! ಅದೇ ನಾನು ಮಾಡಲು ಹೇಳಿದ್ದು!" ಎಂದು ಉದ್ಗರಿಸಿದ!

"ಏನು? ಕಡುಬೇ? ಮೊದಲೇ ಹೇಳಿದ್ದರೆ ಮಾಡಿಕೊಡುತ್ತಿರಲಿಲ್ಲವೇ?" ಎಂದಳು ಅವಳು.

ಅನಂತರ, ಅವಳು ರುಚಿಯಾದ ಕಡುಬುಗಳನ್ನು ಮಾಡಿಕೊಟ್ಟಳು, ಅವಳ ಗಂಡನು ಸಂತೋಷದಿಂದ ಅವನ್ನು ತಿಂದು, ಅವಳನ್ನು ಹೊಡೆದುದಕ್ಕಾಗಿ ಕ್ಷಮೆಯಾಚಿಸಿ ಸಮಾಧಾನಪಡಿಸಿದನು.

ಕಾಶ್ಮೀರದ ಜಾನಪದ ಕಥೆ
ಚತುರ ಕಳ್ಳ

ಒಂದಾನೊಂದು ಕಾಲದಲ್ಲಿ ಕಾಶ್ಮೀರದಲ್ಲೊಬ್ಬ ರಾಜನಿದ್ದ. ಒಮ್ಮೆ ಅವನು ಪಕ್ಕದ ರಾಜ್ಯವೊಂದಕ್ಕೆ ಭೇಟಿ ನೀಡಲು ಹೋದ. ಅಲ್ಲಿನ ರಾಜಕುಮಾರಿ ಬಹಳ ಸುಂದರವಾಗಿದ್ದಳು! ಅಂಥ ಸುಂದರಿಯನ್ನು ಅವನೆಂದೂ ನೋಡಿರಲಿಲ್ಲ! ಅವಳನ್ನು ಮದುವೆಯಾಗಬೇಕೆಂಬ ಆಸೆಯಾಯಿತು ಅವನಿಗೆ ಹಾಗಾಗಿ ಅವನು ಅವಳನ್ನೇ ಕೇಳಿದ, "ನನ್ನನ್ನು ಮದುವೆಯಾಗಿ ನನ್ನ ರಾಜ್ಯಕ್ಕೆ ಬರುವೆಯಾ?"

ರಾಜಕುಮಾರಿಯೇನೋ ಒಪ್ಪಿದಳು. ಆದರೆ ಅವಳೊಂದು ವಿಚಿತ್ರವಾದ ಮಾತನ್ನು ಹೇಳಿದಳು, "ನನ್ನ ಮಗನು ನಿನ್ನ ಮಗಳನ್ನು ಒಂದು ದಿನ ಮದುವೆಯಾಗುವಂತೆ ನಿನ್ನಂಥ ಒಬ್ಬನನ್ನು ಮದುವೆಯಾಗಬೇಕೆಂದು ಯಾವಾಗಲೂ ಆಸೆಪಡುತ್ತಿದ್ದೆ ನಾನು!"

ರಾಜನಿಗೆ ಅವಳ ಮಾತಿನ ಅರ್ಥ ಆಗಲಿಲ್ಲ! ಅದು ಅರ್ಥಹೀನವೆನಿಸಿತು ಅವನಿಗೆ. ಆದರೆ ಅದನ್ನು ಅಲ್ಲಿಗೇ ಬಿಟ್ಟು ಅವಳನ್ನು ಮದುವೆಯಾಗಿ ತನ್ನ ರಾಜಧಾನಿ ಶೇರ್‌ಗಾರ್ಹಿಗೆ ಕರೆದೊಯ್ದ. ಆದರೆ ಅಲ್ಲಿಗೆ ಹೋದ ಬಳಿಕ, ವಿಚಿತ್ರವೆಂಬಂತೆ ಅವನು ಅವಳನ್ನು ಉಪೇಕ್ಷಿಸಿದ. ಅವಳ ಮಹಲಿಗೆ ಭೇಟಿಯೇ ಕೊಡಲಿಲ್ಲ! ಅಥವಾ ಅವಳ ಆರೋಗ್ಯಾದಿಗಳನ್ನು ವಿಚಾರಿಸಲು ದೂತರನ್ನೂ ಕಳಿಸಲಿಲ್ಲ! ಹೊಸರಾಣಿಗೆ ಇದು ಇಷ್ಟವಾಗದೇ, ಸೂಕ್ತ ಅವಕಾಶ ಸಿಕ್ಕ ಕೂಡಲೇ ಅವಳು ತನ್ನ ತಂದೆಯ ಮನೆಗೆ ಬಂದು ಬಿಟ್ಟಳು.

ಎಷ್ಟೋ ತಿಂಗಳುಗಳು ಕಳೆದವು! ಆದರೆ ರಾಜನಿಂದ ಯಾವ ಸುದ್ದಿಯೂ ಬರಲಿಲ್ಲ. ಹೊಸರಾಣಿಗೆ ಒಂದು ಗಂಡು ಮಗುವಾಯಿತು. ಮಗು ಮುದ್ದು ಮುದ್ದಾಗಿ ದುಂಡು ದುಂಡಾಗಿತ್ತು. ಆದರೆ ಕಪ್ಪಾಗಿದ್ದುದರಿಂದ ಅದಕ್ಕೆ ಕಬರಂಗ್ ಎಂದು ಹೆಸರಿಡಲಾಯಿತು. ಮಗು ಹುಟ್ಟಿದ ವಿಷಯವನ್ನು ರಾಣಿಯು ರಾಜನಿಗೆ ಹೇಳಿಕಳಿಸಲಿಲ್ಲ.

ಹುಡುಗನು ಬೆಳೆದಂತೆ ಅವನಿಗೆ ರಾಜೋಚಿತವಾದ ಶಿಕ್ಷಣ ಕೊಡಿಸಲಾಯಿತು. ಆದರೆ ಇದರೊಂದಿಗೆ, ಅವನ ತಾಯಿಗೆ ಅವನೊಬ್ಬ ನುರಿತ ಕಳ್ಳನಾಗಬೇಕೆಂಬ ಆಸೆಯಾಯಿತು! ಆದರೆ ಇದೇಕೆಂದು ಅವಳು ತನ್ನ ತಾಯ್ತಂದೆಯರಿಗೂ ಹೇಳಲಿಲ್ಲ. ಇದಕ್ಕಾಗಿ ಅವಳು ಒಬ್ಬ ನುರಿತ ಕಳ್ಳನನ್ನು ನೇಮಿಸಿದಳು. ತಾಯಿಯ ಆಸೆಯಂತೆ ರಾಜಕುಮಾರನು ನುರಿತ ಕಳ್ಳನಾಗಿರುವನೆಂದು ಹೇಳಿದನು. ಆಗ ತಾಯಿಯು ಅವನಿಗೆ, "ಪುತ್ರ! ಈಗ ನೀನು ಮಾಡಬೇಕಾದ ಕೆಲಸಕ್ಕೆ ತಕ್ಕ ಶಿಕ್ಷಣ ಪಡೆದಂತಾಯಿತು! ನನ್ನ ಮದುವೆಯಾದ ಕೆಲವು ತಿಂಗಳುಗಳಲ್ಲೇ ನಿನ್ನ ತಂದೆ ನನ್ನನ್ನು ತ್ಯಜಿಸಿಬಿಟ್ಟ! ಆಗ ನಾನು ಅವನಿಂದ ಅನುಭವಿಸಿದ ಈ ಅವಮಾನಕ್ಕೆ ಸೇಡು ತೀರಿಸಿಕೊಳ್ಳುವೆನೆಂದು ಪ್ರತಿಜ್ಞೆ ಮಾಡಿದೆ! ಅದನ್ನು ಪೂರೈಸಲು ನೀನೀಗ ಸಹಾಯ ಮಾಡಬೇಕು! ನೀನು ಶೇರ್‌ಗಾರ್ಹಿಗೆ ಹೋಗಿ ರಾಜನ ಸೇವೆಗೆ ಸೇರಿಕೋ! ಅನಂತರ ರಾಜನಾಗಲೀ ಕೊತ್ವಾಲರಾಗಲೀ ಕಂಡುಹಿಡಿಯಲಾಗದಂಥ ದೊಡ್ಡ ದೊಡ್ಡ ಸಾಹಸಮಯವಾದ ಕಳ್ಳತನಗಳನ್ನು ಮಾಡು! ಕೊನೆಗೆ ಅಸಹಾಯಕನಾದ ರಾಜನು, ಕಳ್ಳನು ತಾನಾಗಿಯೇ ಶರಣಾಗತನಾದರೆ ತನ್ನ ಮಗಳಾದ ರಾಜಕುಮಾರಿಯನ್ನು ಅವನಿಗೆ ಮದುವೆ ಮಾಡಿಕೊಡುತ್ತೇನೆಂದು ಘೋಷಿಸುತ್ತಾನೆ! ಆಗ ನೀನು ಕಳ್ಳತನಗಳನ್ನು ಒಪ್ಪಿಕೋ! ಆದರೆ ಮದುವೆಯನ್ನು ಒಪ್ಪಿಕೊಳ್ಳಬೇಡ! ನನಗೆ ಹೇಳಿಕಳಿಸು! ನಾನು ಬರುವವರೆಗೂ ಕಾಯಿ!"

ಹೀಗೆ ಹೇಳಿ ತಾಯಿಯು ಅವನನ್ನು ಶೇರ್‌ಗಾರ್ಹಿಗೆ ಕಳಿಸಿದಳು. ಶಬರಂಗನು ಅಲ್ಲಿಗೆ ಹೋದವನೇ ಬೇಗನೆ ಅರಮನೆಯ ಕಾವಲಿನವರೊಂದಿಗೆ ಸ್ನೇಹ ಬೆಳೆಸಿದನು. ಅವನು ಎಲ್ಲಿಯೇ ಹೋದರೂ ಅವನ ಸುಂದರವಾದ ಮುಖ ಮತ್ತು ಸದೃಢ ದೇಹಕ್ಕೆ ಆಕರ್ಷಿತರಾದ ಜನರು ಪರಸ್ಪರ, "ಯಾರೀ ಸುಂದರಾಂಗ?" ಎಂದು ಮಾತಾಡಿಕೊಳ್ಳುತ್ತಿದ್ದರು!

ಬಹು ಬೇಗನೆ ಶಬರಂಗನು ರಾಜನ ಕಾವಲಿನವರಲ್ಲೊಬ್ಬನಾದನು. ಅನಂತರ, ಒಂದು ರಾತ್ರಿ ಅವನು ತನ್ನ ಮೊದಲ ಕಳ್ಳತನವನ್ನು ಮಾಡಿ ಕದ್ದ ವಸ್ತುಗಳನ್ನು ಒಂದು ಚೇನಾರ್ ಮರದ ಕೆಳಗೆ ಹಳ್ಳ ಅಗೆದು ಅದರಲ್ಲಿಟ್ಟ. ಅನಂತರ ಆ ಹಳ್ಳವನ್ನು ಎಚ್ಚರಿಕೆಯಿಂದ ಮುಚ್ಚಿದ. ಇದಾದ ನಂತರ, ಇನ್ನಷ್ಟು ಕಳ್ಳತನಗಳನ್ನು ಮಾಡಿದ. ಪ್ರತಿಯೊಂದೂ ಹಿಂದಿನದಕ್ಕಿಂತ ದೊಡ್ಡದೂ ಸಾಹಸಮಯವೂ ಆಗಿತ್ತು! ಕೊತ್ವಾಲರಿಗೆ

ಆಶ್ಚರ್ಯವಾಯಿತು! ಜನರಿಗೆ ಭಯವಾಯಿತು! ಇಷ್ಟು ಸಾಹಸಮಯವೂ ಚಾತುರ್ಯದಿಂದ ಕೂಡಿದ್ದೂ ಆದ ಕಳ್ಳತನಗಳನ್ನು ಮಾಡುತ್ತಿದ್ದುದು ಯಾರಿರಬಹುದೆಂದು ಅವರಿಗೆ ಆಶ್ಚರ್ಯವಾಯಿತು! ಇಂಥ ರೀತಿಯ ಕಳ್ಳತನಗಳನ್ನು ಅವರು ಈ ಮೊದಲು ನೋಡಿಯಾಗಲೀ ಕೇಳಿಯಾಗಲೀ ಇರಲಿಲ್ಲ! ಆದರೆ ಯಾರೂ ಶಬರಂಗನನ್ನು ಎಂದಿಗೂ ಅನುಮಾನಿಸಲಿಲ್ಲ! ಏಕೆಂದರೆ ಅವನು ಪ್ರತಿದಿನ ಬೆಳಗ್ಗೆ ಸಮಯಕ್ಕೆ ಸರಿಯಾಗಿ ಅರಮನೆಗೆ ಬಂದುಬಿಡುತ್ತಿದ್ದನು, ಹಾಗೂ ರಾತ್ರಿ ಚೆನ್ನಾಗಿ ನಿದ್ರೆ ಮಾಡಿದವನಂತೆ ಗೆಲುವಾಗಿ ಲವಲವಿಕೆಯಿಂದಿರುತ್ತಿದ್ದನು!

ರಾಜನು ಈ ಕಳ್ಳತನಗಳ ಸುದ್ದಿ ಕೇಳಿ ಬಹಳ ಚಿಂತಿತನಾದನು. ಎಂದೂ ಅವನ ರಾಜ್ಯ ಇಂಥ ಸಮಸ್ಯೆಯನ್ನೆದುರಿಸಿರಲಿಲ್ಲ! ಕಳ್ಳನನ್ನು ಹಿಡಿಯಲಾಗದಿದ್ದುದಕ್ಕೆ ಅವನು ಕೊತ್ವಾಲರನ್ನು ನಿಂದಿಸಿದನು. ಇದರಿಂದ ನೊಂದ ಅವರು ತಮ್ಮ ಕಾರ್ಯವನ್ನು ಚುರುಕುಗೊಳಿಸಲು ನಿರ್ಧರಿಸಿದರು. ಅವರಲ್ಲೊಬ್ಬನು ರಾಜಧಾನಿಯ ರಸ್ತೆಗಳಲ್ಲೆಲ್ಲಾ ಗಸ್ತು ತಿರುಗುತ್ತಾ ಕಳ್ಳನನ್ನು ಹಿಡಿಯುವುದಾಗಿ ನಿರ್ಧರಿಸಿದನು.

ರಾತ್ರಿಯಾಯಿತು. ಎಲ್ಲರೂ ನಿದ್ರೆಹೋದರು. ನಿಶ್ಯಬ್ದವಾಗಿತ್ತು. ಗಸ್ತು ತಿರುಗುತ್ತಿದ್ದ ಕೊತ್ವಾಲನ ಪಾದರಕ್ಷೆಯ ಸದ್ದಷ್ಟೇ ಪ್ರತಿಧ್ವನಿಗೊಳ್ಳುತ್ತಿತ್ತು! ಅವನು ರಾಜಧಾನಿಯ ಹೊರವಲಯದಲ್ಲಿ ರಾತ್ರಿಯ ಕತ್ತಲಿನಲ್ಲಿ, ಅವನು ದೂರದಲ್ಲಿ ಒಂದು ದೀಪ ಉರಿಯುತ್ತಿದ್ದುದನ್ನು ಕಂಡನು. ಆ ದೀಪದ ಬೆಳಕಿನಲ್ಲಿ ಒಬ್ಬ ಹೆಂಗಸು ಭತ್ತ ಕುಟ್ಟುತ್ತಿರುವುದನ್ನು ಅವನು ಕಂಡನು! ಅಸಹನೆಯಿಂದ ಅವಳ ಬಳಿಗೆ ಹೋಗಿ ಅವನು ಕೇಳಿದನು, "ಏಕೆ ಈ ಅಪರಾತ್ರಿಯಲ್ಲಿ ಭತ್ತ ಕುಟ್ಟುತ್ತಿರುವೆ?"

"ಸ್ವಾಮಿ!" ಆ ಹೆಂಗಸು ಹೇಳಿದಳು, "ನನ್ನ ಮಗುವಿಗೆ ಅಸ್ವಾಸ್ಥ್ಯವಿದ್ದುದರಿಂದ ನಾನು ಯಾವ ಕೆಲಸವನ್ನೂ ಮಾಡಲಾಗಲಿಲ್ಲ! ಈಗ ಅವನು ಮಲಗಿರುವುದರಿಂದ ನಾನಿಲ್ಲಿ ಬಂದಿದ್ದೇನೆ!"

"ಇಲ್ಲಿ ಯಾರಾದರೂ ಹೋದುದನ್ನು ನೋಡಿದೆಯಾ?" ಕೊತ್ವಾಲನು ಕೇಳಿದ.

ಈ ಪ್ರಶ್ನೆ ಆ ಹೆಂಗಸನ್ನು ಹೆದರಿಸಿದಂತಾಯಿತು! ಅವಳು ನಡುಗುತ್ತಾ, "ಏಕೆ ಸ್ವಾಮಿ? ನೀವು ಯಾರನ್ನಾದರೂ ನೋಡಿದಿರಾ? ನಿನ್ನೆ ರಾತ್ರಿ ಯಾರೋ ಒಬ್ಬ

ಮನುಷ್ಯನು ಬಂದು ನನ್ನ ಮರದ ಕಣಜದಿಂದ ಗೋಧಿಯನ್ನು ಕದ್ದುಕೊಂಡು ಹೋದ! ಇನ್ನೊಂದಷ್ಟಕ್ಕೆ ಅವನು ಇಂದೂ ಬಂದೇ ಬರುತ್ತಾನೆ!"

"ಒಳ್ಳೆಯದು! ನಾನು ಇಲ್ಲೇ ಕಾದಿದ್ದು ಅವನು ಬಂದ ಕೂಡಲೇ ಅವನನ್ನು ಹಿಡಿಯುತ್ತೇನೆ!" ಕೊತ್ವಾಲನು ಹೇಳಿದ.

"ಆದರೆ ನಿಮ್ಮ ವೇಷಭೂಷಣ ನೋಡಿದ ಕೂಡಲೇ ಅವನು ಹೊರಟು ಹೋಗುತ್ತಾನೆ ಸ್ವಾಮಿ!" ಹೆಂಗಸು ಹೇಳಿದಳು, "ನೀವು ನನ್ನ ವೇಷ ಧರಿಸಿ ಇಲ್ಲಿ ಭತ್ತ ಕುಟ್ಟುವಂತೆ ನಟಿಸುತ್ತಾ ಕುಳಿತರೆ, ಅವನು ಬಂದ ಕೂಡಲೇ ಹಿಡಿಯಬಹುದು!

ಕೊತ್ವಾಲನಿಗೆ ಈ ಉಪಾಯ ಬಹಳ ಹಿಡಿಸಿತು! ಅಂತೆಯೇ ಅವನು ಆ ಕಾಶ್ಮೀರಿ ಹೆಂಗಸಿನ ವಸ್ತ್ರಗಳನ್ನು ಧರಿಸಿ ಅವಳ ಜಾಗದಲ್ಲಿ ಭತ್ತ ಕುಟ್ಟುತ್ತಾ ಕುಳಿತನು. ಮರುದಿನ, ಯಥಾಪ್ರಕಾರ, ಹಿಂದಿನ ರಾತ್ರಿ ನಡೆದ ಕಳ್ಳತನಗಳ ವರದಿಯಾಯಿತು! ಇನ್ನೂ ಹೆಚ್ಚಿನ ಕಳ್ಳತನಗಳಾಗಿದ್ದವು! ರಾಜನಿಗೆ ಈ ವಿಷಯದ ಬಗ್ಗೆ ಚಿಂತೆಯಾದುದಲ್ಲದೇ ಕೊತ್ವಾಲನು ಎಲ್ಲಿ ಹೋದನೆಂಬ ಇನ್ನೊಂದು ಚಿಂತೆಯಾಯಿತು! ಇಡೀ ರಾಜಧಾನಿಯಲ್ಲೆಲ್ಲೂ ಅವನು ಕಂಡು ಬರಲಿಲ್ಲ! ಕೊನೆಗೆ ಬಹಳ ಹುಡುಕಿದ ಬಳಿಕ, ಅವನು ರಾಜಧಾನಿಯ ಹೊರವಲಯದಲ್ಲಿ ಹೆಂಗಸಿನ ಕೊಳಕಾದ ಬಟ್ಟೆಗಳನ್ನು ಧರಿಸಿ ಭತ್ತ ಕುಟ್ಟುತ್ತಾ ಕುಳಿತಿದ್ದುದು ಕಂಡು ಬಂದಿತು! ರಾಜನ ಬಳಿಗೆ ಅವನನ್ನು ಕರೆತಂದಾಗ, ಅವನು ಚಳಿಯಿಂದ ಸಾಯುವಂತಾಗಿದ್ದ!

ಅನಂತರದ ಎರಡು ರಾತ್ರಿಗಳು, ಇಬ್ಬರು ಹಿರಿಯ ಕೊತ್ವಾಲರು ಆ ಚತುರ ಕಳ್ಳನನ್ನು ಹಿಡಿಯಲು ಪ್ರಯತ್ನಿಸಿ ಇಂಥದ್ದೇ ಗತಿಗೆ ಒಳಗಾದರು! ಈಗ ರಾಜನಿಗೆ ಸಾಕಾಗಿ ಹೋಯಿತು! ಆ ಕಳ್ಳನು ಅತ್ಯಂತ ಸಾಹಸಮಯವಾದ ಕಳ್ಳತನಗಳನ್ನು ಮಾಡಿದ್ದನಲ್ಲದೇ ತನ್ನ ಕೊತ್ವಾಲರನ್ನೂ ಮೂರ್ಖರನ್ನಾಗಿಸಿದ್ದ! ರಾಜನ ಸಭಾಸದರೆಲ್ಲರೂ ಈಗ ಅವನನ್ನು ಒತ್ತಾಯಪಡಿಸಿದರು, "ಪ್ರಭು! ಇನ್ನು ಯಾರಾದರೂ ಈ ನಗರದಲ್ಲಿರಬೇಕೆಂದರೆ ಆ ಕಳ್ಳನ ಕೆಲಸಕ್ಕೆ ಕಡಿವಾಣ ಹಾಕಲೇಬೇಕು!"

ಪಾಪ, ರಾಜನು ಏನು ಮಾಡಿಯಾನು? ಹಗಲೂ ರಾತ್ರಿಯೂ ಇದಕ್ಕೊಂದು ದಾರಿ ಹುಡುಕತೊಡಗಿದನು! ಕೊನೆಗೆ ಅವನೊಂದು ನಿರ್ಧಾರಕ್ಕೆ ಬಂದನು. ಆ ನಿರ್ಧಾರವನ್ನು ಕೇಳಿ ಜನರು ಸ್ತಂಭೀಭೂತರಾದರು! ಅವನು, ಆ ಕಳ್ಳನು ತಾನಾಗಿಯೇ ಮುಂದೆ ಬಂದು

ಶರಣಾಗಿ ಇನ್ನು ಮುಂದೆ ಕಳ್ಳತನ ಮಾಡುವುದಿಲ್ಲವೆಂದು ಶಪಥ ಮಾಡಿದರೆ ತನ್ನ ಮಗಳನ್ನು ಅವನಿಗೆ ವಿವಾಹ ಮಾಡಿಕೊಡುವುದಾಗಿ ತನ್ನ ನಿರ್ಧಾರವನ್ನು ಡಂಗೂರ ಸಾರಿಸಿದನು! ಜನರಿಗೆ ಆಶ್ಚರ್ಯವೋ ಆಶ್ಚರ್ಯ!

ಮರುದಿನ, ಅರಮನೆಯ ಮುಂದೆ ಜನರ ದೊಡ್ಡ ಗುಂಪೇ ನೆರೆಯಿತು! ಕಳ್ಳನು ನಿಜಕ್ಕೂ ಬಂದು ಶರಣಾಗುವನೇ ಎಂದು ನೋಡುವ ಕಾತರದಿಂದಿದ್ದರು ಜನರು! ಒಬ್ಬ ಡಂಗೂರ ಹೊಡೆಯುವವನು ಪುನಃ ರಾಜನ ನಿರ್ಧಾರವನ್ನು ಡಂಗೂರ ಸಾರಿದನು. ಆಗ ಗುಂಪಿನಲ್ಲಿ ನಿಂತಿದ್ದ ಶಬರಂಗನು ಗುಂಪಿನಿಂದ ಹೊರಬಂದು ರಾಜನ ಮುಂದೆ ನಿಂತನು!

"ಏನು ವಿಷಯ?" ರಾಜನು ಕೇಳಿದನು.

"ಈ ಕಳ್ಳತನಗಳನ್ನೆಲ್ಲಾ ಮಾಡಿದ ಕಳ್ಳನು ನಾನೇ ಪ್ರಭು!" ಶಬರಂಗನು ಹೇಳಿದ.

ರಾಜನೂ ಸೇರಿದಂತೆ ಎಲ್ಲರಿಗೂ ಮಹದಾಶ್ಚರ್ಯವಾಯಿತು! ಆಗ ಶಬರಂಗನು ಇದನ್ನು ಖಾತ್ರಿಪಡಿಸಲು ರಾಜನನ್ನು ಚೀನಾರ್ ಮರದ ಬಳಿ ಕರೆದೊಯ್ದು, ತಾನು ಹೂತಿಟ್ಟಿದ್ದ ಕದ್ದ ವಸ್ತುಗಳನ್ನೆಲ್ಲ ತೋರಿಸಿದನು. ಅವುಗಳ ಮಧ್ಯೆ ಕೊತ್ವಾಲನ ವಸ್ತ್ರಗಳೂ ಇದ್ದವು!

ಎಲ್ಲವನ್ನೂ ರಾಜನಿಗೊಪ್ಪಿಸಿ ಇನ್ನು ಮುಂದೆ ಕಳ್ಳತನ ಮಾಡುವುದಿಲ್ಲವೆಂದು ಶಬರಂಗನು ಶಪಥ ಮಾಡಿದನು. ಆಗ ರಾಜನೂ ತನ್ನ ಮಾತಿನಂತೆ ತನ್ನ ಮಗಳನ್ನು ಅವನಿಗೆ ಕೊಟ್ಟು ಮದುವೆ ಮಾಡಲು ಮುಂದಾದನು. ಆಗ ಶಬರಂಗನು ಅದನ್ನು ನಿರಾಕರಿಸುತ್ತಾ, "ಈ ವಿಷಯವಾಗಿ ನನ್ನ ತಾಯಿ ಬಂದು ತೀರ್ಮಾನಿಸುತ್ತಾಳೆ! ಅವಳನ್ನು ಕರೆಸಲು ಅಪ್ಪಣೆ ಕೊಡಬೇಕು!" ಎಂದನು.

ಶಬರಂಗನ ಮಾತಿನಂತೆ ಅವನ ತಾಯಿಯನ್ನು ಕರೆಸಲಾಯಿತು. ಅವಳು ಕೂಡಲೇ ಬಂದಳು. ರಾಜನು ಅವಳನ್ನು ಸ್ವಾಗತಿಸಿ ಪುನಃ ವಿವಾಹದ ವಿಷಯವನ್ನು ಪ್ರಸ್ತಾಪಿಸಿದನು. ಆಗ ಅವಳು ಹೇಳಿದಳು, "ಶಬರಂಗನು ರಾಜಕುಮಾರಿಯನ್ನು ಮದುವೆಯಾಗುವುದೂ ಅಣ್ಣನು ತಂಗಿಯನ್ನು ಮದುವೆಯಾಗುವುದೂ ಒಂದೇ!"

"ಅದು ಹೇಗೆ?" ಆಶ್ಚರ್ಯದಿಂದ ಕೇಳಿದ ರಾಜ.

ಆಗ ಶಬರಂಗನ ತಾಯಿ, ತನ್ನನ್ನು ರಾಜನು ಅನೇಕ ವರ್ಷಗಳ ಹಿಂದೆ ಹೇಗೆ ಮದುವೆಯಾಗಿ ತ್ಯಜಿಸಿದ್ದನೆಂದು ಜ್ಞಾಪಿಸಿ ಹೇಳಿದಳು, "ಮಹಾರಾಜ! ಆಗ ನಾನು ಒಂದು ಮಾತನ್ನು ಹೇಳಿದ್ದು ನೆನಪಿದೆಯೇ? ನನ್ನ ಮಗನು ನಿನ್ನ ಮಗಳನ್ನು ಮದುವೆಯಾಗುವಂತೆ ನಿನ್ನಂಥ ಒಬ್ಬನನ್ನು ಮದುವೆಯಾಗೇಕೆಂದು ನಾನು ಯಾವಾಗಲೂ ಆಸೆಪಡುತ್ತಿದ್ದೇನೆಂದು ಹೇಳಿದ್ದು ನೆನಪಿದೆಯೇ? ಈಗ ನೋಡು ರಾಜಾ! ನನ್ನ ಮಗನು ನಿನ್ನ ಮಗಳನ್ನು ಮದುವೆಯಾಗುವಂಥ ಪರಿಸ್ಥಿತಿ ಬಂದಿತ್ತು! ಆ ನನ್ನ ಮಾತು ನಿಜವಾಯಿತು!"

ರಾಜನಿಗೆ ತನ್ನ ತಪ್ಪಿನ ಅರಿವಾಯಿತು. ತನ್ನ ರಾಣಿಯ ಕ್ಷಮೆಯಾಚಿಸಿ ಅವಳನ್ನು ತನ್ನ ಬಳಿಯೇ ಇರಿಸಿಕೊಂಡ. ತನ್ನ ಮಗ ಶಬರಂಗನ ವಿಷಯದಲ್ಲಿ ಸಂತೋಷಗೊಂಡು ಅವನಿಗೆ ಯುವರಾಜ ಪಟ್ಟ ಕಟ್ಟಿದ.

ಕಾಶ್ಮೀರದ ಜಾನಪದ ಕಥೆ
ಮುತ್ತುಗಳಾದ ಕಂಬನಿಹನಿಗಳು

ಭೋಲಾನಾಥನೆಂಬ ಒಬ್ಬ ಕಾಶ್ಮೀರಿ ರೈತನಿದ್ದ. ಅವನು ಒಮ್ಮೆ ಬಹಳ ದುಃಖದಲ್ಲಿದ್ದ. ಅವನ ಅಕ್ಕಿಯ ಹೊಲ ಒಣಗಿಹೋಗಿತ್ತು! ಅವನ ಮರಗಳೂ ಹಣ್ಣು ಬಿಟ್ಟಿರಲಿಲ್ಲ! ಕಾಶ್ಮೀರದಲ್ಲಿ ಭೀಕರ ಕ್ಷಾಮ ತಲೆದೋರಿತ್ತು! ಎಲ್ಲಿಯೂ ಆಹಾರವಿರಲಿಲ್ಲ! ಜನರು ಮನೆಯಿಂದ ಮನೆಗೆ ಹೋಗಿ ಭಿಕ್ಷೆಯೆತ್ತುತ್ತಿದ್ದರು, ಆಕಾಶದಲ್ಲಿ ರಣಹದ್ದುಗಳು ಹಾರುತ್ತಿದ್ದವು! ಹೀಗೆ ಸ್ವರ್ಗಕ್ಕೆ ಸಮವಾಗಿದ್ದ ಕಾಶ್ಮೀರ, ಹಸಿದವರ ಮತ್ತು ಸಾಯುವವರ ನೆಲವಾಗಿತ್ತು!

ಭೋಲಾನಾಥನು ಏನಾದರೂ ಇದೆಯೇ ಎಂದು ಕಣಜದಲ್ಲಿ ಇಣುಕಿ ನೋಡಿದನು. ಆದರೆ ಅದರಲ್ಲಿ ಒಂದು ಕಾಳೂ ಇರಲಿಲ್ಲ! ಎಲ್ಲಿಯಾದರೂ ಏನಾದರೂ ಸಿಗುವುದೇ ಎಂದು ಒಂದು ಚೀಲ ಹಿಡಿದು ಹೊರಟನು. ಆದರೆ ಎಲ್ಲಿಯಾದರೂ ಏನಿದ್ದೀತು? ಅವನು ಹಾಗೆ ಹೋಗುತ್ತಾ ದಾರಿಯಲ್ಲಿ ಒಬ್ಬ ಋಷಿಯನ್ನು, ಭೇಟಿಯಾದನು. ಅವನು ಬಹಳ ಸಪ್ಪಗಿದ್ದುದನ್ನು ನೋಡಿ ಆ ಋಷಿಯು ಕೇಳಿದನು, "ಏಕಪ್ಪಾ ದುಃಖಿತನಾಗಿರುವೆ? ನನ್ನಿಂದೇನಾದರೂ ಸಹಾಯವಾಗಬೇಕೆ?"

ಆಗ ಭೋಲಾನಾಥನು ತನ್ನ ಶೋಚನೀಯ ಪರಿಸ್ಥಿತಿಯನ್ನು ವಿವರಿಸಿ, "ಸ್ವಾಮಿ! ಏನಾದರೂ ಸಹಾಯ ಮಾಡುವಿರಾ?" ಎಂದು ಕೇಳಿದ.

"ಈ ಹಳ್ಳಿಯ ಹೊರಗಿನ ಕಾಡಿನಲ್ಲಿ ನನ್ನ ಆಶ್ರಮವಿದೆ. ಅಲ್ಲಿ ನನ್ನ ಮಗಳಿದ್ದಾಳೆ. ಅವಳು ನಿನ್ನ ಎಲ್ಲಾ ಸಮಸ್ಯೆಗಳನ್ನೂ ಪರಿಹರಿಸುತ್ತಾಳೆ!" ಋಷಿಯು ಹೇಳಿದನು.

ಅದರಂತೆ ಭೋಲಾನಾಥನು ಬಹಳ ಭರವಸೆಯಿಟ್ಟುಕೊಂಡು ಆ ಋಷಿಯ ಮಗಳ ಬಳಿಗೆ ಹೋಗಿ ತನ್ನ ಪರಿಸ್ಥಿತಿಯನ್ನು ವಿವರಿಸಿದನು. ಅವಳು ಅದನ್ನು ಕೇಳಿ ಏನೂ ಹೇಳಲಿಲ್ಲ. ಆದರೆ ಅವಳು ಸುಮ್ಮನೆ ಅತ್ತಳು! ಆಗ ಅವಳ ಕಂಗಳಿಂದ ಹರಿದ ದೊಡ್ಡ

ದೊಡ್ಡ ಕಂಬನಿ ಹನಿಗಳು ನೆಲದ ಮೇಲೆ ಬಿದ್ದ ಕೂಡಲೇ ಅಮೂಲ್ಯ ಮುತ್ತುಗಳಾದವು! ಹಾಗೆ ಮುತ್ತುಗಳ ಒಂದು ರಾಶಿಯಾದಾಗ ಅವಳು ಅವನಿಗೆ, "ಈ ಮುತ್ತುಗಳನ್ನು ಆಯ್ದುಕೊಂಡು ಮಾರಿ, ಬಂದ ಹಣದಲ್ಲಿ ಆಹಾರ ಸಾಮಗ್ರಿಗಳನ್ನು ಕೊಂಡುಕೋ!"

ಭೋಲಾನಾಥನು ಅವಳಿಗೆ ಸಂತೋಷದಿಂದ ಕೃತಜ್ಞತೆ ಹೇಳಿ ಆ ಮುತ್ತುಗಳನ್ನು ತೆಗೆದುಕೊಂಡು ಮಾರಲು ಹೋದ. ಆದರೆ ಯಾರೂ ಆ ಮುತ್ತುಗಳನ್ನು ಕೊಳ್ಳಲಿಲ್ಲ! ಎಲ್ಲರೂ "ಎಲ್ಲಿಂದ ಬಂತು ಇಷ್ಟೊಂದು ಮುತ್ತುಗಳು?" ಎಂದು ಕೇಳುತ್ತಿದ್ದರು. ಅಷ್ಟು ಸಾಲದೇ ಅವರೆಲ್ಲರೂ ಅವನನ್ನು ರಾಜನ ಬಳಿಗೂ ಕರೆದೊಯ್ದು, "ಮಹಾಪ್ರಭು! ಈ ಮನುಷ್ಯನಿಗೆ ಇದ್ದಕ್ಕಿದ್ದಂತೆಯೇ ಮುತ್ತುಗಳ ದೊಡ್ಡ ರಾಶಿಯೇ ದೊರೆತಿದೆ! ಹೇಗೆ ದೊರೆಯಿತೆಂದು ನೀವೇ ಕಂಡು ಹಿಡಿಯಬೇಕು!" ಎಂದು ಹೇಳಿದರು!

ರಾಜನು ಭೋಲಾನಾಥನನ್ನು ಪ್ರಶ್ನಿಸಲು ಅವನು ತನ್ನ ಇಡೀ ಕಥೆಯನ್ನು ಹೇಳಿದನು. ರಾಜನಿಗೆ ನಂಬುವುದಕ್ಕೆ ಕಷ್ಟವಾಯಿತು! ಅವನು ತನ್ನನ್ನು ಆ ಹುಡುಗಿಯ ಬಳಿಗೆ ಕರೆದೊಯ್ಯಲು ಹೇಳಿದನು. ಅದರಂತೆ ಭೋಲಾನಾಥನು ಅವನನ್ನು ಅವಳ ಬಳಿಗೆ ಕರೆದೊಯ್ದನು. ಅವರು ಬಂದ ಉದ್ದೇಶವನ್ನು ಕೇಳಿದ ಆ ಹುಡುಗಿ ಆಶ್ರಮದಿಂದ ಹೊರಬರಲು ಒಪ್ಪಲಿಲ್ಲ. ಬದಲಿಗೆ ಅವಳು ಅತ್ತು, ತನ್ನ ಕಂಬನಿ ಹನಿಗಳು ಮುತ್ತುಗಳಾಗಲು ಅವನ್ನು ರಾಜನಿಗೆ ಕಳಿಸಿದಳು. ರಾಜನು ಅವುಗಳನ್ನು ನೋಡಿ ಆಶ್ಚರ್ಯ, ಸಂತೋಷಗಳಿಗೊಳಗಾಗಿ ಖುಷಿಯನ್ನು ಅವಳನ್ನು ತನಗೆ ಮದುವೆ ಮಾಡಿಕೊಡುವಂತೆ ಕೇಳಿದನು. ತನ್ನ ಮಗಳು ರಾಜನಿಗೆ ಹೆಂಡತಿಯಾಗುವಳೆಂದು ಖುಷಿಗೆ ಸಂತೋಷವಾಗಿ ಅವನು ಇದಕ್ಕೆ ಒಪ್ಪಿದನು. ಬೇಗನೆ ಮದುವೆಯ ಸಿದ್ಧತೆಗಳೆಲ್ಲಾ ನಡೆದವು. ಆ ಆಶ್ರಮದಲ್ಲಿಯೇ ರಾಜನು ಅವಳನ್ನು ಮದುವೆಯಾಗಿ ಮರುದಿನ ತನ್ನ ಅರಮನೆಗೆ ಕರೆದೊಯ್ದನು.

ಮದುವೆಯ ದಿಬ್ಬಣ ಅರಮನೆಗೆ ಹೋಗುತ್ತಾ ವಿತಸ್ತಾ ನದಿಯ ಬಳಿ ಒಂದು ದೊಡ್ಡ ಕಾಡನ್ನು ಪ್ರವೇಶಿಸಿತು. ಅಷ್ಟು ಹೊತ್ತಿಗೆ ರಾತ್ರಿಯಾಗಿದ್ದರಿಂದ ಎಲ್ಲರೂ ಅಲ್ಲಿಯೇ ಶಿಬಿರ ಹಾಕಿ ವಿಶ್ರಮಿಸಿದರು. ಆಗ, ಮಧ್ಯರಾತ್ರಿಯ ಹೊತ್ತಿನಲ್ಲಿ, ಎಲ್ಲರೂ ಮಲಗಿ ನಿದ್ರಿಸುತ್ತಿದ್ದಾಗ, ನವವಧುವಿನ ಪ್ರಧಾನ ದಾಸಿಯು ಅವಳ ಬಾಯಿ ಕಟ್ಟಿ, ಕಣ್ಣು ಚುಚ್ಚಿ ಕುರುಡಾಗಿಸಿ, ಅವಳ ಎಲ್ಲಾ ಒಡವೆಗಳನ್ನೂ ವಸ್ತ್ರಗಳನ್ನೂ ತೆಗೆದುಕೊಂಡು, ಅವಳನ್ನು

ಒಂದು ಮರದ ಪೆಟ್ಟಿಗೆಯ್ಲಲಿ ಹಾಕಿ ಮುಚ್ಚಿ, ಕೆಲವು ಜನರಿಗೆ ಹಣದ ಆಮಿಷ ತೋರಿಸಿ, ಆ ಪೆಟ್ಟಿಗೆಯನ್ನು ನದಿಯಲ್ಲಿ ಎಸೆಯುವಂತೆ ಹೇಳಿದಳು! ಅವರೂ ಹಾಗೆಯೇ ಮಾಡಿದರು. ಅನಂತರ, ಆ ದಾಸಿ, ತನ್ನ ಮಗಳನ್ನು ನವವಧುವಿನ ವಸ್ತ್ರಾಭರಣಗಳಲ್ಲಿ ಅಲಂಕರಿಸಿ ಅವಳ ಜಾಗದಲ್ಲಿರಿಸಿದಳು!

ಹುಡುಗಿಯಿದ್ದ ಪೆಟ್ಟಿಗೆ, ಕಲ್ಲು ಬಂಡೆಗಳಿಗೆ ಹೊಡೆಯುತ್ತಾ ನದಿಯಲ್ಲಿ ತೇಲುತ್ತಾ ಹೋಯಿತು. ಪೆಟ್ಟಿಗೆ ಗಟ್ಟಿಯಾಗಿದ್ದುದರಿಂದ ಅದಕ್ಕೇನೂ ಆಗಲಿಲ್ಲ. ಒಳಗಿದ್ದ ಹುಡುಗಿಗೂ ಏನೂ ತೊಂದರೆಯಾಗಲಿಲ್ಲ! ಅದು ಹಾಗೆ ನದಿಯಲ್ಲಿ ತೇಲಿ ಹೋಗುತ್ತಿದ್ದುದನ್ನು ಒಬ್ಬ ಮರಕಡಿಯುವವನು ನೋಡಿದ. ಕುತೂಹಲಭರಿತನಾಗಿ ಅವನು ಆ ಪೆಟ್ಟಿಗೆಯನ್ನು ದಡಕ್ಕೆ ಎಳೆತಂದು ತೆಗೆದನು. ಒಳಗೆ ಒಬ್ಬ ಸುಂದರ ಹುಡುಗಿಯಿದ್ದುದನ್ನು ನೋಡಿ ಅವನು ಆಶ್ಚರ್ಯಚಕಿತನಾದನು! ಆದರೆ ಅವಳು ಆಗ ಜ್ಞಾನತಪ್ಪಿದ್ದಳು. ಅವಳನ್ನು ಮೆಲ್ಲನೆ ತನ್ನ ಗುಡಿಸಲಿಗೆ ಎತ್ತಿಕೊಂಡು ಹೋದನು. ಅವಳಿಗೆ ಜ್ಞಾನ ಮರುಕಳಿಸಿದಾಗಲೇ ಅವಳು ಕುರುಡಾಗಿದ್ದಳೆಂದು ಅವನಿಗೆ ತಿಳಿಯಿತು. ಮಕ್ಕಳಿರದಿದ್ದ ಅವನು ಅವಳನ್ನು ತನ್ನ ಮಗಳಿನಂತೆ ನೊಡಿಕೊಳ್ಳುತ್ತಾ ಶುಶ್ರೂಷೆ ಮಾಡಲು, ಅವಳು ಬೇಗನೆ ಸ್ವಸ್ಥಳಾದಳು.

ಕಾಲಕ್ರಮದಲ್ಲಿ, ಅವಳು ಅತ್ತಾಗಲೆಲ್ಲಾ ಅವಳ ಕಂಬನಿ ಹನಿಗಳು ನೆಲದ ಮೇಲೆ ಬಿದ್ದು ಮುತ್ತುಗಳಾಗುವವೆಂದು ಅವನು ಅರಿತನು! ಅವಳು ಆ ಮುತ್ತುಗಳನ್ನೆಲ್ಲಾ ಆಯ್ದು ಅವನಿಗೆ ಕೊಡುತ್ತಾ, "ಅಪ್ಪ!ಈ ಮುತ್ತುಗಳನ್ನು ಮಾರಿ ಮನೆಗೆ ಬೇಕಾದ ವಸ್ತುಗಳನ್ನು ಕೊಳ್ಳಿ!" ಎನ್ನುತ್ತಿದ್ದಳು. ತನ್ನನ್ನು ಕಾಪಾಡಿ ಮಗಳಿನಂತೆ ನೋಡಿಕೊಳ್ಳುತ್ತಿದ್ದ ಅವನ ವಿಷಯದಲ್ಲಿ ಅವಳು ಬಹಳ ಕೃತಜ್ಞಳಾಗಿದ್ದಳು.

ಕ್ರಮೇಣ ಮರಕಡಿಯುವವನು ಶ್ರೀಮಂತನಾದನು. ಅವನು ತನ್ನ ಪುಟ್ಟ ಗುಡಿಸಲನ್ನು ಬಿಟ್ಟು ದೊಡ್ಡ ಮನೆಯನ್ನು ಕಟ್ಟಿಸಿ ಅದರಲ್ಲಿ ವಾಸಿಸತೊಡಗಿದನು. ಮನೆಯ ಸುತ್ತಲೂ ಫಲಪುಷ್ಪಗಳನ್ನು ಬಿಡುವ ಸುಂದರ ಗಿಡಮರಗಳಿಂದ ಕೂಡಿದ ಸೊಗಸಾದ ತೋಟವನ್ನು ಬೆಳೆಸಿದನು. ಈಗ ಅವನ ಫೇರನ (ಉದ್ದನೆಯ ನಿಲುವಂಗಿ) ಮತ್ತು ಪೈಜಾಮಗಳು ಅತ್ಯುತ್ತಮವಾದ ಬಟ್ಟೆಯದಾಗಿದ್ದವು. ಹುಡುಗಿಗೂ ಅವನು ಸೊಗಸಾದ ಅಂಚಿನ ಸುಂದರ ವಸ್ತ್ರಗಳನ್ನೂ, ಅವಕ್ಕೆ ಹೊಂದುವ ಸುಂದರ ಹಾರವನ್ನೂ ಮುತ್ತಿನೋಲೆಗಳನ್ನೂ ತರಿಸಿಕೊಟ್ಟನು! ಅವಳಿಗೆ ಬಹಳ ಸ್ವಾದಿಷ್ಟ ಭೋಜನವನ್ನು

ಮಾಡಿಸುತ್ತಾ ಅವಳು ಇನ್ನಷ್ಟು ಅಂದವಾಗಿ ಕಾಣುವಂತೆ ಮಾಡಿದ! ಇಷ್ಟಾದರೂ ಅವಳು ಆಗಾಗ ಮಂಕಾಗಿ ದುಃಖಿಸುತ್ತಾ ಕೂರುವುದನ್ನು ನೋಡಿ ತಾನೂ ದುಃಖಿತನಾಗಿ ಒಂದು ದಿನ ಅವಳನ್ನು ಕೇಳಿದ, "ಮಗಳೇ! ಇಷ್ಟು ದಿನಗಳಾದರೂ ನೀನು ಆ ಮರದ ಪೆಟ್ಟಿಗೆಯೊಳಗೆ ಹೇಗೆ ಸೇರಿಕೊಂಡೆಯೆಂದು ಹೇಳಲೇ ಇಲ್ಲ! ಈ ಕುಕೃತ್ಯಕ್ಕೆ ಯಾರು ಕಾರಣ? ಪುನಃ ನಿನಗೆ ದೃಷ್ಟಿ ಬರಲು ಸಾಧ್ಯವಿಲ್ಲವೇ?"

"ಅಪ್ಪ! ನೀವು ಒಮ್ಮೆಲೇ ತುಂಬಾ ಪ್ರಶ್ನೆಗಳನ್ನು ಕೇಳುವಿರಿ!" ಅವಳು ಹೇಳಿದಳು, "ಆದರೆ ನನ್ನ ದೃಷ್ಟಿಯನ್ನು ಮತ್ತೆ ಪಡೆಯಬಹುದೆಂದು ಮಾತ್ರ ಹೇಳಬಲ್ಲೆ!"

"ಹೇಳಮ್ಮ!" ಮರಕಡಿಯುವವನು ಹೇಳಿದನು, "ದೃಷ್ಟಿಯನ್ನು ಮತ್ತೆ ಹೇಗೆ ತರಬಹುದೆಂದು ಹೇಳು! ಅದು ಎಷ್ಟು ಕಷ್ಟವಾದರೂ ಸರಿ, ನಾನು ಪ್ರಯತ್ನಿಸುವೆ!"

ಆಗ ಅವಳು ಹೇಳಿದಳು, "ಅಪ್ಪ! ಒಂದು ಹಿಡಿಯಷ್ಟು ಮುತ್ತುಗಳನ್ನು ತೆಗೆದುಕೊಂಡು ಅರಮನೆಗೆ ಹೋಗಿ! ಅಲ್ಲಿ ರಾಣಿಯ ದಾಸಿಯರಲ್ಲೊಬ್ಬಳಿಗೆ ಅವುಗಳ ಆಮಿಷ ತೋರಿಸಿ, ರಾಣಿಯ ಪ್ರಧಾನ ದಾಸಿಯ ಕಣ್ಣುಗಳನ್ನು ಕಿತ್ತು ತರುವಂತೆ ಹೇಳಿ! ಆ ಕಣ್ಣುಗಳನ್ನು ನಾನು ಧರಿಸಿಕೊಂಡರೆ ನನಗೆ ಪುನಃ ದೃಷ್ಟಿಯು ಬರುತ್ತದೆ!"

ಮರ ಕಡಿಯುವವನು ಹಾಗೆಯೇ ಮಾಡಿದನು. ರಾಣಿಯ ಒಬ್ಬ ದಾಸಿ, ಮುತ್ತುಗಳಿಗೆ ಮರುಳಾಗಿ ಆ ಕೆಲಸ ಮಾಡಲು ಒಪ್ಪಿದಳು. ಪ್ರಧಾನ ದಾಸಿಯು ಮಲಗಿದ್ದಾಗ, ಮೆಲ್ಲನೆ ಅವಳ ಕಣ್ಣುಗಳನ್ನು ಕಿತ್ತು ಮರಕಡಿಯುವವನಿಗೆ ಕೊಟ್ಟಳು! ಮರಕಡಿಯುವವನು ಅವಳಿಗೆ ಮುತ್ತುಗಳನ್ನು ಕೊಟ್ಟು ಆ ಕಣ್ಣುಗಳೊಂದಿಗೆ ಮನೆಗೆ ಹೋದನು. ಹುಡುಗಿಗೆ ಅವುಗಳನ್ನು ಕೊಟ್ಟನು. ಅವಳು ಆ ಕಣ್ಣುಗಳನ್ನು ಧರಿಸಿದ ಕೂಡಲೇ ಅವಳಿಗೆ ದೃಷ್ಟಿಯು ಬಂದು, ಎಲ್ಲವನ್ನೂ ಕಾಣುವಂತಾದಳು!

ಬಹುಬೇಗನೆ ಮರಕಡಿಯುವವನು ಕೋಟ್ಯಂತರ ಹಣವುಳ್ಳಷ್ಟು ದೊಡ್ಡ ಶ್ರೀಮಂತನಾದನು! ಈ ವಿಷಯ ಒಬ್ಬರಿಂದೊಬ್ಬರಿಗೆ ಹರಡುತ್ತಾ ಕ್ರಮೇಣ ರಾಜನಿಗೆ ತಲುಪಿತು. ಅವನು ಮರಕಡಿಯುವವನನ್ನು ಕರೆಸಿ, "ಒಬ್ಬ ಸಾಮಾನ್ಯ ಮರಕಡಿಯುವವನಾದ ನಿನಗೆ ಇಷ್ಟೊಂದು ಹಣ ಎಲ್ಲಿಂದ ಬಂತು? ಎಂದು ಕೇಳಿದನು. ಮೊದಮೊದಲು ಮರಕಡಿಯುವವನು ಹೇಳಲು ಹಿಂಜರಿದನು. ಆದರೆ ರಾಜನು ನಿಜ ಹೇಳದಿದ್ದರೆ ಶಿಕ್ಷೆ ಕೊಡುವೆನೆಂದು ಹೆದರಿಸಿದಾಗ, ಅವನು, ಮುತ್ತುಗಳಾಗುವ

ಕಂಬನಿಗಳನ್ನು ಹರಿಸುತ್ತಿದ್ದ ಕುರುಡು ಹುಡುಗಿಯ ಕಥೆ ಹೇಳಿದನು. ಅದನ್ನು ಕೇಳಿ ರಾಜನಿಗೆ ಆಶ್ಚರ್ಯವಾಯಿತು! ತನ್ನ ಹೆಂಡತಿಯ ವೇಷದಲ್ಲಿದ್ದ ದಾಸಿಯ ಪುತ್ರಿ, ತನಗೆ ಒಂದು ದಿನವೂ ಒಂದೇ ಒಂದು ಮುತ್ತನ್ನೂ ಕೊಟ್ಟಿರಲಿಲ್ಲ!

ರಾಜನು ಮರಕಡಿಯುವವನಿಗೆ ಕೂಡಲೇ ಆ ಹುಡುಗಿಯನ್ನು ಕರೆತರುವಂತೆ ಆಜ್ಞಾಪಿಸಿದನು. ಅಂತೆಯೇ ಮರಕಡಿಯುವವನು ಅವಳನ್ನು ಕರೆತಂದನು. ಅವಳು ರಾಜನಿಗೆ ತನ್ನ ಇಡೀ ಕಥೆಯನ್ನು ಹೇಳಿದಳು. ಅವಳೇ ತನ್ನ ನಿಜವಾದ ಹೆಂಡತಿಯೆಂದು ಅವನಿಗೆ ತಿಳಿಯಿತು! ಅಂತೂ ತನ್ನ ಹೆಂಡತಿಯು ಮರಳಿ ದೊರೆತಿದ್ದಕ್ಕೆ ಅವನು ಸಂಭ್ರಮಗೊಂಡನು. ಅವಳ ಪ್ರಾಣವುಳಿಸಿ ಇಷ್ಟು ದಿನಗಳ ಕಾಲ ಅವಳನ್ನು ಮಗಳಂತೆ ನೋಡಿಕೊಂಡ ಮರಕಡಿಯುವವನಿಗೆ ಕೃತಜ್ಞತೆ ಸಲ್ಲಿಸಿ ಅವನನ್ನು ಸನ್ಮಾನಿಸಿದನು. ತನ್ನ ಹೆಂಡತಿಗೆ ಹಾಗೂ ತನಗೆ ದ್ರೋಹ ಬಗೆದ ಅವಳ ಪ್ರಧಾನ ದಾಸಿ ಮತ್ತು ಅವಳ ಮಗಳನ್ನು ನೇಣುಹಾಕಿಸಿದನು! ತನ್ನ ಹೆಂಡತಿಯು ದೊರೆತದ್ದಕ್ಕಾಗಿ ಒಂದು ವಾರಾದ್ಯಂತ ತನ್ನ ರಾಜ್ಯದಲ್ಲಿ ಸಂಭ್ರಮಾಚರಣೆ ನಡೆಸಿದನು!

—➤➤➤◄◄◄—

ಕೇರಳದ ಜಾನಪದ ಕಥೆ
ಚಿರತೆಯ ಬಾಲ ಹಿಡಿದ ಹಾಗೆ!

ಮಲಯಾಳಂ ಭಾಷೆಯಲ್ಲಿ ಚಿರತೆಯ ಬಾಲ ಹಿಡಿದ ಹಾಗೆ ಎಂಬ ಗಾದೆ ಬಳಸುತ್ತಾರೆ. ಯಾರಾದರೂ ಬಿಡಿಸಿಕೊಳ್ಳಲಾರದ ಗೊಂದಲದಲ್ಲಿ ಸಿಕ್ಕಿಹಾಕಿಕೊಂಡಿದ್ದರೆ, ಆಗ ಈ ಗಾದೆ ಬಳಸುತ್ತಾರೆ. ಇದರ ಹಿಂದೆ ಒಂದು ಸ್ವಾರಸ್ಯಕರವಾದ ಕಥೆಯಿದೆ.

ಒಂದಾನೊಂದು ಕಾಲದಲ್ಲಿ ಕೇರಳದ ಒಂದು ಹಳ್ಳಿಯಲ್ಲಿ ಒಬ್ಬ ಚತುರ ವರ್ತಕನಿದ್ದ. ಅವನು ತನ್ನ ಸರಕನ್ನು ದೂರದ ಮಾರುಕಟ್ಟೆಗೆ ಒಯ್ದು ಮಾರಿ, ರಾತ್ರಿಯಾಗುವುದರೊಳಗೆ ತನ್ನ ಹಳ್ಳಿಗೆ ಹಿಂದಿರುಗುತ್ತಿದ್ದ. ಹೀಗೆಯೇ ಒಂದು ಮಧ್ಯಾಹ್ನ ಅವನು ಹಿಂದಿರುಗುತ್ತಿದ್ದಾಗ, ಒಂದು ಭಯಂಕರ ಚಿರತೆ, ಹತ್ತಿರದ ಪೊದೆಯಿಂದ ಅವನನ್ನು ಕೊಂದು ತಿನ್ನಲೆಂದು ಅವನ ಮೇಲೆ ಎಗರಿತು! ಪಾಪ, ಅವನಿಗೆ ತಪ್ಪಿಸಿಕೊಳ್ಳಲು ದಾರಿಯೇ ಇರಲಿಲ್ಲ! ಆದರೆ ಒಳ್ಳೆಯ ಸಮಯ ಸ್ಫೂರ್ತಿಯಿಂದ ಅವನು ಕೂಡಲೇ ಅದರ ಬಾಲ ಹಿಡಿದು, ಅದರ ಸುತ್ತಲೂ ತಿರುಗತೊಡಗಿದ! ಅವನು ಅದರ ಬಾಲವನ್ನು ಗಟ್ಟಿಯಾಗಿ ಹಿಡಿದಿದ್ದರಿಂದ ಅದಕ್ಕೆ ಅವನನ್ನು ದಾಳಿ ಮಾಡಲು ಸಾಧ್ಯವೇ ಆಗಲಿಲ್ಲ.

ಅವನು ಹೀಗೆಯೇ ಚಿರತೆಯ ಬಾಲ ಹಿಡಿದು ಸ್ವಲ್ಪ ಹೊತ್ತಿನವರೆಗೂ ಸುತ್ತತೊಡಗಿದ. ಆಗ ಅವನು ತನ್ನ ಸೊಂಟಕ್ಕೆ ಕಟ್ಟಿದ್ದ ಹಣದ ಚೀಲ ಬಿಚ್ಚಿ ಅದರಲ್ಲಿದ್ದ ನಾಣ್ಯಗಳೆಲ್ಲಾ ಕೆಳಗೆ ಚೆಲ್ಲಾಪಿಲ್ಲಿಯಾಗಿ ಬಿದ್ದವು! ಆ ಹೊತ್ತಿಗೆ ಸರಿಯಾಗಿ ಒಬ್ಬ ವ್ಯಕ್ತಿಯು ಅಲ್ಲಿಗೆ ಬಂದ! ಅವನು ಇದನ್ನು ನೋಡಿ, "ಅಯ್ಯೋ! ಏನಿದು? ಏಕೆ ಹಾಗೆ ಚಿರತೆಯ ಸುತ್ತ ಸುತ್ತುತ್ತಿರುವೆ?!" ಎಂದು ಆಶ್ಚರ್ಯದಿಂದ ಕೇಳಿದ.

"ನಿನಗೆ ಕಾಣಿಸುತ್ತಿಲ್ಲವೇ?" ವರ್ತಕ ಹೇಳಿದ, "ಇದೊಂದು ಮಾಯಾಚಿರತೆ! ಇದರ ಬಾಲವನ್ನು ಹಿಡಿದು ಎಳೆದಾಗಲೆಲ್ಲಾ ಇದು ಚಿನ್ನ ಮತ್ತು ಬೆಳ್ಳಿಯ ನಾಣ್ಯಗಳನ್ನು

ಉದುರಿಸುತ್ತದೆ! ನೋಡು, ನನಗೆ ಸ್ವಲ್ಪ ಸಿಕ್ಕಿವೆ! ಬೇಕಿದ್ದರೆ ನೀನು ಒಮ್ಮೆ ಪ್ರಯತ್ನಿಸು! ಆದರೆ ನನಗೆ ಸಿಕ್ಕಿದ್ದು ನನಗೆ ಬೇಕು!"

ಪಾಪ, ಮುಗ್ಧನಾಗಿದ್ದ ಆ ವ್ಯಕ್ತಿ, ಹಣದಾಸೆಗಾಗಿ ಒಪ್ಪಿ ವರ್ತಕನಿಂದ ಚಿರತೆಯ ಬಾಲವನ್ನು ಪಡೆದುಕೊಂಡ! ಇವನಾದರೋ, ಕೆಳಗೆ ಬಿದ್ದಿದ್ದ ತನ್ನ ಹಣವನ್ನೆಲ್ಲ ಆರಿಸಿಕೊಂಡು ಬೇಗನೆ ಅಲ್ಲಿಂದ ಓಡಿದ!

—>>◄◄—

ಕೇರಳದ ಜಾನಪದ ಕಥೆ
ಮಿತವ್ಯಯದ ಶಿಕ್ಷಣ

ಔಸೆಪ್ ಎಂಬ ಒಬ್ಬ ಮುದುಕನಿದ್ದ. ಅವನಿಗೆ ಥೋಮ ಎಂಬ ಒಬ್ಬನೇ ಒಬ್ಬ ಮಗನಿದ್ದ. ಔಸೆಪ್ ಬಹಳಷ್ಟು ಹಣ ಸಂಪಾದಿಸಿದ್ದ. ಆದರೆ ಅವನ ಮಗ ಥೋಮ, ಹಣವನ್ನು ಬಹಳ ದುಂದುವೆಚ್ಚ ಮಾಡುತ್ತಾ ಅವನಿಗೆ ಚಿಂತೆ ತಂದಿದ್ದ! ಮುಂದಿನ ಭವಿಷ್ಯದ ಬಗ್ಗೆ ಔಸೆಪ್ ಬಹಳ ಚಿಂತೆಗೊಂಡಿದ್ದ.

ಒಂದು ದಿನ, ಔಸೆಪ್ ತನ್ನ ಬಾಮೈದುನನಾದ ಉಲಹಣ್ಣನ್‌ನನ್ನು ಭೇಟಿಯಾಗಲು ಹೋದ. ಉಲಹಣ್ಣನ್ ಮಹಾಜಿಪುಣನಾಗಿದ್ದ! ಅವನು ಚಹಾವನ್ನು ಹಾಲು, ಸಕ್ಕರೆಗಳಿಲ್ಲದೆಯೇ ಕುಡಿಯುತ್ತಿದ್ದ! ಅವನ ಮನೆಯ ಬಾಗಿಲನ್ನು ಯಾವ ಭಿಕ್ಷುಕನೂ ತಟ್ಟುವಂತಿರಲಿಲ್ಲ! ಅವನು ಅಪಾರ ಹಣವನ್ನು ಹೊಂದಿದ್ದರೂ ಅದನ್ನು ಒಂದು ಗಟ್ಟಿಯಾದ ಪೆಟ್ಟಿಗೆಯಲ್ಲಿ ಭದ್ರವಾಗಿ ಬಚ್ಚಿಟ್ಟಿದ್ದ! ಇವನ ಮಿತವ್ಯಯದ ವಿಧಾನ, ಔಸೆಪ್‌ನಿಗೆ ಬಹಳ ಹಿಡಿಸಿತ್ತು! ಹಾಗಾಗಿ ಔಸೆಪ್, ಅವನ ಬಳಿ ಬಂದು, "ಅಯ್ಯಾ! ನಾನು ನನ್ನ ಮಗ, ಅಂದರೆ ನಿನ್ನ ಸೋದರಳಿಯನನ್ನು ಇಲ್ಲಿಗೆ ಕಳಿಸುತ್ತೇನೆ! ಅವನು ಬಹಳ ದುಂದುವೆಚ್ಚ ಮಾಡುತ್ತಾನೆ! ಅವನು ನಿನ್ನಿಂದ ಮಿತವ್ಯಯವನ್ನು ಕಲಿಯಲಿ!" ಎಂದನು.

ಉಲಹಣ್ಣನ್ ಒಪ್ಪಿದನು. ಔಸೆಪ್, ಮರುದಿನವೇ ತನ್ನ ಮಗ ಥೋಮನನ್ನು ಮರುದಿನವೇ ಅವನ ಬಳಿಗೆ ಕಳಿಸಿದನು. ಥೋಮನು ತನ್ನ ಮಾವನ ಬಳಿ ಮಿತವ್ಯಯದ ಬಗ್ಗೆ ಕಲಿಯತೊಡಗಿದನು. ಮಾವ ಉಲಹಣ್ಣನ್ ಅವನಿಗೆ ಉದಾಹರಣೆ, ದೃಷ್ಟಾಂತಾದಿಗಳಿಂದ ಮಿತವ್ಯಯದ ಬಗ್ಗೆ ಕಲಿಸಿದನು. ಒಳ್ಳೆಯ ಆಸಕ್ತಿಯ ವಿದ್ಯಾರ್ಥಿಯಾಗಿದ್ದ ಥೋಮ, ಮಾವ ಕಲಿಸಿದ್ದನ್ನೆಲ್ಲಾ ಕಲಿತ.

ಹೀಗೆಯೇ ಒಂದು ತಿಂಗಳು ಕಳೆಯಿತು. ಒಂದು ರಾತ್ರಿ, ಉಲಹಣ್ಣನ್, ಪ್ರಾರ್ಥನೆ ಮಾಡಲು ಸಜ್ಜಾದ. ಅವನೊಂದಿಗೆ ಥೋಮನೂ ಕುಳಿತ. ಇಬ್ಬರೂ ದಿನವೂ ಒಟ್ಟಿಗೆ

ಪ್ರಾರ್ಥನೆ ಹೇಳುತ್ತಿದ್ದರು. ಪ್ರಾರ್ಥನೆ ಹೇಳುವಾಗ ದೀಪದ ಅವಶ್ಯಕತೆಯಿರಲಿಲ್ಲವಾದ್ದರಿಂದ ಉಲಹಣ್ಣನ್ ದೀಪ ಆರಿಸಿದ. ಇಬ್ಬರೂ ಪ್ರಾರ್ಥನೆ ಮುಗಿಸಿದರು. ಆಗ ಉಲಹಣ್ಣನ್ ಇನ್ನೇನು ದೀಪ ಹಚ್ಚಲು ಹೊರಟಾಗ, ಥೋಮ ಕೋಣೆಯಿಂದ ಹೊರಗೆ ಹೋದ. ದೀಪ ಹಚ್ಚಿದ ಬಳಿಕ, ಅವನು ಒಳಗೆ ಬಂದ.

"ಎಲ್ಲಿಗೆ ಹೋಗಿದ್ದೆ? ಉಲಹಣ್ಣನ್ ಕೇಳಿದ.

"ಬಟ್ಟೆ ಹಾಕಿಕೊಳ್ಳಲು ಹೋಗಿದ್ದೆ ಮಾವ!" ಥೋಮ ಹೇಳಿದ.

"ಬಟ್ಟೆ ಹಾಕಿಕೊಳ್ಳಲೇ?!" ಆಶ್ಚರ್ಯದಿಂದ ಕೇಳಿದ ಉಲಹಣ್ಣನ್," ಆದರೆ ಒಳಗೆ ಬಂದಾಗ ನೀನು ಬಟ್ಟೆ ಹಾಕಿಕೊಂಡಿದ್ದೆಯಲ್ಲವೇ?"

"ಹೌದು!" ಥೋಮ ಹೇಳಿದ, "ಆದರೆ ನೀನು ದೀಪ ಆರಿಸಿದಾಗ ನಾನು ಇನ್ನೊಂದು ಕೋಣೆಗೆ ಹೋಗಿ ಬಟ್ಟೆ ಬಿಚ್ಚಿ ಬಂದೆ! ಕತ್ತಲಿದ್ದುದರಿಂದ ಬಟ್ಟೆಯನ್ನು ಕೊಳೆ ಮಾಡಿಕೊಳ್ಳುವುದೇಕೆಂದು ನಾನು ಯೋಚಿಸಿದೆ! ಕತ್ತಲಲ್ಲಿ ಹೇಗೂ ಯಾರೂ ನನ್ನನ್ನು ನೋಡುವಂತಿರಲಿಲ್ಲ!"

ಮಾವನಿಗೆ ಆಶ್ಚರ್ಯವಾಯಿತು! ಅವನು ಹೇಳಿದನು, "ಭಲೇ ಹುಡುಗ! ನೀನು ಮಿತವ್ಯಯವನ್ನು ಚೆನ್ನಾಗಿ ಕಲಿತಿರುವೆ! ಈಗ ನಾನು ನಿನ್ನಿಂದ ಪಾಠ ಕಲಿಯಬೇಕಾಗಿದೆ!"

ಅಲ್ಲಿಗೆ ಥೋಮನ ಪಾಠ ಮುಗಿಯಿತು. ಅವನು ಮಾವನಿಂದ ಆಶೀರ್ವಾದ ಪಡೆದು ಮನೆಗೆ ಹಿಂದಿರುಗಿದ.

ಕೇರಳದ ಜಾನಪದ ಕಥೆ
ಕನ್ನಡಿ

ಒಮ್ಮೆ ಒಬ್ಬ ವ್ಯಕ್ತಿ ಎಲ್ಲಿಂದಲೋ ಒಂದು ಪುಟ್ಟ ಕನ್ನಡಿಯನ್ನು ತಂದ. ಆ ದಿನಗಳಲ್ಲಿ ಕನ್ನಡಿ ಒಂದು ಅಪರೂಪದ ವಸ್ತುವಾಗಿತ್ತು! ಹಾಗಾಗಿ ಅವನಿಗೆ ಆ ಕನ್ನಡಿ ಒಂದು ಅದ್ಭುತ ವಸ್ತುವೆನಿಸಿತ್ತು! ಅವನು ಅದನ್ನು ನೋಡಿದಾಗಲೆಲ್ಲಾ ಅದರಲ್ಲಿ ತನ್ನ ತಂದೆಯ ಮುಖವನ್ನು ಕಾಣುತ್ತಿದ್ದ! ಅವನ ತಂದೆ, ಕೆಲವು ವರ್ಷಗಳ ಹಿಂದೆ ತೀರಿಕೊಂಡಿದ್ದ. ಅವನು ತನ್ನ ಮುಖವನ್ನೇ ಎಂದೂ ನೋಡಿಕೊಂಡಿರಲಿಲ್ಲವಾದ್ದರಿಂದ, ಕನ್ನಡಿಯಲ್ಲಿ ಕಂಡ ತನ್ನ ಮುಖ, ತನ್ನ ತಂದೆಯದೆಂದು ತಿಳಿದುಕೊಂಡಿದ್ದ! ಅವನು ತನ್ನ ತಂದೆಯನ್ನು ಬಹಳ ಹೋಲುತ್ತಿದ್ದ. ಅವನು ತನ್ನ ಕನ್ನಡಿಯನ್ನು ಒಂದು ಪೆಟ್ಟಿಗೆಯಲ್ಲಿಟ್ಟುಕೊಂಡಿದ್ದ. ಪ್ರತಿದಿನವೂ ಅವನು ಕೆಲಸಕ್ಕೆ ಹೋಗುವ ಮೊದಲು ಅದನ್ನು ತೆಗೆದು ಕನ್ನಡಿಯನ್ನು ನೋಡುತ್ತಿದ್ದ. ಅಂತೆಯೇ, ಅವನು ಸಂಜೆ ಹಿಂದಿರುಗಿದಾಗ, ತನ್ನ ತಂದೆಯ ಮುಖವನ್ನು ನೋಡಬೇಕೆಂಬ ಬಲವಾದ ಆಸೆಯಿಂದ ಪುನಃ ಕನ್ನಡಿ ನೋಡುತ್ತಿದ್ದ.

ಆದರೆ ಇದರಿಂದ ಒಂದು ತೊಂದರೆಯುಂಟಾಯಿತು. ಅವನು ದಿನವೂ ಪೆಟ್ಟಿಗೆ ತೆಗೆದು ಏನನ್ನೋ ನೋಡುತ್ತಿದ್ದುದನ್ನು ಅವನ ಹೆಂಡತಿಯು ಗಮನಿಸಿದಳು. ಅದೇನಿರಬಹುದೆಂದು ಅವಳು ಆಶ್ಚರ್ಯಪಟ್ಟಳು. ಒಂದು ದಿನ, ಅವನು ಹೊರಗೆ ಹೋಗುತ್ತಿದಾಗ ಅವಳು ಆ ಪೆಟ್ಟಿಗೆಯನ್ನು ತೆಗೆದು ಕನ್ನಡಿಯನ್ನು ನೋಡಿದಳು. ಅದರಲ್ಲಿ ಒಂದು ಸುಂದರ ಹೆಣ್ಣಿನ ಮುಖವನ್ನು ಕಂಡಳು! ಅದು ತನ್ನದೇ ಪ್ರತಿಬಿಂಬವೆಂದು ತಿಳಿಯದೇ ಯಾರಿರಬಹುದೆಂದು ಆಶ್ಚರ್ಯಗೊಂಡಳು! ಯಾರೇ ಆದರೂ ಒಟ್ಟಿನಲ್ಲಿ ತನ್ನ ಗಂಡ ಅವಳನ್ನು ತನ್ನ ಕಣ್ಣಿಗೆ ಕಾಣದಂತೆ ಮುಚ್ಚಿಟ್ಟನೆಂದು ತಪ್ಪು ತಿಳಿದಳು! ಗಂಡ, ಹೆಂಡತಿಯರ ಮಧ್ಯೆ ಯಾರಾದರೂ ಹೀಗೆ ಬಂದು ಸಂಸಾರ ಹಾಳುಮಾಡುವುದನ್ನು

ಅವಳು ಸಹಿಸುತ್ತಿರಲಿಲ್ಲ! ಆದರೆ ಅವಳೇನು ತಾನೆ ಮಾಡಬಹುದಿತ್ತು? ತನ್ನ ಗಂಡನಿಗೆ ಪಾಠ ಕಲಿಸಬೇಕೆಂದು ಯೋಚಿಸಿದಳು.

ಅಂದು ಸಂಜೆ ಅವಳ ಗಂಡನು ಬಂದು ಕಾಫಿ ಕೇಳಲು ಅವಳು ಕಾಫಿ ಮಾಡಿಕೊಡಲಿಲ್ಲ. ಸುಮ್ಮನೆ ಮೌನವಾಗಿದ್ದಳು. ಅವಳ ಗಂಡನು ಮತ್ತೆ ಮತ್ತೆ ಕೇಳಲು, ಅವಳು, "ಬೇರೆ ಕಡೆ ಕುಡಿಯಿರಿ ನಿಮ್ಮ ಕಾಫಿಯನ್ನು!" ಎಂದಳು.

"ಎಲ್ಲಿ?" ಅವನು ಕೇಳಿದನು.

"ಎಲ್ಲಿ ಎಂದು ನಿಮಗೇ ಗೊತ್ತು! ನಿಮ್ಮ ಆ ಪ್ರೇಮಿಯ ಬಳಿಗೆ ಹೋಗಿ! ನಾನೇನೂ ತಡೆಯುವುದಿಲ್ಲ! ನಾನು ನಮ್ಮಮ್ಮನ ಮನೆಗೆ ಹೋಗುತ್ತೇನೆ!" ಅವಳು ಹೇಳಿದಳು.

"ನೀನೇನು ಹೇಳುತ್ತಿರುವೆ?!" ಅವನು ಅರ್ಥವಾಗದೇ ಕೇಳಿದ.

"ಈಗ ನೀವು ಕೋಪಗೊಳ್ಳಬೇಡಿ! ನಿಮ್ಮ ಗುಟ್ಟನ್ನು ನಾನೇ ಕಂಡುಕೊಂಡೆ! ಯಾರಿಗೂ ತಿಳಿಯುವುದಿಲ್ಲವೆಂದು ನೀವು ಭಾವಿಸಿದ್ದಿರಿ!" ಅವಳು ಹೇಳಿದಳು.

"ಅಯ್ಯೋ ರಾಮ! ಅದೇನು ಹೇಳುತ್ತಿರುವೆಯೋ ಸ್ವಲ್ಪ ಅರ್ಥವಾಗುವಂತೆ ಹೇಳು!" ಸಹನೆ ಮೀರಿ ಹೇಳಿದ ಅವನು.

"ಓಹೋ! ನಿಮಗೆ ಅರ್ಥವಾಗುವುದಿಲ್ಲ ಅಲ್ಲವೇ? ಹಾಗಾದರೆ ನಿಮ್ಮ ಪೆಟ್ಟಿಗೆಯಲ್ಲಿ ಯಾರ ಚಿತ್ರ ಇಟ್ಟುಕೊಂಡಿರುವಿರಿ ಹೇಳಿ!" ಅವಳು ಹೇಳಿದಳು.

ಇದನ್ನು ಕೇಳಿ ಅವನಿಗೂ ಒಂದು ಕ್ಷಣ ಆಶ್ಚರ್ಯವಾಗಿ ಏನು ಹೇಳಬೇಕೆಂದು ತೋಚಲಿಲ್ಲ! ಅನಂತರ ಅವನು ಹೇಳಿದ, "ಅದು ಹೆಣ್ಣಿನ ಚಿತ್ರವಲ್ಲ! ನಮ್ಮಪ್ಪನದು!"

"ಓಹೋ! ನಿಮ್ಮಪ್ಪನವರು ಸುಂದರವಾದ ಹೆಣ್ಣಾಗಿದ್ದರೆ?" ಚುಚ್ಚುಮಾತಿನಿಂದ ಕೇಳಿದಳು ಅವಳು.

"ನೋಡು! ಕೋಪಿಸಿಕೊಳ್ಳಬೇಡ! ನಮ್ಮಪ್ಪ ನನ್ನ ಹಾಗೆಯೇ ಗಡ್ಡವನ್ನು ಹೊಂದಿದ್ದರು!" ಅವನು ಹೇಳಿದ.

"ಹಾಗಾದರೆ ಅವರ ಚಿತ್ರವೇ ನಿಮ್ಮ ಪೆಟ್ಟಿಗೆಯಲ್ಲಿರುವುದು?" ಅವಳು ಕೇಳಿದಳು.

"ಹೌದು! ಬೇಕಿದ್ದರೆ ನಡೆ, ನಿನಗೆ ತೋರಿಸುವೆ!" ಅವನು ಹೇಳಿದ.

"ಹಾಗಿದ್ದರೆ ನಾನದನ್ನು ನೋಡಬೇಕು!" ಅವಳೆಂದಳು.

"ಹಾಗಿದ್ದರೆ ಬಾ!" ಅವನು ಹೇಳಿ ಅವಳನ್ನು ತನ್ನ ಕೋಣೆಗೆ ಕರೆದೊಯ್ದ. ತನ್ನ ಪೆಟ್ಟಿಗೆಯನ್ನು ತೆಗೆದು ಕನ್ನಡಿಯನ್ನು ಅವಳಿಗೆ ನೋಡಲು ಕೊಟ್ಟ. ಅವಳು ನೋಡಲು, ಅದರಲ್ಲಿ ಅವಳ ಪ್ರತಿಬಿಂಬವೇ ಕಂಡಿತು! ಅದು ಹೆಣ್ಣಿನ ಮುಖವೇ!

"ಇದು ನಿಮ್ಮ ಅಪ್ಪನ ಮುಖವೇ?" ಕೊಂಕು ಮಾತಿನಿಂದ ಕೇಳಿದಳು ಅವಳು.

"ಕಾಣುತ್ತಿಲ್ಲವೇ?" ಅವನು ಕೇಳಿದನು.

"ಬಹಳ ಚೆನ್ನಾಗಿ ಕಾಣುತ್ತಿದೆ! ನೀವೂ ಒಮ್ಮೆ ನೋಡಿ!" ಅವಳು ಹೇಳಿದಳು.

ಅವನು ಅವಳ ಬಳಿ ನಿಂತು ನೋಡಿದನು. ಈಗ ಅದರಲ್ಲಿ ಎರಡು ಮುಖಗಳು ಕಂಡವು! ಒಂದು ತನ್ನ ತಂದೆಯದು, ಒಂದು ತನ್ನ ಹೆಂಡತಿಯದು! ಅವಳೂ ನೋಡಿದಳು. ಅವಳಿಗೂ ಎರಡು ಮುಖಗಳು ಕಂಡವು! ಒಂದು ಹೆಣ್ಣಿನದು, ಇನ್ನೊಂದು ತನ್ನ ಗಂಡನದು! ಇಬ್ಬರಿಗೂ ಇದು ಸೋಜಿಗವೆನಿಸಿತು! ಆದರೆ ಸ್ವಲ್ಪ ಹೊತ್ತಿನಲ್ಲಿ ಅವರಿಗೆ ಆ ಮುಖಗಳು ತಮ್ಮ ಪ್ರತಿಬಿಂಬಗಳೇ ಎಂದು ಅರಿವಾಯಿತು!

ತನ್ನ ಗಂಡನು ಎಂಥ ಅಪೂರ್ವವಾದ ವಸ್ತುವನ್ನು ತಂದಿದ್ದಾನೆಂದು ಹೆಂಡತಿಗೆ ಅಚ್ಚರಿ, ಆನಂದಗಳಾದವು! ಅವಳು ತನ್ನ ಗಂಡನನ್ನು ಪ್ರೀತಿಯಿಂದ ಅಪ್ಪಿಕೊಂಡಳು!

ಕೇರಳದ ಜಾನಪದ ಕಥೆ
ಧೂರ್ತ ಅಕ್ಕಸಾಲಿಗ

ಪೊನ್ನಪ್ಪನ್ ಎಂಬ ಒಬ್ಬ ಚತುರ ಅಕ್ಕಸಾಲಿಗನಿದ್ದ. ಆದರೆ ಅವನು ಚತುರನಷ್ಟೇ ಆಗಿರದೇ ಧೂರ್ತನೂ ಆಗಿದ್ದ! ಅವನು ಚಿನ್ನವನ್ನು ಮುಟ್ಟಿದ ಕೂಡಲೇ, ಅದು ಒಂದು ಚೂರಾದರೂ ಅವನ ಕೆರೆಯುವ ಕೈಗೆ ಅಂಟಿಕೊಳ್ಳುವುದೆಂದು ಎಲ್ಲರಿಗೂ ಗೊತ್ತಿತ್ತು!

ವಿಶ್ವನ್‌ನಂಬೂದಿರಿ ಎಂಬುವನು ತನ್ನ ಮಗಳಿಗೆ ಒಂದು ಚಿನ್ನದ ಹಾರ ಮಾಡಿಸಿಕೊಡಲು ಬಯಸಿದ. ಅದಕ್ಕಾಗಿ ಅವನು ಪೊನ್ನಪ್ಪನ್‌ನನ್ನು ಕೇಳಿದ. ಪೊನ್ನಪ್ಪನ್, ತನ್ನ ಕೈಲಾದಷ್ಟು ಚೆನ್ನಾಗಿ ಮಾಡುವೆನೆಂದು ಹೇಳಿದ, ಆದರೆ ಪೊನ್ನಪ್ಪನ್‌ನ ಧೂರ್ತತೆಯ ಬಗ್ಗೆ ತಿಳಿದಿದ್ದ ನಂಬೂದಿರಿ, ಅವನನ್ನು ಕಾಯಲು ಒಬ್ಬ ಸೇವಕನನ್ನು ನೇಮಿಸಿದ. ಪೊನ್ನಪ್ಪನ್, ನಂಬೂದಿರಿಯ ಮನೆಯಿಂದ ಸ್ವಲ್ಪವೇ ದೂರವಿದ್ದ ಒಂದು ಪುಟ್ಟ ಮನೆಯಲ್ಲಿ ಕೆಲಸ ಮಾಡತೊಡಗಿದ. ಸೇವಕನು ಇಡೀ ದಿನ, ಅವನ ಕೆಲಸವನ್ನು ಗಮನಿಸುತ್ತಿದ್ದ. ಇಡೀ ದಿನ ಕೆಲಸ ಮಾಡಿದ ಬಳಿಕ ಅವನು ಸೇವಕನಿಗೆ ಚಿನ್ನವನ್ನು ಅಳೆದು ತೂಗಿ ಏನೂ ಕಳೆದಿಲ್ಲವೆಂದು ಖಾತ್ರಿಪಡಿಸಿಕೊಳ್ಳುತ್ತಿದ್ದ.

ಅಂತೂ ಕೊನೆಗೆ ಪೊನ್ನಪ್ಪನ್ ಹಾರವನ್ನು ಮಾಡಿ ಮುಗಿಸಿದ. ಅದು ಬಹಳ ಸುಂದರವಾಗಿ ಮೂಡಿಬಂದಿತ್ತು! ಸೇವಕನು ಅದನ್ನು ನಂಬೂದಿರಿಗೆ ಒಪ್ಪಿಸಲು ಅಕ್ಕಸಾಲಿಗನನ್ನು ಜೊತೆಗೆ ಕರೆದೊಯ್ದ. ಅಕ್ಕಸಾಲಿಗನು ಹಾರವನ್ನು ಒಂದು ರೇಷ್ಮೆ ಬಟ್ಟೆಯಲ್ಲಿ ಸುತ್ತಿಕೊಂಡು ಮುಂದೆ ನಡೆಯುತ್ತಾ ಹೋದರೆ, ಸೇವಕನು ಅವನ ಹಿಂದೆ ಹೊರಟ. ದಾರಿಯಲ್ಲಿ ಅವರು ಒಂದು ಪುಟ್ಟ ತೊರೆಯನ್ನು ದಾಟಬೇಕಾಯಿತು. ಅವರು ದಾಟುತ್ತಿದ್ದಾಗ, ದುರದೃಷ್ಟವಶಾತ್, ಅಕ್ಕಸಾಲಿಗನ ಕೈಯಿಂದ ಹಾರವು ಜಾರಿ ಬಿತ್ತು! ಕೂಡಲೇ ಅಕ್ಕಸಾಲಿಗನು ತೊರೆಯಲ್ಲಿ ಜಿಗಿದು ಅದನ್ನು ಎತ್ತಿಕೊಂಡನು!

ನಂಬೂದಿರಿಯ ಮನೆಗೆ ಹೋಗಲು, ಅಕ್ಕಸಾಲಿಗನು ಅವನಿಗೆ ಚಿನ್ನದ ಹಾರವನ್ನು ಒಪ್ಪಿಸಿದನು. ಅದನ್ನು ನೋಡಿ ಅತ್ಯಾನಂದಿತನಾದ ನಂಬೂದಿರಿಯು ಅವನಿಗೆ ಅವನ ಸಂಭಾವನೆಯನ್ನು ಕೊಟ್ಟು ಜೊತೆಗೊಂಡು ಉಡುಗೊರೆಯನ್ನೂ ಕೊಟ್ಟನು. ಅಂತೆಯೇ ಅವನ ಕೆಲಸವನ್ನು ನಿಗಾ ಇಟ್ಟು ಗಮನಿಸಿದ ಸೇವಕನಿಗೂ ಒಂದು ಉಡುಗೊರೆ ಕೊಟ್ಟ.

ಆದರೆ ಆ ನಂಬೂದಿರಿಯ ಆನಂದ ಹೆಚ್ಚು ಕಾಲ ಇರಲಿಲ್ಲ! ಎರಡು ವಾರಗಳ ಬಳಿಕ, ಆ ಹಾರ ನಿಧಾನವಾಗಿ ಬೂದು ಬಣ್ಣಕ್ಕೆ ತಿರುಗಿತು! ಇದೇಕೆ ಹೀಗಾಯಿತೆಂದು ಯಾರಿಗೂ ಅರ್ಥವಾಗಲಿಲ್ಲ! ಅದು ಪೊನ್ನಪ್ಪನಿಗೇನಾದರೂ ಗೊತ್ತಿತ್ತೇ? ಹೌದು, ಖಂಡಿತ ಗೊತ್ತಿತ್ತು! ಅವನು ಕೆಳಗೆ ಬಿದ್ದ ಹಾರವನ್ನು ಎತ್ತಿಕೊಳ್ಳಲು ತೊರೆಗೆ ಜಿಗಿದನಲ್ಲಾ? ಆಗ ಅದನ್ನು ತನ್ನ ಕಿಸೆಯಲ್ಲಿಟ್ಟುಕೊಂಡಿದ್ದ ಅದೇ ರೀತಿಯ ಹಿತ್ತಾಳೆ ಹಾರದೊಂದಿಗೆ ಬದಲಿಸಿಬಿಟ್ಟ! ಆ ಹಿತ್ತಾಳೆ ಹಾರವನ್ನು ದಿನವೂ ಅವನು ಮನೆಯಲ್ಲಿ ಮಾಡುತ್ತಿದ್ದು ಅದಕ್ಕೆ ಬಹಳ ಚೆನ್ನಾಗಿ ಚಿನ್ನದ ಲೇಪನ ಕೊಟ್ಟಿದ್ದ! ಉಪಾಯವಾಗಿ ಸಮಯ ನೋಡಿ, ಚಿನ್ನದ ಹಾರವನ್ನು ತಾನೇ ತೆಗೆದುಕೊಂಡು ಹಿತ್ತಾಳೆಯ ಹಾರವನ್ನು ನಂಬೂದಿರಿಗೆ ಕೊಟ್ಟ! ಇದನ್ನು ಅವನು ಎಷ್ಟು ಚುರುಕಾಗಿ ಮಾಡಿದ್ದನೆಂದರೆ, ಹದ್ದಿನ ಕಣ್ಣಿನ ಸೇವಕರಿಗೂ ಇದು ತಿಳಿಯಲಿಲ್ಲ! ಅವನ ಮೇಲೆ ನಿಗಾ ಇಡಲು ಸೇವಕನನ್ನು ನೇಮಿಸಿದ್ದರಿಂದ ನಂಬೂದಿರಿಯೂ ಏನೂ ಹೇಳುವಂತಿರಲಿಲ್ಲ!

ಕೊಂಕಣಿ (ಗೋವಾ) ಜಾನಪದ ಕಥೆ

ಡೋಲು ಬಡಿಯುವವನು ಮತ್ತು ರಾಜಕುಮಾರಿ

ಒಂದಾನೊಂದು ಕಾಲದಲ್ಲಿ ಒಬ್ಬ ರಾಜ, ರಾಣಿ ಇದ್ದರು. ಅವರಿಗೆ ಒಬ್ಬಳೇ ಮಗಳಿದ್ದಳು. ತಾವರೆ ಹೂವಿಗಿಂತಲೂ ಮುದ್ದಾಗಿದ್ದ ಅವಳನ್ನು ಅವಳ ತಂದೆಯು ಬಹಳ ಪ್ರೀತಿಸುತ್ತಿದ್ದನು. ಆದರೆ ಆ ಹುಡುಗಿಯ ವಿಷಯದಲ್ಲಿ ಒಂದೇ ಒಂದು ದುಃಖಕರವಾದ ವಿಚಾರವಿತ್ತು. ಅದೇನೆಂದರೆ, ಅವಳನ್ನು ಅಪಹರಿಸಲಾಗುತ್ತದೆಯೆಂದು ಜ್ಯೋತಿಷ್ಯ ಹೇಳಲಾಗಿತ್ತು! ಇದರಿಂದ ಬಹಳ ಆತಂಕಗೊಂಡಿದ್ದ ರಾಜ, ಅವಳನ್ನು ಬಹಳ ಎಚ್ಚರದಿಂದ ನೋಡಿಕೊಳ್ಳುತ್ತಿದ್ದನು. ಅವಳನ್ನು ಬಲವಾದ ಕಾವಲಿನೊಂದಿಗೆ, ಅರಮನೆಯ ಏಳನೆಯ ಮಹಡಿಯಲ್ಲಿರಿಸಿದ್ದನು! ಅಲ್ಲಿಗೆ ಯಾರನ್ನೂ ಬಿಡುತ್ತಿರಲಿಲ್ಲ.

ಒಂದು ದಿನ, ರಾಜಕುಮಾರಿಯು ಕಿಟಕಿಯ ಬಳಿ ಕುಳಿತುಕೊಂಡು ಬಟ್ಟೆ ಹೊಲಿಯುತ್ತಿದ್ದಳು. ಆಗ ಅವಳ ಕೈ ಜಾರಿ ಸೂಜಿಯು ಕಿಟಕಿಯಿಂದ ಹೊರಗೆ ಬಿತ್ತು. ಅದು ಮೇಲಿನಿಂದ ಕೆಳಗೆ ರಸ್ತೆಯ ಮೇಲೆ ಬೀಳಲು, ಅವಳು ಕಿಟಕಿಯಿಂದ ಕೆಳಗೆ ನೋಡಿದಳು. ಆಗ ಅಲ್ಲಿ ಡೆಮುಲೋಮಹರ್ ಎಂಬ ಒಬ್ಬ ಕಪ್ಪು ಡೋಲು ಬಡಿಯುವವನು ತನ್ನ ಡೋಲನ್ನು ಹೆಗಲ ಮೇಲೆ ಹಾಕಿಕೊಂಡು ಬರುತ್ತಿದ್ದನು. ರಾಜಕುಮಾರಿಯು ಮೇಲಿನಿಂದ ಕೂಗಿಕೊಂಡಳು, "ಓ ಡೋಲಿನವನೇ! ನನ್ನ ಸೂಜಿ ಕೆಳಗೆ ಬಿದ್ದಿದೆ! ಹುಡುಕಿಕೊಡುವೆಯಾ?"

ಆಗ ಡೋಲು ಹೊಡೆಯುವವನು ಮೇಲೆ ನೋಡಿ, "ನೀನು ನನ್ನನ್ನು ಮದುವೆಯಾಗುವುದಾದರೆ ಹುಡುಕಿ ಕೊಡುತ್ತೇನೆ!" ಎಂದನು.

ಅವನ ಹುಚ್ಚು ಕಲ್ಪನೆಗೆ ರಾಜಕುಮಾರಿಯು ನಗುತ್ತಾ, "ಆಯಿತು!" ಎಂದಳು.

ಆಗ ಡೋಲು ಹೊಡೆಯುವವನು "ಹಾಗಿದ್ದರೆ ಒಂದು ರಾತ್ರಿ ನಾನು ಬಂದು ನಿನ್ನನ್ನು ಎತ್ತಿಕೊಂಡು ಹೋಗುವೆ!" ಎಂದು ಆ ಸೂಜಿಯನ್ನು ಹುಡುಕಿದನು. ಅಷ್ಟರಲ್ಲಿ

ರಾಜಕುಮಾರಿಯು ತನ್ನ ಸೇವಕಿಯನ್ನು ಕೆಳಗೆ ಕಳಿಸಲು ಡೋಲಿನವನು ಅವಳಿಗೆ ಸೂಜಿಯನ್ನು ಕೊಟ್ಟು ಕಳಿಸಿದನು.

ಇದಾಗಿ ಒಂದು ವರ್ಷದ ನಂತರ, ನೆರೆಯ ರಾಜಕುಮಾರನೊಬ್ಬನು ಈ ರಾಜಕುಮಾರಿಯನ್ನು ವಿವಾಹವಾಗಲೆಂದು ಬಂದನು. ರಾಜನಿಗೆ ಅವನನ್ನು ಅಳಿಯನಾಗಿ ಪಡೆಯುವುದಕ್ಕೆ ಬಹಳ ಸಂತೋಷವಾಯಿತು! ಇಬ್ಬರಿಗೂ ನಿಶ್ಚಿತಾರ್ಥ ಮಾಡಿ ಮದುವೆಯ ದಿನವನ್ನು ಗೊತ್ತುಪಡಿಸಲಾಯಿತು. ಮದುವೆಗಾಗಿ ಎಲ್ಲಾ ತಯಾರಿಯನ್ನು ರಾಜ, ರಾಣಿಯರು ನಡೆಸತೊಡಗಿದರು. ರಾಜಕುಮಾರಿಯ ಬಗ್ಗೆ ಹೇಳಿದ್ದ ಜ್ಯೋತಿಷ್ಯವನ್ನು ಅವರು ಮರೆತೇಬಿಟ್ಟರು!

ಕಪ್ಪು ಡೋಲು ಬಡಿಯುವವನು ರಾಜಕುಮಾರಿಯ ಮದುವೆಯ ವಿಷಯ ಕೇಳಿ ತನ್ನಲ್ಲೇ ಯೋಚಿಸಿದನು, "ಈಗ ನಾನು ಆ ರಾಜಕುಮಾರಿಯನ್ನು ಎತ್ತಿಕೊಂಡು ಹೋಗಿ ನನ್ನ ಹೆಂಡತಿಯನ್ನಾಗಿ ಮಾಡಿಕೊಳ್ಳಬೇಕು!

ಹೀಗೆ ಯೋಚಿಸಿ ಅವನು, ರಾಜನ ಬಳಿ ಹೋಗಿ, ರಾಜಕುಮಾರಿಯ ಮದುವೆಗೆ ತಾನೇ ಡೋಲು ಬಡಿಯುತ್ತೇನೆಂದನು. ರಾಜನು ಒಪ್ಪಿ ಅವನನ್ನು ಡೋಲು ಬಡಿಯಲು ನೇಮಿಸಿದನು. ಅವನು ಮದುವೆಯ ಹಿಂದಿನ ಸಂಜೆ, ಊರಲ್ಲೆಲ್ಲಾ ಡೋಲು ಬಾರಿಸುತ್ತಾ ರಾಜಕುಮಾರಿಯ ವಿವಾಹವನ್ನು ಘೋಷಿಸುತ್ತಾ ಹೋದನು! ಅವನು ಪುನಃ ಅರಮನೆಯ ದ್ವಾರದ ಬಳಿ ಬಂದಾಗ, ರಾಜಕುಮಾರಿಯ ಕೋಣೆಯವರೆಗಿನ ಮೆಟ್ಟಿಲುಗಳನ್ನು ಹತ್ತುತ್ತಾ ಇಳಿಯುತ್ತಾ ಡೋಲಿನ ಬಡಿತಕ್ಕೆ ಸರಿಯಾಗಿ ಈ ರೀತಿ ಹಾಡತೊಡಗಿದನು–

ಇಂದು ನಂದು ನಾಳೆ ನಿಂದು

ಡಂ! ಡಂ! ಡಂ!

ಹೀಗೆ ಹಾಡುತ್ತಾ ಡೋಲು ಬಾರಿಸುತ್ತಾ ಅವನು ಮೇಲಕ್ಕೂ ಕೆಳಕ್ಕೂ ಹೋಗಿ ಬರತೊಡಗಿದನು.

ಆ ರಾತ್ರಿ ಎಲ್ಲರೂ ಮಲಗಿದ್ದಾಗ, ಗೋಡೆಯಲ್ಲಿ ಕನ್ನ ಕೊರೆಯುವಂಥ ಒಂದು ಶಬ್ದ ಕೇಳಿಬಂತು! ರಾಜಕುಮಾರಿಯು ಆ ಶಬ್ದವು ಕೆಳಗಿನಿಂದ ಬರುತ್ತಿದೆಯೆಂದು ಅರಿತು

ಜೋರಾಗಿ ಕೂಗಿದಳು, "ಅಮ್ಮ! ಅಮ್ಮ! ಎಲ್ಲಿದ್ದೀಯಮ್ಮ! ಡೆಮುಲೋ ಮಹರ್ ಕೆಳಗಿನಿಂದ ಕೊರೆಯುತ್ತಿದ್ದಾನೆ ಕನ್ನ!"

ಆದರೆ ರಾಣಿಯು ನಗುತ್ತಾ ಕೂಗಿದಳು, "ಇಲ್ಲ ಇಲ್ಲ ಮಗಳೇ! ಡೆಮುಲೋ ಮಹರ್ ಅಲ್ಲ ಮಗಳೇ! ಕತ್ತೆಗಳ ಅರಚಾಟದ ಶಬ್ದವಷ್ಟೇ ಅದು ಮಗಳೇ!"

ಅದನ್ನು ಕೇಳಿ ರಾಜಕುಮಾರಿಯು ಮತ್ತೆ ಮಲಗಲು ಪ್ರಯತ್ನಿಸಿದಳು. ಆದರೆ ಪುನಃ ಶಬ್ದವು ಬಂದಿತು! ಈ ಬಾರಿ ಅದು ಇನ್ನೂ ಜೋರಾಗಿತ್ತು! ರಾಜಕುಮಾರಿಯು ಬಹಳ ಹೆದರಿ ಬಿಳುಚಿಕೊಳ್ಳುತ್ತಾ ಹಾಸಿಗೆಗೆ ಅವುಚಿಕೊಂಡು ಮಲಗಿದಳು. ಆಗ ಅವಳಿಗೆ ಆ ಕಪ್ಪು ಡೋಲು ಹೊಡೆಯುವವನ ಧ್ವನಿ ಕೇಳಿಸಿತ್ತು, "ಪ್ರಿಯ ರಾಜಕುಮಾರಿ! ನಾನು ಬಂದಿದ್ದೇನೆ! ನೀನು ನನ್ನನ್ನು ಮದುವೆಯಾಗುವೆಯೆಂದು ಹೇಳಿದ್ದೆಯಲ್ಲವೇ? ಆದ್ದರಿಂದಲೇ ನಿನ್ನನ್ನು ಕರೆದೊಯ್ದು ನನ್ನ ಹೆಂಡತಿಯಾಗಿ ಮಾಡಿಕೊಳ್ಳಲು ಬಂದಿದ್ದೇನೆ!"

ರಾಜಕುಮಾರಿಯು ಏನಾದರೂ ಹೇಳುವಷ್ಟರಲ್ಲಿ, ಡೋಲು ಹೊಡೆಯುವವನು ಅವಳನ್ನು ತನ್ನ ತೋಳುಗಳಲ್ಲಿ ಎತ್ತಿಕೊಂಡು ಮೆಟ್ಟಿಲಿಳಿದು ಹೊರಗೋಡಿದನು! ಅದನ್ನು ನೋಡಿದ ಕಾವಲಿನವರು ಕಹಳೆ ಊದಿದರು! ಇಡೀ ಅರಮನೆಯೇ ಎಚ್ಚೆತ್ತಿತು! ಸೈನಿಕರು ಎಲ್ಲ ಕಡೆಯೂ ಓಡಿ ನೋಡಿದರು! ಆದರೆ ಡೋಲಿನವನು ಎಲ್ಲೂ ಕಾಣಲಿಲ್ಲ! ರಾಜಕುಮಾರಿಯನ್ನು ಎಲ್ಲೆಲ್ಲೂ ಹುಡುಕಲಾಯಿತು. ಆದರೆ ಅವಳು ಎಲ್ಲಿಯೂ ಸಿಗಲಿಲ್ಲ. ರಾಜ, ರಾಣಿಯರು ದುಃಖತಪ್ತರಾದರು. ಮದುವೆಯ ಹಿಂದಿನ ರಾತ್ರಿಯೇ ರಾಜಕುಮಾರಿ ಕಾಣೆಯಾದುದರಿಂದ ಇಡೀ ರಾಜ್ಯವೇ ಕಣ್ಣೀರಿಟ್ಟಿತು!

ಅನೇಕ ವರ್ಷಗಳ ಬಳಿಕ, ರಾಜ, ರಾಣಿಯರಿಗೆ ಒಬ್ಬ ಮಗನು ಹುಟ್ಟಿದನು. ಪುನಃ ಅರಮನೆಯಲ್ಲೂ ರಾಜ್ಯದಲ್ಲೂ ಸಂಭ್ರಮವುಂಟಾಯಿತು! ಹಳೆಯ ದುಃಖ ಮರೆತು ರಾಜ, ರಾಣಿಯರು ತಮ್ಮ ಮಗನಲ್ಲಿ ಸಂತೋಷ ಕಾಣತೊಡಗಿದರು. ಅವನಿಗೆ ಅವರು ಒಳ್ಳೆಯ ವಿದ್ಯಾಭ್ಯಾಸ ಕೊಡಿಸಿದರು. ಅವನು ಸುಂದರನೂ ಬುದ್ಧಿವಂತನೂ ಆಗಿ ಬೆಳೆಯತೊಡಗಿದನು. ಒಂದು ದಿನ, ಅವನ ಕೆಲವು ಓರಗೆಯ ವಿದ್ಯಾರ್ಥಿಗಳು ಅವನ ಅಕ್ಕಳನ್ನು ಒಬ್ಬ ಕಪ್ಪು ಡೋಲಿನವನು ಕದ್ದೊಯ್ದನೆಂದು ಅವನನ್ನು ಹಾಸ್ಯ ಮಾಡಿದರು! ಈ ವಿಷಯವನ್ನು ಅವನಿಗೆ ರಾಜ, ರಾಣಿಯರು ಹೇಳಿರಲಿಲ್ಲ. ಹಾಗಾಗಿ ಅವನು ಅದನ್ನು ತನ್ನ ತಾಯಿಯ ಬಳಿ ಕೇಳಬೇಕೆಂದು ನಿರ್ಧರಿಸಿದನು. ಆದರೆ ಪ್ರತಿದಿನವೂ ಮರೆತು

ಹೋಗುತ್ತಿದ್ದನು. ಒಂದು ದಿನ, ಮರೆಯಬಾರದೆಂದು ತನ್ನ ಕರವಸ್ತ್ರಕ್ಕೆ ಒಂದು ಕಲ್ಲನ್ನು ಕಟ್ಟಿಕೊಂಡನು. ಹಾಗಾಗಿ ಅಂದು ನೆನಪಿಟ್ಟುಕೊಂಡು ಅವನು ಈ ವಿಷಯವನ್ನು ತನ್ನ ತಾಯಿಯ ಬಳಿ ಕೇಳಿದನು. ಮೊದಲಿಗೆ ಅವಳು ಅದನ್ನು ಅಲಕ್ಷಿಸಿದಳು. ಆದರೆ ಅವನು ಬಹಳ ಬಲವಂತ ಮಾಡಿದಾಗ ಅವಳು ಅಳುತ್ತಾ ಅವನ ಕಾಣೆಯಾದ ಅಕ್ಕಳ ಬಗ್ಗೆ ಹೇಳಿದಳು.

ಈ ಕಥೆ ಕೇಳಿ ಅವನು, "ನಾನು ಹೋಗಿ ಅವಳನ್ನು ಹುಡುಕಬೇಕು! ನಾನು ಹಾಗೆ ಹೋಗುವಷ್ಟು ದೊಡ್ಡವನಾಗಿದ್ದೇನೆ ಈಗ!" ಎಂದನು. ಆಗ ಅವನ ತಾಯಿ, ಈ ಸಾಹಸ ಬೇಡವೆಂದು ಅವನನ್ನು ತಡೆಯಲು ಬಹಳ ಪ್ರಯತ್ನಿಸಿದಳು. ಅವನ ಅಕ್ಕಳನ್ನು ಹುಡುಕಲು ತಾವು ಬಹಳ ಪ್ರಯತ್ನಿಸಿದೆವೆಂದೂ ಈಗಾಗಲೇ ಅನೇಕ ವರ್ಷಗಳಾಗಿ ಹೋಗಿರುವುದರಿಂದ ಅವಳು ಸತ್ತೂ ಹೋಗಿರಬಹುದೆಂದು ಹೇಳಿದಳು. ಆದರೆ ಹುಡುಗನು ಅವಳ ಮಾತು ಕೇಳಲಿಲ್ಲ! ಅವನು ಹೇಳಿದನು, "ನನಗೆ ಒಂದು ಕುದುರೆಯನ್ನೂ ಮೂರು ಮಡಕೆಗಳನ್ನೂ ಕೊಡು. ಒಂದು ಮಡಕೆಯನ್ನು ಬೆಂಕಿಯಿಂದಲೂ ಒಂದನ್ನು ಮುಳ್ಳುಗಳಿಂದಲೂ ಮೂರನೆಯದನ್ನು ನೀರಿನಿಂದಲೂ ತುಂಬಿಕೊಡು!

ಅಂತೆಯೇ ರಾಣಿಯು ಅವನಿಗೆ ಮೂರು ಮಡಕೆಗಳನ್ನು ಕೊಟ್ಟಳು. ರಾಜನು ಅವನಿಗೆ ತನ್ನ ಸ್ವಂತ ಕುದುರೆಯನ್ನೇ ಕೊಟ್ಟನು. ಅಂತೆಯೇ ಅವನಿಗೆ ತನ್ನ ಉಂಗುರವನ್ನು ಕೊಡುತ್ತಾ, "ಇದನ್ನು ನಿನ್ನ ಬೆರಳಿನಲ್ಲಿ ಧರಿಸಿಕೋ! ಇದನ್ನು ನಿನ್ನ ಅಕ್ಕ ನೋಡಿದರೆ ನನ್ನ ಕಡೆಯಿಂದ ನೀನು ಬಂದಿರುವೆಯೆಂದು ಗುರುತಿಸುತ್ತಾಳೆ!" ಎಂದನು. ರಾಣಿಯು ಅವನಿಗೆ ತನ್ನ ಛತ್ರಿಯನ್ನು ಕೊಡುತ್ತಾ, "ಈ ಛತ್ರಿಯನ್ನು ತೆಗೆದುಕೋ! ಇದನ್ನು ನಿನ್ನ ಅಕ್ಕ ನೋಡಿದರೆ ಇದು ತನ್ನ ತಾಯಿಯದೆಂದು ಅರಿತು ನೀನಾರೆಂದು ಕೇಳುತ್ತಾಳೆ!" ಎಂದಳು. ಅವನು ಹೋಗುತ್ತಿದ್ದನೆಂದು ಇಬ್ಬರಿಗೂ ಬಹಳ ಬೇಸರವಾಯಿತು. ಎಚ್ಚರವಾಗಿರಲು ಅವನಿಗೆ ಹೇಳಿದರು.

ಹುಡುಗನು ಅವರು ಕೊಟ್ಟ ವಸ್ತುಗಳನ್ನು ತೆಗೆದುಕೊಂಡು ಕುದುರೆಯ ಮೇಲೆ ಹತ್ತಿ ಹೊರಟನು. ಎಲ್ಲೂ ನಿಲ್ಲದೇ ಅನೇಕ ದಿನಗಳ ಕಾಲ ಹಾಗೆ ಕುದುರೆಯ ಮೇಲೆ ಸವಾರಿ ಮಾಡಿಕೊಂಡು ಹೋದನು. ದಾರಿಯಲ್ಲಿ ಹೋಗುತ್ತಾ ಡೋಲಿನವನ ಬಗ್ಗೆ

ಯಾರನ್ನಾದರೂ ಕೇಳಲೆಂದು ಬಲಕ್ಕೂ ಎಡಕ್ಕೂ ನೋಡುತ್ತಿದ್ದನು. ಹಗಲಿನ ಹೊತ್ತು ಬಿಸಿಲು ಸುಡುತ್ತಿತ್ತು! ಒಮ್ಮೊಮ್ಮೆ ಸ್ವಲ್ಪ ಹೊತ್ತು ನೆರಳಲ್ಲಿ ನಿಲ್ಲುತ್ತಿದ್ದನು. ಆದರೆ ಎಲ್ಲೂ ಡೋಲಿನವನ ಸುಳಿವೇ ಸಿಗಲಿಲ್ಲ! ಯಾರಿಗೂ ಅವನ ಬಗ್ಗೆ ತಿಳಿದಿರಲಿಲ್ಲ! ಕೊನೆಗೆ ಅವನು ಹಸಿವು, ಬಾಯಾರಿಕೆಗಳಿಂದ ಬಳಲಿ, ಏಕಾಂತವಾದ ಒಂದು ಬೆಟ್ಟದ ಪ್ರದೇಶಕ್ಕೆ ಬಂದನು. ಬೆಟ್ಟಗಳ ತಪ್ಪಲಲ್ಲಿ ಒಂದು ಪುಟ್ಟ ಗುಡಿಸಲನ್ನು ಕಂಡು, ತನ್ನ ಕುದುರೆಯಿಂದಿಳಿದು, ಛತ್ರಿ ಹಿಡಿದು, ಆ ಗುಡಿಸಲಿಗೆ ಹೋದನು. ಅದರ ಬಾಗಿಲನ್ನು ತಟ್ಟಲು, ಒಬ್ಬ ಕರಿಯ ಹೆಂಗಸು ಬಾಗಿಲು ತೆಗೆದು ಏನು ಬೇಕೆಂದು ಕೇಳಿದಳು. ಅವನು ಕುಡಿಯಲು ಸ್ವಲ್ಪ ನೀರು ಕೇಳಲು, ಅವಳು ನೀರು ತರಲು ಒಳಗೆ ಹೋದಳು. ಆಗ ಒಳಗೆ ಇನ್ನೊಬ್ಬ ಹೆಂಗಸಿದ್ದುದನ್ನು ಅವನು ಕಂಡನು. ಅವಳಾರೆಂದು ಅವನು ಆಶ್ಚರ್ಯಗೊಂಡನು! ಅವಳು ಬೆಳ್ಳಗೂ ಸುಂದರವಾಗಿಯೂ ಇದ್ದಳು! ಆದರೆ ಅವಳು ಬಹಳ ದುಃಖಿತಳೂ ಒಂಟಿಯಾಗಿರುವಂತೆಯೂ ಕಂಡಳು! ಅವಳು ಮೆಲ್ಲನೆ ಹೊರಬಂದು, ಹೊಸ್ತಿಲ ಮೇಲೆ ನಿಂತು ಅವನನ್ನು ನೋಡುತ್ತಾ ಹೀಗೆ ಹಾಡಿದಳು–

ಅಪ್ಪನ ಕುದುರೆ!

ಅಪ್ಪನ ಉಂಗುರ!

ಅಮ್ಮನ ಛತ್ರಿ!

ಹುಡುಗನು ಯಾರೋ!

ಅದನ್ನು ಕೇಳಿ ಹುಡುಗನಿಗೆ ಅವಳೇ ಅಪಹರಣಗೊಂಡ ತನ್ನ ಅಕ್ಕ ಎಂದು ಗೊತ್ತಾಯಿತು! ಆಗ ಅವನು ಸ್ವಲ್ಪವೂ ತಡಮಾಡದೇ ಅವಳನ್ನು ಎತ್ತಿಕೊಂಡು ತನ್ನ ಕುದುರೆಯ ಮೇಲೆ ಕೂರಿಸಿಕೊಂಡು ದೌಡಾಯಿಸಿದ! ಕರಿಯ ಹೆಂಗಸು ಕೂಡಲೇ ಹೊರಬಂದು ಅದನ್ನು ನೋಡಿ, ಬೆಟ್ಟದ ಮೇಲಿದ್ದ ತನ್ನ ಅಣ್ಣನಿಗಾಗಿ ಕೂಗಿದಳು, "ಓ ಅಣ್ಣ! ಅತ್ತಿಗೆಯನ್ನು ಯಾರೋ ಕದ್ದೊಯ್ಯುತ್ತಿದ್ದಾರೆ! ಬೇಗ ಬಾ! ಬೇಗ ಬಾ!"

ಅವಳ ಅಣ್ಣ ಆ ಕಪ್ಪು ಡೋಲಿನವನಲ್ಲದೇ ಬೇರಾರೂ ಆಗಿರಲಿಲ್ಲ! ಅವನ ಬೇಗನೆ ಬೆಟ್ಟದಿಂದಿಳಿದು, ದೌಡಾಯಿಸುತ್ತಿದ್ದ ಹುಡುಗನ ಹಿಂದೆ ಓಡುತ್ತಾ, "ಓ ತಮ್ಮಾ! ಕಾಯಿ ನನಗಾಗಿ! ಕಾಯಿ ನನಗಾಗಿ! "ಎಂದು ಕೂಗಿದ. ಹುಡುಗನು ಬೇಗನೆ ಹೋಗುತ್ತಾ ಬೆಟ್ಟದ

ಪ್ರದೇಶವನ್ನು ದಾಟಿದ! ಆದರೆ ಡೋಲಿನವನ ಧ್ವನಿ ಕೇಳಿ ಹಿಂದೆ ತಿರುಗಿ ನೋಡಲು, ಅವನು ಸಾಕಷ್ಟು ಹತ್ತಿರ ಬಂದು ಬಿಟ್ಟಿದ್ದ! ಆಗ ಹುಡುಗನು ಮುಳ್ಳಿನ ಮಡಕೆಯನ್ನು ಅವನತ್ತ ಎಸೆದ! ಕೂಡಲೇ ಅಲ್ಲೊಂದು ಮುಳ್ಳಿನ ಕಾಡು ಹುಟ್ಟಿತು! ಅದನ್ನು ದಾಟಿ ಬರುವಷ್ಟರಲ್ಲಿ ಡೋಲಿನವನಿಗೆ ಸಾಕಾಗಿ ಹೋಯಿತು! ಆಗ ಹುಡುಗನು ಸ್ವಲ್ಪ ನಿಧಾನವಾಗಿ ಹೋಗತೊಡಗಿದ. ಆದರೆ ಪುನಃ ಡೋಲಿನವನು ಅವನ ಹಿಂದೆ ಬಂದು, "ಓ ತಮ್ಮಾ! ಕಾಯಿ ನನಗಾಗಿ! ಕಾಯಿ ನನಗಾಗಿ!" ಎಂದು ಕೂಗಿದ. ಆಗ ಹುಡುಗನು ಬೆಂಕಿಯ ಮಡಕೆಯನ್ನು ಅವನತ್ತ ಎಸೆದ! ಕೂಡಲೇ ಅವನಿಗೂ ಡೋಲಿನವನಿಗೂ ನಡುವೆ ಹೊಗೆಸಹಿತವಾಗಿ ದೊಡ್ಡ ಬೆಂಕಿ ಎದ್ದಿತು! ಅದನ್ನು ಹೇಗೋ ಕಷ್ಟಪಟ್ಟು ದಾಟಿ ಡೋಲಿನವನು ಮತ್ತೆ ಹುಡುಗನ ಹಿಂದೆ ಬರಲು, ಹುಡುಗನು ನೀರಿನ ಮಡಕೆಯನ್ನು ಅವನತ್ತ ಎಸೆದನು! ಆಗ ಅವನಿಗೂ ಡೋಲಿನವನಿಗೂ ನಡುವೆ ಒಂದು ದೊಡ್ಡ ಕೆರೆ ಹುಟ್ಟಿತು! ಅದನ್ನು ದಾಟಲಾಗದೇ ಡೋಲಿನವನು ಕೂಗಿದನು, "ಓ ತಮ್ಮ! ಓ ತಮ್ಮ! ಹೇಗೆ ದಾಟಲೋ ಕೆರೆಯನ್ನ?"

ಅದಕ್ಕೆ ಹುಡುಗನು, "ಒಂದು ಕಲ್ಲನ್ನು ತೆಗೆದುಕೊಂಡು ನಿನ್ನ ಕುತ್ತಿಗೆಗೆ ಕಟ್ಟಿಕೋ! ಅನಂತರ, ಅತ್ಯಂತ ಎತ್ತರವಾದ ತೆಂಗಿನಮರವನ್ನು ಹತ್ತಿ ನೀರಿಗೆ ನೆಗೆ!" ಎಂದು ಕೂಗಿದನು. ಆ ದಡ್ಡ ಡೋಲಿನವನು ಹಾಗೆಯೇ ಮಾಡಿ ನೀರಿನಲ್ಲಿ ಮುಳುಗಿ ಸತ್ತನು!

ರಾಜಕುಮಾರನು ತನ್ನ ಅಕ್ಕಳೊಂದಿಗೆ ಅರಮನೆ ತಲುಪಿದನು. ಅವರನ್ನು ನೋಡಿ ರಾಜ, ರಾಣಿಯರಿಗೆ ಅತ್ಯಾನಂದವಾಯಿತು!

ಕೊಂಕಣಿ (ಗೋವಾ) ಜಾನಪದ ಕಥೆ

ಮಾಯದುಂಗುರ

ಒಂದು ಹಳ್ಳಿಯಲ್ಲಿ ಒಬ್ಬ ಮುದಿ ವಿಧವೆ ಒಂದು ಪುಟ್ಟ ಗುಡಿಸಲಿನಲ್ಲಿ ವಾಸಿಸುತ್ತಿದ್ದಳು. ಅವಳಿಗೆ ಒಬ್ಬನೇ ಒಬ್ಬ ಮಗನಿದ್ದನು. ಅವಳು ಅವನನ್ನು ಬಹಳ ಪ್ರೀತಿಯಿಂದ ಬೆಳೆಸಿದ್ದಳು. ಆದರೆ ಅವನು ಯಾವುದಕ್ಕೂ ಪ್ರಯೋಜನವಿಲ್ಲದ ದಡ್ಡನಾಗಿದ್ದನು!

ಒಂದು ದಿನ, ಮುದುಕಿಯು ಒಂದಿಷ್ಟು ಭತ್ತವನ್ನು ಕುಟ್ಟಿ, ಅಕ್ಕಿ ತೆಗೆದು ಮೂಟೆಯಲ್ಲಿ ತುಂಬಿ, ಪೇಟೆಯಲ್ಲಿ ಮಾರಿಕೊಂಡು ಬರಲು ಮಗನಿಗೆ ಕೊಟ್ಟಳು. ಅದರಂತೆ ಅವನು ಅಕ್ಕಿಯ ಮೂಟೆ ಹೊತ್ತುಕೊಂಡು ಪೇಟೆಗೆ ಹೋದನು. ದಾರಿಯಲ್ಲಿ ಹೋಗುತ್ತಿರುವಾಗ ಒಬ್ಬ ಜಾದೂಗಾರ ಸಿಕ್ಕಿದನು. ಅವನ ಬಳಿ ಒಂದು ಕುಣಿಯುವ ನಾಯಿಯಿತ್ತು! ಅದನ್ನು ನೋಡಿ ಚಕಿತಗೊಂಡ ಹುಡುಗನು ಸ್ವಲ್ಪ ಹೊತ್ತು ಆ ನಾಯಿಯ ಆಟಗಳನ್ನು ನೋಡುತ್ತಾ ನಿಂತನು. ಆಟ ಮುಗಿದ ಬಳಿಕ, ಜಾದೂಗಾರನು ಪ್ರೇಕ್ಷಕರಿಮದ ಹಣ ಪಡೆಯುತ್ತಾ ಹುಡುಗನ ಬಳಿ ಬಂದಾಗ, ಹುಡುಗನು ಆ ನಾಯಿಯನ್ನು ತನಗೆ ಕೊಟ್ಟರೆ ತಾನು ಅವನಿಗೆ ಅಕ್ಕಿಯ ಮೂಟೆಯನ್ನು ಕೊಡುವೆನೆಂದನು. ಜಾದೂಗಾರನು ಒಪ್ಪಿ ಅವನಿಗೆ ನಾಯಿಯನ್ನು ಕೊಟ್ಟು ಅಕ್ಕಿಯ ಮೂಟೆಯನ್ನು ತೆಗೆದುಕೊಂಡು ಹೋದನು.

ಹುಡುಗನು ನಾಯಿಯೊಂದಿಗೆ ಮನೆಗೆ ಬಂದಾಗ, ಅವನು ಒಂದು ನಾಯಿಗಾಗಿ ಅಕ್ಕಿಯ ಮೂಟೆಯನ್ನು ಕೊಟ್ಟನೆಂದು ಗೊತ್ತಾಗಿ ಅವನ ತಾಯಿಗೆ ವಿಪರೀತ ಕೋಪ ಬಂದಿತ್ತು! ಅವನನ್ನು ಚೆನ್ನಾಗಿ ಬೈದು ಹೊಡದಳು! ಅಂದು ಅವನಿಗೆ ಊಟವನ್ನೂ ಹಾಕಲಿಲ್ಲ!

ಮರುದಿನ ತಾಯಿಯು ಹುಡುಗನಿಗೆ ಇನ್ನೊಂದು ಮೂಟೆ ಅಕ್ಕಿಯನ್ನು ಕೊಡುತ್ತಾ, "ಇಂದು ಪೇಟೆಯಲ್ಲಿ ಇದನ್ನು ಒಳ್ಳೆಯ ಹಣಕ್ಕೆ ಮಾರಿ ಬಾ! ನಾಯಿ, ಬೆಕ್ಕುಗಳನ್ನು ತರಬೇಡ!" ಎಂದು ಎಚ್ಚರಿಸಿದನು. ಅಂತೆಯೇ ಅವನು ಅಕ್ಕಿಯ ಮೂಟೆಯೊಂದಿಗೆ

ಪೇಟೆಗೆ ಹೋದ. ದಾರಿಯಲ್ಲಿ ಪುನಃ ಅವನಿಗೆ ಅದೇ ಜಾದೂಗಾರ ಸಿಕ್ಕಿದ. ಈ ಬಾರಿ ಅವನು ಒಂದು ಪಳಗಿದ ಬೆಕ್ಕನ್ನಿಟ್ಟುಕೊಂಡಿದ್ದ. ಆ ಬೇಕು ಹಲವಾರು ಚಮತ್ಕಾರಗಳನ್ನು ತೋರಿಸಿತು! ಅದನ್ನು ನೋಡಿ ಹುಡುಗನಿಗೆ ಬೆಕಕು ಬಹಳ ಇಷ್ಟವಾಯಿತು! ಅವನಿಗೆ ತನ್ನ ತಾಯಿಯು ಹೇಳಿದ್ದ ಮಾತುಗಳೆಲ್ಲವೂ ಮರೆತುಹೋದವು! ಆ ಜಾದೂಗಾರನಿಗೆ ಅಕ್ಕಿಯ ಮೂಟೆ ಕೊಟ್ಟು ಅವನಿಂದ ಬೆಕ್ಕನ್ನು ಪಡೆದುಕೊಂಡು ಮನೆಗೆ ಹೊರಟನು. ದಾರಿಯಲ್ಲಿ ಹೋಗುತ್ತಿರುವಾಗ, ಎರಡು ನಾಗರಹಾವುಗಳು ಪರಸ್ಪರ ಕಚ್ಚಾಡುತ್ತಿರುವುದನ್ನು ಅವನು ಕಂಡನು. ಸ್ವಲ್ಪ ಹೊತ್ತು ಹಾಗೆಯೇ ನೋಡುತ್ತಾ, ಅವು ಕಚ್ಚಾಡುತ್ತಿರುವುದನ್ನು ಅವನು ಕಂಡನು, ಸ್ವಲ್ಪ ಹೊತ್ತು ಹಾಗೆಯೇ ನೋಡುತ್ತಾ, ಅವು ಕಚ್ಚಾಡುವುದನ್ನು ನಿಲ್ಲಿಸದಿದ್ದಾಗ, ಅದನ್ನು ನಿಲ್ಲಿಸಲು ಅವನು ಬೆಕ್ಕನ್ನು ಕಳಿಸಿದನು. ಬೆಕ್ಕು, ತನ್ನ ಮೈಬಗ್ಗಿಸಿ ಗುರುಗುಟ್ಟಲು ಅವು ಹೆದರಿ ಕಚ್ಚಾಟವನ್ನು ನಿಲ್ಲಿಸಿದವು. ಅವುಗಳಲ್ಲೊಂದು, ಹತ್ತಿರದ ಬಿಲದೊಳಕ್ಕೆ ಹೊರಟು ಹೋಯಿತು. ಬಹಳ ಗಾಯಗೊಂಡು ನೋವಿನಿಂದ ನರಳುತ್ತಿದ್ದ ಇನ್ನೊಂದು, ಹುಡುಗನ ಕಡೆ ನೋಡಿ, "ನನ್ನ ಪ್ರಾಣವುಳಿಸಿದ ನಿನಗೆ ಬಹಳ ಧನ್ಯವಾದಗಳು! ನನ್ನ ತಂದೆಯಾದ ನಾಗರಾಜ ಇದಕ್ಕಾಗಿ ನಿನಗೆ ಬಹುಮಾನ ಕೊಡುತ್ತಾನೆ!" ಎಂದಿತು.

ಹುಡುಗನು ಒಪ್ಪಿ ತನ್ನ ಬೆಕ್ಕನ್ನೆತ್ತಿಕೊಂಡು ಹಾವನ್ನು ಹಿಂಬಾಲಿಸಿದನು. ಅದು, ತನ್ನ ತಂದೆ ನಾಗರಾಜನಿದ್ದಲ್ಲಿಗೆ ಅವನನ್ನು ಕರೆದೊಯ್ದು ನಾಗರಾಜನಿಗೆ ಅವನು ಹೇಗೆ ತನ್ನ ಪ್ರಾಣವುಳಿಸಿದನೆಂದು ಹೇಳಿತು. ಆಗ ನಾಗರಾಜನು ಸಂತೋಷಗೊಂಡು, "ನನ್ನ ಮಗನನ್ನು ಕಾಪಾಡಿದ್ದಕ್ಕೆ ತುಂಬಾ ಧನ್ಯವಾದಗಳು. ಇದಕ್ಕಾಗಿ ನಿನಗೊಂದು ಉಂಗುವನ್ನು ಬಹುಮಾನವಾಗಿ ಕೊಡುತ್ತೇನೆ. ಇದನ್ನು ನಿನ್ನ ಬೆರಳಿಗೆ ಧರಿಸಿಕೊಂಡು ಏನನ್ನು ಕೇಳಿದರೂ ನಿನಗೆ ದೊರೆಯುತ್ತದೆ. ಇದನ್ನಿಟ್ಟುಕೊಂಡು ಸುಖವಾಗಿರು!" ಎಂದು ಹುಡುಗನಿಗೆ ಒಂದು ಉಂಗುರವನ್ನು ಕೊಟ್ಟನು. ಹುಡುಗನು ಬಹಳ ಸಂತೋಷಗೊಂಡು ಆ ಉಂಗುರವನ್ನು ತೆಗೆದುಕೊಂಡು ತನ್ನ ಬೆಕ್ಕಿನೊಂದಿಗೆ ಮನೆಗೆ ಹೊರಟನು.

ಹುಡುಗನು ಮನೆಗೆ ಬರಲು, ಏಕಿಷ್ಟು ತಡವಾಯಿತೆಂದು ಅವನ ತಾಯಿ ಬಯ್ಯತೊಡಗಿದಳು. ಅವನು ಹಣವನ್ನು ತರದೇ ಕೇವಲ ಬೆಕ್ಕೊಂದನ್ನು ತಂದಿದ್ದಾನೆಂದು ಗೊತ್ತಾಗಲು ಅವಳು ಇನ್ನಷ್ಟು ಕೋಪಗೊಂಡು ಅವನನ್ನು ಹೊಡೆಯಲು ಪೊರಕೆಯನ್ನೇ

ತಂದಳು. ಆಗ ಅವನು ಉಂಗುರವನ್ನು ತೋರಿಸುತ್ತಾ, "ಅಮ್ಮಾ! ಇದು ಮಾಯದುಂಗುರ! ಏನನ್ನು ಕೇಳಿದರೂ ಕೊಡುತ್ತದೆ! ಹೇಳಮ್ಮಾ! ನಿನಗೇನು ಬೇಕು!" ಎಂದನು.

"ಹೌದೇ?" ಅವನ ತಾಯಿ ಹೇಳಿದಳು, "ಹಾಗಾದರೆ ಮೇಜು, ಕುರ್ಚಿಗಳೂ, ಪಾತ್ರೆಪರಟೆಗಳೂ ಇರುವ ದೊಡ್ಡ ಮನೆ ಬೇಕು!"

ಹುಡುಗನು ಅಂಥ ಮನೆ ಬೇಕೆಂದು ಯೋಚಿಸಲು, ಕೂಡಲೇ ಅವರಿದ್ದ ಗುಡಿಸಲು ಮಾಯವಾಗಿ ಸೊಗಸಾದ ಒಂದು ದೊಡ್ಡ ಮನೆ ಬಂದಿತು! ಅದರಲ್ಲಿ ಅನೇಕ ಕೋಣೆಗಳಿದ್ದು ಅವುಗಳಲ್ಲಿ ಸುಂದರವಾದ ಮೇಜು, ಕುರ್ಚಿಗಳಿದ್ದವು! ಅಡುಗೆಮನೆಯಲ್ಲಿ ಸಾಕಷ್ಟು ಪಾತ್ರೆ, ಪರಟೆಗಳೂ ಇದವು! ಆ ಮನೆಯಲ್ಲಿ ಅನೇಕ ದಾಸ, ದಾಸಿಯರೂ ಇದ್ದರು. ಈಗ ಹುಡುಗನೂ ಅವನ ತಾಯಿಯೂ ಆ ಹಳ್ಳಿಯ ದೊಡ್ಡ ಜಮೀನುದಾರನಿಗಿಂತಲೂ ಸುಖವಾಗಿರಬಹುದಿತ್ತು!

ಅವರು ಹೀಗೆ ದಿಢೀರನೆ ಶ್ರೀಮಂತರಾದ ವಿಚಾರ ಎಲ್ಲೆಲ್ಲೂ ಹರಡಿತು! ಹಾಗಾಗಿ ಎಷ್ಟೋ ತಂದೆಯರು ತಮ್ಮ ಹೆಣ್ಣುಮಕ್ಕಳನ್ನು ಆ ಹುಡುಗನಿಗೆ ಕೊಟ್ಟು ಮದುವೆ ಮಾಡಬೇಕೆಂದು ಮುಂದೆ ಬಂದರು. ಒಂದು ದಿನ, ಒಬ್ಬ ಶ್ರೀಮಂತ ವ್ಯಕ್ತಿ ಹುಡುಗನ ತಾಯಿಗೆ ಹೇಳಿಕಳಿಸಿ ತನ್ನ ಮಗಳನ್ನು ಕೊಡುವೆನೆಂದನು. ಅವನಿಗೆ ಅವಳೊಬ್ಬಳೇ ಮಗಳಾದುದ್ದರಿಂದ ಅವನ ಅಷ್ಟೂ ಆಸ್ತಿ ಅವನ ನಂತರ ಅವಳಿಗೇ ಹೋಗುತ್ತಿತ್ತು! ಇದರಿಂದ ತಾಯಿಯು ಆಕರ್ಷಿತಳಾದಳು! ಹಾಗಾಗಿ ಅವಳು ಕೂಡಲೇ ಒಪ್ಪಿಬಿಟ್ಟಳು! ಆದರೆ ಅವಳಿಗೆ ಗೊತ್ತಿಲ್ಲದ ವಿಷಯವೊಂದಿತ್ತು. ಆ ಹುಡುಗಿಗೆ ಅನೇಕ ಪ್ರಿಯಕರರಿದ್ದರು. ಆದ್ದರಿಂದ ಅವಳ ತಂದೆ ಅವಳಿಗೆ ಬೇಗನೆ ಮದುವೆ ಮಾಡಬೇಕೆಂದು ಹೊರಟಿದ್ದನು. ಈ ಹುಡುಗ ಒಬ್ಬ ದಡ್ಡನೆಂದು ಅವನು ಕೇಳಿದ್ದನು. ಆದರೆ ಅವನೀಗ ಶ್ರೀಮಂತನಾಗಿದ್ದುದ್ದರಿಂದ ಅದನ್ನು ಲೆಕ್ಕಿಸಲಿಲ್ಲ. ಹೀಗೆ ಅವರಿಬ್ಬರಿಗೂ ಮದುವೆ ಮಾಡಲಾಯಿತು.

ಹುಡುಗನು ಸುಮ್ಮನೆ ಸೋಮಾರಿಯಾಗಿ ತನ್ನ ಸ್ನೇಹಿತರೊಂದಿಗೆ ಕಾಲಕಳೆಯುತ್ತಿದ್ದನು. ಅವನ ಹೆಂಡತಿ ಈಗಲೂ ತನ್ನ ಹಳೆಯ ಪ್ರಿಯಕರರನ್ನು ಬಿಡಲಾಗದೇ ಅವರೊಂದಿಗೆ ಸುತ್ತಾಡುತ್ತಿದ್ದಳು. ಅಷ್ಟೇ ಅಲ್ಲದೆ ಅವರು ಮನೆಗೂ ಆಗಾಗ್ಗೆ

ಬರುತ್ತಿದ್ದರು! ಅವರಲ್ಲಿ ಒಬ್ಬನು ಅವಳಿಗೆ ಅತ್ಯಂತ ಪ್ರಿಯನಾಗಿದ್ದನು. ಅವನೊಂದಿಗೆ ಅವಳು ಹೆಚ್ಚಾಗಿ ಓಡಾಡುತ್ತಿರಲು, ಅದು ಹಳ್ಳಿಯಲ್ಲೆಲ್ಲಾ ಸುದ್ದಿಯಾಯಿತು! ಇದರಿಂದ ಅವಮಾನವಾಗಿ ತಾಯಿಯು ಕೊರಗಿ ಕೊರಗಿ ಹಾಸಿಗೆ ಹಿಡಿದು ಕೊನಗೆ ಸತ್ತು ಹೋದಳು!

ಈಗ ಅತ್ತೆಯು ಇಲ್ಲದಿರಲಾಗಿ, ಹುಡುಗಿಯ ಆಟಗಳಿಗೆ ಕಡಿವಾಣವಿಲ್ಲದಂತಾಯಿತು! ತನ್ನ ಗಂಡನು ದಡ್ಡನೆಂದು ಅವಳು ಯಾವುದೇ ಭಯ, ಯೋಚನೆಗಳಿಲ್ಲದೇ ತನ್ನ ಪ್ರಿಯಕರನೊಂದಿಗೆ ಬಹಿರಂಗವಾಗಿಯೇ ಓಡಾಡತೊಡಗಿದಳು! ಆದರೆ ತನ್ನ ಗಂಡನ ಬೆರಳಿನಲ್ಲಿರುವ ಮಾಯದುಂಗುರದ ಬಗ್ಗೆ ಕೇಳಿದ್ದ ಅವಳು ಆಗಾಗ ಅದನ್ನು ಅವನ ಬಳಿ ಬೇಡುತ್ತಿದ್ದಳು. ಕೇವಲ ಒಮ್ಮೆ ಅದನ್ನು ಧರಿಸಿ ನೋಡುತ್ತೇನೆಂದು ಕೇಳಿಕೊಳ್ಳುತ್ತಿದ್ದಳು. ಆದರೆ ಅವನು ಮಾತ್ರ ಎಂದೂ ಅದನ್ನು ತನ್ನ ಬೆರಳಿನಿಂದ ತೆಗೆಯುತ್ತಿರಲಿಲ್ಲ! ಹೀಗಿರಲು, ಒಂದು ದಿನ ಅವನು ತನ್ನ ಸ್ನೇಹಿತರೊಂದಿಗೆ ಬೇಟೆಗೆ ಹೋಗುವಾಗ, ಹೇಗೋ ಮರೆತು ಅದನ್ನು ಧರಿಸದೇ ತೆಗೆದಿಟ್ಟು ಹೊರಟುಹೋದನು. ಆಗ ಅದನ್ನು ನೋಡಿದ ಅವನ ಹೆಂಡತಿಗೆ ವಿಪರೀತ ಆನಂದವಾಯಿತು! ಕೂಡಲೇ ಅವಳು ಅದನ್ನು ತನ್ನ ಬೆರಳಿಗೆ ಧರಿಸಿ, "ಇಡೀ ಮನೆ ಅದರಲ್ಲಿರುವ ವಸ್ತುಗಳೊಂದಿಗೆ ನದೀ ತೀರಕ್ಕೆ ಬರಲಿ!" ಎಂದು ಯೋಚಿಸಿದಳು! ಅದರಂತೆ ಆ ಮನೆ ನದೀತೀರಕ್ಕೆ ಹೋಯಿತು! ಅಲ್ಲಿ ಅವಳು ತನ್ನ ಪ್ರಿಯಕರನೊಂದಿಗೆ ಸುಖವಾಗಿರತೊಡಗಿದಳು.

ಇತ್ತ, ಹುಡುಗ ಬೇಟೆಯಿಂದ ಹಿಂದಿರುಗಿ ನೋಡಲು, ತನ್ನ ಭವ್ಯ ಮನೆಯಿದ್ದ ಜಾಗದಲ್ಲಿ, ತನ್ನ ಹಳೆಯ ಗುಡಿಸಲಿತ್ತು! ಆಗ ಅವನಿಗೆ ತಾನು ಮಾಯದುಂಗುವನ್ನು ಮರೆತು ಹೋದುದು ನೆನಪಾಯಿತು! ಅದನ್ನು ಬಳಸಿ ತನ್ನ ಹೆಂಡಿತಯೇ ಈ ಕೆಲಸ ಮಾಡಿದ್ದಳೆಂದು ಅವನಿಗೆ ತಿಳಿಯಿತು! ಅವನಿಗೆ ಬಹಳ ಬೇಸರವಾಯಿತು. ಈಗ ಅವನ ಬಳಿ ಹಣವಿಲ್ಲದಿರಲು, ಅವನ ಸ್ನೇಹಿತರು ಅವನನ್ನು ಬಿಟ್ಟು ಹೋದರು. ಹಾಗಾಗಿ, ಈಗ ಅವನ ಬಳಿ ಅವನ ನಾಯಿ, ಬೆಕ್ಕುಗಳನ್ನು ಬಿಟ್ಟರೆ ಬೇರಾರು ಇರಲಿಲ್ಲ! ಅವುಗಳಿಗೆ ತಮ್ಮ ಒಡೆಯನು ಹಾಗೆ ಬೇಸರದಿಂದಿರುವುದನ್ನು ನೋಡಲಾಗಲಿಲ್ಲ! ಅವು ಮಾಯವಾದ ಮನೆಯನ್ನು ಹುಡುಕಿ ಮಾಯದುಂಗುರವನ್ನು ತರಲು ನಿರ್ಧರಿಸಿದವು. ಹಾಗಾಗಿ ಒಂದು ದಿನ ಬೆಳಗ್ಗೆ ಬೇಗನೆ ಎದ್ದು ಹೊರಟವು. ಸಾಕಷ್ಟು ದೂರ ಹೋದ ಬಳಿಕ, ಅವು ಒಂದು

ನದೀ ತೀರದ ಬಳಿ ಬಂದವು. ಆ ನದಿಯ ಆಚೆ ದಡದಲ್ಲಿ ಒಂದು ದೊಡ್ಡ ಮನೆ ಕಂಡಿತು! ಆ ಮನೆ, ಸೊಗಸಾದ ದೀಪಗಳಿಂದ ಬೆಳಗುತ್ತಿತ್ತು. ಅದರಿಂದ ಸಂಗೀತ ಮತ್ತು ಕಿಲ ಕಿಲ ನಗುವಿನ ಶಬ್ದಗಳು ಕೇಳಿಬರುತ್ತಿದ್ದವು! ತಾವು ಆ ಮನೆಯಲ್ಲೇ ಇಷ್ಟು ದಿನಗಳು ಇದ್ದದ್ದೆಂದು ನಾಯಿ, ಬೆಕ್ಕುಗಳಿಗೆ ಗೊತ್ತಾಯಿತು.

ನಾಯಿ, ಬೆಕ್ಕುಗಳೆರಡೂ ನದಿಯನ್ನು ದಾಟತೊಡಗಿದವು. ಬೆಕ್ಕು ನಾಯಿಯ ಬೆನ್ನ ಮೇಲೆ ಕುಳಿತುಕೊಳ್ಳಲು ನಾಯಿ ನದಿಯಲ್ಲಿ ಈಜುತ್ತಾ ಹೋಯಿತು. ಹೀಗೆ ನದಿಯನ್ನು ದಾಟಿ ಆಚೆ ದಡವನ್ನು ಸೇರಲು, ಎರಡೂ ಆ ಮನೆಯ ಬಳಿ ಬಂದವು. ಆ ಮನೆಯಿಂದ ಹುಡುಗನ ಹೆಂಡತಿಯ ನಗುವಿನ ಶಬ್ದ ಕೇಳಿಬರುತ್ತಿತ್ತು.! ಅವಳು ತನ್ನ ಪ್ರಿಯಕರ ಮತ್ತು ಇತರ ಸ್ನೇಹಿತೊಂದಿಗೆ ನಗುತ್ತಿದ್ದಳು. ಆಗ ಬೆಕ್ಕು ನಾಯಿಗೆ, "ನೀನು ಇಲ್ಲೇ ಇರು! ನಾನು ಒಳಗೆ ಹೊಗಿ ಏನು ಮಾಡಬಹುದೆಂದು ನೋಡಿ ಬರುತ್ತೇನೆ!" ಎಂದು ಹೇಳಿ ಒಳಗೆ ಹೋಯಿತು. ಒಳಗೆಲ್ಲಾ ಮೆಲ್ಲನೆ ಓಡಾಡುತ್ತಾ ಅದು ಅಡುಗೆಮನೆಗೆ ಹೋಯಿತು. ಅಲ್ಲಿ ಇಲಿಯೊಂದರ ಮದುವೆಯ ಕಾರಣ, ಎಲ್ಲ ಇಲಿಗಳೂ ಸಂಭ್ರಮಪಡುತ್ತಿದ್ದವು. ಬೆಕ್ಕು ಒಂದು ಕಡೆ ಅಡಗಿಕೊಂಡು ಸ್ವಲ್ಪ ಹೊತ್ತು ನೋಡುತ್ತಾ ನಿಂತಿತು. ಇದ್ದಕ್ಕಿದ್ದಂತೆ, ಗಂಡಿಲಿಯ ಕಡೆಯ ಇಲಿಗಳಿಗೂ, ಹೆಣ್ಣಿಲಿಯ ಕಡೆಯ ಇಲಿಗಳಿಗೂ ಏನೋ ಜಗಳ ಆರಂಭವಾಯಿತು! ಇದನ್ನು ನೋಡುತ್ತಿದ್ದ ಬೆಕ್ಕು ಥಟ್ಟನೆ ಗಂಡಲಿಯನ್ನು ಗಟ್ಟಿಯಾಗಿ ಹಿಡಿದುಬಿಟ್ಟಿತು! ಆಗ ಎರಡೂ ಗುಂಪುಗಳೂ ಜಗಳ ನಿಲ್ಲಿಸಿ ಭಯಗೊಂಡು ನೋಡುತ್ತಾ ನಿಂತವು! ಸ್ವಲ್ಪ ಹೊತ್ತಿನ ಬಳಿಕ, ಗಂಡಿಲಿಯ ಕಡೆಯ ಇಲಿಗಳು, ತಮ್ಮ ಮದುಮಗನನ್ನು ಬಿಟ್ಟುಬಿಡುವಂತೆ ಬೇಡಿಕೊಂಡವು. ಕೊನೆಗೆ ಅವುಗಳ ಕಡೆಯ ಒಂದು ಪ್ರತಿನಿಧಿ, "ನಮ್ಮ ಮದುಮಗನನ್ನು ಬಿಡುವುದಾದರೆ ನಿನಗೇನು ಬೇಕಾದರೂ ಮಾಡಿಕೊಡುತ್ತೇವೆ!" ಎಂದಿತು.

ಆಗ ಬೆಕ್ಕು, ಹೇಳಿತು, "ನಾನು ಹೇಳುವ ಕೆಲಸವನ್ನು ಮಾಡುವುದಾದರೆ ನಿಮ್ಮ ಮದುಮಗನನ್ನು ಬಿಡುತ್ತೇನೆ! ಈ ಮನೆಯ ಒಡತಿಯ ಬೆರಳಿನಲ್ಲಿ ಒಂದು ಉಂಗುರವಿದೆ! ಆ ಉಂಗುರವನ್ನು ನೀವು ತಂದುಕೊಡಬೇಕು!

ಇಲಿಗಳು ಅದಕ್ಕೊಪ್ಪಿ ಉಂಗುರವನ್ನು ತರಲು ಉಪಾಯ ಮಾಡತೊಡಗಿದವು. ಅವು ಒಡತಿಯ ಊಟ ಆಗುವವರೆಗೂ ಕಾಯಬೇಕಿತ್ತು. ಊಟವಾದ ಬಳಿಕ ಅವಳು ಮಲಗಿ

ನಿದ್ರಿಸಲು ಧೈರ್ಯವಂತ ಇಲಿಯೊಂದು ಮೆಲ್ಲನೆ ಅವಳ ಬಳಿ ಹೋಗಿ, ಉಂಗುರ ಧರಿಸಿದ್ದ ಅವಳ ಬೆರಳನ್ನು ಕಚ್ಚಿಬಿಟ್ಟಿತು. ಆಗ ಬೆಕ್ಕು ಮದುಮಗ ಇಲಿಯನ್ನು ಬಿಟ್ಟು ಅವಳ ಬಳಿ ಹೋಗಿ ಕಚ್ಚಲ್ಪಟ್ಟಿದ್ದ ಬೆರಳಿನಿಂದ ಸಡಿಲವಾಗಿದ್ದ ಉಂಗುರವನ್ನು ತೆಗೆದುಕೊಂಡು ಕೂಡಲೇ ಹೊರಗೋಡಿತು. ಬಾಯಲ್ಲಿ ಉಂಗುರವನ್ನಿಟ್ಟುಕೊಂಡು ನಾಯಿಯೊಂದಿಗೆ ನದಿಯನ್ನು ದಾಟಲು ಹೊರಟಿತು.

ನಾಯಿ, ಬೆಕ್ಕುಗಳೆರಡೂ ಮೊದಲಿನಂತೆಯೇ ನದಿಯನ್ನು ದಾಟತೊಡಗಿದವು. ಆಗ ದಾರಿಯಲ್ಲಿ ನಾಯಿಯು ಬೆಕ್ಕನ್ನು, "ಉಂಗುರವನ್ನು ಹೇಗೆ ತಂದೆ?" ಎಂದು ಕೇಳಿತು. ಅದನ್ನು ಕೇಳಿ ಬೆಕ್ಕು ಸಂಭ್ರಮದಲ್ಲಿ ತನ್ನ ಬಾಯಲ್ಲಿ ಉಂಗುರವಿದೆಯೆನ್ನುವುದನ್ನೇ ಮರೆತು, ಹೇಳಲು ತನ್ನ ಬಾಯಿ ತೆರೆಯಿತು! ಆಗ ಉಂಗುರವು ನದಿಯಲ್ಲಿ ಬಿದ್ದುಹೋಯಿತು. ಇದನ್ನು ಬೆಕ್ಕು ನಾಯಿಗೆ ಹೇಳಲು, ಅದಕ್ಕೆ ತನ್ನ ತಪ್ಪಿನರಿವಾಯಿತು. ಏನು ಮಾಡುವುದೆಂದು ತೋಚದೇ ಎರಡೂ ದಡ ಸೇರಿ ಅಳತೊಡಗಿದವು.

ನಾಯಿ, ಬೆಕ್ಕುಗಳು ಅಳುತ್ತಿದ್ದುದ್ದನ್ನು ನೋಡಿ ಒಂದು ಏಡಿಯು ಅವುಗಳ ಬಳಿಗೆ ಬಂದು ಏಕೆ ಹೀಗೆ ಅಳುತ್ತಿದ್ದವೆಂದು ಕೇಳಿತು. ಆಗ ಎರಡೂ ತಮ್ಮ ಕಥೆ ಹೇಳಿ ಇನ್ನೂ ಅಳುತ್ತಾ, "ಇನ್ನು ನಾವು ನಮ್ಮ ಒಡೆಯನ ಬಳಿಗೆ ಹೇಗೆ ಹೋಗುವುದು? ನಾವು ನಮ್ಮ ಕುತ್ತಿಗೆಗೆ ಕಲ್ಲು ಕಟ್ಟಿಕೊಂಡು ನೀರಿನಲ್ಲಿ ಮುಳುಗುವುದೇ ಸರಿ!" ಎಂದವು. ಅದನ್ನು ಕೇಳಿ ಏಡಿಗೆ ಅವುಗಳ ಮೇಲೆ ಕುರುಣೆಯುಂಟಾಗಿ, ಅದು ತಾನು ಉಂಗುರವನ್ನು ಹುಡುಕಿ ತರುತ್ತೇನೆಂದಿತು. ಅಂತೆಯೇ ಅದು ನದಿಯೊಳಗೆ ಮುಳುಗಿ ತಳದವರೆಗೂ ಹೋಗಿ ಹುಡುಕಾಡಿ ಕೊನಗೆ ಉಂಗುರವನ್ನು ಪತ್ತೆ ಮಾಡಿ ತಂದಿತು! ಅದನ್ನು ನೋಡಿ ನಾಯಿ, ಬೆಕ್ಕುಗಳಿಗೆ ಹೇಳತೀರದ ಆನಂದವಾಯಿತು. ಏಡಿಯು ಅವುಗಳಿಗೆ ಉಂಗುರವನ್ನು ಕೊಡಲು, ಅವು ಏಡಿಗೆ ಧನ್ಯವಾದ ಹೇಳುತ್ತಾ, "ನಿನ್ನ ಬಗ್ಗೆ ನಮ್ಮ ಒಡೆಯನಿಗೆ ಹೇಳುತ್ತೇವೆ! ಅವನು ನಿನಗೆ ಬಹುಮಾನ ಕೊಡುತ್ತಾನೆ! ನಮ್ಮ ಜೊತೆ ಬಾ! ನಮ್ಮೊಂದಿಗೆ ನೀನೂ ನಮ್ಮ ಒಡೆಯನ ಮನೆಯಲ್ಲಿರಬಹುದು!" ಎಂದವು. ಆದರೆ ಏಡಿಯು ಅದಕ್ಕೊಪ್ಪದೇ ತನಗೆ ನದಿಯೇ ಸಹಜವಾದ ಮನೆಯೆಂದಿತು. ಸರಿಯೆಂದು ನಾಯಿ, ಬೆಕ್ಕುಗಳು ಏಡಿಯನ್ನು ಬೀಳ್ಕೊಂಡು ಹೊರಟವು.

ನಾಯಿ, ಬೆಕ್ಕುಗಳು ಹಿಂದಿರುಗಲು ಹುಡುಗನಿಗೆ ಬಹಳ ಆನಂದವಾಯಿತು! ತಾನು ಬಡವನಾದುದ್ದರಿಂದ ಅವು ಹೊರಟುಹೋಗಿದ್ದವೆಂದು ಭಾವಿಸಿದ್ದನು. ಬೆಕ್ಕು ಅವನಿಗೆ ಉಂಗುರವನ್ನು ಕೊಡಲು ಅವನಿಗೆ ತನ್ನ ಕಣ್ಣುಗಳನ್ನೇ ನಂಬಲಾಗಲಿಲ್ಲ! ಅವೆರಡೂ ತನಗಾಗಿ ಕಷ್ಟಪಟ್ಟು ಉಂಗುರ ತರಲು ಹೋಗಿದ್ದವೆಂದು ಅರ್ಥವಾಗಿ ಅವನು ಬಹಳ ಸಂತೋಷದಿಂದ ಅವನ್ನು ಹೊಗಳಿ ಅಭಿನಂದಿಸಿದನು. ಅನಂತರ ಅವನು ಆ ಉಂಗುರವನ್ನು ತನ್ನ ಬೆರಳಿನಲ್ಲಿ ಧರಿಸಿ, ಮೊದಲಿದ್ದ ಮನೆಗಿಂತ ಭವ್ಯವಾದ ದೊಡ್ಡ ಮನೆ ಬೇಕೆಂದು ಬಯಸಿದನು. ಅಂಥ ಮನೆ ಬರಲು, ಅವನು ಅದರಲ್ಲಿ ತನ್ನ ನಾಯಿ, ಬೆಕ್ಕುಗಳೊಂದಿಗೆ ಸುಖವಾಗಿ ಬಾಳಿದನು. ಬಡವರಿಗೆ ಸಹಾಯ ಮಾಡುತ್ತಾ ತನ್ನ ಜೀವನ ಕಳೆದನು. ಅವನ ಹೆಂಡತಿಗೆ ಪುನಃ ಬಂದು ಅವನಿಗೆ ಮುಖ ತೋರಿಲು ಧೈರ್ಯ ಬರಲಿಲ್ಲ. ಅವಳು ಎಲ್ಲಿಗೆ ಹೋದಳೋ ಯಾರಿಗೂ ತಿಳಿಯಲಿಲ್ಲ.

ರೂಪಸಿಂಹ ಮತ್ತು ದಾಳಿಂಬೆ ರಾಣಿ
ಗುಜರಾತ್‌ನ ಜಾನಪದ ಕಥೆ

ಒಂದಾನೊಂದು ಕಾಲದಲ್ಲಿ ಗುಜಾತಿನಲ್ಲಿ ಒಬ್ಬ ದೊಡ್ಡ ರಾಜ ಆಳುತ್ತಿದ್ದ. ಅವನಿಗೆ ಫೂಲ್ ಸಿಂಹ ಮತ್ತು ರೂಪಸಿಂಹ ಎಂಬ ಇಬ್ಬರು ಮಕ್ಕಳಿದ್ದರು. ಒಂದು ದಿನ ಈ ರಾಜನು ಸತ್ತುಹೋದ. ಆಗ ಫೂಲ್ ಸಿಂಹನು ರಾಜನಾದ. ಆದರೆ ಬಹುಬೇಗನೆ ಅವನೂ ಸತ್ತುಹೋದ. ವಿಧವೆಯಾದ ಅವನ ಹೆಂಡತಿ, ದುಃಖ ತಾಳಲಾರದೇ ಅವನೊಂದಿಗೆ ಸಹಗಮನ ಮಾಡಲು ಹೊರಟಳು. ಆದರೆ, ಅವನ ತಮ್ಮನಾದ ರೂಪಸಿಂಹನು ಇನ್ನೂ ಪುಟ್ಟ ಹುಡುಗನಾದುದರಿಂದ ಅವನನ್ನು ನೋಡಿಕೊಳ್ಳುವುದಕ್ಕಾದರೂ ಸಾಯಬಾರದೆಂದು ಪ್ರಜೆಗಳೆಲ್ಲರೂ ಫೂಲ್‌ಸಿಂಹನ ಹೆಂಡತಿಯನ್ನು ಸಹಗಮನ ಮಾಡುವುದರಿಂದ ತಡೆದರು. ರೂಪಸಿಂಹನು ಪುಟ್ಟ ಹುಡುಗನಾದರೂ ರಾಜನಾದ. ಅವನ ಅತ್ತಿಗೆಯು ಅವನನ್ನು ಬಹಳ ಪ್ರೀತಿಯಿಂದ ನೋಡಿಕೊಂಡಳು.

ರೂಪಸಿಂಹನ ಈ ಅತ್ತಿಗೆ ಬಹಳ ಬುದ್ಧಿವಂತಳೂ ಪ್ರತಿಭಾವಂತಳೂ ಆಗಿದ್ದಳು. ಅವಳು ತನ್ನ ತಲೆಗೂದಲಿಗೆ ಎಣ್ಣೆ ಹಚ್ಚಿಕೊಂಡು ಅನಂತರ ತನ್ನ ಕೈಗಳಿಂದ ಎಷ್ಟು ಚೆನ್ನಾಗಿ ಕೂದಲನ್ನು ಹಿಂಡುತ್ತಿದ್ದಳೆಂದರೆ, ಅದರಲ್ಲಿ ಒಂದೇ ಒಂದು ಹನಿ ಎಣ್ಣೆಯೂ ಉಳಿಯುತ್ತಿರಲಿಲ್ಲ! ರೂಪಸಿಂಹಗೆ ಹದಿನೈದು ವರ್ಷಗಳಾದಾಗ, ಅವನು ಒಂದು ದಿನ ಅವಳ ತೊಡೆಯ ಮೇಲೆ ತಲೆಯಿಟ್ಟು ಮಲಗಿದ್ದ. ಅವನು ಮಲಗಿದ್ದಂತೆ, ಅವಳು ಅವನ ತಲೆಗೆ ಎಣ್ಣೆಹಚ್ಚಿ, ಅವನ ತಲೆಗೂದಲನ್ನು ಹಿಂಡತೊಡಗಿದಳು. ಆದರೆ ಅಂದು ಆಕಸ್ಮಿಕವಾಗಿ ಅವನ ಒಂದು ಕೂದಲನ್ನು ಎಳೆದು ಕಿತ್ತುಬಿಟ್ಟಳು. ಆಗ ರೂಪಸಿಂಹನು ಎಚ್ಚರಗೊಂಡು ಕೋಪದಿಂದ, "ಅತ್ತಿಗೆ! ಇಂದು ನಿನ್ನ ಬೆರಳುಗಳು ಕುಶಲವಾಗಿ ಕೆಲಸ ಮಾಡುತ್ತಿಲ್ಲ! ಇಲ್ಲವಾದರೆ ನೀನು ಹೀಗೆ ನನ್ನ ಕೂದಲನ್ನು ಕೀಳುತ್ತಿರಲಿಲ್ಲ!" ಎಂದನು.

ಆಗ ಅತ್ತಿಗೆಯು ನಗುತ್ತಾ, "ಹೌದಪ್ಪಾ! ನನಗೆ ವಯಸ್ಸಾಗುತ್ತಿದೆಯಲ್ಲವೇ! ಅದಕ್ಕೇ ತಪ್ಪುಗಳಾಗುತ್ತವೆ! ನಿನಗೆ ಯಾವ ತಪ್ಪೂ ಮಾಡದಿರುವವಳು ಬೇಕೆಂದರೆ ದಾಳಿಂಬೆರಾಣಿಯನ್ನು ಮದುವೆಯಾಗು!" ಎಂದಳು.

ಅತ್ತಿಗೆಯು ಸುಮ್ಮನೆ ತಮಾಷೆಗೆ ಹಾಗೆಂದಳು. ಏಕೆಂದರೆ, ದಾಳಿಂಬೆಕುಮಾರಿಯರು ಅಪ್ಸರೆಜಾತಿಗೆ ಸೇರಿದವರಾಗಿದ್ದರು. ಅವರ ರಾಣಿಯನ್ನು ಮದುವೆಯಾಗುವುದು ಅಷ್ಟು ಸುಲಭದ ಮಾತಾಗಿರಲಿಲ್ಲ. ಆದರೆ ರೂಪಸಿಂಹನು ಅವಳ ಮಾತನ್ನು ಗಂಭೀರವಾಗಿ ತೆಗೆದುಕೊಂಡು, "ದಾಳಿಂಬೆರಾಣಿಯನ್ನು ಮದುವೆಯಗಬೇಕೇ? ಹಾಗಾದರೆ ಆಗುತ್ತೇನೆ! ಅವಳನ್ನು ಮದುವೆಯಾಗುವವರೆಗೂ ನನ್ನ ರಾಜ್ಯದಲ್ಲಿ ಅನ್ನ, ನೀರು ಸೇವಿಸುವುದಿಲ್ಲ!' ಎಂದು ಬಿಟ್ಟನು!

ಪಾಪ, ಅತ್ತಿಗೆಗೆ ತಾನು ಹಾಗೆ ಹೇಳಿದುದಕ್ಕೆ ಈಗ ಪಶ್ಚಾತ್ತಾಪವಾಯಿತು. ತಾನು ಹೇಳಿದುದ್ದನ್ನು ಗಂಭೀರವಾಗಿ ತೆಗೆದುಕೊಳ್ಳಬಾರದೆಂದು ಎಷ್ಟೆಷ್ಟೋ ಹೇಳಿದರು. ಆದರೆ ಬಿಸಿರಕ್ತದ ಯುವಕನಾಗಿದ್ದ ರೂಪಸಿಂಹನು ಕೇಳಲಿಲ್ಲ! ತನ್ನ ಸೇವಕರನ್ನು ಕರೆದು ತನ್ನ ಕುದುರೆಯನ್ನು ಸಿದ್ಧಪಡಿಸಲು ಹೇಳಿದನು. ಹೀಗೆ ಆಗಿಂದಾಗಲೇ ಹೊರಟುನಿಂತು ಅವನು ತನ್ನ ಅತ್ತಿಗೆಗೆ ಹೇಳಿದನು. "ಆ ದಾಳಿಂಬೆರಾಣಿಯ ಮನೆಗೆ ಹೇಗೆ ಹೋಗಬೇಕು ಹೇಳು! ಇಲ್ಲವಾದರೆ ದೇವರ ಸಹಾಯದಿಂದ ನಾನೇ ದಾರಿ ಕಂಡುಕೊಂಡು ಹೋಗುತ್ತೇನೆ!"

ಈಗ ಅವನ ಅತ್ತಿಗೆಗೆ ಬಹಳ ದುಃಖವಾಯಿತು! ಇನ್ನು ಅವನನ್ನು ಅವಳು ತಡೆಯುವಂತಿರಲಿಲ್ಲ. ಆದರೂ ಸಾಧ್ಯವಾದಷ್ಟೂ ಸಹಾಯ ಮಾಡಲು ಹೇಳಿದಳು, "ನನ್ನ ರಾಜಾ! ನೀನು ಹೋಗುವುದಾದರೆ ನನ್ನ ಮಾತನ್ನು ಗಮನವಿಟ್ಟು ಕೇಳು! ಆ ದಾರಿ ಬಹಳಷ್ಟು ಅಪಾಯಗಳಿಂದ ತುಂಬಿದೆ! ದಾರಿಯಲ್ಲಿ ಯಾರನ್ನೂ ನಂಬಬೇಡ! ಇಲ್ಲವಾದರೆ ನಾಶವಾಗಿ ಹೋಗುವೆ! ಮೊದಲಿಗೆ ಅರಮನೆಯ ಹೆಬ್ಬಾಗಿಲಿನಿಂದ ಹೊರಹೋದ ಬಳಿಕ, ಉತ್ತರದಿಕ್ಕಿಗೆ ಹೋಗು! ಮೂರು ದಿನಗಳಲ್ಲಿ ಒಂದು ದಟ್ಟವಾದ ಕಾಡಿಗೆ ಹೋಗುವೆ! ಧೈರ್ಯದಿಂದ ಆ ಕಾಡಿನಲ್ಲಿ ಮುಂದೆ ಸಾಗು! ಆ ಕಾಡಿನ ಮಧ್ಯೆ ಒಂದು ಸರೋವರವನ್ನು ಕಾಣುವೆ! ಆ ಸರೋವರದ ಬಗ್ಗೆ ಎಚ್ಚರವಾಗಿರು! ಅದರಲ್ಲಿ ಸ್ನಾನವನ್ನೂ ಮಾಡಬೇಡ! ಅದರ ನೀರನ್ನು ಕುಡಿಯಲೂಬೇಡ! ಹಾಗೆ ಮಾಡಿದವರು

ಬದುಕುಳಿಯುವುದಿಲ್ಲ! ಏಕೆಂದರೆ, ಅದು ಅಪ್ಸರೆಯರ ಸರೋವರ! ಹಾಗಾಗಿ ಆ ಸರೋವರವನ್ನು ಬಿಟ್ಟು ಮುಂದೆ ಹೋಗು. ಒಂದು ದೊಡ್ಡ ಬೆಟ್ಟ ಸಿಗುತ್ತದೆ! ಆ ಬೆಟ್ಟದ ಹತ್ತಿರ ಹೋಗಬೇಡ! ಏಕೆಂದರೆ, ಅಲ್ಲೊಂದು ದೈತ್ಯ ಆನೆ ವಾಸಿಸುತ್ತಿದೆ! ಅದು ನಿನ್ನನ್ನು ನೋಡಿದರೆ ತುಳಿದು ಸಾಯಿಸಿಬಿಡುತ್ತದೆ! ಹಾಗಾಗಿ ಬೆಟ್ಟದ ಬಳಿಯಿಂದ ಆಚೆಯಿರುತ್ತಾ ಅದನ್ನು ದಾಟಿ ಮುಂದೆ ಹೋಗು. ಆಗ ಒಂದು ನಗರ ಸಿಗುತ್ತದೆ. ಅಲ್ಲಿರುವವರೆಲ್ಲಾ ಕಳ್ಳರು ಹಾಗೂ ಮೋಸಗಾರರು! ಬೇಕೆಂದರೆ ಅವರು ನಿನ್ನನ್ನು ಕೊಂದು ಬಿಡುತ್ತಾರೆ! ಅವರನ್ನು ಮೂರ್ಖರನ್ನಾಗಿಸಿ ಮುಂದೆ ಹೋದರೆ ನೀನು ಒಂದು ಸುಂದರವಾದ ಕಾಡಿಗೆ ಬರುವೆ! ಇಲ್ಲಿ ನೀನು ಬಹಳ ಎಚ್ಚರವಾಗಿರಬೇಕು! ಏಕೆಂದರೆ ಇಲ್ಲಿರುವವರೆಲ್ಲಾ ನರಭಕ್ಷಕರಾದ ರಾಕ್ಷಸರು! ಈ ರಾಕ್ಷಸರ ಕಾಡಿನಿಂದ ಆಚೆಗಿರುವುದು ರಾಜಕುಮಾರಿ ಘೂಲ್‌ಪಾಂಚಾಳ ನಾಡು! ಅವಳ ದೇಹದ ತೂಕ ಕೇವಲ ಐದು ಹೂಗಳಷ್ಟಿರುವುದರಿಂದ ಅವಳನ್ನು ಹಾಗೆ ಕರೆಯುತ್ತಾರೆ. ಅವಳ ದೇಶದಲ್ಲಿ ನೀನು ಖಂಡಿತ ಸಾಯುವೆ! ಆದರೆ ನಾನೀಗ ನಿನಗೆ ಕೊಡುವ ಅಮೃತದ ಒಂದು ಶೀಶೆಯಿಂದ ಯಾರಾದರೂ ಮೂರು ಹನಿಗಳಷ್ಟು ಅಮೃತವನ್ನು ನಿನ್ನ ಮೈಮೇಲೆ ಹಾಕಿದರೆ ನೀನು ಪುನಃ ಬದುಕುವೆ! ನೋಡು! ಇಷ್ಟೆಲ್ಲಾ ಅಪಾಯಗಳಿವೆ ನಿನ್ನ ದಾರಿಯಲ್ಲಿ! ಇಷ್ಟಾದರೂ ನೀನು ಹೋಗುವುದಾದರೆ, ನನ್ನ ಆಶೀರ್ವಾದಗಳೊಂದಿಗೆ ಹೋಗು!"

ಹೀಗೆ ಹೇಳುವಾಗ ಅವಳ ಧ್ವನಿ ನಡುಗುತ್ತಾ ಗದ್ಗದವಾಯಿತು. ಅವಳ ಕಂಗಳಿಂದ ನೀರು ಸುರಿಯಿತು. ಪಾಪ, ಅವಳು ರೂಪಸಿಂಹನನ್ನು ತನ್ನ ಸ್ವಂತ ಮಗನಂತೆಯೇ ಬೆಳೆಸಿದ್ದಳು! ಆದರೆ ಈಗ ಅವನು ಎಂಥ ದುರ್ಗಮವಾದ ದಾರಿಯಲ್ಲಿ ಹೋಗಲು ಹಟತೊಟ್ಟು ನಿಂತಿದ್ದನು! ಅವಳೇನೂ ಮಾಡುವಂತಿರಲಿಲ್ಲ! ಹಾಗಾಗಿ ಇಷ್ಟು ಹೇಳಿ ಅವಳು ತನ್ನ ಬಳಿಯಿದ್ದ ಅಮೃತದ ಶೀಶೆಯನ್ನು ಅವನಿಗೆ ಕೊಟ್ಟಳು. ರೂಪಸಿಂಹನು ಅದನ್ನು ತೆಗೆದುಕೊಂಡು ಅವಳ ಪಾದ ಮುಟ್ಟಿ ನಮ್ಮಸರಿಸಿ ಅವಳ ಆಶೀರ್ವಾದ ಪಡೆದು ಅವಳನ್ನು ಬೀಳ್ಕೊಂಡು ಹೊರಟನು. ಕುದುರೆ ಹತ್ತಿ ಉತ್ತರದಿಕ್ಕಿಗೆ ದೌಡಾಯಿಸಿದ ಅವನು ಕ್ಷಣ ಮಾತ್ರದಲ್ಲಿ ಕಣ್ಮರೆಯಾದನು!

ಮೂರು ದಿನಗಳಲ್ಲಿ ಅವನು ಅತ್ತಿಗೆಯು ಹೇಳಿದಂತೆ ದಟ್ಟವಾದ ಕಾಡಿಗೆ ಬಂದನು. ಅಲ್ಲಿನ ಮರಗಳ ನೆರಳಿನಲ್ಲಿ ಆಹ್ಲಾದಗೊಂಡು ಅವನು ಮುಂದೆ ಹೋಗುತ್ತಾ ಇದ್ದಕ್ಕಿದ್ದಂತೆ

ತನ್ನ ಮುಂದೆ ಬೆಳ್ಳಿಯ ಹಾಸಿನಂತಿದ್ದ ಒಂದು ಸುಂದರ ಕೆರೆಯನ್ನು ಕಂಡನು! ಅತ್ತಿಗೆಯು ಅದರ ಬಗ್ಗೆ ಹೇಳಿದ್ದ ಮಾತನ್ನು ಮರೆತು ತನ್ನ ಕುದುರೆಯನ್ನು ನೀರು ಕುಡಿಯಲು ಅದರ ಬಳಿಗೆ ಕಳಿಸಿದನು. ಆಗ ಇದ್ದಕ್ಕಿದ್ದಂತೆ ಮೇಲಿನಿಂದ ರೆಕ್ಕೆಗಳು ಬಡಿಯುವ ಸದ್ದು ಕೇಳಿಸಿತು ಅವನಿಗೆ! ಅವನು ತಲೆಯೆತ್ತಿ ನೋಡಲು ಕುದುರೆಗಳ ಮೇಲೆ ಕುಳಿತು ಹಾರಿ ಬರುತ್ತಿದ್ದ ಅಪ್ಸರೆಯರ ಒಂದು ಗುಂಪು ಕಾಣಿಸಿತು. ಕೂಡಲೇ ಅವನು ಕುದುರೆಯ ತಲೆಯನ್ನು ಕೆರೆಯಿಂದಾಚೆಗೆ ತಿರುಗಿಸಿ ಅದನ್ನು ಓಡಿಸಲು ಹೊರಟನು. ಆದರೆ ಆ ಅಪ್ಸರೆ ಸರೋವರದ ವಿಷದ ನೀರು ಕುದುರೆಯ ಮೈಹತ್ತಿ ಅದು ಓಡಲಾರದೇ ಸ್ವಲ್ಪ ಸ್ವಲ್ಪವೇ ಹೆಜ್ಜೆಯಿಡುತ್ತಾ ಪಾಪ ಸತ್ತುಬಿದ್ದಿತು. ಆಗ ರೂಪಸಿಂಹನು ಅದರ ಜೀನು ತೆಗೆದುಕೊಂಡು ಹತ್ತಿರದ ಒಂದು ದೊಡ್ಡ ಮರದ ಬಳಿಗೋಡಿ ಅದರ ಒಂದು ಕೊಂಬೆಯ ಮೇಲೆ ಹತ್ತಿ ಕುಳಿತ. ಅಪ್ಸರೆಯರು ಅವನನ್ನು ನೋಡಿರಲಿಲ್ಲ. ಹಾಗಾಗಿ ಅವರು ತಮ್ಮ ಕುದುರೆಗಳಿಂದಿಳಿದು ಅವುಗಳನ್ನು ಮರಗಳಿಗೆ ಕಟ್ಟಿ ಜಲಕ್ರೀಡೆಯಾಡಲು ಸರೋವರಕ್ಕೆ ಧುಮುಕಿದರು. ಆಗ ರೂಪಸಿಂಹನು ಮೆಲ್ಲನೆ ಮರದಿಂದ ಇಳಿದು, ಅಪ್ಸರೆಯರ ರಾಣಿಯು ಕಟ್ಟಿದ್ದ ಕುದುರೆಯ ಬಳಿ ಹೋಗಿ, ಅದರ ಮೇಲೆ ತನ್ನ ಜೀನು ಹಾಕಿ, ಅದನ್ನು ಮರದಿಂದ ಬಿಚ್ಚಿ, ಅದರ ಮೇಲೆ ಕುಳಿತು ದೌಡಾಯಿಸಿದನು!

ಅಪ್ಸರೆಯರು ನೀರಿನಿಂದ ಹೊರಗೆ ಬರುವವರೆಗೆ ಅವರಿಗೆ ಈ ವಿಷಯ ತಿಳಿಯಲಿಲ್ಲ! ವಿಷಯ ತಿಳಿದಾಗ ರಾಣಿಗೆ ಬಹಳ ಸಂಕಟವಾಯಿತು. ಅವಳೂ ಇತರ ಅಪ್ಸರೆಯರೂ ರೂಪಸಿಂಹನ ಹೆಜ್ಜೆಗುರುತು ಅನುಸರಿಸಿಕೊಂಡು ಹೋಗುತ್ತಾ ದೈತ್ಯಗಜವಿದ್ದ ಪರ್ವತದವರೆಗೂ ಬಂದರು. ದೂರದಲ್ಲಿ ರೂಪಸಿಂಹನು ಅಪ್ಸರರಾಣಿಯ ಕುದುರೆಯ ಮೇಲೆ ಕುಳಿತು ದೌಡಾಯಿಸುತ್ತಿದ್ದುದನ್ನು ಕಂಡರು! ಆಗ ಅವರು ಆ ದೈತ್ಯಗಜವನ್ನು ಕರೆದು, ಅವನು ಕುದುರೆಕಳ್ಳನೆಂದೂ ಅವನನ್ನು ನಿಲ್ಲಿಸಬೇಕೆಂದೂ ಹೇಳಿದರು. ಆ ದೈತ್ಯಗಜವು ಅವನ ಹಿಂದೆ ಓಡಿ ಹೋಗಿ ಅವನನ್ನೂ ಅವನ ಕುದುರೆಯನ್ನೂ ತನ್ನ ಬಲವಾದ ಸೊಂಡಿಲಿನಿಂದ ಹಿಡಿದು ಬೆಟ್ಟದ ಬಳಿಗೆ ತಂದಿತು! ಅಲ್ಲಿ ಅವನನ್ನೂ ಕುದರೆಯನ್ನೂ ಕೆಳಗೆ ಹಾಕಿ ತನ್ನ ಕಾಲಿನಡಿಯಲ್ಲಿ ತುಳಿದು ಕೊಲ್ಲಲು ಹೊರಟಿತು! ಆದರೆ ಅಷ್ಟರಲ್ಲಿ ಧೈರ್ಯತಂದುಕೊಂಡ ರೂಪಸಿಂಹನು ತನ್ನ ಖಡ್ಗವನ್ನು ಬೇಗನೆ ಸೆಳೆದು ಅದರ ಸೊಂಡಿಲಿನತ್ತ ಜೋರಾಗಿ ಬೀಸಿದ! ಅದರ ಸೊಂಡಿಲು ಕತ್ತರಿಸಿ ಬೀಳಲು,

ನೋವಿನಿಂದ ತತ್ತರಿಸಿದ ಅದು ಪುನಃ ಅವನನ್ನು ಮುಟ್ಟಲಿಲ್ಲ. ಆಗ ರೂಪಸಿಂಹನು ಕುದುರೆ ಹತ್ತಿ ಮತ್ತೆ ದೌಡಾಯಿಸಿದನು!

ಕಳ್ಳರ ನಗರ ಸಿಗುವವರೆಗೂ ರೂಪಸಿಂಹನು ಹೋದನು. ಆ ನಗರದ ಹೆಬ್ಬಾಗಿಲಿನಲ್ಲಿ ಒಬ್ಬ ಮುದುಕನು ಕುಳಿತಿದ್ದನು. ರೂಪಸಿಂಹನನ್ನು ನೋಡಿ ಅವನು ಕೂಡಲೇ ಎದ್ದು ಬಹಳ ವಿನಯದಿಂದ, "ಸ್ವಾಗತ ಠಾಕೂರರೇ! ನಿಮ್ಮ ತಂದೆಯವರು ನೀವು ಚಿಕ್ಕವರಿದ್ದಾಗ ನಿಮ್ಮನ್ನು ನನ್ನ ಮಗಳಿಗೆ ಮದುವೆ ಮಾಡಿದ್ದರು! ಆದರೂ ಅವಳನ್ನು ನೋಡಲು ನೀವು ಇದುವರೆಗೂ ಬರಲೇ ಇಲ್ಲ!" ಎಂದನು.

"ಇದು ಠಕ್ಕರ ನಗರ!" "ರೂಪಸಿಂಹನು ಮನಸ್ಸಿನಲ್ಲೇ ಯೋಚಿಸಿದನು, "ಹಾಗಾಗಿ ಈ ಮುದುಕನೂ ಅಂಥ ಠಕ್ಕರಲ್ಲೊಬ್ಬನಾಗಿರಬೇಕು!"

ಆದರೂ ರೂಪಸಿಂಹನು ಅವನ ಮಾತಿಗೆ ಪ್ರತಿಕ್ರಿಯಿಸಿದನು, "ನನ್ನ ತಂದೆಯವರು ತೀರಿಕೊಂಡು ಬಹಳ ಕಾಲವಾಯಿತು. ಹಾಗಾಗಿ ನನಗೆ ಅವರೂ ನೆನಪಿಲ್ಲ, ಅವರು ಏನು ಮಾಡಿದರೋ ಅದೂ ನೆನಪಿಲ್ಲ! ಆದರೆ ಕೆಲವು ದಿನಗಳ ಹಿಂದೆ ನನ್ನ ಸಂಬಂಧಿಕರೊಬ್ಬರು ಈ ವಿಷಯವನ್ನು ಹೇಳಿದರು. ಹಾಗಾಗಿ ನನ್ನ ಹೆಂಡತಿಯನ್ನು ಕರೆದೊಯ್ಯಲು ಬಂದೆ!"

"ಬನ್ನಿ ಬನ್ನಿ! ನನ್ನ ಮನೆಗೆ ಬನ್ನಿ! ನನ್ನ ಮಗಳನ್ನು ನೋಡಿ!" ಮುದುಕನು ಬಹಳ ವಿಶ್ವಾಸದಿಂದ ಹೇಳುತ್ತಾ ಅವನನ್ನು ನಗರದೊಳಗೆ ಕರೆದೊಯ್ದ.

ಮುದುಕನು ರೂಪಸಿಂಹನನ್ನು ತನ್ನ ಮನೆಗೆ ಕರೆದೊಯ್ಯಲು, ಅವನ ನಾಲ್ವರು ಪುತ್ರರು ಬಂದು ರೂಪಸಿಂಹನನ್ನು ತಮ್ಮ ಭಾವನೆಂಬಂತೆ ಸ್ವಾಗತಿಸಿದರು. ಅನಂತರ ಅವನನ್ನು ಮಹಡಿಯ ಮೇಲೆ ಹೋಗಿ ಮಲಗುವಂತೆ ಹೇಳಿದರು. ಆದರೆ ರೂಪಸಿಂಹನಿಗೆ ಅವರು ತನ್ನನ್ನು ಅಲ್ಲಿನ ಕಿಟಕಿಯಿಂದ ಹೊರಗೆ ತಳ್ಳಿ ಕೊಂದುಬಿಡಬಹುದೆಂದು ಸಂಶಯವಾಯಿತು! ಹಾಗಾಗಿ ಅವನು ತನಗೆ ಮೇಲೆ ಮಲಗಿ ಅಭ್ಯಾಸವಿಲ್ಲವೆಂದೂ ಕೆಳಗೇ ಮಲಗುವೆನೆಂದು ಹಟ ಹಿಡಿದ. ಅವನನ್ನು ಮೇಲೆ ಮಲಗಲು ಒಪ್ಪಿಸಲು ಬಹಳ ಪ್ರಯತ್ನಿಸಿ ಕೊನೆಗೆ ಆಗದೇ ವರಾಂಡದಲ್ಲಿ ಅವನಿಗೆ ಹಾಸಿಗೆ ಹಾಸಿಕೊಟ್ಟು ಅವರೆಲ್ಲರೂ ಒಳಗಿನ ಕೋಣೆಗಳಲ್ಲಿ ಮಲಗಿದರು. ರೂಪಸಿಂಹನು ರಾತ್ರಿಯೆಲ್ಲಾ ಎಚ್ಚರವಾಗೇ ಇದ್ದನು. ಅವನು ಹಾಗೆ ಮಾಡಿದ್ದು ಒಳ್ಳೆಯದೇ ಆಯಿತು.

ಏಕೆಂದರೆ ಆ ಅಪ್ಸರೆಯರ ರಾಣಿ, ತನ್ನ ಕುದುರೆಯ ಜಾಡು ಹಿಡಿದು ಇಲ್ಲಿಗೂ ಬಂದಿದ್ದಳು. ಅವಳು ರೂಪಸಿಂಹನು ವರಾಂಡದಲ್ಲಿ ಮಲಗಿದ್ದುದ್ದನ್ನು ನೋಡಿ ಅವನ ಕಾಲಿಗೆ ಒಂದು ಮಾಯಾದಾರವನ್ನು ಕಟ್ಟಿ, ತನ್ನ ಕುದುರೆಯನ್ನೇರಲು ಅದನ್ನು ಕಟ್ಟಿದ್ದ ಲಾಯಕ್ಕೆ ಓಡಿದಳು! ಆದರೆ ಅಷ್ಟರಲ್ಲಿ ರೂಪಸಿಂಹನು ತನ್ನ ಕಾಲಿಗೆ ಕಟ್ಟಿದ್ದ ಮಾಯಾದಾರವನ್ನು ಬಿಚ್ಚಿ, ಸನಿಹದ ಕೋಣೆಯಲ್ಲಿ ಮಲಗಿದ್ದ ಮುದುಕನ ಕಾಲಿಗೆ ಕಟ್ಟಿಬಿಟ್ಟನು. ಸ್ವಲ್ಪವೇ ಹೊತ್ತಿಗೆ ಅದು ಬಹಳ ಗಟ್ಟಿಯಾಯಿತು. ಆಗ ತನ್ನ ಕುದುರೆಯನ್ನೇರಿದ್ದ ಅಪ್ಸರರಾಣಿ, ಅದನ್ನು ಓಡಿಸಿಕೊಂಡು ಹೋದಳು. ಮಾಯಾದಾರವನ್ನು ಹಿಡಿದುಕೊಂಡಿದ್ದ ಅವಳು ಆ ಮುದುಕನನ್ನೂ ಎಳೆದುಕೊಂಡು ಹೋದಳು. ತಾನು ಯಾರನ್ನು ಎಳೆದುಕೊಂಡು ಹೋಗುತ್ತಿದ್ದೇನೆಂದು ಒಮ್ಮೆಯೂ ತಿರುಗಿ ನೋಡದೇ ನೇರ ಆ ದೈತ್ಯಗಜದ ಪರ್ವತಕ್ಕೆ ಆ ಮುದುಕನನ್ನು ಎಳೆದೊಯ್ದಳು! ಅಲ್ಲಿ ಅವಳು ಅವನನ್ನು ಆ ಆನೆಯ ಮುಂದೆ ತಳ್ಳಲು, ಅದು ಒಮ್ಮೆಲೇ ಅವನನ್ನು ತುಳಿದು ಕೊಂದುಹಾಕಿತ್ತು!

ಈ ಮಧ್ಯೆ, ರೂಪಸಿಂಹನು ತನ್ನ ಖಡ್ಗವನ್ನು ಸೆಳೆದು ಆ ಮುದುಕನ ನಾಲ್ವರು ಪುತ್ರರ ಬಳಿ ಹೋಗಿ ತನ್ನ ಕುದುರೆಯನ್ನು ಕೇಳಿದನು. ಹೆದರಿದ ಅವರೊಲ್ಲಬ್ಬನು ಕುದುರೆಲಾಯಕ್ಕೆ ಹೋಗಿ ನೋಡಲು, ಆ ಕುದುರೆಯಿರಲಿಲ್ಲ! ಆಗ ರೂಪಸಿಂಹನು, ಅವನು ತನ್ನ ತಂದೆಯ ಒಂದು ಕುದುರೆಯನ್ನೇ ಕೊಡುವಂತೆ ಬಲವಂತಪಡಿಸಿ, ಆ ಕುದುರೆಯನ್ನೇರಿ ದೌಡಾಯಿಸುತ್ತಾ ಆದಷ್ಟು ಬೇಗನೆ ಆ ಕಳ್ಳರ ನಗರದಿಂದ ಹೊರಗೆ ಹೋದನು!

ರೂಪಸಿಂಹನು ಕೆಲವು ಗಂಟೆಗಳ ಕಾಲ ಉತ್ತರದಿಕ್ಕಿನಲ್ಲಿ ಹೋಗುತ್ತಾ ಒಂದು ಸುಂದರವಾದ ಕಾಡಿಗೆ ಬಂದನು. ಆಗ ಅವನಿಗೆ ಆ ಕಾಡಿನಲ್ಲಿ ರಾಕ್ಷಸರಿರುತ್ತಾರೆಂದು ತನ್ನ ಅತ್ತಿಗೆಯು ಹೇಳಿದ್ದ ಮಾತು ನೆನಪಾಯಿತು. ಅವನು ಕಾಡಿನೊಳಗೆ ಪ್ರವೇಶಿಸಲು ಇಬ್ಬರು ರಾಕ್ಷಸರು ಪರಸ್ಪರ ಕಾದಾಡುತ್ತಿದ್ದುದ್ದನ್ನು ಕಂಡನು. ಅವರೂ ಇವನನ್ನು ಕಂಡಾಗ ಕಾದಾಡುವುದನ್ನು ನಿಲ್ಲಿಸಿ ನಗತೊಡಗಿದರು. ಆಗ ರೂಪಸಿಂಹನೂ ನಕ್ಕು, ಅವರನ್ನು ಏಕೆ ಹಾಗೆ ನಕ್ಕರೆಂದು ಕೇಳಿದನು. ಅದಕ್ಕೆ ಅವರು, "ನಾವು ಹನ್ನೆರಡು ವರ್ಷಗಳಿಂದ ಮನುಷ್ಯರ ಮಾಂಸವನ್ನು ತಿಂದಿಲ್ಲ! ಆದ್ದರಿಂದಲೇ ನಿನ್ನನ್ನು ನೋಡಿದಾಗ ಸಂತೋಷದಿಂದ ನಕ್ಕೆವು! ಅದು ಸರಿ! ನೀನೇಕೆ ನಕ್ಕಿದ್ದು?" ಎಂದರು.

"ನಾನು ಪರಶಿವನ ದೂತ! "ರೂಪಸಿಂಹನು ಹೇಳಿದನು, "ಅವನ ಒಂದು ಡಮರುಗದ ಮೇಲಿನ ತೊಗಲು ಮುರಿದುಹೋಗಿದೆ. ಅದನ್ನು ಸರಿಪಡಿಸಲು ಇಬ್ಬರು ರಾಕ್ಷಸರ ಚರ್ಮಗಳನ್ನು ತರಲು ನನ್ನನ್ನು ಕಳಿಸಿದ! ನನ್ನ ಕಣ್ಣ ಮುಂದೆಯೇ ರಾಕ್ಷಸರಾದ ನಿಮ್ಮಿಬ್ಬರನ್ನು ಕಾಣಲು ನಾನೂ ಸಂತೋಷದಿಂದ ನಕ್ಕೆ!"

ಹೀಗೆ ಹೇಳುತ್ತಾ ಅವನು ತನ್ನ ಖಡ್ಗವನ್ನು ಸೆಳೆದು ಆ ರಾಕ್ಷಸರ ಚರ್ಮ ಸುಲಿಯಲೆಂಬಂತೆ ಅವರ ಬಳಿ ಹೋದ. ಆಗ ಆ ಇಬ್ಬರು ರಾಕ್ಷಸರು ಭಯಭೀತರಾಗಿ, "ಅಯ್ಯಯ್ಯೋ! ನಮ್ಮನ್ನು ಬಿಟ್ಟುಬಿಡು! ಬೇಕಿದ್ದರೆ ನಮ್ಮ ಅಂಥ ಚಿಕ್ಕಪ್ಪನ ಚರ್ಮ ತೆಗೆದುಕೋ!" ಎಂದು ಗೋಗರೆದರು.

ಅದಕ್ಕೆ ರೂಪಸಿಂಹನು, "ಆ ಡಮರುಗ ಎಷ್ಟು ದೊಡ್ಡದಿದೆಯೆಂದರೆ, ಒಬ್ಬ ರಾಕ್ಷಸನ ಚರ್ಮ ಅದಕ್ಕೆ ಸಾಲದು! ಅಲ್ಲದೇ ಅಂಥರ ಚರ್ಮ ಟೊಳ್ಳಾಗಿರುತ್ತದೆ!" ಎಂದನು.

"ನಿನಗೆ ಸಾಕಷ್ಟು ಹಣ ಕೊಡುತ್ತೇವೆ! ನಮ್ಮನ್ನು ಬಿಟ್ಟುಬಿಡು!" ರಾಕ್ಷಸರು ಬೇಡಿಕೊಂಡರು. ಆದರೆ ರೂಪಸಿಂಹನು ಒಪ್ಪಲಿಲ್ಲ. ಕೊನೆಗೆ ಅವರು, "ನಿನಗೆ ಪವನಪಾವಡಿ ಎಂಬ ಹಾರುವ ಯಂತ್ರವನ್ನು ಕೊಡುತ್ತೇವೆ! ಅದರಲ್ಲಿ ಕುಳಿತು ನೀನು ಆಕಾಶದಲ್ಲೆಲ್ಲಾ ಹಾರುತ್ತಾ ಭೂಮಿಯ ಮೇಲೆಲ್ಲಾದರೂ ರಾಕ್ಷಸನಿರುವುದು ಕಾಣಿಸಿದರೆ ಕೂಡಲೇ ಕೆಳಗಿಳಿದು ಅವನ ಚರ್ಮ ಸುಲಿದುಕೊಳ್ಳಬಹುದು!" ಎಂದರು.

ರೂಪಸಿಂಹನು ಅದಕ್ಕೊಪ್ಪಲು, ಅವರು ಆ ಹಾರುವ ಯಂತ್ರವನ್ನು ಅವನಿಗೆ ಕೊಟ್ಟರು. ಅವನು ಅದನ್ನು ತನ್ನ ಕುದುರೆಯ ಬೆನ್ನಿಗೆ ಕಟ್ಟಿ ದೌಡಾಯಿಸುತ್ತಾ ಫೂಲ್ ಪಾಂಚಳ ನಗರದಾಚೆಯ ದೇಶಕ್ಕೆ ಬಂದ. ಅಲ್ಲಿ ಅವನು ಒಬ್ಬ ಮುದುಕಿಯ ಮನೆಯಲ್ಲಿ ಇಳಿದುಕೊಂಡ. ಆ ಮುದುಕಿ ಒಂದು ಉದ್ಯಾನವನದ ಒಡತಿಯಾಗಿದ್ದಳು. ಹೀಗಿರಲು, ಒಂದು ದಿನ, ರೂಪಸಿಂಹನು ರಾಜಕುಮಾರಿ ಫೂಲ್ ಪಾಂಚಳ ಅರಮನೆಯ ಕಿಟಕಿಯ ಕೆಳಗೆ ಕುದುರೆಯ ಮೇಲೆ ಹೋಗುತ್ತಿದ್ದಾಗ, ಅವಳು ಅವನನ್ನು ಕಿಟಕಿಯಿಂದ ನೋಡಿ ಒಮ್ಮೆಲೇ ಮೋಹಪರವಶಳಾದಳು! ಆಗ ಅವಳ ಸಖಿಯರು ಅವಳಿಗೆ ಪಿಸುದನಿಯಲ್ಲಿ, "ಅವನೊಬ್ಬ ರಾಜ!" ಎಂದು ಹೇಳಿದರು.

ಒಂದು ದಿನ, ರೂಪಸಿಂಹನು ಹಸಿವು, ಬಾಯಾರಿಕೆಗಳಿಂದ ಬಳಲಿ ಮುದುಕಿಯ ಮನೆಗೆ ಬಂದು, ಅವಳಿಗೆ ಬೇಗನೆ ಅಡುಗೆ ಮಾಡಲು ಹೇಳಿದ. ಅವಳು ತಾನು

ರಾಜಕುಮಾರಿಗಾಗಿ ಹೂವಿನಹಾರಗಳನ್ನು ಕಟ್ಟುತ್ತಿದ್ದೇನೆಂದು ಹೇಳಿದಳು. ಆಗ ಅವನು, ತಾನೇ ಹೂವಿನ ಹಾರಗಳನ್ನು ಕಟ್ಟುತ್ತೇನೆಂದು ಹೇಳಿ ಅವಳಿಗೆ ಅಡುಗೆ ಮಾಡಲು ಹೇಳಿದನು. ಸರಿಯೆಂದು ಅವಳು ಅಡುಗೆ ಮಾಡಲು ಹೋದಳು. ರೂಪಸಿಂಹನು ಹೂಹಾರ ಕಟ್ಟುತ್ತಾ ಒಂದು ಹಾರದಲ್ಲಿ ತನ್ನ ವಜ್ರದುಂಗುರವನ್ನು ಅಡಗಿಸಿಟ್ಟನು. ಮುದುಕಿಯು ಅಡುಗೆ ಮುಗಿಸಲು, ಅವನು ಊಟ ಮಾಡಿದನು. ಆಗ ಅವಳು ಹೂಹಾರಗಳನ್ನು ತೆಗೆದುಕೊಂಡು ಅರಮನೆಗೆ ಹೋಗಿ ಫೂಲ್ ಪಾಂಚಳಿಗೆ ಕೊಟ್ಟಳು. ಫೂಲ್ ಪಾಂಚಳು ಆ ಹಾರಗಳನ್ನು ತನ್ನ ಕುತ್ತಿಗೆಗೆ ಹಾಕಿಕೊಳ್ಳಲು ಅವಳ ಕೈಬೆರಳುಗಳು ಆ ವಜ್ರದ ಉಂಗುರವನ್ನು ಸ್ಪರ್ಶಿಸಿದವು. ಅದನ್ನು ತೆಗೆದುಕೊಂಡು ಅವಳು, ಮುದುಕಿಯ ಮನೆಯಲ್ಲಿ ಉಳಿದುಕೊಂಡಿದ್ದ ರೂಪಸಿಂಹನೇ ಅದನ್ನು ಕಳಿಸಿರಬಹುದೆಂದು ಭಾವಿಸಿದಳು.

ಕೆಲವು ದಿನಗಳ ಬಳಿಕ, ರೂಪಸಿಂಹನು ಒಬ್ಬ ಬಡರಜಪೂತನಂತೆ ವೇಷಧರಿಸಿಕೊಂಡು ಫೂಲ್ ಪಾಂಚಳ ತಂದೆಯ ಆಸ್ಥಾನಕ್ಕೆ ಹೋಗಿ ತನಗೊಂದು ಕೆಲಸ ಬೇಕೆಂದು ಅವನನ್ನು ಕೇಳಿದನು. ವೃದ್ಧನಾಗಿದ್ದ ಆ ರಾಜನಿಗೆ ರೂಪಸಿಂಹನ ನಡೆ, ನುಡಿಗಳು ಇಷ್ಟವಾಗಿ ಅವನನ್ನು ರಾಜಕುಮಾರಿಯ ಅರಮನೆಯ ಮುಂದಿನ ಮುಖ್ಯ ಕಾವಲಿನವನನ್ನಾಗಿ ಮಾಡಿ, ಅವನಿಗೆ ದಿನಕ್ಕೆ ಮೂರು ಚಿನ್ನದ ನಾಣ್ಯಗಳನ್ನು ಕೊಡತೊಡಗಿದನು. ಹೀಗೆ ರೂಪಸಿಂಹನಿಗೆ ದಿನವೂ ರಾಜಕುಮಾರಿಯನ್ನು ನೋಡುವ ಅವಕಾಶವಾಗಿ ಅವನು ಅವಳಿಗೆ ತನ್ನ ಬಗ್ಗೆ ಎಲ್ಲವನ್ನೂ ಹೇಳಿದನು. ಹೀಗಿರಲು, ಒಂದು ದಿನ ರಾಜಕುಮಾರಿಯ ತೂಕ ಪರೀಕ್ಷಿಸುವ ಸಮಯ ಬಂದಿತು. ಪ್ರತಿ ವರ್ಷ ರಾಜಕುಮಾರಿಯ ದೇಹತೂಕವನ್ನು ಒಂದು ಮಾಯಾತಕ್ಕಡಿಯಲ್ಲಿ ಪರೀಕ್ಷಿಸುವುದು ಆ ಊರಿನ ಪದ್ಧತಿಯಾಗಿತ್ತು. ಹಿಂದಿನ ವರ್ಷ ಅವಳ ಅಪ್ಪನಾದ ರಾಜನಲ್ಲದೇ ಬೇರಾವ ಪುರುಷನೂ ನೋಡಿರದಿದ್ದರೆ ಅವಳ ತೂಕ ಐದು ಹೂವುಗಳಷ್ಟೇ ಇರುತ್ತಿತ್ತು! ಆದರೆ ಬೇರೊಬ್ಬ ಪುರುಷನು ಅವಳನ್ನು ನೋಡಿದ್ದರೆ ಅವಳ ತೂಕ, ಅವಳ ವಯಸ್ಸು ಮತ್ತು ಎತ್ತರಕ್ಕೆ ತಕ್ಕ ಸಾಮಾನ್ಯ ಹುಡುಗಿಯ ತೂಕವಾಗುತ್ತಿತ್ತು! ಈಗ ನಿಗದಿತ ಸಮಯಕ್ಕೆ ಫೂಲ್ ಪಾಂಚಳ ತೂಕ ಪರೀಕ್ಷೆಯಾಯಿತು. ತಕ್ಕಡಿಯ ಒಂದು ತಟ್ಟೆಯಲ್ಲಿ ಐದು ಹೂಗಳನ್ನಿಡಲಾಗಿ, ಅವಳು ತಕ್ಕಡಿಯ ಇನ್ನೊಂದು ತಟ್ಟೆಯ ಮೇಲೆ ಕುಳಿತ ಕೂಡಲೇ ಆ ತಟ್ಟೆ ನೆಲವನ್ನು ಮುಟ್ಟಿತು! ಎರಡು ತೂಕದ ಗಟ್ಟಿಗಳನ್ನು ಇನ್ನೊಂದು

ತಟ್ಟೆಯಲ್ಲಿಡುವವರೆಗೂ ರಾಜಕುಮಾರಿಯ ತಟ್ಟೆ ಮೇಲೇರಲಿಲ್ಲ! ಹಾಗಾಗಿ ಅವಳ ತೂಕ ಹೆಚ್ಚಾಗಿತ್ತು. ಈ ವಿಷಯ ತಿಳಿದ ವೃದ್ಧ ರಾಜ, ವಿಚಾರಣೆ ನಡೆಸಿ, ರೂಪಸಿಂಹನು ಹಲವಾರು ಬಾರಿ ಫೂಲ್ ಪಾಂಚಳ ಜೊತೆ ಮಾತನಾಡಿದ್ದನೆಂದು ತಿಳಿದುಕೊಂಡನು! ಅವನು ಕ್ಷುದ್ರನಾಗಿ ಕೂಡಲೇ ಅವನು ರೂಪಸಿಂಹನನ್ನು ನೇಣುಹಾಕಲು ಆಜ್ಞೆ ಮಾಡಿಬಿಟ್ಟನು! ಅಂತೆಯೇ ರೂಪಸಿಂಹನನ್ನು ನೇಣುಹಾಕಲಾಯಿತು! ಆದರೆ ಅದೃಷ್ಟವಶಾತ್, ರೂಪಸಿಂಹನು ರಾಜನ ಸೇವೆಗೆ ಸೇರುವ ಮೊದಲು ಮುದುಕಿಗೆ ತನ್ನ ಅಮೃತದ ಬಗ್ಗೆ ಹೇಳಿದ್ದನು. ಹಾಗಾಗಿ, ಈಗ ಅವನ ಗಲ್ಲುಶಿಕ್ಷೆಯ ಬಗ್ಗೆ ತಿಳಿದುಕೊಂಡ ಮುದುಕಿಯು ರಾತ್ರಿಯಲ್ಲಿ ಹೋಗಿ ಅವನ ದೇಹದ ಮೇಲೆ ಮೂರು ಹನಿ ಅಮೃತವನ್ನು ಚಿಮುಕಿಸಿದಳು. ಆಗ ರೂಪಸಿಂಹನು ಪುನಃ ಬದುಕಿದನು! ಆದರೆ ಮುದುಕಿಯು ವೃದ್ಧ ರಾಜನ ಕೋಪಕ್ಕೆ ಹೆದರಿ ಅವನನ್ನು ಮತ್ತೆ ತನ್ನ ಮನೆಗೆ ಸೇರಿಸಲಿಲ್ಲ. ಆಗ ರೂಪಸಿಂಹನು, ರಾಕ್ಷಸನು ಕೊಟ್ಟಿದ ಪವನಪಾವಡಿ ಯಂತ್ರವನ್ನು ನೆನಪಿಸಿಕೊಂಡನು. ಅದರಲ್ಲಿ ಕುಳಿತು ಅವನು ಆಕಾಶಕ್ಕೆ ಹಾರಿ ಉತ್ತರದಿಕ್ಕಿಗೆ ಹೊರಟನು!

ಸ್ವಲ್ಪ ಹೊತ್ತಿನಲ್ಲಿ ರೂಪಸಿಂಹನು ಒಂದು ದೊಡ್ಡ ಉದ್ಯಾನವನಕ್ಕೆ ಬಂದನು. ಅದರ ಮಧ್ಯದಲ್ಲಿ ಏಳು ಅಂತಸ್ತಿನ ಒಂದು ದೊಡ್ಡ ಅರಮನೆಯಿತ್ತು! ಅವನು ಆ ಅರಮನೆಯನ್ನು ಪ್ರವೇಶಿಸಿ ಮೆಟ್ಟಿಲು ಹತ್ತುತ್ತಾ ಏಳನೆಯ ಮಹಡಿಯವರೆಗೂ ಹೋದನು. ಅಲ್ಲಿ ಒಬ್ಬ ವೃದ್ಧ ಸನ್ಯಾಸಿಯು ಕುಳಿತಿದ್ದನು. ಅವನು, "ಸ್ವಾಗತ ರೂಪಸಿಂಹ!" ಎಂದು ರೂಪಸಿಂಹನನ್ನು ಸ್ವಾಗತಿಸಿದನು. ಅವನಿಗೆ ತನ್ನ ಹೆಸರು ತಿಳಿದಿದ್ದುದು ರೂಪಸಿಂಹನಿಗೆ ಆಶ್ಚರ್ಯವುಂಟು ಮಾಡಿತು! ಅದನ್ನು ರೂಪಸಿಂಹನು ನೇರವಾಗಿಯೇ ಕೇಳಿದನು. ಅದಕ್ಕೆ ಆ ಸನ್ಯಾಸಿಯು, 'ವತ್ಸ! ನನ್ನ ಒಳಗಿನ ಜ್ಞಾನ ನಿನ್ನ ಹೆಸರೇನೆಂದು ಹೇಳುತ್ತದೆ! ಅಲ್ಲದೇ ನಿನ್ನ ಅಣ್ಣನ ವಿಧವೆಯು ನಿನಗಾಗಿ ಕಾತರದಿಂದ ಕಾಯುತ್ತಿರುವಳೆಂದೂ ನನಗೆ ಗೊತ್ತು!" ಎಂದನು. ಆಗ ರೂಪಸಿಂಹನು ಅವನ ಆಶೀರ್ವಾದವನ್ನು ಬೇಡಿದನು. ಸನ್ಯಾಸಿಯು ಅವನನ್ನು ಆಶೀರ್ವದಿಸುತ್ತಾ, "ನಾಳೆ ನಾನು ಅರಮನೆಯ ಉದ್ಯಾನವನದ ಒಂದು ಸರೋವರದಲ್ಲಿ ಸ್ನಾನ ಮಾಡಲು ಹೋಗುತ್ತೇನೆ. ಆಗ ಉದ್ಯಾನವನದಲ್ಲಿರುವ ದಾಳಿಂಬೆ ಮರಗಳನ್ನು ಎಚ್ಚರದಿಂದ ಗಮನಿಸು! ಅವುಗಳಲ್ಲಿರುವ ದಾಳಿಂಬೆ ಹಣ್ಣುಗಳು ಥಟ್ಟನೆ ತೆರೆದುಕೊಳ್ಳುತ್ತವೆ! ಒಂದೊಂದರಿಂದಲೂ ಒಬ್ಬೊಬ್ಬ ದಾಳಿಂಬೆ ಕುಮಾರಿ ಬರುತ್ತಾಳೆ! ಅವರೆಲ್ಲರೂ ಒಟ್ಟಿಗೆ

ಆಡಿ ಕುಣಿಯುತ್ತಾರೆ. ಅವರಲ್ಲಿ ಯಾರಿಗೆ ಇತರರು ಗೌರವ ತೋರಿಸುವವರೋ ಅವಳೇ ದಾಳಿಂಬೆರಾಣಿ! ಸ್ವಲ್ಪ ಹೊತ್ತಾದ ಬಳಿಕ, ಅವರೆಲ್ಲರೂ ತಮ್ಮ ಗುಪ್ತಸ್ಥಾನಗಳಿಗೆ ಹೋಗುತ್ತಾರೆ! ರಾಣಿಯು ಹೋಗುವ ಹಣ್ಣನ್ನು ಗುರುತಿಟ್ಟುಕೋ! ಅವಳು ಅದರೊಳಗೆ ಹೋದ ಬಳಿಕ, ನೀನು ಉದ್ಯಾನವನದೊಳಗೆ ಹೋಗಿ ಆ ದಾಳಿಂಬೆಹಣ್ಣನ್ನು ತೆಗೆದುಕೊಂಡು ಹೋಗು! ಆದರೆ ಹಿಂದೆ ಮಾತ್ರ ತಿರುಗಿ ನೋಡಬೇಡ! ನಿನಗಿಂತ ಮೊದಲು ಬಂದ ಎಷ್ಟೋ ಜನರು ಹಾಗೆ ಮಾಡಿದ್ದಾರೆ! ಹಾಗೆ ಮಾಡಿದರೆ ನೀನು ಕಲ್ಲಾಗಿ ಹೋಗುವೆ!" ಎಂದು ಹೇಳಿದನು.

ಅದರಂತೆ ಮರುದಿನ ಆ ಸನ್ಯಾಸಿಯು ಉದ್ಯಾನವನದ ಸರೋವರದಲ್ಲಿ ಸ್ನಾನ ಮಾಡಲು ಹೋದನು. ಆಗ ರೂಪಸಿಂಹನು ದಾಳಿಂಬೆ ಮರಗಳನ್ನು ನೋಡುತ್ತಿರಲು, ಒಂದೊಂದು ದಾಳಿಂಬೆಯಿಂದಲೂ ಒಬ್ಬೊಬ್ಬ ಪುಟ್ಟ ಅಪ್ಸರೆ ಭೂಮಿಗೆ ಧುಮುಕಿದಳು! ಅವರಲ್ಲಿ ಒಬ್ಬಳು ಇತರರಿಗಿಂತ ದೊಡ್ಡ ಗಾತ್ರದವಳಾಗಿದ್ದಳು! ಅವಳೇ ದಾಳಿಂಬೆರಾಣಿಯಾಗಿದ್ದಳು! ಅವರೆಲ್ಲರೂ ಆಡಿ ಕುಣಿದ ಬಳಿಕ ತಮ್ಮ ಗುಪ್ತಸ್ಥಾನಗಳಾದ ದಾಳಿಂಬೆ ಹಣ್ಣಗಳೊಳಗೆ ಸೇರಿಕೊಂಡರು! ರಾಣಿಯು ಯಾವ ಹಣ್ಣಿನೊಳಗೆ ಸೇರಿಕೊಂಡಿದ್ದಳೆಂದು ನೋಡಿದ್ದ ರೂಪಸಿಂಹನು ಉದ್ಯಾನವನದೊಳಗೆ ಹೋಗಿ ಆ ಹಣ್ಣನ್ನು ತೆಗೆದುಕೊಂಡು ಅರಮನೆಯ ಕಡೆ ಹೊರಟನು. ಆಗ ಎಲ್ಲ ಕಡೆಗಳಿಂದಲೂ, "ಹೊಡೆಯಿರಿ ಅವನನ್ನು! ಕೊಲ್ಲಿರಿ ಅವನನ್ನು!" ಎಂಬ ಧ್ವನಿಗಳು ಕೇಳಿಬಂದವು! ಆದರೆ ಸನ್ಯಾಸಿಯ ಮಾತು ನೆನಪಿದ್ದ ರೂಪಸಿಂಹನು ಅರಮನೆಯ ಬಾಗಿಲಿಗೆ ಬರುವವರೆಗೂ ಹಿಂದೆ ತಿರುಗಿ ನೋಡಲಿಲ್ಲ! ಅರಮನೆಯೊಳಗೆ ಬಂದ ಬಳಿಕ ತಿರುಗಿ ನೋಡಲು, ಸನ್ಯಾಸಿಯು ಇತರ ದಾಳಿಂಬೆಕುಮಾರಿಯರನ್ನು ಸಮಾಧಾನಪಡಿಸುತ್ತಾ, "ನಿಮ್ಮಲ್ಲೊಬ್ಬಳು ಒಬ್ಬ ಮನುಷ್ಯನನ್ನು ಮದುವೆಯಾಗಬೇಕೆಂಬುದು ವಿಧಿನಿಯಮ! ಹಾಗಾಗಿ ಆ ರಾಜನಿಗೆ ತೊಂದರೆಕೊಡದೆ ಅವನನ್ನು ಹರಸಿ!" ಎಂದು ಹೇಳುತ್ತಿದ್ದುದು ಕಂಡಿತು. ಆಗ ಅವನಿಗೆ ಕೇಳಿದ ಧ್ವನಿಗಳು ಆ ದಾಳಿಂಬೆಕುಮಾರಿಯರದೆಂದು ತಿಳಿಯಿತು. ಸನ್ಯಾಸಿಯು ಅವರಿಗೆ ಸಮಾಧಾನಪಡಿಸಿದ ಬಳಿಕ, ರೂಪಸಿಂಹನ ಬಳಿ ಬಂದು, "ವತ್ಸ! ಈಗಲೇ ನಿನ್ನ ಮನೆಯ ಕಡೆ ಹೊರಡು! ದಾರಿಯಲ್ಲಿ ಎಲ್ಲೂ ನಿಲ್ಲಬೇಡ! ನಿನ್ನ ಊರು ತಲುಪುವವರೆಗೂ ಆ ದಾಳಿಂಬೆಹಣ್ಣನ್ನು ಯಾರಿಗೂ ತೋರಿಸಬೇಡ!" ಎಂದು ಹೇಳಿದನು.

ಅದರಂತೆ ರೂಪಸಿಂಹನು ತನ್ನ ಕುದುರೆ ಹತ್ತಿ ಮನೆಯ ಕಡೆ ಹೊರಟನು. ಅವನು ಹೊರಟ ಸ್ವಲ್ಪ ಹೊತ್ತಿಗೆ ಒಬ್ಬ ತಪಸ್ವಿಯನ್ನು ಭೇಟಿಯಾದನು. ಅವನು ದಾಳಿಂಬೆರಾಣಿಯನ್ನು ಪಡೆಯಲು ಏಳುನೂರು ವರ್ಷಗಳಿಂದ ತಪಸ್ಸು ಮಾಡುತ್ತಿದ್ದನು! ರೂಪಸಿಂಹನು ಅವನನ್ನು ವಂದಿಸಲು, ಅವನು, "ನೀನು ನಿನ್ನ ಗುರಿ ಸಾಧಿಸಿದೆಯಾ?" ಎಂದು ಕೇಳಿದನು. ಆಗ ರೂಪಸಿಂಹನು ಹೌದೆಂದು ಹೇಳಿದ್ದಲ್ಲದೇ, ಮೂರ್ಖನಂತೆ ದಾಳಿಂಬೆ ಹಣ್ಣನ್ನೂ ತೋರಿಸಿ ಅವನ ಕೈಗೂ ಕೊಟ್ಟ! ಆ ತಪಸ್ವಿಯು ಅದನ್ನು ತೆಗೆದುಕೊಂಡು ತನ್ನ ಕಾಲಿನ ಕೆಳಗೆ ಹಾಕಿಕೊಂಡನು! ರೂಪಸಿಂಹನು ದಾಳಿಂಬೆಹಣ್ಣನ್ನು ಹಿಂದಿರುಗಿಸಲು ಕೇಳಲು, ತಪಸ್ವಿಯು ಅವನಿಗೆ ಸುಮ್ಮನೆ ಹೋಗಲು ನಿಷ್ಠುರವಾಗಿ ಹೇಳಿದನು. ರೂಪಸಿಂಹನು ಕುಪಿತಗೊಂಡು ಹಣ್ಣನ್ನು ಕಿತ್ತುಕೊಳ್ಳುವೆನೆಂದು ತಪಸ್ವಿಯನ್ನು ಹೆದರಿಸಿದನು. ಆಗ ತಪಸ್ವಿಯು ಹತ್ತಿರದಲ್ಲಿದ್ದ ಒಂದು ಮರದ ಕಡೆ ನೋಡಿ ತನ್ನ ಬೆಂಕಿಯ ಉಸಿರಿನಿಂದ ಆ ಇಡೀ ಮರವನ್ನೇ ಸುಟ್ಟು ಬಿಟ್ಟನು! ಆನಂತರ ಅವನು ನಗುತ್ತಾ ರೂಪಸಿಂಹನಿಗೆ, "ನಾನು ನನ್ನ ಒಂದು ಉಸಿರಿನಿಂದ ಒಂದು ಮರವನ್ನೇ ಸುಡಬಲ್ಲೆ! ಇನ್ನು ನಿನ್ನ ಶೌರ್ಯಕ್ಕೆ ನಾನು ಹೆದರುವೆನೇ? ನಾನು ಏಳ್ನೂರು ವರ್ಷಗಳಿಂದ ದಾಳಿಂಬೆ ರಾಣಿಯನ್ನು ಪಡೆಯಲು ತಪಸ್ಸು ಮಾಡುತ್ತಿದ್ದೇನೆ! ಈಗ ಸಿಕ್ಕಿರುವ ಅವಳನ್ನು ಬಿಡಲಾರೆ! ಎಂದನು.

ಇದರಿಂದ ರೂಪಸಿಂಹನು ಅತೀವವಾಗಿ ದುಃಖಗೊಳ್ಳಲು, ಆ ತಪಸ್ವಿಯು ಅವನಿಗೆ ಒಂದು ದಂಡವನ್ನು ಕೊಡುತ್ತಾ "ಈ ಮಾಯಾದಂಡವನ್ನು ತೆಗೆದುಕೋ! ಅದು ನೀನು ಹೆದರುವ ಇಲ್ಲವೇ ಭಯಪಡುವ ಯಾರನ್ನಾದರೂ ಹೊಡೆಯುತ್ತದೆ ಹಾಗೂ ಯುದ್ಧದಲ್ಲಿ ಸದಾ ನಿನಗೆ ಜಯವುಂಟು ಮಾಡುತ್ತದೆ!" ಎಂದನು.

ರೂಪಸಿಂಹನು ಆ ಮಾಯಾದಂಡವನ್ನು ತೆಗೆದುಕೊಂಡನು. ಆದರೆ ಅದು ದಾಳಿಂಬೆರಾಣಿಗೆ ಸಿಕ್ಕ ಕನಿಷ್ಠ ಪರ್ಯಾಯವೆಂದು ಭಾವಿಸಿದನು. ಅದನ್ನಿಟ್ಟುಕೊಂಡು ಅವನು ಕುದುರೆಯನ್ನು ಹತ್ತತೊಡಗಲು, ಆ ಮಾಯಾದಂಡವು ಇದ್ದಕ್ಕಿದ್ದಂತೆ ಮನುಷ್ಯರಂತೆ ಮಾತನಾಡುತ್ತಾ" ರಾಜಾ! ನನ್ನ ಹೆಸರು ಲಠಿಯಾ ಲಾಠ್! ಏಳ್ನೂರು ವರ್ಷಗಳ ಕಾಲ ನಾನೀ ತಪಸ್ವಿಯ ಸೇವೆಯನ್ನು ಶ್ರದ್ಧೆಯಿಂದ ಮಾಡಿದೆ! ಆದರೆ ಇಂದು ಒಂದು ಹೆಣ್ಣಿಗಾಗಿ ನನ್ನನ್ನು ನಿನಗೆ ಕೊಟ್ಟಿದ್ದಾನೆ! ನೀನು ಆಜ್ಞೆಯಿತ್ತರೆ ನನ್ನ ಈ ಹಳೆಯ

ಒಡೆಯನಿಗೆ ಚೆನ್ನಾಗಿ ಹೊಡೆಯುತ್ತೇನೆ!" ಎಂದಿತು. ರೂಪಸಿಂಹನಿಗೆ ತಪಸ್ವಿಯು ತನ್ನ ದಾಳಿಂಬೆಹಣ್ಣನ್ನು ಕದ್ದಿದ್ದಕ್ಕೆ ಅವನ ಮೇಲೆ ಬಹಳ ಕೋಪ ಬಂದಿತ್ತು. ಹಾಗಾಗಿ ಅವನು ಮಾಯಾದಂಡಕ್ಕೆ ತಪಸ್ವಿಯನ್ನು ಚೆನ್ನಾಗಿ ಹೊಡೆದು ಬರಲು ಆಜ್ಞೆ ಮಾಡಿದನು. ಆಗ ಆ ಮಾಯಾದಂಡವು ಅವನ ಕೈಯಿಂದ ಹಾರಿ ಆ ತಪಸ್ವಿಯನ್ನು ಹಿಗ್ಗಾಮುಗ್ಗಾ ಹೊಡೆಯತೊಡಗಿತು! ಬಹಳಷ್ಟು ಹೊಡೆಸಿಕೊಂಡ ತಪಸ್ವಿ ಕೊನೆಗೆ ನೋವನ್ನು ತಾಳಲಾರದೇ ದಾಳಿಂಬೆ ಹಣ್ಣನ್ನು ಎಸೆದು ದಯೆಕೋರಿದನು. ಆಗ ರೂಪಸಿಂಹನು ದಾಳಿಂಬೆಹಣ್ಣನ್ನು ಎತ್ತಿಕೊಂಡು, ಅಂತೆಯೇ ಮಾಯಾದಂಡವನ್ನೂ ತೆಗೆದುಕೊಂಡು ತನ್ನ ಪ್ರಯಾಣವನ್ನು ಮುಂದುವರೆಸಿದನು.

ಅನೇಕ ದಿನಗಳ ಬಳಿಕ, ರೂಪಸಿಂಹನು ತನ್ನ ರಾಜ್ಯವನ್ನು ತಲುಪಿದನು. ಆನಂತರ, ಆ ದಾಳಿಂಬೆ ಹಣ್ಣನ್ನು ತೆಗೆಯಲು, ದಾಳಿಂಬೆರಾಣಿ ಹೊರಬಂದಳು. ಈ ಹೊತ್ತಿಗೆ ಅವಳು ರೂಪಸಿಂಹನನ್ನು ಮದುವೆಯಾಗಲು ಸಿದ್ಧವಾಗಿದ್ದಳು. ರೂಪಸಿಂಹನು ತನ್ನ ಅತ್ತಿಗೆಗೆ ವಂದಿಸಿ, ದಾಳಿಂಬೆರಾಣಿಯನ್ನು ಮದುವೆಯಾಗಲು ಸಿದ್ಧತೆ ನಡೆಸಿದನು. ಸಿದ್ಧತೆಗಳೆಲ್ಲಾ ನಡೆಯಲು, ಅವನಿಗೂ ದಾಳಿಂಬೆರಾಣಿಗೂ ವೈಭವದಿಂದ ಮದುವೆಯಾಯಿತು. ಆದರೆ ಆ ಮದುವೆ ಸಮಾರಂಭವನ್ನು ವೀಕ್ಷಿಸಿದವರಲ್ಲಿ ರುಚಿ ಎಂಬ ಕಸಗುಡಿಸುವ ಸುಂದರ ಸ್ತ್ರೀಯಿದ್ದಳು. ಅವಳು ಮಾಯಾಮಂತ್ರಗಳಲ್ಲಿ ಪರಿಣತಳಾಗಿದ್ದಳು! ಅವಳು ರೂಪಸಿಂಹನ ಸುಂದರ ಮುಖವನ್ನು ನೋಡಿ ಮೋಹಗೊಂಡಳು! ಅವಳಿಗೆ ದಾಳಿಂಬೆರಾಣಿಯ ಮುಖದಲ್ಲಿ ಸಂತೋಷವನ್ನು ಸಹಿಸಲಾಗಲಿಲ್ಲ! ಏನಾದರೂ ಮಾಡಿ ದಾಳಿಂಬೆರಾಣಿಯನ್ನು ಕೊಲ್ಲಲು ಅವಳು ಉಪಾಯ ಯೋಚಿಸಿದಳು! ಅದರಂತೆ ಅವಳು ಅರಮನೆಯಲ್ಲಿ ಕೆಲಸಕ್ಕೆ ಸೇರಿದಳು. ದಾಳಿಂಬೆರಾಣಿಯು ಅವಳ ಮೇಲೆ ಬಹಳ ಕರುಣೆ ತೋರಿಸಿದಳು.

ಒಂದು ದಿನ, ರೂಪಸಿಂಹನು ಬೇಟೆಯಾಡಲು ಹೋಗಿ, ಬಹಳ ಆಯಾಸಗೊಂಡು ಬಂದು ಮಲಗಿಬಿಟ್ಟನು. ದಾಳಿಂಬೆರಾಣಿಯು ಆಗ ತನ್ನ ಸ್ನಾನಕ್ಕಾಗಿ ನೀರು ತರಲು ಹತ್ತಿರದ ಬಾವಿಗೆ ಹೋದಳು. ರಾಜನನ್ನು ಒಬ್ಬನನ್ನೇ ಬಿಟ್ಟು ಹೋಗಲಿಷ್ಟವಿಲ್ಲದೇ ಅವಳು ರುಚಿಯನ್ನು ತಾನು ಬರುವವರೆಗೂ ನೋಡಿಕೊಳ್ಳಲು ಹೇಳಿ ಹೋದಳು. ರುಚಿಯು ಒಪ್ಪಿದಳು. ಆದರೆ ದಾಳಿಂಬೆರಾಣಿಯು ಹೋದ ಬಳಿಕ, ಅವಳನ್ನೇ ಹಿಂಬಾಲಿಸಿಕೊಂಡು ಹೋಗಿ, ಅವಳು ಬಾವಿಯ ಬಳಿ ಹೋದ ಕೂಡಲೇ ಅವಳನ್ನು ಬಾವಿಯಲ್ಲಿ ತಳ್ಳಿಬಿಟ್ಟಳು!

ಅನಂತರ ರುಚಿಯು ಅರಮನೆಗೆ ಹಿಂದಿರುಗಿ, ತನ್ನ ಮಾಯೆಯಿಂದ ರೂಪಸಿಂಹನು ತಾನೇ ದಾಳಿಂಬೆರಾಣಿಯೆಂದು ನಂಬುವಂತೆ ಮಾಡಿದಳು! ಆದರೆ ಅವಳು ರೂಪಸಿಂಹನ ಅತ್ತಿಗೆಯಾದ ವಿಧವೆರಾಣಿಯನ್ನು ಹಾಗೆ ನಂಬಿಸಲಾಗಲಿಲ್ಲ. ಒಂದು ದಿನ, ಅವಳು ತುಂಬಿದ ಸಭೆಯಲ್ಲಿ ರುಚಿಯನ್ನು ದಾಳಿಂಬೆ ಹಣ್ಣಿನೊಳಗೆ ಹೋಗೆಂದು ಸವಾಲು ಹಾಕಿದಳು. ಆದರೆ ರುಚಿಯು ಬಹಳ ಬುದ್ಧಿವಂತೆಯಾಗಿದ್ದಳು. ಅವಳು ಕೂಡಲೇ "ನಾನೀಗ ಹಾಗೆ ಮಾಡಲಾರೆ ಅಕ್ಕ! ಏಕೆಂದರೆ ನಾನೊಬ್ಬ ಮರ್ತ್ಯನನ್ನು ಮದುವೆಯಾಗಿದ್ದೇನೆ!" ಎಂದಳು. ಆನಂತರ ಅವಳು ರೂಪಸಿಂಹನಿಗೆ ಏಕಾಂತದಲ್ಲಿ ಅವನ ಅತ್ತಿಗೆಯು ತನಗೆ ಬಹಳ ತೊಂದರೆ ಕೊಡುತ್ತಿದ್ದಳೆಂದು ದೂರಿತ್ತಳು. ಇದರಿಂದ ರೂಪಸಿಂಹನು ತನ್ನ ಅತ್ತಿಗೆಯ ಮೇಲೆ ಬಹಳ ಕೋಪಗೊಂಡು ಅವಳೊಂದಿಗೆ ಜಗಳವಾಡಿದನು. ಮಾತಿಗೆ ಮಾತು ಬೆಳೆದು ಕೊನೆಗೆ ಅವನು ಅವಳನ್ನು ಅರಮನೆಯಿಂದಲೇ ಓಡಿಸಿದನು!

ಈಗ ದಾಳಿಂಬೆರಾಣಿಯು ಬಿದ್ದ ಬಾವಿಯಲ್ಲಿ ಅತ್ಯಂತ ಸುಂದರವಾದ ಒಂದು ತಾವರೆಹೂವು ಅರಳಿತು! ಉದ್ಯಾನವನದ ಮಾಲೀಕನು ಅದನ್ನು ಕಿತ್ತು ರಾಜನಿಗೆ ಕೊಟ್ಟನು. ರಾಜನು ಅದನ್ನು ರುಚಿಗೆ ಕೊಟ್ಟನು. ರುಚಿಗೆ ತನ್ನ ಮಾಯೆಯಿಂದ ಆ ತಾವರೆಹೂವು ದಾಳಿಂಬೆರಾಣಿಯ ದೇಹದಿಂದ ಹುಟ್ಟಿದ್ದೆಂದು ತಿಳಿಯಿತು! ಅವಳು ಅದರ ದಳಗಳನ್ನೆಲ್ಲ ಕಿತ್ತುಹಾಕಿ ಅದನ್ನು ಕಿಟಕಿಯಿಂದ ಹೊರಹಾಕಿದಳು! ಅದು ಮೆತ್ತಗಿನ ನೆಲದ ಮೇಲೆ ಬಿದ್ದು ಒಂದೆರಡು ತಿಂಗಳುಗಳಲ್ಲಿ ಸೊಗಸಾದ ಮಾವಿನ ಮರವಾಗಿ ಬೆಳೆದು ಸಿಹಿಯಾದ ಮಾವಿನ ಹಣ್ಣುಗಳನ್ನು ಬಿಟ್ಟಿತು. ಆದರೆ ರುಚಿಯು ಆ ಮಾವಿನ ಮರವನ್ನು ಕಡಿಸಿ ಹಾಕಿದಳು! ಅಷ್ಟರಲ್ಲಿ ಒಬ್ಬ ವ್ಯಾಪಾರಿಯು ಅದರ ಒಂದು ಹಣ್ಣನ್ನು ಕಿತ್ತು ಅದನ್ನು ತಿನ್ನಲು ತನ್ನ ಹೆಂಡತಿಗೆ ಕೊಟ್ಟಿದ್ದನು. ಅದನ್ನು ತಿಂದ ಅವಳು, ಒಂದು ವರ್ಷದಲ್ಲಿ ಒಂದು ಹೆಣ್ಣು ಮಗುವನ್ನು ಹೆತ್ತಳು! ಆ ಹುಡುಗಿ ಬೆಳೆಯುತ್ತಿದ್ದಂತೆ ದಾಳಿಂಬೆ ರಾಣಿಯ ರೂಪವನ್ನೇ ಹೋಲತೊಡಗಿದಳು!

ಆ ಹುಡುಗಿಯನ್ನು ನೋಡಿದ ರುಚಿಯು, ಅವಳು ಬಾವಿಯಲ್ಲಿ ಹುಟ್ಟಿದ ತಾವರೆ ಹೂವಿನಿಂದ ಬೆಳೆದ ಮಾವಿನ ಮರದ ಹಣ್ಣಿನಿಂದ ಹುಟ್ಟಿರಬಹುದೆಂದು ಭಾವಿಸಿದಳು. ಅವಳನ್ನು ಹೇಗಾದರೂ ಮುಗಿಸಬೇಕೆಂದು ಯೋಚಿಸಿ, ತನಗೆ ಬಹಳ ಮೈ ನೋವೆಂದು

ನಾಟಕವಾಡುತ್ತಾ ರಾಜನ ಬಳಿ, ಆ ವ್ಯಾಪಾರಿಯ ಮಗಳು ತನಗೆ ಮಾಟ ಮಾಡುತ್ತಿರುವಳೆಂದು ಹೇಳುತ್ತಾ, ಅವಳು ಬದುಕಿರುವವರೆಗೂ ತನ್ನ ನೋವು ಹೋಗುವುದಿಲ್ಲವೆಂದು ಹೇಳಿದಳು. ಇದನ್ನು ನಂಬಿದ ರೂಪಸಿಂಹನು ಆ ಹುಡುಗಿಯನ್ನು ತನ್ನ ನಗರದ ಪೂರ್ವ ಬಾಗಿಲಿನ ಆಚೆ ನೇಣು ಹಾಕಿಸಿದನು! ಆಗ ಇನ್ನೊಂದು ವಿಚಿತ್ರ ನಡೆಯಿತು! ಆ ಹುಡುಗಿಯ ತಲೆ ಶಿವನ ತಲೆಯಾಯಿತು. ಅವಳ ದೇಹವು ಪಾರ್ವತಿಯ ದೇಹವಾಯಿತು! ಅವಳ ಬಲಗಣ್ಣು ಗಂಡು ಗುಬ್ಬಿಯಾದರೆ, ಅವಳ ಎಡಗಣ್ಣು ಹೆಣ್ಣುಗುಬ್ಬಿಯಾಯಿತು! ಅವಳ ಎರಡು ಕಾಲುಗಳು ಎರಡು ಬಾಳೇಗಿಡಗಳಾದವು! ಈ ವಿಷಯ ಕೇಳಿದ ರುಖಿಯು ರೂಪಸಿಂಹನಿಗೆ ಪೂರ್ವದ್ವಾರದ ಮೂಲಕ ಹೇಗಬಾರದೆಂದೂ ಹಾಗೆ ಹೋದರೆ ಆ ಹುಡುಗಿಯ ಆತ್ಮ ಅವನನ್ನು ಹಿಡಿದುಬಿಡುವುದೆಂದೂ ಹೇಳಿದಳು. ಅದರಂತೆ ರೂಪಸಿಂಹನು ಬಹುಕಾಲ ಆ ದಿಕ್ಕಿನ ಮೂಲಕ ಹೋಗಲಿಲ್ಲ!

ಹೀಗಿರಲು, ಒಂದು ದಿನ, ರೂಪಸಿಂಹನ ಕುದುರೆ ಅವನನ್ನು ಇದ್ದಕ್ಕಿದ್ದಂತೆ ಪೂರ್ವದ್ವಾರದ ಮೂಲಕ ಕರೆದೊಯ್ದಿತು! ಅಲ್ಲಿ ಅವನು ಒಂದು ಸೊಗಸಾದ ಶಿವಾಲಯವನ್ನು ಕಂಡನು. ಹಾಗಾಗಿ ಅವನು ದೇವರನ್ನು ಪ್ರಾರ್ಥಿಸಲು ಅದರೊಳಗೆ ಹೋದನು. ಅಲ್ಲಿ ಅವನಿಗೆ ಹೆಣ್ಣುಗುಬ್ಬಿಯೊಂದು ಗಂಡು ಗುಬ್ಬಿಯೊಂದಿಗೆ ಮಾತನಾಡುತ್ತಿದ್ದುದು ಕೇಳಿಸಿತು. ಹೆಣ್ಣುಗುಬ್ಬಿಯು ಆಗ "ಈ ನಗರದ ರಾಜನು ಒಬ್ಬ ದೊಡ್ಡ ಮೂರ್ಖ!" ಎಂದು ಹೇಳುತ್ತಾ ದಾಳಿಂಬೆರಾಣಿಯ ಇಡೀ ಕಥೆಯನ್ನು ಹೇಳಿ", ಇದೇ ರಾತ್ರಿ, ದಾಳಿಂಬೆರಾಣಿಯು ಆ ವ್ಯಾಪಾರಿಯ ಮಗಳ ಕಾಲುಗಳು ಯಾವ ಬಾಳೇಗಿಡಗಳಿಗೆ ಬದಲಾದವೋ, ಆ ಬಾಳೇಗಿಡಗಳಲ್ಲೊಂದರಿಂದ ಹೊರಬಂದು ಶಿವಪೂಜೆ ಮಾಡಿ, ಪುನಃ ಆ ಬಾಳೇಗಿಡದೊಳಗೆ ಹೋಗುತ್ತಾಳೆ! ಆನಂತರ ಅವಳು ಇನ್ನೆಂದೂ ಈ ಭೂಮಿಯ ಮೇಲೆ ಕಾಣಿಸಿಕೊಳ್ಳುವುದಿಲ್ಲ! ಎಂದಿತ್ತು.

ಈ ಕಥೆಯನ್ನು ಕೇಳಿ ರೂಪಸಿಂಹನು ಇಡೀ ರಾತ್ರಿ ಅಲ್ಲೇ ಇರಲು ನಿರ್ಧರಿಸಿದನು ಹಾಗೆ ಅವನು ರಾತ್ರಿಯೆಲ್ಲಾ ಆ ದೇವಾಲಯದಲ್ಲೇ ಕಳೆಯಲು, ಮಧ್ಯರಾತ್ರಿಯಲ್ಲಿ ಒಂದು ಬಾಳೇಗಿಡವು ತೆರೆದುಕೊಳ್ಳುವುದನ್ನು ಕಂಡನು! ಅದರೊಳಗಿಂದ ದಾಳಿಂಬೆರಾಣಿಯು ಹೊರಬಂದು ಶಿವಪೂಜೆ ಮಾಡತೊಡಗಿದಳು! ಅವಳ ಪೂಜೆ ಮುಗಿಯುವಷ್ಟರಲ್ಲಿ ರೂಪಸಿಂಹನು ಅವಳ ಕೈಯನ್ನು ಹಿಡಿದನು! ಆಗ ಅವಳು, "ಯಾರು ನೀನು? ಏಕೆ ನನ್ನ

ಕೈಯನ್ನು ಹಿಡಿದಿರುವೆ?" ಎಂದು ಕೇಳಿದಳು. ಅದಕ್ಕೆ ರೂಪಸಿಂಹನು, "ನಾನು ರೂಪಸಿಂಹ! ನಿನ್ನ ಗಂಡ! ಇದುವರೆಗೂ ನಾನು ಕುರುಡನೂ ಕ್ರೂರಿಯೂ ಆಗಿದ್ದೆ! ಅದಕ್ಕಾಗಿ ನಿನ್ನ ಕ್ಷಮೆಯಾಚಿಸುತ್ತೇನೆ! ಇನ್ನು ಮುಂದೆ ನಾನು ಸದಾ ನಿನ್ನೊಂದಿಗೇ ಇರುತ್ತೇನೆ!" ಎಂದನು. ದಾಳಿಂಬೆರಾಣಿಗೆ ಅವನೊಂದಿಗಿರಲು ಇಷ್ಟವಿರಲಿಲ್ಲ. ಆದರೆ ರೂಪಸಿಂಹನು ರಾತ್ರಿಯಿಡೀ ಅವಳ ಕೈಯನ್ನು ಬಿಡದೇ ಗಟ್ಟಿಯಾಗಿ ಹಿಡಿದುಕೊಂಡಿದ್ದ.

ಮರುದಿನ, ರೂಪಸಿಂಹನನ್ನು ಕಾಣದೇ ಅವನ ಮಂತ್ರಿಗಳು ಕಳವಳಗೊಂಡರು. ಅವರು, ಗುಡಿಸಲಿನಲ್ಲಿದ್ದ ಅವನ ಅತ್ತಿಗೆಗೆ ಈ ವಿಷಯ ಹೇಳಿ, ಅವಳೊಂದಿಗೆ ಅವನನ್ನು ಹುಡುಕಲು ಹೋದರು. ಹುಡುಕುತ್ತಾ ಕೊನೆಗೆ ಅವರು ಅವನನ್ನು ಶಿವಾಲಯದಲ್ಲಿ ಕಂಡರು. ಆಗ ರೂಪಸಿಂಹನು ತನ್ನ ಅತ್ತಿಗೆಯ ಕ್ಷಮೆಯಾಚಿಸಿ ನಡೆದದ್ದೆಲ್ಲವನ್ನೂ ಹೇಳಿ, ದಾಳಿಂಬೆರಾಣಿಯನ್ನು ತೋರಿಸಿದನು. ಆಗ ಅವನ ಅತ್ತಿಗೆಯು ದಾಳಿಂಬೆರಾಣಿಯನ್ನು ಪರೀಕ್ಷಿಸಲು, ಅವಳಿಗೆ ದಾಳಿಂಬೆ ಹಣ್ಣಿನೊಳಗೆ ಹೋಗಲು ಹೇಳಿದಳು. ದಾಳಿಂಬೆರಾಣಿಯು ಕೂಡಲೇ ದಾಳಿಂಬೆಹಣ್ಣಿನೊಳಗೆ ಹೋದಳು. ಅತ್ತಿಗೆಯು ಅವಳನ್ನು ಹೊರಬರಲು ಕರೆದಾಗ ಅವಳು ಪುನಃ ಹೊರಬಂದಳು! ಈಗ ಅತ್ತಿಗೆಗೆ ಅವಳೇ ದಾಳಿಂಬೆರಾಣಿಯೆಂದು ಖಾತ್ರಿಯಾಯಿತು. ಅವಳು ಆ ದಾಳಿಂಬೆಹಣ್ಣನ್ನು ನೆಲದಲ್ಲಿ ಹೂತುಬಿಟ್ಟಳು. ಆನಂತರ, ರೂಪಸಿಂಹನು ದಾಳಿಂಬೆರಾಣಿ, ತನ್ನ ಅತ್ತಿಗೆ ಹಾಗೂ ಮಂತ್ರಿಗಳೊಂದಿಗೆ ಅರಮನೆಗೆ ಹೋದನು. ಅಲ್ಲಿ ಅವನು ಸಭೆ ಕರೆದು, ಎಲ್ಲರ ಮುಂದೆ ರುಚಿಯನ್ನು ಅವಳು ಮಾಡಿದ ಕುಕೃತ್ಯಗಳಿಗೆ ನಿಂದಿಸಿ, ಅವಳನ್ನು ವ್ಯಾಪಾರಿಯ ಮಗಳನ್ನು ನೇಣುಹಾಕಿದ ಜಾಗದಲ್ಲೇ ನೇಣುಹಾಕಿಸಿದನು! ಅನಂತರ, ಅವನು ಘೂಲ್‌ಪಾಂಚಳಿಗೆ ಹೇಳಿಕಳಿಸಿ ಅವಳನ್ನೂ ಮದುವೆಯಾದನು.

ಅಂದಿನಿಂದ ರೂಪಸಿಂಹನು ತನ್ನ ಇಬ್ಬರು ಪತ್ನಿಯರಾದ ದಾಳಿಂಬೆರಾಣಿ ಮತ್ತು ಘೂಲ್‌ಪಾಂಚರೊಂದಿಗೆ ತನ್ನ ಅತ್ತಿಗೆಯ ಮಾರ್ಗದರ್ಶನದಲ್ಲಿ ಅನೇಕ ವರ್ಷಗಳ ಕಾಲ ಸುಖವಾಗಿದ್ದನು.

ಗುಜರಾತ್‌ನ ಜಾನಪದ ಕಥೆ
ಏಕಬುದ್ಧಿಯ ಉಪಾಯ

ಒಂದು ಹಳ್ಳಿಯ ಬಳಿ, ಒಂದು ದೊಡ್ಡ ಹುಲ್ಲಿನ ಮೆದೆಯಿತ್ತು. ಅದರಲ್ಲಿ ಅನೇಕ ಪ್ರಾಣಿಗಳೂ ಕೀಟಗಳೂ ವಾಸವಾಗಿದ್ದವು. ಅವುಗಳಲ್ಲಿ ಮುಖ್ಯವಾದವೆಂದರೆ, ಒಂದು ಆಮೆ, ಒಂದು ನಾಗರಹಾವು, ಒಂದು ಮುಂಗುಸಿ ಮತ್ತು ಒಂದು ನರಿ ಈ ನಾಲ್ಕೂ ತಾವು ಬಹಳ ಬುದ್ಧಿಶಾಲಿಗಳೆಂದು ಭಾವಿಸಿದ್ದವು. ಆಮೆಯು ತನ್ನನ್ನು ತಾನೇ ಲಕ್ಷಬುದ್ಧಿ ಎಂದು ಕರೆದುಕೊಳ್ಳುತ್ತಿತ್ತು! ನಾಗರಹಾವು ತನ್ನನ್ನು ತಾನೇ ಸಹಸ್ರಬುದ್ಧಿ ಎಂದು ಕರೆದುಕೊಳ್ಳುತ್ತಿತ್ತು! ಮುಂಗುಸಿಯು ತನ್ನನ್ನು ತಾನು ಶತಬುದ್ಧಿ ಎಂದು ಕರೆದುಕೊಳ್ಳುತ್ತಿತ್ತು! ಆದರೆ ನರಿಯು ಮಾತ್ರ ತನ್ನನ್ನು ತಾನು ಏಕಬುದ್ಧಿ ಎಂದು ಕರೆದುಕೊಳ್ಳುತ್ತಿತ್ತು!

ಒಂದು ದಿನ, ಆ ಹುಲ್ಲಿನ ಮೆದೆಗೆ, ಬೆಂಕಿ ಬಿತ್ತು! ಭಯಗೊಂಡ ಎಲ್ಲಾ ಪ್ರಾಣಿಗಳೂ ಕೂಡಲೇ ತಮ್ಮಲ್ಲಿ ಅತಿ ಬುದ್ಧವಂತರಾಗಿದ್ದ ಆಮೆ, ನಾಗರಹಾವು ಮತ್ತು ಮುಂಗುಸಿಗಳ ಬಳಿಗೆ ಓಡಿಹೋಗಿ ಏನು ಮಾಡಬೇಕೆಂದು ಕೇಳಿದವು. ಆಗ ಮೊದಲು ಆಮೆ ಹೇಳಿತು, "ಬೆಂಕಿಯಿಂದ ರಕ್ಷಿಸಿಕೊಳ್ಳಲು ನನಗೆ ಒಂದು ಲಕ್ಷ ದಾರಿಗಳು ಗೊತ್ತು!

ನಾಗರಹಾವು ತನ್ನ ಹೆಡೆಯೆತ್ತುತ್ತಾ "ನನಗೆ ಸಾವಿರದಾರಿಗಳಾದರೂ ಗೊತ್ತು!" ಎಂದಿತು, ಬಿಗುಮಾನದಿಂದ!

ಮುಂಗುಸಿಯು, "ನನಗೆ ನೂರು ದಾರಿಗಳಾದರೂ ಗೊತ್ತ! ಎಂದಿತು. ಆಗ ಯಾವುದೋ ಒಂದು ಪ್ರಾಣಿ ನರಿಯನ್ನು ನಿನಗೆಷ್ಟು ದಾರಿಗಳು ಗೊತ್ತು?" ಎಂದು ಕೇಳಿತು. ಆಗ ನರಿಯು ಹೇಳಿತು "ಹುಲ್ಲಿನ ಮೆದೆಗೆ ಬೆಂಕಿ ಬಿದ್ದಾಗ ಇರುವುದು ಒಂದೇ ದಾರಿ! ಅದೇನೆಂದರೆ ಓಡಿಹೋಗುವುದು!"

"ಹೇಡಿ!ಹೇಡಿ!" ಯಾವುದೋ ಪ್ರಾಣಿ ಜರಿಯಿತು.

ಆದರೆ ನರಿಯು ಹೆಚ್ಚು ಹೊತ್ತು ನಿಲ್ಲಲಿಲ್ಲ! ಯಾರು ಏನು ಹೇಳುತ್ತಾರೆ ಎಂದು ಯೋಚಿಸದೇ ಓಡಿಹೋಯಿತು! ಆಮೆ, ನಾಗರಹಾವು ಮತ್ತು ಮುಂಗುಸಿಗಳು ತಮ್ಮ ಬಿಲಗಳಲ್ಲಿ ಅವಿತುಕೊಳ್ಳಲು ಪ್ರಯತ್ನಿಸಿದವು. ಅಷ್ಟರಲ್ಲಿ ಬೆಂಕಿಯು ಧಗ್ಗನೆ ಹರಡಿ ಎಲ್ಲವನ್ನೂ ಸುಟ್ಟುಹಾಕಿತು.

ಆಗ ತಪ್ಪಿಸಿಕೊಂಡ ನರಿಯು ಹತ್ತಿರದ ಒಂದು ಮರದ ಕೆಳಗೆ ವಿಶ್ರಮಿಸಿಕೊಳ್ಳುತ್ತಾ ಆ ಸ್ವಘೋಷಿತ ಬುದ್ಧಿವಂತರಿಗಾದ ಗತಿಯನ್ನು ನೋಡಿ ಹೇಳಿಕೊಂಡಿತು.

ಗಲಿಬಿಲಿಗೊಂಡಿತು ಲಕ್ಷಬುದ್ಧಿ!

ಕಸಿವಿಸಿಕೊಂಡಿತು ಸಹಸ್ರಬುದ್ಧಿ!

ಸುಟ್ಟೇಹೋಯಿತು ಶತಬುದ್ಧಿ!

ಉಳಿದದ್ದೊಂದೇ ಏಕಬುದ್ಧಿ!

ಅಪಾಯ ಬಂದಾಗ ವಿದ್ಯೆಗಳು ಸಹಾಯಮಾಡುವುದಿಲ್ಲ. ಅದರಿಂದ ತಪ್ಪಿಸಿಕೊಳ್ಳುವ ಸಾಮಾನ್ಯ ಬುದ್ಧಿ ಬೇಕು.

ಛತ್ತೀಸ್ ಘಡದ ಜಾನಪದ ಕಥೆ
ಮಾಡಿದ ಕೆಲಸದಂತೆ ಫಲ

ಒಂದು ಹಳ್ಳಿಯಲ್ಲಿ ರಾಮು ಎಂಬ ಒಬ್ಬ ರೈತನಿದ್ದ. ಅವನಿಗೆ ಅಜ್ಜ ಅಜ್ಜಿಯರನ್ನು ಬಿಟ್ಟರೆ ಬೇರಾರೂ ಇರಲಿಲ್ಲ. ಅವನದು ಬಹಳ ಮೃದು ಮನಸ್ಸು. ಅವನು ಬಹಳ ದಯಾಳುವಾಗಿದ್ದ. ಅವನ ಬಳಿ ಸ್ವಲ್ಪ ಹೊಲವಿತ್ತು. ಆ ಹೊಲದಲ್ಲಿ ಉಳುಮೆ ಮಾಡುತ್ತಾ ಅವನು ಅಜ್ಜ ಅಜ್ಜಿಯರೊಂದಿಗೆ ಸಂತೃಪ್ತ ಜೀವನ ನಡೆಸುತ್ತಿದ್ದನು. ಹೀಗಿರಲು, ಒಮ್ಮೆ, ಫಾಲ್ಗುಣ ಮಾಸದಲ್ಲಿ ಎಲ್ಲ ರೈತರ ಹೊಲಗಳಲ್ಲೂ ಒಳ್ಳೆಯ ಫಸಲು ಬಂದಿತು. ಅದರಿಂದ ಎಲ್ಲ ರೈತರೂ ಬಹಳ ಸಂತೋಷಗೊಂಡರು. ಆದರೆ ಅವರ ಹೊಲಗಳ ಬಳಿ ಒಂದು ಕಾಡಿತ್ತು. ಅಲ್ಲಿಂದ ಕೋತಿಗಳ ಒಂದು ಹಿಂಡು ಆಹಾರ ಹುಡುಕಿಕೊಂಡು ಇವರ ಹೊಲಗಳಿಗೆ ಬಂದವು! ಅವು ಫಸಲನ್ನು ತಿನ್ನುವುದರೊಂದಿಗೆ ಅದನ್ನು ನಾಶಮಾಡತೊಡಗಿದವು ಕೂಡ! ಹಾಗೆ ತಿಂದು ನಾಶಮಾಡಿದ ಬಳಿಕ ಮರಗಳ ಮೇಲೇರಿ ಸುಮ್ಮನೆ ಕೂರುತಿದ್ದವು. ಈ ಕೋತಿಗಳನ್ನು ನಿವಾರಿಸಲು ರೈತರು ಬೇರೆ ಬೇರೆ ಉಪಾಯಗಳನ್ನು ಮಾಡುತ್ತಿದ್ದರು. ಕೆಲವರು ಬಲೆ ಬೀಸಿ ಅವನ್ನು ಹಿಡಿಯಲು ಪ್ರಯತ್ನಿಸುತ್ತಿದ್ದರೆ, ಕೆಲವರು ಅವನ್ನು ಕೊಲ್ಲಲೂ ಯತ್ನಿಸುತ್ತಿದ್ದರು! ಆದರೆ ರಾಮುವಿಗೆ ಇದಾವುದೂ ಸರಿಕಾಣುತ್ತಿರಲಿಲ್ಲ. ಅವು ಅವನ ಹೊಲಕ್ಕೆ ಬಂದು ಫಸಲನ್ನು ತಿಂದು ನಾಶಮಾಡುವುದನ್ನು ನೋಡುತ್ತಿದ್ದರೂ ಅವನು ಅವುಗಳಿಗೇನೂ ಮಾಡುತ್ತಿರಲಿಲ್ಲ. ಅವನಿಗೆ ಫಸಲು ನಾಶವಾಗುವುದರ ಬಗ್ಗೆ ದುಃಖವಾದರೂ ಅವನು ಹೀಗೆ ಯೋಚಿಸುತ್ತಿದ್ದ, "ಕೋತಿಗಳಿಗೂ ಹೊಟ್ಟೆಯಿದೆ! ಅವುಗಳಿಗೂ ಹಸಿವಾಗುತ್ತದೆ! ಆದರೆ ಅವುಗಳ ಬಳಿ ಹೊಲಗಳಿಲ್ಲ! ಆದ್ದರಿಂದಲೇ ಆಹಾರಕ್ಕಾಗಿ ನಮ್ಮ ಹೊಲಗಳಿಗೆ ಬರುತ್ತವೆ!"

ಹೀಗಿರಲು, ಒಂದು ದಿನ, ರಾಮುವು ತನ್ನ ಹೊಲವನ್ನು ಕಾಯುತ್ತಿದ್ದ. ಅವನು ಒಂದು ಮರದ ಕೆಳಗೆ ಕುಳಿತಿದ್ದ. ಆಗ ಆಕಾಶದಲ್ಲಿ ಸ್ವಲ್ಪ ಸ್ವಲ್ಪವೇ ಮೋಡ ಕವಿಯತೊಡಗಿತು. ಕ್ರಮೇಣ ವಾತಾವರಣ ತಂಪಾಗಿ, ತಣ್ಣನೆಯ ಗಾಳಿ

ಬೀಸತೊಡಗಿತು. ಇಂಥ ಸೊಗಸಾದ ವಾತಾವರಣದಿಂದ ರಾಮುವಿಗೆ ನಿಧಾನವಾಗಿ ನಿದ್ರೆಯು ಆವರಿಸಿತು. ಸ್ವಲ್ಪ ಹೊತ್ತಿಗೇ ಅವನು ಗಾಢವಾದ ನಿದ್ರೆಗೆ ಜಾರಿದ. ಆಗ ಕೋತಿಗಳು ಅವನ ಹೊಲಕ್ಕೆ ಬಂದವು! ಒಂದು ಕೋತಿಯು ಧಾನ್ಯ ತಿನ್ನುತ್ತಾ ಅವನು ಮಲಗಿದ್ದುದನ್ನು ನೋಡಿ ಅವನ ಬಳಿ ಬಂದು ಸುಮ್ಮನೆ ನಿಂತಿತು. ಅದು ಹಾಗೆ ನಿಂತದ್ದನ್ನು ನೋಡಿ ಎಲ್ಲಾ ಕೋತಿಗಳೂ ಅದರ ಬಳಿ ಬಂದವು. ಸ್ವಲ್ಪ ಹೊತ್ತು ಅವನು ಮಲಗಿರುವುದನ್ನೇ ನೋಡುತ್ತಾ ಅವನು ಸತ್ತುಹೋಗಿದ್ದಾನೆಂದು ಭಾವಿಸಿದವು! ಇದನ್ನೇ ಯೋಚಿಸುತ್ತಾ ಅವು ಪರಸ್ಪರ ಮಾತನಾಡಕೊಂಡವು. ಆ ಮಾತುಗಳು ಕೇಳಿಸಿ ರಾಮುವಿಗೆ ಎಚ್ಚರವಾಯಿತು. ಆಗ ಒಂದು ಕೋತಿ ಅವನ ಮುಖ ನೋಡುತ್ತಾ ಕೇಳಿತು, ಕುಳಿತಿರುವಂತೆಯೇ ಈ ರೈತ ಸತ್ತುಹೋಗಿದ್ದಾನೆ!"

"ಅಯ್ಯೋ! ಇದು ದುಃಖದ ಮಾತು! ಪಾಪ, ಈ ರೈತ ಬಹಳ ಒಳ್ಳೆಯವನಾಗಿದ್ದ!" ಇನ್ನೊಂದು ಕೋತಿ ಹೇಳಿತು.

"ಹಾಗಾದರೆ ಇವನನ್ನು ನದಿಯಲ್ಲಿ ಹಾಕಿಬರೋಣ ಬನ್ನಿ! ಎಲ್ಲವಾದರೆ ಇವನ ಹೆಣ ಇಲ್ಲಿಯೇ ಕೊಳೆತುಹೋಗುತ್ತದೆ! ಮೂರನೆಯ ಕೋತಿ ಹೇಳಿತು.

ಎಲ್ಲ ಕೋತಿಗಳೂ ಅವುಗಳ ಅಭಿಪ್ರಾಯ ಹೇಳಿದವು. ಇದನ್ನೆಲ್ಲಾ ಕೇಳುತ್ತಾ ರಾಮುವಿಗೆ ಭಯವಾಯಿತು. ಆಗ ಒಂದು ಗಂಭೀರ ಧ್ವನಿ ಕೇಳಿಬಂತು, "ಈ ರೈತನ ಸ್ವಭಾವ ಬಹಳ ಒಳ್ಳೆಯದಾಗಿತ್ತು! ಇವನು ಎಂದೂ ನಮ್ಮನ್ನು ತನ್ನ ಹೊಲದಿಂದ ಓಡಿಸಲಿಲ್ಲ! ನಾವು ಇವನ ಹೊಲದಲ್ಲಿ ಬೇಕಾದಷ್ಟು ಧಾನ್ಯ ತಿಂದೆವು! ಅಲ್ಲದೇ ಅದನ್ನು ಸಾಕಷ್ಟು ನಾಶವೂ ಮಾಡಿದೆವು! ಆದರೆ ಇವನು ಎಂದೂ ನಮ್ಮನ್ನು ಬಲೆ ಬೀಸಿ ಹಿಡಿಯಲಿಲ್ಲ! ಕೊಲ್ಲಲೂ ಪ್ರಯತ್ನ ಪಡಲಿಲ್ಲ! ಆದ್ದರಿಂದ ಇವನನ್ನು ನದಿಯಲ್ಲಿ ಹಾಕುವುದು ಬೇಡ! ಇವನನ್ನು ಯಾವುದಾದರೂ ಚಿನ್ನದ ಗುಹೆಯಲ್ಲಿರಿಸೋಣ!"

ಹೀಗೆ ಹೇಳಿದ್ದು ಆ ಕೋತಿಗಳ ನಾಯಕ. ಅದನ್ನು ಕೇಳಿ ರಾಮುವಿಗೆ ಸಂತೋಷವಾಯಿತು! ಆಗ ಕೋತಿಗಳೆಲ್ಲವೂ ತಮ್ಮ ನಾಯಕನ ಮಾತಿನಂತೆ ರಾಮುವನ್ನು ಎತ್ತಿಕೊಂಡು ಚಿನ್ನದ ಗುಹೆಗೆ ಹೊರಟವು. ಎಲ್ಲ ಕೋತಿಗಳ ಮುಖದಲ್ಲೂ ದುಃಖದ ಛಾಯೆಯಿತ್ತು! ಅವು ಮೂರು ಕಾಡುಗಳನ್ನು ದಾಟಿ ನಾಲ್ಕನೆಯ ಕಾಡಿಗೆ ಬಂದವು. ಇದು ಬಹಳ ದಟ್ಟವಾದ ಕಾಡಾಗಿತ್ತು! ಈ ಕಾಡಿನೊಳಗೆ ಚಿನ್ನದ ಗುಹೆಯಿತ್ತು!

ಕೋತಿಗಳು ರಾಮುವನ್ನು ಎತ್ತಿಕೊಂಡು ಆ ಗುಹೆಯೊಳಗೆ ಪ್ರವೇಶಿಸಿದವು. ಅಲ್ಲಿ ಒಂದು ಬಂಡೆಗಲ್ಲನ್ನು ತೊಳೆದು ಸ್ವಚ್ಛವಾಗಿಸಿ ಅವನನ್ನು ಅದರ ಮೇಲೆ ಮಲಗಿಸಿದವು. ಅನಂತರ ಅವು ರಾಮುವಿಗೆ ನಮಸ್ಕರಿಸಿ ಅವನ ಒಳ್ಳೆಯತನದ ಬಗ್ಗೆ ಮಾತನಾಡಿಕೊಳ್ಳುತ್ತಾ ಹೊರಟವು. ಆಗ ರಾಮುವು ತನ್ನ ಕಣ್ಣುಗಳನ್ನು ತೆರೆದನು. ಅಲ್ಲಿದ್ದುದನ್ನು ನೋಡಿ ಅವನಿಗೆ ಆಶ್ಚರ್ಯವೋ ಆಶ್ಚರ್ಯ! ಎಲ್ಲೆಲ್ಲಿ ನೋಡಿದರೂ ಚಿನ್ನವಿತ್ತು ಅಲ್ಲಿ! ಅಷ್ಟೊಂದು ಚಿನ್ನವನ್ನು ನೋಡಿ ಅವನ ಕಂಗಳು ಆನಂದದಿಂದ ಹೊಳೆದವು! ಇದೊಳ್ಳೆ ಕನಸಿನಂತಿತ್ತು! ಇಂಥದ್ದನ್ನು ಹಿಂದೆಂದೂ ಅವನು ಕಲ್ಪನೆ ಕೂಡ ಮಾಡಿರಲ್ಲಿಲ್ಲ! ತನ್ನ ಮೇಲೆ ಲಕ್ಷ್ಮೀದೇವಿಯು ಅತ್ಯಂತ ಪ್ರಸನ್ನಳಾಗಿದ್ದಳೆಂದು ಭಾವಿಸಿದ ಅವನು! ಈಗ ತಾನು ಹಳ್ಳಿಯ ಸಾಹುಕಾರ ಶೆಟ್ಟಿಯ ರೀತಿ ವೈಭವದಿಂದ ಬದುಕಲು ನಿಶ್ಚಯಿಸಿದ. ಬೇಗಬೇಗನೆ ತನ್ನ ಪಂಚೆಯಲ್ಲಿ ಎಷ್ಟು ಸಾಧ್ಯವೋ ಅಷ್ಟು ಚಿನ್ನವನ್ನು ಗಂಟು ಕಟ್ಟಿಕೊಂಡು, ಆ ದಟ್ಟವಾದ ಕಾಡಿನಲ್ಲಿ ನಡೆಯುತ್ತಾ ತನ್ನ ಮನೆಗೆ ಹೋದ. ಹೀಗೆ ರಾತ್ರೋರಾತ್ರಿ ಅವನು ಶ್ರೀಮಂತನಾದ.

ರಾಮುವಿನ ಮನೆಯ ಪಕ್ಕದ ಮನೆಯಲ್ಲಿ ಒಬ್ಬ ವ್ಯಾಪಾರಿಯಿದ್ದ. ಅವನು ರಾಮುವು ಹೀಗೆ ಧಿಡೀರನೆ ಶ್ರೀಮಂತನಾದುದನ್ನು ನೋಡಿ ಆಶ್ಚರ್ಯಗೊಂಡು, ಅವನ ಮನೆಗೆ ಹೋಗಿ, "ಅಯ್ಯಾ ರಾಮು, ನೀನು ಇದ್ದಕ್ಕಿದ್ದಂತೆ ಹೇಗೆ ಶ್ರೀಮಂತನಾದೆ?" ಎಂದು ಕೇಳಿದ. ಅದಕ್ಕೆ ರಾಮು, "ಹೀಗೆಯೇ ಆಯಿತು! ಲಕ್ಷ್ಮಿಯ ಕೃಪೆಯಿಲ್ಲದೇ ಯಾರೂ ಶ್ರೀಮಂತನಾಗುವುದಿಲ್ಲ! ಎಂದು ತನ್ನ ಇಡೀ ವೃತ್ತಾಂತವನ್ನು ಹೇಳಿದ. ಅದನ್ನು ಕೇಳಿ ವ್ಯಾಪಾರಿ ಆಶ್ಚರ್ಯಗೊಂಡ. ಅವನು ಮಹಾಜಿಪುಣನೂ ಕೋಪಿಷ್ಠನೂ ಆಗಿದ್ದ. ಅವನು ತನ್ನ ಹೊಲದಲ್ಲಿ ಕೋತಿಗಳು ಬಂದರೆ ಅವುಗಳಿಗೆ ವಿಧಿವಿಧವಾದ ಹಿಂಸೆಗಳನ್ನು ಕೊಡುತ್ತಿದ್ದ! ಈಗ ರಾಮುವಿನ ಕಥೆ ಕೇಳಿ ತನ್ನ ವರ್ತನೆಯ ಬಗ್ಗೆ ಪಶ್ಚಾತ್ತಾಪಪಟ್ಟ. ತನ್ನ ವರ್ತನೆಯನ್ನು ಬದಲಿಸಿಕೊಂಡು ಕೋತಿಗಳಿಗೆ ಉಪಕಾರ ಮಾಡುವ ಉಪಾಯ ಯೋಚಿಸಿದ.

ಆ ವ್ಯಾಪಾರಿಯು ತನ್ನ ಹೊಲದಲ್ಲಿ ಹರಡಿದ್ದ ಮುಳ್ಳುಕಂಟಿಗಳನ್ನು ತೆಗೆಸಿದ. ಗುಪ್ತವಾಗಿ ಹಾಕಿಸಿದ್ದ ಬಲೆಯನ್ನೂ ತೆಗೆಸಿದ. ಹೊಲಕ್ಕೆ ಹೋಗಿ ಕೋತಿಗಳು ಬರಲೆಂದು ದೇವರನ್ನು ಪ್ರಾರ್ಥಿಸಿದ. ಕೋತಿಗಳ ಕೃಪೆಯಿಂದ ತನ್ನ ಅದೃಷ್ಟವೂ ಬದಲಿಸಬಹುದೆಂದು ವಿಶ್ವಾಸತಾಳಿದ. ಹೀಗೆ ಯೋಚಿಸಿ, ತನ್ನ ಹೊಲಕ್ಕೆ ಕೋತಿಗಳ ಆಗಮನವನ್ನು

ನಿರೀಕ್ಷಿಸತೊಡಗಿದ. ಹೀಗಿರಲು, ಒಂದು ದಿನ, ಕೋತಿಗಳು ಅವನ ಹೊಲ ಯಾವುದೇ ಕಂಟಕಗಳಿಲ್ಲದೇ ಮುಕ್ತವಾಗಿದ್ದುದನ್ನು ನೋಡಿದವು! ಅಲ್ಲಿ ತಮ್ಮನ್ನು ಹಿಡಿಯಲು ಯಾವುದೇ ಬಲೆಯನ್ನೂ ಬೀಸಿಲ್ಲವೆಂದು ನೋಡಿದವು. ಹಾಗಾಗಿ ಅವು ಅವನ ಹೊಲಕ್ಕೆ ನುಗ್ಗಿದವು! ಅಲ್ಲಿ ಧಾನ್ಯವನ್ನು ತಿನ್ನತೊಡಗಿದವು. ಹಾಗೆಯೇ ಅತ್ತಿತ್ತಲೂ ನೋಡತೊಡಗಿದವು. ಯಾವ ತೊಂದರೆಯೂ ಕಾರಣದಿರಲು, ಅವು ನಿರ್ಭೀತವಾಗಿ ಕುಣಿದು ಕುಪ್ಪಳಿಸಿದವು! ವ್ಯಾಪಾರಿಯು ಒಂದು ಮೂಲೆಯಲ್ಲಿ ನಿಂತುಕೊಂಡು ನೋಡುತ್ತಾ ಬಹಳ ಸಂತೋಷಗೊಂಡನು! ಸ್ವಲ್ಪ ಹೊತ್ತಿಗೆ ಅವು ಅವನ ಕಡೆ ಬರತೊಡಗಲು, ಅವನು ಅಲ್ಲಿಯೇ ಮಲಗಿಕೊಂಡನು.

ಕೋತಿಗಳು ವ್ಯಾಪಾರಿಯು ಮಲಗಿದ್ದುದನ್ನು ನೋಡಿದವು. ಅವು ಅವನು ಸತ್ತುಹೋಗಿದ್ದಾನೆಂದು ತಿಳಿದು ಅವು ಅವನನ್ನು ನಾಲ್ಕೂ ಕಡೆಗಳಿಂದ ಸುತ್ತುವರೆದವು. ಅವುಗಳಲ್ಲಿ ಒಂದು ಹೇಳಿತು, "ಇವನು ಬಹಳ ದುಷ್ಟನಾಗಿದ್ದ! ಇವನು ಸತ್ತದ್ದು ಒಳ್ಳೆಯದೇ ಆಯಿತು!" "ನಡೆಯಿರಿ! ಇವನನ್ನು ನದಿಯಲ್ಲಿ ಹಾಕಿ!" ಇನ್ನೊಂದು ಕೋತಿ ಹೇಳಿತು, "ಬೇಡ! ಇವನನ್ನು ನದಿಯ ಬಳಿಯಿರುವ ಕಾಡಿನಲ್ಲಿ ಹಾಕಿ!" ಕೋತಿಗಳ ನಾಯಕ ಹೇಳಿತು. ನಾಯಕನ ಮಾತು ಕೇಳಿ ಕೋತಿಗಳು ವ್ಯಾಪಾರಿಯನ್ನು ಎತ್ತಿಕೊಂಡು ಕಾಡಿಗೆ ಹೋದವು. ವ್ಯಾಪಾರಿಗೆ ಸಂತೋಷವಾಯಿತು. ಆಗ ಒಂದು ಕೋತಿ ನಾಯಕ ಕೋತಿಗೆ ಹೇಳಿತು, "ನಾಯಕನೇ! ಈ ವ್ಯಾಪಾರಿಯು ನಮ್ಮನ್ನು ಬಹಳ ಸತಾಯಿಸಿದ್ದಾನೆ! ಆದ್ದರಿಂದ ಈ ನೀಚನನ್ನು ಚಿನ್ನದ ಗುಹೆಯಲ್ಲಿಡುವುದು ಸೂಕ್ತವಲ್ಲ!"

"ಹಾಗಾದರೆ ಇವನನ್ನು ಬೆಳ್ಳಿಯ ಗುಹೆಯಲ್ಲಿಡಿ!" ನಾಯಕ ಕೋತಿ ಹೇಳಿತು.

"ಹಾ! ಅದೇ ಸರಿ! ಇವನನ್ನು ಬೆಳ್ಳಿಯ ಗುಹೆಯಲ್ಲಿಡೋಣ! ಎಲ್ಲಾ ಕೋತಿಗಳೂ ಹೇಳಿದವು. ಈ ಮಾತು ವ್ಯಾಪಾರಿಗೆ ಸರಿಕಾಣಲಿಲ್ಲ! ಅವನಿಗೆ ಕೋತಿಗಳು ತನ್ನನ್ನು ಚಿನ್ನದ ಗುಹೆಯಲ್ಲಿರಸಬೇಕೆಂದು ಆಸೆಯಿತ್ತು. ಇದನ್ನು ಯೋಚಿಸುತ್ತಾ ಅವನ ತಲೆ ಕೆಟ್ಟುಹೋಯಿತು! ಎಲ್ಲಿಯ ಚಿನ್ನ! ಎಲ್ಲಿಯ ಬೆಳ್ಳಿ! ಅವನ ಉಸಿರುಗಟ್ಟತೊಡಗಿತು! ಅವನು ಇದ್ದಕ್ಕಿದ್ದಂತೆ ಕಣ್ಣು ತೆಗೆದು ಕೈಜೋಡಿಸುತ್ತಾ, "ದಯವಿಟ್ಟು ನನ್ನನ್ನೂ ಚಿನ್ನದ ಗುಹೆಯಲ್ಲಿ ಬಿಡಿ!" ಎಂದು ಹೇಳಿದ. ಸತ್ತವನು ಮತನಾಡಿದನೆಂದು ಕೋತಿಗಳು ಭಯಗೊಂಡು, "ಭೂತ! ಭೂತ!" ಎನ್ನುತ್ತಾ ಅಲ್ಲೇ ಅವನನ್ನು ಹಾಕಿ ಮರಗಳ ಮೇಲೆ

ಹತ್ತಿ ಕುಳಿತವು! ವ್ಯಾಪಾರಿಯು ಕೈಜೋಡಿಸಿ ಬೇಡಿಕೊಳ್ಳತೊಡಗಿದ. ಆದರೆ ಅವನಿಗೆ ಚಿನ್ನವಾಗಲೀ ಬೆಳ್ಳಿಯಾಗಲೀ ಸಿಗಲಿಲ್ಲ! ಸ್ವಲ್ಪ ಹೊತ್ತಿನಲ್ಲೇ ಕೋತಿಗಳು ಅಲ್ಲಿಂದ ಹೊರಟುಹೋದವು! ಒಬ್ಬಂಟಿಯಾದ ವ್ಯಾಪಾರಿ, ಪಶ್ಚಾತ್ತಾಪಪಡುತ್ತಾ ತೆಪ್ಪಗೆ ಹಿಂದಿರುಗಿದ. ಅವನಿಗೆ ಬೆಳ್ಳಿಯಾದರೂ ಸಿಗುತ್ತಿತ್ತು. ಆದರೆ ಅವನ ದುರಾಸೆಯಿಂದ ಅವನಿಗೆ ಅದೂ ಸಿಗಲಿಲ್ಲ!

ಹೀಗೆ ಪರೋಪಕಾರಿಯಾದ ರಾಮುವಿಗೆ ಚಿನ್ನ ಸಿಕ್ಕಿತು. ಆದರೆ ದುರಾಸೆಯ ವ್ಯಾಪಾರಿಗೆ ಏನೂ ಸಿಗಲಿಲ್ಲ. ಅವರು ಮಾಡಿದ ಕೆಲಸಕ್ಕೆ ತಕ್ಕಂತೆ ಫಲ ಪಡೆದರು.

ಸೊಗಸಾದ ಕನಸುಗಳು
ಛತ್ತೀಸ್‌ಘಡದ ಜಾನಪದ ಕಥೆಗಳು

ಒಂದು ಹಳ್ಳಿಯ ಮೂವರು ಖಾನ್ ಸಹೋದರರು ಮತ್ತು ಒಬ್ಬ ಸಾಮಾನ್ಯ ರೈತ ಸಾಕಷ್ಟು ನಷ್ಟ ಅನುಭವಿಸಿ, ಹಣ ಸಂಪಾದಿಸಲು ಬೇರೆ ಊರಿಗೆ ಹೋದರು. ದಾರಿಯಲ್ಲಿ ಹೋಗುತ್ತಾ ಆಯಾಸಗೊಂಡು, ಒಂದು ಕಡೆ ವಿಶ್ರಮಿಸಿಕೊಳ್ಳಲು ಅವರು ನಿರ್ಧರಿಸಿದರು. ಆಗ ಮೂವರು ಖಾನ್‌ಗಳು ಪರಸ್ಪರ ಮಾತಾಡಿಕೊಂಡರು, "ನಾವು ಮೂವರಿದ್ದೇವೆ! ಇವನು ಒಬ್ಬನಿದ್ದಾನೆ. ಸ್ವಲ್ಪ ದಡ್ಡನಂತೆಯೂ ಕಾಣುತ್ತಾನೆ! ಇವನ ನಮಿಷ್ಟದಂತೆ ಕುಣಿಸೋಣ!"

ಹೇಗೂ ಎಲ್ಲರಿಗೂ ಹಸಿವಾಗಿತ್ತು. ಹಾಗಾಗಿ ಆ ಖಾನ್‌ಗಳು ರೈತನಿಗೆ ಸ್ವಲ್ಪ ಹಣ ಕೊಟ್ಟು, "ಇಲ್ಲೇ ಹತ್ತಿರದಲ್ಲೆಲ್ಲಾದರೂ ತಿನ್ನಲು ಏನಾದರೂ ಸಿಕ್ಕರೆ ತೆಗೆದುಕೊಂಡ ಬಾ!" ಎಂದರು.

ರೈತನು ಅಂತೆಯೇ ಹತ್ತಿರದಲ್ಲೇ ಇದ್ದ ಪೇಟೆಗೆ ಹೋಗಿ ಲಡ್ಡುಗಳನ್ನು ಕೊಂಡನು. ಆಗ ಅವನು ಯೋಚಿಸಿದನು, "ಈ ಖಾನ್ ಸಹೋದರರು ನನಗೇನೂ ಕೊಡದೇ ಎಲ್ಲವನ್ನೂ ತಿಂದುಬಿಡುತ್ತಾರೆ! ಆದ್ದರಿಂದ ನನ್ನ ಪಾಲನ್ನು ನಾನು ಇಲ್ಲೇ ತಿಂದುಬಿಡುತ್ತೇನೆ!"

ಹೀಗೆ ಯೋಚಿಸಿ ಅವನು ಕೆಲವು ಲಡ್ಡುಗಳನ್ನು ಅಲ್ಲೇ ತಿಂದು ಉಳಿದ ಲಡ್ಡುಗಳನ್ನು ತೆಗೆದುಕೊಂಡು ಹೋದನು. ಖಾನ್ ಸಾಹೇಬರು ಅವನು ತಂದ ಲಡ್ಡುಗಳನ್ನು ನೋಡಿ, ತಾವು ಕೊಟ್ಟ ಹಣಕ್ಕೆ ಅವು ಕಡಿಮೆಯಿರುವುದೆಂದು ಅರಿತರು. ಅವನೇ ಒಂದು ಲಡ್ಡುವನ್ನು ತಿಂದಿರಬೇಕೆಂದು ಊಹಿಸಿ, "ಏನು ಇಷ್ಟೇನೇ? ನೀನೇ ಕೆಲವು ಲಡ್ಡಗಳನ್ನು ತಿಂದಿರುವೆಯಲ್ಲವೇ? ಹೇಗೆ ತಿಂದೆಯೋ ಮೂರ್ಖ?! ಎಂದರು.

ಆಗ ರೈತನು ನಗುತ್ತಾ! "ಹೀಗೆ! ಎಂದು ಇನ್ನೊಂದು ಲಡ್ಡುವನ್ನು ತಿಂದುಬಿಟ್ಟನು! ಇದರಿಂದ ಖಾನ್ ಸಹೋದರರ ಪಾಲು ಇನ್ನಷ್ಟು ಕಡಿಮೆಯಾಯಿತು! ಇನ್ನೂ ಈ ರೈತನನ್ನು ಪ್ರಶ್ನಿಸುತ್ತಿದ್ದರೆ ತಮಗೇ ಕಷ್ಟವಾಗುತ್ತದೆಂದು ಅರಿತು ಅವರು ಸುಮ್ಮನೆ ಉಳಿದ ಲಡ್ಡುಗಳನ್ನು ಹಂಚಿಕೊಂಡು ತಿಂದರು. ಈ ರೈತನೂ ಸಾಮಾನ್ಯನಲ್ಲವೆಂದು ಅರಿತರು.

ಮುಂದೆ ಹೋಗುತ್ತಾ ಒಂದು ಒಳ್ಳೆಯ ಊರು ತಲುಪಿದ ಅವರು ಕೆಲಸ ಹುಡುಕಿದರು. ಎಲ್ಲರಿಗೂ ಒಳ್ಳೆಯ ಕೆಲಸ ಸಿಕ್ಕಿತು. ಸ್ವಲ್ಪ ಕಾಲ ಕೆಲಸ ಮಾಡಿ ಸಾಕಷ್ಟು ಹಣ ಸಂಪಾದನೆಯಾದ ಬಳಿಕ, ನಾಲ್ವರೂ ತಮ್ಮ ಹಳ್ಳಿಗೆ ಹಿಂದಿರುಗಲು ನಿರ್ಧರಿಸಿದರು. ಆಗ ಮೂವರು ಖಾನ್ ಸಹೋದರರು ಮತ್ತೊಮ್ಮೆ ಸಮಾಲೋಚಿಸಿದರು, "ನಾವು ಮನೆಗೆ ಹೋಗುವ ಮೊದಲು ಏನಾದರೂ ಮಾಡಬೇಕು! ರೈತನು ಬರುವಾಗ ನಮ್ಮ ಲಡ್ಡುಗಳನ್ನು ತಿಂದುಬಿಟ್ಟನು! ಆದ್ದರಿಂದ ಈಗ ಹೋಗುವಾಗ ಅವನಿಗೆ ನಾವು ಚಳ್ಳೆಹಣ್ಣು ತಿನ್ನಿಸೋಣ!"

ಹೀಗೆ ಸಮಾಲೋಚಿಸಿ ಅವರು ರೈತನಿಗೆ ಹೇಳಿದರು, "ಅಯ್ಯಾ! ಮನೆಗೆ ಹೋಗುವ ಮೊದಲು ನಮಗಾಗಿ ಒಂದು ಕೆಲಸ ಮಾಡಿಕೊಡು! ಸ್ವಲ್ಪ ಖೀರ್ (ಪಾಯಸ) ಮಾಡಿಕೊಡು!"

ರೈತನು ಒಪ್ಪಲು, ಖಾನ್ ಸಹೋದರರು ಹಾಲು, ಅಕ್ಕಿ, ಸಕ್ಕರೆ, ಬಾದಾಮಿ, ಗೋಡಂಬಿ, ದ್ರಾಕ್ಷಿ, ಪಿಸ್ತಾ ಮೊದಲಾವುಗಳನ್ನು ಅವನಿಗೆ ತಂದುಕೊಟ್ಟರು. ರಾತ್ರಿಯ ಹೊತ್ತಿಗೆ ಅವನು ಸೊಗಸಾದ ಖೀರನ್ನು ತಯಾರಿಸಿದ. ಆಗ ಖಾನ್ ಸಹೋದರರು ಅವನಿಗೆ ಹೇಳಿದರು, "ಈಗ ನಾವೆಲ್ಲರೂ ಮಲಗಿ ನಿದ್ರಿಸೋಣ! ಯಾರಿಗೆ ಅತ್ಯುತ್ತಮವಾದ ಕನಸು ಬೀಳುವುದೋ, ಅವರೇ ಈ ಖೀರನ್ನು ಸೇವಿಸಬೇಕು! ಒಪ್ಪಿಗೆಯೇ?"

"ಆಗಲಿ! ಒಪ್ಪಿಗೆ!" ರೈತನು ಹೇಳಿದ.

"ನಾಳೆ ಬೆಳಗ್ಗೆ ಎದ್ದು ಒಬ್ಬೊಬ್ಬರೂ ನಮ್ಮ ನಮ್ಮ ಕನಸುಗಳನ್ನು ವಿವರಿಸೋಣ! ಯಾರಿಗೆ ಅತ್ಯುತ್ತಮ ಕನಸು ಬಿದ್ದಿದೆಯೋ ಅವರು ಖೀರನ್ನು ಸೇವಿಸಲಿ! ಯಾರಿಗೆ ಕೆಟ್ಟ ಕನಸು ಬಿದ್ದಿದೆಯೋ ಅವರು ಖೀರನ್ನು ಸೇವಿಸದಿರಲಿ!" ಖಾನ್ ಸಹೋದರರು ಹೇಳಿದರು.

ರೈತನು ಒಪ್ಪಿದ. ಖಾನ್ ಸಹೋದರರು ಸುಳ್ಳು ಕನಸುಗಳನ್ನು ವಿವರಿಸಿ ತಾವೇ ಅಷ್ಟೂ ಖೀರನ್ನು ಕುಡಿಯಬೇಕೆಂದು ಹೊಂಚು ಹಾಕಿದ್ದರು. ರೈತನನ್ನು ಮೂರ್ಖನನ್ನಾಗಿಸಬೇಕೆಂದು ಯೋಚಿಸಿದ್ದರು. ಆದರೆ ಆದದ್ದೇ ಬೇರೆ!

ಖೀರಿನ ಪಾತ್ರೆಯನ್ನು ಒಂದು ಬಟ್ಟೆಯಲ್ಲಿ ಮುಚ್ಚಿ ನಾಲ್ವರೂ ಮಲಗಿಕೊಂಡರು. ಖಾನ್ ಸಹೋದರರು, ರೈತನು ನಿದ್ರೆಹೋಗುವುದನ್ನೇ ಗಮನಿಸುತ್ತಾ ಕಾದರು. ರೈತನೂ ಖಾನ್‌ಗಳು ನಿದ್ರೆಹೋಗುವುದನ್ನೇ ಕಾದನು. ಅವರೇ ಖೀರಿಗೆ ಹಣ ಖರ್ಚು ಮಾಡಿದ್ದರಿಂದ ತನ್ನ ಪಾಲನ್ನೂ ಅವರೇ ಕುಡಿದುಬಿಡುತ್ತಾರೆಂದು ಅವನಿಗೆ ಅನುಮಾನವಿತ್ತು! ಹಾಗಾಗಿ ಅವನೊಂದು ಉಪಾಯ ಮಾಡಿದನು. ತನಗೆ ನಿದ್ರೆ ಬಂದಂತೆ ನಟಿಸುತ್ತಾ ಗೊರಕೆ ಹೊಡೆಯತೊಡಗಿದನು! ಅದನ್ನು ನೋಡಿ ಖಾನ್‌ಗಳೂ ನಿದ್ರೆಹೋದರು. ಅವರು ಗಾಢವಾಗಿ ನಿದ್ರೆ ಹೋದರೆಂದು ಗೊತ್ತಾಗಲು, ರೈತನು ಮೆಲ್ಲನೆ ಎದ್ದು ಖೀರನ ಪಾತ್ರೆಯನ್ನು ತೆಗೆದು ಅಷ್ಟೂ ಖೀರನ್ನು ಕುಡಿದುಬಿಟ್ಟನು! ಆಮೇಲೆ ಬಂದು ಸದ್ದಿಲ್ಲದೇ ಮಲಗಿದನು.

ಬೆಳಗಾಗಲು ಖಾನ್ ಸಹೋದರರು ಎದ್ದು ಮಾತಾಡುತ್ತಾ ಕುಳಿತರು. ರೈತನು ಇನ್ನೂ ಮಲಗೇ ಇದ್ದನು! ಇಷ್ಟಕ್ಕೂ ಎದ್ದು ಅವನೇನು ತಾನೇ ಮಾಡಬೇಕಿತ್ತು? ಆದರೆ ಅವನ ವಿಷಯ ತಿಳಿಯದೇ ಖಾನ್‌ಗಳು ಒಬ್ಬರನ್ನೊಬ್ಬರು, "ನಿನಗೇನು ಕನಸು ಬಿತ್ತು! ನಿನಗೇನು ಕನಸು ಬಿತ್ತು!" ಎಂದು ಕೇಳತೊಡಗಿದರು. ಆಗ ಒಬ್ಬ ಖಾನ್ ಸಹೋದರ ಹೇಳಿದ, "ನಾನು ಅಜಮೇರುವಿನಲ್ಲಿರುವಂತೆ ಕನಸು ಬಿತ್ತು! ನಾನು ದರ್ಬಾರಿಗೂ ಹೋಗಿದ್ದೆ! ಆಹಾ! ಆ ದರ್ಬಾರು ಎಷ್ಟು ಸುಂದರವಾಗಿತ್ತು!"

ಆ ನಂತರ ಎರಡನೆಯ ಸಹೋದರ, ಹೇಳಿದ, "ನಾನು ಜಯಪುರದ ದರ್ಬಾರಿಗೆ ಹೋಗಿದ್ದೆ! ಅಲ್ಲಿ ನಾನು ರಾಜನನ್ನೂ ನೋಡಿದೆ!"

ಈಗ ರೈತನು ಎಚ್ಚೆತ್ತಿದ್ದ. ಅವರಿಬ್ಬರೂ ಹೇಳುವುದನ್ನು ಕೇಳುತ್ತಿದ್ದ. ಆಗ ಮೂರನೆಯವನು ಹೇಳಿದ, "ನಾನೇನು ಹೇಳಲಿ? ನಾನು ನಡೆಯುತ್ತಾ ನಡೆಯುತ್ತಾ ಮೆಕ್ಕಾಗೇ ಹೋರಟುಹೋದೆ! ಅಲ್ಲಿ ಸಾಕ್ಷಾತ್ ಪೈಗಂಬರರನ್ನೇ ಕಂಡೆ!"

ಹೀಗೆ ಮೂವರು ಖಾನ್ ಸಹೋದರರೂ ಹೇಳಲು, ರೈತನು ನೋವನ್ನು ನಟಿಸುತ್ತಾ, "ಆ...! ಊಂ... ಆ...!" ಎಂದು ಹೊರಳಾಡತೊಡಗಿದ! ಆಗ ಆ ಮೂವರು ಖಾನ್‌ಗಳು, "ಏನಯ್ಯಾ ಮೂರ್ಖ ರೈತ! ನೀನೇನು ಏಳುವೆಯೋ ಇಲ್ಲವೋ!" ಎಂದರು.

"ಅಯ್ಯೋ! ನನಗೆ ತೊಂದರೆ ಕೊಡಬೇಡಿ!" ರೈತನು ಹೊರಳಾಡುತ್ತಾ ಹೇಳಿದ.

"ಹೇಳು! ನೀನೇನು ಕನಸು ಕಂಡೆ?" ಖಾನ್ ಸಹೋದರರು ಕೇಳಿದರು.

"ಮಿತ್ರರೇ! ಏನೂ ಕೇಳಬೇಡಿ! "ರೈತನು ಹೇಳಿದ, "ಬಹಳ ಉದ್ದಕ್ಕೂ ದಪ್ಪಕ್ಕೂ ಇದ್ದ ಮನುಷ್ಯನೊಬ್ಬನು ನನ್ನ ಬಳಿ ಬಂದು ನನ್ನನ್ನು ಚೆನ್ನಾಗಿ ಹೊಡೆದು, ಖೀರನ್ನು ಕುಡಿಯಲು ಹೇಳಿದ! ನಾನು ಸುಮ್ಮನಿರಲು ಅವನು ನನ್ನನ್ನು ಬೆದರಿಸುತ್ತಾ ಸ್ವಲ್ಪವೂ ಉಳಿಸದೇ ಪೂರ್ತಿ ಕುಡಿಯಲು ಕಟ್ಟಪ್ಪಣೆ ಮಾಡಿದ! ವಿಧಿಯಿಲ್ಲದೇ ನಾನು ಪೂರ್ತಿ ಖೀರನ್ನು ಕುಡಿದೆ! ಆದರೆ ಹಾಗೆ ಕುಡಿದ ಬಳಿಕವೂ ಅವನು ಮತ್ತೆ ಹೊಡೆದ! ಅಯ್ಯೋ! ಆ ದುಷ್ಟನು ಹೊಡೆದದ್ದು ಇನ್ನೂ ನೋಯುತ್ತಿದೆ! ಅಮ್ಮಾ...! ಅಯ್ಯೋ...! ಆ...! ಊಂ...!"

"ಅಯ್ಯೋ ಗೂಬೆ!" ಖಾನ್ ಸಹೋದರರು ಹೇಳಿದರು, "ನಾವು ನಿನ್ನ ಬಳಿಯೇ ಇದ್ದೆವಲ್ಲೋ? ಏಕೆ ನಮ್ಮನ್ನು ಎಬ್ಬಿಸಲಿಲ್ಲ?

ಅದಕ್ಕೆ ರೈತನು ಹೇಳಿದ, "ಮಿತ್ರರೇ? ನಾನು ಹೇಗೆ ತಾನೇ ನಿಮ್ಮನ್ನು ಎಬ್ಬಿಸಬಹುದಿತ್ತು? ಒಬ್ಬರು ಅಜಮೇರಿಗೆ ಹೋಗಿದ್ದರು! ಇನ್ನೊಬ್ಬರು ಜಯಪುರಕ್ಕೆ ಹೋಗಿದ್ದರು! ಮೂರನೆಯವರು ಮೆಕ್ಕಾಗೆ ಹೋಗಿದ್ದರು! ನಾನು ಎಷ್ಟು ಕಿರುಚಿದೆ! ಎಷ್ಟು ಕೂಗಿದೆ! ಆದರೆ ನಿಮಗೆ ಹೇಗೆತಾನೇ ಕೇಳಿಸೀತು? ನೀವು ಇಲ್ಲಿರಲೇ ಇಲ್ಲವಲ್ಲ!"

ಇದನ್ನು ಕೇಳಿ ಖಾನ್ ಸಹೋದರರು ಏನೂ ಹೇಳದಾದರು! ರೈತನನ್ನು ಮೂರ್ಖನನ್ನಾಗಿಸಲು ಹೋಗಿ ತಾವೇ ಮೂರ್ಖರಾಗಿದ್ದರು!

ಯಾರು ಪತಿಯಾಗಬೇಕು
ಝಾರ್ಖಂಡ್‌ನ ಜಾನಪದ ಕಥೆ

ಒಂದು ಹಳ್ಳಿಯಲ್ಲಿ ನಾಲ್ವರು ಮಿತ್ರರಿದ್ದರು. ಒಬ್ಬನು ದರ್ಜಿಯಾಗಿದ್ದನು. ಇನ್ನೊಬ್ಬನು ಬಡಗಿಯಾಗಿದ್ದನು. ಮೂರನೆಯವರನು ಅಕ್ಕಸಾಲಿಗನಾಗಿದ್ದನು. ನಾಲ್ಕನೆಯವನು ಕುಂಕುಮ ಮಾರುವ ವವನಾಗಿದ್ದನು. ಈ ನಾಲ್ವರೂ ಪ್ರತಿದಿನವೂ ಸಂಜೆ ಕಾಡಿನಲ್ಲಿ ಭೇಟಿಯಾಗಿ ಅಂದಿನ ದಿನದ ಅನುಭವಗಳನ್ನು ಹಂಚಿಕೊಳ್ಳುತ್ತಿದ್ದರು. ಹೀಗೆಯೇ ಒಂದು ಸಂಜೆ ಅವರು ಭೇಟಿಯಾದಾಗ ಯಾಕೋ ಬಹಳ ಖಿನ್ನರಾಗಿದ್ದರು. ದರ್ಜಿಯು ಹೇಳಿದ, "ಜೀವನವು ಯಾಕೋ ಬಹಳ ಸಪ್ಪೆಯೆಸುತ್ತಿದೆ! ನಾನು ಸೂಜಿ, ದಾರ ಹಿಡಿದು ಬಟ್ಟೆ ಹೊಲಿಯುತ್ತಾ ಕುಳಿತರೆ ದಿನವೇ ಮುಗಿದುಹೋಗುತ್ತದೆ!"

"ನನಗೂ ಹಾಗೆಯೇ ಆಗುತ್ತಿದೆ!" ಕುಂಕುಮ ವ್ಯಾಪಾರಿ ಹೇಳಿದ, "ನಾನು ಕುಂಕುಮವನ್ನು ಸಗಟು ಮಾರಾಟಗಾರರಿಂದ ಕೊಂಡು ಹಳ್ಳಿಯೆಲ್ಲಾ ಸುತ್ತುವ ಹೊತ್ತಿಗೆ ದಿನವೇ ಮುಗಿದು ಹೋಗುತ್ತದೆ!"

"ನನಗೂ ಜೀವನ ಬಹಳ ಸಪ್ಪೆಯೆನಸುತ್ತಿದೆ!" ಬಡಗಿಯು ಹೇಳಿದ, "ನಾನು ಕಟ್ಟಿಗೆ ಕಡಿದು ಕುರ್ಚಿ, ಮೇಜು ಮುಂತಾದ ವಸ್ತುಗಳನ್ನು ಮಾಡುತ್ತೇನೆ! ದಿನಕಳೆಯುವುದು ಹೀಗೆಯೇ? ಏನೂ ಸೊಗಸಿಲ್ಲ!"

ಆಗ ಅಕ್ಕಸಾಲಿಗನು, "ನನ್ನದೇನೂ ವಿಶೇಷವಿಲ್ಲ! ನಾನು ಚಿನ್ನವನ್ನು ಕರಗಿಸಿ ಬೇರೆ ವಿನ್ಯಾಸಗಳ ಒಡವೆಗಳನ್ನಾಗಿ ಮಾಡುತ್ತೇನೆ! ಇಡೀ ದಿನ ನಾನು ಇಷ್ಟೇ ಮಾಡುವುದು!" ಎಂದನು.

ಹೀಗೆ ಮಾತನಾಡಿಕೊಳ್ಳುತ್ತಾ ಅವರು, ಅಂದು ರಾತ್ರಿ ಅಲ್ಲಿಯೇ ಮಲಗಿ ಮರುದಿನ ನಗರಕ್ಕೆ ಹೋಗಿ ಹೊಸ ಕೆಲಸಗಳನ್ನು ಹುಡುಕುವುದಾಗಿ ನಿರ್ಧರಿಸಿದರು. ಆದರೆ ಹಾಗೆ

ಮಲಗುವಾಗ, ಸರದಿಯ ಪ್ರಕಾರ, ಒಬ್ಬೊಬ್ಬರೂ ಕಾಡಿನ ದುಷ್ಟಮೃಗಗಳಿಂದ ಕಾಯಬೇಕೆಂದು ನಿಯಮ ಮಾಡಿಕೊಂಡರು.

ಮೊದಲಿಗೆ ಬಡಗಿಯು ಕಾಯುತ್ತಾ ಕುಳಿತನು. ಇತರರು ಮಲಗಿಕೊಂಡರು. ಆಗ ಅವನು ಸಮಯ ಕಳೆಯಲು ಏನು ಮಾಡುವುದೆಂದು ಯೋಚಿಸುತ್ತಾ ಸುತ್ತಮುತ್ತ ನೋಡಿದಾಗ ಒಂದು ಸೊಗಸಾದ ಮರದ ಕಟ್ಟಿಗೆ ಕಾಣಿಸಿತು! ಅವನು ಅದನ್ನು ತೆಗೆದುಕೊಂಡು ತನ್ನ ಸುತ್ತಿಗೆ, ಮೊಳೆಗಳಿಂದ ಒಂದು ಸುಂದರ ಹೆಣ್ಣಿನ ಮೂರ್ತಿಯನ್ನು ಕೆತ್ತಿದನು! ಅಷ್ಟು ಹೊತ್ತಿಗೆ ಅವನ ಕಾಯುವ ಸರದಿ ಮುಗಿಯಿತು. ಅವನು ಅಕ್ಕಸಾಲಿಗನನ್ನು ಎಬ್ಬಿಸಿ ತಾನು ಮಲಗಿದನು.

ಅನಂತರ, ಅಕ್ಕಸಾಲಿಗನು ಕಾಯುತ್ತಾ ಕುಳಿತನು. ಬಡಗಿಯು ಮಾಡಿದ್ದ ಹೆಣ್ಣಿನ ಮೂರ್ತಿ ಅವನಿಗೆ ಬಹಳ ಇಷ್ಟವಾಯಿತು. ಆದರೆ ಅದಕ್ಕೆ ಒಡವೆಗಳಿದ್ದರೆ ಇನ್ನೂ ಚೆನ್ನಾಗಿರುತ್ತದೆಯೆನಿಸಿ ಅವನು ಒಂದು ಚಿನ್ನದ ಸರವನ್ನೂ ಬಳೆಗಳನ್ನೂ ಕಿವಿಯೋಲೆಗಳನ್ನೂ ಮಾಡಿ ಆ ಸ್ತ್ರೀಮೂರ್ತಿಗೆ ಅಲಂಕಾರ ಮಾಡಿದನು. ಅಷ್ಟು ಹೊತ್ತಿಗೆ ಅವನ ಸರದಿ ಮುಗಿಯಲು, ಅವನು ದರ್ಜಿಯನ್ನು ಎಬ್ಬಿಸಿ, ತಾನು ಮಲಗಿದನು.

ದರ್ಜಿಯು ಕಾಯಲು ಕುಳಿತಾಗ, ಅವನು, ಒಡವೆಗಳಿಂದ ಅಲಂಕೃತವಾದ ಸ್ತ್ರೀಮೂರ್ತಿಯನ್ನು ನೋಡಿ ಬಹಳ ಸಂತೋಷಗೊಂಡನು! ಆದರೆ ಏನೋ ಕೊರತೆಯಿದೆಯೆನಿಸಿತು ಅವನಿಗೆ. ಅದು ಬಟ್ಟೆಯೆಂದು ಅವನಿಗೆ ಕೂಡಲೇ ಹೊಳೆದು, ಅವನು ಸೀರೆ, ರವಿಕೆಗಳನ್ನು ಹೊಲಿದು ಆ ಹೆಣ್ಣು ಬೊಂಬೆಗೆ ತೊಡಿಸಿದನು. ಅಲ್ಲಿಗೆ ಅವನ ಸಮಯ ಮುಗಿಯಲು, ಅವನು ಕುಂಕುಮ ವ್ಯಾಪಾರಿಯನ್ನೆಬ್ಬಿಸಿ ತಾನು ಮಲಗಿದನು.

ಕುಂಕುಮ ವ್ಯಾಪಾರಿಯು ಕಾಯಲು ಕುಳಿತಾಗ, ವಸ್ತ್ರಾಲಂಕಾರಭೂಷಿತವಾದ ಒಂದು ಮೂರ್ತಿಯನ್ನು ನೋಡಿ ಬಹಳ ಸಂತೋಷಗೊಂಡನು! ಅವನು, "ಆಹಾ! ಎಂಥ ಅದ್ಭುತ ಕಲಾಕೃತಿ! ಯಾರಾದರೂ ಮದುವೆಯಾದರೆ ಇಂಥ ಹೆಣ್ಣನ್ನು ಮದುವೆಯಾಗಬೇಕು!" ಎಂದು ಉದ್ಗರಿಸಿ ತನ್ನ ಬಳಿಯಿದ್ದ ಕುಂಕುಮದ ಚೀಲದಿಂದ ಒಂದು ಚಿಟಿಕೆ ಕುಂಕುಮವನ್ನು ತೆಗೆದು ಆ ಬೊಂಬೆಯ ಹಣೆಗಿಟ್ಟನು. ಆಗ ಒಂದು

ಆಶ್ಚರ್ಯ ನಡೆಯಿತು! ಆ ಬೊಂಬೆಗೆ ಜೀವ ಬಂದು ನಿಜವಾದ ಸುಂದರ ಹೆಣ್ಣಾಯಿತ! ಅವಳು ಕುಂಕುಮ ವ್ಯಾಪಾರಿಯನ್ನು ನೋಡಿ ನಗತೊಡಗಿದಳು!

ಅಷ್ಟು ಹೊತ್ತಿಗೆ ಬೆಳಗಾದುದರಿಂದ, ಇತರ ಮೂವರೂ ಎದ್ದರು. ಎಲ್ಲರೂ ಜೀವಂತ ಹುಡುಗಿಯನ್ನು ನೋಡಿ ಆಶ್ಚರ್ಯಚಕಿತರಾದರು! ಅವಳ ಸೌಂದರ್ಯವನ್ನು ನೋಡಿ ಎಲ್ಲರಿಗೂ ಅವಳನ್ನು ಮದುವೆಯಾಗುವ ಆಸೆಯಾಯಿತು! ಆದರೆ ಯಾರಾದರೂ ಒಬ್ಬರು ಅವಳನ್ನು ಮದುವೆಯಾಗಬಹುದಷ್ಟೇ? ಹಾಗಾಗಿ ಅವರಲ್ಲಿ ಜಗಳ ಹುಟ್ಟಿಕೊಂಡಿತು! ಬಡಗಿಯು ತಾನೇ ಅವಳನ್ನು ಮಾಡಿದ್ದರಿಂದ ತಾನೇ ಅವಳಿಗೆ ಪತಿಯಾಗಬೇಕೆಂದು ವಾದಿಸಿದ. ಅಕ್ಕಸಾಲಿಗನು ತಾನು ಅವಳಿಗೆ ಒಡವೆಗಳನ್ನು ಹಾಕಿ ಅಲಂಕರಿಸಿದುದರಿಂದ ತಾನೇ ಅವಳಿಗೆ ಪತಿಯಾಗಬೇಕೆಂದು ವಾದಿಸಿದ. ದರ್ಜಿಯು ತಾನು ಅವಳಿಗೆ ಬಟ್ಟೆಗಳನ್ನು ತೊಡಿಸಿದುದ್ದರಿಂದ ತಾನೇ ಅವಳಿಗೆ ಪತಿಯಾಗಬೇಕೆಂದು ವಾದಿಸಿದ. ಕುಂಕುಮ ವ್ಯಾಪಾರಿಯು, ತನ್ನ ಕುಂಕುಮ ಅವಳ ಹಣೆಯಲ್ಲಿರುವುದರಿಂದ, ತಾನು ಅವಳಿಗೆ ಪತಿಯಾಗಬೇಕೆಂದು ವಾದಿಸಿದ. ಹೀಗೆ ಅವರ ಸಮಸ್ಯೆ ಬಗೆಹರಿಯಲಿಲ್ಲ!

ಆಗ ಆ ದಾರಿಯಲ್ಲಿ ಒಬ್ಬ ಪಂಡಿತ ಹೋಗುತ್ತಿದ್ದ. ನಾಲ್ವರೂ ಅವನ ಬಳಿ ಹೋಗಿ ತಮ್ಮ ಸಮಸ್ಯೆ ಹೇಳಿ, "ಆ ಹುಡುಗಿಗೆ ನಮ್ಮಲ್ಲಿ ಯಾರು ಪತಿಯಾಗಬೇಕು?" ಎಂದು ಕೇಳಿದರು.

ಅವರ ಕಥೆಯನ್ನು ಕೂಲಂಕಷವಾಗಿ ಕೇಳಿದ ಆ ಪಂಡಿತ, ಸ್ವಲ್ಪ ಯೋಚಿಸಿ ಹೇಳಿದ, "ಅವಳನ್ನು ರಚಿಸಿದವನು ಅವಳ ತಂದೆಯಾಗುತ್ತಾನೆ! ಅವಳಿಗೆ ಆಭರಣಗಳ್ನು ತೊಡಿಸಿದವನು ಅವಳ ಚಿಕ್ಕಪ್ಪನಾಗುತ್ತಾನೆ! ಅವಳಿಗೆ ವಸ್ತ್ರಗಳನ್ನು ತೊಡಿಸಿದವನು ಅವನ ಅಣ್ಣನಾಗುತ್ತಾನೆ! ಆದರೆ ಅವಳ ಹಣೆಗೆ ಕುಂಕುಮವಿಟ್ಟವನು ಅವಳಿಗೆ ಪತಿಯಾಗುತ್ತಾನೆ!"

ಈ ತರ್ಕ ಎಲ್ಲರಿಗೂ ಒಪ್ಪಿಗೆಯಾಯಿತು. ತಮ್ಮ ಸಮಸ್ಯೆಯನ್ನು ಪರಿಹರಿಸಿದ್ದಕ್ಕಾಗಿ ಅವರು ಪಂಡಿತನಿಗೆ ಕೃತಜ್ಞತೆ ಸಲ್ಲಿಸಿದರು. ಕುಂಕುಮ ಮಾರುವವನು ಆ ಹುಡುಗಿಯನ್ನು ಮದುವೆಯಾಗಿ ಸುಖವಾಗಿದ್ದನು.

ಹೆಣ್ಣಿನ ಸಂಕಲ್ಪ
ಡೋಗ್ರಿ (ವಾಯುವ್ಯ ಭಾರತ) ಜಾನಪದ ಕಥೆ

ಒಂದಾನೊಂದು ಕಾಲದಲ್ಲಿ ಒಬ್ಬ ರಾಜನಿದ್ದ. ಅವನಿಗೆ ಒಂದು ರಾತ್ರಿ, ಒಂದು ಕನಸು ಬಿತ್ತು. ಆ ಕನಸಿನಲ್ಲಿ ಅವನಿಗೊಂದು ಧ್ವನಿ ಕೇಳಿಸಿತು. ಅದು "ನನಗಿಷ್ಟವಿದ್ದರೆ ನಾನಿರುತ್ತೇನೆ! ಯಾರೂ ನನ್ನನ್ನು ಬಲವಂತವಾಗಿ ಇರಿಸಿಕೊಳ್ಳಲಾರರು!" ಎಂದಿತು. ಬೆಳಗ್ಗೆ ಎದ್ದಾಗ ರಾಜನಿಗೆ ಈ ಕನಸಿನ ಅರ್ಥವಾಗಲಿಲ್ಲ. ಅವನು ತನ್ನ ಸಭಾಸದರನ್ನೆಲ್ಲಾ ಕೇಳಿದ. ಆದರೆ ಯಾರಿಗೂ ಸರಿಯಾದ ಉತ್ತರ ಕೊಡಲು ಆಗಲಿಲ್ಲ. ಕೊನೆಗೆ ರಾಜನು ತನ್ನ ಮುಖ್ಯಮಂತ್ರಿಯನ್ನು ಹೇಗಾದರೂ ಮಾಡಿ ಉತ್ತರವನ್ನು ಪತ್ತೆ ಮಾಡಲು ಹೇಳಿದ. ಅವನು ಮನೆಗೆ ಹೋಗಿ ಈ ಸಮಸ್ಯೆಯ ಬಗ್ಗೆ ಬಹಳ ಚಿಂತಿಸಿದನು. ಆದರೆ ಉತ್ತರ ಹೊಳೆಯಲಿಲ್ಲ. ಆಗ ಅವನ ಮಗಳು ಅವನ ಬಳಿಗೆ ಬರಲು, ಅವಳ ಬಳಿ ಆ ಸಮಸ್ಯೆಯನ್ನು ಹೇಳಿದನು. ಅದನ್ನು ಕೇಳಿ ಅವಳು ಹೇಳಿದಳು, "ಅಪ್ಪ! ಚಿಂತಿಸಬೇಡ! ನಾನು ರಾಜನ ಕನಸಿನ ಉತ್ತರವನ್ನು ನೇರವಾಗಿ ಅವನಿಗೇ ಕೊಡುತ್ತೇನೆ! ಅವನನ್ನೇ ಇಲ್ಲಿಗೆ ಬರುವಂತೆ ಮಾಡು!"

ಅದರಂತೆ ಮಂತ್ರಿಯು ರಾಜನನ್ನು ತನ್ನ ಮನೆಗೆ ಆಹ್ವಾನಿಸಿ ಅವನ ಬರುವಿಕೆಗೆ ಸಕಲಸಿದ್ಧತೆಗಳನ್ನು ನಡೆಸಿದ. ರಾಜನು ಬರಲು, ಮಂತ್ರಿಯ ಮಗಳು ಅವನ ಬಳಿ ಬಂದು ಹೇಳಿದಳು, "ಮಹಾರಾಜ! ನೀವು ಕನಸಿನಲ್ಲಿ ಕೇಳಿದ್ದು ಹೆಣ್ಣಿನ ಧ್ವನಿ!"

ಆದರೆ ರಾಜನಿಗೆ ಅವಳ ಮಾತು ಒಪ್ಪಿಗೆಯಾಗಲಿಲ್ಲ. ಆಗ ಆ ಹುಡುಗಿ ಹೇಳಿದಳು, "ಮಹಾರಾಜ! ಹೆಣ್ಣು ತನ್ನ ಸಂಕಲ್ಪಕ್ಕೆ ತಾನೇ ಒಡತಿ! ಅವಳು ಮನಸ್ಸು ಮಾಡಿದರೆ ಅವಳು ಒಂದು ಕಡೆ ಇರಬಲ್ಲಳು! ಇಲ್ಲವಾದರೆ ಹೊರಟುಹೋಗುತ್ತಾಳೆ! ಯಾರೂ ಅವಳನ್ನು ತಡೆಯಲಾರರು1'

ಆದರೂ ರಾಜನಿಗೆ ಒಪ್ಪಿಗೆಯಾಗಲಿಲ್ಲ. ಆಗ ಆ ಹುಡುಗಿ ಹೇಳಿದಳು. "ಮಹಾರಾಜರೇ! ನೀವು ನನ್ನ ಮೇಲೇ ಇದನ್ನು ಪ್ರಯೋಗಿಸಬಹುದು! ನಾನೂ ಒಂದು ಹೆಣ್ಣೇ! ನನ್ನ ಮೇಲೆ ಎಂಥ ನಿರ್ಬಂಧವನ್ನಾದರೂ ಹಾಕಿ! ನನಗಿಷ್ಟವಾದರೆ ಆ ನಿರ್ಬಂಧಗಳೊಂದಿಗೆ, ಬದುಕುತ್ತೇನೆ! ಇಷ್ಟವಾಗದಿದ್ದರೆ ಒಂದು ಕಬ್ಬಿಣದ ಪಂಜರವೂ ನನ್ನ ಬಂಧಿಸಲಾರದು!"

ರಾಜನು ಇದನ್ನು ಪ್ರಯೋಗಿಸಲೇಬೇಕೆಂದು ತೀರ್ಮಾನಿಸಿ, ಒಂದು ನದಿಯ ದಡದಲ್ಲಿ ಒಂದು ಚಿಕ್ಕ ಅರಮನೆ ಕಟ್ಟಿಸಿ ಅದರಲ್ಲಿ ಅವಳನ್ನಿರಿಸಿದನು. ಅದಕ್ಕೆ ಒಂದೇ ಬಾಗಿಲಿದ್ದು, ಆ ಬಾಗಿಲಿಗೆ ಬೀಗ ಹಾಕಿಸಿ ಬೀಗದ ಕೈಯನ್ನು ತಾನೇ ಇಟ್ಟುಕೊಂಡನು. ಯಾರೂ ಅದರೊಳಗೆ ಹೋಗುವಂತಿರಲಿಲ್ಲ.

ಆ ಹುಡುಗಿ ಆ ಅರಮನೆಯ ಮಹಡಿಯ ಮೇಲೆ ಹೋಗಬಹುದಿತ್ತು. ಹಾಗಾಗಿ ಅವಳು ಮಹಡಿಯ ಮೇಲೆ ಹೋಗಿ ಕೆಲವು ಪತ್ರಗಳನ್ನು ಬರೆದು ಕೆಳಗಿದ್ದ ನದಿಗೆ ಎಸೆದಳು. ಆ ಪತ್ರಗಳಲ್ಲಿ ಅವಳು ನದಿಯ ದಡದ ಮೇಲಿದ್ದ ಅರಮನೆಯ ಬಗ್ಗೆ ಬರೆದು, "ನಾನಿಲ್ಲಿ ಬಂಧಿಯಾಗಿದ್ದೇನೆ! ನನ್ನನ್ನು ಬಿಡಿಸುವವರನ್ನು ನಾನು ಮದುವೆಯಾಗುತ್ತೇನೆ!" ಎಂದು ಬರೆದಿದ್ದಳು. ಹೀಗೆ ದಿನವೂ ಪತ್ರಗಳನ್ನು ಬರೆದು ನದಿಯಲ್ಲಿ ಎಸೆಯತೊಡಗಿದಳು. ಅವೂ ನದಿಯಲ್ಲಿ ತೇಲುತ್ತಾ ಹೋಗಲು ಒಂದು ದಿನ ಆಚೆ ದಡದ ಒಬ್ಬ ಶ್ರೀಮಂತ ವರ್ತಕನಿಗೆ ಅಂಥ ಒಂದು ಪತ್ರ ಸಿಕ್ಕಿತು. ಅದನ್ನು ಓದಿ ಅವನು ಮನೆಗೆ ಹೋಗಿ ಒಂದು ದೋಣಿಯನ್ನು ಮಾಡಿ ಅದರ ಮೂಲಕ ನದಿಯನ್ನು ದಾಟಿ ಈಚೆಯ ದಡದ ಮೇಲಿದ್ದ ಅರಮನೆಯ ಬಳಿ ಬಂದನು. ಈಗ ಅವನಿಗೆ ಅರಮನೆಯಿದ್ದ ಸ್ಥಳ ಗೊತ್ತಾಯಿತು. ಮರುದಿನ ಅವನು ಕೆಲವು ಕೆಲಸಗಾರರನ್ನು ಕರೆತಂದನು. ನೆಲದಿಂದ ಅರಮನೆಯೊಳಗೆ ಹೋಗುವಂತೆ ಒಂದು ಸುರಂಗ ತೋಡಿಸಿದನು. ಅನಂತರ ಅವರನ್ನು ತನ್ನ ದೋಣಿಯಲ್ಲಿ ಕರೆದೊಯ್ದನು.

ಕೆಲದಿನಗಳ ಬಳಿಕ ಅವನು ತನ್ನ ದೋಣಿಯಲ್ಲಿ ಒಬ್ಬನೇ ಬಂದು, ಸುರಂಗಮಾರ್ಗದ ಮೂಲಕ ಅರಮನೆಯೊಳಗೆ ಹೋದನು. ಅವನನ್ನು ನೋಡಿ ಮಂತ್ರಿಯ ಮಗಳಿಗೆ ಬಹಳ ಸಂತೋಷವಾಯಿತು! ಅವಳು, ರಾಜನಿಗೆ, "ಮಹಾರಾಜರೇ! ನೀವು ನನ್ನ ಮೇಲೆ ಹಾಕಿದ ನಿರ್ಬಂಧಗಳನ್ನೆಲ್ಲಾ ಮೀರಿ ನಾನು ಹೋಗುತ್ತಿದ್ದೇನೆ! ನೀವು

ನನ್ನನ್ನು ಹಿಡಿದಿಡಲಾಗಲಿಲ್ಲ!" ಎಂದು ಪತ್ರ ಬರೆದಿಟ್ಟು ಅವನೊಡನೆ ಸುರಂಗಮಾರ್ಗದ ಮೂಲಕ ಹೊರಟುಹೋದಳು! ಅನಂತರ, ದೋಣಿಯಲ್ಲಿ ಅವನೊಂದಿಗೆ ಅವನ ಸ್ಥಳಕ್ಕೆ ಹೋಗಿ ಅವನನ್ನು ಮದುವೆಯಾದಳು.

ಒಂದು ದಿನ ರಾಜನು ಆ ಅರಮನೆಗೆ ಬಂದು ಆ ಪತ್ರವನ್ನು ನೋಡಿ, ಅವಳಿಲ್ಲದಿರಲು ಆಶ್ಚರ್ಯಗೊಂಡನು! ಅನಂತರ ತನ್ನ ಸೈನಿಕರನ್ನು ಕಳಿಸಿ ಅವಳನ್ನು ಹುಡುಕಿಸಿದನು. ಅವಳ ಮಾತನ್ನು ಒಪ್ಪಿ, ಅವಳನ್ನೂ ಅವಳ ಪತಿಯನ್ನೂ ಹರಸಿ ಅವರಿಗೆ ಅನೇಕ ಉಡುಗೊರೆಗಳನ್ನು ಕೊಟ್ಟನು.

ಬುದ್ಧಿವಂತ ಕ್ಷೌರಿಕ

ಡೋಗ್ರಿ (ವಾಯುವ್ಯ ಭಾರತ) ಜಾನಪದ ಕಥೆ

ಒಂದು ರಾಜ್ಯದಲ್ಲಿ ಒಬ್ಬ ರಾಜನಿದ್ದ. ಅವನಿಗೆ ಬೇಟೆಯೆಂದರೆ ಬಹಳ ಇಷ್ಟವಿತ್ತು. ಒಂದು ದಿನ, ಅವನು, ತನ್ನ ಸೇವಕರೊಂದಿಗೆ ಬೇಟೆಗೆ ಹೋದಾಗ ತನ್ನ ಕ್ಷೌರಿಕನನ್ನೂ ಕರೆದೊಯ್ದ. ಕಾಡಿನಲ್ಲಿ, ರಾಜನು ಒಂದು ಸುಂದರ ನದಿಯ ದಂಡೆಯ ಮೇಲೆ ಶಿಬಿರ ಹಾಕಿದ. ಸಾಮಾನ್ಯವಾಗಿ ಕಾಡಿನ ಮೂಲಕ ಹೋಗುವವರೆಲ್ಲರೂ ಅಲ್ಲಿ ಸ್ವಲ್ಪ ಹೊತ್ತು ವಿಶ್ರಮಿಸಿ ಅನಂತರ ಮುಂದೆ ಹೋಗುತ್ತಿದ್ದರು. ಅಂತೆಯೇ ರಾಜನೂ ಅಲ್ಲಿ ಸ್ವಲ್ಪ ಹೊತ್ತು ವಿಶ್ರಮಿಸಿ, ಕ್ಷೌರಿಕನನ್ನು ಅಲ್ಲೇ ಶಿಬಿರವನ್ನು ನೋಡಿಕೊಂಡಿರಲು ಬಿಟ್ಟು ಸೇವಕರೊಂದಿಗೆ ಮುಂದೆ ಹೋದ.

ರಾಜನು ಹೋದ ಬಳಿಕ, ಕ್ಷೌರಿಕನು ನದಿಯ ಬಳಿ ಹೋದ. ಅಲ್ಲಿ ಅವನಿಗೆ ಒಂದು ಚಿನ್ನದ ಹಾರ ಕಾಣಿಸಿತು! ಅವನು ಕೂಡಲೇ ಅದನ್ನು ಎತ್ತಿಕೊಳ್ಳದೇ ಸ್ವಲ್ಪ ಹೊತ್ತು ಸುಮ್ಮನಿದ್ದ. ಆಗ ಅವನು ಇನ್ನೊಬ್ಬ ರಾಜನು ಆ ನದಿಯ ಬಳಿಗೆ ಬರುವುದನ್ನು ಕಂಡ! ಅವನು ಹತ್ತಿರ ಬಂದಾಗ ಕ್ಷೌರಿಕನು ವಿನಯದಿಂದ, "ಮಹಾರಾಜರೇ! ನಾನು ಚಿನ್ನದ ಹಾರವನ್ನು ಕಾಯುತ್ತಿದ್ದೇನೆ! ಪ್ರಾಯಶಃ ನಿಮ್ಮದೇ ಇರಬೇಕು! ದಯವಿಟ್ಟು ತೆಗೆದುಕೊಳ್ಳಿ! ಎಂದನು. ಅವನ ವಿನಯವನ್ನು ಮೆಚ್ಚಿದ ರಾಜನು, "ಇಲ್ಲಪ್ಪ! ಅದು ನನ್ನದಲ್ಲ! ಇನ್ನಾರದ್ದೋ ವಸ್ತುವನ್ನು ನಾನು ತೆಗೆದುಕೊಳ್ಳಲಾರೆ!" ಎಂದು ನದಿಯಿಂದ ಸ್ವಲ್ಪ ನೀರು ಕುಡಿದು ಮುಂದೆ ಹೋದ. ಕ್ಷೌರಿಕನಿಗೆ ಸಂತೋಷವಾಯಿತು.

ಸ್ವಲ್ಪ ಹೊತ್ತಿಗೆ ಒಬ್ಬ ಶ್ರೀಮಂತ ವ್ಯಾಪಾರಿ, ಯಾವುದೋ ಕೆಲಸದ ಮೇಲೆ ಆ ದಾರಿಯಾಗಿ ಹೋಗುತ್ತಾ ನದಿಯ ಬಳಿ ಬಂದ. ಅವನ ದೃಷ್ಟಿ ಆ ಬಂಗಾರದ ಹಾರದ ಮೇಲೆ ಬಿತ್ತು! ಅದನ್ನು ಗಮನಿಸಿದ ಕ್ಷೌರಿಕನು, ಅವನಲ್ಲಿ ಅದನ್ನು ತೆಗೆದುಕೊಳ್ಳುವನೋ ಎಂದು ಹೆದರಿ, ಅವನನ್ನು ದುರುಗುಟ್ಟಿಕೊಂಡು ನೋಡುತ್ತಾ ಧೈರ್ಯವಾಗಿ ಹೇಳಿದನು. "ಅಯ್ಯಾ ಶೆಟ್ಟಿ! ನಮ್ಮ ಮಹಾರಾಜರಿಗೆ ಸೇರಿದ ಈ ಚಿನ್ನದ ಹಾರವನ್ನು ಕಾಯುತ್ತಿದ್ದೇನೆ!

ಇಲ್ಲಿ ಯಾರೇ ಬಂದರೂ, ದಾರಿ ತಪ್ಪಿ ಬಂದರೂ ಸರಿ, ಅವರಿಗೆ ಕೂಡಲೇ ವರದಿಯೊಪ್ಪಿಸಬೇಕೆಂದು ಆಜ್ಞೆ ಮಾಡಿದ್ದಾರೆ! ನೀನಿಲ್ಲಿ ಬಂದಿರುವುದು ಅವರಿಗೇನಾದರೂ ಗೊತ್ತಾದರೆ, ಕೂಡಲೇ ನನ್ನನ್ನು ಕೊಲ್ಲಿಸಿಬಿಡುತ್ತಾರೆ! ಆದ್ದರಿಂದ ಬೇಗನೆ ಹೊರಟುಹೋಗು!"

ಇದನ್ನು ಕೇಳಿ ಆ ಶ್ರೀಮಂತ ವ್ಯಾಪಾರಿಯು ಭಯಭೀತನಾಗಿ ಕೂಡಲೇ ಓಡಿ ಹೋದನು. ಅವನು ಹೋದ ಬಳಿಕ, ಒಬ್ಬ ಮಿರಾಸಿ (ವಿದೂಷಕ) ಬಂದನು. ಅವನು ನದಿಯ ನೀರು ಕುಡಿಯುತ್ತಿದ್ದಾಗ ಆ ಚಿನ್ನದ ಹಾರವನ್ನು ಕಂಡನು! ಅದನ್ನು ತೆಗೆದುಕೊಳ್ಳಬೇಕೆಂದು ಅವನಿಗೆ ಆಸೆಯಾಯಿತು! ಅದನ್ನು ಗಮನಿಸಿದ ಕ್ಷೌರಿಕನು ಅವನಿಗೆ ಹೇಳಿದನು. "ಆ ಹಾರ, ನಮ್ಮ ರಾಜರಿಗೆ ಸೇರಿದ್ದು ಅದನ್ನು ಕಾಯುವ ಹೊಣೆ ನನ್ನದಾಗಿದೆ! ಆದರೆ ನೀನು ನನ್ನ ಅತಿಥಿಯಾಗಿರುವುದರಿಂದ ಅದನ್ನು ತೆಗೆದುಕೊಳ್ಳಬಹುದು! ಆದರೆ ಅದನ್ನು ತೆಗೆದುಕೊಂಡು ನಮ್ಮ ರಾಜರು ಬರುವಷ್ಟರಲ್ಲಿ ಬೇಗೆನೆ ಎಲ್ಲಾದರೂ ಮಾಯವಾಗು!"

ಇದನ್ನು ಕೇಳಿ ಆ ಮಿರಾಸಿ, "ಅಯ್ಯೋ! ಬೇಡಪ್ಪ! ನಾನು ತೆಗೆದುಕೊಳ್ಳುವುದಿಲ್ಲ! ಏನಾದರೂ ತೊಂದರೆಯಾದರೆ? ನನಗೆ ನನ್ನದೇ ಆದ ಆತ್ಮಗೌರವವಿದೆ! ನಾನು ಹೋಗುತ್ತೇನೆ! "ಎಂದ!

ಅದಕ್ಕೆ ಕ್ಷೌರಿಕನು, "ಏಕೆ ಹೆದರುತ್ತಿರುವೆ? ರಾಜರು ಇಲ್ಲಿಲ್ಲ! ಅವರು ದಟ್ಟವಾದ ಕಾಡಿನಾಳಕ್ಕೆ ಹೋಗಿದ್ದಾರೆ! ಇಷ್ಟು ಬೇಗೆ ಬರುವುದಿಲ್ಲ! ಹೆದರದೇ ತೆಗೆದುಕೋ!" ಎಂದನು.

ಇದನ್ನು ಕೇಳಿ ಮಿರಾಸಿಯು ಆ ಬಂಗಾರದ ಹಾರವನ್ನು ತೆಗೆದುಕೊಂಡು ಬೇಗನೆ ಹೊರಟನು. ಅವನು ಇನ್ನೂ ಸ್ವಲ್ಪ ದೂರ ಹೋಗುವಷ್ಟರಲ್ಲೇ ಕ್ಷೌರಿಕನು ಜೋರಾಗಿ, "ಓ ಮಿರಾಸಿ! ಮಹಾರಾಜರು ಬಂದುಬಿಟ್ಟರು! ಬಂದು ಬಿಟ್ಟರು! ಬೇಗನೆ ಓಡು! ಬೇಗನೆ ಓಡು!" ಎಂದು ಕಿರುಚಿದನು! ಮಿರಾಸಿಯು ಭಯಭೀತನಾಗಿ ಆ ಗೊಂದಲದಲ್ಲಿ ಆ ಚಿನ್ನದ ಹಾರವನ್ನು ಒಂದು ಮರದ ಪೊಟರೆಯೊಳಗೆಸೆದು ಓಡಿಹೋದನು!

ಸ್ವಲ್ಪ ಹೊತ್ತಿಗೆ ರಾಜನು ಬೇಟೆಯಿಂದ ಹಿಂದಿರುಗಿದನು. ಸ್ವಲ್ಪ ಹೊತ್ತು ವಿಶ್ರಮಿಸಿ ರಾಜ್ಯಕ್ಕೆ ಹೊರಟನು. ಜೊತೆಗೇ ಹೊರಟ ಕ್ಷೌರಿಕನು, ಚಿನ್ನದ ಹಾರವನ್ನು ಎಸೆಯಲಾಗಿದ್ದ

ಮರದ ಬಳಿ ಬಂದಾಗ, ಯಾರಿಗೂ ಕಾಣದಂತೆ ಮೆಲ್ಲನೆ ಅದರ ಪೊಟರೆಯಿಂದ ಹಾರವನ್ನು ತೆಗೆದುಕೊಂಡು ತನ್ನ ಅಂಗಿಯ ಕಿಸೆಯೊಳಗೆ ಹಾಕಿಕೊಂಡನು! ಅನಂತರ ನೆಲದ ಮೇಲೆ ಬಿದ್ದು ಹೊಟ್ಟೆನೋಯುತ್ತಿದೆಯೆಂದು ನಟಿಸುತ್ತಾ ಹೊರಳಾಡಿದ! ರಾಜನು ಏನಾಯಿತೆಂದು ವಿಚಾರಿಸಲು, "ಅಯ್ಯೋ! ಅಸಾಧ್ಯ ಹೊಟ್ಟೆನೋವು! ಬೇಗನೆ ನನ್ನನ್ನು ಮನೆಗೆ ತಲುಪಿಸಿಬಿಡಿ! ಇಲ್ಲವಾದರೆ ನಾನು ಸತ್ತುಹೋದೇನು!" ಎಂದು ಗೋಗರೆದ. ರಾಜನು ಕೂಡಲೇ ಸೇವಕರನ್ನು ಕಳಿಸಿ ಒಂದು ಪಲ್ಲಕ್ಕಿಯನ್ನು ತರಿಸಿದ. ಅದರಲ್ಲಿ ಅವನು ಕ್ಷೌರಿಕನನ್ನು ಕೂರಿಸಿ ರಾಜ್ಯಕ್ಕೆ ಕಳಿಸಿದ.

ಕ್ಷೌರಿಕನು ಮನೆ ತಲುಪಲು ಸೇವಕರನ್ನು ಕಳಿಸಿ, ಹೊಟ್ಟೆನೋವಿನ ನಟನೆಯನ್ನು ನಿಲ್ಲಿಸಿದ. ಅನಂತರ ಅವನು ಬಂಗಾರದ ಹಾರವನ್ನು ತನ್ನ ಹೆಂಡತಿಗೆ ತೋರಿಸಿ ಅದನ್ನು ಪಡೆದ ಕಥೆಯನ್ನು ಹೇಳಿ, "ನಿನಗಾಗಿ ಈ ಬಂಗಾರದ ಹಾರ ತರಲು, ರಾಜನೊಬ್ಬನಿಗೆ ವಿನಯ, ಗೌರವಗಳನ್ನೂ ವ್ಯಾಪಾರಿಯೊಬ್ಬನಿಗೆ ಭಯವನ್ನೂ, ಮಿರಾಸಿಯೊಬ್ಬನಿಗೆ ಆಸೆಯನ್ನೂ ನನ್ನ ರಾಜನಿಗೆ ಹೊಟ್ಟೆನೋವಿನ ನಟನೆಯನ್ನೂ ತೋರಿಸಿದೆ!" ಎಂದನು.

"ಭಲೇ ಜಾಣರು ನೀವು!" ಅವನ ಹೆಂಡತಿ ಅವನನ್ನು ಹೊಗಳಿದಳು.

ಯಾರು ತಪ್ಪಿತಸ್ಥರು?
ತಮಿಳುನಾಡಿನ ಜಾನಪದ ಕಥೆ

ಕಾಂಜೀಪುರಂನಲ್ಲಿ ಒಬ್ಬ ದರ್ಜಿಯಿದ್ದ. ಸಂಜೆ, ಒಬ್ಬ ಗೂನುಬೆನ್ನಿನವನು ಅವನ ಅಂಗಡಿಯ ಮುಂದೆ ಹಾಡುತ್ತಾ, ಕುಣಿಯತೊಡಗಿದ! ಸೋಜಿಗಗೊಂಡ ದರ್ಜಿಯು ಅವನನ್ನು ಭೋಜನಕ್ಕೆ ಆಹ್ವಾನಿಸಿದ. ಗೂನುಬೆನ್ನಿನವನು ಒಪ್ಪಿ ಬರಲು, ದರ್ಜಿಯೂ ಅವನ ಹೆಂಡತಿಯೂ ಅವನೊಂದಿಗೇ ಊಟಕ್ಕೆ ಕುಳಿತರು. ಬಹಳ ರುಚಿಯಾದ ಅಂಥ ಊಟವನ್ನೆಂದೂ ಮಾಡಿರದಿದ್ದ ಗೂನುಬೆನ್ನಿನವನು ಗಬಗಬನೆ ಅತಿಯಾಸೆಯಿಂದ ತಿನ್ನತೊಡಗಿದನು! ಹಾಗೆ ಅವನು ಆತುರಾತುರವಾಗಿ ತಿನ್ನುತ್ತಿದ್ದಾಗ, ಕರಿಬೇವು ಎಲೆಯ ಒಂದು ಕಡ್ಡಿ ಅವನ ಗಂಟಲಿನಲ್ಲಿ ಸಿಕ್ಕಿಕೊಂಡು ಅವನು ಉಸಿರುಕಟ್ಟಿ ಸತ್ತೇ ಹೋದನು. ಇದನ್ನು ನೋಡಿ ದರ್ಜಿಯೂ ಅವನ ಹೆಂಡತಿಯೂ ಗಾಬರಿಯಾದರು!

"ಅಯ್ಯೊಯ್ಯೋ! ರಾಜನಿಗೆ ಗೊತ್ತಾದರೆ ನಮ್ಮನ್ನು ಕೊಲ್ಲಿಸಿಬಿಡುವನು!" ಹೆಂಡತಿಯು ಭಯದಿಂದ ಹೇಳಿದಳು.

ಸ್ವಲ್ಪ ಯೋಚಿಸಿ ಇಬ್ಬರೂ ಒಮದು ಉಪಾಯ ಮಾಡಿದರು. ಅವರು ಗೂನು ಬೆನ್ನಿನವನ ದೇಹವನ್ನು ಎತ್ತಿಕೊಂಡು ಹತ್ತಿರದಲ್ಲಿದ್ದ ಒಬ್ಬ ವೈದ್ಯನ ಮನೆಗೆ ಹೋದರು. ವೈದ್ಯನು ಮಹಡಿಯ ಮೇಲಿರಲು, ಅವನ ಸೇವಕನು ಬಂದು ಏನು ವಿಷಯವೆಂದು ಕೇಳಿದನು.

"ನಾವು ವೈದ್ಯರಿಗೆ ತೋರಿಸಲೆಂದು ಒಬ್ಬ ರೋಗಿಯನ್ನು ಕರೆತಂದಿದ್ದೇವೆ!" ಅವರು ಹೇಳಿದರು.

ಸೇವಕನು ಆ ವಿಷಯವನ್ನು ಹೇಳಲು ವೈದ್ಯನ ಕೋಣೆಗೆ ಹೋಗಲು, ಇವರಿಬ್ಬರೂ ಹೆಣವನ್ನು ಮಹಡಿಯ ಮೇಲಕ್ಕೆ ಸಾಗಿಸಿ ಅಲ್ಲೇ ಮಲಗಿಸಿ ಹೊರಟುಹೋದರು. ಸ್ವಲ್ಪ ಹೊತ್ತಿನ ಬಳಿಕ, ವೈದ್ಯನು ಹೊರಬಂದನು. ಆದರೆ ಕತ್ತಲೆಯಿದ್ದುದ್ದರಿಂದ ಕಾಣದೇ ಆ

ಹೆಣದ ಮೇಲೆ ಎಡವಿದನು! ಅದರಿಂದ ಆ ಹೆಣ, ಮೆಟ್ಟಿಲುಗಳ ಮೇಲೆ ಉರುಳುತ್ತಾ ಕೆಳಗೆ ಬಿತ್ತು! ವೈದ್ಯನು ಗಾಬರಿಯಾಗಿ ಕೆಳಗಿಳಿದು ಹೋಗಿ ನೋಡಲು, ಸತ್ತ ದೇಹವಿರಲು, ತಾನೇ ಆ ವ್ಯಕ್ತಿಯನ್ನು ಕೊಂದುಬಿಟ್ಟೆನೆಂದು ತಿಳಿದು ಗಾಬರಿಯಾದನು! ಮುಂದೇನು ಮಾಡಬೇಕೆಂದು ತಿಳಿಯದೇ ಅವನು ತನ್ನ ಹೆಂಡತಿಯೊಂದಿಗೆ ಆ ಶವಕ್ಕೆ ಹಗ್ಗ ಕಟ್ಟಿ ಒಬ್ಬ ವ್ಯಾಪಾರಿಯ ಮನೆಯ ಹೊಗೆಗೂಡಿನ ಮೂಲಕ ಅವನ ಮನೆಯೊಳಗೆ ಇಳಿಸಿದನು! ಆ ದೇಹ ಹಾಗೆ ಹೊಗೆಗೂಡಿನಿಂದ ಒಳಗೆ ಬರುವುದನ್ನು ನೋಡಿದ ವ್ಯಾಪಾರಿಯು ಯಾರೋ ಕಳ್ಳನು ಒಳಗೆ ನುಸುಳುತ್ತಿದ್ದಾನೆಂದು ತಿಳಿದು ಆ ಹೆಣವನ್ನು ಚೆನ್ನಾಗಿ ಹೊಡೆದನು! ಅನಂತರ ನೋಡಿದರೆ ಆ ಮನುಷ್ಯ ಸತ್ತುಹೋಗಿದ್ದನು! ಅದನ್ನು ನೋಡಿ ಅವನು ಗಾಬರಿಯಾದನು!

ಏನು ಮಾಡಬೇಕೆಂದು ತಿಳಿಯದೇ ಆ ವ್ಯಾಪಾರಿಯು ಹೆಣವನ್ನು ಹೊರಗೆ ಸಾಗಿಸಿ ಒಂದು ಅಂಗಡಿಯ ಗೋಡೆಯ ಮುಂದೆ ಒರಗಿಸಿ ಮನೆಗೆ ಹೋದನು!

ಬೆಳಗಿನ ಜಾವದಲ್ಲಿ ಒಬ್ಬ ಬ್ರಾಹ್ಮಣನು ಆ ಅಂಗಡಿಯ ದಾರಿಯಲ್ಲಿ ಸ್ನಾನಕ್ಕೆ ಹೋಗುತ್ತಿದ್ದನು. ಕತ್ತಲಿನ ವಾತಾವರಣದಲ್ಲಿ ಅವನು ಆ ಹೆಣಕ್ಕೆ ತಗುಲಿಸಿಕೊಂಡನು! ಆಗ ಹೆಣವು ಅವನ ಮೇಲೆ ಬೀಳಲು, ಅವನೂ ಅದು ಒಬ್ಬ ಕಳ್ಳನೆಂದು ತಿಳಿದು ಚೆನ್ನಾಗಿ ಹೊಡೆದನು! ಆಗ ಅಲ್ಲಿಗೆ ಕೊತ್ವಾಲನು ಬರಲು, ಅವನು ಆ ಮನುಷ್ಯನು ಸತ್ತಿರುವುದನ್ನು ನೋಡಿ ಆ ಬ್ರಾಹ್ಮಣನೇ ಅವನನ್ನು ಕೊಂದನೆಂದು ತಿಳಿದು ಅವನನ್ನು ಬಂಧಿಸಿದ! ಬ್ರಾಹ್ಮಣನು ಏನೂ ಹೇಳಲಾಗಲಿಲ್ಲ!

ಕೊತ್ವಾಲನು ಆ ಬ್ರಾಹ್ಮಣನನ್ನು ನ್ಯಾಯಾಧೀಶನ ಮುಂದೆ ಹಾಜರುಪಡಿಸಿದ. ನ್ಯಾಯಾಧೀಶನು ಅವನಿಗೆ ಮರಣದಂಡನೆ ಶಿಕ್ಷೆ ವಿಧಿಸಿದ! ಅದರಂತೆ ಬ್ರಾಹ್ಮಣನನ್ನು ವಧಾಸ್ಥಾನಕ್ಕೆ ಕರೆದೊಯ್ಯಲಾಯಿತು. ಅಲ್ಲಿ ಎಲ್ಲಾ ಜನರೂ ಸೇರಿದರು. ಆದರೆ ಬ್ರಾಹ್ಮಣನನ್ನು ಇನ್ನೇನು ನೇಣಿಗೇರಿಸಬೇಕು, ಗುಂಪಿನಿಂದ ವ್ಯಾಪಾರಿಯು ಓಡಿಬಂದು, "ನಿಲ್ಲಿಸಿ! ನಿಲ್ಲಿಸಿ! ನಾನೇನೋ ಹೇಳಬೇಕು!" ಎಂದ. ಅವನಿಗೆ ಮಾತಾನಾಡಲು ನ್ಯಾಯಾಧೀಶನು ಒಪ್ಪಿಗೆ ಕೊಟ್ಟಾಗ, ಅವನು ತನ್ನ ಕಥೆ ಹೇಳಿ ತಾನೇ ಕೊಲೆಗಾರನೆಂದು ಒಪ್ಪಿಕೊಂಡನು. ಆಗ ನ್ಯಾಯಾಧೀಶನು ಅವನಿಗೆ ಶಿಕ್ಷೆಯನ್ನು ವರ್ಗಾಯಿಸಿದನು. ಅದರಂತೆ ವ್ಯಾಪಾರಿಯನ್ನು ನೇಣಿಗೇರಿಸಲು ನಿಲ್ಲಿಸಲಾಯಿತು. ಆಗ ಗುಂಪಿನಿಂದ

ವೈದ್ಯನು ಓಡಿಬಂದು ತನ್ನ ಕಥೆಯನ್ನು ಹೇಳಿದನು. ಅದನ್ನು ಕೇಳಿ ನ್ಯಾಯಾಧೀಶನು ವ್ಯಾಪಾರಿಯನ್ನು ಬಿಡಿಸಿ ವೈದ್ಯನಿಗೆ ಶಿಕ್ಷೆ ವಿಧಿಸಿದನು. ವೈದ್ಯನಿಗೆ ಇನ್ನೇನು ಶಿಕ್ಷೆಯಾಗಬೇಕು, ಆಗ ದರ್ಜಿಯು ಓಡಿ ಬಂದು ತನ್ನ ಕಥೆ ಹೇಳಿ ವೈದ್ಯನಿಗೆ ಶಿಕ್ಷೆಯಾಗುವುದನ್ನು ತಪ್ಪಿಸಿದನು.

ಈಗ ನ್ಯಾಯಾಧೀಶನಿಗೆ ಏನು ಮಾಡಬೇಕೆಂದೇ ತಿಳಿಯಲಿಲ್ಲ! ಒಬ್ಬನಿಗೆ ಶಿಕ್ಷೆ ವಿಧಿಸುತ್ತಲೇ ಇನ್ನೊಬ್ಬನು ಅಪರಾಧಿಯೆಂದು ಬರುತ್ತಿದ್ದನು! ಆಗ ಒಂದು ಕೆಮ್ಮಿನ ಶಬ್ಧ ಕೇಳಿಸಿತು! ಅದು ಆ ಗೂನು ಬೆನ್ನಿನವನ ಕೆಮ್ಮಾಗಿತ್ತು. ಅವನು ಬದುಕಿಯೇ ಇದ್ದನು. ಅವನು ಇನ್ನೊಮ್ಮೆ, ಕೆಮ್ಮಲು, ಅವನ ಗಂಟಲಿನಲ್ಲಿ ಸಿಕ್ಕಿಕೊಂಡಿದ್ದ ಕರಿಬೇವು ಎಲೆಯ ಕಡ್ಡಿ ಹೊರಬಂದಿತು! ಅವನು ದೀರ್ಘನಿದ್ರೆಯಿಂದ ಎದ್ದವನಂತೆ ಎದ್ದು ಕುಳಿತನು! ಎಲ್ಲರಿಗೂ ಅತ್ಯಾಶ್ಚರ್ಯವಾಯಿತು. ಅವನು ಬದುಕಿದ್ದರಿಂದ ಎಲ್ಲರಿಗೂ ಶಿಕ್ಷೆ ತಪ್ಪಿತು!

"ಎಲ್ಲರ ಉದ್ದೇಶ ಒಳ್ಳೆಯದಾದ್ದರಿಂದ ಈ ಮನುಷ್ಯನ ಪ್ರಾಣ ಉಳಿಯಿತು!" ನ್ಯಾಯಾಧೀಶನು ಹೇಳಿದನು.

ಮೂರ್ಖ ರಾಜ
ತಮಿಳುನಾಡಿನ ಜಾನಪದ ಕಥೆ

ಅಂಗುಚೆಟ್ಟಿ ಎಂಬ ಒಬ್ಬ ವ್ಯಾಪಾರಿಯಿದ್ದ. ಅವನು ವ್ಯಾಪಾರದಿಂದ ಬಹಳಷ್ಟು ಸಂಪಾಸುತ್ತಿದ್ದ. ಆದರೆ ಅವನು ಬಹಳ ಹಣ ಖರ್ಚು ಮಾಡುತ್ತಿದ್ದುದರಿಂದ ಏನನ್ನೂ ಉಳಿಸಲಾಗುತ್ತಿರಲಿಲ್ಲ! ಒಂದು ದಿನ, ಜೋರಾಗಿ ಬಿರುಗಾಳಿ ಬೀಸಿ ಅವನ ಮನೆಯೇ ಕುಸಿಯಿತು. ಅವನು ಅವತ್ತೇ ಒಬ್ಬ ಮೇಸ್ತ್ರಿಯನ್ನು ಕರೆಸಿ, ಮನೆಯನ್ನು ಮತ್ತೆ ಕಟ್ಟಿಸಿದ. ಅಂದಿನ ದಿನಗಳಲ್ಲಿ ಕೇವಲ ಮಣ್ಣಿನ ಮನೆಗಳಿದ್ದುದರಿಂದ ಇದಕ್ಕೆ ಹೆಚ್ಚಿನ ಸಮಯ ಹಿಡಿಯಲಿಲ್ಲ.

ಅಂದು ರಾತ್ರಿ ಒಬ್ಬ ಕಳ್ಳ ಅಂಗುಚೆಟ್ಟಿಯ ಮನೆಗೆ ಬಂದ. ಗೋಡೆಯಲ್ಲಿ ಒಂದು ದೊಡ್ಡ ಕನ್ನ ಕೊರೆದು ಅವನು ಇನ್ನೇನು ಒಳಹೋಗಬೇಕು, ಅಷ್ಟರಲ್ಲಿ ಆ ಗೋಡೆ ಅವನ ಮೇಲೆ ಕುಸಿದು ಅವನು ಅಲ್ಲೇ ಸತ್ತುಬಿದ್ದ.

ಮರುದಿನ ಬೆಳಗ್ಗೆ ಆ ಕಳ್ಳನ ನೆಂಟನೊಬ್ಬ ರಾಜನ ಬಳಿ ಹೋಗಿ ದೂರಿತ್ತ, "ಮಹಾರಾಜ! ನನ್ನ ನೆಂಟನು ಅಂಗುಚೆಟ್ಟಿಯ ಮನೆಯ ಗೋಡೆ ಕುಸಿದು ಬಿದ್ದುದ್ದರಿಂದ ಸತ್ತುಹೋದ! ಆದ್ದರಿಂದ ಅಂಗುಚೆಟ್ಟಿಯನ್ನು ನೇಣುಹಾಕಬೇಕು!"

ಮಹಾಮೂರ್ಖನಾಗಿದ್ದ ರಾಜ, ಅಂಗುಚೆಟ್ಟಿಯನ್ನು ಕರೆಸಿ, "ನಿನ್ನ ಮನೆಯ ಗೋಡೆಯೇಕೆ ಒದ್ದೆಯಾಗಿತ್ತು?" ಎಂದು ಕೇಳಿದ.

"ಮಹಾರಾಜ! ನಾನು ಆ ಗೋಡೆಯನ್ನು ಕಟ್ಟಲಿಲ್ಲ! ಇದು ಅದನ್ನು ಕಟ್ಟಿದ ಮೇಸ್ತ್ರಿಯ ತಪ್ಪು!" ಅಂಗುಚೆಟ್ಟಿ ಹೇಳಿದ.

ಆಗ ರಾಜನು ಮೇಸ್ತ್ರಿಯನ್ನು ಕರೆಸಿ ಅದೇ ಪ್ರಶ್ನೆಯನ್ನು ಕೇಳಿದ. ಅದಕ್ಕೆ ಮೇಸ್ತ್ರಿಯು, "ಮಹಾರಾಜ! ಅದು ತನ್ನ ತಪ್ಪಲ್ಲ! ಮಣ್ಣನ್ನು ತಂದವನ ತಪ್ಪು! ಅವನು ಒದ್ದೆ ಮಣ್ಣನ್ನು ತಂದುಕೊಟ್ಟ! ನಾನೇನು ಮಾಡಲಿ?" ಎಂದು ಕೂಗಿದ.

ಆಗ ರಾಜನು ಮಣ್ಣು ತರುವವನನ್ನು ಕರೆಸಿ, ಅದೇ ಪ್ರಶ್ನೆ ಕೇಳಿದ. ಅದಕ್ಕೆ ಮಣ್ಣು ತರುವವನು, "ಮಹಾರಾಜ! ಅದು ನನ್ನ ತಪ್ಪಲ್ಲ! ಕುಂಬಾರನು ನನಗೆ ದೊಡ್ಡ ಬಾಯಿಯ ಮಡಿಕೆ ಕೊಟ್ಟ! ಅದಕ್ಕೇ ಹೀಗಾಯಿತು!" ಎಂದ.

ಆಗ ರಾಜನು ಕುಂಬಾರನನ್ನು ಕರೆಸಿ ಅದೇ ಪ್ರಶ್ನೆಯನ್ನು ಕೇಳಿದ. ಅದಕ್ಕೆ ಕುಂಬಾರನು, "ಮಹಾರಾಜ! ನಾನು ಮಡಿಕೆ ಮಾಡಲೆಂದು ಕೈಯಲ್ಲಿ ಮಣ್ಣು ಹಿಡಿದು ಚಕ್ರದ ಮುಂದೆ ಕುಳಿತಿದ್ದಾಗ, ಒಬ್ಬ ತರುಣಿ ನಡೆಯುತ್ತಾ ಬಂದಳು! ನಾನು ಅವಳತ್ತ ನೋಡುತ್ತಿದ್ದುದ್ದರಿಂದ ನನ್ನ ಕೆಲಸದ ಮೇಲಿನ ಏಕಾಗ್ರತೆ ತಪ್ಪಿಹೋಯಿತು! ಆದ್ದರಿಂದಲೇ ಮಡಿಕೆಯ ಬಾಯಿ ದೊಡ್ಡದಾಯಿತು!" ಎಂದು ಹೇಳಿದನು.

"ಹಾಗಾದರೆ ಆ ತರುಣಿಯದೇ ತಪ್ಪು! ಅವಳನ್ನೇ ಕರೆಸಿರಿ!" ರಾಜನು ಆಜ್ಞೆ ಮಾಡಿದನು.

ಅಂತೆಯೇ ಆ ತರುಣಿಯನ್ನು ಕರೆಸಲಾಯಿತು. ರಾಜನು ಅವಳನ್ನು ಕುಂಬಾರನ ಬಳಿ ಏಕೆ ಸುಳಿದಳೆಂದು ಕೇಳಿದನು. ಅದಕ್ಕೆ ಅವಳು, "ಮಹಾರಾಜ! ನಾನು ಒಂದು ಹಾರ ಮಾಡಿಕೊಡಬೇಕೆಂದು ಅಕ್ಕಸಾಲಿಗನಿಗೆ ಸ್ವಲ್ಪ ಚಿನ್ನ ಕೊಟ್ಟಿದ್ದೆ! ಆದರೆ ಅವನು ಸಮಯಕ್ಕೆ ಸರಿಯಾಗಿ ಅದನ್ನು ಮಾಡಿಕೊಡಲಿಲ್ಲ! ಆದ್ದರಿಂದ ಅದನ್ನು ತರಲು ಅವನ ಅಂಗಡಿಗೆ ಹೋಗುತ್ತಿದ್ದೆ!" ಎಂದಳು.

ಆಗ ರಾಜನು ಅಕ್ಕಸಾಲಿಗನನ್ನು ಕರೆಸಿ, ನೀನೇಕೆ ಈ ತರುಣಿಗೆ ಸಮಯಕ್ಕೆ ಸರಿಯಾಗಿ ಹಾರ ಮಾಡಿಕೊಡಲಿಲ್ಲ?" ಎಂದು ಕೇಳಿದನು.

ಅಕ್ಕಸಾಲಿಗನಿಗೆ ಏನು ಉತ್ತರ ಹೇಳಬೇಕೆಂದು ತಿಳಿಯಲಿಲ್ಲ. ಆಗ ರಾಜನು ಎಲ್ಲರನ್ನೂ ನೋಡುತ್ತಾ, "ಇಷ್ಟಕ್ಕೆಲ್ಲಾ ಈ ಅಕ್ಕಸಾಲಿಗನೇ ಕಾರಣ! ಆದ್ದರಿಂದ ಇವನನ್ನು ನೇಣುಹಾಕಬೇಕು!" ಎಂದನು.

ಆಗ ಅಕ್ಕಸಾಲಿಗನು ಸಭೆಯಲ್ಲಿ ಕುಳಿತಿದ್ದ ಒಬ್ಬ ಕೋಮತ್ತಿ (ವೈಶ್ಯ) ಯನ್ನು ನೋಡುತ್ತಾ, "ಮಹಾರಾಜ! ಈ ಕೋಮತ್ತಿಯು ಸ್ವಲ್ಪ ದಿನಗಳ ಹಿಂದೆ ಸ್ವಲ್ಪ ಚಿನ್ನವನ್ನು ನನ್ನಿಂದ ಕೇಳಿ ಪಡೆದಿದ್ದನು. ಆದರೆ ಬೇಗನೇ ಅದನ್ನು ಹಿಂದಿರುಗಿ ಕೊಡಲಿಲ್ಲ! ಆದ್ದರಿಂದ

ತಪ್ಪು ಅವನದೇ! ಅಲ್ಲದೇ ನೇಣುಕುಣಿಕೆ ಬಹಳ ದೊಡ್ಡದಾಗಿದ್ದು ನಾನು ಬಹಳ ಸಣ್ಣಗಿರುವೆ! ಅದು ಅವನ ಕುತ್ತಿಗೆಗೆ ಸರಿಹೊಗುತ್ತದೆ! ನನಗಲ್ಲ!" ಎಂದನು.

ಪದೇ ಪದೇ ತನ್ನ ನಿರ್ಧಾರ ಬದಲಿಸುತ್ತಿದ್ದ ಮೂರ್ಖರಾಜ, ಅಕ್ಕಸಾಲಿಗನು ಹೇಳುತ್ತಿರುವುದು ಸರಿಯೆಂದು ಭಾವಿಸಿ, ಕೋಮತ್ತಿಯನ್ನು ನೇಣಿಗೇರಿಸಬೇಕೆಂದು ಆಜ್ಞೆ ಮಾಡಿದ! ಇದರಿಂದ ಕೋಮತ್ತಿಗೆ ದೊಡ್ಡ ಚಿಂತೆಯಾಯಿತು! ಈ ಅಪಾಯದಿಂದ ಹೇಗೆ ಪಾರಾಗಬೇಕೆಂದೇ ಅವನಿಗೆ ತಿಳಿಯಲಿಲ್ಲ. ಸಭಾಸದರಿಗೂ ಅವನ ಸ್ಥಿತಿ ಕಂಡು ಮರುಕವಾಯಿತು. ಹೇಗಾದರೂ ಮಾಡಿ ಅವನನ್ನು ಉಳಿಸಬೇಕೆಂದು ಅವರು ಯೋಚಿಸಿತೊಡಗಿದು. ಆಗ ಇಬ್ಬರಿಗೆ ಒಂದು ಉಪಾಯ ಹೊಳೆಯಿತು. ಅದರಂತೆ ಇಬ್ಬರೂ ಜಗಳವಾಡತೊಡಗಿದರು! ರಾಜನು ಇದನ್ನು ಗಮನಿಸಿ, "ಏಕೆ ನೀವಿಬ್ಬರೂ ಜಗಳವಾಡುತ್ತಿರುವಿರಿ?" ಎಂದು ಕೇಳಿದ.

ಅದಕ್ಕೆ ಒಬ್ಬನು, "ಮಹಾರಾಜ! ಜ್ಯೋತಿಷ್ಯದ ಪ್ರಕಾರ, ಈ ಮುಹೂರ್ತದಲ್ಲಿ ಯಾರನ್ನು ನೇಣುಹಾಕುವರೋ, ಅವರು ನೇರ ಸ್ವರ್ಗಕ್ಕೆ ಹೋಗುತ್ತಾರೆ ಹಾಗೂ ಮುಂದಿನ ಜನ್ಮದಲ್ಲಿ ರಾಜನಾಗಿ ಹುಟ್ಟುತ್ತಾರೆ! ನನಗೆ ರಾಜನಾಗಬೇಕೆಂಬ ಮಹದಾಸೆ. ಇದನ್ನು ನಾನು ಅವನಿಗೆ ಹೇಳಿದೆ! ನಾನೇ ನೇಣಿಗೆ ಹೋಗುವೆನೆಂದೆ! ಆದರೆ ಅವನು ನನ್ನನ್ನು ಹೋಗಲು ಬಿಡುತ್ತಿಲ್ಲ! ಅವನಿಗೇ ಈ ಅವಕಾಶ ಬೇಕಂತೆ! ಅದಕ್ಕೇ ನಾವು ಜಗಳವಾಡುತ್ತಿದ್ದೇವೆ!" ಎಂದು ಹೇಳಿದ.

ಇದನ್ನು ಕೇಳಿ ಮೂರ್ಖ ರಾಜನು, "ಏನು? ನೀನು ರಾಜನಾಗುವುದೇ? ಸಾಧ್ಯವಿಲ್ಲ! ನನ್ನ ರಾಜ್ಯಕ್ಕೆ ಇನ್ನಾರಾದರೂ ರಾಜನಾಗಲು ಸಾಧ್ಯವೇ? ಇಲ್ಲ! ನಾನೊಬ್ಬನೇ ಈ ರಾಜ್ಯವನ್ನು ಆಳಬೇಕು! ಈಗಲೇ ನನ್ನನ್ನು ನೇಣುಹಾಕಿ!" ಎಂದನು!

ಕೂಡಲೇ ಸಚಿವರು ಸೇವಕರಿಗೆ ಹೇಳಿ ರಾಜನನ್ನು ನೇಣು ಹಾಕಿಸಿದರು!

ಮೂರ್ಖರಾಜನ ಕಥೆ ಮುಗಿಯಿತು.

ರಾಜನಂತೆ ಮಂತ್ರಿ!
ತಮಿಳುನಾಡಿನ ಜಾನಪದ ಕಥೆ

ಒಂದು ರಾಜ್ಯದಲ್ಲಿ ಒಬ್ಬ ರಾಜನಿದ್ದ. ಅವನಿಗೊಬ್ಬ ಮಂತ್ರಿಯಿದ್ದ. ರಾಜನು ಹೇಳಿದ್ದಕ್ಕೆಲ್ಲಾ ಮಂತ್ರಿಯು ಹೌದೆಂದು ಹೇಳುತ್ತಾ ಸಮರ್ಥನೆ ಕೊಡುತ್ತಿದ್ದ. ಹಾಗಾಗಿ ರಾಜ ಅವನನ್ನು ಬಹಳ ಇಷ್ಟಪಡುತ್ತಿದ್ದ.

ಒಂದು ಬಾರಿ ಹೀಗಾಯಿತು. ರಾಜನು ಊಟ ಮಾಡುತ್ತಿದ್ದ. ಅವನೊಂದಿಗೆ ಮಂತ್ರಿಯೂ ಇದ್ದ. ಭೋಜನದಲ್ಲಿದ್ದ ಬದನೆಕಾಯಿಪಲ್ಯವನ್ನು ಸೇವಿಸುತ್ತಾ ರಾಜನು, "ಆಹಾ! ಇಂಥ ರುಚಿಕರವಾದ ಖಾದ್ಯವನ್ನು ನಾನು ಜೀವನದಲ್ಲಿಯೇ ತಿಂದಿಲ್ಲ!" ಎಂದನು.

"ಹೌದು ಮಹಾರಾಜರೇ!" ಮಂತ್ರಿ ಹೇಳಿದ, ಬದನೆಕಾಯಿ, ತರಕಾರಿಗಳಲ್ಲೇ ಅತ್ಯುತ್ತಮವಾದುದು! ಅದಕ್ಕೇ ದೇವರು ಅದರ ತಲೆಯ ಮೇಲೆ ಒಂದು ಕಿರೀಟವಿಟ್ಟಿದ್ದಾನೆ!"

"ಹೌದೇ!" ಆಶ್ಚರ್ಯದಿಂದ ಹೇಳಿದ ರಾಜ, "ಹಾಗಾದರೆ ಪ್ರತಿದಿನವೂ ನನ್ನ ಎಲ್ಲಾ ಭೋಜನಗಳಲ್ಲೂ ಬದನೆಕಾಯಿ ಇರಬೇಕೆಂದು ನನ್ನ ಅಡುಗೆಮನೆಯಲ್ಲಿ ಆಜ್ಞೆ ಹೊರಡಿಸು!"

ಮಂತ್ರಿಯು ಹಾಗೆಯೇ ಮಾಡಿದ. ಅಂದಿನಿಂದ ರಾಜನ ಪ್ರತಿ ಭೋಜನದಲ್ಲೂ ಯಾವುದಾದರೊಂದು ಬದನೆಕಾಯಿ ಖಾದ್ಯ ಇದ್ದೇ ಇತ್ತು! ದಿನವೂ ಮೂರು ಬಾರಿ ಬದನೆಕಾಯಿ ತಿಂದೂ ತಿಂದೂ ರಾಜನ ನಾಲಿಗೆಗೆ ಸಾಕಾಗಿ ಹೋಯಿತು! ಕೊನೆಗೊಂದು ದಿನ ಅವನು, "ಛೀ! ಇನ್ನು ಮುಂದೆ ಈ ಬದನೆಕಾಯಿ ತಿನ್ನಲಾರೆ! ಅದು ತುಂಬಾ ಕೆಟ್ಟದಾಗಿದೆ!" ಎಂದುಬಿಟ್ಟ.

ಆಗ ಮಂತ್ರಿಯು, "ಹೌದು ಮಹಾರಾಜರೇ! ಬದನೆಕಾಯಿ ತರಕಾರಿಗಳಲ್ಲೇ ಅತ್ಯಂತ ಕೆಟ್ಟದ್ದು! ಅದಕ್ಕೇ ದೇವರು ಅದರ ತಲೆಯ ಮೇಲೆ ಮೊಳೆ ಹೊಡೆದಿದ್ದಾನೆ!" ಎಂದನು!

—•→⫸⫷←•—

ವಿಡಾಮುಂಡನ್ ಮತ್ತು ಕೊಡಾಮುಂಡನ್
ತಮಿಳುನಾಡಿನ ಜಾನಪದ ಕಥೆ

ನಗರವೊಂದರಲ್ಲಿ ಕೊಡಾಮುಂಡನ್ (ಕೊಡದಿರುವವನು) ಎಂಬ ಚತುರನಾದ ವೃದ್ಧ ಬ್ರಾಹ್ಮಣನಿದ್ದನು. ಅವನು ದಿನವೂ ಮನೆಮನೆಗೆ ಹೋಗಿ ಅನೇಕ ಬ್ರಾಹ್ಮಣರಿಗೆ ಅನ್ನಸಂತರ್ಪಣೆ ಮಾಡಬೇಕೆಂದು ಆಹಾರಸಾಮಾಗ್ರಿಗಳನ್ನು ಬೇಡುತ್ತಿದ್ದನು. ಅನೇಕ ಸಜ್ಜನರು ಅವನ ಮಾತನ್ನು ನಂಬಿ, ಅಕ್ಕಿ,ಬೇಳೆ, ತರಕಾರಿ ಮೊದಲಾದವುಗಳನ್ನು ಕೊಡುತ್ತಿದ್ದರು. ಅವನ್ನೆಲ್ಲಾ ತೆಗೆದುಕೊಂಡು ಮನೆಗೆ ಹೋಗಿ ತನ್ನ ಹೆಂಡತಿಯ ಬಳಿ ತಾನು ಹೇಗೆ ಮೋಸ ಮಾಡಿ ಅವನ್ನು ತಂದೆನೆಂದು ಜಂಭಕೊಚ್ಚಿಕೊಳ್ಳುತ್ತಿದ್ದನು. ಆದರೆ ಯಾರಾದರೊಬ್ಬ ಬ್ರಾಹ್ಮಣನು ಅವನ ಈ ವಿಷಯವನ್ನು ಕೇಳಿ ಹಸಿದು ಬಂದರೆ, ಇವನು ಏನಾದರೂ ನೆಪ ಹೇಳಿ ಅವನನ್ನು ಕಳಿಸಿಬಿಡುತ್ತಿದ್ದ! ಹೀಗೆ ಕೊಡಾಮುಂಡನ್ ದಿನವೂ ಬುಟ್ಟಿ ತುಂಬಾ ಆಹಾರಸಾಮಾಗ್ರಿಗಳನ್ನು ತಂದು ಅವುಗಳಲ್ಲಿ ಸ್ವಲ್ಪ ಮಾತ್ರ ಸ್ವಂತಕ್ಕೆ ಉಪಯೋಗಿಸಿ ಮಿಕ್ಕವನ್ನು ಹಣಕ್ಕೆ ಮಾರಿಬಿಡುತ್ತಿದ್ದ. ಹೀಗೆ ಮೋಸ ಮಾಡಿಕೊಂಡೇ ಅವನು ಅನೇಕ ವರ್ಷಗಳನ್ನು ಸಾಗಿಸಿದ.

ಸನಿಹದ ಹಳ್ಳಿಯೊಂದರಲ್ಲಿ ಇನ್ನೊಬ್ಬ ಚತುರ ಬ್ರಾಹ್ಮಣನಿದ್ದ. ಅವನ ಹೆಸರು ವಿಡಾಮುಂಡನ್(ಬಿಡದಿರುವವನು) ಎಂದಿತ್ತು! ಇವನು ಹೇಗೆಂದರೆ, ಇವನು ಯಾರನ್ನಾದರೂ ಏನನ್ನಾದರೂ ಬೇಡಿದಾಗ ಅವನು ಕೊಡದಿದ್ದರೆ, ಇವನು ಅವನನ್ನು ಮತ್ತೆ ಮತ್ತೆ ಪೀಡಿಸಿ ಅವನು ಕೊಡುವಂತೆ ಮಾಡುತ್ತಿದ್ದ. ಅವನು ಕೊಡುವವರೆಗೂ ಇವನು ಬಿಡುತ್ತಿರಲಿಲ್ಲ! ಒಂದು ದಿನ, ಇವನು, ಕೊಡಾಮುಂಡನ್ ಬ್ರಾಹ್ಮಣರಿಗೆ ಅನ್ನಸಂತರ್ಪಣೆ ಮಾಡುವನೆಂಬ ವಿಷಯ ಕೇಳಿ ತಾನೂ ಅವನ ಬಳಿಗೆ ಹೋದನು. ತನಗೆ ಊಟ ಹಾಕಬೇಕೆಂದು ಕೇಳಿದನು. ಆಗ ಕೊಡಾಮುಂಡನ್, "ಈ ದಿನ, ಹತ್ತು ಬ್ರಾಹ್ಮಣರಿಗೆ ಊಟ ಹಾಕಿಯಾಗಿದೆ. ನಾಳೆ ಬಂದರೆ ಖಂಡಿತವಾಗಿಯೂ ಊಟ ಸಿಗುತ್ತದೆ!" ಎಂದನು. ಸದಾ ಹೇಳುವ ಸುಳ್ಳನ್ನೇ ಅವನು ಅಂದೂ ಹೇಳಿದ್ದನು!

ವಿಡಾಮುಂಡನ್ ಈ ಮಾತಿಗೊಪ್ಪಿ, ಹೊರಟುಹೋದನು. ಆದರೆ, ಅವನೇನು ದಡ್ಡನಾಗಿರಲಿಲ್ಲ. ಮರುದಿನ, ಅವನು ಸರಿಯಾದ ಸಮಯಕ್ಕೆ ಹಾಜರಾದನು. ಹಿಂದಿನ ದಿನ ಕೊಡಾಮುಂಡನ್ ಹೇಳಿದ್ದ ಮಾತನ್ನು ನೆನಪಿಸಿದನು. ಕೊಡಾಮುಂಡನ್ ಎಂದೂ ತನ್ನ ಮಾತಿನಂತೆ ನಡೆದಿರಲಿಲ್ಲ. ಆದ್ದರಿಂದ, ಅಂದೂ ಅವನು ಮಾತನ್ನುಳಿಸಿಕೊಳ್ಳಬಯಸಿರಲಿಲ್ಲ. ಹೇಗಾದರೂ ಮಾಡಿ ತನ್ನ ಈ ಅತಿಥಿಯನ್ನು ಓಡಿಸಬೇಕೆಂದು ಇನ್ನೊಂದು ಬಲವಾದ ನೆಪವೊಡ್ಡಿದ, "ಸ್ವಾಮಿ! ದಯವಿಟ್ಟು ಕ್ಷಮಿಸಿ! ರಾತ್ರಿ, ನನ್ನ ಹೆಂಡತಿ ತೀವ್ರವಾದ ಜ್ವರಕ್ಕೊಳಗಾದಳು! ಇನ್ನೂ ಅವಳಿಗೆ ಜ್ವರ ಬಿಟ್ಟಿಲ್ಲ! ಹಾಗಾಗಿ, ಅಡುಗೆ ಮಾಡಿಲ್ಲ, ಈ ಆಕಸ್ಮಿಕ ಘಟನೆಯಿಂದ ನಾನು ನನ್ನ ಬ್ರಾಹ್ಮಣರ ಸಮಾರಾಧನೆಯನ್ನು ಕೆಲದಿನಗಳವರೆಗೆ ಮುಂದೂಡಬೇಕಾಗಿದೆ! ಅವಳು ಗುಣವಾಗುವವರೆಗೂ ಕಾಯಬೇಕಾಗಿದೆ! ಆದ್ದರಿಂದ ಕೆಲದಿನಗಳವರೆಗೆ ಕಾದು ಅನಂತರ ಬನ್ನಿ!"

ವಿಡಾಮುಂಡನ್, ಅವನ ಮಾತುಗಳನ್ನು ತಾಳ್ಮೆಯಿಂದ ಕೇಳಿ, ಸ್ವಲ್ಪ ದುಃಖಗೊಂಡವನಂತೆ ಮುಖ ಮಾಡಿ, "ಸ್ವಾಮಿ! ಇದನ್ನು ಕೇಳಿ ನನಗೆ ಬಹಳ ದುಃಖವಾಗುತ್ತಿದೆ! ಆದರೆ ಈ ಕಾರಣವನ್ನಿಟ್ಟುಕೊಂಡು ನೀವು ಬ್ರಾಹ್ಮಣ ಸಂತರ್ಪಣೆಯನ್ನು ನಿಲ್ಲಿಸಿದರೆ ದೊಡ್ಡ ಪಾಪವಾಗುತ್ತದೆ! ಕಳೆದ ಹತ್ತು ವರ್ಷಗಳಿಂದಲೂ ನಾನು ಅಡುಗೆ ಮಾಡುವುದನ್ನು ಕಲಿಯುತ್ತಿದ್ದೇನೆ. ಈಗ ನಾನು ನೂರಾರು ಬ್ರಾಹ್ಮಣರಿಗೆ ಅಡುಗೆ ಮಾಡುವುದರಲ್ಲಿ ಪರಿಣಿತನಾಗಿದ್ದೇನೆ! ಆದ್ದರಿಂದ ನಾನೇ ನಿಮಗೆ ಬ್ರಾಹ್ಮಣಸಂತರ್ಪಣೆ ಅಡುಗೆ ಮಾಡಲು ಸಹಕರಿಸುತ್ತೇನೆ!" ಎಂದನು.

ಕೊಡಾಮುಂಡನ್‌ಗೆ ಈ ಮಾತನ್ನು ತಳ್ಳಿಹಾಕಲಾಗಲಿಲ್ಲ. ಅವನು ತನ್ನ ಮನಸ್ಸಿನಲ್ಲಿ ವಿಡಾಮುಂಡನ್‌ನೊಂದಿಗೆ ಅಡುಗೆ ಮಾಡಿ, ಅನಂತರ ಊಟ ಹಾಕದೇ ಕಳಿಸೋಣವೆಂದು ಯೋಚಿಸಿ ಹೇಳಿದ, "ಹೌದು! ಇದು ಬಹಳ ಒಳ್ಳೆಯ ಉಪಾಯ! ನಿಮ್ಮ ಸಲಹೆಯನ್ನು ಒಪ್ಪುವೆ! ಬನ್ನಿ ಒಳಗೆ! ಇಬ್ಬರೂ ಸೇರಿ ಅಡುಗೆ ಮಾಡೋಣ!"

ಹೀಗೆ ಹೇಳಿ ಕೊಡಾಮುಂಡನ್, ವಿಡಾಮುಂಡನ್‌ನ್ನು ಅಡುಗೆ ಮನೆಯೊಳಗೆ ಕರೆದೊಯ್ದ. ಇಬ್ಬರೂ ಸೇರಿ ಅಡುಗೆ ಮಾಡತೊಡಗಿದರು. ಸ್ವಲ್ಪ ಹೊತ್ತಿನಲ್ಲಿ

ಕೊಡಾಮುಂಡನ್ ಅಡುಗೆಮನೆಯಿಂದ ಹೊರಬಂದು ಹೆಂಡತಿಯ ಬಳಿ ಹೋಗಿ ಕಾಯಿಲೆ ಬಿದ್ದವಳಂತೆ ನಟಿಸಲು ಹೇಳಿದ. ಅಂತೆಯೇ ಅವಳು ನಟಿಸತೊಡಗಿದಳು.

ವಿಡಾಮುಂಡನ್ ಒಳ್ಳೆಯ ಕೆಲಸದಾಳಾಗಿದ್ದ! ಈಗ ಅವನು ಕೊಡಾಮುಂಡನ್‌ನೊಂದಿಗೆ ಸೇರಿ ಸಾಕಷ್ಟು ಒಳ್ಳೊಳ್ಳೆಯ ಭಕ್ಷ್ಯಗಳನ್ನು ತಯಾರಿಸಿದ! ಆದರೆ ಕೊಡಾಮುಂಡನ್‌ಗೆ ಅವುಗಳನ್ನು ವಿಡಾಮುಂಡನ್‌ನೊಂದಿಗೆ ಹಂಚಿಕೊಳ್ಳಲು ಇಷ್ಟವಿರಲಿಲ್ಲ. ಇಷ್ಟು ದಿನ, ಅವನೆಂದೂ ಯಾವ ಬ್ರಾಹ್ಮಣನಿಗೂ ಊಟ ಹಾಕಿರಲಿಲ್ಲ! ಇಂದೂ ಹಾಗೆ ಮಾಡಲು ಅವನು ಇಷ್ಟಪಡಲಿಲ್ಲ! ಆದ್ದರಿಂದ ವಿಡಾಮುಂಡನ್‌ನನ್ನು ಹೇಗಾದರೂ ಮಾಡಿ ಮನೆಯಿಂದ ಹೊರಹಾಕಲು ಉಪಾಯ ಹುಡುಕತೊಡಗಿದ! ಒಂದು ಉಪಾಯ ಹೊಳೆದು ಅವನು ವಿಡಾಮುಂಡನ್‌ಗೆ ಒಂದು ಕಾಸು ಕೊಟ್ಟು ಮಾರುಕಟ್ಟೆಯಿಂದ ಕೆಲವು ಊಟದೆಲೆಗಳನ್ನು ತರಲು ಹೇಳಿದ. ಅಂತೆಯೇ ವಿಡಾಮುಂಡನ್ ಊಟದೆಲೆಗಳನ್ನು ತರಲು ಹೊರಗೆ ಹೋದ.

ಈಗ ಕೊಡಾಮುಂಡನ್ ತನ್ನ ಹೆಂಡತಿಯ ಬಳಿ ಬಂದು ಹೇಳಿದ. "ನನ್ನ ಪ್ರಿಯ ಪತ್ನಿಯೇ! ಇಂದು ನಿನಗೆ ಅಡುಗೆ ಮಾಡುವ ಕೆಲಸ ತಪ್ಪಿದೆ! ದಿನವೂ ಇಂಥ ಮೂರ್ಖರ ಸಹಾಯ ದೊರೆತರೆ ಎಷ್ಟು ಒಳ್ಳೆಯದು! ಈಗ ಅವನನ್ನು ಹೇಗಾದರೂ ಮಾಡಿ ಹೊರಗೆ ತಳ್ಳಬೇಕು! ನಾವಾಗಿಯೇ ಅವನನ್ನು ಓಡಿಸಿಬಿಟ್ಟರೆ ಅದು ಚೆನ್ನಾಗಿ ಕಾಣುವುದಿಲ್ಲ! ಆದ್ದರಿಂದ ಅವನಾಗಿಯೇ ಹೋಗುವಂತೆ ಮಾಡಬೇಕು! ಅದಕ್ಕೆ ನನಗೊಂದು ಉಪಾಯ ಹೊಳೆದಿದೆ! ಅದೇನೆಂದರೆ, ಅವನು ಬರುತ್ತಿದ್ದಂತೆ ನೀನು ನನ್ನೊಂದಿಗೆ ಜಗಳವಾಡಲು ಆರಂಭಿಸಬೇಕು! ಆಗ ನಾನು ನಿನ್ನ ಬಳಿ ಬಂದು ನಿನ್ನನ್ನು ಹೊಡೆಯುವಂತೆ ನಟಿಸುತ್ತೇನೆ. ನೀನು ಜೋರಾಗಿ ಬಯ್ಯುವುದನ್ನೂ ಅಳುವುದನ್ನೂ ಮುಂದುವರೆಸಬೇಕು! ಇದೆಲ್ಲವನ್ನೂ ನೋಡಿ ಬೇಸತ್ತು ಅವನು ಹೊರಟುಹೋಗುತ್ತಾನೆ!"

ಕೊಡಾಮುಂಡನ್ ತನ್ನ ಹೆಂಡತಿಗೆ ಇಷ್ಟು ಹೇಳುವ ಹೊತ್ತಿಗೆ ವಿಡಾಮುಂಡನ್ ಎಲೆಗಳನ್ನು ತೆಗೆದುಕೊಂಡು ಬಂದೇಬಿಟ್ಟ! ಆಗ ಮೊದಲೇ ನಿರ್ಧರಿಸಿದಂತೆ, ಕೊಡಾಮುಂಡನ್‌ನ ಹೆಂಡತಿ ಜಗಳವನ್ನಾರಂಭಿಸಿದಳು, "ಏನ್ರೀ ನೀವು! ದಿನವೂ ಹೀಗೆ ಬ್ರಾಹ್ಮಣರಿಗೆ ಊಟ ಹಾಕುತ್ತಾ ನಮ್ಮ ಮನೆಯನ್ನೆಲ್ಲಾ ಗುಡಿಸಿ ಗುಂಡಾಂತರ ಮಾಡಬೇಕೆಂದಿರುವಿರಾ?!"

ಮೊದಲಿಗೆ ಕೊಡಾಮುಂಡನ್ ಸುಮ್ಮನಿದ್ದನು. ಆಗ ಅವನ ಹೆಂಡತಿ ಮುಂದುವರೆಸಿದಳು, "ನಾನು ಕಾಯಿಲೆ ಬಿದ್ದಿರುವಾಗಲೂ ನೀವು ಬ್ರಾಹ್ಮಣರಿಗೆ ಊಟ ಹಾಕಬೇಕೇ? ನನಗಿಂತ ಅವರೇ ಹೆಚ್ಚಾದರೇ?"

"ಮುಚ್ಚುಬಾಯಿ! ಅದು ನನ್ನಿಷ್ಟ! ಹೆಚ್ಚು ಮಾತನಾಡಿದರೆ ನಿನ್ನನ್ನು ಹೊಡೆದು ಚೆಚ್ಚುವೆನು!" ಗದರಿದನು ಕೊಡಾಮುಂಡನ್.

ಆದರೆ ಅವನ ಹೆಂಡತಿ ಸುಮ್ಮನಿರದೇ ಜೋರಾಗಿ ಕಿರುಚತೊಡಗಿದಳು! ಆಗ ಕೊಡಾಮುಂಡನ್ ಅವಳ ಬಳಿಯ ನೆಲವನ್ನು ಜೋರಾಗಿ ಕುಟ್ಟತೊಡಗಿದ! ಅವನ ಹೆಂಡತಿ, ತನಗೆ ಹೊಡೆದಂತೆ, "ಅಯ್ಯೋ......! ಅಮ್ಮಾ........!" ಎಂದು ಜೋರಾಗಿ ಕಿರುಚಿ ಅಳತೊಡಗಿದಳು!

ಮನೆಯ ಅಂಗಣದಲ್ಲಿದ್ದ ವಿಡಾಮುಂಡನ್ ಇದನ್ನೆಲ್ಲಾ ಕೇಳಿ ಭಯಭೀತನಾದ! ಗಂಡ ಹೆಂಡಿರ ಜಗಳವನ್ನು ತಾನು ನೋಡಬೇಕಾಗುವುದೆಂದೂ, ತನ್ನನ್ನು ಸಾಕ್ಷಿಯಾಗಿರಲು ಹೇಳಬಹುದೆಂದೂ ಭಾವಿಸಿ ಹೆದರಿ ಅವನು ಮೆಲ್ಲನೆ ಅಟ್ಟವನ್ನು ಹತ್ತಿ ಅಲ್ಲಿ ಕುಳಿತುಬಿಟ್ಟ!

ಸ್ವಲ್ಪ ಹೊತ್ತಾದ ಬಳಿಕ, ಕೊಡಾಮುಂಡನ್ ಹೊರಗೆ ಬಂದ. ಅಲ್ಲಿ ಅವನು ತನ್ನ ಅತಿಥಿ ವಿಡಾಮುಂಡನ್ ಅಟ್ಟದ ಮೇಲೆ ಕುಳಿತಿರಬಹುದೆಂದು ಅವನು ಸ್ವಲ್ಪವೂ ಸಂದೇಹಿಸಲಿಲ್ಲ! ಇಷ್ಟಕ್ಕೂ ಅವನು ಅಲ್ಲಿ ನೋಡಿದ್ದರೂ ವಿಡಾಮುಂಡನ್ ಕಾಣದಂತೆ ಒಂದು ಮೂಲೆಯಲ್ಲಿ ಕುಳಿತಿದ್ದ! ಹಾಗಾಗಿ ಅವನು ಕಾಣುತ್ತಿರಲಿಲ್ಲ!

ಈಗ ಕೊಡಾಮುಂಡನ್ ಬಾಗಿಲಿಗೆ ಚಿಲಕ ಭದ್ರಪಡಿಸಿ ಹೆಂಡತಿಯನ್ನು ಕರೆದ. ಅವಳು ಒಳ್ಳೆಯ ವಸ್ತ್ರವುಟ್ಟು ಬಂದಳು. ಆಗ ಕೊಡಾಮುಂಡನ್ ಅವಳಿಗೆ, "ಕೊನೆಗೂ ನಾವು ಅವನನ್ನು ಓಡಿಸುವಲ್ಲಿ ಯಶಸ್ವಿಯಾದೆವು! ಬಾ!ನಿನಗೀಗ ಹಸಿವಾಗಿರಬೇಕು! ಇಬ್ಬರೂ ಕುಳಿತು ಚೆನ್ನಾಗಿ ಊಟ ಮಾಡೋಣ!" ಎಂದು ಹೇಳಿದ.

ಇಬ್ಬರೂ ವಿಡಾಮುಂಡನ್ ತಂದಿದ್ದ ಎಲೆಗಳಲ್ಲೇ ಎರಡನ್ನು ತಮ್ಮ ಮುಂದೆ ಹರಡಿಕೊಂಡು ಎಲ್ಲಾ ಭಕ್ಷ್ಯಗಳನ್ನೂ ಸಮವಾಗಿ ಬಡಿಸಿಕೊಂಡರು. ವಿಡಾಮುಂಡನ್

ಇದೆಲ್ಲವನ್ನೂ ಅಟ್ಟದ ಮೇಲೆ ಕುಳಿತು ನೋಡುತ್ತಿದ್ದ! ಕೆಳಗೆ ಧುಮುಕಲು ಸಮಯ ಕಾಯುತ್ತಿದ್ದ!

ಕೊಡಾಮುಂಡನ್ ಈಗ ತನ್ನ ಉಪಾಯಕ್ಕೆ ತಾನೇ ಹೆಮ್ಮೆಪಡುತ್ತಾ ತನ್ನ ಹೆಂಡತಿಗೆ, "ನನ್ನ ಪ್ರಿಯೇ! ನಾನು ನಿನಗೆ ನೋವುಂಟು ಮಾಡದೇ ಹೊಡೆದೆನಲ್ಲವೇ?" ಎಂದು ಕೇಳಿದ.

"ನಾನು ಕಣ್ಣೀರನ್ನೇ ಸುರಿಸದೇ ಅತ್ತೆನಲ್ಲವೇ?" ಎಂದಳು ಅವನ ಹೆಂಡತಿ.

"ನಾನು ಹೋಗದೇ ಊಟ ಮಾಡಲು ಬಂದೆನಲ್ಲವೇ?" ಎನ್ನುತ್ತಾ ಇದ್ದಕ್ಕಿದ್ದಂತೆ ಅಟ್ಟದಿಂದ ಕೆಳಕ್ಕೆಗರಿದ ವಿಡಾಮುಂಡನ್! ಕೊಡಾಮುಂಡನ್ ಹೆಂಡತಿಗೆಂದು ಹಾಕಿದ್ದ ಎಲೆಯ ಮುಂದೆ ಅವನು ಕುಳಿತ! ಇದರಿಂದ ಕೊಡಾಮಂಡನ್ ಬಹಳ ಬೇಸರಗೊಂಡ! ಅಂತೂ ಅವನು ಸೋತ! ಆದರೆ ತನ್ನ ಅತಿಥಿಯ ಚಾತುರ್ಯವನ್ನು ಮೆಚ್ಚಿಕೊಂಡು ಅವನೊಂದಿಗೆ ಭೋಜನವನ್ನು ಹಂಚಿಕೊಂಡ! ಮೂವರೂ ತೃಪ್ತಿಕರವಾಗಿ ಊಟ ಮಾಡಿದರು.

ಈ ಕಥೆಯನ್ನು ತಮಿಳಿನ ಮೂರು ಗಾದೆಗಳನ್ನು ಹೇಳಲು ಬಳಸುತ್ತಾರೆ – 'ನೋವಾಮಲ್ ಅಡಿತ್ತೇನ್ (ನೋವಾಗದಂತೆ ಹೊಡೆದೆ)'

'ಓಯಾಮಲ್ ಅಲುದೇನ್ (ಕಣ್ಣೀರಿಲ್ಲದೇ ಅತ್ತೆ)'

'ಪೊಕಾಮಲ್ ವಂದೇನ್ (ಹೋಗದೆಯೇ ಬಂದೆ)'

ಇವು ಗಂಡ, ಹೆಂಡತಿ ಮತ್ತು ಅವರ ಅತಿಥಿಯ ನಡುವಿನ ಮಧುರ ಸಂಭಾಷಣೆಯನ್ನು ಸೂಚಿಸುತ್ತವೆ!

ತಮಿಳುನಾಡಿನ ಜಾನಪದ ಕಥೆ
ಮೀರಲಾಗದ ಹಣೆ ಬರಹ

ದೇವರು ಪ್ರತಿ ಬಾರಿ ಒಂದು ಜೀವವನ್ನು ಸೃಷ್ಟಿಸಿದಾಗ, ಆ ಜೀವವನ್ನು ತನ್ನ ಮುಂದೆ ನಿಲ್ಲಿಸಿಕೊಂಡು ಅದರ ಹಣೆಯ ಮೇಲೆ ವಿಧಿಯನ್ನು ಬರೆಯುತ್ತಿದ್ದ. ಆದರೆ ಹೀಗೆ ಮಾಡುವಾಗ ಆ ಜೀವದ ಮುಖವನ್ನು ನೋಡುತ್ತಿರಲಿಲ್ಲ. ಅವನು ಹಾಗೆ ಬರೆಯುವಾಗ ತಾನೇನು ಬರೆಯುತ್ತಿದ್ದೇನೆಂದೇ ಅವನಿಗೆ ತಿಳಿಯುತ್ತಿರಲಿಲ್ಲ! ಕೆಲವರಿಗೆ ಅದು ಒಳ್ಳೆಯದಾಗಿರುತ್ತಿದ್ದರೆ ಕೆಲವರಿಗೆ ಬಹಳ ಕೆಟ್ಟದಾಗಿರುತ್ತಿತ್ತು! ಅದೇನೇ ಆಗಿದ್ದರೂ ಅವನು ಅದನ್ನು ಅಳಿಸುತ್ತಲೂ ಇರಲಿಲ್ಲ! ಅಥವಾ ತಿದ್ದಿ ಬರೆಯುತ್ತಲೂ ಇರಲಿಲ್ಲ!

ಒಂದು ದಿನ, ದೇವರು ತಾನು ಸೃಷ್ಟಿಸಿದ ಕೆಲವು ಜನರ ಹಣೆಬರಹ ಬರೆಯುತ್ತಿದ್ದ. ಆಗ ಅವನ ಸ್ವಂತ ಮಗಳ ಸರದಿ ಬಂದಿತು. ಅವಳು ತನ್ನ ಮಗಳೇ ಆದುದರಿಂದ ಅವಳ ಮುಖ ನೋಡಿಕೊಂಡೇ ಬರೆದ. ಹಾಗೆ ಬರೆದ ನಂತರವೇ ಅವನು ತಾನೇನು ಬರೆದನೆಂದು ನೋಡಿದ್ದು, ಅವನು, ಅವಳು ಚಿಕ್ಕವಳಾಗಿರುವಾಗಲೇ ಮದುವೆಯಾಗುವಳಾದರೂ ಬೇಗನೆ ವಿಧವೆಯಾಗುವಳೆಂದು ಬರೆದುಬಿಟ್ಟಿದ್ದನು! ಅವಳ ವಿಧಿ ಹಾಗಿತ್ತು!

ಇದರಿಂದ ದೇವರಿಗೆ ಬಹಳ ಸಂಕಟವಾಯಿತು! ಅವನು ದೇವರೇ ಆಗಿದ್ದರೂ ಆ ವಿಧಿಬರಹವನ್ನು ಬದಲಿಸುವಂತಿರಲಿಲ್ಲ! ಹಾಗಾಗಿ ಇದನ್ನು ಹೇಗೆ ಪರಿಹರಿಸಬಹುದೆಂದು ಬಹಳ ಯೋಚಿಸಿದನು. ಕೊನೆಗೆ ಅವನೊಂದು ಉಪಾಯ ಮಾಡಿದನು, "ನಾನು ಅವಳನ್ನು ಒಬ್ಬ ಮನುಷ್ಯನಿಗೆ ಕೊಟ್ಟು ಮದುವೆ ಮಾಡಿದರೆ, ತಾನೇ ಅವಳು ವಿಧವೆಯಾಗುವುದು? ಅವಳನ್ನು ಒಂದು ಕಲ್ಲುಗಂಬದೊಂದಿಗೆ ಮದುವೆ ಮಾಡಿದರೆ, ಆ ಕಲ್ಲುಗಂಬ ಸಾಯುವುದೂ ಇಲ್ಲ! ನನ್ನ ಮಗಳು ವಿಧವೆಯಾಗುವುದೂ ಇಲ್ಲ! ನನ್ನ ಮಗಳು ಜೀವನಾದ್ಯಂತ ವಿವಾಹಿತಳಾಗಿರಬಹುದು!"

ಅಂದೇ ದೇವರು ಒಂದು ಕಲ್ಲುಗಂಬವನ್ನು ಮಾಡಿಸಿ, ತನ್ನ ಮಗಳನ್ನು ಚೆನ್ನಾಗಿ ಅಲಂಕರಿಸಿ ಅದರೊಂದಿಗೆ ಮದುವೆ ಮಾಡಿಸಿದನು. ಅವಳು ದಿನಕ್ಕೆ ಮೂರು ಬಾರಿ ಊಟ ಮಾಡುತ್ತಾ ತನ್ನ ಗೆಳತಿಯರೊಂದಿಗೆ ಆಡುತ್ತಾ ತನ್ನ ವೈವಾಹಿಕ ಜೀವನವನ್ನು ಆನಂದದಿಂದ ಕಳೆದಳು. ಆದರೆ ದೇವರಿಗೆ ಇನ್ನೂ ಸಮಾಧಾನವಾಗಲಿಲ್ಲ. ಎಲ್ಲರೂ ಈ ವಿಚಿತ್ರ ಮದುವೆಯನ್ನು ನೋಡಿ ನಗುತ್ತಿದ್ದರು!

ಹೀಗಿರಲು, ಒಂದು ರಾತ್ರಿ ಭಯಂಕರ ಬಿರುಗಾಳಿ ಬೀಸಿತು! ಮಿಂಚು, ಗುಡುಗು, ಸಿಡಿಲುಗಳು ಅಪ್ಪಳಿಸಿದವು! ಆಕಾಶಕ್ಕೆ ಬೆಂಕಿ ಹೊತ್ತಿತು! ದೇವರಿಗೂ ಬಹಳ ಭಯವಾಗಿ ತನ್ನ ಮಗಳನೊಂದಿಗೆ ತನ್ನ ಮನೆಯೊಳಗೆ ಹೋದ! ರಾತ್ರಿಯೆಲ್ಲಾ ಬಿರುಗಾಳಿ, ಮಳೆಗಳಾದವು! ಮರುದಿನ ಬೆಳಗ್ಗೆ ದೇವರು ಹೊರಗೆ ಬಂದು ನೋಡಿದರೆ, ಆ ಕಲ್ಲುಗಂಬ ಬಿರುಗಾಳಿಗೆ ಸಿಕ್ಕಿ ಚೂರುಚೂರಾಗಿತ್ತು! ಕೊನೆಗೂ ತನ್ನ ಮಗಳು ವಿಧವೆಯಾಗಿದ್ದಳು! ಆಗ ದೇವರಿಗೆ ತಾನು ಬರೆದ ಹಣೆಬರಹವನ್ನು ತಾನೂ ಮೀರಲಾಗುವುದಿಲ್ಲವೆಂದು ಅರ್ಥವಾಯಿತು.

―――➤➤➤◄◄◄―――

ತ್ರಿಪುರದ ಜಾನಪದ ಕಥೆ

ಮೈನಾ ಪಕ್ಷಿಗಳಿಗೇಕೆ ಚಿನ್ನದ ಕಿವಿಯುಂಗುರಗಳಿವೆ?

ಮೈನಾ ಪಕ್ಷಿಗಳು ತಮ್ಮ ಕಿವಿಗಳ ಸುತ್ತಲೂ ಸೊಗಸಾದ ಚಿನ್ನದ ಉಂಗುರಗಳನ್ನು ಹೊಂದಿವೆ. ಡೋರಿಕ್ ಕೋಳಿಗಳು ರಕ್ತವರ್ಣದ ಕಣ್ಣುಗಳನ್ನೂ ಕಿವಿಗಳನ್ನೂ ಹೊಂದಿವೆ. ಇದಕ್ಕೆ ಮಿಕಿರ್ ಜನಾಂಗದವರು ಒಂದು ಕಥೆ ಹೇಳುತ್ತಾರೆ.

ಒಮ್ಮೆ ತಾರ್ಥೋಪಿಂಗ್ ರೇಚೋ ಎಂಬ ರಾಜನಿದ್ದ. ಅವನಿಗೆ ಒಬ್ಬ ಸುಂದರವಾದ, ನಗುಮೊಗದ, ಶಾಂತಸ್ವಭಾವದ ಮಗಳಿದ್ದಳು. ಅವಳಿಗೆ ಕುದುರೆ ಸವಾರಿಯೆಂದರೆ ಬಹಳ ಇಷ್ಟವಿತ್ತು. ಹಾಗಾಗಿ ಅವಳು ದಿನವೂ ಬೆಳಗ್ಗೆ ಕುದುರೆಸವಾರಿ ಹೋಗುತ್ತಿದ್ದಳು. ಆದರೆ ಒಂದು ದಿನ ಅದೇನಾಯಿತೋ ಏನೋ! ಕುದುರೆಸವಾರಿಯಿಂದ ಬಂದ ಕೂಡಲೇ ಅವಳು ಇದ್ದಕ್ಕಿದ್ದಂತೆ ಅಸ್ವಸ್ಥಳಾದಳು! ಏನು ಮಾಡಿದರೂ ಅವಳನ್ನು ಗುಣಪಡಿಸುವುದಕ್ಕಾಗಲಿಲ್ಲ! ಅವಳು ಹಾಗೆಯೇ ಸತ್ತುಹೋದಳು!

ರಾಜನಿಗೂ ರಾಣಿಗೂ ದುಃಖವನ್ನು ತಡೆಯಲಾಗಲಿಲ್ಲ! ಅವರು ಒಂದು ತಿಂಗಳೂ ಕಾಯದೇ ಆಗಲೇ ಶ್ರಾದ್ಧ ಮಾಡಲು ನಿರ್ಧರಿಸಿದರು. ಶ್ರಾದ್ಧದಲ್ಲಿ ಹಾಡಲು ಅವರು ಮೈನಾಪಕ್ಷಿ ಮತ್ತು ಡೋರಿಕ್ ಕೋಳಿಗಳನ್ನು ಕೇಳಿಕೊಂಡರು. ಯಾರು ಅತ್ಯಂತ ಚೆನ್ನಾಗಿ ಹಾಡುವರೋ, ಅವರಿಗೆ ಒಂದು ಜೊತೆ ಚಿನ್ನದ ಕಿವಿಯುಂಗುರಗಳನ್ನು ಕಾಣಿಕೆಯಾಗಿ ಕೊಡುವೆನೆಂದು ರಾಜನು ಹೇಳಿದನು.

ಡೋರಿಕ್ ಕೋಳಿ, ಬಹಳ ಜೋರಾಗಿ, ಕೀರಲು ದನಿಯಲ್ಲಿ ಕಿರುಚುತ್ತಾ ಹಾಡಲು ಮೊದಲು ಮಾಡಿತು! ಹಾಗೆ ಹಾಡುತ್ತಾ ಹಾಡುತ್ತಾ ಆಯಾಸಗೊಂಡ ಅದರ ಕಣ್ಣುಗಳೂ ಕಿವಿಗಳೂ ಕೆಂಪಾದವು! ಸ್ವಲ್ಪ ಹೊತ್ತಿಗೆ ಅದು ಆಯಾಸದಿಂದ ನಿದ್ರೆಹೋಯಿತು!

ಮೈನಾ ಪಕ್ಷಿಯಾದರೋ, ಡೋರಿಕ್ ಕೋಳಿಯಂತೆ ಹಾಗೆ ಒರಟಾಗಿ ಕೀರಲು ಧ್ವನಿಯಲ್ಲಿ ಹಾಡಲಿಲ್ಲ! ಬದಲಿಗೆ ಬಿಟ್ಟು ಬಿಟ್ಟು ಇಂಪಾದ ಧ್ವನಿಯಲ್ಲಿ ಇಡೀ ಹಗಲು, ರಾತ್ರಿ

ಹಾಡಿತು! ಇದರಿಂದ ರಾಜನಿಗೂ ರಾಣಿಗೂ ಬಹಳ ಸಂತೋಷವಾಗಿ ಆ ಮೈನಾ ಪಕ್ಷಿಗೆ ಚಿನ್ನದ ಕಿವಿಯುಂಗುರಗಳನ್ನು ಕಾಣಿಕೆಯಾಗಿ ನೀಡಿದರು. ಆದ್ದರಿಂದಲೇ ಇಂದಿಗೂ ಮೈನಾ ಪಕ್ಷಿಗಳಿಗೆ ಚಿನ್ನದ ಕಿವಿಯುಂಗುರಗಳಿವೆ. ಅಂತೆಯೇ ಡೋರಿಕ್ ಕೋಳಿಗಳಿಗೆ ಇಂದಿಗೂ ಕೆಂಪಾದ ಕಣ್ಣುಗಳೂ ಕಿವಿಗಳೂ ಇವೆ.

⋙⋘

ತ್ರಿಪುರದ ಜಾನಪದ ಕಥೆ
ಮಂಗಟ್ಟೆ ಪಕ್ಷಿಯ ಕಥೆ

ನೀವು ಮಂಗಟ್ಟೆ ಪಕ್ಷಿ ಅಥವಾ ಹಾರ್ನ್‌ಬಿಲ್ ಎಂಬ ಪಕ್ಷಿಯನ್ನು ನೋಡಿರುತ್ತೀರಿ. ಅದೊಂದು ದೊಡ್ಡ ಪಕ್ಷಿಯಾಗಿದ್ದು, ದೊಡ್ಡದಾದ ಕೊಕ್ಕನ್ನೂ ಅದರ ಮೇಲೊಂದು ಕೊಂಬನ್ನೂ ಹೊಂದಿರುತ್ತದೆ. ಹಾಗೂ ಮುದುಕನಂತೆ ಕೂರುತ್ತದೆ! ಮೊದಲಿಗೆ ಈ ಮಂಗಟ್ಟೆ ಪಕ್ಷಿ ಭೂಮಿಯ ಮೇಲಿರಲಿಲ್ಲವಂತೆ! ಒಂದು ಶಾಪದಿಂದ ಈ ಪಕ್ಷಿ ಬಂತಂತೆ! ಆ ಕಥೆ ಹೀಗಿದೆ –

ಒಂದಾನೊಂದು ಕಾಲದಲ್ಲಿ ಒಬ್ಬ ರೈತನಿದ್ದ. ಅವನಿಗೆ ನೀಲಿ ಪರ್ವತದ ತಪ್ಪಲಿನಲ್ಲಿ ಒಂದು ಹೊಲವಿತ್ತು. ಅವನ ಹೆಸರು ಕ್ವಚಾಕ್ರೆ ಎಂದಿತ್ತು. ಅವನಿಗೆ ಸಂಪಾರಿ ಎಂಬ ಹೆಂಡತಿಯಿದ್ದಳು. ಸಂಪಾರಿಯು ಕಷ್ಟಪಟ್ಟು ಕೆಲಸ ಮಾಡುತ್ತಿದ್ದಳು. ಅವಳ ಹಳ್ಳಿಯಲ್ಲಿ ಅವಳಂತೆ ಯಾರೂ ಇರಲಿಲ್ಲ! ಕ್ವಚಾಕ್ರೆಯ ಹೊಲ ಬಹಳ ದೊಡ್ಡದಾಗಿದ್ದು ಒಳ್ಳೆಯ ಫಸಲು ಕೊಡುತ್ತಿತ್ತು. ಅವರ ಮನೆಯು ಹೊಲದ ಬಳಿಯೇ ಇತ್ತು. ಆದರೆ ಕ್ವಚಾಕ್ರೆ ಬಹಳ ಸೋಮಾರಿಯಾಗಿದ್ದ! ಅವನು ದಿನವೆಲ್ಲಾ ಕುಡಿದು ಬಿದ್ದಿರುತ್ತಿದ್ದ! ಕುಡಿಯದಿದ್ದಾಗ ಅವನು ವರಾಂಡದಲ್ಲಿ ಕುಳಿತು ಕೊಳಲೂದುತ್ತಿದ್ದ! ಆದರೆ ಅವನ ಹೆಂಡತಿಯು ಇತರ ಹೆಂಗಸರೊಂದಿಗೆ ಕಷ್ಟಪಟ್ಟು ದುಡಿಯುತ್ತಿದ್ದಳು. ಹೊಲದಲ್ಲಿ ಉಳುವುದಲ್ಲದೇ ಮನೆಗೆಲಸಗಳನ್ನೂ ಅವಳು ಮಾಡುತ್ತಿದ್ದಳು. ಕ್ವಚಾಕ್ರೆ ಕೋಪಿಷ್ಠನೂ ಆಗಿದ್ದು ಆಗಾಗ್ಗೆ ಸಂಪಾರಿಯನ್ನು ಬೈಯುತ್ತಿದ್ದನು!

ಇಷ್ಟಾದರೂ ಸಂಪಾರಿಯು ಕ್ವಚಾಕ್ರೆಯನ್ನು ಪ್ರೀತಿಸುತ್ತಿದ್ದಳು. ಹೀಗಿರಲು, ಅವಳು ಗರ್ಭಿಣಿಯಾದಳು. ಇದರಿಂದ ಅವಳಿಗೆ ಬಹಳ ಸಂತೋಷವಾಯಿತು! ಇಡೀ ದಿನ ಅವಳು, ತನಗೆ ಹುಟ್ಟುವ ಮಗುವನ್ನು ಹೇಗೆ ಬೆಳೆಸುವುದೆಂಬುದರ ಬಗ್ಗೆ ಚಿಂತಿಸುತ್ತಿದ್ದಳು. ಕೊನೆಗೆ ಅವಳ ಹೆರಿಗೆಯ ದಿನ ಬಂದಿತು! ಅವಳು ಒಂದು ಗಂಡುಮಗುವಿಗೆ ಜನ್ಮವಿತ್ತಳು. ಆ ಮಗುವಿನ ಬಣ್ಣ ಜೋಳದಿಂತಿತ್ತು!

ಇದೇ ಸಮಯಕ್ಕೆ ಹೊಲದಲ್ಲಿ ಬೆಳೆ ಬಿತ್ತುವ ಕಾಲ ಬಂದಿತು. ಸಂಪಾರಿಯು ಮಗುವನ್ನು ತೊಟ್ಟಿಲಲ್ಲಿ ಮಲಗಿಸಿ ಕೆಲಸಕ್ಕೆ ಹೊರಟಳು. ಹೀಗೆ ಹೋಗುತ್ತಾ ಒಂದು ದಿನ, ಅವಳು ತನ್ನ ಗಂಡನಿಗೆ ಮಗುವನ್ನು ನೋಡಿಕೊಳ್ಳಲು ಹೇಳಿ ಹೋದಳು, ಆ ದಿನ, ಅವಳಿಗೇಕೋ ಕೆಲಸಕ್ಕೆ ಹೋಗಲು ಮನಸ್ಸೇ ಇರಲಿಲ್ಲ! ಅವಳು ಹೋದ ಬಳಿಕ, ಕ್ವಚಾಕ್ರೆಯು ತನ್ನ ಕೊಳಲನ್ನೂದತೊಡಗಿದನು.

ಅವರ ಮನೆಯ ಸಮೀಪಪವೇ ಬಿದಿರು ಮೆಳೆಯಿದ್ದು ಅದರ ಹಿಂದೆ ಒಂದು ದಟ್ಟ ಅರಣ್ಯವಿತ್ತು! ಅಲ್ಲಿ ಕರಡಿ, ಕಾಡುನಾಯಿ, ಹುಲಿ ಮೊದಲಾದ ಅನೇಕ ಕ್ರೂರಮೃಗಗಳಿದ್ದವು! ಅಲ್ಲಿಂದ ಒಂದು ಕರಡಿಯು ಮೆಲ್ಲನೆ ಕ್ವಚಾಕ್ರೆಯ ಮನೆಗೆ ಬಂದು, ಮಗುವನ್ನು ಕದ್ದೊಯ್ದಿತು! ಕೊಳಲೂದುವುದರಲ್ಲಿ ಮೈಮರೆತಿದ್ದ ಕ್ವಚಾಕ್ರೆಗೆ ಇದು ಗೊತ್ತಾಗಲೇ ಇಲ್ಲ!

ಸಂಪಾರಿಯು ಅಂದು ಸಂಜೆಗೆ ಮೊದಲೇ ಸ್ವಲ್ಪ ಬೇಗನೆ ಬಂದಳು. ಬಂದವಳೇ ನೋಡುತ್ತಾಳೆ, ತೊಟ್ಟಿಲಿನಲ್ಲಿ ಮಗುವೇ ಇರಲಿಲ್ಲ! ಗಾಬರಿಗೊಂಡ ಅವಳು, "ನನ್ನ ಮಗುವೆಲ್ಲಿ? ನನ್ನ ಮಗುವೆಲ್ಲಿ?" ಎಂದು ಕಿರುಚಿದಳು! ಆದರೆ ಕ್ವಚಾಕ್ರೆ ಏನೂ ಹೇಳಲಾರದಾದ. ಮಗುವನ್ನು ಎಷ್ಟು ಹುಡುಕಿದರೂ ಸಿಗಲಿಲ್ಲ! ದುಃಖ, ಕೋಪಗಳಿಗೊಳಗಾದ ಸಂಪಾರಿ, ತನ್ನ ಗಂಡನನ್ನು ಶಪಿಸಿದಳು, "ನಿನ್ನ ಮುಂದಿನ ಜನ್ಮದಲ್ಲಿ ನೀನೊಂದು ಪಕ್ಷಿಯಾಗುವೆ! ನಿನ್ನ ಕೊಕ್ಕು ಕೊಳಲಿನಷ್ಟೇ ಉದ್ದವಿರುತ್ತದೆ! ನಿನ್ನ ಹೆಂಡತಿ, ಮಕ್ಕಳಿಗೆ ಊಟ ಮಾಡಿಸುವೆ! ನಿನಗೆ ಆಯಾಸವಾದಾಗ, ನಿನಗೆ ಸಹಾಯ ಮಾಡುವರಾರೂ ಇರುವುದಿಲ್ಲ!"

ಹೀಗೆ ಶಪಿಸಿ ಸಂಪಾರಿಯು ಕಾಡಿಗೆ ಓಡಿಹೋದಳು! ಅವಳು ಮತ್ತೆಂದೂ ಹಿಂದಿರುಗಲಿಲ್ಲ! ಕ್ವಚಾಕ್ರೆ ತನ್ನ ಮುಂದಿನ ಜನ್ಮದಲ್ಲಿ ಮಂಗಟ್ಟೆ ಪಕ್ಷಿಯಾಗಿ ಹುಟ್ಟಿದ. ಅದಕ್ಕೆ ಕೊಳಲಿನಂಥ ಉದ್ದವಾದ ಕೊಕ್ಕಿತ್ತು!

ಅಂದಿನಿಂದ, ಹೆಣ್ಣು ಮಂಗಟ್ಟೆ ಪಕ್ಷಿ ಗರ್ಭಿಣಿಯಾದಾಗ, ಗಂಡು ಪಕ್ಷಿಯು ಅದನ್ನು ಒಂದು ಮರದ ಪೊಟರೆಯಲ್ಲಿರಿಸಿ, ಒಂದು ರಂಧ್ರದಷ್ಟು ಜಾಗ ಮಾತ್ರ ಬಿಟ್ಟು ಮಣ್ಣಿನಿಂದ ಅದನ್ನು ಪೂರ್ತಿ ಮುಚ್ಚಿ, ಇಡೀ ದಿನ ಆಹಾರ ತಂದು ಅದಕ್ಕೆ ಉಣಿಸುತ್ತದೆ! ಹೆಣ್ಣು

ಮೊಟ್ಟೆಯಿಟ್ಟು ಅದರಿಂದ ಮರಿಯು ಹುಟ್ಟಿದ ಬಳಿಕವೂ, ಗಂಡು ಪಕ್ಷಿ, ಹೆಣ್ಣಿಗೂ ಮರಿಗೂ ಮರಿಯು ಸ್ವಲ್ಪ ದೊಡ್ಡದಾಗುವವರೆಗೂ ಹೀಗೆಯೇ ಆಹಾರವುಣಿಸುತ್ತದೆ!

ತುಳು (ಕರ್ನಾಟಕ) ಜಾನಪದ ಕಥೆ

ಪತಂಗೆಲ್! ಬುಡಂಗೆಲ್!

ಒಂದಾನೊಂದು ಊರಿನಲ್ಲಿ ಒಬ್ಬ ಗಂಡ ಹೆಂಡತಿಯರಿದ್ದರು. ಅವರಿಗೆ ಗೌರಿ ಎಂಬ ಒಬ್ಬಳೇ ಮಗಳೂ ತಿಮ್ಮನೆಂಬ ಒಬ್ಬ ಸೋದರಳಿಯನೂ ಇದ್ದರು. ಅವರು ಚಿಕ್ಕವರಾಗಿದ್ದಾಗ, ಈ ಗಂಡ, ಹೆಂಡಿರು ತಮ್ಮ ಮಗಳನ್ನು ಅವನಿಗೇ ಕೊಟ್ಟು ಮದುವೆ ಮಾಡುವೆವೆಂದು ಹೇಳುತ್ತಿದ್ದರು. ಆದರೆ ತಿಮ್ಮನು ಬಹಳ ದಡ್ಡನಾಗಿ ಬೆಳೆದುದರಿಂದ ಅವರಿಗೆ ತಮ್ಮ ಮಗಳನ್ನು ಅವನಿಗೆ ಕೊಟ್ಟು ಮದುವೆ ಮಾಡುವುದು ಇಷ್ಟವಾಗಲಿಲ್ಲ. ಹಾಗಾಗಿ, ಅವರು ಗುಟ್ಟಾಗಿ ತಮ್ಮ ಮಗಳು ಗೌರಿಗೆ ಬೇರೆ ಗಂಡನ್ನು ನೋಡಿ, ಮದುವೆಗೆ ಸಿದ್ಧತೆ ನಡೆಸಿದರು. ಮದುವೆಯ ದಿನ ಬಂದಾಗ, ಉಪಾಯವಾಗಿ ತಿಮ್ಮನನ್ನು ದೂರದ ಹೊಲಕ್ಕೆ ಉಳಲಿಕ್ಕೆ ಕಳಿಸಿದರು!

ಅಂತೆಯೇ ತಿಮ್ಮನು ಹೊಲ ಉಳಲು ಹೋದನು. ಆದರೆ ಅಲ್ಲಿಗೆ ಹೋದ ಬಳಿಕ, ನೊಗಕ್ಕೆ ನೇಗಿಲು ಕಟ್ಟಲು ಹಗ್ಗವನ್ನೇ ತಂದಿಲ್ಲವೆಂದು ಅವನಿಗೆ ತಿಳಿಯಿತು! ಹಗ್ಗದಂಥ ವಸ್ತುವೇನಾದರೂ ಸಿಗುವುದೇ ಎಂದು ಅವನು ಸುತ್ತಮುತ್ತಲೂ ನೋಡಿದಾಗ, ಹಗ್ಗದಂಥ ಏನೋ ಒಂದು ವಸ್ತು ಕಾಣಿಸಿತು! ಅದು ಆಲದ ಮರ ಬೇರಿನ ಬಿಳಲು ಎಂದು ಭಾವಿಸಿ ಅದನ್ನು ನೋಡುತ್ತಾ ಹೋದಾಗ ಅವನಿಗೆ ತಿಳಿದುದೇನೆಂದರೆ, ಅದು ಮರದ ಬಿಳಲಲ್ಲ, ಬದಲಿಗೆ ತಪಸ್ಸು ಮಾಡುತ್ತಿದ್ದ ಒಬ್ಬ ಋಷಿಯ ಗಡ್ಡ ಎಂದು! ಆಶ್ಚರ್ಯ, ಭಯಗಳಿಂದ ಕಂಗಾಲಾದ ತಿಮ್ಮನು, "ಅಯ್ಯಯ್ಯೋ! ದಯವಿಟ್ಟು ಕ್ಷಮಿಸಿ ಸ್ವಾಮಿ! ನನ್ನ ಬಳಿ ನೇಗಿಲನ್ನು ನೊಗಕ್ಕೆ ಕಟ್ಟುವ ಹಗ್ಗವಿರಲಿಲ್ಲ! ಮರದ ಬಿಳಲು ಎಂದು ತಪ್ಪು ತಿಳಿದು ಇದನ್ನು ಹಿಡಿದುಬಿಟ್ಟೆ!" ಎಂದನು.

ಆ ಋಷಿಗೆ ತಿಮ್ಮನ ಮುಗ್ಧತೆಯನ್ನು ಕಂಡು ಮರುಕವಾಯಿತು. ಅವನು ಹೇಳಿದನು, "ನೋಡು! ಹಗ್ಗವಿಲ್ಲದೇ ಜೋಡಿಸುವ ಒಂದು ಮಂತ್ರವನ್ನು ಹೇಳಿಕೊಡುವೆ! ಕಲಿತುಕೊಳ್ಳುವೆಯಾ?" ಎಂದನು.

"ಓಹೋ! ಖಂಡಿತವಾಗಿ!" ತಿಮ್ಮನು ಸಂತೋಷದಿಂದ ಹೇಳಿದನು.

ಆಗ ಋಷಿಯು, "ನೋಡು! 'ಪತಂಗೆಲ್'(ಹಿಡಿಯಲಿ) ಎಂದರೆ, ಯಾವುದೇ ವಸ್ತು ತಾನಾಗಿಯೇ ಇನ್ನೊಂದಕ್ಕೆ ಹಿಡಿದುಕೊಳ್ಳುತ್ತದೆ! ಅನಂತರ 'ಬುಡಂಗೆಲ್' (ಬಿಡಲಿ) ಎಂದರೆ ಅಂಟಿದ ವಸ್ತು ತಾನಾಗಿಯೇ ಬಿಟ್ಟುಕೊಳ್ಳುತ್ತದೆ!" ಎಂದನು.

ತಿಮ್ಮನು ಸಂತೋಷದಿಂದ ಋಷಿಗೆ ನಮಸ್ಕರಿಸಿ ಹೊರಟನು. ಅವನು ತನ್ನ ಎತ್ತುಗಳ ಮೇಲೆ ನೊಗವನ್ನಿಟ್ಟು, ಅದಕ್ಕೆ ನೇಗಿಲನ್ನು ತಾಗಿಸಿ, 'ಪತಂಗೆಲ್!' ಎಂದನು. ಕೂಡಲೇ ನೇಗಿಲು ತಾನಾಗಿಯೇ ನೊಗಕ್ಕೆ ಅಂಟಿಕೊಂಡಿತು! ಹರ್ಷಿತನಾದ ತಿಮ್ಮನು ಹೊಲವನ್ನು ಉತ್ತು, ಅನಂತರ, 'ಬುಡಂಗೆಲ್!' ಎಂದನು. ಕೂಡಲೇ ನೇಗಿಲು ನೊಗದಿಂದ ಬಿಟ್ಟುಕೊಂಡಿತು!

ಹೊಸದೇನನ್ನೋ ಕಲಿತೆನೆಂಬ ಸಂಭ್ರಮದಿಂದ ತಿಮ್ಮನು ಮನೆಗೆ ಬಂದನು. ಅಲ್ಲಿ ನೋಡಿದರೆ ಗೌರಿಯ ಮದುವೆ ಮುಗಿದು ಎಲ್ಲರೂ ಹೊರಟು ಹೋಗಿದ್ದರು! ಗೌರಿ, ಗೌರಿಯ ಅಪ್ಪ, ಅಮ್ಮ, ಮದುಮಗನ ಅಪ್ಪ, ಅಮ್ಮ, ಇಷ್ಟೇ ಜನ ಇದ್ದದ್ದು! ತಿಮ್ಮನು ದಡ್ಡನಾಗಿದ್ದರೂ ಅವನಿಗೆ ವಿಷಯವೇನೆಂದು ತಿಳಿಯಿತು. ಆದರೂ ಏನೂ ತಿಳಿಯದವನಂತೆ ನಟಿಸುತ್ತಾ, ರಾತ್ರಿ, ಮದುಮಗ ಮತ್ತು ಮದುಮಗಳು ಮಲಗುವ ಕೋಣೆಗೆ ಹೋಗಿ, ಅಲ್ಲಿ ಯಾರಿಗೂ ಗೊತ್ತಾಗದಂತೆ ಅಟ್ಟದಲ್ಲಿ ಅಡಗಿ ಕುಳಿತ! ರಾತ್ರಿ, ಮದುಮಗ ಹಾಗೂ ಮದುಮಗಳು ಇಬ್ಬರೂ ಮಲಗಿದ್ದಾಗ, ಮದುಮಗನಿಗೆ ಬಹಳ ಬಾಯಾರಿಕೆಯಾಗಿ, ನೀರು ಕುಡಿಯಲೆಂದು ಅವನು ಎದ್ದ. ಅಲ್ಲಿಯೇ ಇದ್ದ ಒಂದು ನೀರಿನ ಚೊಂಬನ್ನು ತೆಗೆದುಕೊಂಡು ನೀರು ಕುಡಿಯತೊಡಗಿದ. ಆಗ ಅಟ್ಟದ ಮೇಲಿದ್ದ ತಿಮ್ಮನು, 'ಪತಂಗೆಲ್' ಎಂದ! ಕೂಡಲೇ ಆ ನೀರಿನ ಚೊಂಬು ಮದುಮಗನ ಕೈಗೆ ಅಂಟಿಕೊಂಡಿತು! ಗಾಬರಿಗೊಂಡ ಮದುಮಗನು, "ಅಯ್ಯಯ್ಯೋ! ಇದೇನಿದು ವಿಚಿತ್ರ! ನೀರಿನ ಚೊಂಬು ನನ್ನ ಕೈಗೆ ಅಂಟಿಕೊಂಡು ಬಿಟ್ಟಿದೆ! ಅಯ್ಯಯ್ಯೋ!" ಎಂದು ಬೊಬ್ಬೆ ಹೊಡೆದ! ಅದರಿಂದ ಗೌರಿಗೆ ಎಚ್ಚರವಾಗಿ, ಅವಳು ಅವಳು ಕೈಯಿಂದ ಚೊಂಬನ್ನು ಬಿಡಿಸಲು ಬಂದಳು. ಅವಳು ಆ ಚೊಂಬನ್ನು ಹಿಡಿದೆಳೆದಾಗ, ತಿಮ್ಮನು, 'ಪತಂಗೆಲ್!' ಎಂದನು! ಕೂಡಲೇ ಅವಳ ಕೈಯೂ ಪಾತ್ರೆಗೆ ಅಂಟಿಕೊಂಡಿತು! ಇಬ್ಬರೂ, "ಅಯ್ಯಯ್ಯೋ!" ಎಂದು ಬೊಬ್ಬಿರಿದರು! ಆ ಗದ್ದಲವನ್ನು ಕೇಳಿ ಅವಳ ತಾಯ್ತಂದೆಯರು

ಓಡಿಬಂದರು! ಅವರು ಆ ಚೊಂಬನ್ನು ಬಿಡಿಸಲು ಹೋಗಿ, ತಿಮ್ಮನ 'ಪತಂಗೆಲ್' ಮಂತ್ರದಿಂದ ಚೊಂಬಿಗೆ ಅಂಟಿಕೊಂಡರು! ಅನಂತರ ಅಲ್ಲಿಗೆ ಬಂದ ಮದುಮಗನ ತಾಯ್ತಂದೆಯರೂ ಬಿಡಿಸಲು ಹೋಗಿ ಚೊಂಬಿಗೆ ಅಂಟಿಕೊಂಡರು! ಎಲ್ಲರೂ ಚೊಂಬಿನಿಂದ ಬಿಡಿಸಿಕೊಳ್ಳಲು ಒದ್ದಾಡುತ್ತಾ ಬೊಬ್ಬಿರಿಸುತ್ತಿದ್ದಾಗ, ಗೌರಿಯ ಅಪ್ಪನಿಗೆ ಅಟ್ಟದ ಮೇಲೆ ನಗುತ್ತಾ ಕುಳಿತಿದ್ದ ತಿಮ್ಮ ಕಾಣಿಸಿದ! ಇದೆಲ್ಲಾ ಅವನ ಮಂತ್ರಶಕ್ತಿಯ ಫಲವೇ ಎಂದು ಅವನಿಗೆ ಹೊಳೆಯಿತು!

"ಅಪ್ಪಾ ತಿಮ್ಮ! ಇದೇನು ಮಾಡಿಬಿಟ್ಟೆಯೋ! ದಯವಿಟ್ಟು ನಮ್ಮನ್ನು ಬಿಡಿಸೋ!" ಎಂದು ಗೌರಿಯ ತಂದೆ ಗೋಗರೆದ!

"ಮಾವ!ನೀನು ಮಾಡಿದ್ದು ಸರಿಯೇ? ಚಿಕ್ಕಂದಿನಲ್ಲಿ ನನಗೆ ನೀನು ಹೇಳಿದ್ದೇನು? ಈಗ ಮಾಡಿದ್ದೇನು?" ತಿಮ್ಮ ಕೇಳಿದ.

"ಅಯ್ಯೋ! ಅದಕ್ಕೇನೋ ಈ ಸೇಡು?" ಮಾವ ಕೇಳಿದ.

ತಿಮ್ಮ ಹೌದೆಂದು ತಲೆಯಾಡಿಸಿದ. ಆಗ ಬೀಗರು, "ಏನದು ನೀವು ಚಿಕ್ಕಂದಿನಲ್ಲಿ ಹೇಳಿದ್ದು? ಏನದು?" ಎಂದು ಕೇಳಿದರು.

ಆಗ ತಿಮ್ಮನ ಮಾವನು ಅವನು ಚಿಕ್ಕವನಾಗಿದ್ದಾಗ ಗೌರಿಯನ್ನು ಅವನಿಗೇ ಕೊಟ್ಟು ಮದುವೆ ಮಾಡುತ್ತೇನೆಂದು ಹೇಳಿದ್ದ ಮಾತನ್ನು ಹೇಳಿದನು. ಅದನ್ನು ಕೇಳಿ ಅವನ ಬೀಗರು, "ಅಯ್ಯೋ! ನಮಗೆ ಈ ಹೆಣ್ಣು ಬೇಡ! ಈ ತೊಂದರೆಯಿಂದ ಪಾರಾದರೆ ಸಾಕು!" ಎಂದರು. ಆಗ ತಿಮ್ಮನು ಅಟ್ಟದಿಂದ ಇಳಿದು ಬಂದು ತನ್ನ ಮಾವನಿಗೆ, "ಮಾವ! ಗೌರಿಯನ್ನು ನನಗೆ ಕೊಟ್ಟು ಮದುವೆ ಮಾಡಿದರೆ ನಿಮ್ಮನ್ನು ಈ ತೊಂದರೆಯಿಂದ ಬಿಡಿಸುತ್ತೇನೆ!" ಎಂದು ಹೇಳಿದನು. ಆಗ ಮಾವನು ವಿಧಿಯಿಲ್ಲದೆ ಒಪ್ಪಲು, ತಿಮ್ಮನು, 'ಬುಡಂಗೆಲ್!" ಎಂದನು. ಆಗ ಎಲ್ಲರಿಗೂ ಚೊಂಬಿನಿಂದ ಬಿಡುಗಡೆಯಾಯಿತು!

ನೆಮ್ಮದಿಯ ನಿಟ್ಟುಸಿರು ಬಿಟ್ಟು ಬೀಗರು ತಮ್ಮ ಮಗನನ್ನು ಕರೆದುಕೊಂಡು ಹೊರಟು ಹೋದರು. ಅನಂತರ, ಗೌರಿಯ ತಾಯ್ತಂದೆಯರು ಅವಳನ್ನು ತಿಮ್ಮನಿಗೆ ಮದುವೆ ಮಾಡಿದರು. ಹೀಗೆ ತಿಮ್ಮ ಗೌರಿಯನ್ನು ಮದುವೆಯಾದ.

ಒಂದು ದಿನ, ತಿಮ್ಮ ಭೋಜನಕ್ಕೆ ಕುಳಿತಿದ್ದ. ಆಗ ಪಾಯಸ ಬಡಿಸಲು, ಅದಕ್ಕೆ ಕೆಲವು ನೊಣಗಳು ಮುತ್ತಿಕೊಂಡವು. ತಿಮ್ಮನು ಒಮ್ಮೆ ಜೋರಾಗಿ ಹೊಡೆಯಲು, ಒಂದೇ ಏಟಿಗೆ ಹತ್ತು ನೊಣಗಳು ಸತ್ತವು! ತನ್ನ ಬಗ್ಗೆ ತಾನೇ ಹೆಮ್ಮೆಪಟ್ಟುಕೊಂಡ ತಿಮ್ಮ, 'ಒಂದೇ ಏಟಿಗೆ ಹತ್ತು ಜೀವ ತೆಗೆದವನು' ಎಂದು ಎಲ್ಲೆಲ್ಲೂ ಹೇಳಿಕೊಂಡು ತನ್ನ ಪರಾಕ್ರಮವನ್ನು ಮೆರೆಯುವಂತೆ ತಿರುಗಾಡತೊಡಗಿದ! ಅಂತೆಯೇ ಇದನ್ನು ಅವನು ಊರಿನ ಪಟೇಲರಲ್ಲೂ ಹೇಳಿಕೊಳ್ಳಲು, ಅವರಿಗೆ ಅದು ಮೆಚ್ಚಿಗೆಯಾಗಿ, ಅವನು ಕೊಡಬೇಕಿದ್ದ ಗುತ್ತಿಗೆಯನ್ನು ಕಡಿಮೆ ಮಾಡಿದರು.

ಸ್ವಲ್ಪ ದಿನಗಳಲ್ಲಿ, ಆ ಊರಿನಲ್ಲಿ ಕಳ್ಳತನ ಹೆಚ್ಚಾಯಿತು. ತಿಮ್ಮನ ಕಾರ್ಯದ ಬಗ್ಗೆ ಕೇಳಿದ್ದ ಪಟೇಲರು ಈಗ ಅವನನ್ನು ಕರೆದು, ಕಳ್ಳರನ್ನು ಹಿಡಿಯುವ ಕೆಲಸವನ್ನು ಅವನಿಗೆ ಒಪ್ಪಿಸಿದರು. ಈಗ ತಿಮ್ಮನಿಗೆ ಭಯವಾಯಿತು! ಏನು ಮಾಡುವುದೆಂದೇ ಅವನಿಗೆ ತಿಳಿಯದಾಯಿತು. ಹೆಂಡತಿಯೊಂದಿಗೆ ಗಂಟು, ಮೂಟೆ ಕಟ್ಟಿಕೊಂಡು ಅವನು ಊರನ್ನೇ ಬಿಟ್ಟು ಹೊರಟ! ಆದರೆ ದಾರಿಯಲ್ಲಿ ಆ ಕಳ್ಳರೇ ಸಿಗಬೇಕೇ? ಇವರ ಕೈಯಲ್ಲಿದ್ದ ಗಂಟು ಮೂಟೆಗಳನ್ನು ಅವರು ಕಿತ್ತುಕೊಂಡರು! ಅವುಗಳನ್ನು ತೆಗೆದು ತಡಕಾಡಿದರು. ಆದರೆ ಅವುಗಳಲ್ಲೇನಿದ್ದೀತು? ಒಂದಿಷ್ಟು ಬಟ್ಟೆಗಳೂ ಸ್ವಲ್ಪ ಗಂಜಿ, ಚಟ್ನಿಗಳೂ ಇದ್ದವು ಅಷ್ಟೆ! ಬಹಳ ಹಸಿದಿದ್ದ ಆ ಕಳ್ಳರು ಆ ಗಂಜಿ, ಚಟ್ನಿಗಳನ್ನು ಗಬಗಬನೆ ತಿಂದರು! ಆದರೆ ಅವನ್ನು ತಿಂದ ಸ್ವಲ್ಪ ಹೊತ್ತಿಗೆಲ್ಲಾ ಅವರು ವಿಲವಿಲನೆ ಒದ್ದಾಡುತ್ತಾ ಸತ್ತು ಹೋದರು!

ತಿಮ್ಮನಿಗೂ ಅವನ ಹೆಂಡತಿಗೂ ಇದನ್ನು ನೋಡಿ ಆಶ್ಚರ್ಯವಾಯಿತು! ಇದು ಹೇಗೆ ಸಾಧ್ಯವಾಗಿರಬಹುದೆಂದು ಅವರು ಬಹಳ ಯೋಚಿಸಿದರು. ಆಗ ತಿಮ್ಮನ ಹೆಂಡತಿಗೆ ಒಂದು ವಿಷಯ ನೆನಪಾಯಿತು. ಅವಳು ತಾನು ಕಲ್ಲಿನಲ್ಲಿ ಚಟ್ನಿ ಅರೆಯುವಾಗ, ಪ್ರಾಯಶಃ ಅಲ್ಲೊಂದು ಚಿಕ್ಕ ವಿಷಸರ್ಪವಿದ್ದು, ಚಟ್ನಿಯೊಂದಿಗೆ ಅದೂ ಅರೆಯಲ್ಪಟ್ಟು, ಚಟ್ನಿ ವಿಷಪೂರಿತವಾಗಿ ಅದನ್ನು ತಿಂದು ಈ ಕಳ್ಳರು ಸತ್ತಿರಬೇಕೆಂದು ಭಾವಿಸಿದಳು. ಅನಂತರ, ತಿಮ್ಮನು ಆ ಕಳ್ಳರ ತಲೆಗಳನ್ನು ಕತ್ತರಿಸಿಕೊಂಡು ಪಟೇಲರಿಗೆ ತೋರಿಸಿ, ತಾನೇ ಅವರನ್ನು ಕೊಂದೆನೆಂದು ಹೇಳಿಕೊಂಡನು! ಪಟೇಲರೂ ಅದನ್ನು ನಂಬಿ ಅವನನ್ನು ಚೆನ್ನಾಗಿ ಸನ್ಮಾನಿಸಿದರು!

ಇನ್ನೊಮ್ಮೆ, ಆ ಊರಿನಲ್ಲಿ ಒಂದು ಹುಲಿಯ ಕಾಟ ಆರಂಭವಾಯಿತು. ಪುನಃ ಪಟೇಲರು ಹುಲಿಯನ್ನು ಕೊಲ್ಲಲು ತಿಮ್ಮನನ್ನು ನೇಮಿಸಿದರು. ತಿಮ್ಮನು ಏನು ಮಾಡುವುದೆಂದು ಯೋಚಿಸಿ, ಒಂದು ಉದ್ದವಾದ ಕಬ್ಬಿಣದ ಸಲಾಕೆಯನ್ನು ತುದಿಯಲ್ಲಿ ಬಾಗಿಸಿ ಅದನ್ನು ತೆಗೆದುಕೊಂಡು ಕಾಡಿಗೆ ಹೋದನು. ಕಾಡಿನಲ್ಲಿ ಅವನು ಆ ಹುಲಿಯನ್ನು ನೋಡಿದಾಗ ತನ್ನ ಸಲಾಕೆಯ ಡೊಂಕಾದ ತುದಿಯನ್ನು ಅದರ ಕುತ್ತಿಗೆಗೆ ಸಿಕ್ಕಿಸಿ, "ಪತಂಗೆಲ್!' ಎಂದನು. ಆಗ ಅದು ಹುಲಿಯ ಕುತ್ತಿಗೆಗೆ ಅಂಟಿಕೊಂಡಿತು! ಹೀಗೆ ಸಲಾಕೆಯಿಂದ ಆ ಹುಲಿಯನ್ನು ಹಿಡಿದು ಅದನ್ನು ಒಂದು ಗೂಡಿಗೆ ಸೇರಿಸಿ ಅವನು ಪಟೇಲರಿಗೆ ತೋರಿಸಿದನು. ತಿಮ್ಮನ ಜಾಣ್ಮೆ, ಸಾಹಸಗಳನ್ನು ಬಹಳ ಮೆಚ್ಚಿಕೊಂಡ ಪಟೇಲರು ಅವನ ವಶವಿದ್ದ ಭೂಮಿಯನ್ನು ಅವನಿಗೇ ಉಂಬಳಿಯಾಗಿ ಬಿಟ್ಟುಕೊಟ್ಟರು!

ಹೀಗೆ ತಿಮ್ಮನು ದಡ್ಡನಾಗಿದ್ದರೂ, ತನ್ನ ಜಾಣ್ಮೆಯಿಂದಲೂ ಸನ್ಯಾಸಿಯು ಕಲಿಸಿದ್ದ ಮಂತ್ರದಿಂದಲೂ ಎಲ್ಲರನ್ನೂ ಮೆಚ್ಚಿಸುತ್ತಾ ಸುಖವಾಗಿ ಬಾಳಿದನು.

ನಾಗಲ್ಯಾಂಡ್‌ನ ಜಾನಪದ ಕಥೆ
ಪ್ರಾಣಿಬಲಿ ಆರಂಭವಾಗಿದ್ದು ಹೇಗೆ?

ನಾಗ ಜನಾಂಗದವರಲ್ಲಿ ಪ್ರಾಣಿಬಲಿ ಹೇಗೆ ಆರಂಭವಾಯಿತು ಎಂಬುದರ ಬಗ್ಗೆ ಒಂದು ಸ್ವಾರಸ್ಯಕರವಾದ ಕಥೆಯಿದೆ.

ಮೊದಲಿಗೆ ನಾಗ ಜನಾಂಗದವರು 'ಇನ್‌ಸಾಯ್‌ಸಿರ' ಎಂಬ ಪರ್ವತದಲ್ಲಿ ವಾಸಿಸುತ್ತಿದ್ದರು. ಆಗ ಪ್ರಾಣಿಗಳಿಗೂ ಮನುಷ್ಯರಂತೆ ಮಾತನಾಡಲು ಬರುತ್ತಿತ್ತಂತೆ! ಮಾನವರೂ ಪ್ರಾಣಿಗಳೂ ಬೇರೆ ಬೇರೆಯಾಗಿ ವಾಸಿಸುತ್ತಿದ್ದರೂ, ಕಾಯಿಲೆಯಾದಾಗ, ಇಬ್ಬರಿಗೂ ಒಂದೇ ಔಷಧಿಯನ್ನು ಕೊಡಲಾಗುತ್ತಿತ್ತು. ಅದನ್ನು ಕೊಡಲು ಒಬ್ಬ ವಿಶೇಷ ವೈದ್ಯನಿದ್ದ. ಆ ಔಷಧಿ ಎಷ್ಟು ಶಕ್ತಿಯುತವಾಗಿರುತ್ತಿತ್ತೆಂದರೆ, ಅದು ಸತ್ತಿರುವವರನ್ನೂ ಮತ್ತೆ ಬದುಕಿಸುತ್ತಿತ್ತು! ಹಾಗಾಗಿ, ಮನುಷ್ಯರಾಗಲೀ ಪ್ರಾಣಿಗಳಾಗಲೀ ಸಾಯಲೇ ಇಲ್ಲ! ಇದರಿಂದ ಆ ಪರ್ವತವೆಲ್ಲಾ ಇವರಿಂದ ತುಂಬಿಹೋಯಿತು!

ಮನುಷ್ಯರ ಸಂಖ್ಯೆ ಹೆಚ್ಚಾದಂತೆ, ಅವರು ಹೆಚ್ಚಿನ ನೆಲವನ್ನು ಕೃಷಿಗೆ ಒಳಪಡಿಸಿದರು. ಇದರಿಂದ ಪ್ರಾಣಿಗಳಿಗೆ ತಿನ್ನಲು ಹುಲ್ಲೇ ಸಿಗದಂತಾಯಿತು! ಅವು ಹುಲ್ಲಿಗಾಗಿ ಎತ್ತ ಕಡೆ ತಿರುಗಿದರೂ ಭತ್ತವೇ ಕಾಣಿಸಿತು! ಹೀಗೆ ತಿನ್ನಲು ಹುಲ್ಲೇ ಸಿಗದಂತಾಗಿ ಅವು ಮನುಷ್ಯರ ಮೇಲೆ ಕೋಪಗೊಂಡು ಅವರು ಬೆಳೆದ ಬೆಳೆಗಳನ್ನೇ ತಿನ್ನತೊಡಗಿದವು! ಆಗ ಮನುಷ್ಯರು ಅವುಗಳಿಗೆ ಹಾಗೆ ಮಾಡಬಾರದೆಂದು ಹೇಳಿದರು. ಆದರೆ ಪ್ರಾಣಿಗಳು ಅವರ ಮಾತುಗಳನ್ನು ಕೇಳಲಿಲ್ಲ! ಹೀಗೆ ಪ್ರಾಣಿಗಳು ಅವರ ಬೆಳೆಗಳನ್ನು ನಾಶ ಮಾಡುತ್ತಾ ಹೋದಂತೆ, ಅವರಿಗೆ ತಿನ್ನಲು ಏನೂ ಉಳಿಯಲಿಲ್ಲ! ಉಪವಾಸ ಬಿದ್ದ ಮನುಷ್ಯರು ವೈದ್ಯನ ಬಳಿ ಹೋಗಿ ಪ್ರಾಣಿಗಳ ಬಗ್ಗೆ ದೂರಿತ್ತರು. ವೈದ್ಯನಿಗೂ ಪ್ರಾಣಿಗಳ ವರ್ತನೆಯ ಬಗ್ಗೆ ಬಹಳ ಅಸಮಾಧಾನವಾಯಿತು! ಇನ್ನು ಮುಂದೆ ಪ್ರಾಣಿಗಳು ಕಾಯಿಲೆ ಬಿದ್ದರೆ ಅವುಗಳಿಗೆ ಚಿಕಿತ್ಸೆ ಮಾಡಬಾರದೆಂದು ನಿರ್ಧರಿಸಿದನು! ಅಂತೆಯೇ ಪ್ರಾಣಿಗಳು ಕಾಯಿಲೆ

ಬಿದ್ದು ಅವನ ಬಳಿ ಔಷಧಿಗಾಗಿ ಬಂದಾಗ, ಅವನು ಏನೇನೋ ಕಾರಣ ಹೇಳಿ ಅವುಗಳನ್ನು ಹಾಗೆಯೇ ಕಳಿಸತೊಡಗಿದನು!

ಹೀಗೆ ಪ್ರಾಣಿಗಳು ಕಾಯಿಲೆ ಬಿದ್ದಾಗ ಔಷಧಿ ಸಿಗದೇ ಅವು ಸಾಯತೊಡಗಿದವು! ಇದರಿಂದ ಅವುಗಳ ಸಂಖ್ಯೆ ಕಡಿಮೆಯಾಯಿತು! ಆದರೆ ಮನುಷ್ಯರಿಗೆ ಔಷಧಿ ಸಿಗುತ್ತಿದ್ದುದರಿಂದ ಅವರು ಕಾಯಿಲೆಯಿಂದ ಸಾಯದೇ ಅವರ ಸಂಖ್ಯೆ ಹೆಚ್ಚಾಯಿತು! ಆಗ ಪ್ರಾಣಿಗಳೆಲ್ಲವೂ ಮನುಷ್ಯರ ಮೇಲೆ ಸೇಡು ತೀರಿಸಿಕೊಳ್ಳಬೇಕೆಂದು ನಿರ್ಧರಿಸಿದವು! ಇದಕ್ಕಾಗಿ ಅವೆಲ್ಲವೂ ಒಟ್ಟಾಗಿ ಸೇರಿ, ಔಷಧಿಗಳನ್ನು ತಯಾರಿಸಲು ಬಳಸುತ್ತಿದ್ದ ಗಿಡಮೂಲಿಕೆಗಳನ್ನೆಲ್ಲಾ ನಾಶ ಮಾಡಬೇಕೆಂದು ನಿರ್ಧರಿಸಿದವು! ಅದಕ್ಕಾಗಿ ಅವು ಎಲ್ಲಾ ಹುಲ್ಲನ್ನೂ ಗಿಡಗಳನ್ನೂ ತಿನ್ನುವುದು ಅಥವಾ ತುಳಿದು ನಾಶಮಾಡುವುದಾಗಿ ನಿರ್ಧರಿಸಿದವು. ಏಕೆಂದರೆ ವೈದ್ಯನನ್ನು ಹೊರತುಪಡಿಸಿ ಇನ್ನಾರಿಗೂ ಔಷಧೀಯ ಗಿಡಮೂಲಿಕೆಗಳು ಯಾವುವೆಂದು ತಿಳಿದಿರಲಿಲ್ಲ! ಅಂತೆಯೇ ಪ್ರಾಣಿಗಳು ತಮ್ಮ ಕಣ್ಣಿಗೆ ಬಿದ್ದ ಗಿಡವನ್ನೋ ಬಳ್ಳಿಯನ್ನೋ ತಿನ್ನುವುದು ಇಲ್ಲವೇ ತುಳಿಯುವುದು ಮಾಡತೊಡಗಿದವು! ಹೀಗೆ ಆ ಪರ್ವತದ ಎಲ್ಲಾ ಗಿಡ, ಬಳ್ಳಿಗಳನ್ನೂ ನಾಶಮಾಡಿ, ಪ್ರಾಣಿಗಳು ಆ ಪರ್ವತವನ್ನು ಬಿಟ್ಟು ಬೇರೆ ಪ್ರದೇಶಕ್ಕೆ ಹೊರಟುಹೋದವು! ಹಾಗೆ ಹೋಗಲಾಗದ ಪ್ರಾಣಿಗಳು ಅಲ್ಲೇ ಉಳಿದವು.

ಈಗ ಯಾವುದೇ ಗಿಡವಾಗಲೀ ಬಳ್ಳಿಯಾಗಲೀ ಇರಲಿಲ್ಲವಾದುದರಿಂದ, ವೈದ್ಯನಿಗೆ ಯಾವುದೇ ಔಷಧಿ ತಯಾರಿಸಲಾಗಲಿಲ್ಲ! ಹಾಗಾಗಿ, ಯಾರಿಗಾದರೂ ಕಾಯಿಲೆ ಬಂದರೆ, ಅವನು ಔಷಧಿಯಿಲ್ಲದೇ ಖಿನ್ನನಾಗಿ ಹೋಗಬೇಕಿತ್ತು. ಇದರಿಂದ ಎಷ್ಟೋ ಮನುಷ್ಯರು ಸಾಯತೊಡಗಿದರು! ಕೆಲವರು ಆ ಪರ್ವತವನ್ನು ಬಿಟ್ಟು ಬೇರೆ ಪ್ರದೇಶಕ್ಕೆ ಹೋದರು. ಹೀಗಾದಾಗ, ಆ ವೈದ್ಯನಿಗೆ ತಾನಿನ್ನು ಬದುಕಿರುವುದು ನಿರರ್ಥಕವೆನ್ನಿಸಿ, ಅವನು ಆತ್ಮಹತ್ಯೆ ಮಾಡಿಕೊಂಡುಬಿಟ್ಟನು! ಅವನು ಸಾಯುವ ಮೊದಲು ಮನುಷ್ಯರಿಗೆ, ಪ್ರಾಣಿಗಳು ಎಲ್ಲಾ ಔಷಧೀಯ ಗಿಡಮೂಲಿಕೆಗಳನ್ನು ನಾಶ ಮಾಡಿದ್ದರಿಂದ ತಾನು ಸಾಯುತ್ತಿದ್ದೇನೆ ಎಂದು ಹೇಳಿದನು.

ಈಗ ಮನುಷ್ಯರು ಒಂದು ವಿಚಾರ ಮಾಡಿದರು, "ಪ್ರಾಣಿಗಳು ಎಲ್ಲಾ ಔಷಧೀಯ ಗಿಡಮೂಲಿಕೆಗಳನ್ನು ತಿಂದು ಸಾವಿಲ್ಲದಂತಾಗಿವೆ! ಹಾಗಾಗಿ, ನಾವು ಅವುಗಳನ್ನು

ಬಲಿಕೊಟ್ಟು ನಮ್ಮ ಜನರ ಹೆಸರಿನಲ್ಲಿ ದೇವರಿಗೆ ಅವುಗಳ ಮಾಂಸವನ್ನು ಅರ್ಪಿಸಿದರೆ, ಆಗ ಕಾಯಿಲೆ ಬಿದ್ದವರು ಗುಣಮುಖರಾಗಬೇಕು!"

ಹಾಗಾಗಿ, ಯಾರಾದರೂ ಕಾಯಿಲೆ ಬಿದ್ದಾಗ, ಯಾವುದಾದರೂ ಪ್ರಾಣಿಯನ್ನು ಕೊಂದು ಅದರ ಮಾಂಸವನ್ನು ದೇವರಿಗೆ ಅರ್ಪಿಸತೊಡಗಿದರು. ನಾಗರು ಈಗಲೂ ಈ ಸಂಪ್ರದಾಯ ಪಾಲಿಸುತ್ತಾರೆ. ಯಾರಾದರೂ ಕಾಯಿಲೆ ಬಿದ್ದರೆ, ಅವರು ನಾಯಿ, ಹಂದಿ, ಹಸು, ಎಮ್ಮೆ, ಕೋಳಿ ಮೊದಲಾದ ಪ್ರಾಣಿಗಳನ್ನು ದೇವರಿಗೆ ಬಲಿಕೊಡುತ್ತಾರೆ.

→→>>◀◀←←

ನಾಗಲ್ಯಾಂಡ್‌ನ ಜಾನಪದ ಕಥೆ
ಇಬ್ಬರು ಹುಡುಗಿಯರನ್ನು ಪ್ರೀತಿಸಿದ ಹುಡುಗ

ಒಂದು ಹಳ್ಳಿಯಲ್ಲಿ ಒಬ್ಬ ಹುಡುಗನಿದ್ದ. ಅವನು ಒಂದೇ ಬಾರಿಗೆ ಇಬ್ಬರು ಹುಡುಗಿಯರನ್ನು ಪ್ರೀತಿಸುತ್ತಿದ್ದ. ಒಬ್ಬಳು ಶ್ರೀಮಂತ ಕುಟುಂಬದವಳಾಗಿದ್ದರೆ ಇನ್ನೊಬ್ಬಳು ಬಡ ಕುಟುಂಬದವಳಾಗಿದ್ದಳು. ಹುಡುಗನು ಬುದ್ಧಿವಂತನೂ ಸುಂದರನೂ ಆಗಿದ್ದ. ಇಬ್ಬರು ಹುಡುಗಿಯರಿಗೂ ಅವನನ್ನು ಮದುವೆಯಾಗಲು ಆಸೆಯಿತ್ತು. ಇಬ್ಬರಲ್ಲಿ ಯಾರನ್ನು ಮದುವೆಯಾಗುವುದೆಂದು ಅವನಿಗೆ ಗೊಂದಲವಾಗಿತ್ತು! ಬಹಳ ಯೋಚಿಸಿ ಅವನು ಕೊನೆಗೆ ಇಬ್ಬರ ಗುಣಗಳನ್ನು ಪರೀಕ್ಷಿಸಿ ಅತ್ಯುತ್ತಮ ಗುಣಗಳುಳ್ಳವಳನ್ನು ಮದುವೆಯಾಗುವುದಾಗಿ ನಿರ್ಧರಿಸಿದ.

ನಾಗಾಲ್ಯಾಂಡ್‌ನ ಕೆಲವು ಭಾಗಗಳಲ್ಲಿನ ಪದ್ಧತಿಯಂತೆ, ಮದುವೆಯಾಗುವ ಮೊದಲು, ಹುಡುಗರು ತಮಗಿಷ್ಟವಾದ ಹುಡುಗಿಯರನ್ನು ವಿಹಾರಕ್ಕೆ ಕರೆದೊಯ್ಯಲು, ಇಲ್ಲವೇ ತಮ್ಮ ಮೊರಂಗ್ ಅಥವಾ ಶಯನಕೋಣೆಗೆ ಕರೆದೊಯ್ದು ತಮ್ಮೊಂದಿಗೆ ಮಲಗಿಸಿಕೊಳ್ಳಲು ಅವಕಾಶವಿರುತ್ತದೆ! ಒಬ್ಬ ಹುಡುಗನು ತನಗಿಷ್ಟವಾದ ಹುಡುಗಿಯನ್ನು ಆರಿಸಿಕೊಂಡ ಬಳಿಕ ಆ ಶಯನ ಕೋಣೆಯನ್ನು ಬಿಟ್ಟು ಹೋಗುತ್ತಾನೆ. ಅದರಂತೆ, ಈ ಹುಡುಗನೂ ತನಗಿಷ್ಟವಾದ ಇಬ್ಬರು ಹುಡುಗಿಯರನ್ನು ಒಂದು ನದಿಯ ಬಳಿಗೆ ಕರೆದೊಯ್ದ. ಅಲ್ಲಿ ಎಲ್ಲರೂ ನದಿಯ ಬಳಿಗೆ ಹೋಗಲು, ಅವರು ಸ್ವಲ್ಪ ಹೊತ್ತು ಮೀನು ಹಿಡಿದು, ನದೀದಡದ ಹೊಲಗಳಲ್ಲಿ ಸ್ವಲ್ಪ ಕೆಲಸ ಮಾಡಿದರು. ಅನಂತರ ಹುಡುಗನು ತನ್ನ ಸ್ನೇಹಿತೆಯರಿಗೆ ಕುಳಿತುಕೊಳ್ಳಲು ಹೇಳಿ, ಇಬ್ಬರಿಗೂ ಕುಡಿಯಲು ಸ್ವಲ್ಪ ದ್ರಾಕ್ಷಾರಸ ಕೊಟ್ಟ. ತಮಗೆಷ್ಟು ಬೇಕೋ ಅಷ್ಟು ಕುಡಿಯಲು ಹೇಳಿದ. ಆಗ ಶ್ರೀಮಂತ ಹುಡುಗಿ, ಒಂದು ಬಿದಿರಿನ ಎಲೆಯನ್ನು ಒಂದು ಪೊಟ್ಟಣದಂತೆ ಸುತ್ತಿ ಅದರಲ್ಲಿ ದ್ರಾಕ್ಷಾರಸದ ಒಂದಿಷ್ಟು ಹನಿಗಳನ್ನು ಹಾಕಿಕೊಂಡು ಬಿಂಕದಿಂದ ಕುಡಿಯುತ್ತಾ ತನಗಷ್ಟೇ ಸಾಕೆಂದಳು! ಆದರೆ ಬಡಹುಡುಗಿ, ಮುಜುಗರವಿಲ್ಲದೇ ತನಗೆ ಬೇಕಾದಷ್ಟು ಕುಡಿಯುತ್ತಾ, ತನಗೆ ಇನ್ನೂ ಸ್ವಲ್ಪ

ಕುಡಿಯಲಾಗುತ್ತದೆಂದಳು! ಅವಳ ದುರಾಸೆಯನ್ನು ನೋಡಿ ಶ್ರೀಮಂತ ಹುಡುಗಿ ನಕ್ಕಳು! ಸ್ವಲ್ಪ ಹೊತ್ತಿಗೆ ಊಟದ ಸಮಯವಾಯಿತು. ಆಗ ಹುಡುಗನು ತನ್ನ ಇಬ್ಬರು ಸ್ನೇಹಿತೆಯರಿಗೆ ತಾನು ತಂದಿದ್ದ ಅನ್ನ ಮತ್ತು ಮಾಂಸವನ್ನು ಕೊಡುತ್ತಾ ಎಷ್ಟು ಬೇಕೋ ಅಷ್ಟು ತಿಂದು ಸಂತೋಷಪಡಲು ಹೇಳಿದ. ಶ್ರೀಮಂತ ಹುಡುಗಿ ಒಂದೇ ಒಂದು ಮುಷ್ಟಿಯಷ್ಟು ಅನ್ನವನ್ನೂ ಒಂದೇ ಒಂದು ಮಾಂಸದ ತುಂಡನ್ನೂ ತಿಂದಳು! ಅದರೆ ಬಡಹುಡುಗಿ, ಒಂದು ದೊಡ್ಡ ರಾಶಿಯಷ್ಟು ಅನ್ನವನ್ನೂ ಸಾಧ್ಯವಾದಷ್ಟು ಮಾಂಸದ ತುಂಡುಗಳನ್ನೂ ತಿಂದಳು! ಹೀಗೆ ಇಬ್ಬರೂ ಹುಡುಗಿಯರು ಪರಸ್ಪರ ನಲಿದಾಡುತ್ತಾ ಕಾಲಕಳೆದರು!

ಸಂಜೆಯಾಗಲು, ಹುಡುಗನು ಆ ಇಬ್ಬರೂ ಹುಡುಗಿಯರನ್ನು ಅವರವರ ಮನೆಗಳಿಗೆ ಕರೆದೊಯ್ದು ಬಿಟ್ಟು, ತಾನು ಹುಡುಗರು ಮಲಗುವ ಕೋಣೆಗೆ ಹೋಗುವಂತೆ ಹೋದನು. ಆದರೆ ಅವನು ಅಲ್ಲಿಗೆ ಹೋಗದೇ ಮೆಲ್ಲನೆ ಶ್ರೀಮಂತ ಹುಡುಗಿಯ ಮನೆಗೆ ಹೋದನು. ಅಲ್ಲಿ ಅವನು ಕತ್ತಲೆಯ ಮೂಲೆಯೊಂದರಲ್ಲಿ ಅಡಗಿಕೊಂಡು ಮನೆಯ ಗೋಡೆಯಲ್ಲಿ ಒಂದು ರಂಧ್ರವಿದ್ದುದನ್ನು ಗಮನಿಸಿದನು. ಅದರ ಮೂಲಕ ನೋಡಿದರೆ ಮನೆಯ ಒಳಗೆ ನಡೆಯುವುದೆಲ್ಲವೂ ಕಾಣುತ್ತಿತ್ತು!

ಮನೆಗೆ ಬಂದ ಶ್ರೀಮಂತ ಹುಡುಗಿ ಬಹಳ ಆಯಾಸಗೊಂಡಿದ್ದಳು, ಹಾಗೂ ಹಸಿದಿದ್ದಳು! ಮನೆಗೆ ಬಂದ ಕೂಡಲೇ ಅವಳು ತನ್ನ ತಾಯ್ತಂದೆಯರಿಗೆ ಅನ್ನ ಕೊಡಲು ಹೇಳಿದಳು! ಅವರು ಹಾಗೆ ಅನ್ನ ಕೊಡಲು, ಅವಳು ತಾನೇ ಕೈಯಲ್ಲಿ ತಿನ್ನಲು ಇಷ್ಟಪಡದೇ ಅಮ್ಮನಿಗೆ ತಿನ್ನಿಸಲು ಹೇಳಿದಳು! ಅದರಂತೆ, ಅವಳ ಅಮ್ಮ ಅವಳಿಗೆ ಮಗುವಿಗೆ ತಿನ್ನಿಸುವಂತೆ ಅನ್ನ ತಿನ್ನಿಸಿದಳು. ಅನಂತರ, ಅವಳಿಗೆ ಅನ್ನ ಸಾಕಾಗದೇ ಅವಳು ಕೆಸುವಿನಗೆಡ್ಡೆಗಳನ್ನು ಬೇಯಿಸಿಕೊಡಲು ಹೇಳಿದಳು. ಅದರಂತೆ ಅವಳ ಅಪ್ಪ, ಅಮ್ಮ ಕೆಸುವಿನ ಗೆಡ್ಡೆಗಳ ಸಿಪ್ಪೆ ಸುಲಿದು ಬೇಯಿಸಿ, ಒಂದೊಂದಾಗಿ ಅವಳ ಬಾಯಿಗಿಟ್ಟರು. ಅನಂತರ, ಅವಳು, ಮನೆಯವರಿಗೆಲ್ಲಾ ಬೇಕಾಗುವಷ್ಟು, ಒಂದು ಮಡಕೆಯ ತುಂಬಾ ದ್ರಾಕ್ಷಾರಸವನ್ನು ಕುಡಿದಳು. ಇದನ್ನೆಲ್ಲಾ ತನ್ನ ಸ್ನೇಹಿತನು ನೋಡುತ್ತಿರುವನೆಂದು ಅವಳಿಗೆ ಗೊತ್ತಿರಲಿಲ್ಲ. ಅವಳು ಪುಟ್ಟ ಮಗುವಿನಂತೆ ಆಡುತ್ತಿದ್ದಳು! ಅವಳು ಒಂದೊಂದು ತುತ್ತನ್ನು ತಿಂದಾಗಲೂ ಅವನು ಒಂದೊಂದು ಮುಷ್ಟಿಯಷ್ಟು

ಮಣ್ಣನ್ನು ತೆಗೆದುಕೊಂಡು ತಾನು ತಂದಿದ್ದ ಒಂದು ದೊಡ್ಡ ಚೀಲದಲ್ಲಿ ಹಾಕತೊಡಗಿದನು. ಅನಂತರ, ಅವಳು ತಿನ್ನುತ್ತಿದ್ದ ಒಂದೊಂದು ತುಂಡು ಕೆಸುವಿನ ಗಡ್ಡೆಗೆ ಒಂದೊಂದು ಪುಟ್ಟ ಕಲ್ಲನ್ನು ಇನ್ನೊಂದು ಚೀಲದಲ್ಲಿ ಹಾಕತೊಡಗಿದನು. ಹೀಗೆ ಮಾಡುತ್ತಾ, ಅವಳ ಊಟ ಮುಗಿದ ಬಳಿಕ, ತನ್ನ ಭಾರವಾದ ಚೀಲಗಳನ್ನೆತ್ತಿಕೊಂಡು ಮೆಲ್ಲನೆ ಹೊರಟನು.

ಮರುದಿನ ರಾತ್ರಿ ಅವನು ತನ್ನಿಬ್ಬರು ಸ್ನೇಹಿತೆಯರನ್ನು ತನ್ನ ಮೊರಂಗ್‌ಗೆ (ಶಯನಕೋಣೆ) ಕರೆದ. ಅವರಿಬ್ಬರೂ ಅಲ್ಲಿಗೆ ಬರಲು, ಅಲ್ಲಿಗೆ ಆಗ ಇನ್ನೂ ಅನೇಕ ಯುವಕ, ಯುವತಿಯರು ಬಂದಿದ್ದರು. ಆಗ ಇವನು ತನ್ನ ಚೀಲಗಳನ್ನು ತೆಗೆದು ತೋರಿಸುತ್ತಾ ಎಲ್ಲರನ್ನೂ ಕೇಳಿದ, "ನಿಮ್ಮಲ್ಲಿ ಈ ಮಣ್ಣಿನಷ್ಟು ಅನ್ನವನ್ನೂ ಕಲ್ಲುಗಳಷ್ಟು ಕೆಸುವಿನ ಗಡ್ಡೆಯ ತುಂಡುಗಳನ್ನೂ ಯಾರು ತಿನ್ನಬಲ್ಲಿರಿ?"

ಆಗ ಶ್ರೀಮಂತ ಹುಡುಗಿಯು, ಅಯ್ಯೋ ದೇವರೆ! ಅಷ್ಟೊಂದು ಆಹಾರವನ್ನು ಯಾರು ತಾನೇ ತಿನ್ನಬಲ್ಲರು? ಮನುಷ್ಯನಾದವನಿಗೆ ಯಾರಿಗೇ ಆಗಲೀ ಇಷ್ಟು ತಿನ್ನಲು ಕಷ್ಟವೇ ಹೌದು! ನಾನಂತೂ ಒಂದು ಮುಷ್ಟಿಯಷ್ಟನ್ನು ತಿನ್ನಬಲ್ಲೆನಷ್ಟೆ!' ಎಂದಳು!

ಆದರೆ, ಬಡಹುಡುಗಿ ಸ್ವಲ್ಪ ನಾಚಿಕೊಳ್ಳುತ್ತಾ, "ನನಗೇನಾದರೂ ಅಂಥ ಅವಕಾಶ ಸಿಕ್ಕರೆ, ಇಷ್ಟನ್ನೂ ನಾನು ತಿನ್ನಬಲ್ಲೆ! ಇನ್ನೂ ಹೆಚ್ಚನ್ನು ತಿನ್ನಬಲ್ಲೆನೆನಿಸುತ್ತದೆ!" ಎಂದಳು.

ಅಲ್ಲಿದ್ದ ಇತರ ಹುಡುಗಿಯರೆಲ್ಲರೂ ತಮ್ಮ ತಮ್ಮ ಅಭಿಪ್ರಾಯಗಳನ್ನು ಹೇಳಿದರು. ಆದರೆ ಆ ಹುಡುಗನಿಗೆ ಮೊದಲಿಬ್ಬರು ಹುಡುಗಿಯರ ಉತ್ತರಗಳಲ್ಲಿ ಮಾತ್ರ ಆಸಕ್ತನಾಗಿದ್ದ! ಇತರ ಹುಡುಗಿಯರ ಉತ್ತರಗಳಿಗೆ ಅವನು ಅಷ್ಟು ಮಹತ್ವ ಕೊಡಲಿಲ್ಲ. ತನ್ನ ಇಬ್ಬರು ಸ್ನೇಹಿತೆಯರಲ್ಲಿ ಬಡಹುಡುಗಿಯ ಉತ್ತರ ಅವನಿಗೆ ಇಷ್ಟವಾಯಿತು. ಏಕೆಂದರೆ ಅವಳು ಏನನ್ನೂ ಮುಚ್ಚಿಡದೇ ನೇರವಾಗಿ ಮಾತನಾಡುವವಳಾಗಿದ್ದಳು. ಅವಳ ಈ ಸ್ವಭಾವ ಅವನಿಗೆ ಇಷ್ಟವಾಯಿತು. ಹಾಗಾಗಿ ಅವನು ಎಲ್ಲ ಹುಡುಗಿಯರಿಗೆ ವಿದಾಯ ಹೇಳಿ ಶಯನಕೋಣೆಯನ್ನು ಬಿಟ್ಟನು. ಮರುದಿನವೇ ಆ ಬಡಹುಡುಗಿಯನ್ನು ಅವನು ಮದುವೆಯಾದನು. ಅವನ ಪರೀಕ್ಷೆಯಲ್ಲಿ ಅವಳು ಗೆದ್ದಿದ್ದಳು.

ತೆಂಗಿನಮರ ಹುಟ್ಟಿದ್ದು ಹೇಗೆ?
ನಿಕೋಬಾರ್ ದ್ವೀಪದ ಜಾನಪದ ಕಥೆ

ಒಂದಾನೊಂದು ಕಾಲದಲ್ಲಿ ಅಸುಂಗಿ ಟೊಸುಂಗ್ ಮತ್ತು ಯಾನಾಲೋ ಎಂಬ ಇಬ್ಬರು ಗೆಳೆಯರು ಕಾರ್ ನಿಕೋಬಾರ್ ದ್ವೀಪದ (ನಿಕೋಬಾರ್ ದ್ವೀಪಗಳಲ್ಲಿ ಕಾರ್ ನಿಕೋಬಾರ್ ಎಂಬ ಮುಖ್ಯದ್ವೀಪ ಮತ್ತು ಆಟಲ್ ಅಂಡಮಾನ್ ಎಂಬ ಚಿಕ್ಕ ದ್ವೀಪಗಳಿವೆ).ನೈಋತ್ಯ ಕರಾವಳಿ ಪ್ರದೇಶದಲ್ಲಿದ್ದರು. ಅಲ್ಲಿ ಕೆಲವೇ ಜನರು ವಾಸಿಸುತ್ತಿದ್ದುದ್ದರಿಂದ, ಆ ಪ್ರದೇಶ ಬಹಳ ಏಕಾಂತವಾಗಿಯೂ ಭಯವಾಗುವಂತೆಯೂ ಇತ್ತು! ಅವರಿದ್ದ ಪ್ರದೇಶಕ್ಕೆ ಎಲ್ಕಹಾರೋ ಎಂದು ಕರೆಯುತ್ತಿದ್ದರು. ಆ ದಿನಗಳಲ್ಲಿ, ಇಡೀ ದ್ವೀಪವೇ ಉದ್ದವಾದ ಹುಲ್ಲಿನಿಂದ ಆವೃತವಾಗಿತ್ತು. ಕಾರ್‌ನಿಕೋಬಾರ್‌ನಲ್ಲೆಲ್ಲೂ ತೆಂಗಿನಮರವೇ ಇರಲಿಲ್ಲ. ಅಲ್ಲೆಲ್ಲೂ ಬಾವಿಗಳೂ, ಕೆರೆಗಳೂ ಇರಲಿಲ್ಲ. ಸಮುದ್ರವನ್ನು ಬಿಟ್ಟರೆ, ಬೇರೆಲ್ಲೂ ನೀರೇ ಇರಲಿಲ್ಲ! ಎಷ್ಟೋ ಬಾರಿ, ಜನರು ನೀರಿಲ್ಲದೇ ಬಾಯಾರಿಕೆಯಿಂದ ಸತ್ತುಹೋಗುತ್ತಿದ್ದರು! ಆದರೆ ಅಸುಂಗಿಟೊಸುಂಗ್‌ಗೆ ಒಂದು ವಿಚಿತ್ರ ಶಕ್ತಿಯಿತ್ತು! ಅವನು ತನ್ನ ತೋಳುಗಳಿಂದ ನೀರನ್ನು ಉತ್ಪಾದಿಸಬಲ್ಲವನಾಗಿದ್ದನು! ಹಾಗೆಯೇ ಕೆಲವು ಮಂತ್ರಗಳಿಂದ ಭೋಜನಗಳನ್ನೂ ಸಿದ್ಧಪಡಿಸಬಲ್ಲವನಾಗಿದ್ದನು! ಆದರೆ ಅವನ ಗೆಳೆಯನಿಗೆ ಅವನ ಈ ವಿಚಿತ್ರ ಶಕ್ತಿಯ ಅರಿವಿರಲಿಲ್ಲ.

ಒಂದು ದಿನ ಬೆಳಗ್ಗೆ, ಇಬ್ಬರೂ ಗೆಳೆಯರು ತಮ್ಮ ಗುಡಿಸಲಿನ ಮುಂದೆ ಬೆಳದಿದ್ದ ಪೊದೆಗಳನ್ನು ಕಡಿಯಲೆಂದು ಹೊರಟರು. ಅದಕ್ಕಾಗಿ ಅವರು ಮೊದಲು ತಮ್ಮ ಉದ್ದವಾದ ಕತ್ತಿಗಳನ್ನು ಚೂಪುಗೊಳಿಸಬೇಕಿತ್ತು. ಆದರೆ ಅವುಗಳನ್ನು ಒಂದು ಕಲ್ಲಿನ ಮೇಲೆ ಮಸೆಯಲು ನೀರು ಬೇಕಾಗಿತ್ತು. ಈಗ ನೀರನ್ನು ಎಲ್ಲಿಂದ ತರುವುದು ಎಂದನು ಯಾನಾಲೋ. ಆಗ ಅಸುಂಗಿ ಟೊಸುಂಗ್, ತಾನು ಹೇಗೋ ನೀರನ್ನು ತರುತ್ತೇನೆ ಎಂದು ಪೊದೆಗಳ ಹಿಂದೆ ಹೋಗಿ ತನ್ನ ತೋಳುಗಳಿಂದ ನೀರನ್ನು ಉತ್ಪಾದಿಸಿ ಒಂದು ಬಟ್ಟಲಿನಲ್ಲಿ ತಂದನು. ಅವನಿಗೆ ತನ್ನ ಗೆಳೆಯನಿಗೆ ತನ್ನ ವಿಚಿತ್ರ ಶಕ್ತಿ ಗೊತ್ತಾಗುವುದು

ಇಷ್ಟವಿರಲಿಲ್ಲ. ಅನಂತರ, ಇಬ್ಬರೂ ತಮ್ಮ ಕತ್ತಿಗಳನ್ನು ಮಸೆದು ಪೊದೆಗಳನ್ನು ಕಡಿದರು. ಕೆಲಸ ಮುಗಿದ ಬಳಿಕ ಯಾನಾಲೋ, ಅಸುಂಗಿ ಟೊಸುಂಗ್‌ನನ್ನು ನೀರನ್ನು ಎಲ್ಲಿಂದ ತಂದನೆಂದು ಕೇಳಿದನು. ಆದರೆ ಅಸುಂಗಿ ತನ್ನ ರಹಸ್ಯವನ್ನು ಹೇಳಲಿಲ್ಲ. ಕುತೂಹಲಗೊಂಡ ಯಾನಾಲೋ ಅವನನ್ನು ಮತ್ತೆ ಮತ್ತೆ ಕೇಳಿದನು. ಆದರೆ ಅಸುಂಗಿ ಹೇಳಲಿಲ್ಲ. ಕೊನೆಗೆ ಯಾನಾಲೋ ಬಹಳ ಕೋಪಗೊಂಡು, ತನ್ನ ಕತ್ತಿಯಿಂದ ಹೊಡೆದು, ಒಂದೇ ಏಟಿಗೆ ಅಸುಂಗಿಯ ತಲೆಯನ್ನು ಕತ್ತರಿಸಿಬಿಟ್ಟನು!

ಸತ್ತುಹೋದ ತನ್ನ ಸ್ನೇಹಿತನ ಶರೀರವನ್ನು ಯಾನಾಲೋ ಹೂತು ಹಾಕಿದನು. ಆದರೆ ಅವನ ತಲೆಯನ್ನು ಮಾತ್ರ ಹೂಳದೇ ತನ್ನ ಗುಡಿಸಲಿನಲ್ಲಿಟ್ಟುಕೊಂಡನು. ತಲೆಯು ದೇಹದಿಂದ ಬೇರ್ಪಟ್ಟಿದ್ದರೂ, ಅದು ಯಾನಾಲೋವಿನೊಂದಿಗೆ ಮಾತಾಡಿತು! ಯಾನಾಲೋ ಭಯಗೊಂಡು ಆ ತಲೆಯನ್ನೂ ಹೂಳಿದನು. ಒಂದೇ ತಿಂಗಳಿನಲ್ಲಿ, ಅಸುಂಗಿಯ ತಲೆಯನ್ನು ಹೂಳಲಾಗಿದ್ದ ಜಾಗದಲ್ಲಿ ಒಂದು ಮರ ಹುಟ್ಟಿತು!

ಕೆಲದಿನಗಳಾಗಲು, ಯಾನಾಲೋವಿಗೆ ಒಂಟಿತನ ಕಾಡಲು, ಆ ಜಾಗ ಬಿಟ್ಟು ಪೂರ್ವ ಕರಾವಳಿಗೆ ಬಂದು ಅಲ್ಲಿ ನೆಲಸಿದನು. ಕ್ರಮೇಣ ಅವನು ಮದುವೆಯಾದನು. ಅವನಿಗೆ ಒಬ್ಬ ಮಗಳೂ ಹುಟ್ಟಿದಳು. ಹೀಗೆ ಆರು ವರ್ಷಗಳು ಕಳೆಯಲು, ಅವನಿಗೆ ತನ್ನ ಹುಟ್ಟೂರಾದ ಎಲ್ಕಹಾರೋವನ್ನು ನೋಡಬೇಕೆನಿಸಿತು. ಹಾಗಾಗಿ ಅವನು ತನ್ನ ಹೆಂಡತಿ ಮತ್ತು ಮಗಳೊಂದಿಗೆ ಎಲ್ಕಹಾರೋವನ್ನು ನೋಡಬೇಕೆನಿಸಿತು. ಹಾಗಾಗಿ ಅವನು ತನ್ನ ಹೆಂಡತಿ ಮತ್ತು ಮಗಳನೊಂದಿಗೆ ಎಲ್ಕಹಾರೋವಿಗೆ ಹೋದನು. ಆದರೆ ಆ ಹೊಸ ಜಾಗ ಅವನ ಪುಟ್ಟ ಮಗಳಿಗೆ ಸರಿಬರಲಿಲ್ಲ! ಅವಳು ತೀವ್ರವಾಗಿ ಕಾಯಿಲೆ ಬಿದ್ದಳು! ಅಲ್ಲದೇ ಅವಳಿಗೆ ವಿಪರೀತ ಬಾಯಾರಿಕೆಯೂ ಆಯಿತು. ಅಲ್ಲೆಲ್ಲೂ ಕುಡಿಯಲು ನೀರೂ ಇರಲಿಲ್ಲ! ನೀರಿಗಾಗಿ ಯಾನಾಲೋ ಹುಡುಕಿಕೊಂಡು ಹೋದಾಗ, ಅವನೊಂದು ವಿಚಿತ್ರ ಮರವನ್ನು ಕಂಡನು. ಆ ಮರ, ಮನುಷ್ಯನ ತಲೆಯಂತೆ ಕಾಣುತ್ತಿದ್ದ ಹಣ್ಣುಗಳನ್ನು ಹೊಂದಿತ್ತು! ಅವುಗಳಲ್ಲೊಂದನ್ನು ಕಿತ್ತಿ ಕತ್ತರಿಸಿ ತೆಗೆದಾಗ, ಅದರಲ್ಲಿ ತುಂಬಾ ನೀರಿದ್ದಿದ್ದನ್ನು ಕಂಡನು! ಅದರ ರುಚಿ ನೋಡಿದಾಗ ಅದು ರಕ್ತದಂತಿತ್ತು. ಆದರೆ ಅದು ತನ್ನ ಮಗಳ ಬಾಯಾರಿಕೆಯನ್ನು ನೀಗಿಸಬಹುದೆಂದು ಭಾವಿಸಿ ಅದನ್ನು ತೆಗೆದುಕೊಂಡು ಹೋಗಿ ತನ್ನ ಮಗಳಿಗೆ ಕೊಟ್ಟನು. ಅವಳು ಅದರ ನೀರನ್ನು ಕುಡಿದ ಕೂಡಲೇ ಗುಣಮುಖಳಾದಳು!

"ಆಹಾ! ಇದೆಂಥ ಅದ್ಭುತ!" ಆಶ್ಚರ್ಯದಿಂದ ಉದ್ಗರಿಸಿದ ಯಾನಾಲೋ, "ಈ ಕಾಯಿ, ಮನುಷ್ಯನ ತಲೆಯಂತೆಯೇ ಇದೆ! ಇದು ನನ್ನ ಸ್ನೇಹಿತ ಅಸುಂಗಿ ಟೊಸುಂಗ್‌ನ ತಲೆಬುರುಡೆಯಿರಬೇಕು!"

ಎಳೆನೀರನ್ನು ಕೊಡುವ ತೆಂಗಿನಕಾಯಿಗಳನ್ನು ಬಿಟ್ಟಿದ್ದ ಆ ಮರವೇ ತೆಂಗಿನ ಮರ! ಅದು ಅಸುಂಗಿಟೊಸುಂಗ್‌ನ ತಲೆಯಿಂದ ಹುಟ್ಟಿತ್ತು! ಕ್ರಮೇಣ ತೆಂಗಿನ ಮರಗಳು ಕಾರ್‌ನಿಕೋಬಾರ್ ದ್ವೀಪದಲ್ಲೆಲ್ಲಾ ಹರಡಿ ಹೆಚ್ಚಿದವು. ಇಂದಿಗೂ ನಿಕೋಬಾರ್ ದ್ವೀಪದ ಜನ ಎಳೆನೀರನ್ನು ಕುಡಿಯವಾಗ ಅಸುಂಗಿಟೊಸುಂಗ್‌ನನ್ನು ನೆನಪಿಸಿಕೊಳ್ಳುತ್ತಾರೆ!

ಸೂರ್ಯ, ಚಂದ್ರರು ಹುಟ್ಟಿದ್ದು ಹೇಗೆ? ನಿಕೋಬಾರ್ ದ್ವೀಪದ ಜಾನಪದ ಕಥೆ

ಆಕಾಶದಲ್ಲಿ ಸೂರ್ಯ, ಚಂದ್ರರು ಹುಟ್ಟಿದ್ದು ಹೇಗೆಂದು ನಿಕೋಬಾರಿಯರು ಒಂದು ಕಥೆ ಹೇಳುತ್ತಾರೆ. ಅದರಂತೆ ಬಹಳ ಹಿಂದೆ, ಪ್ರಪಂಚ ಇನ್ನೂ ಹೊಸದಾಗಿದ್ದಾಗ, ಆಕಾಶವು ಭೂಮಿಗೆ ಬಹಳ ಹತ್ತಿರವಾಗಿ ನೇತಾಡುತ್ತಿತ್ತಂತೆ! ಆಗ, ಈಗಿರುವಂತೆ, ಸೂರ್ಯ, ಚಂದ್ರರು ಇರಲಿಲ್ಲವಂತೆ! ಹಾಗಾಗಿ ಭೂಮಿಯು ಬೆಂಕಿಯ ಉಂಡೆಯಂತೆ ಕಾಣುತ್ತಾ ಉರಿಯುತ್ತಿತ್ತು! ಅತಿಯಾದ ಉಷ್ಣದ ಕಾರಣ, ನೆಲವು ಬಿರಿಯುತ್ತಿತ್ತು!

ಆಗ ಒಂದು ದಿನ, ಹಿರಿಯರೆಲ್ಲಾ ಸೇರಿ ಏನು ಮಾಡುವುದೆಂದು ಯೋಚಿಸಿದರು. ಸ್ವಲ್ಪ ಹೊತ್ತು ಚರ್ಚಿಸಿ ಕೊನೆಗೆ ಅವರು ಒಂದು ತೀರ್ಮಾನಕ್ಕೆ ಬಂದರು. ಅದರಂತೆ, ಅವರು ಜನರಿಗೆ ಉದ್ದವಾದ ಬಿಲ್ಲುಗಳನ್ನೂ ಬಾಣಗಳನ್ನೂ ಮಾಡಲು ಹೇಳಿದರು. ಎರಡು ಬಗೆಯ ಬಾಣಗಳನ್ನು ಮಾಡಬೇಕಿತ್ತು. ಒಂದು ಚಚೋಯಿಗಳ, ಅಂದರೆ ಅಡಿಕೆಗರಿಗಳ ಕಡ್ಡಿಗಳ ಬಾಣಗಳು. ಇನ್ನೊಂದು, ಚಲಕ್‌ಗಳ, ಅಂದರೆ ತೆಂಗಿನಗರಿಗಳ ಕಡ್ಡಿಗಳ ಬಾಣಗಳು.

ಬಿಲ್ಲುಗಳೂ ಬಾಣಗಳೂ ತಯಾರಾದ ಬಳಿಕ ಅವರು ಅವನ್ನು ತೆಗೆದುಕೊಂಡು ಆಕಾಶದತ್ತ ಬಾಣಬಿಡತೊಡಗಿದರು! ಆಕಾಶವು ತುಂಬಾ ಹಿಂದಕ್ಕೆ ಹೋಗುವವರೆಗೂ ಬಾಣಗಳನ್ನು ಬಿಟ್ಟರು. ಹೀಗೆ ಆಕಾಶವನ್ನು ಬಹಳ ಮೇಲಕ್ಕೆ ತಳ್ಳಿದರು.

ಅವರು ಬಿಟ್ಟ ಕೆಲವು ಬಾಣಗಳು ಕೆಳಗೆ ಬರದೇ ಅಲ್ಲೇ ಅಂಟಿಕೊಂಡವು. ತೆಂಗಿನ ಗರಿಗಳ ಕಡ್ಡಿಗಳಿಂದ ಮಾಡಿದ್ದ ಬಾಣಗಳು ಜ್ವಾಲೆಗಳಾಗಿ ಸಿಡಿದು, ಹೆನ್ಯನ್ ಗಶಿಹೆಂಗ್ ಅಥವಾ ಸೂರ್ಯನಾಗಿ ರೂಪ ತಳೆದವು. ಆ ಸೂರ್ಯನಿಗೆ ಮನುಷ್ಯನ ಮುಖವೂ ಎಂಟು ತೋಳುಗಳೂ ಅವುಗಳ ಮಧ್ಯೆ ಮಕ್ಕಳೂ (ಕಿರಣಗಳೂ) ಇದ್ದವು! ಆದರೆ ಅಡಿಕೆ

ಗರಿಗಳ ಕಡ್ಡಿಗಳಿಂದ ಮಾಡಿದ್ದ ಬಾಣಗಳು ಜ್ವಾಲೆಗಳಾಗಿ ಸಿಡಿಯದೇ ಹೆನ್ಯನ್‌ಗಶಿಕಹೆ ಅಥವಾ ಚಂದ್ರನಾಗಿ ರೂಪು ತಳೆದವು!

ಹೀಗೆ ಸೂರ್ಯ, ಚಂದ್ರರು ಹುಟ್ಟಿದರು.

ಸಮವಾದ ಹಂಚಿಕೆ
ಪಂಜಾಬ್‌ನ ಜಾನಪದ ಕಥೆ

ಒಂದು ಹಳ್ಳಿಯಲ್ಲಿ ಇಬ್ಬರು ಸ್ನೇಹಿತರಿದ್ದರು. ಒಬ್ಬನ ಹೆಸರು ಬಂಟಸಿಂಗ್ ಎಂದಿದ್ದರೆ, ಇನ್ನೊಬ್ಬನ ಹೆಸರು ಘಂಟಸಿಂಗ್. ಅವರಿಬ್ಬರೂ ಆಪ್ತಮಿತ್ರರಾಗಿದ್ದರು. ಸದಾ ಇಬ್ಬರೂ ಜೊತೆಯಾಗಿರುತ್ತಿದ್ದರು. ಆದರೆ ಅವರಿಬ್ಬರ ನಡುವೆ ಒಂದು ವ್ಯತ್ಯಾಸವಿತ್ತು. ಘಂಟಸಿಂಗನು ಧೂರ್ತನಾಗಿದ್ದು, ಸದಾ ಏನಾದರೂ ಲಾಭ ಮಾಡಲು ನೋಡುತ್ತಿದ್ದ! ಆದರೆ ಘಂಟಸಿಂಹನು ಮುಗ್ಧನೂ ದಡ್ಡನೂ ಆಗಿದ್ದ. ಘಂಟಸಿಂಗನು ಏನು ಹೇಳಿದರೂ ಅದಕ್ಕೆ ಹೂಗುಟ್ಟುತ್ತಿದ್ದ!

ಇಬ್ಬರೂ ಬಹಳ ಬಡವರಾಗಿದ್ದರು. ಹೆಚ್ಚಿನ ಹಣವಾಗಲೀ ಬೇರಾವ ದೊಡ್ಡ ಆಸ್ತಿಯಾಗಲೀ ಅವರಿಬ್ಬರ ಬಳಿಯೂ ಇರಲಿಲ್ಲ. ಆದರೂ ಅವರು ಹೇಗೋ ಬದುಕುತ್ತಿದ್ದರು. ಒಂದು ದಿನ, ಘಂಟಸಿಂಗನು ತಮ್ಮಿಬ್ಬರ ಬಳಿಯೂ ಒಟ್ಟಾರೆ ಏನೇನಿದೆ ಎಂದು ಲೆಕ್ಕಹಾಕಿ ಒಂದು ಧೂರ್ತತನದ ಉಪಾಯ ಮಾಡಿದ! ಅನಂತರ ಅವನು ಬಂಟನ ಬಳಿ ಹೇಳಿದ, "ನೀನು ಒಪ್ಪುವುದಾದರೆ ನನ್ನ ಬಳಿ ಒಂದು ಒಳ್ಳೆಯ ಉಪಾಯವಿದೆ!"

"ನಿನ್ನ ಮಾತನ್ನು ನಾನು ಯಾವತ್ತು ಒಪ್ಪಿಲ್ಲ?" ಬಂಟನು ಹೇಳಿದ.

"ಆಹಾ! ಬಹಳ ಒಳ್ಳೆಯದು!" ಹೇಗೆ ಹಂಚಿಕೊಳ್ಳುವುದು?"ಬಂಟ ಕೇಳಿದ.

ಘಂಟ ಸ್ವಲ್ಪ ಯೋಚಿಸಿ, "ನೋಡು! ನಮ್ಮ ಬಳಿ ಮೂರು ಅಮೂಲ್ಯ ವಸ್ತುಗಳಿವೆ. ಒಂದು ನನ್ನ ಬಳಿಯಿರುವ ಹಸು! ಇನ್ನೊಂದು ನಿನ್ನ ಬಳಿಯಿರುವ ಕಂಬಳಿ! ಮೂರನೆಯದು, ನಿನ್ನ ಮನೆಯ ಹಿಂದಿರುವ ಬೇಲದ ಹಣ್ಣಿನ ಮರ! ಈ ಮೂರನ್ನೂ ನಾವು ಸಮವಾಗಿ ಅರ್ಧರ್ಧ ಹಂಚಿಕೊಳ್ಳೋಣ!" ಎಂದನು.

"ಆಗಲಿ! ಆಗಲಿ! ಹೇಗೆ ಹಂಚಿಕೊಳ್ಳೋಣ?" ಬಂಟ ಕೇಳಿದ.

"ನೀನು ಬಹಳ ಒಳ್ಳೆಯ ಮಿತ್ರನಾದುದರಿಂದ, ಮೊದಲ ಭಾಗವೆಲ್ಲಾ ನಿನಗೇ ಇರಲಿ! ಹಸುವಿನ ಮುಂಭಾಗವನ್ನು ನೀನು ತೆಗೆದುಕೋ! ಅದರ ಹಿಂಭಾಗ ನನಗಿರಲಿ! ನೀನು ಬೇಲದ ಮರದ ಬೇರು ಮತ್ತು ಕಾಂಡಗಳನ್ನು ತೆಗೆದುಕೋ! ಅದರ ರೆಂಬೆ-ಕೊಂಬೆಗಳು ನನಗಿರಲಿ! ಇನ್ನು ಕಂಬಳಿ, ಬೆಳಗ್ಗೆಯ ಹೊತ್ತು ನಿನಗಿರಲಿ! ನಿಜ ಹೇಳಬೇಕೆಂದರೆ, ನನಗೇನೂ ಅದು ಬೇಡ!" ಘಂಟ ಹೇಳಿದ.

"ಏಕೆ ಬೇಡ ಮಿತ್ರ?" ಬಂಟ ಹೇಳಿದ, "ಎಲ್ಲವನ್ನೂ ಸಮನಾಗಿ ಹಂಚಿಕೊಳ್ಳಬೇಕಲ್ಲವೇ?"

"ಆಗಲಿ! ನೀನು ಒತ್ತಾಯಪಡಿಸುವುದಾದರೆ ಕಂಬಳಿಯನ್ನು ನಾನು ರಾತ್ರಿ ತೆಗೆದುಕೊಳ್ಳುತ್ತೇನೆ!" ಘಂಟ ಹೇಳಿದ.

ಹೀಗೆ ಘಂಟಸಿಂಹನು ಧೂರ್ತತನದ ಉಪಾಯ ಮಾಡಿ, ವಿನಯವನ್ನು ನಟಿಸುತ್ತಾ, ಬಂಟನಿಗೆ ಒಳ್ಳೆಯದನ್ನೇ ಮಾಡುವಂತೆ ತೋರಿಕೊಳ್ಳುತ್ತಾ, ಅವನೇ ಒಪ್ಪುವಂತೆ ಮಾಡಿ, ಮೂರೂ ವಸ್ತುಗಳ ಉಪಯುಕ್ತ ಭಾಗಗಳನ್ನು ತಾನೇ ತೆಗೆದುಕೊಂಡು, ಅವುಗಳ ಅನುಪಯುಕ್ತ ಭಾಗಗಗಳನ್ನು ಬಂಟಸಿಂಗನಿಗೆ ನೀಡಿದ! ಪಾಪ, ಬಂಟಸಿಂಗನಿಗೆ ಇದು ಮೊದಲಿಗೆ ತಿಳಿಯಲೇ ಇಲ್ಲ!

ಒಂದು ತಿಂಗಳು ಕಳೆಯುವ ಹೊತ್ತಿಗೆ ಬಂಟನಿಗೆ ಏನೋ ತಪ್ಪಾಗಿದೆಯೆಂದು ತಿಳಿಯತೊಡಗಿತು. ಹಸುವಿನ ಮುಂಭಾಗ ಅವನಿಗೆ ಸೇರಿದ್ದರಿಂದ ದಿನವೂ ಬೆಳಗಾದ ಕೂಡಲೇ ಅದಕ್ಕೆ ತಿನ್ನಲು ಹುಲ್ಲು ಹಾಕುತ್ತಿದ್ದ, ಹಾಗೂ ಬೆಳಗ್ಗೆ ಸಂಜೆ, ಎರಡು ಬಾರಿ ಬಾವಿಯಿಂದ ನೀರು ಸೇದಿ ಅದಕ್ಕೆ ನೀರು ಕುಡಿಸುತ್ತಿದ್ದ. ಆದರೆ ಹಸುವಿನ ಹಿಂಭಾಗ ಘಂಟನಿಗೆ ಸೇರಿದ್ದರಿಂದ ಅವನು ದಿನವೂ ಅದರ ಹಾಲು ಕರೆದುಕೊಂಡು ಕುಡಿಯುತ್ತಿದ್ದ. ಬಂಟನಿಗೆ ಸ್ವಲ್ಪವೂ ಕುಡಿಯಲು ಕೊಡುತ್ತಿರಲಿಲ್ಲ! ಅಂತಯೇ, ಕಂಬಳಿ, ಬಂಟನಿಗೆ ಬೆಳಗ್ಗೆ ಸೇರಿದ್ದರಿಂದ ಅವನಿಗೆ ಅದರಿಂದ ಏನೂ ಪ್ರಯೋಜನವಾಗುತ್ತಿರಲಿಲ್ಲ! ಅದೇ ಘಂಟ, ರಾತ್ರಿ ಚಳಿಯಿದ್ದಾಗ ಅದನ್ನು ಬೆಚ್ಚಗೆ ಹೊದ್ದು ಮಲಗುತ್ತಿದ್ದ. ಆಗ ಬಂಟ, ಕಂಬಳಿಯಿಲ್ಲದೇ ಚಳಿಯಿಂದ ನಡುಗುತ್ತಾ ಮುದುಡಿಕೊಂಡು ಮಲಗುತ್ತಿದ್ದ. ಇನ್ನು ಬೇಲದ ಮರದ ವಿಷಯದಲ್ಲೂ, ಅದರ ಬೇರು ಮತ್ತು ಕಾಂಡಗಳು ಬಂಟನಿಗೆ ಸೇರಿದ್ದರಿಂದ, ಅವನು ತಿಂಗಳುಗಟ್ಟಲೆ ಅದಕ್ಕೆ ನೀರು, ಗೊಬ್ಬರ ಹಾಕುತ್ತಾ, ಕಸ, ಕಡ್ಡಿ,

ಕಳೆಗಳನ್ನು ತೆಗೆದು ಶುದ್ಧೀಕರಿಸುತ್ತಾ ಬಹಳ ಕೆಲಸ ಮಾಡುತ್ತಿದ್ದ. ಆದರೆ ಅದು ಹಣ್ಣು ಬಿಟ್ಟ ಕೂಡಲೇ, ರೆಂಬೆಕೊಂಬೆಗಳ ಒಡೆತನ ಪಡೆದಿದ್ದ ಘಂಟ, ಎಲ್ಲಾ ಹಣ್ಣುಗಳನ್ನೂ ತಾನು ತೆಗೆದುಕೊಂಡುಬಿಡುತ್ತಿದ್ದ! ಒಂದು ಹಣ್ಣನ್ನೂ ಬಂಟನಿಗೆ ಕೊಡುತ್ತಿರಲಿಲ್ಲ!

ಬಂಟನು ಈ ವಿಷಯದ ಬಗ್ಗೆ ಘಂಟನನ್ನು ಕೇಳಿದಾಗ ಘಂಟನು, "ಮಿತ್ರ! ಈ ವಿಷಯದ ಬಗ್ಗೆ ನಾವಾಗಲೇ ಇತ್ಯರ್ಥ ಮಾಡಿರುವೆವಲ್ಲ! ನಿನಗೆ ಒಪ್ಪಿಗೆಯಾಗುವಂತೆಯೇ ನಾವು ಮೂರು ವಸ್ತುಗಳನ್ನೂ ಹಂಚಿಕೊಂಡಿದ್ದೇವೆ! ಆದ್ದರಿಂದ ಈಗೇನೂ ಮಾಡಲಾಗುವುದಿಲ್ಲ! ನನ್ನದು ನನಗೆ! ನಿನ್ನದು ನಿನಗೆ! ಅಷ್ಟೇ!" ಎಂದುಬಿಟ್ಟ!

ಪಾಪ, ಬಂಟ ಏನೂ ಹೇಳಲಾರದಾದ. ಪೆಚ್ಚು ಮೋರೆ ಹಾಕಿಕೊಂಡು ತನ್ನ ಹಳ್ಳಿಯ ಹತ್ತಿರವಿದ್ದ ಒಂದು ಕಾಡಿಗೆ ಹೋದ. ಅಲ್ಲಿ ಮೈಗೆಲ್ಲಾ ಭಸ್ಮ ಬಳಿದುಕೊಂಡು ತಲೆಯು ಜಟೆಗಟ್ಟಿದ್ದ ಒಬ್ಬ ಸಾಧುವನ್ನು ನೋಡಿ ಅವನಿಗೆ ನಮಸ್ಕರಿಸಿದ. ಆಗ ಆ ಸಾಧು ಬಂಟನನ್ನು ನೋಡಿ ಹೇಳಿದ, "ಏಕಪ್ಪ ಸಪ್ಪಗಿರುವೆ? ಏನಾದರೂ ತೊಂದರೆಯಿದ್ದರೆ ನನಗೆ ಹೇಳು! ನನಗೆ ಸಾಧ್ಯವಾದರೆ ಸಹಾಯ ಮಾಡುವೆ!'

ಆಗ ಬಂಟನು ತನ್ನ ಕಥೆಯನ್ನು ಹೇಳಿದ. ಅದನ್ನು ಕೇಳಿ ಸಾಧುವು ಅವನಿಗೆ ತನ್ನ ಮಿತ್ರನನ್ನು ಗೆಲ್ಲುವ ಒಂದು ಉಪಾಯವನ್ನು ಹೇಳಿಕೊಟ್ಟ. ಬಂಟನು ಅವನಿಗೆ ಕೃತಜ್ಞತೆ ಅರ್ಪಿಸಿ ಸಂತೋಷದಿಂದ ಮನೆಗೆ ಹೋದ.

ರಾತ್ರಿಯಾಯಿತು. ಘಂಟನು ಬಂಟನ ಬಳಿ ಕಂಬಳಿ ಕೇಳಿದ. ಬಂಟನು ಕಂಬಳಿಯನ್ನು ತಂದುಕೊಟ್ಟ. ಘಂಟನು ಅದನ್ನು ಹಿಡಿದುಕೊಂಡು ನೋಡುತ್ತಾನೆ. ಅದು ನೀರಿನಿಂದ ನೆಂದು ತೊಪ್ಪೆಯಾಗಿದೆ! ಕೋಪಾಶ್ಚರ್ಯಗಳಿಂದ ಘಂಟನು ಕಿರುಚಿದ, "ಏನಿದು?! ಏಕೆ ಕಂಬಳಿಯನ್ನು ನೀರಿನಲ್ಲಿ ನೆನಸಿದೆ?!"

ಅದಕ್ಕೆ ಬಂಟನು ಪ್ರಶಾಂತವಾಗಿ, 'ನೀನು ಮರೆತಂತಿದೆ ಮಿತ್ರ! ಹಗಲಿನ ಹೊತ್ತು ಕಂಬಳಿ ನನ್ನದು! ನಾನು ಅದನ್ನು ಏನು ಬೇಕಾದರೂ ಮಾಡಬಹುದು!"

ಈ ಮಾತು ಕೇಳಿ ಘಂಟನು ನಿರುತ್ತರವಾಗಿ ಮನೆಗೆ ಹೋದ. ಆದರೆ ಬಂಟನಿಗೆ ಇಷ್ಟು ಬುದ್ಧಿ ಹೇಗೆ ಬಂತೆಂದು ಅವನಿಗೆ ಆಶ್ಚರ್ಯವಾಯಿತು!

ಮರುದಿನ, ಘಂಟನು ಬೇಗ ಎದ್ದು ಹಸುವಿನ ಹಾಲು ಕರೆಯಲು ಹೋದ. ಅಷ್ಟು ಹೊತ್ತಿಗಾಗಲೇ ಬಂಟನು ಎದ್ದು ಹಸುವಿಗೆ ಹುಲ್ಲು ತಿನ್ನಿಸಿ ನೀರು ಕುಡಿಸಿದ್ದ. ಘಂಟನು ಒಂದು ಚೊಂಬಿನಲ್ಲಿ ಹಸುವಿನ ಹಾಲು ಕರೆಯತೊಡಗಿದ. ಚೊಂಬು ಅರ್ಧತುಂಬಲು, ಬಂಟನು ಒಂದು ಹುಲ್ಲುಕಡ್ಡಿಯನ್ನು ಹಸುವಿನ ಮೂಗಿನಲ್ಲಿ ಆಡಿಸಿ ಕಚಗುಳಿಯಿಟ್ಟ! ಆಗ ಹಸುವು ಕೆರಳಿ ಜೋರಾಗಿ ಒದೆಯಿತು! ಇದರಿಂದ ಚೊಂಬು ಉರುಳಿ ಹಾಲೆಲ್ಲಾ ಚೆಲ್ಲಿತಲ್ಲದೇ ಅವನಿಗೆ ಒಳ್ಳೆಯ ಏಟು ಬಿತ್ತು! ಇದರಿಂದ ಘಂಟನು ಕುಪಿತಗೊಂಡು, "ಏ ಬಂಟ! ಏಕೆ ಹಾಗೆ ಹಸುವಿಗೆ ಕಚಗುಳಿಯಿಟ್ಟು ಅದನ್ನು ಕೆಣಕುತ್ತಿರುವೆ?" ಎಂದು ಕಿರುಚಿದ!

"ಮಿತ್ರ! ನೀನು ಮರೆತಂತಿದೆ!" ಬಂಟನು ಹೇಳಿದ, "ಹಸುವಿನ ಮುಂಭಾಗ ನನ್ನದು! ನಾನು ಅದ್ಕಕೇನು ಬೇಕಾದರೂ ಮಾಡಬಹುದು!"

ಈ ಮಾತಿಗೆ ಘಂಟನು ನಿರುತ್ತರನಾದ. ಅಂದು ಅವನಿಗೆ ಹಾಲಿಲ್ಲದಂತಾಯಿತು.

ಮಧ್ಯಾಹ್ನದ ಹೊತ್ತಿಗೆ ಘಂಟನು ಬೇಲದ ಮರ ಹತ್ತಿ ಒಂದಿಷ್ಟು ಹಣ್ಣುಗಳನ್ನು ಕಿತ್ತತೊಡಗಿದ. ಇದೇ ಸಮಯವನ್ನು ಕಾದಿದ್ದ ಬಂಟ, ಒಂದು ಕೊಡಲಿಯನ್ನೆತ್ತಿಕೊಂಡು ಬಂದು ಆ ಮರವನ್ನು ಕಡಿಯಲು ಹೊರಟ! ಆಗ ಗಾಬರಿಯಾದ ಘಂಟ, "ಅಯ್ಯಯ್ಯೋ! ಬಂಟ! ಮರವನ್ನೇಕೆ ಕಡಿಯುತ್ತಿರುವೆ? ನಮಗಿರುವುದು ಒಂದೇ ಮರ! ನಿನ್ನ ದಮ್ಮಯ್ಯ! ಮರ ಕಡಿಯಬೇಡಪ್ಪ!" ಎಂದು ಕೂಗಿದ.

ಅದಕ್ಕೆ ಬಂಟನು ಪ್ರಶಾಂತನಾಗಿ, "ಮಿತ್ರ! ನೀನು ಮರೆತಂತಿದೆ! ಮರದ ಬೇರು, ಕಾಂಡಗಳು ನನ್ನದು! ನಾನು ಅದಕ್ಕೆ ಏನು ಬೇಕಾದರೂ ಮಾಡಬಹುದು!" ಎಂದನು.

ಆಗ ಘಂಟನು ಮರದಿಂದಿಳಿದು, "ಬೇಡ ಮಿತ್ರ! ಬೇಡ! ಈ ಹಂಚಿಕೆ ಬೇಡ! ಇದನ್ನು ಮಾರ್ಪಡಿಸೋಣ! ಈ ಬಾರಿ ನೀನೇ ಹೇಗೆ ಹಂಚಿಕೊಳ್ಳುವುದೆಂದು ಹೇಳು!" ಎಂದನು.

ಈಗ ಘಂಟನಿಗೆ ಬಂಟನನ್ನು ಇನ್ನು ಮೋಸಗೊಳಿಸಲಾರನೆಂದು ಅರಿವಾಯಿತು. ಬಂಟನು ಹೇಗೆ ಹಂಚಿಕೆ ಮಾಡುವುದೆಂದು ಈಗಾಗಲೇ ನಿರ್ಧರಿಸಿದ್ದ. ಅದರಂತೆ ಅವನು ಹೇಳಿದ.

"ಕಂಬಳಿಯನ್ನು ಇಬ್ಬರೂ ದಿನ ಬಿಟ್ಟು ದಿನ ಉಪಯೋಗಿಸೋಣ! ಹಸುವನ್ನು ಇಬ್ಬರೂ ಸರಿದಿಯಂತೆ ನೋಡಿಕೊಂಡು ಹಾಲನ್ನು ಸಮವಾಗಿ ಹಂಚಿಕೊಳ್ಳೋಣ! ಅಂತೆಯೇ ಮರವನ್ನೂ ಇಬ್ಬರೂ ಸರದಿಯಂತೆ ನೋಡಿಕೊಂಡು, ಹಣ್ಣುಗಳನ್ನು ಸಮಪಾಲು ಮಾಡಿಕೊಳ್ಳೋಣ!"

ಘಂಟನು ಇದಕ್ಕೆ ಕೂಡಲೇ ಒಪ್ಪಿದನು. ಅಂದಿನಿಂದ ಇಬ್ಬರೂ ತಮ್ಮ ವಸ್ತುಗಳನ್ನು ಸಮವಾಗಿ ಹಂಚಿಕೊಂಡು ಸುಖವಾಗಿ ಬಾಳಿದರು. ಘಂಟಸಿಂಗನು ಇನ್ನೆಂದೂ ಬಂಟಸಿಂಗನಿಗೆ ಮೋಸ ಮಾಡಲು ಪ್ರಯತ್ನಿಸಲಿಲ್ಲ. ಅಂತೂ ಸಾಧುವಿನ ಸಹಾಯದಿಂದ ಬಂಟಸಿಂಗನು ಬುದ್ಧಿವಂತನಾಗಿ ಜೀವನದಲ್ಲಿ ಸುಖವಾಗಿದ್ದನು.

ಚತುರ ಹುಡುಗಿ
ಪಂಜಾಬ್‌ನ ಜಾನಪದ ಕಥೆ

ಒಂದಾನೊಂದು ಕಾಲದಲ್ಲಿ ಒಬ್ಬ ರಾಜನಿದ್ದನು. ಅವನು ರಾತ್ರಿಯ ಹೊತ್ತಿನಲ್ಲಿ ತನ್ನ ರಾಜ್ಯದಲ್ಲಿ ಹೊಸ ಹೊಸ ಮಾತುಗಳನ್ನು ಕೇಳಲು ವೇಷಾಂತರದಲ್ಲಿ ಸುತ್ತಾಡುತ್ತಿದ್ದ. ಹೀಗೆಯೇ ಒಂದು ರಾತ್ರಿ ಸುತ್ತಾಡುತ್ತಾ ಒಂದು ಉದ್ಯಾನವನದಲ್ಲಿ ನಾಲ್ವರು ಹುಡುಗಿಯರು ಬಹಳ ಗಂಭೀರವಾಗಿ ಮಾತನಾಡುತ್ತಿದ್ದುದನ್ನು ಕಂಡ. ಅವರೇನು ಮಾತನಾಡುತ್ತಿದ್ದರೆಂದು ಕೇಳಲು ಕುತೂಹಲದಿಂದ ಒಂದು ಮರದ ಹಿಂದೆ ಅಡಗಿ ನಿಂತ. ಒಬ್ಬಳು ಹುಡುಗಿ ಹೇಳುತ್ತಿದ್ದಳು, "ಏನಾದರಾಗಲಿ! ಮಾಂಸದ ರುಚಿಯ ಮುಂದೆ ಬೇರೆ ಏನೂ ಇಲ್ಲ!"

"ನಾನು ಒಪ್ಪುವುದಿಲ್ಲ! ಮದ್ಯದ ರುಚಿಯೇ ರುಚಿ!" ಎರಡನೆಯ ಹುಡುಗಿ ಹೇಳಿದಳು.

"ಇಲ್ಲ! ಇಲ್ಲ! ನಿಮ್ಮಿಬ್ಬರಿಗೂ ಏನೂ ಗೊತ್ತಿಲ್ಲ! ಪ್ರೇಮದ ಸವಿಯ ಮುಂದೆ ಯಾವುದೂ ಇಲ್ಲ!" ಮೂರನೆಯವಳು ಹೇಳಿದಳು.

ಆಗ ನಾಲ್ಕನೆಯವಳು ಹೇಳಿದಳು, "ಮಾಂಸ, ಮದ್ಯ, ಪ್ರೇಮಗಳ ಸ್ವಾದವು ಚೆನ್ನಾಗಿದೆ ಸರಿ! ಆದರೆ ಸುಳ್ಳು ಹೇಳುವ ರುಚಿಯೇ ಬೇರೆ! ಅದರ ಮುಂದೆ ಯಾವ ರುಚಿಯೂ ಇಲ್ಲ!"

ಆ ಸಮಯಕ್ಕೆ ಅವರ ಮನೆಗಳಿಂದ ಕರೆ ಬರಲು, ಆ ನಾಲ್ವರು ಹುಡುಗಿಯರೂ ಹೋದರು. ಅವರ ಮಾತುಗಳನ್ನು ಬಹಳ ಗಮನವಿಟ್ಟು ಕೇಳುತ್ತಿದ್ದ ರಾಜನು ಸ್ವಲ್ಪ ದೂರದಿಂದ ಅವರನ್ನು ಹಿಂಬಾಲಿಸುತ್ತಾ, ಅವರು ತಮ್ಮ ಮನೆಗಳಿಗೆ ಹೋಗಲು, ಅವನು ಸೀಮೆಸುಣ್ಣದಿಂದ ಅವರ ಮನೆಗಳಿಗೆ ಗುರುತು ಮಾಡಿ ಹೋದನು.

ಮರುದಿನ, ರಾಜನು ತನ್ನ ಮಂತ್ರಿಯನ್ನು ಕರೆದು ತಾನು ಹಿಂದಿನ ರಾತ್ರಿ ನೋಡಿದ ಉದ್ಯಾನವನದ ಬಳಿಯ ಗಲ್ಲಿಯಲ್ಲಿ ತಾನು ಗುರುತು ಮಾಡಿರುವ ಮನೆಗಳ

ಮಾಲೀಕರನ್ನು ಕರೆಸಲು ಹೇಳಿದ. ಮಂತ್ರಿಯು ತಾನೇ ಹೋಗಿ ಆ ಮನೆಗಳನ್ನು ಗುರುತಿಸಿ ಅವುಗಳ ಮಾಲೀಕರನ್ನು ಕರೆತಂದ. ಅವರು ರಾಜಸಭೆಗೆ ಬರಲು, ರಾಜನು ಅವರನ್ನು ಕೇಳಿದ, "ನಿಮಗೆ ಹೆಣ್ಣುಮಕ್ಕಳಿದ್ದಾರಲ್ಲವೇ?"

"ಹೌದು..... ಇದ್ದಾರೆ ಮಹಾರಾಜ!" ಹೆದರಿ ಕಂಪಿಸುತ್ತಾ ಹೇಳಿದರು ಅವರು.

"ನಾನು ಅವರೊಡನೆ ಮಾತನಾಡಬಯಸುತ್ತೇನೆ! ಹಾಗಾಗಿ ಅವರನ್ನು ಇಲ್ಲಿಗೆ ಕರೆತನ್ನಿ!" ರಾಜನು ಹೇಳಿದ.

ಆಗ ಆ ನಾಲ್ವರು ಹೇಳಿದರು, "ನಮ್ಮ ಹೆಣ್ಣುಮಕ್ಕಳು ಯುವತಿಯರಾಗಿದ್ದು ರಾಜಾಸ್ಥಾನಕ್ಕೆ ಬಂದರೆ ಜನರು ಅವರಿಗೆ ಬೊಟ್ಟು ಮಾಡಿ ತೋರಿಸುತ್ತಾರೆ!'

ಅದಕ್ಕೆ ರಾಜನು, "ನಿಮ್ಮ ಹೆಣ್ಣುಮಕ್ಕಳ ಬಗ್ಗೆ ಯಾರೂ ಏನೂ ಮಾತನಾಡುವುದಿಲ್ಲವೆಂದು ನಾನು ಭಾಷೆ ನೀಡುತ್ತೇನೆ! ಅವರ ರಕ್ಷಣೆಯ ಭಾರ ನನ್ನದು! ಅವರು ಇಲ್ಲಿಗೆ ಬರುವ ವಿಷಯ ಯಾರ ಕಿವಿಗೂ ಬೀಳದಂತೆ ನೋಡಿಕೊಳ್ಳುತ್ತೇನೆ!" ಎಂದನು. ಅವರು ಒಪ್ಪಲಿಲ್ಲ. ರಾಜನು ಆ ಹುಡುಗಿಯರನ್ನು ಕರೆತರಲು, ಪರದೆಗಳಿದ್ದ ಪಲ್ಲಕ್ಕಿಗಳನ್ನು ಕಳಿಸಿದ. ಆ ನಾಲ್ವರು ಹುಡುಗಿಯರೂ ರಾಜನ ಆಸ್ಥಾನಕ್ಕೆ ಬರಲು, ಅವನು ಒಬ್ಬೊಬ್ಬಳನ್ನೂ ಪ್ರತ್ಯೇಕವಾಗಿ ಕರೆದು ಪ್ರಶ್ನಿಸತೊಡಗಿದ. ಮೊದಲನೆಯವಳನ್ನು ಮೊದಲು ಕರೆದು ಕೇಳಿದ, "ಬಾಲೆ! ನನ್ನ ಉದ್ಯಾನವನದಲ್ಲಿ ನಿನ್ನ ಗೆಳತಿಯರೊಂದಿಗೆ ಏನು ಹೇಳುತ್ತಿದ್ದೆ?"

ಆ ಹುಡುಗಿ ಹೇಳಿದಳು, "ಪ್ರಭು! ನಿಮ್ಮ ಬಗ್ಗೆ ನಾನೇನೂ ಹೇಳಲಿಲ್ಲ!"

"ನನ್ನ ಬಗ್ಗೆ ಅಲ್ಲ! ನೀನೇನು ಹೇಳಿದೆಯೋ ಅದನ್ನು ಹೇಳು! "ರಾಜನು ಹೇಳಿದ.

"ನಾನು ಮಾಂಸದ ರುಚಿಯೇ ಎಲ್ಲಕ್ಕಿಂತ ಹೆಚ್ಚಿನದೆಂದು ಹೇಳುತ್ತಿದ್ದೆ ಪ್ರಭು! ಹುಡುಗಿ ಹೇಳಿದಳು.

"ನಿನ್ನದು ಯಾವ ಜನಾಂಗ?" ರಾಜ ಕೇಳಿದ.

"ನಮ್ಮದು ಭಾಬ್ರ ಜನಾಂಗ ಪ್ರಭು!" ಹುಡುಗಿ ಹೇಳಿದಳು.

"ಭಾಬ್ರವೇ? ಭಾಬ್ರ ಜನಾಂಗದವರು ಮಾಂಸವನ್ನು ಮುಟ್ಟುವುದೂ ಇಲ್ಲ ಎಂದು ಕೇಳಿದ್ದೇನೆ! ಅವರು ನೀರಿನವರೆಗೂ ಎಲ್ಲವನ್ನೂ ಪರೀಕ್ಷಿಸಿ ಒಂದು ಸಣ್ಣ ಕೀಟವೂ ಹೊಟ್ಟೆಯೊಳಗೆ ಹೋಗದಂತೆ ನೋಡಿ ತಿನ್ನುತ್ತಾರಂತೆ! ಹೀಗಿರಲು ನಿನಗೆ ಮಾಂಸದ ರುಚಿ ಹೇಗೆ ತಿಳಿಯಿತು?" ರಾಜನು ಆಶ್ಚರ್ಯದಿಂದ ಕೇಳಿದ.

"ನಿಜ ಪ್ರಭು! ನನಗೆ ಮಾಂಸದ ರುಚಿಯ ಪರಿಚಯವಿಲ್ಲ! ಆದರೆ ನಾನು ಏನು ನೋಡಿದೆನೋ ಅದರಿಂದ ಹಾಗೆನಿಸಿತು ಅಷ್ಟೆ! ನಮ್ಮ ಮನೆಯ ಸಮೀಪ ಒಬ್ಬ ಕಸಾಯಿಯವನ ಅಂಗಡಿಯಿದೆ. ಅಲ್ಲಿ ನಾನು ನೋಡಿದಂತೆ, ಮಾಂಸದ ಯಾವ ಭಾಗವೂ ವ್ಯರ್ಥವಾಗುವುದಿಲ್ಲ! ಮನುಷ್ಯನು ಮಾಂಸವನ್ನು ತಿಂದ ಬಳಿಕ ಬಿಸುಡುವ ಮೂಳೆಗಳನ್ನು ನಾಯಿಯು ಕೂಡಲೇ ಕಚ್ಚಿಕೊಳ್ಳುತ್ತದೆ! ಅವನ್ನು ಕತ್ತಿಯ ಹಾಗೆ ಸ್ವಚ್ಛವಾಗಿ ಹೊಳೆಯುವವರೆಗೂ ಕಡಿದೂ ಕಡಿದೂ ನೆಕ್ಕುತ್ತದೆ! ಅದು ಬಿಟ್ಟಮೇಲೆ, ಕಾಗೆಯು ಆ ಮೂಳೆಗಳನ್ನು ಎತ್ತಿಕೊಂಡು ಹೋಗುತ್ತದೆ! ಕಾಗೆಯೂ ಬಿಟ್ಟಮೇಲೆ, ಇರುವೆಗಳು ಅವಕ್ಕೆ ಮುತ್ತಿಕೊಂಡು ನಿಧಾನವಾಗಿ ಸೇವಿಸುತ್ತಾ ಮುರಿಯುತ್ತವೆ! ಆದ್ದರಿಂದಲೇ ಮಾಂಸದ ರುಚಿಯೇ ಎಲ್ಲಾ ರುಚಿಗಳಿಗಿಂತ ಹೆಚ್ಚೆಂದು ನಾನು ಭಾವಿಸಿದೆ!" ಹುಡುಗಿ ಹೇಳಿದಳು.

ಅವಳ ವಿವರಣೆಯಿಂದ ರಾಜನು ಬಹಳ ಸಂತೋಷಗೊಂಡನು! ಅವನು ಹೇಳಿದನು, "ನಿಜ, ಬಾಲೆ! ಮಾಂಸದ ರುಚಿ ಬೇರೆಯೇ ಹೌದು!"

ಹೀಗೆ ಹೇಳಿ ಅವನು ಅವಳಿಗೆ ಉಡುಗೊರೆ ಕೊಟ್ಟು ಕಳಿಸಿದ. ಅನಂತರ, ಅವನು ಎರಡನೆಯ ಹುಡುಗಿಯನ್ನು ತನ್ನ ಬಳಿಗೆ ಕರೆದು ಕೇಳಿದ. "ಬಾಲೆ! ನಿನ್ನೆ ರಾತ್ರಿ ಉದ್ಯಾನವನದಲ್ಲಿ ಏನು ಹೇಳುತ್ತಿದ್ದೆ?"

ಅದಕ್ಕೆ ಆ ಹುಡುಗಿ ಹೇಳಿದಳು, "ನಾನು ನಿಮ್ಮ ಬಗ್ಗೆ ಏನೂ ಹೇಳುತ್ತಿರಲಿಲ್ಲ ಪ್ರಭು!"

"ನನ್ನ ಬಗ್ಗೆ ಅಲ್ಲ! ನೀನೇನು ಹೇಳಿದೆಯೋ ಅದನ್ನು ಹೇಳು!" ರಾಜನು ಹೇಳಿದ.

"ನಾನು ಮದ್ಯದ ರುಚಿಯ ಮುಂದೆ ಬೇರಾವ ರುಚಿಯೂ ಇಲ್ಲ ಎಂದು ಹೇಳಿದೆ!" ಎಂದಳು ಹುಡುಗಿ.

"ನಿಮ್ಮದು ಯಾವ ಮನೆತನ?" ರಾಜ ಕೇಳಿದ.

"ಬ್ರಾಹ್ಮಣರ ಮನೆತನ ಪ್ರಭು!" ಹುಡುಗಿ ಹೇಳಿದಳು.

"ಏನು? ಬ್ರಾಹ್ಮಣರ ಮನೆತನವೇ? ಬ್ರಾಹ್ಮಣರು ಮದ್ಯದ ಹೆಸರನ್ನೂ ಸಹಿಸುವುದಿಲ್ಲ! ನಿನಗೆ ಮದ್ಯದ ರುಚಿ ಹೇಗೆ ತಿಳಿಯಿತು?" ರಾಜನು ಆಶ್ಚರ್ಯದಿಂದ ಕೇಳಿದ.

ಹುಡುಗಿ ಹೇಳಿದಳು, "ನಿಜ, ಪ್ರಭು! ನಾನು ಎಂದೂ ಮದ್ಯದ ರುಚಿ ನೋಡಿಲ್ಲ! ಆದರೆ ನಾನು ನೋಡಿರುವ ಘಟನೆಯಿಂದ ಮದ್ಯಕ್ಕೆ ತನ್ನದೇ ಆದ ರುಚಿಯಿದೆಯೆಂದು ಅಂದಾಜು ಮಾಡಿದೆ. ನಮ್ಮ ಗಲ್ಲಿಯಲ್ಲಿ ಒಂದು ಮದ್ಯದಂಗಡಿಯಿದೆ. ನಮ್ಮ ಮನೆಯ ಮಹಡಿಯ ಮೇಲೆ ಕುಳಿತು ನಾನು ಮದ್ಯಪಾನ ಮಾಡುವವರನ್ನು ಆಗಾಗ್ಗೆ ನೋಡುತ್ತಿರುತ್ತೇನೆ! ಒಮ್ಮೆ ಇಬ್ಬರು ಪುರುಷರು ಆ ಮದ್ಯದಂಗಡಿಗೆ ಬಂದುದನ್ನು ನೋಡಿದೆ. ಅವರಿಬ್ಬರೂ ಮದ್ಯವನ್ನು ತೆಗೆದುಕೊಂಡು ಕುಡಿಯುತ್ತಾ ಕುಳಿತರು. ಅವರು ಒಳ್ಳೆಯ ಮನೆಯವರಂತೆಯೇ ಕಾಣುತ್ತಿದ್ದರು. ಮದ್ಯಪಾನ ಮಾಡಿದ ಬಳಿಕ, ಅವರು ನಡೆಯಲು ಹೊರಟಾಗ ತೂರಾಡುತ್ತಿದ್ದರು! ಅವರು ಸರಿಯಾಗಿ ಹೆಜ್ಜೆಯಿಡಲಾಗುತ್ತಿರಲಿಲ್ಲ! ಪ್ರತಿ ಹೆಜ್ಜೆಗೂ ಬೀಳುತ್ತಿದ್ದರು, ಏಳುತ್ತಿದ್ದರು! ಕೊನೆಗೆ ಗೋಡೆ ಹಿಡಿದುಕೊಂಡು ನಡೆಯುತ್ತಿದ್ದರು! ಇದನ್ನು ನೋಡಿ ಅವರು ಅಂದಿನಿಂದ ಮದ್ಯಪಾನ ಮಾಡುವುದಿಲ್ಲ ಎಂದು ಭಾವಿಸಿದೆ. ಆದರೆ ಅವರು ಮರುದಿನ ಮತ್ತೆ ಬಂದು ಕುಡಿದರು! ಆ ದಿನ ನನಗನ್ನಿಸಿತು, ಈ ಮದ್ಯದಲ್ಲಿ ಏನೋ ರುಚಿಯಿರಬೇಕೆಂದು! ಆದ್ದರಿಂದಲೇ ಅದರಿಂದ ಎಷ್ಟು ಕಷ್ಟವಾದರೂ ಜನ ಅದನ್ನು ಮತ್ತೆ ಮತ್ತೆ ಕುಡಿಯುತ್ತಾರೆ!"

ಇದನ್ನು ಕೇಳಿ ರಾಜನು, "ಹೌದು ಬಾಲೆ! ನೀನು ಹೇಳುವುದು ಸರಿ! ಮದ್ಯದ ಸ್ವಾದ ಬಹಳ ಸೊಗಸಾಗಿರುತ್ತದೆ!" ಎಂದು ಹೇಳಿ ಅವಳಿಗೆ ಉಡುಗೊರೆ ಕೊಟ್ಟು ಕಳಿಸಿದ.

ಅನಂತರ ರಾಜನು ಮೂರನೆಯ ಹುಡುಗಿಯನ್ನು ಕರೆದು ಕೇಳಿದ, "ನಿನ್ನೆ ಉದ್ಯಾನವನದಲ್ಲಿ ರಾತ್ರಿ ಗೆಳತಿಯರೊಂದಿಗೆ ಏನು ಹೇಳುತ್ತಿದ್ದೆ?"

ಅದಕ್ಕೆ ಅವಳು, "ನಿಮ್ಮ ಬಗ್ಗೆ ಏನೂ ಹೇಳುತ್ತಿರಲಿಲ್ಲ ಪ್ರಭು!" ಎಂದಳು.

"ನಾನು ಪ್ರೇಮಕ್ಕಿಂತ ಹೆಚ್ಚು ಸವಿಯಾದುದು ಯಾವುದೂ ಇಲ್ಲವೆಂದು ಹೇಳುತ್ತಿದ್ದೆ ಪ್ರಭು!" ಹುಡುಗಿ ಹೇಳಿದಳು.

"ನೀನಿನ್ನೂ ಬಹಳ ಚಿಕ್ಕ ಹುಡುಗಿ! ಪ್ರೇಮದ ಬಗ್ಗೆ ನಿನಗೇನು ಗೊತ್ತು? ಯಾರ ಮಗಳು ನೀನು?" ರಾಜನು ಕೇಳಿದನು.

"ನಾನೊಬ್ಬ ಭಾಟನ(ಕಥೆ ಹೇಳುವವನು) ಮಗಳು!" ಹುಡುಗಿ ಹೇಳಿದಳು, "ನಾನು ಬಹಳ ಚಿಕ್ಕವಳು ನಿಜ! ಆದರೆ ನನಗೆ ನೋಡಿ ಅರ್ಥಮಾಡಿಕೊಳ್ಳುವ ಶಕ್ತಿಯಿದೆ! ನಾನೇನು ನೋಡಿದೆನೋ ಅದರಿಂದ ನನಗೆ ಪ್ರೇಮದಲ್ಲಿ ಮಹಾದಾನಂದವಿದೆಯೆಂದು ತಿಳಿಯಿತು! ನನ್ನ ಚಿಕ್ಕ ತಮ್ಮನು ಹುಟ್ಟಿದಾಗ ನನ್ನ ತಾಯಿಗೆ ಬಹಳ ಕಷ್ಟವಾಯಿತು! ಅವಳಿಗೆ ಮಾತನಾಡಲೂ ಕಷ್ಟವಾಗುತ್ತಿತ್ತು! ಎದ್ದು ಓಡಾಡಲೂ ಕಷ್ಟವಾಗುತ್ತಿತ್ತು! ಇಷ್ಟಾದರೂ ಕೆಲದಿನಗಳ ಬಳಿಕ, ಹಾಡಲು ಹಾಗೂ ಕುಣಿಯಲು ತೊಡಗಿದಳು. ಹಾಗೂ ನಮ್ಮಪ್ಪನು ಹೇಳಿದಂತೆ ಕೇಳತೊಡಗಿದಳು! ಆದ್ದರಿಂದಲೇ ಪ್ರೇಮದಾಸೆಯನ್ನು ಯಾರೂ ಮೀರಲು ಸಾಧ್ಯವಿಲ್ಲ ಎಂದು ನಾನು ಅರಿತೆ!"

"ಆಹಾ! ನೀನು ಸರಿಯಾಗಿ ಹೇಳುತ್ತಿರುವೆ!" ರಾಜನು ಹೇಳಿ ಅವಳಿಗೆ ಉಡುಗೊರೆ ನೀಡಿ ಕಳಿಸಿದನು.

ಅನಂತರ ರಾಜನು ನಾಲ್ಕನೆಯ ಹುಡುಗಿಯನ್ನು ಕರೆದು ಕೇಳಿದ, 'ನಿನ್ನೆ ರಾತ್ರಿ ಉದ್ಯಾನವನದಲ್ಲಿ ನೀನು ಗೆಳತಿಯರೊಂದಿಗೆ ಏನು ಹೇಳುತ್ತಿದ್ದೆ?'

"ನಾನು ನಿಮ್ಮ ಬಗ್ಗೆ ಏನೂ ಹೇಳುತ್ತಿರಲಿಲ್ಲ ಪ್ರಭು!" ಹುಡುಗಿ ಹೇಳಿದಳು.

"ನನಗೆ ಗೊತ್ತು! ಆದರೆ ನೀನೇನು ಹೇಳುತ್ತಿದ್ದೆಯೋ ಅದನ್ನು ಹೇಳು!" ರಾಜನು ಹೇಳಿದ.

"ಓ! ನಾನು ಸುಳ್ಳು ಹೇಳುವುದರಲ್ಲಿ ಜನಕ್ಕೆ ಹೆಚ್ಚು ಆನಂದವಿದೆಯೆಂದು ಹೇಳಿದೆ!" ಹುಡುಗಿ ಧೈರ್ಯವಾಗಿ ಹೇಳಿದಳು.

"ನೀನು ಯಾರ ಮಗಳು?" ರಾಜನು ಕೇಳಿದ.

"ನಾನೊಬ್ಬ ಜಾಟನ(ಒಂದು ಜನಾಂಗ) ಮಗಳು!' ಹುಡುಗಿ ಹೇಳಿದಳು.

ಸುಳ್ಳು ಹೇಳುವುದರಿಂದ ಬಹಳ ಆನಂದ ಸಿಗುವುದೆಂದು ನಿನಗೆ ಹೇಗೆ ಗೊತ್ತು?" ರಾಜನು ಕೇಳಿದ.

ಹುಡುಗಿಯು ಆತ್ಮವಿಶ್ವಾಸದಿಂದ ಹೇಳಿದಳು, "ಎಲ್ಲರೂ ಹೇಳುತ್ತಾರೆ ಪ್ರಭು! ನೀವೂ ಎಂದಾದರೂ ಸುಳ್ಳು ಹೇಳಿರುತ್ತೀರಿ! ಇಲ್ಲವಾದರೆ ಇನ್ನು ಮುಂದೆ ಖಂಡಿತ ಹೇಳುವಿರಿ!"

"ನೀನೇನು ಹೇಳುತ್ತಿರುವೆಯೆಂದು ತಿಳಿದಿರುವೆಯಾ?" ರಾಜನು ಕೇಳಿದ.

"ಮಾಹಾರಾಜ! ನನಗೆ ಎರಡು ಲಕ್ಷ ರೂಪಾಯಿಗಳನ್ನು ಕೊಡಿ! ನಾನು ಆರು ತಿಂಗಳುಗಳಲ್ಲಿ ಇದನ್ನು ಸಾಬೀತುಪಡಿಸುತ್ತೇನೆ!" ಹುಡುಗಿಯು ಹೇಳಿದಳು.

ರಾಜನಿಗೆ ಬಹಳ ಕುತೂಹಲವಾಯಿತು! ಅವನು ಅವಳಿಗೆ ಎರಡು ಲಕ್ಷ ರೂಪಾಯಿಗಳನ್ನು ಕೊಟ್ಟು ಕಳಿಸಿದ. ಆರು ತಿಂಗಳ ಬಳಿಕ, ಅವಳನ್ನು ಆಸ್ಥಾನಕ್ಕೆ ಕರೆಸಿ, ಅವಳಿಗೆ ಅವಳ ಮಾತನ್ನು ನೆನಪಿಸಿದ. ಈ ಮಧ್ಯೆ, ಆ ಹುಡುಗಿಯು ರಾಜನು ಕೊಟ್ಟಿದ್ದ ಹಣದಲ್ಲಿ ಒಂದು ದೊಡ್ಡ ಭವನವನ್ನು ಕೊಂಡಿದ್ದಳು. ಅದರಲ್ಲಿ ಸೊಗಸಾದ ರೇಷ್ಮೆಪರದೆಗಳನ್ನು ಹಾಕಿಸಿ, ಅದನ್ನು ಸುಂದರವಾದ ಚಿತ್ರಗಳಿಂದ ಅಲಂಕರಿಸಿದ್ದಳು. ಈಗ ಅವಳು ರಾಜನಿಗೆ ಹೇಳಿದಳು, "ಪ್ರಭು! ನನ್ನೊಡನೆ ನಡೆಯಿರಿ! ನಿಮಗೆ ಭಗವಂತನ ದರ್ಶನ ಮಾಡಿಸುತ್ತೇನೆ!"

ಆಶ್ಚರ್ಯಗೊಂಡ ರಾಜನು, ಸಂಜೆ ತನ್ನ ಇಬ್ಬರು ಮಂತ್ರಿಗಳನ್ನು ಕರೆದುಕೊಂಡು ಅವಳೊಂದಿಗೆ ಹೊರಟ. ಆ ಭವನದ ಬಳಿ ಬರಲು, ಹುಡುಗಿಯು ಹೇಳಿದಳು, "ಪ್ರಭು! ಇದರಲ್ಲಿ ಸಾಕ್ಷಾತ್ ಭಗವಂತನೇ ಇದ್ದಾನೆ! ಆದರೆ ಒಂದು ಬಾರಿಗೆ ಒಬ್ಬರು ಮಾತ್ರ ಒಳಗೆ ಪ್ರವೇಶಿಸಿ ಅವನ ದರ್ಶನ ಪಡೆಯಬಹುದು! ಆದರೆ ಯಾರಿಗಾದರೂ ಏನಾದರೂ ದೋಷವಿದ್ದರೆ, ಆಗ ಅವನು ಅವರಿಗೆ ಪ್ರಕಟವಾಗುವುದಿಲ್ಲ! ಹಾಗಾಗಿ, ಈಗ ನೀವು ಒಬ್ಬೊಬ್ಬರಾಗಿ ಒಳಗೆ ಪ್ರವೇಶಿಸಿ!"

ಆಗ ರಾಜನು, "ಸರಿ! ಮೊದಲು ನನ್ನ ಮಂತ್ರಿಗಳು ಒಳಗೆ ಹೋಗಲಿ! ಆಮೇಲೆ ನಾನು ಹೋಗುತ್ತೇನೆ!" ಎಂದನು.

ಅಂತೆಯೇ ಒಬ್ಬ ಮಂತ್ರಿ ಒಳಗೆ ಹೋದ. ಒಳಗೆ ಸುಸಜ್ಜಿತವಾದ ಹಾಗೂ ಶಾಂತವಾದ ಒಂದು ಕೋಣೆಯಿತ್ತು. ಭಗವಂತನಿಗಾಗಿ ಅವನು ಅಲ್ಲಿ ಇಲ್ಲಿ ಕಣ್ಣು ಹಾಯಿಸಿದ. ಆದರೆ ಕಾಣಲಿಲ್ಲ. ಆಗ ಅವನು ತನಗೆ ತಾನೇ ಹೇಳಿಕೊಂಡ, "ಸೊಗಸಾದ ಜಾಗ! ನಿಶ್ಚಯವಾಗಿಯೂ ಭಗವಂತನು ಇರಲು ಸೂಕ್ತವಾದ ಸ್ಥಳ! ಆದರೆ ನಾನು

ಅವನನ್ನು ನೋಡಬಲ್ಲೆನೋ ಇಲ್ಲವೋ ಯಾರಿಗೆ ಗೊತ್ತು! ನಾನು ದೋಷಪೂರಿತ ವ್ಯಕ್ತಿಯಾಗಿದ್ದರೆ?"

ಹೀಗೆ ಯೋಚಿಸುತ್ತಾ ಅವನು ಸ್ವಲ್ಪ ಹೊತ್ತು ಅತ್ತಿತ್ತ ಕಣ್ಣಾಡಿಸಿ, ಭಗವಂತನು ಪುನಃ ಕಾಣದಿರಲು, "ನಾನು ಹೊರಗೆ ಹೋಗಿ ನನಗೆ ಭಗವಂತ ಕಾಣಲಿಲ್ಲವೆಂದು ಹೇಳಿದರೆ, ಎಲ್ಲರೂ ನಾನು ದೋಷಪೂರಿತ ವ್ಯಕ್ತಿಯೆಂದು ಭಾವಿಸುತ್ತಾರೆ! ಆದ್ದರಿಂದ ನಾನು ಭಗವಂತನನ್ನು ನೋಡಿದೆನೆಂದೇ ಹೇಳುತ್ತೇನೆ!" ಎಂದು ಯೋಚಿಸಿದ.

ಹೀಗೆ ಯೋಚಿಸಿ ಅವನು ಹೊರಬರಲು, ರಾಜನು ಅವನನ್ನು ಭಗವಂತನನ್ನು ನೋಡಿದನೇ ಎಂದು ಕೇಳಿದ. ಅದಕ್ಕೆ ಆ ಮಂತ್ರಿಯು ನೋಡಿದೆನೆಂದ.

"ಏನು? ಭಗವಂತನನ್ನು ನಿಜವಾಗಿಯೂ ನೋಡಿದೆಯಾ?" ರಾಜನು ಕೇಳಿದ.

"ಹೌದು! ನಿಜವಾಗಿಯೂ ನೋಡಿದೆ!" ಮಂತ್ರಿ ಹೇಳಿದ.

"ಅವನು ನಿನಗೇನು ಹೇಳಿದ?" ರಾಜನು ಕೇಳಿದ.

"ಅವನೇನೂ ಹೇಳಿದನೋ ಅದನ್ನು ಯಾರಿಗೂ ಹೇಳಬಾರದೆಂದು ಹೇಳಿದ! "ಮಂತ್ರಿ ಹೇಳಿದ.

ಆಗ ರಾಜನು ಎರಡನೆಯ ಮಂತ್ರಿಯನ್ನು ಒಳಗೆ ಕಳಿಸಿದ. ಅವನೂ ಒಳಗೆ ಹೋಗಿ ನಾಲ್ಕೂ ಕಡೆ ನೋಡಿ ಭಗವಂತನು ಕಾಣದಿರಲು, ತಾನೂ ದೋಷಪೂರಿತ ವ್ಯಕ್ತಿಯೇ ಇರಬಹುದೆಂದು ಭಾವಿಸಿ, ಹಾಗೆ ಹೇಳಿದರೆ ಅವಮಾನವಾಗುವುದೆಂದು, ಭಗವಂತನನ್ನು ನೋಡಿದನೆಂದು ಸುಳ್ಳು ಹೇಳಿದ. ಈಗ ಒಳಗೆ ಹೋಗುವ ಸರದಿ ರಾಜನದಾಗಿತ್ತು. ಅವನು ಸಂಪೂರ್ಣ ಆತ್ಮವಿಶ್ವಾಸದಿಂದ ಒಳಗೆ ಹೋದ. ಅಲ್ಲಿ ಎಲ್ಲಾ ಕಡೆಯೂ ನೋಡಿದ. ಆದರೆ ಅಲ್ಲೆಲ್ಲೂ ಭಗವಂತನು ಇರುವ ಲಕ್ಷಣ ಕಾಣಲಿಲ್ಲ! ಅವನಿಗೆ ಗೊಂದಲವಾಗಿ ಅವನು ಯೋಚಿಸಿದ, "ನನ್ನಿಬ್ಬರು ಮಂತ್ರಿಗಳಿಗೂ ಭಗವಂತನು ದರ್ಶನ ಕೊಟ್ಟಿದ್ದಾನೆ! ಆದರೆ ನನಗೇಕೆ ಕೊಡುತ್ತಿಲ್ಲ? ರಾಜನಾದ ನಾನು ದೋಷಪೂರಿತನೇ? ಹಾಗೆಂದು ನಾನು ಒಪ್ಪಿಕೊಂಡರೆ ಎಲ್ಲರಿಗೂ ಗೊಂದಲವಾಗುತ್ತದೆ! ಜನರು ನನ್ನ ಬಗ್ಗೆ ತಪ್ಪು ತಿಳಿಯುತ್ತಾರೆ! ಆದ್ದರಿಂದ ನಾನು ಭಗವಂತನನ್ನು ನೋಡಿದೆನೆಂದೇ ಹೇಳುತ್ತೇನೆ!"

ಹೀಗೆ ಯೋಚಿಸಿ ರಾಜನು ಹೊರಬಂದು, ತಾನೂ ಭಗವಂತನನ್ನು ನೋಡಿದೆನೆಂದು ಸುಳ್ಳು ಹೇಳಿದ. ಆಗ ಹುಡುಗಿಯು ಕೇಳಿದಳು, ಮಹಾರಾಜ! ನಿಜ ಹೇಳುತ್ತಿರುವಿರಾ?"

"ಹಾ! ಹಾ! ಹದಿನಾರಾಣೆ ಸತ್ಯ! "ರಾಜನು ದೃಢವಾಗಿ ಹೇಳಿದ.

ಹುಡುಗಿಯು ಮೂರು ಬಾರಿ ಕೇಳಲು, ಮೂರು ಬಾರಿಯೂ ರಾಜನು ಸುಳ್ಳು ಹೇಳಿದ. ಆಗ ಹುಡುಗಿಯು ಕೇಳಿದಳು, "ಮಹಾರಾಜ! ನೀವೇನು ಹೇಳುತ್ತಿರುವಿರೆಂದು ನಿಮಗೆ ತಿಳಿದಿದೆಯೇ? ಭಗವಂತನು ಪರಮಾತ್ಮನು! ಯಾರಾದರೂ ಅವನನ್ನು ನೋಡಲು ಸಾಧ್ಯವೇ!"

ಆಗ ರಾಜನಿಗೆ ಅವಳು ತನ್ನ ಬಾಯಲ್ಲೂ ಸುಳ್ಳು ಹೇಳಿಸುವೆನೆಂದು ಹೇಳಿದ್ದು ನೆನಪಾಯಿತು! ಅವನು ಜೋರಾಗಿ ನಗುತ್ತಾ ತಾನು ಭಗವಂತನನ್ನು ನೋಡಲಿಲ್ಲವೆಂದು ಒಪ್ಪಿಕೊಂಡ. ಆಗ ಅವನ ಇಬ್ಬರು ಮಂತ್ರಿಗಳೂ ತಾವೂ ನೋಡಲಿಲ್ಲವೆಂದು ಒಪ್ಪಿಕೊಂಡರು. ಆಗ ಹುಡುಗಿಯು ಹೇಳಿದಳು, "ಮಹಾರಾಜ! ಬಡವರಾದ ನಾವು ಜೀವನ ನಡೆಸಲು ಒಮ್ಮೊಮ್ಮೆ ಸುಳ್ಳು ಹೇಳಬೇಕಾಗುತ್ತದೆ! ಆದರೆ ನಿಮಗೆ ಇದರ ಅನಿವಾರ್ಯತೆಯೇನಿಲ್ಲ! ಆದರೂ ನೀವೇಕೆ ಸುಳ್ಳು ಹೇಳಿದಿರಿ? ಆದ್ದರಿಂದ, ಸುಳ್ಳು ಹೇಳುವುದರಲ್ಲಿ ಏನೋ ಆನಂದವಿದೆಯೆಂದು ನನ್ನ ಅಭಿಪ್ರಾಯ! ಯಾರು ಸುಳ್ಳು ಹೇಳುವರೋ, ಅದು ಅವರಿಗೆ ಬಹಳ ಸವಿಯಾಗಿರುತ್ತದೆ!"

ಹುಡುಗಿಯ ಚಾತುರ್ಯದಿಂದ ರಾಜನಿಗೆ ಕೋಪವೇನೂ ಬರಲಿಲ್ಲ. ಅವಳ ಬುದ್ಧಿಶಕ್ತಿ ಮತ್ತು ಆತ್ಮವಿಶ್ವಾಸಗಳಿಗೆ ಅವನು ಸೋತು ಸ್ತಂಭೀಭೂತನಾದ! ಅವಳನ್ನು ಪ್ರಶಂಸಿಸಿ, ಅನಂತರ ಅವಳ ತಂದೆಯ ಬಳಿ ಅವಳನ್ನು ತನಗೆ ಮದುವೆ ಮಾಡಿಕೊಡುವಂತೆ ಕೇಳಿದ. ಅದಕ್ಕೆ ಅವಳ ತಂದೆಯ ಅವಳನ್ನು ಅವನಿಗೆ ಮದುವೆ ಮಾಡಿಕೊಟ್ಟ. ಅವಳು ರಾಜನ ಪ್ರೀತಿಯ ಮಡದಿಯಾದಳಲ್ಲದೇ ಅವನ ಅನೇಕ ವ್ಯವಹಾರಗಳಲ್ಲಿ ಸಲಹೆಗಾರ್ತಿಯೂ ಆದಳು. ದಿನೇ ದಿನೇ ಅವಳ ಬುದ್ಧಿಶಕ್ತಿಯು ಇನ್ನೂ ಹೆಚ್ಚಿತು. ಅವಳ ಖ್ಯಾತಿಯು ದೇಶ, ಕಾಲಗಳನ್ನು ಮೀರಿ ಎಲ್ಲೆಡೆ ಹರಡಿತು.

ಪಾಂಡಿಚೇರಿಯ ಜಾನಪದ ಕಥೆ: ಸೂರ್ಯನೇಕೆ ಬಿಸಿ ಮತ್ತು ಚಂದ್ರನೇಕೆ ತಂಪು?

ಅದು ಸೃಷ್ಟಿಯ ಆರಂಭಕಾಲ. ಆಗಷ್ಟೇ ಸೃಷ್ಟಿಕರ್ತನು ಭೂಮಿತಾಯಿಯನ್ನು ಸೃಷ್ಟಿಸಿದ್ದ. ಆದರೆ ಭೂಮಿಯು ಒಬ್ಬಳೇ ಇದ್ದುದರಿಂದ ಅವಳಿಗೆ ಬಹಳ ಬೇಸರವಾಗುತ್ತಿತ್ತು. ಒಂಟಿತನ ಕಾಡುತ್ತಿತ್ತು. ದಿನೇ ದಿನೇ ಬೇಸರ ಹೆಚ್ಚಿ ತಾಳ್ಮೆ ಕಳೆದುಕೊಂಡ ಅವಳು, ಕೊನೆಗೆ ತನಗೆ ಜೊತೆಗೆ ಯಾರಾದರೂ ಬೇಕೆಂದು ಸೃಷ್ಟಿಕರ್ತನನ್ನು ಕೇಳಲು ಯೋಚಿಸಿದಳು.

ಒಂದು ದಿನ, ಸೃಷ್ಟಿಕರ್ತನೇ ತನ್ನ ರಥದಲ್ಲಿ ಸವಾರಿ ಮಾಡುತ್ತಾ ಭೂಮಿಯನ್ನು ಮಾತನಾಡಿಸಿಕೊಂಡು ಹೋಗಲೆಂದು ಅವಳ ಬಳಿಗೆ ಬಂದ. ಈಗ ಭೂಮಿಯು ತನಗೆ ಸಿಕ್ಕ ಅವಕಾಶವನ್ನು ಉಪಯೋಗಿಸಿಕೊಂಡು ಅವನಿಗೆ ಹೇಳಿದಳು, "ಪ್ರಭು! ಒಂಟಿಯಾಗಿರುವುದು ಎಷ್ಟು ಕಷ್ಟವೆಂದು ನಿನಗೆ ಗೊತ್ತಿಲ್ಲ! ನಿನ್ನ ಸ್ವರ್ಗದಲ್ಲಾದರೋ, ಅನೇಕ ಅಪ್ಸರೆಯರು ನಿನ್ನ ಸುತ್ತಲೂ ಇರುತ್ತಾರೆ! ಆದರೆ ನನ್ನ ಪಾಡು ನೋಡು! ನನ್ನ ಬಳಿ ಯಾರೂ ಇಲ್ಲ! ಇದೊಂದು ಸಹಿಸಲಾರದ ಹಿಂಸೆ! ನನಗೂ ಯಾರಾದರೂ ಜೊತೆ ಕೊಡುವೆಯಾ?"

"ಓಹೋ! ನೀನು ಒಂಟಿಯಾಗಿರುವೆಯಾ?" ಸೃಷ್ಟಿಕರ್ತ ನಗುತ್ತಾ ಹೇಳಿದ, "ಆಗಲಿ! ನಿನಗೆ ಇಬ್ಬರು ಮಕ್ಕಳನ್ನು ಕೊಡುತ್ತೇನೆ! ಅವರು ನಿನ್ನನ್ನು ಚೆನ್ನಾಗಿ ನೋಡಿಕೊಳ್ಳುತ್ತಾರೆ! ನಿನ್ನನ್ನು ಸಂತೋಷವಾಗಿಡುತ್ತಾರೆ! ಅವರ ಜೊತೆ ನೀನು ಆನಂದವಾಗಿರುತ್ತೀಯೆ!

ಸಂತೋಷಗೊಂಡ ಭೂಮಿತಯು ಸೃಷ್ಟಿಕರ್ತನಿಗೆ ಧನ್ಯವಾದ ಹೇಳಿದಳು. ಸ್ವಲ್ಪ ಕಾಲದಲ್ಲಿ ಭೂಮಿಯು ಇಬ್ಬರು ಸುಂದರ ಪುತ್ರರಿಗೆ ಜನ್ಮಕೊಟ್ಟಳೂ. ಮೊದಲು ಹುಟ್ಟಿದವನಿಗೆ ಸೂರ್ಯನೆಂದೂ ಅನಂತರ ಹುಟ್ಟಿದವನಿಗೆ ಚಂದ್ರನೆಂದೂ ಹೆಸರಿಟ್ಟಳು. ಹೀಗೆ ಇಬ್ಬರು ಮಕ್ಕಳಾಗಲು ಭೂಮಿಯು ಆನಂದಿತಳಾದಳು. ಅವರಿಬ್ಬರ ಜೊತೆ

ಜೀವನವನ್ನು ಸುಖಮಯವಾಗಿ ಕಳೆದಳು. ಅವಳ ಒಂಟಿತನ ದೂರವಾಯಿತು. ಜೀವನಕ್ಕೊಂದು ಅರ್ಥವಿದೆಯೆಂದು ಅವಳಿಗನಿಸಿತು.

ಕ್ರಮೇಣ ಸೂರ್ಯ, ಚಂದ್ರರು ಬೆಳೆದು ದೊಡ್ಡವರಾದರು. ಭೂಮಿಗೆ ವಯಸ್ಸಾಯಿತು. ಈಗ ಅವರು ಅವಳನ್ನು ನೋಡಿಕೊಳ್ಳಬೇಕಾಯಿತು. ಅವರಿಬ್ಬರೂ ತಾಯಿಯನ್ನು ನೋಡಿಕೊಳ್ಳಲು ಸರದಿಯಂತೆ ಸಮಯ ನಿಗದಿಮಾಡಿಕೊಂಡರು. ದೊಡ್ಡವನಾದ ಸೂರ್ಯ, ಬೆಳಗಿನಿಂದ ಸಂಜೆಯವರೆಗೂ ನೋಡಿಕೊಳ್ಳುವುದೆಂದೂ ಸಂಜೆಯಿಂದ ಬೆಳಗಿನವರೆಗೂ ಚಿಕ್ಕವನಾದ ಚಂದ್ರ ನೋಡಿಕೊಳ್ಳುವುದೆಂದೂ ತೀರ್ಮಾನವಾಯಿತು. ಅಂತೆಯೇ ಇಬ್ಬರೂ ಭೂಮಿ ತಾಯಿಯನ್ನು ಪ್ರೀತಿ, ವಾತ್ಸಲ್ಯಗಳಿಂದ ನೋಡಿಕೊಳ್ಳತೊಡಗಿದರು. ಭೂಮಿತಾಯಿಯೂ ಇಬ್ಬರಲ್ಲೂ ಭೇದಭಾವ ಮಾಡದೇ ಇಬ್ಬರಿಗೂ ಸಮವಾದ ಪ್ರೀತಿ ತೋರಿಸಿದಳು.

ಸೂರ್ಯ, ಚಂದ್ರರ ಈ ಸ್ವಭಾವ ಸೃಷ್ಟಿಕರ್ತನಿಗೆ ಬಹಳ ಮೆಚ್ಚುಗೆಯಾಯಿತು. ಒಂದು ದಿನ, ಅವನು ಅವರನ್ನು ಔತಣಕ್ಕಾಗಿ ಸ್ವರ್ಗಕ್ಕೆ ಆಹ್ವಾನಿಸಿದನು. ಇಬ್ಬರೂ ಒಪ್ಪಿದರು, ಆದರೆ ಚಂದ್ರನು ಸೃಷ್ಟಿಕರ್ತನನ್ನು ಕೇಳಿದನು, "ಪ್ರಭು! ನಾವಿಬ್ಬರೂ ನಿನ್ನ ಸ್ವರ್ಗಕ್ಕೆ ಬಂದರೆ, ನಮ್ಮ ತಾಯಿಯನ್ನು ನೋಡಿಕೊಳ್ಳುವವರು ಯಾರು?"

"ಬಹಳ ಸುಲಭ!" ಸೃಷ್ಟಿಕರ್ತನು ಹೇಳಿದನು, "ನಿಮ್ಮ ತಾಯಿಯನ್ನೂ ನಿಮ್ಮೊಂದಿಗೆ ಔತಣಕ್ಕೆ ಕರೆತನ್ನಿ!". ಅದಕ್ಕೊಪ್ಪಿದ ಸೂರ್ಯ, ಚಂದ್ರರು ತಮ್ಮ ತಾಯಿ ಭೂಮಿಯ ಬಳಿ ಹೋಗಿ ತಮ್ಮೊಡಣೆ ಸ್ವರ್ಗಕ್ಕೆ ಬರುವಂತೆ ಕೇಳಿಕೊಂಡರು. ಆದರೆ ವಯಸ್ಸಾದ ಭೂಮಿತಾಯಿ ಒಪ್ಪದೇ, "ಮಕ್ಕಳೇ! ನೀವಿಬ್ಬರೂ ಹೋಗಿ ಆನಂದಪಡಿ! ಅಲ್ಲಿ ಅಪ್ಸರೆಯರು ಒಳ್ಳೊಳ್ಳೆಯ ರುಚಿರುಚಿಯಾದ ಭಕ್ಷ್ಯಗಳನ್ನು ಬಡಿಸುವರು! ಸೊಗಸಾದ ಸುಧೆಯನ್ನು ಕುಡಿಯಲು ಕೊಡುವರು! ಆದರೆ ನನಗೆ ವಯಸ್ಸಾಗಿರುವುದರಿಂದ ಬರಲಾಗುವುದಿಲ್ಲ! ಜೊತೆಗೆ ಕಾಯಿಲೆ ಬೇರೆ! ನನ್ನ ಬಗ್ಗೆ ಯೋಚಿಸಬೇಡಿ! ಒಂದೆರಡು ದಿನಗಳಾಗಬಹುದಷ್ಟೆ! ನಾನು ನನ್ನನ್ನು ನಾನೇ ನೋಡಿಕೊಳ್ಳುತ್ತೇನೆ! ನೀವು ಹೋಗಿ ಸೃಷ್ಟಿಕರ್ತನ ಕೋರಿಕೆಯನ್ನು ಪೂರೈಸಿ!" ಎಂದು ಹೇಳಿದಳು.

ಆದರೆ ಚಂದ್ರನು ಒಪ್ಪಲಿಲ್ಲ! ಅವನು ಮತ್ತೆ ಮತ್ತೆ ಅವಳನ್ನು ಬರುವಂತೆ ಬೇಡಿಕೊಂಡನು. ಆದರೆ ಭೂಮಿದೇವಿ ಒಪ್ಪಲಿಲ್ಲ. ಕೊನೆಗೆ ಚಂದ್ರನು ಅರ್ಧಮನಸ್ಸಿನಿಂದ

ತನ್ನ ಅಣ್ಣ ಸೂರ್ಯನೊಂದಿಗೆ ಸ್ವರ್ಗಕ್ಕೆ ಹೋದ. ಸೃಷ್ಟಿಕರ್ತನು ಇಬ್ಬರನ್ನೂ ಸ್ವಾಗತಿಸಿದನು. ಭೂಮಿತಾಯಿ ಜೊತೆಯಲ್ಲಿಲ್ಲದುದನ್ನು ನೋಡಿ ಅವಳೇಕೆ ಬರಲಿಲ್ಲ ಎಂದು ಕೇಳಿದನು. ಅವಳಿಗೆ ಕಾಯಿಲೆಯಿರುವುದೇ ಅವಳೂ ಬರದಿದ್ದುದಕ್ಕೆ ಕಾರಣ ಎಂದು ಚಂದ್ರನು ದುಃಖದಿಂದ ಹೇಳಿದನು.

ಔತಣ ಆರಂಭವಾಯಿತು, ಬಗೆಬಗೆಯ ರುಚಿಯಾದ ಭಕ್ಷ್ಯಭೋಜ್ಯಗಳನ್ನು ಬಡಿಸಲಾಯಿತು. ಹಲವಾರು ಬಟ್ಟಲುಗಳಲ್ಲಿ ತಂಪಾದ, ಸಿಹಿಯಾದ ಸುಧೆಯನ್ನು ಕುಡಿಯಲು ಕೊಡಲಾಯಿತು. ಅಂಥ ವಿಶಿಷ್ಟ ಭಕ್ಷ್ಯಭೋಜ್ಯಗಳನ್ನು ಎಂದೂ ಸೇವಿಸಿರದ ಸೂರ್ಯ, ಚಂದ್ರರು ತಮ್ಮ ಮನದಣಿಯ ಅವನ್ನು ಸವಿದರು! ಆದರೆ ಚಂದ್ರನು ಆಗ ತನ್ನ ತಾಯಿಯನ್ನು ನೆನೆದನು. ಪಾಪ, ಅವಳು ಒಬ್ಬಳೇ ಇರುವಳಲ್ಲಾ ಎಂಬ ಯೋಚನೆಯೇ ಅವನಿಗೆ ಬಹಳ ದುಃಖ ತಂದಿತು. ಆಗ ಅವನು ಸ್ವಲ್ಪ ಯೋಚಿಸಿ ತನ್ನ ಕೈಕಾಲುಗಳ ಉಗುರಗಳ ಹಳ್ಳಗಳಲ್ಲಿ ಯಾರೂ ನೋಡದಂತೆ ಎಲ್ಲ ಭಕ್ಷ್ಯಗಳನ್ನು ಸ್ವಲ್ಪ ಸ್ವಲ್ಪ ತುಂಬಿಸಿಕೊಂಡನು. ಹೀಗೆ ಔತಣ ಮುಗಿದ ಬಳಿಕ, ಸೂರ್ಯ, ಚಂದ್ರರು ಸೃಷ್ಟಿಕರ್ತನನ್ನು ಬೀಳ್ಕೊಂಡು ಹೊರಟರು.

ಭೂಮಿತಾಯಿಯು ತನ್ನ ಮಕ್ಕಳಿಗಾಗಿ ಕಾತರದಿಂದ ಕಾಯುತ್ತಿದ್ದಳು. ಅವಳಿಗೆ ಹಸಿವಾಗಿತ್ತು. ಆದರೆ ಅವಳಿಗೆ ಕಾಯಿಲೆಯಾಗಿದ್ದುದರಿಂದ ತಾನಾಗಿಯೇ ಹೋಗಿ ಹಣ್ಣು, ತರಕಾರಿಗಳನ್ನು ತರಲು ಆಗಿರಲಿಲ್ಲ. ಸೂರ್ಯನು ಭೂಮಿಯ ಮುಂದೆ ಬಂದು ಉಬ್ಬಿದ ತನ್ನ ಹೊಟ್ಟೆಯನ್ನು ತಟ್ಟಿಕೊಳ್ಳುತ್ತಾ ನಗುತ್ತಾ ಊಟ ತೃಪ್ತಿಕರವಾಗಿತ್ತೆಂದು ತೋರಿಸಲು ಜೋರಾಗಿ ತೇಗಿದ! ಅನಂತರ ಮಲಗಲು ಹೋದ.

ಚಂದ್ರನಿಗಾದರೋ, ಭೂಮಿತಾಯಿಗೆ ಹಸಿವಾಗಿದೆಯೆಂದು ಅರಿವಾಯಿತು, ಹಾಗಾಗಿ ಅವನು ಒಂದು ಬಾಳೆಎಲೆಯನ್ನು ತೊಳೆದು ನೆಲದ ಮೇಲೆ ಹಾಕಿ, ಅದರ ಮೇಲೆ ತನ್ನ ಕೈಕಾಲುಗಳ ಬೆರಳುಗಳನ್ನು ಆಡಿಸಿದ! ಉಗುರಗಳ ಹಳ್ಳಗಳಲ್ಲಿ ಅವನು ಇಟ್ಟುಕೊಂಡಿದ್ದ ಭಕ್ಷ್ಯ ಭೋಜ್ಯಗಳೆಲ್ಲಾ ಎಲೆಯ ಮೇಲೆ ಉದುರಿದವು! ಅದನ್ನೆಲ್ಲಾ ಭೂಮಿದೇವಿ ತಿಂದು ತೃಪ್ತಳಾದಳು. ಅನಂತರ ಚಂದ್ರನನ್ನು ಅವಳು ಪ್ರೀತಿಯಿಂದ ಅಪ್ಪಿಕೊಂಡು ಹೇಳಿದಳು, "ಕಂದ! ಇಂದು ನನ್ನನ್ನು ಸಂತೋಷಪಡಿಸಿದವನು ನೀನೇ! ನನ್ನ ಹೃದಯ ಆನಂದಗೊಂಡಿದೆ! ಆದ್ದರಿಂದ ನಿನ್ನ ಜೀವನ ಸದಾ ತಂಪಾಗಿ, ಸಂತೋಷದಿಂದ,

ಪ್ರಶಾಂತತೆಯಿಂದಿರಲಿ ಎಂದು ಆ ಸೃಷ್ಟಿಕರ್ತನನ್ನು ಬೇಡಿಕೊಳ್ಳುವೆ! ಅದೇ ಆ ಸೂರ್ಯ, ನನ್ನ ಹಸಿವಿನ ಬಗ್ಗೆ ಯೋಚಿಸದೇ ನನ್ನ ಮುಂದೆಯೇ ತೇಗಿದ! ಅವನು ಸದಾ ಬಿಸಿಯಾದ, ಒತ್ತಡದ ಜೀವನವನ್ನು ಅನುಭವಿಸಲಿ!".

ಭೂಮಿತಾಯಿ ಹೇಳಿದಂತೆಯೇ ಆಯಿತು. ಆದ್ದರಿಂದಲೇ ಸೂರ್ಯನು ಬಿಸಿಯಾಗಿರುತ್ತಾನೆ, ಹಾಗೂ ಚಂದ್ರನು ತಂಪಾಗಿರುತ್ತಾನೆ!.

➤➤◄◄

ಪಾಂಡಿಚೇರಿಯ ಜಾನಪದ ಕಥೆ:
ಬುದ್ಧಿಯ ರಕ್ಷಣೆ

ಬಹಳ ಹಿಂದೆ, ಪಾಂಡಿಚೇರಿಯು ವೇದಪುರಿಯೆಂದು ಹೆಸರಾಗಿತ್ತು. ಒಬ್ಬ ಬುದ್ಧಿಶಾಲಿಯಾದ ರಾಜನು ಅದನ್ನು ಆಳುತ್ತಿದ್ದನು. ಅವನ ಹೆಸರು ಹೇಳಿದರೆ ಸಾಕು, ಅವನ ಶತ್ರುಗಳು ಹೆದರಿ ನಡುಗುತ್ತಿದ್ದರು! ಆದರೆ ಅವರು ಹೆದರುತ್ತಿದ್ದುದು ಅವನ ಕತ್ತಿ, ಬಾಣಗಳಿಂದಲ್ಲ! ಅವನ ಬುದ್ಧಿಗೆ! ಅವನು ತನ್ನ ಬುದ್ಧಿಯಿಂದಲೇ ಅವರೆಲ್ಲರನ್ನೂ ಸೋಲಿಸಿಬಿಡುತ್ತಿದ್ದನು! ಹಾಗಾಗಿ ಎಷ್ಟೋ ರಾಜರು ಸಮಸ್ಯೆಗೆ ಸಿಲುಕಿದಾಗ ಅವನ ಸಹಾಯ ಕೇಳುತ್ತಿದ್ದರು!.

ಒಮ್ಮೆ, ಒಬ್ಬ ಸಮೃದ್ಧಶಾಲಿಯಾದ ರಾಜ ಅವನನ್ನು ತನ್ನ ರಾಜ್ಯಕ್ಕೆ ಆಹ್ವಾನಿಸಿದನು. ಅದಕ್ಕೊಪ್ಪಿದ ಇವನು ಒಬ್ಬ ಸನ್ಯಾಸಿಯ ವೇಷದಲ್ಲಿ ಅಲ್ಲಿಗೆ ಹೋದನು. ಆಗ ಆ ರಾಜನಿಗೂ ಅವನ ಸಭಾಸದರಿಗೂ ಆಶ್ಚರ್ಯವಾಯಿತು! ಆ ರಾಜನು ಕೇಳಿದನು, "ಈ ವೇಷ ನಮಗೆ ಆಶ್ಚರ್ಯವನ್ನುಂಟುಮಾಡಲಿಕ್ಕೋ ಅಥವಾ ಇದಕ್ಕೆ ಬೇರೇನಾದರೂ ಕಾರಣವುಂಟೇ?"

ಅದಕ್ಕೆ ಈ ರಾಜ ನಗುತ್ತಾ, "ಮಿತ್ರ! ನೆರೆಯ ಚಿಂಚಿನ್ನರಾಜನು ನನಗೆ ಶತ್ರುವೆಂದು ನಿನಗೆ ತಿಳಿಯದೇ? ಅವನ ರಾಜ್ಯದ ಮೂಲಕವೇ ನಾನು ಹಾದು ಬರಬೇಕಲ್ಲವೇ? ಅವನು ಸದಾ ಗೂಢಚಾರರನ್ನು ನನ್ನ ಮೇಲೆ ನಿಗಾ ಇಡಲು ಬಿಟ್ಟಿರುತ್ತಾನೆ! ಆದರೆ ಒಬ್ಬ ಸನ್ಯಾಸಿಯನ್ನು ಯಾರು ನಿಗಾ ಇಡುತ್ತಾರೆ? ಅದಕ್ಕೇ ಈ ವೇಷ!" ಎಂದನು.

ಅದಕ್ಕೆ ಆ ರಾಜ, "ನೀನು ಸಾಗರದ ಮೇಲೆ ಪ್ರಯಾಣ ಮಾಡಿ ಬರಬಹುದಾಗಿತ್ತಲ್ಲವೇ?" ಎಂದು ಕೇಳಿದ.

"ಅದು ಸರಿ! ಹಿಂದಿರುಗುವಾಗ ಹಾಗೆಯೇ ಮಾಡುತ್ತೇನೆ!" ಈ ರಾಜ ಹೇಳಿದ.

ಅನಂತರ, ವೇದಪುರಿಯ ರಾಜನು ಆ ರಾಜನ ಆತಿಥ್ಯ ಸ್ವೀಕರಿಸಿದನು. ಎರಡು ದಿನಗಳು ಔತಣ, ನರ್ತನ, ಬೇಟೆ, ಮೊದಲಾದವುಗಳಲ್ಲಿ ಅವನೊಂದಿಗೆ ಸುಖವಾಗಿ ಕಾಲಕಳೆದನು.

ಮೂರನೆಯ ದಿನ ಬೆಳಗ್ಗೆ ಆ ರಾಜನು ಇವನನ್ನು ಸಭೆಗೆ ಆಹ್ವಾನಿಸಿದನು. ಅದರಂತೆ ಇವನು ಸಭೆಗೆ ಬಂದು, ಸಿಂಹಾಸನದ ಬಳಿಯ ಒಂದು ಉಚಿತಾಸನದ ಮೇಲೆ ಕುಳಿತುಕೊಂಡನು. ಸ್ವಲ್ಪ ಹೊತ್ತಿಗೆ ಇಬ್ಬರು ಸ್ತ್ರೀಯರು ಒಬ್ಬ ದಾದಿಯೊಡನೆ ಬಂದರು. ಆ ದಾದಿಯು ತನ್ನ ತೋಳುಗಳಲ್ಲಿ ಎರಡು ಶಿಶುಗಳನ್ನು ಎತ್ತಿಕೊಂಡಿದ್ದಳು. ಮೊದಲನೆಯ ಸ್ತ್ರೀಯು ಹೇಳಿದಳು, "ಪ್ರಭು! ನನ್ನ ಹೆಸರು ಬೇಹಾಂ, ಹಾಗೂ ಇವಳು ನನ್ನ ತಂಗಿ ಬೀಬಿ, ಇವಳು ನನಗಿಂತ ಎರಡು ವರ್ಷ ಚಿಕ್ಕವಳು. ನಮ್ಮಿಬ್ಬರನ್ನೂ ಅಣ್ಣತಮ್ಮಂದಿರಾದ ಇಬ್ಬರು ವ್ಯಾಪಾರಿಗಳಿಗೆ ಮದುವೆ ಮಾಡಿಕೊಡಲಾಯಿತು. ಅವರಿಬ್ಬರೂ ವ್ಯಾಪಾರಕ್ಕಾಗಿ ಬೇರೆ ದೇಶಕ್ಕೆ ಹೋಗಿದ್ದಾರೆ. ಮೊನ್ನೆಯಷ್ಟೇ ನಾವಿಬ್ಬರೂ ಈ ದಾದಿಯ ಕೈಯಲ್ಲಿರುವ ಮಕ್ಕಳಿಗೆ ಜನ್ಮ ಕೊಟ್ಟೆವು. ಇವುಗಳಲ್ಲಿ ಒಂದು ಗಂಡು ಮತ್ತು ಒಂದು ಹೆಣ್ಣು. ಎರಡೂ ಮಕ್ಕಳು ಒಂದೇ ವೇಳೆಯಲ್ಲೇ ಹುಟ್ಟಿದವು! ಆದರೆ ಈ ಮೂರ್ಖ ದಾದಿಯು ಎರಡು ಮಕ್ಕಳನ್ನೂ ತೊಳೆಯಲು ತೆಗೆದುಕೊಂಡು ಹೋದವಳು, ಯಾರ ಹಾಸಿಗೆಯಿಂದ ಗಂಡು ಮಗುವನ್ನು ಹಾಗೂ ಯಾರ ಹಾಸಿಗೆಯಿಂದ ಹೆಣ್ಣು ಮಗುವನ್ನು ಎತ್ತಿಕೊಂಡು ಹೋದಳೆಂಬುದನ್ನು ಮರೆತುಬಿಟ್ಟಿದ್ದಾಳೆ! ನಮಗೆ ಯಾರ ಮಗು ಯಾರದೆಂಬ ಗೊಂದಲವಾಗಿದೆ! ಆದರೆ ನಾನು ದೊಡ್ಡವಳಾದ್ದರಿಂದ ಗಂಡು ಮಗುವನ್ನು ನಾನೇ ಇಟ್ಟುಕೊಳ್ಳಬೇಕೆಂದು ಕೋರಿಕೊಳ್ಳುವೆ!"

ಇದುವರೆಗೂ ಸುಮ್ಮನಿದ್ದ ಎರಡನೆಯ ಹೆಂಗಸು ಈಗ ಹೇಳತೊಡಗಿದಳು, "ಪ್ರಭು! ಒಂದು ವಾರದ ಹಿಂದೆಯಷ್ಟೇ ನನಗೆ ಗಂಡು ಮಗುವಾದಂತೆ ಕನಸು ಕಂಡೆ! ಅದೂ ಬೆಳಗಿನ ಜಾವಕ್ಕೆ ಮೊದಲು ಆ ಕನಸು ಬಿತ್ತು! ಬೆಳಗಿನ ಜಾವಕ್ಕೆ ಮೊದಲು ಬೀಳುವ ಕನಸು ನಿಜವಾಗುವುದಲ್ಲವೇ? ಹಾಗಾಗಿ, ಗಂಡು ಮಗು ನನ್ನದೆಂದು ನನಗೆ ಖಾತ್ರಿಯಾಗಿದೆ!"

"ಬಹಳ ವಿಚಿತ್ರವಾಗಿದೆ!" ರಾಜ ಹೇಳಿದ, "ಇಬ್ಬರು ಸಹೋದರರಿಗೆ ಮಕ್ಕಳು ಹುಟ್ಟಿವೆ! ನೀವಿಬ್ಬರೂ ಅಕ್ಕತಂಗಿಯರು! ಮಕ್ಕಳು ಗಂಡಾಗಲೀ ಹೆಣ್ಣಾಗಲೀ ಅವು ಮಕ್ಕಳೇ! ಹಾಗಾಗಿ ನೀವಿಬ್ಬರೂ ಆ ಮಕ್ಕಳಿಗೆ ಸಮವಾಗಿ ಪ್ರೀತಿ ಕೊಡಿ! ಇದೇ ನನ್ನಿಷ್ಟ!"

‘"ಇಲ್ಲ! ಇಲ್ಲ! ಅದು ನನ್ನ ಮಗು! ಅವನ ಮೇಲೆ ಅಧಿಕಾರವಿರುವುದು ನನಗೊಬ್ಬಳಿಗೇ!" ದೊಡ್ಡವಳಾದ ಬೇಹಾಂ ಹೇಳಿದಳು.

ರಾಜನು ಈಗ ಗೊಂದಲದಲ್ಲಿ ಸಿಕ್ಕಿಕೊಂಡ! ಅವನು ಕಣ್ಣು ಮಿಟುಕಿಸಿದ, ಕೆಮ್ಮಿದ, ತಲೆ ಕೆರೆದುಕೊಂಡ! ಏನು ಮಾಡಬೇಕೆಂದೇ ತಿಳಿಯಲಿಲ್ಲ ಅವನಿಗೆ! ಆದರೆ ಸ್ವಲ್ಪ ಹೊತ್ತಿನಲ್ಲಿ ಅವನ ಮುಖವರಳಿತು! ವೇದಪುರಿಯ ರಾಜ ಪಕ್ಕದಲ್ಲಿರುವಾಗ ಅವನೇಕೆ ಯೋಚಿಸಬೇಕು? ಅವನು ವೇದಪುರಿಯ ರಾಜನ ಕಡೆ ತಿರುಗಿದನು. ಆಗ ವೇದಪುರಿಯ ರಾಜನು ಹೇಳಿದನು, "ಮಹಾರಾಜನು ನನಗೆ ದೋಷವಿಲ್ಲದ ಒಂದು ತಕ್ಕಡಿಯನ್ನೂ ಒಂದೇ ಅಳತೆಯ ಹಾಗೂ ತೂಕದ ಎರಡು ಮಣ್ಣಿನ ಪಾತ್ರೆಗಳನ್ನು ಒದಗಿಸಿಕೊಟ್ಟರೆ ನಾನೀ ಗೊಂದಲವನ್ನು ಪರಿಹರಿಸುವೆ!"

ರಾಜನು ಒಪ್ಪಿ ಅವನ್ನೊದಗಿಸಿದನು. ಆಗ ವೇದಪುರಿಯ ರಾಜನು ತಕ್ಕಡಿಯನ್ನು ಪರೀಕ್ಷಿಸಿ ಎರಡೂ ಪಾತ್ರೆಗಳನ್ನು ತೂಗಿ ನೋಡಿದನು. ಸಮಾಧಾನ ಹೊಂದಿ ಅವನ್ನು ಆ ಇಬ್ಬರು ಸ್ತ್ರೀಯರಿಗೆ ಕೊಟ್ಟು ಒಂದು ಅಳತೆ ತೋರಿಸಿ ಅಲ್ಲಿಯವರೆಗೂ ತಮ್ಮ ಎದೆಹಾಲನ್ನು ತುಂಬಿಸಿ ಕೊಡಲು ಹೇಳಿದ. ಸರಿಯೆಂದು ಇಬ್ಬರೂ ತಾಯಂದಿರು ಒಂದು ಕೋಣೆಗೆ ಹೋಗಿ ತಮ್ಮ ಎದೆಹಾಲನ್ನು ಆ ಪಾತ್ರೆಗಳಲ್ಲಿ ತುಂಬಿಸಿ ತಂದರು. ವೇದಪುರಿಯ ರಾಜನು ಅವನ್ನು ಸರಿಯಾಗಿ ನೋಡಿ ಎರಡರಲ್ಲಿಯೂ ಹಾಲು ಒಂದೇ ಅಳತೆಯಲ್ಲಿದೆಯೆಂದು ಖಾತ್ರಿಪಡಿಸಿಕೊಂಡು ತಕ್ಕಡಿಯಲ್ಲಿ ತೂಗಲು ಹೇಳಿದನು. ಬೇಹಾಂ ತನ್ನ ಪಾತ್ರೆಯನ್ನು ಬಲತಟ್ಟೆಯಲ್ಲಿರಿಸಿದರೆ, ಬೀಬಿ ತನ್ನದನ್ನು ಎಡತಟ್ಟೆಯಲ್ಲಿರಿಸಿದಳು. ಎಲ್ಲರೂ ನೋಡುತ್ತಿದ್ದಂತೆ ಬಲತಟ್ಟೆಯು ಕೆಳಕ್ಕೆ ಬಾಗಿತು!

"ಗಂಡುಮಗು ದೊಡ್ಡವಳಾದ ಬೇಹಾಂಗೆ ಸೇರಿದೆ!" ವೇದಪುರಿಯ ರಾಜನು ತೀರ್ಪು ಕೊಟ್ಟನು. ಎಲ್ಲರೂ ಅವನ ತೀರ್ಪಿಗೆ ಮೆಚ್ಚುಗೆ ವ್ಯಕ್ತಪಡಿಸುತ್ತಾ ಚಪ್ಪಾಳೆ ತಟ್ಟಿದರು! ಸೋತ ಬೀಬಿಯೂ ಚಪ್ಪಾಳೆ ತಟ್ಟಿದಳು! ಆಗ ವೇದಪುರಿಯ ರಾಜನಿಗೆ ಇದೆಲ್ಲಾ ತನ್ನನ್ನು ಪರೀಕ್ಷಿಸಲು ಆಡಿದ ನಾಟಕವೆಂದು ತಿಳಿಯಿತು! ಸಭೆಯಲ್ಲಿ ರಾಜನಿಗೂ ಸೇರಿದಂತೆ

ಎಲ್ಲರಿಗೂ ಗಂಡುಮಗು ಬೇಹಾಂಗೆ ಸೇರಿದ್ದೆಂದು ಮೊದಲೇ ತಿಳಿದಿತ್ತು! ರಾಜನು ಹೇಳಿದನು, "ಮಿತ್ರ! ನಿನ್ನ ಬುದ್ಧಿಶಕ್ತಿಯನ್ನು ತೋರಿಸಿದೆ! ಈ ಇಬ್ಬರೂ ತಾಯಂದಿರು ತನ್ನ ರಾಣಿಯ ಸೇವಕಿಯರು! ಈಗ ಈ ಗೊಂದಲವನ್ನು ಹೇಗೆ ಪರಿಹರಿಸಿದೆಯೆಂದು ವಿವರಿಸಿದರೆ ನಾವು ಇನ್ನಷ್ಟು ಸಂತೋಷಪಡುತ್ತೇವೆ!"

ವೇದಪುರಿಯ ರಾಜನು ಹೇಳಿದನು, "ಅದು ಬಹಳ ಸುಲಭ! ಹೆಣ್ಣಿನ ಮೈ ಕೋಮಲವೂ ತೆಳ್ಳಗೂ ಇರುತ್ತದೆ. ಆದರೆ ಅದೇ ಗಂಡಿನ ಮೈ ನೋಡಿ! ಅದು ಗಟ್ಟಿಯಾಗೂ ಬಲವಾಗೂ ಒರಟಾಗೂ ಇರುತ್ತದೆ! ಅದು ಹೆಚ್ಚಾಗಿ ಕಷ್ಟಪಟ್ಟು ಕೆಲಸ ಮಾಡಲೆಂದು! ಹಾಗಾಗಿ, ಪ್ರಕೃತಿಯು ಗಂಡುಮಗುವಿನ ತಾಯಿಗೆ ಸ್ವಲ್ಪ ಗಟ್ಟಿಯಾದ ಹಾಲು ಕೊಡುತ್ತದೆ! ಬೇಹಾಂನ ಹಾಲಿದ್ದ ಬಲತಟ್ಟೆಯು ಕೆಳಕ್ಕೆ ಬಾಗಿದ್ದರಿಂದ ಅವಳೇ ಗಂಡು ಮಗುವಿನ ತಾಯಿಯೆಂದು ಖಾತ್ರಿಯಾಯಿತು!.

ವೇದಪುರಿಯ ರಾಜನ ಈ ವಿವರಣೆ ಕೇಳಿ ಪುನಃ ಎಲ್ಲರೂ ಚಪ್ಪಾಳೆ ಹೊಡೆದರು! ವೇದಪುರಿಯ ರಾಜನು ಹೀಗೆಯೇ ಐದು ದಿನ ಕಳೆದನು. ಈ ಮಧ್ಯೆ, ಅವನು ಅಲ್ಲಿ ಅತಿಥಿಯಾಗಿರುವ ವಿಷಯ ಚಿಂಚಿನ್ನ ರಾಜನಿಗೆ ತಲುಪಿತು. ಅವನು ತನ್ನ ರಾಜ್ಯದ ಮೂಲಕವೇ ಸನ್ಯಾಸಿಯ ವೇಷದಲ್ಲಿ ಹೋದನೆಂದೂ ತಿಳಿಯಿತು. ಈ ಬಾರಿ ಅವನು ಪುನಃ ತನ್ನ ರಾಜ್ಯದ ಮೂಲಕವೇ ಹಿಂದಿರುಗುವಾಗ ಅವನನ್ನು ಕೊಲ್ಲಬೇಕೆಂದು ಯೋಚಿಸಿದ. ಈಗ ವೇದಪುರಿಯ ರಾಜನು, "ನಾನು ನಾಳೆ ಸೂರ್ಯೋದಯಕ್ಕೆ ಮುನ್ನವೇ ಸಾಗರದ ಮೂಲಕ ನನ್ನ ರಾಜ್ಯಕ್ಕೆ ಹೊರಡುತ್ತೇನೆ!" ಎಂದು ಘೋಷಿಸಿದನು.

ಆಗ ಅವನ ಅತಿಥೇಯ ರಾಜನು, "ಹೋಗುವಾಗ ಏನು ಉಡುಗೊರೆ ತೆಗೆದುಕೊಂಡು ಹೋಗುವೆ?" ಎಂದು ಕೇಳಿದನು.

"ಎರಡು ಎತ್ತುಗಳು ಮತ್ತು ಒಂದು ನೇಗಿಲು!" ವೇದಪುರಿ ರಾಜನು ಹೇಳಿದನು.

"ಏನು?! ಅಂಥ ಸಾಮಾನ್ಯ ವಸ್ತುಗಳೇ?" ರಾಜನು ಆಶ್ಚರ್ಯದಿಂದ ಕೇಳಿದನು.

"ಸಾಮಾನ್ಯವೆಲ್ಲಿ? ಅವುಗಳಿಂದ ಬೆಳೆಗಾಗಿ ಹೊಲ ಉಳುವುದಿಲ್ಲವೆ? ಇದಕ್ಕಿಂತ ಇನ್ನೇನು ಒಳ್ಳೆಯ ಉಡುಗೊರೆ ತೆಗೆದುಕೊಳ್ಳಲಾದೀತು?" ವೇದಪುರ ರಾಜನು ಕೇಳಿದನು.

"ನಿನ್ನಿಷ್ಟದಂತೆಯೇ ಆಗಲಿ ಮಿತ್ರ!" ಅತಿಥೇಯ ರಾಜನು ಹೇಳಿದನು," ಅವುಗಳೊಂದಿಗೆ ನಿನಗೆ ರಕ್ಷಣೆಗಾಗಿ ನೂರು ಸೈನಿಕರು ಹಾಗೂ ಒಂದು ಸುಂದರವಾದ ಹಡಗನ್ನೂ ಕೊಡುತ್ತೇನೆ!"

"ನನ್ನ ಬುದ್ಧಿಯೇ ನನಗೆ ರಕ್ಷಣೆ!" ವೇದಪುರಿಯ ರಾಜನು ಹೇಳಿದನು.

ಈಗ ಚಿಂಚಿನ್ನರಾಜನ ಗೂಢಾಚಾರರು ವೇದಪುರಿಯ ರಾಜನು ಸಾಗರದ ಮೂಲಕ ಪ್ರಯಾಣ ಮಾಡುವನೆಂದು ತಿಳಿದುಕೊಂಡರು.

ಮರುದಿನ, ಬೆಳಗಿನ ಜಾವಕ್ಕೆ ಸ್ವಲ್ಪ ಮೊದಲು, ಅತಿಥೇಯ ರಾಜನು ಎದ್ದು ತನ್ನ ಮಿತ್ರನು ಹೋದನೇ ಎಂದು ನೋಡಲು ಹೋದನು. ಅವನು ಸಮುದ್ರತೀರಕ್ಕೆ ಬಂದಾಗ, ಅಲ್ಲಿ ನಾವಿಕರು, ಸೈನಿಕರು ಮೊದಲಾದವರು ವೇದಪುರಿ ರಾಜನ ಬರುವಿಕೆಗಾಗಿ ಕಾಯುತ್ತಿದ್ದರು. ಹಡಗು ಅವನಿಗಾಗಿ ಕಾಯುತ್ತಿತ್ತು. ರಾಜನು ಅಲ್ಲಿಗೆ ಬಂದಿಲ್ಲವೆಂದು ಅರಿತು ಇವನು, ಅತಿಥಿ ಗೃಹಕ್ಕೆ ಹೋದನು. ಆದರೆ ಅಲ್ಲಿಯೂ ಅವನ ಅತಿಥಿ ಇರಲಿಲ್ಲ! ಆಗ ಅವನು ಅರಮನೆಯ ಹಿಂಭಾಗಕ್ಕೆ ಹೋಗಿ ನೋಡಿದನು. ಆಶ್ಚರ್ಯವೆಂದರೆ ಅವನು ಕೊಟ್ಟ ಎರಡು ಎತ್ತುಗಳು ಮತ್ತು ನೇಗಿಲು ಇರಲಿಲ್ಲ! ಅತಿಥಿಯೂ ಇರಲಿಲ್ಲ! ಆಗ ರಾಜನಿಗೆ ಅರ್ಥವಾಯಿತು! ವೇದಪುರಿಯ ರಾಜನು ಹೊರಟು ಬಿಟ್ಟಿದ್ದನು! ಆದರೆ ಅವನು ಸಮುದ್ರ ತೀರದಿಂದ ಸೈನಿಕರನ್ನು ಕೂಡಲೇ ಹಿಂದಕ್ಕೆ ಕರೆಸಲಿಲ್ಲ.

ಅನಂತರ ರಾಜನಿಗೆ ಸುದ್ದಿ ಬಂದಿತು. ವೇದಪುರಿಯ ರಾಜನು ಎರಡು ಎತ್ತುಗಳು ಹಾಗೂ ನೇಗಿಲಿನೊಂದಿಗೆ ಬಡ ರೈತನ ವೇಷದಲ್ಲಿ ಚಿಂಚಿನ್ನರಾಜನ ರಾಜ್ಯದ ಮೂಲಕವೇ ತನ್ನ ರಾಜ್ಯಕ್ಕೆ ಹೋಗಿದ್ದ!

ಹೀಗೆ ಬುದ್ಧಿಯ ಬಲ ಎಲ್ಲ ಬಲಕ್ಕಿಂತಲೂ ದೊಡ್ಡದು.

ಪಾಂಡಿಚೇರಿಯ ಜಾನಪದ ಕಥೆ:
ಬಡವರ ಕಾಯಿಲೆ ಮತ್ತು ಶ್ರೀಮಂತರ ಕಾಯಿಲೆ

ಒಬ್ಬ ಅಗಸನಿದ್ದ. ಒಂದು ದಿನ, ಅವನು ಯಥಾಪ್ರಕಾರ ತನ್ನ ಹೆಂಡತಿಯೊಂದಿಗೆ ಎದ್ದು ಬಟ್ಟೆ ಒಗೆಯಲು ನದೀ ತೀರಕ್ಕೆ ಹೋದ. ಬಟ್ಟೆಗಳನ್ನು ಗಂಟುಕಟ್ಟಿ ಆ ಗಂಟನ್ನು ಕತ್ತೆಯ ಮೇಲೆ ಹೇರಿ ಇಬ್ಬರೂ ಹೋದರು. ನದೀತೀರವನ್ನು ತಲುಪಲು, ಅಗಸನು ತನ್ನ ಹೆಂಡತಿಗೆ ಬಟ್ಟೆಗಳ ಗಂಟನ್ನು ಬಿಚ್ಚಲು ಹೇಳಿದ. ಅವಳು ಅಂತೆಯೇ ಗಂಟು ಬಿಚ್ಚಿ ಬಟ್ಟೆಗಳನ್ನು ತೆಗೆಯುತ್ತಾ ಹೋದಂತೆ, ಆ ಗಂಟಿನೊಳಗೆ, ಬಟ್ಟೆಗಳ ನಡುವೆಯೇ ಇನ್ನೊಂದು ಗಂಟಿದ್ದನ್ನು ಕಂಡಳು! ಆಶ್ಚರ್ಯಗೊಂಡ ಅವಳು, "ಇದೇನಿದು ಪ್ರತ್ಯೇಕ ಗಂಟು?" ಎಂದು ಕೇಳಿದಳು.

ಅದಕ್ಕೆ ಅಗಸನು ಹೇಳಿದನು, "ಆ ಚಿಕ್ಕ ಗಂಟನ್ನು ಆಚೆ ದಡಕ್ಕೆ ತೆಗೆದುಕೊಂಡು ಹೋಗಿ ಅದರಲ್ಲಿರುವ ಬಟ್ಟೆಗಳನ್ನು ಬೇರೆಯಾಗಿ ಒಗೆದು ಬೇರೆಯಾಗಿ ಒಣಹಾಕು! ಯಾವುದೇ ಕಾರಣಕ್ಕೂ ಆ ಚಿಕ್ಕ ಗಂಟಿನ ಬಟ್ಟೆಗಳು ದೊಡ್ಡ ಗಂಟಿನ ಬಟ್ಟೆಗಳೊಂದಿಗೆ ಬೆರೆಯಬಾರದು!"

ಹೆಂಡತಿಯು ಒಪ್ಪಿ ಆ ಚಿಕ್ಕ ಗಂಟಿನೊಂದಿಗೆ, ಹೆಚ್ಚು ಆಳವಿರದಿದ್ದ ಆ ಚಿಕ್ಕ ನದಿಯನ್ನು ದಾಟಿ ಆಚೆ ದಡಕ್ಕೆ ಹೋದಳು. ಗಂಟನ್ನು ಬಿಚ್ಚಿ ನೋಡಿದರೆ, ಅಲ್ಲಿ ಎರಡು ಪಂಚೆಗಳು, ಒಂದು ಜುಬ್ಬಾ (ಮೇಲಂಗಿ) ಮತ್ತು ಒಂದು ಟವಲು, ಇವಿಷ್ಟಿದ್ದವು. ಅವುಗಳಲ್ಲಿ ಒಂದು ಪಂಚೆ ಮತ್ತು ಜುಬ್ಬಾ ಬೆಲೆಬಾಳುವ ರೇಷ್ಮೆಯವಾಗಿದ್ದರೆ, ಇನ್ನೊಂದು ಪಂಚೆ ಮತ್ತು ಟವಲು, ಅಲ್ಲಲ್ಲಿ ಹರಿದಿದ್ದು ಸಾಧಾರಣ ಹತ್ತಿಯವಾಗಿದ್ದವು! ಈ ಬಟ್ಟೆಗಳು ದೊಡ್ಡ ಗಂಟಿನ ಬಟ್ಟೆಗಳಷ್ಟು ಕೊಳೆಯಾಗಿರಲಿಲ್ಲ. ಆದರೆ ಇವುಗಳನ್ನು ಹಳ್ಳಿಯ ಇಬ್ಬರು ರೋಗಗ್ರಸ್ತ ವ್ಯಕ್ತಿಗಳು ಧರಿಸಿದ್ದರು. ಸಹಜವಾಗಿಯೇ ರೇಷ್ಮೆ ಬಟ್ಟೆಗಳು ಶ್ರೀಮಂತನದಾಗಿದ್ದರೆ, ಹರಿದ ಬಟ್ಟೆಗಳು ಒಬ್ಬ ಬಡ ರೈತನದಗಿದ್ದವು. ಆದರೆ ಇಬ್ಬರೂ

ಅಂಟುರೋಗಗಳಿಂದ ಬಳಲುತ್ತಿದ್ದುದರಿಂದ ಅವರ ಬಟ್ಟೆಗಳನ್ನು ಬೇರೆಯಾಗಿ ಗಂಟು ಕಟ್ಟಲಾಗಿತ್ತು ಹಾಗೂ ಬೇರೆಯಾಗಿ ಒಗೆಯಬೇಕಾಗಿತ್ತು.

ಅಗಸಗಿತ್ತಿಯು ಆ ಬಟ್ಟೆಗಳನ್ನು ಹರಿಯುವ ನೀರಿನಲ್ಲಿ ನೆನೆಸಿ, ಒಂದೊಂದಾಗಿ ಅವನ್ನು ಎತ್ತಿ ಬಂಡೆಯ ಮೇಲೆ ಒಗೆಯತೊಡಗಿದಳು. ಅವು ಅಷ್ಟೊಂದು ಕೊಳೆಯಾಗಿರಲಿಲ್ಲವಾದ್ದರಿಂದ ಅವನ್ನು ಒಗೆಯಲು ಅವಳಿಗೆ ಹೆಚ್ಚು ಸಮಯವೇನು ಬೇಕಾಗಲಿಲ್ಲ. ಅನಂತರ ಅವಳು ಅವನ್ನು ಹಿಂಡಿ ನೀರನ್ನು ತೆಗೆದು ಬಿಸಿಲಿನಲ್ಲಿ ಹರಡಿ ಒಣಹಾಕಿದಳು. ಆಗ ಬಡವನ ಬಟ್ಟೆಗಳಲ್ಲಿ ವಾಸಿಸುತ್ತಿದ್ದ ಕಾಯಿಲೆಯ ಆತ್ಮ ಮೆಲ್ಲನೆ ಹೊರಬಂದು ಯಾರಿಗೂ ತಿಳಿಯದಂತೆ ಹೊರಟು ಹೋಗತೊಡಗಿತು! ಆದರೆ ಹಿಂದಿನಿಂದ, "ಎಲ್ಲಿ ಹೋಗುತ್ತಿರುವೆ ತಮ್ಮ?" ಎಂಬ ಧ್ವನಿ ಅದನ್ನು ತಡೆಯಿತು! ಅದು ಶ್ರೀಮಂತನ ಬಟ್ಟೆಗಳಲ್ಲಿ ವಾಸಿಸುತ್ತಿದ್ದ ಕಾಯಿಲೆಯ ಆತ್ಮದ ಧ್ವನಿಯಾಗಿತ್ತು!

"ನಾನು ಆ ಬಡ ರೈತನಿಗೆ ನಮಸ್ಕಾರ ಹೇಳಿ ಹೊರಡುತ್ತಿದ್ದೇನೆ!" ಬಡವನ ಕಾಯಿಲೆಯ ಆತ್ಮ ಹೇಳಿತು" ಏಕೆಂದರೆ ಅವನು ನನಗೇನೂ ಊಟವನ್ನೇ ಕೊಡುವುದಿಲ್ಲ! ಎಷ್ಟೋ ವೇಳೆ ಅವನು ಏನನ್ನೂ ತಿನ್ನುವುದೇ ಇಲ್ಲ! ಒಮ್ಮೊಮ್ಮೆ ತಿಂದರೂ ರುಚಿಯಿಲ್ಲದ ಗಂಜಿಯನ್ನಷ್ಟೇ ಸೇವಿಸುತ್ತಾನೆ! ನನಗೂ ಅದೇ ಊಟ! ಆಗಾಗ ಹಸಿರು ಗಿಡಮೂಲಿಕೆಗಳಿಂದ ತೆಗೆದ ಕಹಿರಸ ಕುಡಿದು ನನಗೆ ಹಿಂಸೆಯನ್ನೂ ಕೊಡುತ್ತಾನೆ! ಆದ್ದರಿಂದ ನನಗೆ ಆ ಬಡವನೊಂದಿಗಿರಲು ಇಷ್ಟವಿಲ್ಲ! ಅವನನ್ನು ನಾನು ದ್ವೇಷಿಸುತ್ತೇನೆ! ಹಾಗಾಗಿ ನಾನು ಹೊರಡುತ್ತೇನೆ! ನೀನೇನು ಮಾಡುವೆ?" ಶ್ರೀಮಂತನ ಕಾಯಿಲೆಯ ಆತ್ಮ ಹೇಳಿತು, "ಅಯ್ಯೋ! ನಾನೇಕೆ ಹೋಗಬೇಕು? ನಾನು ಬಹಳ ಸಂತೋಷವಾಗಿದ್ದೇನೆ! ನನ್ನ ಶ್ರೀಮಂತ ನನ್ನನ್ನು ಚೆನ್ನಾಗಿ ನೋಡಿಕೊಳ್ಳುತ್ತಿದ್ದಾನೆ! ಅವನ ನೆಂಟರಿಷ್ಟರೂ ಸೇವಕರೂ ಕೂಡ ನನ್ನನ್ನು ಚೆನ್ನಾಗಿ ನೋಡಿಕೊಳ್ಳುತ್ತಿದ್ದಾರೆ! ಸೊಗಸಾದ ಮೆತ್ತನೆಯ ಹಾಸಿಗೆಯ ಮೇಲೆ ನನ್ನನ್ನು ಮಲಗಿಸುತ್ತಾರೆ! ಕಿತ್ತಳೆರಸವೇ ಮೊದಲಾಗಿ ಹಲವು ಸಿಹಿಯಾದ ಹಣ್ಣಿನ ರಸಗಳು, ವಿಧವಿಧವಾದ ಹಣ್ಣುಗಳು, ಒಳ್ಳೊಳ್ಳೆಯ ರುಚಿಯಾದ ಭಕ್ಷ್ಯ ಭೋಜ್ಯಗಳು, ಇವೆಲ್ಲವನ್ನೂ ಆಗಾಗ ನನಗೆ ಕೊಡುತ್ತಿರುತ್ತಾರೆ! ನನಗೆ ಜೀವನ ಸುಖಮಯವಾಗಿದೆ! ಹೀಗಿರುವಾಗ ನಾನೇಕೆ ಅವನನ್ನು ಬಿಟ್ಟು ಹೋಗಲಿ? ಇನ್ನೊಬ್ಬ ಶ್ರೀಮಂತ ಸಿಗುವವರೆಗೆ ಅವನಲ್ಲೇ ವಾಸಿಸುತ್ತಿರುತ್ತೇನೆ!"

ಆದ್ದರಿಂದಲೇ ಬಡವರ ಕಾಯಿಲೆ ಬೇಗ ವಾಸಿಯಾದರೆ, ಶ್ರೀಮಂತರ ಕಾಯಿಲೆ ವಾಸಿಯಾಗುವುದು ಬಹಳ ನಿಧಾನವಾಗುತ್ತದೆ!

‒‒►►◄◄‒‒

ಬಂಗಾಳದ ಜಾನಪದ ಕಥೆ

ಬ್ರಾಹ್ಮಣನ ಅದೃಷ್ಟ

ಒಂದು ಹಳ್ಳಿಯಲ್ಲಿ ಒಬ್ಬ ಬಡ ಬ್ರಾಹ್ಮಣನಿದ್ದ. ಅವನು ಬಡವನಷ್ಟೇ ಅಲ್ಲದೇ ದಡ್ಡನೂ ಆಗಿದ್ದ. ಹಾಗಾಗಿ ಅವನಿಗೆ ಜೀವನ ನಡೆಸಲು ಬಹಳ ಕಷ್ಟವಾಗುತ್ತಿತ್ತು. ಭಿಕ್ಷೆಯೊಂದೇ ಅವನಿಗೆ ಊಟಕ್ಕಿದ್ದ ದಾರಿಯಾಗಿತ್ತು. ಒಂದು ದಿನ ಭಿಕ್ಷೆ ಸಿಗಲಿಲ್ಲವಾದರೆ ಅಂದು ಅವನಿಗೂ ಅವನ ಹೆಂಡತಿಗೂ ಉಪವಾಸವೇ ಗತಿಯಾಗುತ್ತಿತ್ತು! ಇದರೊಂದಿಗೆ ಅವನ ಹೆಂಡತಿಯು ಅವನನ್ನು ಸದಾ ಬಯ್ಯುತ್ತಿದ್ದಳು! ಇದರಿಂದ ದಿನವೂ ಅವನಿಗೆ ಮನೆಗೆ ಬರುವುದಕ್ಕೆ ಬಹಳ ಅಂಜಿಕೆಯಾಗುತ್ತಿತ್ತು! ಹಣ ಸಂಪಾದನೆ ಮಾಡಲಾರದ ಮೂರ್ಖನೆಂದು ಸದಾ ಅವನನ್ನು ನಿಂದಿಸುತ್ತಿದ್ದಳು ಅವಳು! ಹೀಗೆಯೇ ಒಂದು ದಿನ ಜಗಳವಾಡುತ್ತಾ ಅವಳು, "ನೋಡಿ ನೋಡಿ! ಅದೆಷ್ಟು ಜನ ಬ್ರಾಹ್ಮಣ ಪಂಡಿತರು ರಾಜನ ಅರಮನೆಗೆ ಹೋಗಿ ಒಂದೋ ಎರಡೋ ಶ್ಲೋಕಗಳನ್ನು ಹೇಳಿ ಹಣದ ಬಹುಮಾನಗಳನ್ನು ಪಡೆಯುತ್ತಾರೆ! ಇದರಿಂದ ಅವರ ಹೆಂಡತಿ, ಮಕ್ಕಳು ಎಷ್ಟು ಸುಖವಾಗಿರುತ್ತಾರೆ! ಆದರೆ ನಿರುಪಯೋಗಿಗಳಾದ ನೀವು ದರಿದ್ರವಾದ ಭಿಕ್ಷೆಯಿಂದ ಜೀವಿಸುವಿರಿ! ಛೀ! ಹಣ ಸಂಪಾದನೆ ಮಾಡಲು ನೂರಾರು ದಾರಿಗಳಿವೆ! ಆದರೆ ನೀವು ಮನಸ್ಸು ಮಾಡದಿರುವುದರಿಂದ ಅವು ನಿಮಗೆ ಕಾಣುವುದಿಲ್ಲ ಅಷ್ಟೇ!" ಎಂದಳು.

ಆಗ ಆ ಬ್ರಾಹ್ಮಣನು, "ಏನು ದಾರಿಗಳವು? ನಾನು ಏನೂ ತಿಳಿಯದ ಅಜ್ಞಾನಿ! ವಿದ್ಯೆ ತಲೆಗೆ ಹತ್ತದ ನತದೃಷ್ಟ! ಇನ್ನು ನಾನು ಶ್ಲೋಕವನ್ನು ಹೇಗೆ ರಚಿಸಬಲ್ಲೆ? ಯಾರಾದರೂ ಒಬ್ಬ ಪಂಡಿತನಿಂದ ಒಂದು ಶ್ಲೋಕವನ್ನು ರಚಿಸಿ, ಅದನ್ನು ನನ್ನದೇ ಎಂದು ರಾಜನ ಬಳಿ ಹೇಳೋಣವೆಂದರೆ, ನನಗೆ ಅಂಥ ಪಂಡಿತರ ಪರಿಚಯವೇ ಇಲ್ಲ! ನಾನೇನು ತಾನೇ ಮಾಡಲಿ?"ಎಂದನು.

"ಏನೂ ಮಾಡಲಾಗುವುದಿಲ್ಲ ಅಲ್ಲವೇ? ಹಾಗಿದ್ದಲ್ಲಿ ಇಲ್ಲಿಂದ ಎಲ್ಲಾದರೂ ಹಾಳಾಗಿ ಹೋಗಿ!" ಎಂದು ಬಹು ಕಟುವಾಗಿ ನುಡಿದಳು ಅವನ ಹೆಂಡತಿ!

ಇದರಿಂದ ಬಹಳ ದುಃಖಗೊಂಡ ಆ ಬಡ ಬ್ರಾಹ್ಮಣ ಮನೆಯಿಂದ ಹೊರಟ. ಆದರೆ ಎಲ್ಲಿಗೆ ಹೋಗುವುದೆಂದು ತಿಳಿಯಲಿಲ್ಲ ಅವನಿಗೆ! ಹಾಗಾಗಿ ಅವನು ಸುಮ್ಮನೆ ನಡೆಯುತ್ತಾ ಹೊರಟ. ಹೀಗೆಯೇ ನಡೆಯುತ್ತಾ ಒಂದು ದೊಡ್ಡ ಉದ್ಯಾನವನಕ್ಕೆ ಬಂದು, ಆಯಾಸವಾಗಿದ್ದುದರಿಂದ ಒಂದು ಮರದ ಕೆಳಗೆ ಕುಳಿತ. ಆ ಮರದ ಸಮೀಪವೇ ಒಂದು ಹೊಂಡವಿತ್ತು. ಸ್ವಲ್ಪ ಹೊತ್ತಿಗೆ ಒಂದು ಹಂದಿ ಅಲ್ಲಿಗೆ ಬಂದಿತು. ಅದರ ಸ್ವಭಾವದಂತೆ ಅದು ಆ ಹೊಂಡದಲ್ಲಿ ಆಟವಾಡಿ ಅನಂತರ ಹೊರಬಂದು ಮರಕ್ಕೆ ತನ್ನ ದೇಹವನ್ನು ಉಜ್ಜಿಕೊಂಡಿತು. ಹೀಗೆಯೇ ಅದು ಮತ್ತೆ ಮತ್ತೆ ಮಾಡಹತ್ತಿತು! ಇದನ್ನು ನೋಡುತ್ತಿದ್ದ ಆ ಬ್ರಾಹ್ಮಣನಿಗೆ ಏನೋ ಹೊಳೆದಂತಾಗಿ, "ಹಾ! ನನಗೆ ಸಿಕ್ಕಿತು! ಶ್ಲೋಕ ಸಿಕ್ಕಿತು!" ಎಂದು ಉದ್ಗರಿಸುತ್ತಾ ಕೂಡಲೇ ಒಂದು ಎಲೆಯನ್ನು ತೆಗೆದುಕೊಂಡು ಬರೆದ –

ಉಜ್ಜುವುದು ಉಜ್ಜುವುದು, ಮುಳುಗುವುದು, ಮುಳುಗುವುದು!

ಮತ್ತೆ ಮತ್ತೆ ಬಲವಾಗಿ ಉಜ್ಜುವುದು!

ಏಕೆ ಹೀಗೆ ಉಜ್ಜುವುದು? ಏಕೆ ಹೀಗೆ ಉಜ್ಜುವುದು?

ಸುಲಭ ಅದನು ಹೇಳಲು! ಸುಲಭ ಅದನು ಹೇಳಲು!

ಹೀಗೆ ಬರೆದು ಆ ಬ್ರಾಹ್ಮಣ ತನ್ನಲ್ಲೇ ಆಲೋಚಿಸಿದ, "ಈಗ ನಾನು ರಾಜನ ಬಳಿಗೆ ಹೋಗಿ ಈ ಶ್ಲೋಕವನ್ನು ಓದುತ್ತೇನೆ! ವಿಧಿ ನನ್ನ ಪಾಲಿಗೆ ಏನನ್ನಿರಿಸಿದೆಯೋ ನೋಡೋಣ! ಯಾರಿಗೆ ಗೊತ್ತು? ರಾಜನು ಇದನ್ನು ಮೆಚ್ಚಿ ನನಗೆ ಒಳ್ಳೆಯ ಬಹುಮಾನವನ್ನೇ ಕೊಡಬಹುದು!"

ಹೀಗೆ ಯೋಚಿಸಿ ಅವನು ಕೂಡಲೇ ರಾಜನ ಅರಮನೆಗೆ ಹೊರಟ. ಅವನು ಹೊರಟು ಹೋಗಿದ್ದನು. ಕಾವಲುಗಾರರು ಒಂದು ಕಡೆ ಕುಳಿತುಕೊಂಡು ತಮ್ಮ ತಮ್ಮಲ್ಲೇ ಮಾತನಾಡುತ್ತಿದ್ದರು. ಹಾಗಾಗಿ ಅವನು ಒಳಗೆ ಹೋದುದನ್ನು ಅವರು ನೋಡಲಿಲ್ಲ. ಅರಮನೆಯಲ್ಲಿ ಯಾರನ್ನೂ ಕಾಣದೇ ಅವನು ಏನು ಮಾಡಬೇಕೆಂದು ತಿಳಿಯದೇ ಗಾಬರಿಗೊಂಡನು! ಸಭೆ ಮುಗಿದಿರಲು ಎಲ್ಲರೂ ಅವರವರ ಸ್ಥಳಗಳಿಗೆ ಹೊರಟು ಹೋಗಿದ್ದರು. ಬ್ರಾಹ್ಮಣನು ಯಾರಾದರೂ ಬರುವರೆಂದು ಕಾದನು. ಆದರೆ ಎಷ್ಟು ಹೊತ್ತಾದರೂ ಯಾರೂ ಬರಲಿಲ್ಲ! ಕೊನೆಗೆ ಅವನು ಯೋಚಿಸಿದನು, "ನನ್ನ ಶ್ಲೋಕವನ್ನು

ರಾಜನು ಕೇಳಿದರೆ, ನನಗೆ ಬಹುಮಾನ ಕೊಡುವ ಬದಲಿಗೆ ಚಾವಟಿಯೇಟು ಕೊಡಿಸುತ್ತಾನೆ! ಆದ್ದರಿಂದ ನಾನು ಇದನ್ನು ಅವನ ಮುಂದೆ ಓದುವುದಿಲ್ಲ! ಬದಲಿಗೆ ಇದನ್ನು ಇಲ್ಲೇ ಎಲ್ಲಾದರೂ ಇಟ್ಟು ಹೋಗುತ್ತೇನೆ! ಏನಾಗುವುದೋ ಆಗಲಿ!"

ಹೀಗೆ ಯೋಚಿಸಿ ಅವನು ಅಲ್ಲೆಲ್ಲಾ ನೋಡಿ ಕೊನೆಗೆ ಒಂದು ಮೂಲೆಯಲ್ಲಿ ತಾನು ಶ್ಲೋಕವನ್ನು ಬರೆದಿದ್ದ ಎಲೆಯನ್ನು ಗೋಡೆಗೆ ನೇತುಹಾಕಿ ಹೊರಟು ಹೋದನು! ಆ ಸ್ಥಳವು ರಾಜನು ದಿನವೂ ಕ್ಷೌರಿಕನಿಂದ ಕ್ಷೌರ ಮಾಡಿಸಿಕೊಳ್ಳುವ ಸ್ಥಳವಾಗಿತ್ತು!

ಬ್ರಾಹ್ಮಣನು ಹೀಗೆ ತನ್ನ ಶ್ಲೋಕವನ್ನು ಅರಮನೆಯಲ್ಲಿ ಬಿಟ್ಟು ಮನೆಗೆ ಹೋದನು. ಮನೆ ತಲುಪುವ ಹೊತ್ತಿಗೆ ರಾತ್ರಿಯಾಗಿತ್ತು. ತಡವಾಗಿ ಬಂದ ಗಂಡನನ್ನು ಹೆಂಡತಿಯು ಯಥಾಪ್ರಕಾರ ನಿಂದಿಸತೊಡಗಿದಳು! ಆಗ ಅವನು, "ಇನ್ನು ಮುಂದೆ ನೀನು ನನ್ನನ್ನು ನಿಂದಿಸುವಂತಿಲ್ಲ! ನಾನೊಂದು ಶ್ಲೋಕವನ್ನು ರಚಿಸಿ ಅರಮನೆಯಲ್ಲಿ ಬಿಟ್ಟು ಬಂದಿದ್ದೇನೆ! ನೋಡುತ್ತಿರು! ನೀನು ರಾಣಿಯಾಗುವೆ!" ಎಂದನು. ಅದಕ್ಕೆ ಅವಳು, "ಸಾಕು ನಿಲ್ಲಿಸಿ ನಿಮ್ಮ ತಮಾಷೆಯನ್ನು! ಯಾರಿಗೂ ಬೇಕಿಲ್ಲ ಅದು! ನಿಮ್ಮಂತೆಯೇ ನಿಮ್ಮ ತಮಾಷೆಯೂ ಬುದ್ಧಿಹೀನವಾಗಿದೆ!" ಎಂದು ಜರಿದಳು! ಆಗ ಅವನು, "ನಾನು ಸತ್ಯವಾಗಿಯೂ ಹೇಳುತ್ತಿದ್ದೇನೆ! ನಿಜಕ್ಕೂ ನಾನೊಂದು ಶ್ಲೋಕವನ್ನು ಬರೆದು ರಾಜನ ಅರಮನೆಯಲ್ಲಿಟ್ಟು ಬಂದಿದ್ದೇನೆ! ಸಭೆಯು ಮುಗಿದಿದ್ದುದರಿಂದ ಅರಮನೆಯಲ್ಲಿ ಯಾರೂ ಇರಲಿಲ್ಲ. ಆದ್ದರಿಂದಲೇ ನಾನು ಶ್ಲೋಕ ಬರೆದ ಎಲೆಯನ್ನು ಗೋಡೆಗೆ ನೇತು ಹಾಕಿ ಬಂದಿದ್ದೇನೆ! ನಾಳೆ ರಾಜನು ಅದನ್ನು ಖಂಡಿತವಾಗಿಯೂ ಓದುತ್ತಾನೆ! ಆಗ ಅವನಿಗೆ ಅದರಿಂದ ಸಂತೋಷವಾಗಿ ನನಗೆ ಬಹುಮಾನ ಕೊಡುತ್ತಾನೆ! ಅಷ್ಟೇಕೆ? ನೀನು ರಾಣಿಯಾಗುವೆ!" ಎಂದನು. ಆದರೆ ಅವಳು ಅವನ ಮಾತನ್ನು ನಂಬಲಿಲ್ಲ!

ಮರುದಿನ, ರಾಜನು ನಿದ್ರೆಯಿಂದೆದ್ದು ಕೈಕಾಲು ಮುಖಗಳನ್ನು ತೊಳೆದು ತಾನು ಕ್ಷೌರ ಮಾಡಿಸಿಕೊಳ್ಳುವ ಸ್ಥಳಕ್ಕೆ ಹೋಗಿ ಕುಳಿತ. ಆಗ ಅಲ್ಲಿಗೆ ಕ್ಷೌರಿಕನೂ ಬಂದು ತನ್ನ ಹಡಪವನ್ನು ತೆಗೆದು ಸಾಣೆಗಲ್ಲಿನ ಮೇಲೆ ಕತ್ತಿ ಮಸೆಯುತ್ತಾ ಆಗಾಗ ತಂಬಿಗೆಯಲ್ಲಿನ ನೀರಿನಲ್ಲಿ ಅದನ್ನು ಅದ್ದುತ್ತಾ ಮತ್ತೆ ಮತ್ತೆ ಮಸೆಯತೊಡಗಿದ. ಕ್ಷೌರ ಮಾಡಿಸಿಕೊಳ್ಳಲು ಕಾಯುತ್ತಾ ಕುಳಿತಿದ್ದ ರಾಜನು ಆಗ ಅತ್ತಿತ್ತ ನೋಡುತ್ತಿರಲು, ಅವನ ದೃಷ್ಟಿಯು

ಗೋಡೆಯ ಮೇಲೆ ನೇತುಹಾಕಿದ್ದ ಬ್ರಾಹ್ಮಣನ ಪದ್ಯದ ಮೇಲೆ ಬಿತ್ತು! ಯಾರೋ ಏನೋ ಬರೆದಿರುವರಲ್ಲಾ ಎಂದು ಅದನ್ನು ಜೋರಾಗಿ ಓದಿದ –

ಉಜ್ಜುವುದು ಉಜ್ಜುವುದು, ಮುಳುಗುವುದು, ಮುಳುಗುವುದು!

ಮತ್ತೆ ಮತ್ತೆ ಬಲವಾಗಿ ಉಜ್ಜುವುದು!

ಏಕೆ ಹೀಗೆ ಉಜ್ಜುವುದು? ಏಕೆ ಹೀಗೆ ಉಜ್ಜುವುದು?

ಸುಲಭ ಅದನು ಹೇಳಲು! ಸುಲಭ ಅದನು ಹೇಳಲು!

ರಾಜನು ಹೀಗೆ ಓದುವುದನ್ನು ಕೇಳಿ ಕ್ಷೌರಿಕನು ಹೆದರಿ ನಡುಗಿದ! ಅವನ ಮೈಯೆಲ್ಲಾ ಬೆವರತೊಡಗಿತು! ಅದಕ್ಕೆ ಕಾರಣವಿತ್ತು. ರಾಣಿಯೂ ಕೊತ್ವಾಲನೂ ಪ್ರೇಮಿಗಳಾಗಿದ್ದರು! ಇಬ್ಬರೂ ಉಪಾಯವಾಗಿ ರಾಜನನ್ನು ಮುಗಿಸಿಬಿಡಲು ಸಂಚು ಮಾಡಿದ್ದರು! ಅದಕ್ಕಾಗಿ ಅವರು ಈ ಕ್ಷೌರಿಕನ ಸಹಾಯ ಯಾಚಿಸಿದ್ದರು! ರಾಣಿಯು ಕ್ಷೌರಿಕನನ್ನು ಕರೆದು ರಹಸ್ಯದಲ್ಲಿ, "ನಾಳೆ ನೀನು ರಾಜನ ಮುಖಕ್ಷೌರ ಮಾಡುವಾಗ ಉಪಾಯವಾಗಿ ನಿನ್ನ ಕತ್ತಿಯಿಂದ ಅವನ ಕುತ್ತಿಗೆಯನ್ನು ಕತ್ತರಿಸಿಬಿಡು! ಇದಕ್ಕಾಗಿ ನಿನಗೆ ಭಾರೀ ಬಹುಮಾನ ಕೊಡುತ್ತೇವೆ! ಯಾವುದೇ ತೊಂದರೆಯಾಗದಂತೆ ನೋಡಿಕೊಳ್ಳುತ್ತೇವೆ!" ಎಂದು ಹೇಳಿದ್ದಳು! ಈಗ ಕ್ಷೌರಿಕನು ಕತ್ತಿ ಮಸೆಯುತ್ತಿರುವಾಗ ರಾಜನು ಆ ಶ್ಲೋಕವನ್ನು ಓದಲು, ಅದು ಅವನ ಕೆಲಸಕ್ಕೆ ಸಂಬಂಧಿಸಿದಂತಿದ್ದುದರಿಂದ, ತನ್ನ ಸಂಚು ರಾಜನಿಗೆ ತಿಳಿದುಹೋಯಿತೆಂದುಕೊಂಡು ಭಯಭೀತನಾದನು! ಅವನು ಒಂದು ಕ್ಷಣ ಸ್ತಂಭೀಭೂತನಾಗಿ, ಮರುಕ್ಷಣವೇ ರಾಜನ ಕಾಲಿಗೆ ಬೀಳುತ್ತಾ, "ಮಹಾರಾಜ! ಮಹಾರಾಜ! ದಯವಿಟ್ಟು ನನ್ನನ್ನು ಕ್ಷಮಿಸಿ! ನಿಜವಾಗಿಯೂ ನನಗೇನೂ ತಿಳಿಯದು! ಆ ರಾಣಿಯೂ ಕೊತ್ವಾಲನೂ ಸಂಚು ಮಾಡಿ ನನಗೆ ಈ ಕೆಲಸವನ್ನೊಪ್ಪಿಸಿದರು! ಮಹಾರಾಜ! ದಯವಿಟ್ಟು ನನ್ನಂಥ ಬಡವನನ್ನು ಕೊಲ್ಲಬೇಡಿ! ನನ್ನನ್ನು ಕ್ಷಮಿಸಿ!" ಎಂದು ಅಳತೊಡಗಿದನು!

ಕ್ಷೌರಿಕನ ಮಾತುಗಳನ್ನು ಕೇಳಿ ಏನೂ ಅರ್ಥವಾಗದೇ ಆಶ್ಚರ್ಯಗೊಂಡ ರಾಜನು ಸ್ವಲ್ಪ ಕೋಪದಿಂದ, "ಏನು ವಿಷಯ? ನಿಜ ಹೇಳು! ನಿಜ ಹೇಳಿದರೆ ನಿನಗಾವ ತೊಂದರೆಯೂ ಆಗುವುದಿಲ್ಲ!" ಎಂದನು. ಆಗ ಕ್ಷೌರಿಕನು, "ಮಹಾರಾಜ! ನನಗೆ

ತಿಳಿದಿರುವುದಿಷ್ಟೇ! ನಿನ್ನೆ ರಾತ್ರಿ ಮಹಾರಾಣಿಯವರು ನನಗೆ ಹೇಳಿಕಳಿಸಿ, ನಿಮಗೆ ಮುಖಕ್ಷೌರ ಮಾಡುವಾಗ ನಿಮ್ಮ ಕುತ್ತಿಗೆಯನ್ನು ಕತ್ತರಿಸಿಬಿಟ್ಟರೆ ನನಗೆ ಭಾರೀ ಬಹುಮಾನ ಕೊಡುವುದಾಗಿ ಹೇಳಿದರು. ಆಗ ಅಲ್ಲೇ ನಿಂತಿದ್ದ ಕೊತ್ವಾಲರೂ ದನಿಗೂಡಿಸಿ ಹಾಗೆಯೇ ಹೇಳಿದರು. ಇದರಿದ ನನಗೆ ಯಾವುದೇ ತೊಂದರೆಯಾಗದಂತೆ ನೋಡಿಕೊಳ್ಳುವೆವೆಂದೂ ಹೇಳಿದರು. ಆದರೆ ನಿಮಗೆ ಈ ರಹಸ್ಯವು ಹೇಗೋ ತಿಳಿದು ನಾನು ಕತ್ತಿ ಮಸೆಯುವುದನ್ನು ಉಜ್ಜುವುದು, ಮುಳುಗುವುದು ಎಂದೆಲ್ಲಾ ಹೇಳಿದಿರಿ! ದಯವಿಟ್ಟು ನನ್ನನ್ನು ಕ್ಷಮಿಸಿ ಪ್ರಭು!" ಎಂದು ಪುನಃ ಅಳತೊಡಗಿದ! ರಾಜನು ಅವನನ್ನು ಕಳಿಸಿಬಿಟ್ಟ.

ಅನಂತರ, ರಾಜನು ಆ ಶ್ಲೋಕವನ್ನು ಬರೆದವನನ್ನು ಹಿಡಿದು ತರಬೇಕೆಂದು ನಗರದಲ್ಲೆಲ್ಲಾ ಡಂಗುರ ಸಾರಿಸಿದ. ಆ ಡಂಗುರವನ್ನು ಕೇಳಿ ಬ್ರಾಹ್ಮಣನು ಭಯಭೀತನಾದ! ತಾನಿನ್ನು ಸಿಕ್ಕಿಬಿದ್ದು ಸಾಯುವೆನೆಂದೇ ಭಾವಿಸಿದ. ಅವನು ತನ್ನ ಹೆಂಡತಿಗೆ, "ನೋಡು! ನನ್ನ ಭಿಕ್ಷೆಯಿಂದ ನಾವು ಎಷ್ಟೋ ನೆಮ್ಮದಿಯಾಗಿದ್ದೆವು! ಆದರೆ ಈಗ ನಾನು ಅರಮನೆಗೆ ಹೋಗಿ ಬಂದುದರಿಂದ ಸಿಕ್ಕಿಬೀಳುವಂತಾಗಿದೆ! ನಾನಿನ್ನು ಸಾಯುವೆ!" ಎಂದು ಹೇಳಿದ. ಅದಕ್ಕೆ ಅವಳು "ನೀವೇನೂ ತಪ್ಪು ಮಾಡಿಲ್ಲವಷ್ಟೇ? ಮತ್ತೇಕೆ ಹೆದರುವಿರಿ? ಹೋಗಿ ಬನ್ನಿ!" ಎಂದಳು. ಆಗ ಬ್ರಾಹ್ಮಣನು, "ನಿನಗೇನಿಲ್ಲ! ರಾಜನು ನನ್ನನ್ನು ಕೊಂದು ನಿನ್ನನ್ನು ತನ್ನ ರಾಣಿಯನ್ನಾಗಿ ಮಾಡಿಕೊಳ್ಳುತ್ತಾನೆ!" ಎಂದು ಅಳತೊಡಗಿದನು.

ಅಷ್ಟರಲ್ಲಿ ಸೈನಿಕರು ಅವನ ಮನೆಗೆ ಬಂದು ಅವನನ್ನು ಆ ಶ್ಲೋಕದ ಬಗ್ಗೆ ವಿಚಾರಿಸಿ ಅವನೇ ಅದನ್ನು ಬರೆದುದೆಂದು ಖಾತ್ರಿಪಡಿಸಿಕೊಂಡು ಅವನನ್ನು, "ಎಲೈ ಬ್ರಾಹ್ಮಣ! ಈ ಶ್ಲೋಕವನ್ನು ನೀನೇ ಬರೆದದ್ದು?" ಎಂದು ಕೇಳಿದನು. ಅದಕ್ಕೆ ಬ್ರಾಹ್ಮಣನು, "ಹೌದು ಮಹಾರಾಜ! ನಾನೇ!" ಎಂದು ಅಳುತ್ತಾ ಉತ್ತರಿಸಿದ. ಆಗ ರಾಜನು, "ಆಹಾ!ಭಲೆ!ನೀನು ನನ್ನ ಪ್ರಾಣವನ್ನೇ ಉಳಿಸಿದೆ! ಇದಕ್ಕಾಗಿ ನಿನಗೆ ಅರ್ಧರಾಜ್ಯವನ್ನೇ ಕೊಡುತ್ತೇನೆ!" ಎಂದನು.

ಆಗ ಬ್ರಾಹ್ಮಣನಿಗಾದ ಆನಂದ ಅಷ್ಟಿಷ್ಟಲ್ಲ! ಅಂತೂ ಅವನಿಗೆ ಅದೃಷ್ಟ ಒಲಿಯಿತು! ಮನೆಗೆ ಹೋಗಿ ತನ್ನ ಹೆಂಡತಿಗೆ ವಿಷಯ ಹೇಳಿದ. ಅವಳೂ ಆನಂದದಿಂದ ಕುಣಿದಾಡಿದಳು! ಅಂತೂ ಅವನು ಹೇಳಿದಂತೆ ಅವಳು ರಾಣಿಯಾಗುವಳಿದ್ದಳು!

ಬೇಗನೆ ಸಕಲ ಸಿದ್ಧತೆಗಳೊಂದಿಗೆ ಬ್ರಾಹ್ಮಣನಿಗೆ ಪಟ್ಟಕಟ್ಟಿ ಅವನನ್ನೂ ಒಂದು ಪ್ರಾಂತ್ಯಕ್ಕೆ ರಾಜನನ್ನಾಗಿ ಮಾಡಲಾಯಿತು. ಅವನ ಹೆಂಡತಿ ರಾಣಿಯಾದಳು. ಅನಂತರ ರಾಜನು, ತನ್ನನ್ನು ಕೊಲ್ಲಲು ಸಂಚು ಮಾಡಿದ್ದ ತನ್ನ ರಾಣಿ ಮತ್ತು ಕೊತ್ವಾಲರನ್ನು ನೇಣಿಗೇರಿಸಿದನು.

ಬಂಗಾಳದ ಜಾನಪದ ಕಥೆ
ಏಳು ಚಂಪಕ ಅಣ್ಣಂದಿರು ಮತ್ತು ತಂಗಿ ಪರೂಲ್

ಒಂದಾನೊಂದು ಕಾಲದಲ್ಲಿ ಒಬ್ಬ ರಾಜನಿದ್ದ. ಅವನಿಗೆ ಏಳು ರಾಣಿಯರಿದ್ದರು. ಮೊದಲ ಆರು ರಾಣಿಯರಿಗೆ ಅಹಂಕಾರವಿತ್ತು. ಆದರೆ ಏಳನೆಯ ಮತ್ತು ಕಿರಿಯ ರಾಣಿ ಮೃದು ಸ್ವಭಾವದವಳಾಗಿದ್ದು ಎಲ್ಲರನ್ನೂ ಬಹಳ ಪ್ರೀತಿಯಿಂದ ಮಾತನಾಡಿಸುತ್ತಿದ್ದಳು. ಇದರಿಂದ ಮನೆಯಲ್ಲಿ ಎಲ್ಲರಿಗೂ ಅವಳನ್ನು ಕಂಡರೆ ಬಹಳ ಇಷ್ಟವಾಗುತ್ತಿತ್ತು. ರಾಜನಂತೂ ಅವಳನ್ನು ಬಹಳ ಪ್ರೀತಿಸುತ್ತಿದ್ದು ಅವಳೊಂದಿಗೆ ಹೆಚ್ಚು ಸಮಯ ಕಳೆಯುತ್ತಿದ್ದನು! ಇದರಿಂದ ಇತರ ಆರು ರಾಣಿಯರಿಗೆ ಅವಳ ಮೇಲೆ ಬಹಳ ಮಾತ್ಸರ್ಯವಿತ್ತು! ಹೀಗಿರಲು, ಅವಳು ಗರ್ಭಿಣಿಯಾದಳು. ಇದರಿಂದ ಆ ಆರು ರಾಣಿಯರಿಗೆ ಅವಳ ಮೇಲಿನ ಮಾತ್ಸರ್ಯ ಇನ್ನೂ ಹೆಚ್ಚಾಯಿತು! ಏಕೆಂದರೆ ಅವರಿಗೆ ಮಕ್ಕಳಾಗಿರಲಿಲ್ಲ.

ರಾಜನು ತನ್ನ ಏಳನೆಯ ರಾಣಿಯೊಂದಿಗಿದ್ದಾಗ, ಈ ಆರು ರಾಣಿಯರೂ ಸೇರಿ ಅವಳ ವಿಷಯದಲ್ಲಿ ಒಳಸಂಚು ಮಾಡಿದರು. ಅನಂತರ ಅವರು ರಾಜನ ಬಳಿ, "ಮಹಾರಾಜ! ನೀನು ನಿನ್ನ ಏಳನೆಯ ರಾಣಿಯ ಬಗ್ಗೆ ಏನೂ ಯೋಚಿಸದೇ ರಾಜ್ಯಭಾರ ಮಾಡು! ಅವಳನ್ನು ನಾವು ಸುರಕ್ಷಿತವಾಗಿ ನೋಡಿಕೊಳ್ಳುತ್ತೇವೆ! ಅವಳ ಲಕ್ಷಣಗಳನ್ನು ನೋಡಿದರೆ ರಾಜಕುಮಾರನು ಹುಟ್ಟುವಂತಿದೆ! ಹೊರಗಿನಿಂದ ಯಾರಾದರೂ ಕಣ್ಣು ಹಾಕಿಯಾರು! ಆದ್ದರಿಂದ ಅವಳನ್ನು ನಮ್ಮ ವಶಕ್ಕೆ ಒಪ್ಪಿಸಿ ನೆಮ್ಮದಿಯಿಂದಿರು! ಎಂದು ಹೇಳಿದರು. ರಾಜನಿಗೆ ಅವರ ಮಾತಿನಲ್ಲಿ ನಂಬಿಕೆ ಬಂದಿತು. ಆದರೆ ಏಳನೆಯ ರಾಣಿಗೆ ಅವರೇನೋ ಸಂಚು ಮಾಡುತ್ತಿದ್ದರೆನಿಸಿತು.

ಅಂತೂ ಮಗು ಹುಟ್ಟುವ ದಿನ ಬಂದಿತು! ರಾಜನಿಗೆ ಬಹಳ ಧಾವಂತವಾಯಿತು! ಆದರೆ ಅವನು ಸಭೆಗೆ ಹೋಗಲೇಬೇಕಿತ್ತು! ಆದ್ದರಿಂದ ಅವನೊಂದು ಉಪಾಯ ಮಾಡಿದನು. ಏಳನೆಯ ರಾಣಿಯ ಕೋಣೆಗೆ ಒಂದು ಉದ್ದವಾದ ಸರಪಣಿಯನ್ನು ಹಾಕಿಸಿ ಅದರ ಇನ್ನೊಂದು ತುದಿಯನ್ನು ತನ್ನ ಸಿಂಹಾಸನಕ್ಕೆ ಸೇರಿಸಿದನು. ಈ ಇನ್ನೊಂದು

ತುದಿಯಲ್ಲಿ ಒಂದು ಗಂಟೆಯನ್ನು ಅಳವಡಿಸಿದ್ದನು. ಹೀಗೆ ಮಾಡಿ ತನ್ನ ಆರು ರಾಣಿಯರಿಗೆ ಹೇಳಿದನು. "ಏಳನೆಯ ರಾಣಿಯು ಮಗುವನ್ನು ಹಡೆದ ಕೂಡಲೇ ಈ ಸರಪಣಿಯನ್ನು ಎಳೆಯಬೇಕು. ಆಗ ಅಲ್ಲಿ ಗಂಟೆ ಹೊಡೆದು ನನಗೆ ವಿಷಯ ತಿಳಿಯುತ್ತದೆ!"

ರಾಣಿಯರು ಒಪ್ಪಿದರು. ಅನಂತರ, ಏಳನೆಯ ರಾಣಿ ಪ್ರಸವವೇದನೆಯನ್ನು ತಾಳಲಾರದೇ ಮೂರ್ಛೆ ಹೋದಳು! ಅವಳು ಏಳು ಗಂಡು ಮಕ್ಕಳಿಗೂ ಒಂದು ಹೆಣ್ಣು ಮಗುವಿಗೂ ಜನ್ಮವಿತ್ತಳು! ಆದರೆ ಮೂರ್ಛೆ ಹೋಗಿದ್ದ ಅವಳಿಗೆ ಈ ವಿಷಯ ತಿಳಿಯಲಿಲ್ಲ! ಆಗ ಇತರ ಆರು ರಾಣಿಯರು ಆ ಮಕ್ಕಳನ್ನು ಕೂಡಲೇ ಕತ್ತು ಹಿಸುಕಿ ಕೊಂದು ಹತ್ತಿರದ ಕಸದ ತಿಪ್ಪೆಯಲ್ಲಿ ಹೂಳಿಸಿಬಿಟ್ಟರು! ಏಳನೆಯ ರಾಣಿಯ ಸನಿಹದಲ್ಲಿ ಏಳು ನಾಯಿಮರಿಗಳನ್ನೂ ಒಂದು ಬೆಕ್ಕಿನ ಮರಿಯನ್ನೂ ಇರಿಸಿದರು. ಅನಂತರ, ಅವರು ರಾಜನು ಅಳವಡಿಸಿದ್ದ ಸರಪಣಿಯನ್ನು ಎಳೆದರು. ರಾಜನ ಸಿಂಹಾಸನದ ಬಳಿಯ ಕೋಣೆಗೆ ಓಡಿ ಬಂದ! ಆದರೆ ಅಲ್ಲಿ ಅವನು ಕಂಡದ್ದೇನು? ಏಳನೆಯ ರಾಣಿಯು ಏಳು ನಾಯಿಮರಿಗಳಿಗೂ ಒಂದು ಬೆಕ್ಕಿನ ಮರಿಗೂ ಜನ್ಮವಿತ್ತಿದ್ದಾಳೆ! ಆರು ರಾಣಿಯರೂ ಅವನನ್ನು ಪಕ್ಕಕ್ಕೆ ಕರೆದು, "ಮಹಾರಾಜ! ನಿನ್ನ ಏಳನೆಯ ರಾಣಿಯು ಒಬ್ಬ ರಾಕ್ಷಸಿಯಿರಬೇಕು! ಆದ್ದರಿಂದಲೇ ಇಂಥ ಪ್ರಾಣಿಗಳನ್ನು ಹೆತ್ತಿದ್ದಾಳೆ!" ಎಂದು ಹೇಳಿದರು. ಅದನ್ನು ನಂಬಿ ಅವನು ಅತ್ಯಂತ ಶೋಕಾವೇಶಗಳಿಗೊಳಗಾದನು! ಅವನು ಆ ಪ್ರಾಣಿಗಳನ್ನು ಕೂಡಲೇ ಕೊಲ್ಲಿಸಿ ಏಳನೆಯ ರಾಣಿಯನ್ನು ಅರಮನೆಯಿಂದ ಹೊರಹಾಕಿ ಹರಕಲು ವಸ್ತ್ರಗಳಲ್ಲಿ ದನದ ಕೊಟ್ಟಿಗೆಯಲ್ಲಿರಿಸಬೇಕೆಂದು ಆಜ್ಞೆ ಮಾಡಿದನು! ಅಂತೆಯೇ ಮಾಡಲಾಯಿತು! ಏಳನೆಯ ರಾಣಿಯು ಪಾಪ, ಮೊದಲೇ ಬಹಳ ದುಃಖದಲ್ಲಿದ್ದವಳು ಇನ್ನಷ್ಟು ದುಃಖಿತಳಾದಳು!

ಈ ಮಧ್ಯೆ, ಏಳನೆಯ ರಾಣಿಯ ಮಕ್ಕಳನ್ನು ಹೂತಿದ್ದ ಸ್ಥಳದಲ್ಲಿ ಏಳು ಚಂಪಕ ವೃಕ್ಷಗಳು ಮತ್ತು ಅವುಗಳನ್ನು ಹಬ್ಬಿದ ಒಂದು ಪರೂಲ್ ಬಳ್ಳಿ ಹುಟ್ಟಿದವು! ಕ್ರಮೇಣ ಅವು ಬೇಗಬೇಗನೆ ಬೆಳೆದು ಹೂಬಿಟ್ಟವು! ಸುಂದರವಾಗಿ ಕಾಣುತ್ತಿದ್ದ, ಸುವಾಸನೆಯಿಂದ ಕೂಡಿದ್ದ ಆ ಪುಷ್ಪಗಳನ್ನು ನೋಡಿ ಬೆರಗಾದ ತೋಟಗಾರನು ಒಂದು ಬಿದಿರಿನ ಕೋಲಿನಿಂದ ಅವನ್ನು ಕೀಳಲು ಹೊರಟನು. ಆಗ ಪರೂಲ್ ಹೂವು ಚಂಪಕ ಹೂವುಗಳಿಗೆ, "ಅಣ್ಣಂದಿರಾ! ಏಳಿ!" ಎಂದು ಕೂಗಿ ಹೇಳಿತು. ಆಗ ಚಂಪಕ ಹೂವುಗಳು

ಎತ್ತರಕ್ಕೆ ಹೋದವು! ಅಂತೆಯೇ ಪರೂಲ್ ಹೂವು ಕೂಡ ಮೇಲೆ ಹೋಯಿತು! ತೋಟಗಾರನು ಅವುಗಳನ್ನು ಕೀಳಹೋಗಲು ಅವು, "ರಾಣಿಯರು ಬರಲಿ!" ಎಂದವು! ಆಶ್ಚರ್ಯಗೊಂಡ ತೋಟಗಾರನು ಹೋಗಿ ರಾಣಿಯರಿಗೆ ವಿಷಯ ತಿಳಿಸಲು ಅವರು ಬಂದರು. ಅವರೂ ಬಿದಿರಿನ ಕೋಲಿನಿಂದ ಅವುಗಳನ್ನು ಕೀಳಲು ಪ್ರಯತ್ನಿಸಿದರು. ಆಗ ಅವು ಪುನಃ ಮೇಲೇರಿ, "ಮಹಾರಾಜನು ಬರಲಿ!" ಎಂದವು! ರಾಣಿಯರು ವಿಫಲರಾಗಿ ಹಿಂದಿರುಗಿದರು.

ಈ ವಿಚಿತ್ರ ಘಟನೆಯ ಬಗ್ಗೆ ಕೇಳಿದ ರಾಜನು ತಾನೇ ಹೂಗಳನ್ನು ಕೀಳಲು ಬಂದ. ಅವನು ಬಿದಿರಿನ ಕೋಲಿನಿಂದ ಆ ಹೂಗಳನ್ನು ಕೀಳಲು ಪ್ರಯತ್ನಿಸಿದ. ಆಗಲೂ ಅವು ಮೇಲೇರಿ, "ಏಳನೆಯ ರಾಣಿ ಬರಲಿ!" ಎಂದವು! ಹೀಗೆ ರಾಜನೂ ವಿಫಲನಾದ.

ದನದ ಕೊಟ್ಟಿಗೆಯಲ್ಲಿದ್ದು ಹರಕಲು ವಸ್ತ್ರ ಧರಿಸಿ ಸರಿಯಾದ ಆಹಾರವಿಲ್ಲದೇ ನಿತ್ರಾಣಗೊಂಡಿದ್ದ ಏಳನೆಯ ರಾಣಿಯನ್ನು ಕರೆಸಲಾಯಿತು. ಅವಳು ಬಂದು ಬಿದಿರಿನ ಕೋಲಿನಿಂದ ಹೂಗಳನ್ನು ಕೀಳಲು ಪ್ರಯತ್ನಿಸಿದಳು. ಆಗ ಆ ಹೂಗಳು ಕೂಡಲೇ ಕೆಳಗೆ ಬಂದವು! ಅವಳು ಅವುಗಳನ್ನು ಕೋಲಿನಿಂದ ಮುಟ್ಟಿದ ಕೂಡಲೇ ಅವು ಏಳು ಸುಂದರವಾದ ಪುಟ್ಟ ಬಾಲಕರೂ ಒಬ್ಬ ಬಾಲಕಿಯೂ ಆದವು! ಏಳನೆಯ ರಾಣಿಯು ಆಶ್ಚರ್ಯದಿಂದ ನೋಡುತ್ತಿರಲು ಆ ಮಕ್ಕಳು, "ಅಮ್ಮಾ! ನಾವು ನಿನ್ನ ಮಕ್ಕಳು! ನಮ್ಮನ್ನು ಎತ್ತಿಕೋ! ಈ ಆರು ರಾಣಿಯರೂ ನಮ್ಮನ್ನು ಇಲ್ಲಿ ಹೂತು ಹಾಕಿದ್ದರು!" ಎಂದವು!

ಆಶ್ಚರ್ಯ, ಸಂತೋಷಗಳಿಂದ ಕಣ್ಣೀರು ಸುರಿಸಿದ ಏಳನೆಯ ರಾಣಿಯು ತನ್ನ ಮಕ್ಕಳನ್ನು ಎತ್ತಿಕೊಂಡು ಮುದ್ದಾಡಿದಳು! ರಾಜನೂ ಸಂತೋಷದ ಕಣ್ಣೀರಿನಲ್ಲಿ ಮಿಂದನು! ಆಗ ಉಳಿದ ಆರು ರಾಣಿಯರು ಓಡಿ ಹೋಗಲು ಪ್ರಯತ್ನಿಸಿದರು! ಆದರೆ ರಾಜನು ಅವರನ್ನು ಕೂಡಲೇ ಹಿಡಿಸಿ, ಮುಳ್ಳುಗಳನ್ನು ಹಾಸಿದ್ದ ದೊಡ್ಡ ಹಳ್ಳಗಳಲ್ಲಿ ಹೂಳಿಸಿಬಿಟ್ಟನು!

ಅಲ್ಲಿಂದ ಮುಂದೆ, ರಾಜನು ತನ್ನ ಏಳನೆಯ ರಾಣಿ ಮತ್ತು ಮಕ್ಕಳೊಂದಿಗೆ ಸಂತೋಷದಿಂದ ಜೀವಿಸಿದನು.

ಬಂಗಾಳದ ಜಾನಪದ ಕಥೆ
ಮಾಯಾ ಮಡಕೆ

ಒಂದಾನೊಂದು ಕಾಲದಲ್ಲಿ ಒಬ್ಬ ಬ್ರಾಹ್ಮಣನಿದ್ದನು. ಅವನಿಗೆ ಒಬ್ಬ ಹೆಂಡತಿ ಮತ್ತು ನಾಲ್ಕು ಮಕ್ಕಳಿದ್ದರು. ಅವನು ಬಹಳ ಬಡವನಾಗಿದ್ದನು. ಇತರ ಶ್ರೀಮಂತರು ಕೊಡುತ್ತಿದ್ದ ಅಲ್ಪಸ್ವಲ್ಪ ಕಾಣಿಕೆಗಳಿಂದಷ್ಟೇ ಜೀವನ ನಡೆಸುತ್ತಿದ್ದನು! ಆಗಾಗ ಮದುವೆ, ತಿಥಿ, ಹಬ್ಬಗಳು ನಡೆದಾಗ ಸಿಗುತ್ತಿದ್ದ ದಕ್ಷಿಣೆಗಳೇ ಅವನಿಗೆ ಆಧಾರವಾಗಿದ್ದವು! ಆದರೆ ದಿನವೂ ಮದುವೆ, ತಿಥಿ, ಮೊದಲಾದವುಗಳು ಎಲ್ಲಿ ನಡೆಯುತ್ತಿದ್ದವು? ಹಾಗಾಗಿ ಪ್ರತಿದಿನವೂ ಸಂಸಾರ ತೂಗಿಸುವುದು ಅವನಿಗೆ ಕಷ್ಟವಾಗುತ್ತಿತ್ತು! ಅವನ ಮಕ್ಕಳು ಸದಾ ಹೊಟ್ಟೆಗಿಲ್ಲದೇ ಬಟ್ಟೆಗಿಲ್ಲದೇ ಓಡಾಡುತ್ತಿದ್ದರು! ಇದಕ್ಕಾಗಿ ಅವನ ಹೆಂಡತಿಯು ಅವನನ್ನು ಬಹಳ ನಿಂದಿಸುತ್ತಿದ್ದಳು! ಆದರೆ ಅವನು ಬಡವನಾಗಿದ್ದರೂ ಬಹಳ ಒಳ್ಳೆಯವನಾಗಿದ್ದನು. ಅಲ್ಲದೇ ಅವನು ದೇವಿಯ ಮಹಾಭಕ್ತನಾಗಿದ್ದನು! ಅವನು ಹೊತ್ತು ಹೊತ್ತಿಗೆ ಪ್ರಾರ್ಥನೆ ಹೇಳದ ಒಂದು ದಿನವೂ ಇರಲಿಲ್ಲ! ಪ್ರತಿದಿನವೂ ಅವನು ದುರ್ಗಾದೇವಿಯ ನಾಮವನ್ನು ನೂರೆಂಟು ಬಾರಿ ಕೆಂಪುಶಾಯಿಯಲ್ಲಿ ಬರೆಯದೇ ಅನ್ನ, ನೀರು ಮುಟ್ಟುತ್ತಿರಲಿಲ್ಲ! ಇಡೀ ದಿನ, ಅವನು, 'ಓ ದುರ್ಗೆ! ಓ ದುರ್ಗೆ! ನನ್ನ ಮೇಲೆ ಕರುಣೆ ತೋರು!' ಎಂದು ಉದ್ಗರಿಸುತ್ತಿದ್ದನು! ಸಂಸಾರ ತೂಗಿಸಲು ಕಷ್ಟವಾದಾಗ, ಬಡತನದ ಬೇಗೆಯಿಂದ ಬಳಲಿದಾಗ, ಅವನು, 'ದುರ್ಗೆ! ದುರ್ಗೆ! ದುರ್ಗೆ!' ಎಂದು ಉದ್ಗರಿಸುತ್ತಿದ್ದನು!

ಒಂದು ದಿನ, ತನ್ನ ಹಳ್ಳಿಯಿಂದ ಬಹಳ ದೂರವಿದ್ದ ಒಂದು ಕಾಡಿಗೆ ಹೋಗಿ ಜೋರಾಗಿ ಅಳುತ್ತಾ ದುರ್ಗೆಯನ್ನು ಪ್ರಾರ್ಥಿಸಿದನು, "ಓ ದುರ್ಗೆ! ತಾಯೇ ಭಗವತಿ! ನನ್ನ ಸಂಕಟವನ್ನು ಕೊನೆಗಾಣಿಸಲಾರೆಯಾ? ನಾನೊಬ್ಬನೇ ಆಗಿದ್ದಿದ್ದರೆ ಹೀಗೆ ಕೊರಗುತ್ತಿರಲಿಲ್ಲ! ಆದರೆ ನೀನು ನನಗೆ ಹೆಂಡತಿ, ಮಕ್ಕಳನ್ನು ಕೊಟ್ಟಿದ್ದೀಯೇ! ಅಂತೆಯೇ ಅವರನ್ನು ಪೋಷಿಸುವ ದಾರಿ ತೋರು ತಾಯಿ!"

ಇದೇ ಸಮಯದಲ್ಲಿ, ಇದೇ ಸ್ಥಳದಲ್ಲಿ ಪರಶಿವನು ತನ್ನ ಪತ್ನಿ ದುರ್ಗೆ(ಪಾರ್ವತಿ)ಯೊಂದಿಗೆ ವಿಹರಿಸುತ್ತಿದ್ದನು. ದೂರದಿಂದಲೇ ಈ ಬ್ರಾಹ್ಮಣನನ್ನು ನೋಡಿದ ದುರ್ಗಾದೇವಿ ತನ್ನ ಸಂಕಷ್ಟಗಳನ್ನು ನಿವಾರಿಸಬೇಕೆಂದು ಅವನು ಸದಾ ನನ್ನ ನಾಮವನ್ನು ಜಪಿಸುತ್ತಾ ನನಗೆ ಪ್ರಾರ್ಥನೆ ಸಲ್ಲಿಸುತ್ತಿರುತ್ತಾನೆ! ಅವನಿಗೆ ತೃಪ್ತಿಯಾಗುವಷ್ಟು ನಾವು ಕೊಡಬೇಕು! ಅವನಿಗೇನಾದರೂ ಮಾಡಲಾರೆವಾ ಪ್ರಭು? ಮುಗಿಯದಷ್ಟು ಮುಡ್ಕಿ (ಬೆಲ್ಲ ಅಥವಾ ಸಕ್ಕರೆ ಮಂಡಕ್ಕಿ) ಕೊಡುವ ಒಂದು ಹಂಡಿ (ಮಡಿಕೆ) ಯನ್ನು ಕೊಟ್ಟರೆ ಚೆನ್ನಾಗಿರುತ್ತದೆ!"

ದುರ್ಗೆಯ ಮಾತಿಗೆ ಶಿವನು ಕೂಡಲೇ ಒಪ್ಪಿ ಒಂದು ಮಾಯಾ ಹಂಡಿಯನ್ನು ಸೃಷ್ಟಿಸಿದ! ದುರ್ಗೆಯು ಅದನ್ನು ತೆಗೆದುಕೊಂಡು ಬ್ರಾಹ್ಮಣನನ್ನು ಕರೆದು ಹೇಳಿದಳು, "ಎಲೈ ಬ್ರಾಹ್ಮಣ! ನಿನ್ನ ಕಷ್ಟದ ಬಗ್ಗೆ ನಾನು ಯೋಚಿಸಿದ್ದೇನೆ! ನಿನ್ನ ಪ್ರಾರ್ಥನೆಗಳಿಗೆ ಕರಗಿದ್ದೇನೆ! ಈ ಹಂಡಿಯನ್ನು ತೆಗೆದುಕೋ! ಇದನ್ನು ತಿರುಗಿಸಿದಾಗ ಇಲ್ಲವೇ ಅಲುಗಾಡಿಸಿದಾಗ, ಇದು ಸೊಗಸಾದ ಮುಡ್ಕಿಯನ್ನು ಉದುರಿಸುತ್ತದೆ! ಇದನ್ನು ಪುನಃ ಮೊದಲಿನಂತಿಡುವವರೆಗೆ ಇದು ಮುಡ್ಕಿಯನ್ನು ಉದುರಿಸುತ್ತಲೇ ಹೋಗುತ್ತದೆ! ನೀನೂ ನಿನ್ನ ಕುಟುಂಬವೂ ಎಷ್ಟು ಬೇಕೋ ಅಷ್ಟು ಮುಡ್ಕಿಯನ್ನು ತಿಂದು ಮಿಕ್ಕದ್ದನ್ನು ಮಾರಬಹುದು! ಇದರಿಂದ ನಿನ್ನ ಕಷ್ಟವೆಲ್ಲಾ ತೀರುತ್ತದೆ!"

ಹೀಗೆ ಹೇಳುತ್ತ ದುರ್ಗೆಯು ಅವನಿಗೆ ಆ ಮಡಕೆಯನ್ನು ಕೊಟ್ಟಳು, ಇದರಿಂದ ಬ್ರಾಹ್ಮಣನು ಆನಂದತುಂದಿಲನಾದನು! ದುರ್ಗೆಗೆ ಕೃತಜ್ಞತಾಪೂರ್ವಕವಾಗಿ ನಮಿಸಿ ಕುಣಿ ಕುಣಿದಾಡುತ್ತಾ ಆ ಮಡಕೆಯೊಂದಿಗೆ ಮನೆಯ ಕಡೆಗೆ ಹೊರಟನು! ಆದರೆ ಸ್ವಲ್ಪ ದೂರ ಹೋದ ಬಳಿಕ, ಆ ಮಡಕೆಯನ್ನು ಪರೀಕ್ಷಿಸುವ ಮನಸ್ಸಾಯಿತು ಅವನಿಗೆ, ಹಾಗಾಗಿ ಅವನು ಅದನ್ನು ತಿರುಗಿಸಿದನು. ಕೂಡಲೇ ಬೆಲ್ಲದ ಮಂಡಕ್ಕಿ ಉದರತೊಡಗಿತು! ಆನಂದಗೊಂಡ ಅವನು, ಮಂಡಕ್ಕಿಯನ್ನು ಒಂದು ಬಟ್ಟೆಯಲ್ಲಿ ಕಟ್ಟಿಕೊಂಡು ಹೊರಟನು. ಅಷ್ಟು ಹೊತ್ತಿಗೆ ಮಧ್ಯಾಹ್ನವಾಗಲು, ಅವನಿಗೆ ಹಸಿವಾಯಿತು. ಆದರೆ ಅವನು ಸ್ನಾನ, ಜಪಗಳನ್ನು ಮಾಡದೇ ಏನನ್ನೂ ತಿನ್ನುತ್ತಿರಲಿಲ್ಲ. ಹಾಗಾಗಿ ಅವನು ಒಂದು ನದಿಯ ಹತ್ತಿರವಿದ್ದ ಒಂದು ಛತ್ರಕ್ಕೆ ಹೋದ. ಅಲ್ಲಿ ಅವನು ಹುಕ್ಕಾ ಸೇದಿ, ಮೈಗೆಲ್ಲಾ ಸಾಸಿವೆ ಎಣ್ಣೆ

ಸವರಿಕೊಂಡು, ಮಡಕೆಯನ್ನು ಛತ್ರದ ಮಾಲೀಕನಿಗೆ ಕೊಡುತ್ತಾ ಜೋಪಾನವೆಂದು ಮತ್ತೆ ಮತ್ತೆ ಒತ್ತಿ ಹೇಳಿ ಸ್ನಾನಕ್ಕೆ ಹೊರಟನು.

ಬ್ರಾಹ್ಮಣನು ಸ್ನಾನಕ್ಕೆ ಹೋದಾಗ, ಛತ್ರದ ಮಾಲೀಕನು, ಅವನು ಮಡಕೆಯ ಬಗ್ಗೆ ಅಷ್ಟೊಂದು ಎಚ್ಚರವಹಿಸಲು ಹೇಳಿರುವನೆಂದರೆ ಅದರಲ್ಲಿ ಏನೋ ವಿಶೇಷವಿರಬೇಕೆಂದು ಭಾವಿಸಿದನು. ಹೀಗೆ ಅದರ ಬಗ್ಗೆ ಕುತೂಹಲಗೊಂಡ ಅವನು ಅದನ್ನು ಕೂಲಂಕುಷವಾಗಿ ನೋಡುತ್ತಾ ನೋಡುತ್ತಾ ಆಕಸ್ಮಿಕವಾಗಿ ತಿರುಗಿಸಿದ! ಆಗ ಕೂಡಲೇ ಅದರಿಂದ ಬೆಲ್ಲದ ಮಂಡಕ್ಕಿಯು ತಪತಪನೆ ಉದುರಿತು! ಆಶ್ಚರ್ಯಗೊಂಡ ಅವನು ಕೂಡಲೇ ತನ್ನ ಹೆಂಡತಿ, ಮಕ್ಕಳನ್ನು ಕರೆದು ಈ ಸೋಜಿಗವನ್ನು ತೋರಿಸಿದನು. ಅದೆಷ್ಟು ಬೆಲ್ಲದ ಮಂಡಕ್ಕಿ ಉದುರಿತೆಂದರೆ, ಅವರು ತಮ್ಮ ಪಾತ್ರೆಗಳನ್ನೆಲ್ಲಾ ಅದರಿಂದ ತುಂಬಿಸಿದರು! ಅನಂತರ, ಆ ಮಾಯಾ ಮಡಕೆಯನ್ನು ತಾನೇ ಇಟ್ಟುಕೊಳ್ಳಲು ಅವನು ಯೋಚಿಸಿದನು. ತನ್ನ ಬಳಿಯಿದ್ದ ಅಂಥದ್ದೇ ಒಂದು ಮಡಕೆಯನ್ನು ಅದರ ಜಾಗದಲ್ಲಿಟ್ಟು ಆ ಮಾಯಾಮಡಕೆಯನ್ನು ಅವನು ಬಚ್ಚಿಟ್ಟ.

ಬ್ರಾಹ್ಮಣನು ಸ್ನಾನ, ಸಂಧ್ಯಾವಂದನೆಗಳನ್ನು ಮುಗಿಸಿಕೊಂಡು ಒದ್ದೆ ಬಟ್ಟೆಯಲ್ಲೇ ಮಂತ್ರ ಹೇಳುತ್ತಾ ಛತ್ರಕ್ಕೆ ಬಂದ. ಅನಂತರ ಬೇರೆ ಬಟ್ಟೆಯುಟ್ಟು ಒಂದು ಹಾಳೆಯ ಮೇಲೆ ಕೆಂಪು ಶಾಯಿಯಲ್ಲಿ ನೂರೆಂಟು ಬಾರಿ ದುರ್ಗೆಯ ಹೆಸರು ಬರೆದ. ಅನಂತರ, ಅವನು ಬೆಲ್ಲದ ಮಂಡಕ್ಕಿ ಸೇವಿಸಿದ. ಹೀಗೆ ಹಸಿವು ನೀಗಿಸಿಕೊಂಡು ಅವನು ಹೊರಡಲನುವಾದಾಗ ತನ್ನ ಮಡಕೆಯನ್ನು ಕೊಡಲು ಛತ್ರದ ಮಾಲೀಕನಿಗೆ ಹೇಳಿದ. ಛತ್ರದ ಮಾಲೀಕನು ಅವನಿಗೆ ಮಡಕೆಯನ್ನು ಕೊಡುತ್ತಾ, "ನೋಡಿ ಸ್ವಾಮಿ! ನಿಮ್ಮ ಮಡಕೆ! ಯಾರೂ ಮುಟ್ಟಿಲ್ಲ ಅದನ್ನು!" ಎಂದನು.

ಬ್ರಾಹ್ಮಣನು ಸ್ವಲ್ಪವೂ ಅನುಮಾನಿಸದೇ ಆ ಮಡಕೆಯನ್ನು ತೆಗೆದುಕೊಂಡು ತನ್ನ ಪ್ರಯಾಣವನ್ನು ಮುಂದುವರೆಸಿದನು. ದಾರಿಯಲ್ಲಿ ಹೋಗುತ್ತಾ ಅವನು, "ಆಹಾ!ನಾನೆಂಥ ಭಾಗ್ಯವಂತ! ಎಂಥ ಅದ್ಭುತವಾದ ವಸ್ತುವನ್ನು ಪಡೆದುಕೊಂಡೆ! ಇದನ್ನು ನೋಡಿ ನನ್ನ ಬಡಹೆಂಡತಿ ಎಷ್ಟು ಸಂತೋಷಪಡುವಳೋ! ನನ್ನ ಮಕ್ಕಳು ಈ ಸ್ವರ್ಗೀಯ ಮಂಡಕ್ಕಿಯನ್ನು ಅದೆಷ್ಟು ಆಸೆಯಿಂದ ಚಪ್ಪರಿಸಿ ತಿನ್ನುವರೋ! ಬಹಳ ಬೇಗನೆ ನಾನು ಶ್ರೀಮಂತನಾಗಿ ಎಲ್ಲರ ಮುಂದೆ ತಲೆಯೆತ್ತಿ ತಿರುಗುವಂತಾಗುತ್ತೇನೆ!" ಎಂದೆಲ್ಲಾ

ಯೋಚಿಸಿತೊಡಗಿದನು. ಆ ಸುಂದರ ಯೋಚನೆಗಳಿಂದ ಅವನ ಪ್ರಯಾಣದ ಶ್ರಮ ಕಡಿಮೆಯಾಯಿತು.

ಮನೆ ತಲುಪಿದ ಬ್ರಾಹ್ಮಣನು ತನ್ನ ಹೆಂಡತಿ, ಮಕ್ಕಳನ್ನು ಕೂಗಿ ಕರೆದು, "ನೋಡಿ ನಾನೇನು ತಂದಿದ್ದೇನೆಂದು! ಇದೊಂದು ಮಾಯಾಮಡಕೆ! ಇದನ್ನು ಕೆಳಗೆ ತಿರುಗಿಸಿದರೆ, ನಿಲ್ಲದೇ ಮಂಡಕ್ಕಿ ಉದುರುತ್ತದೆ!" ಎನ್ನುತ್ತಾ ಮಡಕೆಯನ್ನು ತೋರಿಸಿದನು. ನಿಲ್ಲದಂತೆ ಮಂಡಕ್ಕಿಯು ಮಡಕೆಯಿಂದ ಸುರಿಯುವುದೆಂದು ಹೇಳುತ್ತಿರುವ ತನ್ನ ಗಂಡನ ತಲೆ ಕೆಟ್ಟಿದೆಯೆಂದು ಅವನ ಹೆಂಡತಿ ಭಾವಿಸಿದಳು. ಪಾಪ, ಆ ಬ್ರಾಹ್ಮಣನು ಮಡಕೆಯನ್ನು ಬಾಯಿ ಕೆಳಗಾಗಿ ತಿರುಗಿಸಿದರೂ ಏನೂ ಸುರಿಯದಿರಲು, ಅವಳು ತಾನು ಭಾವಿಸಿದುದೇ ನಿಜವೆಂದು ತೀರ್ಮಾನಿಸಿ ಅವನನ್ನು ಮೂರ್ಖನೆಂದು ನಿಂದಿಸಿದಳು! ಎಷ್ಟು ಬಾರಿ ಮಡಕೆಯನ್ನು ತಿರುಗಿಸಿದರೂ ಮಂಡಕ್ಕಿ ಸುರಿಯದಿರಲು, ಬ್ರಾಹ್ಮಣನಿಗೆ ಛತ್ರದ ಮಾಲೀಕನ ಮೇಲೆ ಅನುಮಾನವುಂಟಾಯಿತು. ಅವನೇ ತನ್ನ ಮಾಯಾ ಮಡಕೆಯನ್ನು ಕದ್ದು ಅದರ ಜಾಗದಲ್ಲಿ ಒಂದು ಸಾಮಾನ್ಯ ಮಡಕೆಯನ್ನಿರಿಸಿರಬೇಕೆಂದು ಯೋಚಿಸಿದನು.

ಮರುದಿನವೇ ಬ್ರಾಹ್ಮಣನು ಛತ್ರಕ್ಕೆ ಹೋಗಿ ಛತ್ರದ ಮಾಲೀಕನನ್ನು ತನ್ನ ಮಡಕೆಯನ್ನು ಬದಲಿಸಿರುವುದಾಗಿ ಗದರಿದನು. ಆದರೆ ಛತ್ರದ ಮಾಲೀಕನು ಆಶ್ಚರ್ಯ, ಕೋಪಗಳನ್ನು ವ್ಯಕ್ತಪಡಿಸುತ್ತಾ ತಾನು ಹಾಗೆ ಮಾಡಿಯೇ ಇಲ್ಲವೆಂದೂ ಬ್ರಾಹ್ಮಣನು ತನ್ನ ಮೇಲೆ ಸುಳ್ಳು ಆರೋಪ ಹೊರಿಸುತ್ತಿರುವನೆಂದೂ ಕೂಗಾಡಿ ಅವನನ್ನು ಛತ್ರದಿಂದಲೇ ಓಡಿಸಿದನು! ಬೇರೆ ದಾರಿ ಕಾಣದೇ ಬ್ರಾಹ್ಮಣನು ಪುನಃ ದುರ್ಗೆಯನ್ನು ಪ್ರಾರ್ಥಿಸಲು ಕಾಡಿಗೆ ಹೋದನು. ಅಲ್ಲಿ ಪುನಃ ದುರ್ಗೆಯನ್ನು ಕೂಗಿ ಕರೆದನು. ದುರ್ಗೆಯು ಪುನಃ ಶಿವನೊಂದಿಗೆ ಪ್ರತ್ಯಕ್ಷಳಾದಳು! ಬ್ರಾಹ್ಮಣನು ತನಗಾದ ಮೋಸವನ್ನು ಹೇಳಿಕೊಂಡನು. ಆಗ ದುರ್ಗೆಯು ಅವನಿಗೆ ಇನ್ನೊಂದು ಮಡಕೆಯನ್ನು ಕೊಡುತ್ತಾ, "ಇದನ್ನು ಸರಿಯಾಗಿ ಉಪಯೋಗಿಸಿಕೋ!" ಎಂದಳು. ಬ್ರಾಹ್ಮಣನು ಅದನ್ನು ತೆಗೆದುಕೊಂಡು ಅತ್ಯಾನಂದಿತನಾಗಿ, ಆ ದಿವ್ಯದಂಪತಿಗಳನ್ನು ಸ್ತುತಿಸಿ ಹೊರಟನು.

ಬ್ರಾಹ್ಮಣನು ದಾರಿಯಲ್ಲಿ ಹೋಗುತ್ತಾ ಆ ಮಡಕೆಯನ್ನು ಪರೀಕ್ಷಿಸಬೇಕೆಂದು ಅದನ್ನು ಕೆಳಗೆ ತಿರುಗಿಸಿದನು. ಆಗ ಒಂದು ಆಶ್ಚರ್ಯ ಕಾದಿತ್ತು! ಅವನಂದುಕೊಂಡಂತೆ

ಅದರಿಂದ ಬೆಲ್ಲದ ಮಂಡಕ್ಕಿ ಬರಲಿಲ್ಲ! ಅನೇಕ ಭಯಂಕರ ರಾಕ್ಷಸರು ಬಂದರು! ಒಬ್ಬೊಬ್ಬರೂ ದೊಡ್ಡ ದೊಡ್ಡ ಗಾತ್ರದಲ್ಲಿದ್ದು ಬ್ರಾಹ್ಮಣನನ್ನು ಚೆನ್ನಾಗಿ ಹೊಡೆಯುವುದು, ಒದೆಯುವುದು ಮಾಡತೊಡಗಿದರು! ಬ್ರಾಹ್ಮಣನು ಬೇಗನೆ ಮಡಕೆಯನ್ನು ಮೇಲಕ್ಕೆ ತಿರುಗಿಸಿ ಮುಚ್ಚಿದನು. ರಾಕ್ಷಸರೆಲ್ಲಾ ಮಾಯವಾದರು! ಬ್ರಾಹ್ಮಣನು ನೆಮ್ಮದಿಯ ನಿಟ್ಟುಸಿರುಬಿಟ್ಟನು! ಆ ಛತ್ರದ ಮಾಲೀಕನನ್ನು ಶಿಕ್ಷಿಸುವ ಸಲುವಾಗಿಯೇ ದುರ್ಗೆಯು ಇದನ್ನು ಕೊಟ್ಟಿರುವಳೆಂದು ಅವನು ಅರಿತನು. ಅಂತೆಯೇ ಅವನು ಪುನಃ ಛತ್ರಕ್ಕೆ ಹೋಗಿ, ತಾನು ಸ್ನಾನ, ಸಂಧ್ಯೆಗಳನ್ನು ಮುಗಿಸಿಕೊಂಡು ಬರುವವರೆಗೂ ತನ್ನ ಮಡಕೆಯನ್ನು ಎಚ್ಚರದಿಂದ ನೋಡಿಕೊಳ್ಳಬೇಕೆಂದು ಮತ್ತೆ ಮತ್ತೆ ಹೇಳಿ ನದಿಗೆ ಹೋದನು.

ಛತ್ರದ ಮಾಲೀಕನು ಹೊಸ ಮಡಕೆಯನ್ನು ನೋಡಿ ಅತ್ಯಾನಂದಿತನಾದನು! ಅವನು ಹೆಂಡತಿ, ಮಕ್ಕಳನ್ನು ಕರೆದು, "ಇಲ್ಲಿ ನೋಡಿ! ಅದೇ ಬ್ರಾಹ್ಮಣನು ಮತ್ತೊಂದು ಮಡಕೆ ತಂದಿದ್ದಾನೆ! ಇದರಿಂದ ಮುಡ್ಕಿಯ ಬದಲು ಸಂದೇಶ (ಮೊಸರು ಮತ್ತು ಸಕ್ಕರೆಯಿಂದ ಮಾಡಿದ ಒಂದು ಸಿಹಿ ತಿಂಡಿ) ಬರಬಹುದು! ಪಾತ್ರೆಗಳನ್ನೂ ಬುಟ್ಟಿಗಳನ್ನೂ ಸಿದ್ಧವಾಗಿಟ್ಟುಕೊಳ್ಳಿ!" ಎಂದು ಮಡಕೆಯನ್ನು ಕೆಳಗೆ ತಿರುಗಿಸಿದನು. ಆಗ ಭಯಂಕರ ರಾಕ್ಷಸರು ಬಂದು ಅವನನ್ನೂ ಅವನ ಹೆಂಡತಿ ಮಕ್ಕಳನ್ನೂ ಹಿಡಿದು ಚೆನ್ನಾಗಿ ಬಡಿಯತೊಡಗಿದರು! ಭಯಭೀತರಾದ ಛತ್ರದ ಮಾಲೀಕನೂ ಅವನ ಹೆಂಡತಿ, ಮಕ್ಕಳೂ "ಅಯ್ಯಯ್ಯೋ! ಅಮ್ಮಮ್ಮಾ!" ಎಂದು ಬೊಬ್ಬಿಟ್ಟರು! ಅಷ್ಟರಲ್ಲಿ ಬ್ರಾಹ್ಮಣನು ಹಿಂದಿರುಗಲು ಎಲ್ಲರೂ ಅವನ ಕಾಲಿಗೆ ಬಿದ್ದರು! ಬ್ರಾಹ್ಮಣನು ಮಡಕೆಯನ್ನು ಮೇಲಕ್ಕೆ ತಿರುಗಿಸಿ ಮುಚ್ಚಲು, ರಾಕ್ಷಸರು ಮಾಯವಾದರು. ಛತ್ರದ ಮಾಲೀಕನು ತಪ್ಪಾಯಿತೆಂದು ಬ್ರಾಹ್ಮಣನಿಗೆ ಅವನ ಮಡಕೆಯನ್ನು ಕೊಟ್ಟನು. ಎರಡೂ ಮಡಕೆಗಳನ್ನು ಬ್ರಾಹ್ಮಣನು ತನ್ನ ಮನೆಗೆ ತೆಗೆದುಕೊಂಡು ಹೋದನು.

ಮನೆ ತಲುಪಿದ ಬಳಿಕ, ಬ್ರಾಹ್ಮಣನು ಮನೆಯ ಬಾಗಿಲನ್ನು ಮುಚ್ಚಿ, ಮುಡ್ಕಿಯ ಮಡಕೆಯನ್ನು ಕೆಳಗೆ ತಿರುಗಿಸಿದ. ಆಗ ಸೊಗಸಾದ ಮುಡ್ಕಿಯು ತಪತಪನೆ ಉದುರತೊಡಗಿತು! ಅದನ್ನು ನೋಡಿ ಅವನ ಹೆಂಡತಿ, ಮಕ್ಕಳಿಗೆ ಅತ್ಯಾಶ್ಚರ್ಯವಾಯಿತು! ಎಲ್ಲರೂ ಮುಡ್ಕಿಯನ್ನು ಮನದಣಿಯ ಸವಿದರು! ಮನೆಯಲ್ಲಿದ್ದ ಎಲ್ಲಾ ಪಾತ್ರೆ, ಮಡಕೆಗಳಲ್ಲೂ ಮುಡ್ಕಿಯನ್ನು ತುಂಬಿಸಿಟ್ಟರು! ಬ್ರಾಹ್ಮಣನು ಒಂದು ಮುಡ್ಕಿ

ಅಂಗಡಿಯನ್ನು ತೆರೆಯಲು ನಿರ್ಧರಿಸಿದನು. ಮರುದಿನವೇ ಅವನು ಆ ಕೆಲಸ ಮಾಡಿದನು. ಹಳ್ಳಿಗೆ ಹಳ್ಳಿಯೇ ಮುಡ್ಡಿ ಕೊಳ್ಳಲು ಅವನ ಅಂಗಡಿಗೆ ಬಂದಿತು! ಅಂಥ ಸಹಿಯಾದ, ಸೊಗಸಾದ ಮುಡ್ಡಿಯನ್ನು ಆ ಹಳ್ಳಿಯ ಜನ ಎಂದೂ ಸೇವಿಸಿರಲಿಲ್ಲ! ಯಾವ ಮಿಠಾಯಿ ಅಂಗಡಿಯವನೂ ಅಂಥ ಸೊಗಸಾದ ಮುಡ್ಡಿಯನ್ನು ಮಾರಿರಲಿಲ್ಲ!

ಕ್ರಮೇಣ ಬ್ರಾಹ್ಮಣನ ಮುಡ್ಡಿಯ ವಿಚಾರ ಆ ಹಳ್ಳಿಯಿಂದಾಚೆಗು ಹರಡಿತು! ದೂರದೂರದಿಂದ ಜನರು ಮುಡ್ಡಿಯನ್ನು ಕೊಳ್ಳಲು ಬರತೊಡಗಿದರು! ಬ್ರಾಹ್ಮಣರು ದಿನವೂ ಗಾಡಿ, ಗಾಡಿಗಳಷ್ಟು ಮುಡ್ಡಿಯನ್ನು ಮಾರತೊಡಗಿದನು! ಇದರಿಂದ ಅವನು ಬಹಳ ಶ್ರೀಮಂತನಾಗಿ ಒಂದು ದೊಡ್ಡ ಇಟ್ಟಿಗೆಯ ಮನೆಯನ್ನು ಕಟ್ಟಿಕೊಂಡು ಸರದಾರನಂತೆ ಬದುಕತೊಡಗಿದನು. ಆದರೆ ಒಮ್ಮೆ ಒಂದು ದೊಡ್ಡ ಪ್ರಮಾದವಾಗುವುದರಲ್ಲಿತ್ತು! ಅವನ ಮಕ್ಕಳು ತಿಳಿಯದೇ ಇನ್ನೊಂದು ಮಡಕೆಯನ್ನು ತಿರುಗಿಸಿಬಿಟ್ಟರು! ಆಗ ಅನೇಕ ರಾಕ್ಷಸರು ಪ್ರತ್ಯಕ್ಷರಾಗಿ ಬ್ರಾಹ್ಮಣನ ಹೆಂಡತಿ, ಮಕ್ಕಳನ್ನು ಹಿಡಿದು ಹಿಗ್ಗಾಮುಗ್ಗಾ ಹೊಡೆಯತೊಡಗಿದವು! ಅಷ್ಟರಲ್ಲಿ ಬ್ರಾಹ್ಮಣನು ಬಂದು ಆ ಮಡಕೆಯನ್ನು ಸರಿಯಾಗಿಡಲು, ರಾಕ್ಷಸರು ಮಾಯವಾದರು! ಪುನಃ ಇಂಥ ತಪ್ಪು ಆಗದಿರಲೆಂದು ಬ್ರಾಹ್ಮಣನು ಆ ಮಡಕೆಯನ್ನು ಒಂದು ಪ್ರತ್ಯೇಕ ಕೋಣೆಯಲ್ಲಿಟ್ಟು ಬೀಗ ಹಾಕಿದನು. ರಾಕ್ಷಸ ಮಡಕೆಯನ್ನೇನೋ ಬ್ರಾಹ್ಮಣನು ಬಚ್ಚಿಟ್ಟನು. ಆದರೆ ಮಂಡಕ್ಕಿ ಮಡಕೆಯು ಬಿದ್ದು ಒಡೆಯುವುದಿಲ್ಲವೆಂದು ಹೇಗೆ ಹೇಳಬಹುದಾಗಿತ್ತು? ಈಗ ಅದೇ ಆಯಿತು! ಒಂದು ದಿನ, ಬ್ರಾಹ್ಮಣನೂ ಅವನ ಹೆಂಡತಿಯೂ ಎಲ್ಲೋ ಹೊರಗೆ ಹೋಗಿದ್ದಾಗ, ಅವರ ಮಕ್ಕಳು ಆ ಮಡಕೆಯನ್ನು ತಿರುಗಿಸಿ ಮುಡ್ಡಿ ಉದುರಿಸಬೇಕೆಂದು ಆಸೆಪಟ್ಟರು. ಇಬ್ಬರೂ ನಾನು ತಾನು ಎನ್ನುತ್ತಾ ಜಗಳವಾಡಲು, ಆ ಮಡಕೆಯು ಕೈತಪ್ಪಿ ಕೆಳಗೆ ಬಿದ್ದು ಒಡೆದುಹೋಯಿತು! ಬ್ರಾಹ್ಮಣನು ಮನೆಗೆ ಬಂದು ಇದನ್ನು ನೋಡಲು, ಅವನಿಗೆ ಹೇಳತೀರದ ದುಃಖವಾಯಿತು! ಅವನು ತನ್ನ ಮಕ್ಕಳನ್ನು ಚೆನ್ನಾಗಿ ಬಯ್ದು ಹೊಡೆದನು! ಆದರೆ ಅದರಿಂದೇನುಪಯೋಗ? ಹೋದ ಮಡಕೆಯು ಮತ್ತೆ ಬರುವುದೇ? ಏನು ಮಾಡುವುದೆಂದು ತೋಚದೇ ಬ್ರಾಹ್ಮಣನು ಅತ್ತನು.

ಕೆಲದಿನಗಳ ಬಳಿಕ, ಬ್ರಾಹ್ಮಣನು ಪುನಃ ಕಾಡಿಗೆ ಹೋಗಿ ದುರ್ಗಾಮಾತೆಯನ್ನು ಪ್ರಾರ್ಥಿಸಿದನು. ಪುನಃ ಶಿವ. ಪಾರ್ವತಿಯರು ಪ್ರತ್ಯಕ್ಷವಾದರು. ದುರ್ಗೆಯು ಮಡಕೆಯು

ಒಡೆದ ಕಥೆಯನ್ನು ಕೇಳಿ ಇನ್ನೊಂದು ಮಡಕೆಯನ್ನು ಕೊಡುತ್ತಾ ಎಚ್ಚರಿಸಿದಳು, "ಅಯ್ಯಾ ಬ್ರಾಹ್ಮಣ! ಈ ಮಡಕೆಯನ್ನು ಬಹಳ ಎಚ್ಚರಿಕೆಯಿಂದ ನೋಡಿಕೊಳ್ಳಬೇಕು! ಇದನ್ನು ಮುರಿದರೆ ಅಥವಾ ಕಳೆದರೆ, ಪುನಃ ನಾನು ಯಾವ ಮಡಕೆಯನ್ನೂ ಕೊಡುವುದಿಲ್ಲ!"

ಬ್ರಾಹ್ಮಣನು ಅವರನ್ನು ಸ್ತುತಿಸಿ, ಮಡಕೆಯನ್ನು ತೆಗೆದುಕೊಂಡು ಎಲ್ಲಿಯೂ ನಿಲ್ಲದೇ ನೇರ ಮನೆಗೆ ಹೋದ! ಮನೆ ತಲುಪಿದ ಬಾಗಿಲು ಮುಚ್ಚಿ, ಹೆಂಡತಿಯನ್ನು ಕರೆದು ಮಡಕೆಯನ್ನು ಕೆಳಕ್ಕೆ ತಿರುಗಿಸಿದ. ಮಂಡಕ್ಕಿ ಬರುತ್ತದೆಂದು ಅವರು ಭಾವಿಸಿದ್ದರು. ಆದರೆ ಈ ಬಾರಿ ಬಂದದ್ದು ಮಂಡಕ್ಕಿಯಲ್ಲ! ಸಿಹಿ, ಸಿಹಿ ಸಂದೇಶಾಗಳು! ರಾಶಿ ರಾಶಿ ಸಂದೇಶಾಗಳು ಉದುರಿದವು! ಅದೂ ಎಂಥ ಸಂದೇಶಗಳು! ಯಾವ ಪೇಟೆಯಲ್ಲೂ ಸಿಗದ ಸೊಗಸಾದ ಸಂದೇಶಗಳು! ಬ್ರಾಹ್ಮಣನಿಗೂ ಅವನ ಕುಟುಂಬಕ್ಕೂ ಅತ್ಯಾನಂದವಾಯಿತು! ಈಗ ಅವನು ತನ್ನ ಅಂಗಡಿಯಲ್ಲಿ ಸಂದೇಶಾಗಳನ್ನು ಮಾರತೊಡಗಿದನು. ಜನರೆಲ್ಲರೂ ಪ್ರತಿ ಹಬ್ಬ, ಮದುವೆ, ಶ್ರಾದ್ಧ, ಮೊದಲಾದವುಗಳಿಗೆ ಅವನ ಸಂದೇಶಗಳನ್ನೇ ಖರೀದಿಸಲಾರಂಭಿಸಿದರು! ಗಂಟೆ ಗಂಟೆಗೂ ಜಾಡಿ ಜಾಡಿಗಳಷ್ಟು ಸಂದೇಶಾಗಳು ಖರೀದಿಯಾಗತೊಡಗಿದವು!

ಬ್ರಾಹ್ಮಣನು ಬೇಗನೆ ಬಹಳ ಶ್ರೀಮಂತನಾದನು! ಅವನ ಶ್ರೀಮಂತಿಕೆ, ಹಳ್ಳಿಯ ಜಮೀನುದಾರನ ಕಣ್ಣು ಕುಕ್ಕಿತು! ಅದರಲ್ಲೂ ಅವನು ಮಾರುವ ಸಂದೇಶಾಗಳು ಅಡುಗೆ ಮಾಡಿರದೇ, ಒಂದು ಮಡಕೆಯಿಂದ ಉದುರುತ್ತಿದ್ದವೆಂದು ಕೇಳಿ ಅವನು ಮಾತ್ಸರ್ಯತಾಳಿದನು! ಏನಾದರೂ ಉಪಾಯ ಮಾಡಿ ಆ ಮಡಿಕೆಯನ್ನು ಲಪಟಾಯಿಸಬೇಕೆಂದು ಅವನು ಹೊಂಚು ಹಾಕಿದನು! ಅದರಂತೆ, ಒಂದು ದಿನ, ತನ್ನ ಮಗನ ಮದುವೆಯನ್ನು ಗೊತ್ತುಮಾಡಿ ಅದಕ್ಕೆ ನೂರಾರು ಜನರನ್ನು ಆಹ್ವಾನಿಸಿದನು. ಔತಣಕ್ಕೆ ಬೆಟ್ಟದಷ್ಟು ಸಂದೇಶಾಗಳು ಅವಶ್ಯವಾಗಿದ್ದವು! ಹಾಗಾಗಿ ಅವನು ಬ್ರಾಹ್ಮಣನಿಗೆ, ಔತಣಕೂಟ ನಡೆಯುವ ತನ್ನ ಮನೆಗೆ ಮಾಯಾಮಡಕೆಯೊಂದಿಗೆ ಬರಬೇಕೆಂದು ಹೇಳಿಕಳಿಸಿದನು. ಮೊದಲು ಬ್ರಾಹ್ಮಣನು ಒಪ್ಪಲಿಲ್ಲ. ಆದರೆ ಜಮೀನುದಾರನು ಅದನ್ನು ತರದಿದ್ದರೆ ತಾನೇ ಬಲವಂತದಿಂದ ಅದನ್ನು ತರಿಸಿಕೊಳ್ಳುವೆನೆಂದು ಹೇಳಿಕಳಿಸಿದಾಗ, ಬ್ರಾಹ್ಮಣನು ಇಷ್ಟವಿಲ್ಲದಿದ್ದರೂ ತೆಗೆದುಕೊಂಡು ಹೋದ. ಔತಣಕೂಟದಲ್ಲಿ ಅನೇಕ

ಹಿಮಾಲಯ ಬೆಟ್ಟಗಳಷ್ಟು ಸಂದೇಶಾಗಳು ಉದುರಿದಾಗ, ಜಮೀನುದಾರನು ಬ್ರಾಹ್ಮಣನ ಮಡಕೆಯನ್ನು ಕಿತ್ತುಕೊಂಡು ಅವನನ್ನು ಚೆನ್ನಾಗಿ ನಿಂದಿಸಿ ಓಡಿಸಿಬಿಟ್ಟ!

ಬ್ರಾಹ್ಮಣನು ಸ್ವಲ್ಪವು ಕೋಪಗೊಳ್ಳದೇ ಮೌನವಾಗಿ ಮನೆಗೆ ಹೋದ. ಬೀಗ ಹಾಕಿ ಪ್ರತ್ಯೇಕ ಕೋಣೆಯಲ್ಲಿಟ್ಟಿದ್ದ ರಾಕ್ಷಸ ಮಡಕೆಯನ್ನು ತೆಗೆದುಕೊಂಡು ಜಮೀನುದಾರನ ಮನೆಗೆ ಬಂದ. ಅಲ್ಲಿ ಅವನು ಆ ಮಡಕೆಯನ್ನು ತಿರುಗಿಸಿಬಿಟ್ಟ! ಇದ್ದಕ್ಕಿದ್ದಂತೆ ನೂರಾರು ಭಯಂಕರ ರಾಕ್ಷಸರು ಪ್ರತ್ಯಕ್ಷರಾಗಿ ನೆರೆದಿದ್ದ ಅತಿಥಿಗಳನ್ನೆಲ್ಲಾ ಹಿಡಿದು ಹಿಗ್ಗಾಮುಗ್ಗಾ ಹೊಡೆದು ಚಚ್ಚಿದರು! ಜಮೀನುದಾರನನ್ನು ಕೋಣೆಯಿಂದ ಕೋಣೆಗೆ ಹತ್ತಿಯ ಉಂಡೆಯಂತೆ ಎಳೆದಾಡತೊಡಗಿದರು! ಇನ್ನು ಸ್ವಲ್ಪ ಹೊತ್ತು ಬಿಟ್ಟಿದ್ದರೆ ಎಲ್ಲರೂ ಸತ್ತೇ ಹೋಗುತ್ತಿದ್ದರೇನೋ! ಅಷ್ಟರಲ್ಲಿ ಜಮೀನುದಾರನು ಬ್ರಾಹ್ಮಣನ ಕಾಲಿಗೆ ಬಿದ್ದು ತಪ್ಪಾಯಿತೆಂದು ಗೋಗರೆದನು! ಆಗ ಬ್ರಾಹ್ಮಣನು ಮಡಕೆಯನ್ನು ಸರಿಯಾಗಿ ತಿರುಗಿಸಿ ರಾಕ್ಷಸರನ್ನು ಹಿಂದೆಗೆದುಕೊಂಡನು. ಜಮೀನುದಾರನು ಕೂಡಲೇ ಅವನಿಗೆ ಅವನ ಮಡಕೆಯನ್ನು ಕೊಟ್ಟುಬಿಟ್ಟನು.

ಅಂದಿನಿಂದ ಜಮೀನುದಾರನಾಗಲೀ ಇನ್ನಾರೇ ಆಗಲೀ ಬ್ರಾಹ್ಮಣನಿಗೆ ತೊಂದರೆ ಕೊಡಲಿಲ್ಲ. ಬ್ರಾಹ್ಮಣನು ಮಾಯಾಮಡಕೆಯ ಸಹಾಯದಿಂದ ಅನೇಕ ವರ್ಷಗಳು ಸುಖವಾಗಿ ಬದುಕಿದ.

ಬಿಹಾರದ ಜಾನಪದ ಕಥೆ
ಪಾಟ್ನಾ ನಗರದ ಕಥೆ

ಬಿಹಾರದ ರಾಜಧಾನಿ ಪಾಟ್ನಾ. ಈ ಪಾಟ್ನಾ ನಗರ ಹಾಗೂ ಅದರ ಹೆಸರಿನ ಹಿಂದೆ ಒಂದು ಸುಂದರವಾದ ಕಥೆಯಿದೆ.

ಹಿಂದೆ, ಕೋಸಾಂಬಿಯೆಂಬ ನಗರದಲ್ಲಿ ಭೂಮಿದೇಜ ಎಂಬ ಬ್ರಾಹ್ಮಣನಿದ್ದ. ಅವನಿಗೆ ಕುಶ ಮತ್ತು ಬಿಕುಶ ಎಂಬ ಇಬ್ಬರು ಪುತ್ರರಿದ್ದರು. ಅವರು ಸರ್ವಸಿದ್ಧಿಯೆಂಬ ಋಷಿಯ ಪುತ್ರಿಯರನ್ನು ಮದುವೆಯಾದರು. ಕುಶನು ಪ್ರಮತಿಯೆಂಬುವಳನ್ನು ಮದುವೆಯಾದರೆ, ಬಿಕುಶನು ಸುಮತಿಯೆಂಬುವಳನ್ನು ಮದುವೆಯಾದ. ಆದರೆ ಕುಶನೂ ಬಿಕುಶನೂ ಬಹಳ ಬಡವರಾಗಿದ್ದರಿಂದ ಹಣ ಸಂಪಾಸಿದಿಸಲು ತಮ್ಮ ಪತ್ನಿಯರೊಂದಿಗೆ ಪರದೇಶಕ್ಕೆ ಹೋದರು. ಅಲ್ಲಿ ಸ್ವಲ್ಪ ದಿನಗಳಾಗಲು, ಅವರಿಗೆ ಯಾವುದೇ ಕೆಲಸವೂ ಹಣವೂ ದೊರೆಯದೇ, ಅವರು ಮಲಗಿದ್ದ ತಮ್ಮ ಪತ್ನಿಯರನ್ನು ತೊರೆದು ಓಡಿಹೋದರು!

ಪ್ರಮತಿಯೂ ಸುಮತಿಯೂ ಎಚ್ಚರಗೊಂಡಾಗ ತಮ್ಮ ಪತಿಯರು ಇಲ್ಲದಿದ್ದುದನ್ನು ನೋಡಿ ತಮ್ಮ ದುರದೃಷ್ಟಕ್ಕೆ ಅತ್ತರು! ಆಗ ಶಿವ, ಪಾರ್ವತಿಯರು ಆಗಸದಲ್ಲಿ ಆ ದಾರಿಯಲ್ಲಿ ಹೋಗುತ್ತಿದ್ದರು. ಈ ಬಡ ಸ್ತ್ರೀಯರನ್ನು ನೋಡಿ ಪಾರ್ವತಿಗೆ ಮರುಕವಾಯಿತು. ಅವರಿಗೆ ಏನಾದರೂ ಸಹಾಯ ಮಾಡುವಂತೆ ಅವಳು ಶಿವನನ್ನು ಬೇಡಿಕೊಂಡಳು. ಆಗ ಶಿವನು ಒಂದು ಭವಿಷ್ಯ ನುಡಿದ, "ಸುಮತಿಗೆ ಪುತ್ರನೆಂದು ಕರೆಯಲ್ಪಡುವ ಒಬ್ಬ ಮಗನು ಹುಟ್ಟುತ್ತಾನೆ. ಅವನು ನಿದ್ರೆಯಿಂದ ಎದ್ದಾಗಲೆಲ್ಲಾ ಅವನ ತಲೆಯಿಂದ ಒಂದು ಸಾವಿರ ಚಿನ್ನದ ನಾಣ್ಯಗಳು ಸುರಿಯುತ್ತವೆ!"

ಆ ಭವಿಷ್ಯ ನಿಜವಾಯಿತು! ಸುಮತಿಗೆ ಒಬ್ಬ ಮಗ ಜನಿಸಿದ. ಅವನಿಗೆ ಪುತ್ರ ಎಂದು ಇಬ್ಬರೂ ಸಹೋದರಿಯರು ಹೆಸರಿಟ್ಟರು. ಆ ಮಗು ಮೊದಲ ಬಾರಿ ನಿದ್ರೆಯಿಂದ ಎದ್ದಾಗಲೇ ಅವನ ತಲೆಯಿಂದ ಒಂದು ಸಾವಿರ ಚಿನ್ನದ ನಾಣ್ಯಗಳು ಸುರಿದವು! ಆದರೆ

ಆ ತಾಯಂದಿರಿಗೆ ಇದು ಅರ್ಥವಾಗಲಿಲ್ಲ! ಅದು ಯಾರೋ ಕದ್ದ ಹಣವೆಂದು ತಪ್ಪುತಿಳಿದು ಅವರು ಆ ಜಾಗವನ್ನೇ ಬಿಟ್ಟು ಬೇರೆ ಕಡೆಗೆ ಹೋದರು. ಆದರೆ ಅವರು ಎಲ್ಲೇ ಹೋದರೂ ಆ ಪವಾಡ ನಡೆಯಿತು! ಆಗ ಅವರಿಗೆ ಈ ವಿಷಯ ಅರ್ಥವಾಯಿತು. ತಮ್ಮ ಮಗುವಿಗೆ ದೈವಾನುಗ್ರಹವಿದೆಯೆಂದು ಅವರು ತಿಳಿದರು. ಇದರಿಂದ ಸಂತೋಷಗೊಂಡ ಅವರು ಕಾಶಿಗೆ ಹೋಗಿ ನೆಲೆಸಿದರು. ಅಲ್ಲಿ ಪುತ್ರನು ಶ್ರೀಮಂತ ಯುವಕನಾಗಿ ಬೆಳೆದನು. ಅವನು ಒಳ್ಳೆಯ ದಾನಿಯೂ ಆದನು. ಇದರಿಂದ ಪ್ರಪಂಚದ ಎಲ್ಲಾ ಭಾಗಗಳಿಂದಲೂ ಜನರು ಅವನ ದಾನವನ್ನು ಸ್ವೀಕರಿಸಲು ಬರತೊಡಗಿದರು!

ಈ ಸಮಯದಲ್ಲಿ ಕುಶ ಮತ್ತು ಬಿಕುಶರಿಬ್ಬರೂ ಮನೆಯಿಂದ ಮನೆಗೆ ಹೋಗಿ ಭಿಕ್ಷೆ ಬೇಡುತ್ತಾ ಕರ್ನಾಟಕದಲ್ಲಿ ನೆಲೆಸಿದ್ದರು. ಪುತ್ರನ ದಾನದ ಬಗ್ಗೆ ಕೇಳಿದ ಅವರು, ದಾನ ಸ್ವೀಕರಿಸಲು ಅವನ ಬಳಿ ಬಂದರು. ಅವನಿಂದ ದಾನ ತೆಗೆದುಕೊಳ್ಳುತ್ತಿರುವಾಗ, ಉಪ್ಪರಿಗೆಯಲ್ಲಿದ್ದ ಸುಮತಿಯು ಅವರನ್ನು ನೋಡಿ ಗುರುತಿಸಿದಳು. ಕೂಡಲೇ ಅವಳು ಪುತ್ರನಿಗೆ ಹೇಳಿಕಳಿಸಿ ವಿಷಯವನ್ನು ತಿಳಿಸಿದಳು. ಅನಂತರ ಪುತ್ರನೂ ಅವನ ತಾಯಂದಿರೂ ಅವರನ್ನು ಸ್ವಾಗತಿಸಿ ಮನೆಯೊಳಗೆ ಕರೆದುಕೊಂಡರು. ಅಂದಿನಿಂದ ಅವರಿಬ್ಬರೂ ಆ ಮನೆಯಲ್ಲಿ ಸಂತೋಷದ ಜೀವನ ನಡೆಸಿದರು.

ಆದರೆ ಪುತ್ರನ ತಂದೆಗೆ ಅವನ ಮೇಲೆ ಮಾತ್ಸರ್ಯವುಂಟಾಯಿತು! ಕೇವಲ ಹದಿನಾರು ವರ್ಷಗಳಿಗೇ ಅವನು ಇಷ್ಟು ಶ್ರೀಮಂತನಾಗಿರುವುದು ಬಿಕುಶನಿಗೆ ಸರಿಕಾಣಲಿಲ್ಲ. ಅವನು ಪುತ್ರನ ಬಳಿಗೆ ಇಬ್ಬರು ಚಾಂಡಾಲರನ್ನು ಕಳಿಸಿದ. ಅವರು ಅವನಿಗೆ, "ನಿನ್ನ ತಾಯಿ, ನೀನು ಹುಟ್ಟುವುದಕ್ಕೆ ಮೊದಲು ದೇವೀ ವಿಂಧ್ಯವಾಸಿನಿಯಲ್ಲಿ ಹರಕೆ ಹೊತ್ತಿದ್ದಳು. ಆದ್ದರಿಂದ ನೀನು ಆ ದೇವಿಗೆ ಪೂಜೆ ಸಲ್ಲಿಸಬೇಕು!" ಎಂದು ಹೇಳಿದರು. ಪುತ್ರನು ಈ ವಿಷಯವನ್ನು ತನ್ನ ತಂದೆಯ ಬಳಿ ಕೇಳಲು ಅವನು ಹೌದೆಂದನು. ಚಾಂಡಾಲರು ಪಂಡ (ಪೂಜಾರಿ) ರಂತೆ ವೇಷ ಧರಿಸಿದ್ದರು. ತಾವು ಪುತ್ರನಿಗೆ ಅವನನ್ನು ದೇವಿಯ ಆಲಯಕ್ಕೆ ಕರೆದೊಯ್ಯುತ್ತೇವೆಂದು ಹೇಳಿದರು. ಪಾಪ, ಮುಗ್ಧನಾದ ಪುತ್ರನು ಅವರೊಂದಿಗೆ ಹೊರಟನು.

ಅವರು ಅವನನ್ನು ಒಂದು ದಟ್ಟ ಅಡವಿಗೆ ಕರೆದೊಯ್ದು ಅಲ್ಲಿ ತಮ್ಮ ನಿಜರೂಪವನ್ನು ತೋರಿಸಿ, ತಾವು ಅವನನ್ನು ಕೊಲ್ಲಲು ನೇಮಿಸಲ್ಪಟ್ಟವರೆಂದು ಹೇಳಿದರು! ಇದನ್ನು ಕೇಳಿ

ಪುತ್ರನಿಗೆ ಆಘಾತವಾಯಿತು! ಕೂಡಲೇ ಆ ಇಬ್ಬರೂ ಚಾಂಡಾಲರು ಅವನ ಮೇಲೆ ಕತ್ತಿ ಬೀಸಿದರು! ಆದರೆ ಕತ್ತಿಯೇ ಅವರ ಕೈಯಿಂದ ಬಿದ್ದು ಹೋಯಿತು. ಪ್ರತಿಬಾರಿ ಕತ್ತಿ ಬೀಸಿದಾಗಲೂ ಅದು ಅವರ ಕೈಯಿಂದ ಬಿದ್ದುಹೋಯಿತು! ಹೀಗೆ ಅವರಿಗೆ ಪುತ್ರನನ್ನು ಕೊಲ್ಲಲು ಆಗಲೇ ಇಲ್ಲ! ಕೊನೆಗೆ ಪುತ್ರನು ಅವರಿಗೆ ಬಹಳ ಹಣ ಕೊಟ್ಟು ಕಳಿಸಿದನು.

ಈಗ ಆ ದಟ್ಟ ಅಡವಿಯಲ್ಲಿ ಪುತ್ರನು ಒಬ್ಬನೇ ಇದ್ದನು. ರಾತ್ರಿಯೂ ಆಗಿತ್ತು. ಏನು ಮಾಡುವುದೆಂದು ತಿಳಿಯದೇ ಅವನು ಒಂದು ಆಲದ ಮರವನ್ನೇರಿ ಕುಳಿತನು. ಸ್ವಲ್ಪ ಹೊತ್ತಿಗೆ ಅಲ್ಲಿಗೆ ಸಂಕಟ ಮತ್ತು ಬಿಕಟ ಎಂಬ ಇಬ್ಬರು ರಾಕ್ಷಸರು ಬಂದರು. ಅವರೂ ಅದೇ ಮರವನ್ನೇರಿ ಕುಳಿತರು. ಅವರಿಬ್ಬರೂ ಪುತ್ರನನ್ನು ನೋಡಿ, "ನಾವು ನಿನಗೇನೂ ತೊಂದರೆ ಮಾಡುವುದಿಲ್ಲ! ಆದರೆ ನಮ್ಮಿಬ್ಬರ ಮಧ್ಯೆ ಎದ್ದಿರುವ ವಿವಾದವನ್ನು ನೀನು ಪರಿಹರಿಸಬೇಕು! ಎಂದರು.

"ಏನದು ವಿವಾದ? ಪುತ್ರನು ಕೇಳಿದನು.

ಅದಕ್ಕೆ ಅವರಿಬ್ಬರೂ ಹೇಳಿದರು, "ನಾವಿಬ್ಬರೂ ಕಂಬಕನೆಂಬ ರಾಕ್ಷಸನ ಮಕ್ಕಳು! ಅವನು ಪರಶಿವನನ್ನು ಮೆಚ್ಚಿಸಿ ಅವನಿಂದ ಮೂರು ಉಡುಗೊರೆಗಳನ್ನು ಪಡೆದನು. ಮೊದಲನೆಯದು, ಒಂದು ಜೊತೆ ಪಾದರಕ್ಷೆಗಳು, ಅವನ್ನು ಧರಿಸಿದರೆ ಒಬ್ಬನು ಒಂದೇ ಕ್ಷಣದಲ್ಲಿ ಸಾವಿರಾರು ಯೋಜನಗಳಷ್ಟು ದೂರ ಹೋಗಬಹುದು! ಎರಡನೆಯದು, ಒಂದು ಚೀಲ! ಅದರೊಳಗೆ ಕೈಹಾಕಿದರೆ, ಕೈತುಂಬಾ ರತ್ನಗಳು ಸಿಗುತ್ತವೆ! ಮೂರನೆಯದು, ಒಂದು ಕೋಲು! ಅದನ್ನು ತಿರುಗಿಸಿದರೆ ಒಂದು ಸುಂದರವಾದ ನಗರವನ್ನೇ ನಿರ್ಮಿಸುವುದು! ನಮ್ಮ ತಂದೆ ಸತ್ತುಹೋದ. ಹಾಗಾಗಿ ಸಂಕಟ, ಬಿಕಟ ಎಂಬ ಅವನ ಮಕ್ಕಳಾದ ನಮ್ಮ ನಡುವೆ ಈ ಮೂರು ಅಪೂರ್ವ ವಸ್ತುಗಳಿಗಾಗಿ ಜಗಳ ಹುಟ್ಟಿಕೊಂಡಿದೆ! ನಮ್ಮಿಬ್ಬರಲ್ಲಿ ಯಾರು ಈ ವಸ್ತುಗಳನ್ನು ಪಡೆಯಬೇಕೆಂದು ನೀನೇ ನಿರ್ಧರಿಸಿ ಹೇಳು!"

ಇದನ್ನು ಕೇಳಿ ಪುತ್ರನು ಹೇಳಿದ, "ನಿಮ್ಮೆದುರು ಕಾಣುತ್ತಿರುವ ಉದ್ದವಾದ ಸಾಲವೃಕ್ಷವನ್ನು ಸ್ಪರ್ಶಿಸಿ ಬನ್ನಿ! ಯಾರು ಮೊದಲು ಸ್ಪರ್ಶಿಸಿ ಬಂದು ಈ ಮೂರು ವಸ್ತುಗಳನ್ನು ಎತ್ತಿಕೊಳ್ಳುವರೋ, ಅವರಿಗೇ ಇವು ಸೇರುತ್ತವೆ!"

ಅದು ಸರಿಯೆನ್ನಿಸಿ ಅವರಿಬ್ಬರೂ ಕೆಳಗಿಳಿದು ಓಡತೊಡಗಿದರು. ಆಗ ಒಂದು ಅಶರೀರವಾಣಿ ಪುತ್ರನಿಗೆ ಹೇಳಿತು, "ಎಲೈ ಪುತ್ರ! ಆ ವಸ್ತುಗಳನ್ನೆತ್ತಿಕೊಂಡು, ಪಾದರಕ್ಷೆಗಳನ್ನು ಮೆಟ್ಟಿಕೊಂಡು ಸಿಂಹಳ ದ್ವೀಪಕ್ಕೆ ಹಾರು!"

ಪುತ್ರನು ಹಾಗೆಯೇ ಮಾಡಿದನು. ಅವನು ಸಿಂಹಳ ದ್ವೀಪಕ್ಕೆ ಬರಲು, ಒಬ್ಬ ಬ್ರಾಹ್ಮಣನನ್ನು ನೋಡಿದನು. ಬಿಳಿಯ ವಸ್ತುಗಳನ್ನು ಧರಿಸಿ ಒಂದು ಮರದ ಕೆಳಗೆ ಒಂದು ಯಜ್ಞವೇದಿಕೆಯ ಮುಂದೆ ಕುಳಿತಿದ್ದ ಅವನು ಪುತ್ರನಿಗೆ ಒಂದು ಭವಿಷ್ಯ ನುಡಿದನು. "ನೀನು ಸಿಂಹಳವನ್ನು ಆಳುತ್ತಿರುವ ಪಾತಾಳೇಶ್ವರ ರಾಜನ ಮಗಳು ಪಾಟಲಿಯನ್ನು ಮದುವೆಯಾಗುವೆ!"

ಈ ಮಾತನ್ನು ಕೇಳಿ ಪುತ್ರನು ರಾತ್ರಿಯ ವೇಳೆ ಗೋಪ್ಯವಾಗಿ ಪಾಟಲಿಯನ್ನು ಭೇಟಿಯಾದನು! ತಾನಾರೆಂದು ಅವಳಿಗೆ ಹೇಳಿದನು. ಇಬ್ಬರಲ್ಲೂ ಪ್ರೇಮಾಂಕುರವಾಯಿತು. ಪಾಟಲಿಯ ಅವನೊಂದಿಗೆ ಎಲ್ಲಿಗೆ ಬೇಕಿದ್ದರೂ ಬರಲು ಸಿದ್ಧವಾದಳು. ಪುತ್ರನು ತನ್ನ ಮಾಯಾ ಪಾದರಕ್ಷೆಗಳನ್ನು ಮೆಟ್ಟಿಕೊಂಡು ಪಾಟಲಿಯೊಂದಿಗೆ ಕೆಲವೇ ಕ್ಷಣಗಳಲ್ಲಿ ಗಂಗೆಯ ದಕ್ಷಿಣಕ್ಕೂ, ಗಯೆಯ ಉತ್ತರಕ್ಕೂ ಸೋನ್‌ಭದ್ರದ ಪೂರ್ವಕ್ಕೂ ಪುನ್‌ಪುನದ ಪಶ್ಚಿಮಕ್ಕೂ ಇದ್ದ ಒಂದು ಜಾಗಕ್ಕೆ ಬಂದನು. ಆಗ ನಾರದರು ಬಂದು ಅವನಿಗೆ ಮಾಯಾಕೋಲಿನಿಂದ ಒಂದು ನಗರವನ್ನು ನಿರ್ಮಿಸಲು ಹೇಳಿದನು. ಅದರಂತೆ ಪುತ್ರನು ಆ ಮಾಯಾಕೋಲಿನಿಂದ ಒಳದು ನಗರವನ್ನು ನಿರ್ಮಿಸಿ, ಅದಕ್ಕೆ ತನ್ನ ಪತ್ನಿಯ ಹೆಸರುಗಳನ್ನು ಸೇರಿಸಿ ಪಾಟಲಿಪುತ್ರ ಎಂದು ಹೆಸರಿಟ್ಟನು. ಅನಂತರ ಅವನು ಹಲವಾರು ರಾಜ್ಯಗಳನ್ನು ಗೆದ್ದು ಒಬ್ಬ ಪ್ರಖ್ಯಾತ ರಾಜನಾದನು. ಆದರೆ ಈ ಮಧ್ಯೆ, ಅವನ ತಾಯಿ ದುಃಖಿತಳಾಗಿ ಸತ್ತು ಹೋದಳು.

ಪುತ್ರನಿಗೆ ಕುಸುಮನೆಂಬ ಮಗ ಹುಟ್ಟಿದನು. ಪುತ್ರನ ನಂತರ ಅವನು ರಾಜನಾಗಿ ಪಾಟಲಿಪುತ್ರ ನಗರವನ್ನು ಕುಸುಮಪುರ ಎಂದು ಮರುನಾಮಕರಣ ಮಾಡಿದನು. ಅವನಿಗೆ ಪಟನ ಎಂಬ ಮಗನೂ ಪಾಟ್ನಾ ಎಂಬ ಮಗಳೂ ಜನಿಸಿದಳು. ಪಾಟ್ನಾ ಮದುವೆಯಾಗದೇ ಬ್ರಹ್ಮಚಾರಿಯಾಗೇ ಉಳಿದಳು. ಅವಳು ಸತ್ತ ಬಳಿಕ, ಅವಳನ್ನು ದೇವಿಯಾಗಿ ಪೂಜಿಸಲಾಯಿತು. ಅವಳಿಂದಲೇ ಈ ನಗರಕ್ಕೆ ಪಾಟ್ನಾ ಎಂಬ ಹೆಸರು ಬಂದಿತು. ಈಗಲೂ ಅವಳೇ ಈ ನಗರದ ಅಧಿದೇವತೆಯಾಗಿದ್ದಾಳೆ.

ಟಿಪ್ಪಣಿ:- ಪಾಟಲೀಪುತ್ರದ ಕಥೆ ಸ್ವಲ್ಪ ಮಾರ್ಪಾಡುಗಳಿಂದ ಕಥಾಸರಿತ್ಸಾಗರದಲ್ಲೂ ಕಂಡುಬರುತ್ತದೆ.

ಅತ್ಯಂತ ದೊಡ್ಡ ಮೂರ್ಖ ಯಾರು? ಬಿಹಾರದ ಜಾನಪದ ಕಥೆ

ಒಮ್ಮೆ, ಬ್ರಾಹ್ಮಣ, ಕ್ಷತ್ರಿಯ, ವೈಶ್ಯ ಮತ್ತು ಕಾಯಸ್ಥ ಪಂಗಡಗಳಿಗೆ ಸೇರಿದ ನಾಲ್ವರು ಮಿತ್ರರಿದ್ದರು. ಮಹಾಮೂರ್ಖರಾಗಿದ್ದ ಅವರು, ಒಮ್ಮೆ ಒಟ್ಟಿಗೆ ಪ್ರಯಾಣ ಮಾಡುತ್ತಿದ್ದರು. ಆಗ ಅವರಿಗೆ ಆಯಾಸವಾಗಿ, ಅವರು ಒಂದು ಅರಳೀಮರದ ಕೆಳಗೆ ವಿಶ್ರಮಿಸಲು ಕುಳಿತರು. ಅದೇ ಸಮಯದಲ್ಲಿ ಇನ್ನೊಬ್ಬ ವ್ಯಕ್ತಿಯೂ ಅದೇ ಮರದ ಕೆಳಗೆ ವಿಶ್ರಮಿಸಲು ಕುಳಿತರು. ಅದೇ ಸಮಯದಲ್ಲಿ ಇನ್ನೊಬ್ಬ ವ್ಯಕ್ತಿಯೂ ಅದೇ ಮರದ ಕೆಳಗೆ ವಿಶ್ರಮಿಸಲು ಬಂದನು. ಅವನು ಇವರನ್ನು ನೋಡಿ ನಮಸ್ಕಾರ ಎಂದು ವಂದಿಸಿದನು. ಆಗ ಅವನು ಯಾರನ್ನು ವಂದಿಸಿದನು ಎಂಬ ವಿಷಯದಲ್ಲಿ ಆ ನಾಲ್ವರಲ್ಲಿ ವಿವಾದ ಆರಂಭವಾಯಿತು! ಮುನ್ಷಿಯು (ಕಾಯಸ್ಥ) ಹೇಳಿದನು," ಅವನು ನನಗೇ ವಂದಿಸಿದ್ದು!"

"ಇಲ್ಲಿಲ್ಲ! ಅವನು ನನಗೇ ವಂದಿಸಿದ್ದು!" ಪಂಡಿತನು (ಬ್ರಾಹ್ಮಣ) ಹೇಳಿದನು.

ಸಿಂಘನು (ಕ್ಷತ್ರಿಯ), "ಇಲ್ಲ! ಅವನು ನನಗೇ ವಂದಿಸಿದ್ದು!" ಎಂದನು.

ಸಹಜಿ(ವೈಶ್ಯ) ಹೇಳಿದನು, "ವಾಸ್ತವವಾಗಿ ಅವನು ನಮ್ಮೆಲ್ಲರಿಗೂ ವಂದಿಸಿದನು! ನಿಮಗೇನಾದರೂ ಸಂಶಯವಿದ್ದರೆ ಅವನನ್ನೇ ಕೇಳಿ! ಕೈಯಲ್ಲಿರುವ ಬಳೆಯನ್ನು ಕನ್ನಡಿಯಿಂದೇಕೆ ನೋಡಬೇಕು?"

ಆಗ ಸಿಂಘನು ಜೋರಾಗಿ ನಗುತ್ತಾ, "ಅಯ್ಯೋ ಮೂರ್ಖರೇ! ನಿಮಗೆ ಯಾರು ಗೌರವ ಕೊಡುತ್ತಾರೆ? ನಾನೊಬ್ಬ ರಜಪೂತ! ಹಾಗಾಗಿ ನನಗೆ ವಂದಿಸಿಕೊಳ್ಳುವ ಜನ್ಮಸಿದ್ಧ ಹಕ್ಕಿದೆ!" ಎಂದನು.

ಹೀಗೆ ಅವರಿಗೆ ನಿರ್ಧರಿಸಲಾಗದಿದ್ದಾಗ, ಅವರು ಆ ವಂದಿಸಿದ ವ್ಯಕ್ತಿಯನ್ನೇ ಕೇಳಿದರು. ಆ ವ್ಯಕ್ತಿ ಬಹಳ ಬುದ್ಧಿವಂತನಾಗಿದ್ದ! ಈ ನಾಲ್ವರೂ ಬಹಳ ಮೂರ್ಖರಿರುವರೆಂದು ತಿಳಿದು ಅವನು ಹೇಳಿದ, "ನಾನು ನಿಮ್ಮಲ್ಲಿ ಅತ್ಯಂತ ದೊಡ್ಡ

ಮೂರ್ಖನಾದವನಿಗೆ ವಂದಿಸಿರುವೆ! ಆ ಪಟ್ಟ ಯಾರಿಗಿದೆಯೆಂದು ನೋಡೋಣ! ಅತ್ಯಂತ ದೊಡ್ಡ ಮೂರ್ಖನು ಯಾರೆಂದು ನೀವೇ ನಿರೂಪಿಸಬೇಕು!"

ಪ್ರತಿಯೊಬ್ಬರೂ ತಾನೇ ಅತ್ಯಂತ ದೊಡ್ಡ ಮೂರ್ಖನೆಂದು ತೋರಿಸಿಕೊಳ್ಳಲು ಕಾತರವಾಯಿತು! ಆಗ, ಒಬ್ಬೊಬ್ಬನೂ ತನ್ನ ಮೂರ್ಖತ್ವವನ್ನು ನಿರೂಪಿಸುವ ಒಂದು ಕಥೆಯನ್ನು ಹೇಳಬೇಕೆಂದು ನಿರ್ಧರಿಸಲಾಯಿತು. ಮೊದಲಿಗೆ ಪಂಡಿತನ ಸರದಿಯಾಗಿತ್ತು. ಅವನು ತನ್ನ ಪೇಟವನ್ನು ಸರಿಯಾಗಿ ಧರಿಸಿ ಹೇಳತೊಡಗಿದನು,

"ಅದೊಂದು ದಿನ ಭಾದ್ರಪದ ಮಾಸದ ಕತ್ತಲೆಯ ರಾತ್ರಿ! ನನ್ನ ಹೆಂಡತಿ, ಮಕ್ಕಳೊಂದಿಗೆ ತನ್ನ ತೌರುಮನೆಗೆ ಹೋಗಿದ್ದಳು. ಮನೆಯಲ್ಲಿ ನಾನೊಬ್ಬನೇ ಇದ್ದೆ. ಆಗ ಒಬ್ಬ ಕಳ್ಳ ನನ್ನ ಮನೆಗೆ ನುಗ್ಗಿದ. ಆ ಶಬ್ದದಿಂದ ನನಗೆ ಎಚ್ಚರವಾಯಿತು! ಆ ಕಳ್ಳನನ್ನು ಎದುರಿಸಲು ಶುಭ ಮುಹೂರ್ತಕ್ಕಾಗಿ ಪಂಚಾಂಗವನ್ನು ನೋಡಲು, ಶುಭಮುಹೂರ್ತವಿದ್ದುದ್ದು ಹುಣ್ಣಿಮೆಯ ದಿನ ಹಾಗೂ ಆ ದಿನ, ಆ ಸಮಯ, ಬಹಳ ಅಶುಭವಾಗಿತ್ತೆಂದು ತಿಳಿಯಿತು! ಹಾಗಾಗಿ ನಾನು ಸುಮ್ಮನಿದ್ದೆ. ಹಾಗೂ ಆ ಕಳ್ಳ ಎಲ್ಲವನ್ನೂ ದೋಚಿಕೊಂಡು ಹೋದ! ಅನಂತರ, ಹುಣ್ಣಿಮೆಯ ದಿನ ಬರಲು, ಆಕಾಶ ತಿಳಿಯಾಗಿತ್ತು! ಆ ಶುಭಮುಹೂರ್ತ ಬಂದಿತ್ತು! ಆಗ ನಾನು ಮನೆಯಿಂದ ಹೊರಬಂದು, "ಕಳ್ಳ! ಕಳ್ಳ!" ಎಂದು ಜೋರಾಗಿ ಕಿರುಚಿದ! ಆಗ ನೆರೆಹೊರೆಯವರೆಲ್ಲರೂ ನನಗೆ ಸಹಾಯ ಮಾಡಲು ಬಂದರು! ಆ ಸಮಯದಲ್ಲಿ ಒಬ್ಬ ವ್ಯಕ್ತಿ, ನಗರದಲ್ಲಿ ತಾನು ಸಂಪಾದಿಸಿದ್ದ ಹಣದೊಂದಿಗೆ ಹಿಂದಿರುಗಿ ಬರುತ್ತಿದ್ದ! ನೆರೆಹೊರೆಯವರ ಸಹಾಯದಿಂದ ಅವನನ್ನೇ ಕಳ್ಳನೆಂದು ಹಿಡಿಯಲಾಯಿತು!

ಮರುದಿನ, ಅವನನ್ನು ರಾಜನ ಆಸ್ಥಾನದಲ್ಲಿ ಪ್ರಸ್ತುತಪಡಿಸಲು, ರಾಜನು ನನ್ನನ್ನು ಕೇಳಿದ," ಇವನೇನೋ ಕಳ್ಳ?"

ನಾನು ಉತ್ತರಿಸಲು ಸ್ವಲ್ಪ ಹಿಂಜರಿದ! ಆಗ ರಾಜ ಪುನಃ ಕೇಳಿದ, "ಕಳ್ಳತನ ಯಾವಾಗ ನಡೆಯಿತು?"

ಆಗ ನಾನು ಹೇಳಿದೆ, "ಸುಮಾರು ಎಂಟೊಂಭತ್ತು ದಿನಗಳ ಹಿಂದೆ!"

"ಹಾಗಿದ್ದರೆ ಇಷ್ಟು ದಿನಗಳ ನಂತರ, ಹುಣ್ಣಿಮೆಯ ರಾತ್ರಿಯಂದು ಏಕೆ 'ಕಳ್ಳ! ಕಳ್ಳ!' ಎಂದು ಕಿರುಚಿದೆ?" ರಾಜನು ಕೇಳಿದ.

"ಪ್ರಭು! ನಾನಾಗ ಪಂಚಾಂಗ ನೋಡಿದ್ದೆ! ಇಷ್ಟು ದಿನಗಳ ನಂತರ ಇದ್ದ ಮೊದಲ ಶುಭಮುಹೂರ್ತವೆಂದರೆ ಇದೇ ಆಗಿತ್ತು! ಆದ್ದರಿಂದಲೇ ನಾನು ನಿನ್ನೆ ಕೂಗಿದೆ!" ನಾನು ಹೇಳಿದೆ.

ಆಗ ರಾಜನು ಕೋಪಗೊಂಡು, "ಛೀ ಮೂರ್ಖ! ನನ್ನ ಕಣ್ಮುಂದೆಯಿಂದ ತೊಲಗು!" ಎಂದ.

ನಾನು ಹೊರಟೆ, ಆ ಇನ್ನೊಬ್ಬ ವ್ಯಕ್ತಿಯನ್ನು ಬಿಡುಗಡೆ ಮಾಡಲಾಯಿತು. ಹೀಗೆ ರಾಜನೇ ನನ್ನನ್ನು ಮೂರ್ಖನೆಂದು ತೀರ್ಮಾನಿಸಿದ್ದಾನೆ!"

ಹೀಗೆ ಪಂಡಿತನು ತನ್ನ ಕಥೆಯನ್ನು ಮುಗಿಸಿದ.

ಈಗ ಸಹಜಿಯ ಸರದಿಯಾಗಿತ್ತು. ಅವನು ಪಂಡಿತನ ಕಡೆ ನೋಡುತ್ತಾ, "ನೀನು ನನಗಿಂತ ದೊಡ್ಡ ಮೂರ್ಖ ಹೇಗಾಗುವೆ? ನನ್ನ ಕಥೆ ಕೇಳು!" ಎಂದು ತನ್ನ ಕಥೆ ಹೇಳತೊಡಗಿದ.

"ಅದು ದೀಪಾವಳಿಯ ರಾತ್ರಿಯಾಗಿತ್ತು. ನಾನು ಲಕ್ಷ್ಮೀಪೂಜೆಯನ್ನು ಮಾಡಿ ಎಲ್ಲಾ ಹಣವನ್ನೂ ಒಂದು ತಟ್ಟೆಯಲ್ಲಿಟ್ಟು ನನ್ನ ಹೆಂಡತಿಯ ಪಕ್ಕದಲ್ಲಿ ಕುಳಿತೆ. ದೀಪಾವಳಿಯ ರಾತ್ರಿ ಜೂಜಾಡಬೇಕೆಂಬ ಸಂಪ್ರದಾಯವಿದೆ! ದೀಪಾವಳಿಯ ರಾತ್ರಿ ಜೂಜಾಡುವುದರಿಂದ ಮುಂದಿನ ವರ್ಷದ ಭವಿಷ್ಯ ತಿಳಿಯುತ್ತದೆ! ಹಾಗಾಗಿ ನಾನು ಜೂಜಾಡಲು ಹೋಗಬೇಕೆಂದು ನನ್ನ ಹೆಂಡತಿಗೆ ಹೇಳಿದೆ! ಅದಕ್ಕವಳು, "ಈ ರಾತ್ರಿಯಲ್ಲಿ ಏಕೆ ಹೋಗಬೇಕು? ನಾವೇ ಜೂಜಾಡೋಣ!" ಎಂದಳು. ನಾನು ಸರಿಯೆಂದು ಒಪ್ಪಿದೆ. ನಾವಿಬ್ಬರೂ ಪರಸ್ಪರ ಕೈಕೈ ಮುಟ್ಟಿಕೊಂಡು, ಯಾರು ಮೊದಲು ಮಾತನಾಡುವರೋ ಅವರು ಸೋತಂತೆ ಎಂದು ಪಂದ್ಯ ಕಟ್ಟಿಕೊಂಡೆವು! ಸ್ವಲ್ಪ ಹೊತ್ತು ಹಾಗೇ ಕುಳಿತಿದ್ದು ಅನಂತರ ನಾವು ಮಲಗಲು ಹೊರಟೆವು.

ಮಧ್ಯರಾತ್ರಿಯಲ್ಲಿ ಒಬ್ಬ ಕಳ್ಳ ಮನೆಯೊಳಗೆ ನುಗ್ಗಿದ! ನಾವು ಎಚ್ಚರವಾಗಿಯೇ ಇದ್ದೆವು. ಆದರೆ ಮಾತನಾಡಿ ಪಂದ್ಯ ಕಳೆದುಕೊಳ್ಳಲು ಯಾರಿಗೆ ಇಷ್ಟವಿರುತ್ತದೆ? ಹಾಗಾಗಿ

ನಾವು ಸುಮ್ಮನೆ ಮಲಗಿದ್ದೆವು. ಅವನು ಎಲ್ಲವನ್ನೂ ತೆಗೆದುಕೊಂಡು ಹೋದ. ಆದರೆ ಬಹಳ ದುರಾಸೆಯವನಾಗಿದ್ದ ಅವನು ಪುನಃ ಹಿಂದಿರುಗಿದ! ಈಗ ಅವನು ನನ್ನ ಹೆಂಡತಿಯ ತಾಳಿಯನ್ನು ಕಿತ್ತುಕೊಳ್ಳಲು ಕೈಹಾಕಲು ಅವಳು, "ಅಯ್ಯೋಯ್ಯೋ! ಏನಾದರೂ ಮಾತನಾಡಿ! ನಾವು ಎಲ್ಲವನ್ನೂ ಕಳೆದುಕೊಂಡಿದ್ದೇವೆ! ಈಗ ನನ್ನ ಗೌರವವೂ ಹೋಗುತ್ತಿದೆ!" ಎಂದು ಕಿರುಚಿದಳು.

ಆಗ ನಾನು, "ಆಹಾ! ನೀನೇ ಮೊದಲು ಮಾತನಾಡಿದೆ! ನೀನೇ ಪಂದ್ಯದಲ್ಲಿ ಸೋತೆ!" ಎಂದೆನು.

"ನಿಮ್ಮ ಆಟ ಹಾಳಾಗಲಿ! ಎಲ್ಲವನ್ನೂ ಲೂಟಿ ಮಾಡಲಾಯಿತು! ಈಗ ನನ್ನ ಗೌರವವೂ ಹೋಗುತ್ತಿದೆ!" ಎಂದು ಅಳತೊಡಗಿದಳು.

ನಾವಿಬ್ಬರೂ ಹಾಗೆ ಜಗಳವಾಡುತ್ತಿರಲು, ಅಕ್ಕಪಕ್ಕದ ಮನೆಯವರು ಏನಾಯಿತೆಂದು ನೋಡಲು ಬಂದರು! ನಾನು ಅವರಿಗೆ ವಿಷಯ ಹೇಳಲು, ಅವರು, ಮನೆಯೆಲ್ಲಾ ಲೂಟಿಯಾಗುತ್ತಿದ್ದರೂ ನೀವಿಬ್ಬರೂ ಜಗಳವಾಡುತ್ತಿರುವಿರಲ್ಲ! ನೀವೆಂಥ ಮೂರ್ಖರು!" ಎಂದು ಜರಿದು ಹೋದರು!"

"ಈಗ ಹೇಳಿ! ನಾನೇ ಅಲ್ಲವೇ ದೊಡ್ಡ ಮೂರ್ಖ?"

ಹೀಗೆ ಕೇಳುತ್ತಾ ಸಹಜಿ ತನ್ನ ಕಥೆ ಮುಗಿಸಿದ.

ಈಗ ಕಥೆ ಹೇಳುವ ಸರದಿ, ಸಿಂಘನದಾಗಿತ್ತು. ಅವನು ತನ್ನ ಕಥೆ ಆರಂಭಿಸಿದ.

'ನಾನು ಒಂದು ದಿನ, ನನ್ನ ಮನೆಯ ಉಪ್ಪರಿಗೆಯ ಮೇಲೆ ಕುಳಿತುಕೊಂಡು ನನ್ನ ಹುಕ್ಕಾ ಸೇದುತ್ತಿದ್ದೆ. ಆಗ, ರಸ್ತೆಯಲ್ಲಿ ಒಬ್ಬ ಕಾಬುಲಿ (ಅಫ್ಘಾನಿಸ್ತಾನದ ಕಾಬೂಲ್ ಪ್ರದೇಶದವನು), ಹೊದಿಕೆಗಳನ್ನು ಹೇರಲಾಗಿದ್ದ ಒಂದು ಒಳ್ಳೆಯ ಕುದುರೆಯ ಮೇಲೆ ಸವಾರಿ ಮಾಡುತ್ತಾ ಬರುತ್ತಿದ್ದುದ್ದನ್ನು ನೋಡಿದೆ! ಅವನನ್ನು ನಿಲ್ಲಿಸಿ, ಅವನು ತನ್ನ ಕುದುರೆಯನ್ನು ಮಾರುವನೇ ಎಂದು ಕೇಳಿದೆ. ಅದಕ್ಕವನು, "ಹಾ! ಮಾರುವೆ! ಆದರೆ ಅದರ ದೊಡ್ಡ ಬೆಲೆಯನ್ನು ನೀವು ಕೊಡಲಾರಿರಿ!" ಎಂದನು. ನಾನು ಅದರ ಬೆಲೆ ಎಷ್ಟೆಂದು ಕೇಳಲು ಅವನು ಒಂದು ಸಾವಿರ ರೂಪಾಯಿಗಳೆಂದನು. ನಾನು ಆ ಬೆಲೆಯನ್ನು ಕೊಡಲು ಒಪ್ಪಿ ಕುದುರೆಯನ್ನು ಒಂದು ಕೋಲಿಗೆ ಕಟ್ಟಲು ಹೇಳಿದೆ. ಅವನು

ಹಾಗೆಯೇ ಮಾಡಲು, ನಾನು ಕೆಳಗಿಳಿದು ಬಂದು, ನನ್ನ ಕಿಸೆಯಿಂದ ಐನೂರು ರೂಪಾಯಿಗಲನ್ನು ತೆಗೆದು ಕೊಡುತ್ತಾ, "ನಿನ್ನ ಹೊದಿಕೆಗಳನ್ನು ಮಾರಿದ ಬಳಿಕ ಬಾ! ಮಿಕ್ಕ ಹಣವನ್ನು ಕೊಡುತ್ತೇನೆ!" ಎಂದೆನು. ಸರಿಯೆಂದು ಅವನು ಹೋದನು.

"ಅವನು ಎರಡು ದಿನಗಳ ಬಳಿಕ ಬಂದನು. ಆಗ ನನ್ನ ಬಳಿ ಹಣವಿರಲಿಲ್ಲ. ಹಾಗಾಗಿ, ನಾನೊಬ್ಬ ಸಾಲಕೊಡುವವನ ಬಳಿ ಹೆಚ್ಚಿನ ಬಡ್ಡಿಗೆ ಮಾತನಾಡಿ ಸ್ವಲ್ಪ ಹಣವನ್ನು ಸಾಲ ತಂದು ಅವನಿಗೆ ಹಣ ಕೊಡುತ್ತಾ, ಇನ್ನೂ ಮಿಕ್ಕವನ್ನು ಒಂದು ವಾರದ ಬಳಿಕ ಕೊಡುವೆನೆಂದನು. ಆಗ ಅವನು ಒಂದು ನಿಮಿಷ ಕಣ್ಣು ಮುಚ್ಚಿ ಅಸಹನೆಯಿಂದ, "ಆಗಲೇ ಒಂದು ವಾರವಾಗಿದೆ! ಈಗಲೇ ಹಣ ಕೊಡು! ಎಂದು ಸತಾಯಿಸಿದ! ನಾನು ಎಷ್ಟು ಕಷ್ಟಪಟ್ಟರೂ ಒಂದು ನೂರು ರೂಪಾಯಿಗಳನ್ನೂ ಸಂಗ್ರಹಿಸಲಾಗಲಿಲ್ಲ! ಆದ್ದರಿಂದ ನಾನು ಆ ಕುದುರೆಯನ್ನು ಅವನಿಗೇ ನೂರು ರೂಪಾಯಿಗಳಿಗೆ ಮಾರಿ, ಆ ನೂರು ರೂಪಾಯಿಗಳನ್ನು ಅವನಿಗೆ ಕೊಟ್ಟೆ! ಅಂತೂ ಈ ಪ್ರಕರಣದಿಂದ ನಾನು ಶುದ್ಧನಾಗಿ ಹೊರಬಂದೆನೆಂದು ಭಾವಿಸಿ ಸಂತೋಷಪಟ್ಟೆ! ಆದರೆ ಇದನ್ನು ಕೇಳಿದ ಯಾರೇ ಆದರೂ ನನ್ನನ್ನು ಮೊದಲದರ್ಜೆಯ ಮೂರ್ಖನೆಂದು ಹೇಳಿದ್ದಾರೆ!"

ಹೀಗೆ ಸಿಂಘನು ತನ್ನ ಕಥೆಯನ್ನು ಮುಗಿಸಿದ.

ಈಗ ಕಥೆ ಹೇಳುವ ಸರದಿ ಮುನ್ಷಿಯದಾಗಿತ್ತು. ಅವನು ಆರಂಭಿಸಿದ. "ಈಗ ಮೂರ್ಖತ್ವವನ್ನು ನಿರೂಪಿಸುವ ಸರದಿ ನನ್ನದಾಗಿದೆ! ನಾನು ಮಾಡಿದ್ದು ಬುದ್ಧಿವಂತಿಕೆಯ ಕೆಲಸವೋ ಮೂರ್ಖತ್ವದ ಕೆಲಸವೋ ಇನ್ನೂ ನನಗೆ ಸಂದೇಹವಿದೆ! ಆಗ ಮಳೆಗಾಲವಾಗಿತ್ತು. ನದಿಗಳೂ ಕಾಲುವೆಗಳೂ ನೀರಿನಿಂದ ತುಂಬಿಹೋಗಿದ್ದವು! ಆಗೊಂದು ದಿನ, ಇದ್ದಕ್ಕಿದ್ದಂತೆ, ನನ್ನ ಅತ್ತೆಗೆ ಬಹಳ ಕಾಯಿಲೆಯೆಂದು ನನ್ನ ಮಾವನವರಿಂದ ಸುದ್ದಿ ಬಂದಿತು! ನನ್ನತ್ತೆ ಬದುಕುಳಿಯುವ ಸೂಚನೆಯೇ ಇರಲಿಲ್ಲ! ಅವಳನ್ನು ನೋಡಬೇಕಿದ್ದರೆ ನಾವು ಕೂಡಲೇ ಹೊರಡಬೇಕಾಗಿತ್ತು! ಹಾಗಾಗಿ, ನಾನು ನನ್ನ ಹೆಂಡತಿ, ಮಕ್ಕಳೊಂದಿಗೆ ನನ್ನ ಮಾವನವರ ಮನೆಗೆ ಹೊರಟೆ! ದಾರಿಯಲ್ಲಿ ಒಂದು ನದಿಯನ್ನು ದಾಟಬೇಕಿತ್ತು! ಆಗ ನನ್ನ ಹೆಂಡತಿ, ಒಂದು ದೋಣಿಯಲ್ಲಿ ದಾಟಿ ಹೋಗೋಣವೆಂದಳು. ಅದಕ್ಕೆ ನಾನು, "ಅಯ್ಯೋ! ಇದಕ್ಕೆ ದೋಣಿಯೇಕೆ ಬೇಕು? ಆ ದೋಣಿಗೆ ಒಬ್ಬ ದೋಣಿ ನಡೆಸುವವನೊಬ್ಬನನ್ನು ಬೇರೆ ಹುಡುಕಬೇಕು! ಅವನಿಗೆ ದುಡ್ಡು

ಬೇರೆ ಕೊಡಬೇಕು! ಇದೆಲ್ಲಾ ಏಕೆ? ನನಗೆ ನೀರಿನ ಆಳ ಅಳೆಯಲು ಬರುತ್ತದೆ! ಅದು ಹೆಚ್ಚಿಲ್ಲದಿದ್ದರೆ, ನಾವೇ ನದಿಯನ್ನು ದಾಟಬಹುದು!" ಎಂದು ನಾನು ನದಿಯಲ್ಲಿ ಇಳಿದೆ. ಅದು ಕೇವಲ ನನ್ನ ಹಿಮ್ಮಡಿ ಮುಳುಗುವಷ್ಟು ಆಳವಿತ್ತು! ಇನ್ನೂ ಸ್ವಲ್ಪ ಮುಂದೆ ಹೋಗಲು, ನನ್ನ ಮೊಣಕಾಲುಗಳು ನೀರಿನಲ್ಲಿ ಮುಳುಗಿದವು! ಇನ್ನೂ ಮುಂದೆ ಹೋಗಲು, ನನ್ನ ತೊಡೆಗಳು ನೀರಿನಲ್ಲಿ ಮುಳುಗಿದವು. ಇನ್ನೂ ಮುಂದೆ ಹೋಗಲು, ನನ್ನ ಸೊಂಟದವರೆಗೂ ನೀರು ಬಂದಿತು! ಇನ್ನೂ ಮುಂದೆ ಹೋಗಲು, ನನ್ನ ಎದೆಯವರೆಗೂ ನೀರು ಬಂದಿರತು! ಆಗ ನಾನು ನನ್ನ ಹೆಂಡತಿಗೆ ಕೂಗಿ ಹೇಳಿದೆ, "ಹೆದರುವಂಥದ್ದೇನೂ ಇಲ್ಲ! ನೀರು, ಮೊಣಕಾಲುಗಳಿಗಿಂತ ಸ್ವಲ್ಪ ಮೇಲಿದೆಯಷ್ಟೆ! ನಾನು ನನ್ನ ಅಳತೆಯ ವಿಧಾನದಿಂದ ಕಂಡುಹಿಡಿದಿದ್ದೇನೆ! ಹಾಗಾಗಿ ನದಿಯನ್ನು ದಾಟೋಣ!"

ನನ್ನ ಹೆಂಡತಿಗೆ ಅರ್ಥವಾಗಲಿಲ್ಲ! ಕೋಪಗೊಂಡ ನಾನು, "ವೃತ್ತಿಯಲ್ಲಿ ನಾನೊಬ್ಬ ಗುಮಾಸ್ತ! ಅವಳಾದರೋ ಬರಿಯ ಅಡುಗೆಮನೆ ನೋಡಿಕೊಳ್ಳುವವಳು! ನನ್ನ ಅಳತೆಯ ಜ್ಞಾನವನ್ನು ಪ್ರಶ್ನಿಸಲು ಇವಳು ಯಾರು?" ಎಂದು ಯೋಚಿಸಿ, ಬೇಗ ದಾಟಿಬರುವಂತೆ ಜೋರಾಗಿ ಕೂಗಿ ಆಜ್ಞೆ ಮಾಡಿದೆ! ಅದರಂತೆ ಅವಳು ಮಕ್ಕಳೊಂದಿಗೆ ನದಿಯನ್ನು ದಾಟತೊಡಗಿದಳು. ಅವರು ನದಿಯ ಮಧ್ಯಕ್ಕೆ ಬರುತ್ತಲೇ ಮಕ್ಕಳು ಮುಳುಗಿ ಹೋದರು! ಮಕ್ಕಳನ್ನು ಉಳಿಸಲು ಹೋಗಿ ನನ್ನ ಹೆಂಡತಿಯೂ ಮುಳುಗಿಹೋದಳು! ಆದರೆ ನನ್ನ ನೀರಿನ ಅಳತೆಯು ಸರಿಯಿತ್ತೆಂದು ನನಗೆ ಸಂಪೂರ್ಣ ಖಾತ್ರಿಯಿದೆ! ಅವರೆಲ್ಲರೂ ಮುಳುಗುವುದನ್ನು ನೋಡಿದ ನನಗೆ ಏನು ತಪ್ಪಾಯಿತೆಂದೇ ಅರ್ಥವಾಗಲಿಲ್ಲ! ನಾನು ಪುನಃ ನೀರನ್ನು ಅಳೆದೆ! ಅದೇ ಉತ್ತರ! ಈಗಲೂ ನನಗೆ ಈ ವಿಷಯ ಗೊಂದಲವಾಗಿದೆ!

ಲೇಖಾ ಜೋಖಾ ಜ್ಯೋಂ ಕೇ ತ್ಯೋಂ

ಲರ್ಕಾ ಲರ್ಕೀ ಡುಬೇ ಕ್ಯೋಂ?

'ಅಳತೆಯು ಯಾವಾಗಲೂ ಸರಿಯಿರಲು, ಮಕ್ಕಳು ಏಕೆ ಮುಳುಗಿದರು?'

ಹೀಗೆ ಮುನ್ಷಿಯು ತನ್ನ ಕಥೆ ಮುಗಿಸಿದ.

ಈಗ ಅವರಿಗೆ ವಂದಿಸಿದಾತನು ನಗುತ್ತಾ ತನ್ನ ಅಭಿಪ್ರಾಯವನ್ನು ಹೇಳಿದ, "ಮುನ್ಷಿಯೇ ಅತ್ಯಂತ ದೊಡ್ಡ ಮೂರ್ಖನು! ಇದರಲ್ಲಿ ಯಾವುದೇ ಸಂಶಯವಿಲ್ಲ!

ಮಿಕ್ಕವರೆಲ್ಲರೂ ತಮ್ಮ ಮೂರ್ಖತ್ವದಿಂದ ಬರಿಯ ಆಸ್ತಿಪಾಸ್ತಿಗಳನ್ನು ಕಳೆದುಕೊಂಡರು! ಆದರೆ ಮುನ್ನಿಯು ತನ್ನ ಮೂರ್ಖತದ್ವದಿಂದ ತನ್ನ ಕುಟುಂಬವನ್ನೇ ಕಳೆದುಕೊಂಡ! ಅವನಿಗೆ ಯಾರು ತಾನೇ ಗೌರವದಿಂದ ವಂದಿಸುವುದಿಲ್ಲ?

ಅವನ ಅಭಿಪ್ರಾಯದಿಂದ ನಾಲ್ವರು ಸ್ನೇಹಿತರೂ ಸಂತುಷ್ಟರಾಗಿ ತಮ್ಮ ಪ್ರಯಾಣವನ್ನು ಮುಂದುವರೆಸಿದರು.

-→>>≪←-

ಸೃಷ್ಟಿಯ ಕಥೆ
ಮಹಾರಾಷ್ಟ್ರ ಜಾನಪದ ಕಥೆ

ಭಿಲ್ಲರೆಂಬ ಆದಿವಾಸಿ ಜನಾಂಗದವರು ಸೃಷ್ಟಿಯ ಬಗ್ಗೆ ಒಂದು ವಿಚಿತ್ರ ಕಥೆ ಹೇಳುತ್ತಾರೆ. ಆ ಕಥೆ ಹೀಗಿದೆ ___

ಭಿಲ್ಲರ ಭಗವಂತನು ಭೂಮಿಯನ್ನು ಸೃಷ್ಟಿಸಿ ಆ ಭೂಮಿಯ ಮೇಲೆ ಇಬ್ಬರು ಮನುಷ್ಯರನ್ನು ಸೃಷ್ಟಿಸಿದ. ಒಂದು ಗಂಡು, ಒಂದು ಹೆಣ್ಣು. ಅವರಿಬ್ಬರೂ ಅಣ್ಣ, ತಂಗಿಯರಂತೆ ಸುಖವಾಗಿದ್ದರು. ಅವರು ಇತರ ಪ್ರಾಣಿಗಳ ವಿಷಯದಲ್ಲಿ ಕರುಣೆಯಿಂದ ಕೂಡಿದ್ದರು. ಅಣ್ಣನು ಕೆಲಸ ಮಾಡಲು ಹೊರಗೆ ಹೋದರೆ, ತಂಗಿಯು ನೀರು ತರಲು ನದಿಗೆ ಹೋಗುತ್ತಿದ್ದಳು. ನದಿಗೆ ಹೋಗುವಾಗ ಅಕ್ಕಿಯನ್ನು ತೆಗೆದುಕೊಂಡು ಹೋಗಿ ಮೀನುಗಳಿಗೆ ಉಣಿಸುತ್ತಿದ್ದಳು. ಹೀಗೆಯೇ ಬಹುಕಾಲ ನಡೆಯಿತು.

ಹೀಗಿರಲು, ರಾಣಿ ಮೀನಾದ ರೋ ಎಂಬುದಕ್ಕೆ ಆ ಹುಡುಗಿಯ ಕರುಣೆ ಮೆಚ್ಚುಗೆಯಾಯಿತು. ಅದು ಒಂದು ದಿನ ಅವಳಿಗೆ ಹೇಳಿತು, "ಏ ಹುಡುಗಿ! ನಿನಗೇನು ಬಹುಮಾನ ಬೇಕು ಹೇಳು! ನೀನೇನಾದರೂ ಯೋಚಿಸಿದ್ದರೆ ಹೇಳು! ನಾನು ಕೊಡುತ್ತೇನೆ!"

"ನಾನೇನೂ ಯೋಚಿಸಿಲ್ಲ!" ಹುಡುಗಿ ಹೇಳಿದಳು.

ಆಗ ರಾಣಿಮೀನು ಹೇಳಿತು, "ನೋಡು! ನೀರು ಮತ್ತು ಮಳೆಯಿಂದ ಭೂಮಿಯು ಬೇಗನೆ ತಲೆಕೆಳಗಾಗಲಿದೆ! ನಿನ್ನ ಅಣ್ಣನಿಗೆ ಒಂದು ಪಂಜರ ಮಾಡಲು ಹೇಳು, ನೀನು ಕೆಲವು ಕುಂಬಳಕಾಯಿ ಬೀಜಗಳನ್ನಿಟ್ಟುಕೋ! ಮಳೆ ಆರಂಭವಾದಾಗ ನೀನೂ, ನಿನ್ನಣ್ಣನೂ ಆ ಪಂಜರದೊಳಗೆ ಹೋಗಬೇಕು. ಆ ಕುಂಬಳಕಾಯಿ ಬೀಜಗಳನ್ನೂ ಸ್ವಲ್ಪ ನೀರನ್ನೂ ತೆಗೆದುಕೋ! ಅಂತೆಯೇ ಒಂದು ಹುಂಜವನ್ನೂ ತೆಗೆದುಕೊಳ್ಳುವುದನ್ನು ಮರೆಯಬೇಡ!"

ಬಹಳ ಬೇಗನೆ ಮಳೆ ಬರತೊಡಗಿತು. ಮೊದಲು ನಿಧಾನವಾಗಿ ಹನಿಯತೊಡಗಿದ ಮಳೆ, ಅನಂತರ ಧಾರಾಕಾರವಾಗಿ ಸುರಿಯತೊಡಗಿತು! ಭೂಮಿಯೂ ಸ್ವರ್ಗವೂ ಒಂದಾದಂತಿತ್ತು! ಅನೇಕ ದಿನಗಳ ಕಾಲ, ಅಣ್ಣ-ತಂಗಿಯರಿಬ್ಬರೂ ಕುಂಬಳಕಾಯಿ ಬೀಜಗಳು, ನೀರು ಮತ್ತು ಹುಂಜದೊಂದಿಗೆ ಪಂಜರದಲ್ಲಿರುತ್ತಾ ನೀರಿನಲ್ಲಿ ತೇಲುತ್ತಿದ್ದರು! ಕೊನೆಗೆ ಮಳೆ ನಿಂತಿತು. ಪ್ರವಾಹವೂ ಕಡಿಮೆಯಾಯಿತು. ಅಣ್ಣ-ತಂಗಿಯರಿಬ್ಬರೂ ತಮ್ಮ ಪಂಜರ ಒಂದು ಗುಡ್ಡದ ಮೇಲೆ ಬಂದು ನಿಂತಿರುವುದನ್ನು ಕಂಡರು. ಬೇಗನೆ ಅವರ ಹುಂಜವು ಕೂಗಿತು.

ಆಗ ಭಗವಂತನ ಮಾತು ಕೇಳಿಸಿತು, "ನಾನು ಇಡೀ ಪ್ರಪಂಚವನ್ನು ತಲೆಕೆಳಗಾಗಿಸಿದ್ದೇನೆ! ಯಾರಾದರೂ ಉಳಿದಿರುವಿರಾ? ಹುಂಜ ಕೂಗುವುದು ಕೇಳುತ್ತಿದೆ!"

ಭಗವಂತನು ತಾನೇ ಕಂಡುಹಿಡಿಯಲು ಹೊರಟನು. ಪಂಜರವನ್ನು ನೋಡಿದಾಗ ಅವನು ಕೇಳಿದನು, "ಯಾರಾದರೂ ಒಳಗಿರುವಿರಾ?"

ಆಗ ಹುಡುಗಿಯು ಹೇಳಿದಳು, "ನಾವಿಬ್ಬರೂ ಇದ್ದೇವೆ! ನಾನು ಮತ್ತು ನನ್ನ ಅಣ್ಣ!" ಯುವಾವಸ್ಥೆಯಲ್ಲಿದ್ದ ಇಬ್ಬರು ವ್ಯಕ್ತಿಗಳನ್ನು ಭಗವಂತನು ಆ ಪಂಜರದಲ್ಲಿ ಕಂಡನು. ಅವರಿಗೆ ಅವನು ಹೇಳಿದನು., "ನಾನು ಇಡೀ ಪ್ರಪಂಚವನ್ನೇ ನಾಶಮಾಡಿದ್ದೇನೆ! ಪ್ರವಾಹದ ಬಗ್ಗೆ ಎಚ್ಚರಿಸಿ ಈ ಪಂಜರ ಮಾಡಲು ನಿಮಗೆ ಯಾರು ಸಲಹೆ ಕೊಟ್ಟರು? ಇದಕ್ಕೆ ಉತ್ತರ ಹೇಳಿ!"

ಆಗ ಹುಡುಗಿಯು, "ರೋ ಮೀನು ನನಗೆ ಹೇಳಿತು!" ಎಂದಳು.

ಭಗವಂತನು ರೋ ಮೀನನ್ನು ಕರೆದು, "ನೀನೇನು ಇವರಿಬ್ಬರಿಗೆ ಹೇಳಿದ್ದು?" ಎಂದು ಕೇಳಿದನು.

"ಇಲ್ಲ ತಂದೆ! ನಾನಲ್ಲ!" ಮೀನು ಹೇಳಿತು.

ಆಗ ಭಗವಂತನು ಅದನ್ನು ಹೊಡೆಯಲು, ಕೊನೆಗೆ ತಾನೇ ಎಂದು ಒಪ್ಪಿಕೊಂಡಿತು.

ಭಗವಂತನು ಬಹಳ ಕೋಪದಿಂದ, "ನೀನು ಒಮ್ಮೆಲೇ ನಿಜವನ್ನು ಒಪ್ಪಿಕೊಂಡಿದಿದ್ದರೆ ನಿನಗೇನೂ ಆಗುತ್ತಿರಲಿಲ್ಲ!" ಎಂದು ಹೇಳಿ ಅದರ ನಾಲಿಗೆಯನ್ನು ಕತ್ತರಿಸಿ ನೀರಿಗೆಸೆದುಬಿಟ್ಟನು!

ಅಂದಿನಿಂದ ರೋಮೀನುಗಳಿಗೆ ನಾಲಿಗೆಯೇ ಇಲ್ಲ!

ಅನಂತರ, ಭಗವಂತನು ಆ ಹುಡುಗ, ಹುಡುಗಿಯರ ಕಡೆ ನೋಡಿದನು. ಅವರ ವಿಷಯದಲ್ಲಿ ಅವನು ಸಂಪ್ರೀತನಾದನು. ಅವನು ಹುಡುಗಿಯ ಮುಖವನ್ನು ಪೂರ್ವಕ್ಕೂ ಹುಡುಗನ ಮುಖವನ್ನು ಪಶ್ಚಿಮಕ್ಕೂ ತಿರುಗಿಸಿದನು! ಅನಂತರ, ಪುನಃ ಒಬ್ಬರಿಗಿದಿರಾಗಿ ಒಬ್ಬರನ್ನು ತಿರುಗಿಸಿ ಹುಡುಗನನ್ನು ಕೇಳಿದನು, "ಯಾರಿವಳು?"

ಹುಡುಗಿಯ ಕಡೆ ನೋಡಿದಾಗ, ಹುಡುಗನ ಹೃದಯಲ್ಲಿ ಒಂದು ವಿಚಿತ್ರ ಭಾವನೆಯುಂಟಾಯಿತು. ಅವನು ಹೇಳಿದನು. "ಇವಳು ನನ್ನ ಹೆಂಡತಿ!"

ಅನಂತರ ಭಗವಂತನು ಹುಡುಗಿಯನ್ನು ಕೇಳಿದನು, "ಯಾರಿವನು?"

ಅವಳಿಗೂ ಅವನನ್ನು ಕಂಡಾಗ ಒಂದು ವಿಚಿತ್ರ ಭಾವನೆಯುಂಟಾಯಿತು! ಅವಳು ಹೇಳಿದಳು, "ಇವನು ನನ್ನ ಗಂಡ!"

ಭಗವಂತನು ಅವರಿಬ್ಬರನ್ನೂ ಗಂಡ, ಹೆಂಡಿರನ್ನಾಗಿ ಮಾಡಿದನು.

ಈ ಜೋಡಿ ಮಾನವರ ಸೃಷ್ಟಿಯನ್ನು ಆರಂಭಿಸಿತು.

→→⟫⟪←←

ರಾಜ ಮತ್ತು ಕಳ್ಳರು
ಜಾನಪದ ಕಥೆ

ಒಂದು ರಾಜ್ಯದಲ್ಲಿ ಒಬ್ಬ ರಾಜನಿದ್ದ. ಅವನು ಕಳ್ಳರ ಬುದ್ಧಿ, ಚಾತುರ್ಯಗಳ ಬಗ್ಗೆ ಬಹಳ ಕೇಳಿದ್ದ. ಆದರೆ ಒಮ್ಮೆಯೂ ಇದನ್ನು ಪರೀಕ್ಷಿಸುವ ಅವಕಾಶ ಅವನಿಗೆ ದೊರೆತಿರಲಿಲ್ಲ. ಅವನು ಬಹಳ ಕುತೂಹಲದ ಮನುಷ್ಯನಾಗಿದ್ದನು. ಯಾವುದಾದರೊಂದು ವಿಷಯವನ್ನು ಕೇಳಿದರೆ ಅದನ್ನು ತಿಳಿದುಕೊಳ್ಳುವವರೆಗೂ ಅವನಿಗೆ ಸಮಾಧಾನವಿರುತ್ತಿರಲಿಲ್ಲ!

ಒಂದು ದಿನ, ಅವನು ಕಳ್ಳರ ಬಗ್ಗೆ ತಿಳಿದುಕೊಳ್ಳಲು ವೇಷ ಬದಲಿಸಿಕೊಂಡು ರಾತ್ರಿಯಲ್ಲಿ ಹೊರಟನು. ಒಂದು ಕಡೆ, ಒಂದು ಮರದ ಕೆಳಗೆ ನಾಲ್ಕು ಜನರು ಕುಳಿತಿರುವುದನ್ನು ನೋಡಿ ಅವನು ಅವರ ಬಳಿಗೆ ಹೋದ. ಯಾರೋ ಒಬ್ಬ ಅಪರಿಚಿತ ವ್ಯಕ್ತಿ ತಮ್ಮ ಬಳಿಗೆ ಬರುವುದನ್ನು ನೋಡಿ ಆಶ್ಚರ್ಯಗೊಂಡ ಅವರು, "ಯಾರು ನೀನು?" ಎಂದು ಕೇಳಿದರು.

"ನಾನೊಬ್ಬ ಕಳ್ಳ! ಕಳ್ಳತನ ಮಾಡಲು ಹೊರಟಿದ್ದೇನೆ!" ರಾಜನು ಹೇಳಿದ.

"ನಿನ್ನ ಮನೆ ಎಲ್ಲಿ?" ಅವರು ಕೇಳಿದರು.

"ನಾನು ಗಂಗಾತೀರದಿಂದ ಬಂದಿದ್ದೇನೆ! ಮೂರು ದಿನಗಳಿಂದ ಇಲ್ಲೇ ಇದ್ದೇನೆ! ಆದರೆ ಇನ್ನೂ ಯಾವ ಕಳ್ಳತನವನ್ನೂ ಮಾಡಿಲ್ಲ!" ರಾಜನು ಹೇಳಿದ.

ಅವನು ಮಾತಾಡುವ ರೀತಿಯನ್ನು ನೋಡಿ ಅವನು ನಿಜವಾಗಿಯೂ ಕಳ್ಳನೆಂದೇ ಅವರು ಭಾವಿಸಿದರು. ಈಗ ರಾಜನು ಅವರನ್ನು, "ನೀವೆಲ್ಲಾ ಯಾರು?" ಎಂದು ಕೇಳಿದನು.

ಅದಕ್ಕೆ ಅವರು, "ನಾವೂ ಕಳ್ಳರೇ!" ಎಂದರು.

"ಹಾಗಾದರೆ ನಾವು ಸ್ನೇಹಿತರಾಗೋಣ!" ರಾಜನು ಹೇಳಿದನು, "ನಾವು ಒಟ್ಟಿಗೆ ಕಳ್ಳತನ ಮಾಡಲು ಹೋಗೋಣ!"

ಆ ನಾಲ್ವರು ಕಳ್ಳರು ರಾಜನ ಮಾತಿಗೆ ಒಪ್ಪಿದರು. ಆಗ ಅವರೆಲ್ಲರೂ ಮದ್ಯಪಾನ ಮಾಡುತ್ತಿದ್ದರು. ರಾಜನಿಗೂ ಸ್ವಲ್ಪ ಮದ್ಯವನ್ನು ಕೊಡುತ್ತಾ, "ನಿನ್ನಲ್ಲೇನು ವಿಶೇಷ ಗುಣವಿದೆ?" ಎಂದು ಕೇಳಿದರು. ಅದಕ್ಕೆ ರಾಜನು, "ನಿಮ್ಮಲ್ಲಿ ಯಾರಾದರೂ ಸಿಕ್ಕಿಬಿದ್ದು ನೇಣಿನ ಶಿಕ್ಷೆಗೆ ಗುರಿಯಾದರೆ ನಾನು ಬಿಡಿಸಬಲ್ಲೆ!" ಎಂದನು. ಅನಂತರ ಅವನು ಅವರನ್ನು ಕೇಳಿದನು, "ನಿಮ್ಮಲ್ಲಿ ಏನೇನು ವಿಶೇಷ ಗುಣಗಳಿವೆ?"

ಆಗ ಆ ಕಳ್ಳರ ನಾಯಕನು ತಮ್ಮಲ್ಲೊಬ್ಬನನ್ನು ತೋರಿಸುತ್ತಾ, "ಇವನು ಯಾವುದೇ ಗುಪ್ತ ಸ್ಥಳದಲ್ಲಿ ಹಣವನ್ನು ಬಚ್ಚಿಟ್ಟಿದ್ದರೂ ಅದನ್ನು ಕಂಡುಹಿಡಿಯಬಲ್ಲ! ಇಂದು ಇವನು ಈ ನಗರದ ಮಂತ್ರಿಯ ಮನೆಯಲ್ಲಿ ಬಚ್ಚಿಟ್ಟಿರುವ ಹಣವನ್ನು ಕಂಡುಹಿಡಿದಿದ್ದಾನೆ! ಆ ಮಂತ್ರಿಯು ರಾಜನ ಖಜಾನೆಯಿಂದ ಹಣವನ್ನು ಲೂಟಿ ಮಾಡಿ ತನ್ನ ಭಂಡಾರದಲ್ಲಿ ಬಚ್ಚಿಟ್ಟಿದ್ದಾನೆ!" ಎಂದನು.

ಈ ಮಾತನ್ನು ಕೇಳಿ ರಾಜನ ಕಿವಿಗಳು ನೆಟ್ಟಗಾದವು! ಅವನು ತನ್ನ ಮಂತ್ರಿ ಬಹಳ ಪ್ರಾಮಾಣಿಕನೆಂದು ಭಾವಿಸಿದ್ದ. ಈಗ ಈ ಕಳ್ಳರ ಬಳಿ ಬಂದುದರಿಂದ ಒಳ್ಳೆಯ ಮಾಹಿತಿ ಸಿಕ್ಕಿತೆಂದುಕೊಂಡ.

ಈಗ ಕಳ್ಳರ ನಾಯಕ, ಎರಡನೆಯವನನ್ನು ತೋರಿಸುತ್ತಾ, "ಇವನು ಆ ಗುಪ್ತಧನದ ಬಳಿ ಹೋಗಲು ದಾರಿಯನ್ನು ಮಾಡುತ್ತಾನೆ! ಅದು ಯಾವ ಜಾಗದಲ್ಲೇ ಇರಲಿ, ಇವನು ಅಲ್ಲಿಗೆ ಹೋಗಲು ದಾರಿ ಮಾಡಬಲ್ಲನು!" ಎಂದನು.

ಅನಂತರ, ಕಳ್ಳರ ನಾಯಕನು ಮೂರನೆಯವನನ್ನು ತೋರಿಸುತ್ತಾ, "ಇವನು ಸಕಲ ಪ್ರಾಣಿಪಕ್ಷಿಗಳ ಭಾಷೆಯನ್ನೂ ಬಲ್ಲನು!" ಎಂದನು.

ಕೊನೆಗೆ ಕಳ್ಳರ ನಾಯಕನು ತನ್ನನ್ನು ತಾನೇ ಪರಿಚಯಿಸಿಕೊಳ್ಳುತ್ತಾ, "ನಾನು ಒಬ್ಬ ವ್ಯಕ್ತಿಯನ್ನು ಒಂದು ಬಾರಿ ನೋಡಿದರೆ ಮತ್ತೆ ಮರೆಯುವುದಿಲ್ಲ! ಮತ್ತೊಮ್ಮೆ ನೋಡಿದ ಕೂಡಲೇ ಅವನನ್ನು ಗುರುತಿಸಬಲ್ಲೆ!" ಎಂದನು.

ಹೀಗೆ ಪರಸ್ಪರ ಪರಿಚಯವಾದ ಬಳಿಕ, ಎಲ್ಲರೂ ಕಳ್ಳತನ ಮಾಡಲು ಮಂತ್ರಿಯ ಮನೆಗೆ ಹೋದರು. ಅಲ್ಲಿ ಎರಡನೆಯ ಕಳ್ಳನು ಮೆಲ್ಲನೆ ಮನೆಯ ಹಿಂದೆ ಹೋಗಿ ಕೋತಿಯಂತೆ ಮೇಲೆ ಹತ್ತಿ ಹೆಂಚು ತೆಗೆದು ಮನೆಯ ಅಂಗಣದಲ್ಲಿ ಇಳಿದನು! ಅನಂತರ ಮೆಲ್ಲನೆ ಹೊರಗಿನ ಬಾಗಿಲನ್ನು ತೆಗೆದನು. ಆಗ ಎಲ್ಲರೂ ಮನೆಯೊಳಗೆ ಹೋದರು. ಅನಂತರ ಮಂತ್ರಿಯ ಭಂಡಾರದ ಬಳಿ ಹೋಗಿ ಅದನ್ನು ಮೆಲ್ಲನೆ ತೆಗೆದು ಹಣ, ಒಡವೆ, ಇತ್ಯಾದಿಗಳನ್ನು ತೆಗೆದುಕೊಂಡರು. ರಾಜನು ಅವನ್ನೆಲ್ಲಾ ನೋಡುತ್ತಾ ಮೊದಲ ಕಳ್ಳ ಹೇಳಿದ್ದಂತೆ ಅವೆಲ್ಲಾ ತನ್ನ ಅರಮನೆಯವೇ ಎಂದು ಅರಿತನು. ಅವನು ಸರಿಯಾಗಿಯೇ ಹೇಳಿದ್ದನು. ಎರಡನೆಯ ಕಳ್ಳನ ವಿಶೇಷ ಗುಣದ ಬಗ್ಗೆಯೂ ಆಶ್ಚರ್ಯಗೊಂಡನು. ಅವನು ಸರಿಯಾಗಿಯೇ ದಾರಿ ತೋರಿಸಿದ್ದನು.

ಹೀಗೆ ಅವರು ಕದ್ದ ಸರಕಿನೊಂದಿಗೆ ಹೊರಡಲು, ಒಂದು ನರಿಯ ಶಬ್ಧ ಕೇಳಿಸಿತು!

ಅದನ್ನು ಕೇಳಿದ ಮೂರನೆಯ ಕಳ್ಳನು, "ಎಲ್ಲರೂ ಬೇಗ ಓಡಿ! ಜನರು ಏಳುವ ಸಮಯವಾಯಿತೆಂದು ಆ ನರಿಯು ಹೇಳುತ್ತಿದೆ! ಓಡಿ! ಇಲ್ಲವಾದರೆ ನಾವು ಸಿಕ್ಕಿಬೀಳುತ್ತೇವೆ!" ಎಂದು ಓಡತೊಡಗಿದನು! ಆಗ ಇತರರೂ ಓಡತೊಡಗಿದರು! ಆದರೆ ಅವನು ಹೇಳಿದಂತೆ ಆ ಹೊತ್ತಿಗೆ ಮಂತ್ರಿಯ ಜನರು ಎಚ್ಚೆತ್ತಿದ್ದರು. ಅವರು ಇವರನ್ನು ನೋಡಿ, "ಕಳ್ಳರು! ಕಳ್ಳರು! ಎಂದು ಕಿರುಚಿತೊಡಗಿದರು! ರಾಜನ ಮನೆ ಮಂತ್ರಿಯ ಮನೆಯ ಪಕ್ಕದಲ್ಲೇ ಇತ್ತು. ಹಾಗಾಗಿ ಅವನು ಮೆಲ್ಲನೆ ತನ್ನ ಅರಮನೆಗೆ ಹೋಗಿ ಸೈನಿಕರನ್ನು ಆ ಕಳ್ಳರನ್ನು ಹಿಡಿಯಲು ಕಳಿಸಿದನು. ಸೈನಿಕರು ಕಳ್ಳರನ್ನು ಅಟ್ಟಿಸಿಕೊಂಡು ಹೋಗಿ ಅವರನ್ನು ಹಿಡಿದರು!

ಮರುದಿನ, ಆ ನಾಲ್ವರು ಕಳ್ಳರನ್ನು ರಾಜನ ದರ್ಬಾರಿನಲ್ಲಿ ಹಾಜರುಪಡಿಸಲಾಯಿತು. ರಾಜನು ಅವರ ಬಗ್ಗೆ ವಿಚಾರಿಸಿ ಅವರಿಗೆ ನೇಣುಶಿಕ್ಷೆಯನ್ನು ವಿಧಿಸಿದನು. ಆಗ ಅವನು, "ನೀವು ಏನಾದರೂ ಹೇಳುವುದಿದೆಯೇ? ಎಂದು ಕೇಳಿದ.

ಆಗ ಆ ಕಳ್ಳರ ನಾಯಕನು, "ಮಹಾರಾಜರೇ! ನನಗೆ ನಿಮ್ಮ ಗುರುತು ಸಿಕ್ಕಿತು! ನನ್ನ ಕಂಗಳು ಎಂದಿಗೂ ಮೋಸ ಮಾಡುವುದಿಲ್ಲ! ನೀವು ವೇಷ ಬದಲಿಸಿಕೊಂಡು ಬಂದು ನೆನ್ನೆ ರಾತ್ರಿ ಕಳ್ಳತನದಲ್ಲಿ ನಮ್ಮೊಂದಿಗೆ ಪಾಲ್ಗೊಂಡಿರಿ!"

ಇದನ್ನು ಕೇಳಿ ರಾಜನು ಆಶ್ಚರ್ಯಚಕಿತನಾದನು! ಇದಕ್ಕಾಗಿಯೇ ಅವನು ನೇಣು ಶಿಕ್ಷೆಯನ್ನು ವಿಧಿಸಿದ್ದನು. ಈಗ ಅವನು, "ನೀವೆಲ್ಲರೂ ಶಿಕ್ಷೆಯಿಂದ ಮುಕ್ತರಾಗಿದ್ದೀರಿ! ನೀವು ನಿಮ್ಮ ನಿಮ್ಮ ವಿಶೇಷ ಗುಣಗಳನ್ನು ನಿರೂಪಿಸಿದಿರಿ! ಅಂತೆಯೇ ಈಗ ನಾನೂ ನನ್ನ ವಿಶೇಷ ಗುಣವನ್ನು ನಿರೂಪಿಸಿದ್ದೇನೆ! ನಿಮಗೆ ನೇಣು ಶಿಕ್ಷೆಯಾದರೆ ನಾನು ಬಿಡಿಸುತ್ತೇನೆಂದು ಹೇಳಿದ್ದೆನಲ್ಲವೇ? ಈಗ ಹಾಗೆಯೇ ಮಾಡಿದ್ದೇನೆ!"

ರಾಜನ ಮಾತಿನಿಂದ ಕಳ್ಳರು ಅತ್ಯಂತ ಸಂತೋಷಗೊಂಡು ತಮ್ಮ ತಮ್ಮ ಸ್ಥಳಗಳಿಗೆ ಹೋದರು. ಅನಂತರ ರಾಜನು ತನ್ನ ಮಂತ್ರಿಯನ್ನು ಬಂಧಿಸಿ ಕಾರಾಗೃಹಕ್ಕೆ ತಳ್ಳಿದ.

━━➤➤◀◀━━

ಚತುರ ಸೊಸೆ
ಮಧ್ಯಪ್ರದೇಶದ ಜಾನಪದ ಕಥೆ

ಒಂದು ದಿನ, ಒಬ್ಬ ವ್ಯಾಪಾರಿಯ ಸೊಸೆ ಬಾವಿಯಿಂದ ನೀರು ಸೇದಿ ತರಲು ಹೋದಳು. ಆ ಬಾವಿಯು, ಹಳ್ಳಿಯ ಕೊನೆಯ ತುದಿಯಲ್ಲಿತ್ತು. ಬಾವಿಯನ್ನು ತಲುಪಿದ ಅವಳು ಒಂದು ಬಕೀಟಿನಲ್ಲಿ ನೀರು ಸೇದುವ ಹೊತ್ತಿಗ್ತೆ ಸರಿಯಾಗಿ ಅಲ್ಲಿ ನಾಲ್ಕು ಜನ ಪ್ರಯಾಣಿಕರು ಬಂದರು. ಅವರಲ್ಲೊಬ್ಬನು ಅವಳಿಗೆ ಹೇಳಿದನು, "ನನಗೆ ಬಾಯಾರಿಕೆಯಾಗಿದೆ! ದಯವಿಟ್ಟು ನೀರು ಕೊಡುವೆಯಾ?"

ಅವಳು ಅವನಿಗೆ ನೀರು ಕೊಡಲು ಹಿಂಜರಿದಳು. ಆದರೆ ಅದಕ್ಕೆ ಕಾರಣಗಳಿದ್ದವು. ಮೊಲನೆಯದಾಗಿ, ಅವಳು ಪೂರ್ತಿಯಾಗಿ ಬಟ್ಟೆ ಹಾಕಿಕೊಂಡಿರಲಿಲ್ಲ. ಎರಡನೆಯದಾಗಿ,ಅವನಿಗೆ ನೀರು ಕೊಡಲು ಅವಳ ಬಳಿ ಪುಟ್ಟ ಚೊಂಬಿರಲಿಲ್ಲ. ಹಾಗಾಗಿ ಅವಳು ಅವನಿಗೆ ನೀರು ಕೊಡದಿರಲು ಏನೋ ನೆಪ ಮಾಡಿಕೊಂಡು," ನೀನು ಯಾರೆಂದು ಕೇಳಬಹುದೇ?" ಎಂದು ಕೇಳಿದಳು.

ಅದಕ್ಕೆ ಅವನು,"ನಾನೊಬ್ಬ ಪ್ರಯಾಣಿಕ!"ಎಂದನು.

ಅವಳು ವುನಃ ಪ್ರಶ್ತಿಸಿದಳು,"ಇರುವುದು ಇಬ್ಬರೇ ಪ್ರಯಾಣಿಕರು! ಅವರಲ್ಲಿ ನೀನಾರು?"

ಇದಕ್ಕೆ ಏನು ಉತ್ತರಿಸಬೇಕೆಂದು ಅವನಿಗೆ ತಿಳಿಯಲಿಲ್ಲ! ಆಗ ಅವಳು, "ನನ್ನ ಪ್ರಶ್ನೆಗೆ ನೀನು ಉತ್ತರಿಸುವವರೆಗೂ ನಾನು ನಿನಗೆ ನೀರು ಕೊಡಲಾರೆ!" ಎಂದಳು. ಹೀಗೆ ಹೇಳಿ ಅವಳು ನೀರನ್ನು ತನ್ನ ಬಿಂದಿಗೆಗೆ ಸುರಿದು, ಇನ್ನೊಂದು ಬಕೀಟು ನೀರು ಸೇದಲು ಹೊರಟಳು. ಆಗ ಎರಡನೆಯ ಪ್ರಯಾಣಿಕನು ಮುಂದೆ ಬಂದು ನೀರು ಕೇಳಿದನು. ಪುನಃ ಅವಳು ಅದೇ ಪ್ರಶ್ನೆಯನ್ನು ಕೇಳಿದಳು, "ನೀನಾರು?"

ಅದಕ್ಕವನು, "ನಾನೊಬ್ಬ ಬಡವ!" ಎಂದನು.

ಆಗ ಅವಳು, "ಇರುವುದು ಇಬ್ಬರೇ ಬಡವರು! ಅವರಲ್ಲಿ ನೀನಾರು?" ಎಂದು ಕೇಳಿದಳು, ಅವನಿಗೆ ಉತ್ತರಿಸಲಾಗದೇ ನೀರನ್ನು ಪಡೆಯಲಾಗಲಿಲ್ಲ.

ಈಗ ಮೂರೆಯವನು ಮುಂದೆ ಬಂದು ನೀರು ಕೇಳಲು, ಅವಳು ಅವನನ್ನೂ ಅದೇ ಪ್ರಶ್ನೆ ಕೇಳಿದಳು. ಅವನು ತಾನೊಬ್ಬ ಅನಕ್ಷರಸ್ಥ ಎಂದು ಹೇಳಿಕೊಂಡನು. ಆಗ ಅವಳು ಪುನಃ, "ಇರುವುದು ಇಬ್ಬರೇ ಅನಕ್ಷರಸ್ಥರು! ಅವರಲ್ಲಿ ನೀನಾರು?" ಎಂದು ಕೇಳಿದಳು. ಅದಕ್ಕೆ ಅವನಿಗೆ ಉತ್ತರಿಸಲಾಗಲಿಲ್ಲ. ಕೊನಗೆ ನಾಲ್ಕನೆಯ ಪ್ರಯಾಣಿಕನು ಮುಂದೆ ಬರಲು, ಅವನನ್ನೂ ಅವಳೂ ಯಾರೆಂದು ಪ್ರಶ್ನಿಸಿದಳು. ಅವನು ತಾನೊಬ್ಬ ಮೂರ್ಖನೆಂದು ಹೇಳಿಕೊಂಡನು. ಅವನನ್ನೂ ಅವಳು, "ಇರುವುದು ಇಬ್ಬರೇ ಮೂರ್ಖರು! ಅವರಲ್ಲಿ ನೀನಾರು?" ಎಂದು ಕೇಳಿದಳು. ಅವನಿಗೂ ಉತ್ತರಿಸಲಾಗಲಿಲ್ಲ. ಅಷ್ಟರಲ್ಲಿ ಅವಳು ಬಿಂದಿಗೆಯನ್ನು ನೀರಿನಿಂದ ತುಂಬಿಸಿದ್ದಳು. ಅದನ್ನೆತ್ತಿಕೊಂಡು ಅವಳು ಮನೆಯ ಕಡೆಗೆ ಹೊರಡುತ್ತಾ, "ನೀವೆಲ್ಲರೂ ಬಾಯಾರಿದ್ದರೆ ನನ್ನ ಮನೆಗೆ ಬನ್ನಿ! ಅಲ್ಲಿ ನಿಮಗೆ ನೀರು ಸಿಗುತ್ತದೆ!" ಎಂದಳು.

ಅದರಂತೆ ಆ ನಾಲ್ವರೂ ಅವಳನ್ನು ಹಿಂಬಾಲಿಸಿಕೊಂಡು ಹೋದರು. ಮನೆ ತಲುಪಿದ. ಅವಳು, ಬಿಂದಿಗೆಯನ್ನು ಅದರ ಜಾಗದಲ್ಲಿಟ್ಟು, ಸರಿಯಾಗಿ ಬಟ್ಟೆ ಉಟ್ಟುಕೊಂಡು, ಒಂದು ಚೊಂಬು ನೀರಿನೊಂದಿಗೆ ಅಂಗಣಕ್ಕೆ ಬಂದಳು. ಅಲ್ಲಿ ಕಾದಿದ್ದ ನಾಲ್ವರಿಗೂ ನೀರು ಕೊಟ್ಟಳು. ನೀರು ಕುಡಿದ ಅವರು ತೃಪ್ತರಾಗಿ ತಮ್ಮ ಪ್ರಯಾಣವನ್ನು ಮುಂದುವರೆಸಿದರು. ಇದನ್ನೆಲ್ಲಾ ಅವಳ ಮಾವನಾದ ವ್ಯಾಪಾರಿಯು ಮನೆಯ ಇನ್ನೊಂದು ಕಡೆಯಿಂದ ನೋಡಿ, ಯೋಚಿಸಿದನು, "ನನ್ನ ಮಗನೋ ಮನೆಯಲ್ಲಿಲ್ಲ! ಇಂಥ ಸಮಯದಲ್ಲಿ ಅವನ ಹೆಂಡತಿಯಾದ ಇವಳು ಯಾರೋ ಹೊರಗಿನವರನ್ನು ಮನೆಗೆ ಕರೆತರುತ್ತಾಳೆ! ಇದು ಸರಿಯಲ್ಲ! ಇಂಥದ್ದೆಲ್ಲಾ ನಡೆಯುತ್ತಿರುವಾಗ ನಾನು ಸುಮ್ಮನಿರಬಾರದು! ಕೂಡಲೇ ಏನಾದರೂ ಮಾಡಬೇಕು! ತನ್ನ ಕುರವನ್ನು ತಾನೇ ಗುಣಪಡಿಸಿಕೊಳ್ಳಲಾಗುವುದಿಲ್ಲ!"

ಹೀಗೆ ಯೋಚಿಸಿದ ಆ ವ್ಯಾಪಾರಿ, ರಾಜನ ಬಳಿಗೆ ಹೋಗಿ ತನ್ನ ಸೊಸೆಯ ವರ್ತನೆಯ ಬಗ್ಗೆ ಹೇಳಿದನು. ಆಗ ರಾಜನು ಅವಳನ್ನು ಕರೆತರಲು ಒಬ್ಬ ಸೈನಿಕನನ್ನು

ಕಳಿಸಿದನು. ಅವನು ಮನೆಗೆ ಬಂದು ವಿಷಯ ಹೇಳಲು, ಅತ್ತೆಗೆ ಗಾಬರಿಯಾಗಿ ಸೊಸೆಯನ್ನು, "ಏನಮ್ಮಾ! ಬಾವಿಯ ಬಳಿ ಏನಾದರೂ ಜಗಳ ನಡೆಯಿತೇ?"

ಅದಕ್ಕೆ ಸೊಸೆಯು ಏನೂ ಇಲ್ಲವೆಂದು ತಲೆಯಾಡಿಸಿದಳು. ಅನಂತರ, ಅವಳು ಸೈನಿಕನ ಬಳಿ, "ರಾಜನು ನನ್ನನ್ನು ಮಗಳೆಂದು ಕರೆಯುತ್ತಿದ್ದಾನೋ ಸೊಸೆಯೆಂದು ಕರೆಯುತ್ತಿದ್ದಾನೋ ಕೇಳಿಕೊಂಡು ಬಾ!" ಎಂದು ಹೇಳಿ ಕಳಿಸಿದಳು.

ಸ್ವಲ್ಪ ಹೊತ್ತಿನ ಬಳಿಕ, ಆ ಸೈನಿಕನು ಒಂದು ಪಲ್ಲಕ್ಕಿಯೊಂದಿಗೆ ಬಂದು, ಅವಳನ್ನು ಸೊಸೆಯೆಂದು ಕರೆಯಲಾಗುತ್ತಿದೆಯೆಂದು ಹೇಳಿದನು. ಆಗ ಅವಳು ಪಲ್ಲಕ್ಕಿಯಲ್ಲಿ ಕುಳಿತು ರಾಜನ ಬಳಿಗೆ ಹೊರಟಳು. ರಾಜನ ಬಳಿ ಬಂದು ಅವಳು ಅವನನ್ನು ವಂದಿಸಲು ಅವನು ಕೇಳಿದನು, "ನಿನ್ನ ಗಂಡನು ಇಲ್ಲದಿರುವಾಗ ನೀನೇಕೆ ನಾಲ್ವರು ಪುರಷರನ್ನು ಮನೆಗೆ ಕರೆತಂದೆ?"

ಅದಕ್ಕೆ ಅವಳು ಹೇಳಿದಳು, "ಒಬ್ಬ ಬಾಯಾರಿದ ಪ್ರಯಾಣಿಕನಿಗೆ ಒಂದು ಚೊಂಬು ನೀರು ಕೊಡುವುದು ಒಬ್ಬ ಗೃಹಿಣಿಯ ಧರ್ಮ. ನಾನು ನೀರು ತರಲು ಹೋದಾಗ, ಬಹಳ ಕಡಿಮೆ ಬಟ್ಟೆ ಧರಿಸಿದ್ದೆ! ಅಷ್ಟು ಕಡಿಮೆ ವಸ್ತ್ರ ಧರಿಸಿದ್ದಾಗ ಅವರಿಗೆ ನಾನು ನೀರು ಕೊಡಲಾಗುತ್ತಿರಲಿಲ್ಲ! ಹಾಗಾಗಿ ಅವರನ್ನು ಒಗಟಿನಂತರ ಪ್ರಶ್ನೆಗಳನ್ನು ಕೇಳಿ ಉಪಾಯವಾಗಿ ಮನೆಗೆ ಬರುವಂತೆ ಮಾಡಿದೆ! ನನ್ನ ಪ್ರಶ್ನೆಗಳು ಅವರು ಉತ್ತರಿಸಲಾಗದಂತಿದ್ದವು!".

"ಏನು ಆ ಪ್ರಶ್ನೆಗಳು?" ರಾಜನು ಕೇಳಿದ.

ಆಗ ಅವಳು ಆ ಪ್ರಶ್ನೆಗಳನ್ನು ಹೇಳಿದಳು. ರಾಜನಿಗಾಗಲೀ ಸಭಾಸದರಿಗಾಗಲೀ ಆ ಪ್ರಶ್ನೆಗಳಿಗೆ ಉತ್ತರಿಸಲಾಗಲಿಲ್ಲ! ಕೊನೆಗೆ ರಾಜನು ಅವಳನ್ನೇ ಉತ್ತರ ನೀಡಲು ಕೇಳಿದನು. ಆಗ ಅವಳು ಹೇಳಿದಳು, "ರಾಜಾ! ನನ್ನ ಪ್ರಕಾರ, ನನ್ನ ಮೊದಲು ಪ್ರಶ್ನೆಗೆ ಉತ್ತರವೆಂದರೆ, ಇರುವುದು ಇಬ್ಬರೇ ಪ್ರಯಾಣಿಕರು. ಅವರು, ಸೂರ್ಯ ಮತ್ತು ಚಂದ್ರ! ಎರಡನೆಯ ಪ್ರಶ್ನೆಗೆ ಉತ್ತರವೆಂದರೆ, ಬಡವರೆಂದು ಹೇಳಬಹುದಾದ ಇಬ್ಬರೆಂದರೆ ಹಸು ಮತ್ತು ಸೊಸೆ ಮಾತ್ರ! ಮೂರನೆಯ ಪ್ರಶ್ನೆಗೆ ಉತ್ತರವೆಂದರೆ ನೀರು ಮತ್ತು ಅನ್ನ! ಅನಕ್ಷರಸ್ಥರಂತೆ ಅವು ಎಲ್ಲರ ಬಳಿಗೆ ಹೋಗುತ್ತವೆ! ಇನ್ನು ನಾಲ್ಕನೆಯವನು ತಾನೊಬ್ಬ ಮೂರ್ಖನೆಂದು ಹೇಳಿಕೊಂಡಾಗ, ಇಬ್ಬರು ಮೂರ್ಖರಲ್ಲಿ ಅವನಾರು ಎಂದು ಕೇಳಿದೆ!"

"ಅಂದರೆ, ಇಬ್ಬರೇ ಮೂರ್ಖರಿರುವುದು ಎನ್ನುವೆಯಾ?" ರಾಜನು ಕೇಳಿದ.

"ಹೌದು ಮಹಾರಾಜ! ನಿಜವಾಗಿಯೂ!" ಎಂದುಳು ಅವಳು.

"ಯಾರವರು? ಬೇಗನೆ ಹೇಳು!" ರಾಜನು ಕೇಳಿದ.

"ನೀವು ಕ್ಷಮಿಸುವುದಾದರೆ ಮಾತ್ರ ಹೇಳುತ್ತೇನೆ!" ಅವಳು ಹೇಳಿದಳು.

"ಯಾವುದೇ ಸಂಕೋಚವಿಲ್ಲದೇ ಹೇಳು ಈ ಸಭೆಯಲ್ಲಿ!" ರಾಜನು ಹೇಳಿದ.

"ಮಹಾರಾಜ! ಈ ಹೊತ್ತಿಗೆ ಇಬ್ಬರೇ ಮೂರ್ಖರಿದ್ದಾರೆ! ಒಬ್ಬ ನನ್ನ ಮಾವ! ವಿಷಯವೇನೆಂದು ನೇರವಾಗಿ ನನ್ನನ್ನೇ ಕೇಳದೇ ರಾಜನ ಬಳಿ ದೂರಿತ್ತದ್ದರಿಂದ! ಇನ್ನೊಬ್ಬ, ಬೇರಾರೂ ಅಲ್ಲ, ನೀವೇ ಮಹಾರಾಜ! ಏಕೆಂದರೆ ಸೊಸೆಯ ಗೌರವವನ್ನೂ ಯೋಚಿಸದೇ ಅವಳನ್ನು ಕರೆಸಿ ಸಭೆಯ ಮುಂದೆ ನಿಲ್ಲಿಸಿದಿರಲ್ಲ, ಅದಕ್ಕೆ!"

ರಾಜನು ಏನೂ ಹೇಳದೇ ಅವಳನ್ನೂ ಅವಳ ಮಾವನನ್ನೂ ಕಳಿಸಿಕೊಟ್ಟನು. ಆದರೆ ತನ್ನ ಮನದ ತುಂಬಾ ಅವಳ ಬಗ್ಗೆ ಅಭಿಮಾನ ತಳೆದನು.

ಮಧ್ಯಪ್ರದೇಶದ ಜಾನಪದ ಕಥೆ: ರತ್ನಗಳ್ಳ

ಒಂದು ಹಳ್ಳಿಯಲ್ಲಿ ಒಬ್ಬ ಶ್ರೀಮಂತ ವರ್ತಕನಿದ್ದ. ಅವನು ವೃದ್ಧನಾದಾಗ ತನ್ನ ಆಸ್ತಿಯನ್ನು ತನ್ನ ನಾಲ್ಕು ಮಕ್ಕಳಿಗೆ ಹಂಚಿದ. ಮೊದಲ ಮಗನಿಗೆ ಅವನು ತನ್ನ ಲೇವಾದೇವಿ ವ್ಯವಹಾರವನ್ನು ನೀಡಿದ. ಎರಡನೆಯವನಿಗೆ ತನ್ನ ದಿನಸಿ ಅಂಗಡಿಯನ್ನು ನೀಡಿದ. ಮೂರನೆಯವನಿಗೆ ತನ್ನ ಬಟ್ಟೆ ಅಂಗಡಿಯನ್ನು ನೀಡಿದ. ನಾಲ್ಕನೆಯವನಿಗೆ ಉತ್ತಮ ಬೆಳೆ ಕೊಡುತ್ತಿದ್ದ ತನ್ನ ಹೊಲವನ್ನು ನೀಡಿದ. ನಾಲ್ವರೂ ಬಹಳ ಬುದ್ಧಿವಂತರೂ ದೂರದೃಷ್ಟಿಯುಳ್ಳವರೂ ಆಗಿದ್ದು ತಮತಮಗೆ ದೊರೆತ ಆಸ್ತಿಯಿಂದ ಒಳ್ಳೆಯ ಲಾಭ ಮಾಡಿದರು.

ಒಂದು ದಿನ, ಆ ಶ್ರೀಮಂತ ವರ್ತಕನು ಅವರನ್ನು ತನ್ನ ಬಳಿ ಕರೆದು ಹೇಳಿದ," ಮಕ್ಕಳೇ! ನನ್ನ ಕಾಲ ಮುಗಿಯುತ್ತಾ ಬಂತು! ನೀವೆಲ್ಲರೂ ಹೀಗೆಯೇ ಒಂದಾಗಿ ಪರಸ್ಪರ ವಿಶ್ವಾಸದಿಂದಿರುತ್ತೀರೆಂದು ಆಶಿಸುವೆ! ನಿಮ್ಮ ನಿಮ್ಮ ವೃತ್ತಿಗಳಲ್ಲಿ ನಿಮ್ಮ ಆಸಕ್ತಿಯು ವರ್ಧಿಸಲಿ! ನಾನು ಯಾವ ಕ್ಷಣದಲ್ಲಾದರೂ ಹೋಗಬಹುದು! ಆದ್ದರಿಂದ ನಿಮಗೆ ಒಂದು ರಹಸ್ಯವನ್ನು ಹೇಳಲು ಕರೆದಿರುವೆ! ನನ್ನ ಮಂಚದ ಕಾಲುಗಳ ಕೆಳಗೆ ನಿಮಗಾಗಿ ಒಂದೊಂದು ರತ್ನವಿದೆ! ನಾನು ಸತ್ತ ಬಳಿಕ, ನೀವು ಆ ರತ್ನಗಳನ್ನು ತೆಗೆದುಕೊಳ್ಳಬೇಕು! ಆದರೆ ನೀವೆಲ್ಲರೂ ಇರುವಂತೆಯೇ ಆ ರತ್ನಗಳನ್ನು ಹೊರಕ್ಕೆ ತೆಗೆಯಬೇಕು! ಹೀಗೆ ನೀವು ಒಬ್ಬೊಬ್ಬರೂ ಒಂದೊಂದು ರತ್ನವನ್ನು ಪಡೆಯಬೇಕು!"

ಕೆಲವು ತಿಂಗಳುಗಳ ಬಳಿಕ, ಆ ವೃದ್ಧನು ಸತ್ತುಹೋದ. ಆಗ ಅವನ ನಾಲ್ಕು ಮಕ್ಕಳು ಆ ರತ್ನಗಳನ್ನು ತೆಗೆದುಕೊಳ್ಳಲು ನಿರ್ಧರಿಸಿದರು. ನಾಲ್ವರೂ ತಮ್ಮ ತಂದೆಯ ಕೋಣೆಯಲ್ಲಿ ಸೇರಿದರು. ತಮ್ಮ ತಂದೆಯು ಮಲಗುತ್ತಿದ್ದ ಮಂಚದ ನಾಲ್ಕು ಕಾಲುಗಳ ಕೆಳಗಿನ ನೆಲವನ್ನು ಅಗೆದರು. ಆದರೆ ಅವರಿಗೆ ಮೂರೇ ರತ್ನಗಳು ಸಿಕ್ಕವು! ಇನ್ನೊಂದು ರತ್ನವೆಲ್ಲಿ?! ನಾಲ್ವರೂ ಪರಸ್ಪರ ಮುಖ ನೋಡಿಕೊಂಡರು! ತಮ್ಮ ತಂದೆಯು ಹೇಳಿದ್ದ

ಮಾತು ಅವರಿಗೆ ಸ್ಪಷ್ಟವಾಗಿ ನೆನಪಿತ್ತು! ನಾಲ್ವರಿಗೂ ಒಂದೊಂದು ರತ್ನ ಸಿಗುತ್ತದೆ ಎಂದೇ ಅವರ ತಂದೆಯು ಹೇಳಿದ್ದನು! ಆದರೆ ಇಲ್ಲಿ ಮೂರೇ ರತ್ನಗಳಿದ್ದವು! ಅಂದರೆ ಇನ್ನೊಂದು ರತ್ನವನ್ನು ತಮ್ಮಲ್ಲೇ ಯಾರೋ ಒಬ್ಬರು ತೆಗೆದುಕೊಂಡಿರಬೇಕೆಂದು ಅವರು ತೀರ್ಮಾನಿಸಿದರು. ಏಕೆಂದರೆ, ತಮ್ಮನ್ನು ಬಿಟ್ಟು ಬೇರಾರಿಗೂ ಈ ರತ್ನಗಳ ವಿಚಾರ ತಿಳಿದಿರಲಿಲ್ಲ! ಈಗ ಹೇಗಾದರೂ ಮಾಡಿ ಆ ರತ್ನವನ್ನು ಕಂಡುಹಿಡಿಯಬೇಕು; ಆದರೆ ಕದ್ದವನ ವಿಚಾರ ಗುಟ್ಟಾಗಿರಬೇಕು! ಇಲ್ಲವಾದರೆ ಇದರಿಂದ ತಮ್ಮತಮ್ಮಲ್ಲೇ ದ್ವೇಷವುಂಟಾಗಿ, ಅದರಿಂದ ಸ್ವರ್ಗದಲ್ಲಿರುವ ತಮ್ಮ ತಂದೆಗೆ ನೋವಾಗಬಹುದೆಂಬ ಯೋಚನೆಯುಂಟಾಯಿತು ಅವರಿಗೆ.

ನಾಲ್ವರೂ ಈ ವಿಷಯವಾಗಿ ಬಹಳ ಯೋಚಿಸಿದರು. ಕೊನೆಗೆ ಅವರು ಒಬ್ಬ ಬುದ್ಧಿಶಾಲಿ ರಾಜನ ಸಹಾಯ ಪಡೆಯಬೇಕೆಂದು ನಿರ್ಧರಿಸಿದರು. ನ್ಯಾಯಪರತೆಗೆ ಹೆಸರಾಗಿದ್ದ ಆ ರಾಜನ ರಾಜ್ಯ ಇವರ ಹಳ್ಳಿಗಿಂತ ಮೈಲುಗಳಷ್ಟು ದೂರದಲ್ಲಿತ್ತು! ಆದರೂ ನಾಲ್ವರೂ ಅವನ ರಾಜ್ಯಕ್ಕೆ ಹೋಗಿ ಅವನನ್ನು ಭೇಟಿಯಾಗಿ ತಮ್ಮ ಸಮಸ್ಯೆಯನ್ನು ಹೇಳಿ, "ಮಹಾರಾಜ! ನಮಗೆ ರತ್ನ ಸಿಗಬೇಕು! ಆದರೆ ಕಳ್ಳನು ಯಾರೆಂದು ನಮಗೆ ತಿಳಿಯಬಾರದು! ನಮ್ಮ ವಿಶ್ವಾಸ ದಿನೇ ದಿನೇ ಹೆಚ್ಚುವಂತೆ ಏನಾದರೂ ಮಾಡು!" ಎಂದರು.

ರಾಜನು ಅವರ ಮಾತನ್ನು ತಾಳ್ಮೆಯಿಂದ ಕೇಳಿ ಹೇಳಿದ, "ಮಿತ್ರರೇ! ಇಂದು ನೀವು ನಮ್ಮ ಅತಿಥಿಗೃಹದಲ್ಲಿ ವಿಶ್ರಾಂತಿ ಪಡೆಯಿರಿ! ನಾಳೆ ನೋಡೋಣ!"

ನಾಲ್ವರನ್ನೂ ಅತಿಥಿಗೃಹಕ್ಕೆ ಕರೆದೊಯ್ಯಲಾಯಿತು. ಅಲ್ಲಿ ಅವರಿಗೆ ವಿಧವಿಧವಾದ ಭಕ್ಷ್ಯಭೋಜ್ಯಗಳನ್ನು ಬಡಿಸಲಾಯಿತು. ಆ ಭೋಜನವನ್ನು ಸವಿಯುತ್ತಾ ಅವರಲ್ಲೊಬ್ಬನು, ಇದು ರಾಜಭೋಜನವಾದರೂ ರೊಟ್ಟಿ ಮಾಡಲು ಬಳಸಿರುವ ಹಿಟ್ಟು ರಕ್ತದಿಂದ ಕಲುಷಿತವಾದಂತಿದೆ!" ಎಂದನು!

ಆಗ ಎರಡನೆಯವನ್ನು ಕೂಡಲೇ, "ತುಪ್ಪವೂ ಹಳೆಯದಾಗಿದೆ!" ಎಂದನು!

ಮೂರನೆಯವರು, "ಈ ಭೋಜನದಲ್ಲಿ ಬಳಸಿರುವ ಹಾಲು, ಮಾನವ ಹಾಲಿನೊಂದಿಗೆ ಬೆರೆತಂತಿದೆ!" ಎಂದನು!

ನಾಲ್ಕನೆಯವನು, "ಪಟ್ಟಲಗಳು (ಊಟದೆಲೆಗಳು) ಸಗಣಿಯಿಂದ ಕಲುಷಿತಗೊಂಡ ಎಲೆಗಳಿಂದ ಮಾಡಿದಂತಿದೆ!" ಎಂದನು!

ಅವರು ಮಾತನಾಡಿಕೊಳ್ಳುತ್ತಿದ್ದುದನ್ನು ಒಬ್ಬ ಸೇವಕನು ಕೇಳಿಸಿಕೊಂಡು ರಾಜನ ಬಳಿಗೆ ಹೋಗಿ ಎಲ್ಲವನ್ನೂ ಹೇಳಿದನು. ಅದನ್ನು ಕೇಳಿ ರಾಜನು ಬಹಳ ಕೋಪಗೊಂಡು ನಾಲ್ವರು ಸಹೋದರರನ್ನೂ ತನ್ನ ಬಳಿಗೆ ಕರೆಸಿಕೊಂಡನು. ಉಗ್ರಾಣದ ಭಂಡಾರಿಯನ್ನೂ ಕರೆಸಿದನು. ಆ ನಾಲ್ವರನ್ನೂ ಕೇಳಿದನು, 'ಭೋಜನದ ಬಗ್ಗೆ ನೀವು ಹೇಳಿದ್ದೆಲ್ಲವೂ ನಿಜವೇ?"

ಎಲ್ಲರಿಗಿಂತ ದೊಡ್ಡವನು ಹೇಳಿದನು, "ಮಹಾರಾಜ! ಇದನ್ನು ತಿಳಿದುಕೊಳ್ಳಲು ನಿನಗಿಷ್ಟವಿರುವುದರಿಂದ ಇದರ ಬಗ್ಗೆ ಆಳವಾಗಿ ಪರಿಶೀಲಿಸುವುದೊಳ್ಳೆಯದು!

ಆಗ ರಾಜನು ಹಿಟ್ಟು ಕೊಡುತ್ತಿದ್ದವನನ್ನು ಕರೆಸಿದನು. ಆದರೆ ಅವನು, ತಾನು ಗೋಧಿಯನ್ನು ಚುನ್ನಿ ರೈತನಿಂದ ಕೊಂಡುದರಿಂದ ತನಗೇನೂ ತಿಳಿಯದೆಂದನು. ಆಗ ಚುನ್ನಿರೈತನನ್ನು ಕರೆಸಲಾಯಿತು. ಈ ವಿಷಯವಾಗಿ ಅವನನ್ನು ಕೇಳಿದಾಗ ಅವನು ಕೈಜೋಡಿಸಿಕೊಂಡು, "ಪ್ರಭು! ಕೊಯ್ಲಿನ ಸಮಯದಲ್ಲಿ, ಒಂದು ಕಾಡುಹಂದಿ ಬಂದಿತು! ತಾನು ಅದನ್ನು ಗೋಧಿಯ ರಾಶಿಯ ಮೇಲೆಯೇ ಕೊಂದೆ! ಆಗ ಅದರ ರಕ್ತ ಗೋಧಿರಾಶಿಯ ಮೇಲೆ ಚೆಲ್ಲಿತು! ರಕ್ತಸಿಕ್ತವಾಗಿದ್ದ ಗೋಧಿಯನ್ನು ನಾನು ತೆಗೆಯಲಾಗಲಿಲ್ಲ! ದಯವಿಟ್ಟು ಕ್ಷಮಿಸಿ!" ಎಂದನು.

ಇದರಿಂದ ಮೊದಲನೆಯವನ ಟೀಕೆ ನಿಜವಾಯಿತು!

ಈಗ ತುಪ್ಪ ಮಾರುವವನನ್ನು ಕರೆಸಲಾಯಿತು. ಅವನು, ತಾನು ತುಪ್ಪವನ್ನು ಒಬ್ಬ ಕಸಗುಡಿಸುವವನಿಂದ ಖರೀದಿಸಿದೆನೆಂದೂ, ಆ ಕಸಗುಡಿಸುವವನು ಎಸೆಯಲಾದ ಹಳೆಯ ತುಪ್ಪದ ದೊನ್ನೆಗಳಿಂದ ತುಪ್ಪವನ್ನು ಸಂಗ್ರಹಿಸಿರಬಹುದೆಂದೂ ಹೇಳಿದ. ಇದನ್ನು ಕೇಳಿ ರಾಜನಿಗೆ ಬಹಳ ಇರುಸುಮುರುಸಾಯಿತು!

ಅನಂತರ ಹಾಲು ಕೊಡುವವನನ್ನು ಕರೆಸಿ ಈ ವಿಷಯವಾಗಿ ಪ್ರಶ್ನಿಸಿದಾಗ, ಅವನು ತಲೆಬಾಗಿಸಿಕೊಂಡು, "ಪ್ರಭು! ದಯವಿಟ್ಟು ನನ್ನನ್ನು ಕ್ಷಮಿಸಿ! ನಾನು ಹಾಲಿನ ಪಾತ್ರೆಯನ್ನು ಮಗುವಿಗೆ ಹಾಲೂಡಿಸುತ್ತಿದ್ದ ಒಬ್ಬ ಹಾಲು ಕರೆಯುವವಳ ಬಳಿ ಇಟ್ಟಿದ್ದೆ!

ಅವಳ ಮಗು ಅವಳ ತೊಡೆಯ ಮೇಲೆ ಸ್ವಲ್ಪ ತಿರುಗಿದಾಗ, ಅವಳ ಮೊಲೆಯಿಂದ ಸ್ವಲ್ಪ ಹಾಲು ನನ್ನ ಹಾಲಿನ ಪಾತ್ರೆಗೆ ಚೆಲ್ಲಿಬಿಟ್ಟಿದೆ! ಮತ್ತೆ ಹೀಗಾಗದಂತೆ ನೋಡಿಕೊಳ್ಳುತ್ತೇನೆ ಪ್ರಭು!" ಎಂದನು.

ರಾಜನು ಏನೂ ಮಾತನಾಡಲಿಲ್ಲ.

ಕೊನೆಯದಾಗಿ ಎಲೆಕೊಡುವವನ್ನು ಕರೆಸಲಾಯಿತು. ಅವನೂ ತನ್ನ ತಪ್ಪನ್ನು ಒಪ್ಪಿಕೊಂಡ.

ಅಲ್ಲಿಗೆ ನಾಲ್ವರು ಸಹೋದರರ ಟೀಕೆಗಳೂ ನಿಜವಾದವು. ಅವರ ಸೂಕ್ಷ್ಮತೆಯಿಂದ ರಾಜನೂ ಅವನ ಸಭಾ ಸದರೂ ಬೆಕ್ಕಸಬೆರಗಾದರು! ಸ್ವಲ್ಪ ಹೊತ್ತು ಸುಮ್ಮನಿದ್ದು, ಅನಂತರ ರಾಜನು ಹೇಳಿದ, "ಸಹೋದರಿರಾ! ನೀವು ಅದೆಷ್ಟು ಸೂಕ್ಷ್ಮರಾಗಿರುವಿರಿ! ಅದೆಷ್ಟು ಬುದ್ಧಿಶಾಲಿಗಳಾಗಿರುವಿರಿ! ಹಿಗಿರುವಾಗ, ನೀವೇ ಅಪರಾಧಿಯನ್ನು ಏಕೆ ಕಂಡುಹಿಡಿಯಬಾರದೆಂದು ನನಗೆ ಆಶ್ಚರ್ಯವಾಗುತ್ತಿದೆ! ನನಗೇನೋ ನಿಮ್ಮ ಸಮಸ್ಯೆಯನ್ನು ಬಗೆಹರಿಸಲಾರೆನೆಂದೆನಿಸುತ್ತಿದೆ! ನೀವು ಧರ್ಮಪುರದ ರಾಜನ ಬಳಿಗೆ ಹೋಗುವುದು ಲೇಸು! ಅವನು ನಿಮ್ಮ ಸಮಸ್ಯೆಯನ್ನು ಖಂಡಿತ ಬಗೆಹರಿಸುತ್ತಾನೆ!"

ನಾಲ್ವರು ಸಹೋದರರೂ ಒಪ್ಪಿ ಧರ್ಮಪುರಕ್ಕೆ ಹೋದರು. ಅಲ್ಲಿ ಅವರು ರಾಜನನ್ನು ಕಂಡು ತಾವು ಬಂದ ಉದ್ದೇಶವನ್ನು ಹೇಳಿದರು. ಆ ರಾಜನಿಗೆ ಅವರ ಸಮಸ್ಯೆಯನ್ನು ಪರಿಹರಿಸುವ ಮೊದಲು ಅವರ ಬುದ್ಧಿಯನ್ನು ಪರೀಕ್ಷಿಸಬೇಕೆನಿಸಿತು. ಹಾಗಾಗಿ ಅವನು ಒಂದು ಮಡಿಕೆಯನ್ನು ತರಿಸಿದನು. ಆ ಮಡಿಕೆಯ ಬಾಯಿ ಮುಚ್ಚಲಾಗಿತ್ತು. ಅದನ್ನು ತೋರಿಸುತ್ತಾ ರಾಜನು ಅವರಿಗೆ ಹೇಳಿದನು, "ಈ ಮಡಿಕೆಯಲ್ಲೇನಿದೆ ಹೇಳಿ!

ಅವರಲ್ಲಿ ದೊಡ್ಡವನು ಆ ಮಡಿಕೆಯನ್ನು ತನ್ನ ಕೈಗೆ ತೆಗೆದುಕೊಂಡು ಅದನ್ನು ಅಲುಗಾಡಿಸಿ, "ಇದರಲ್ಲಿ ದುಂಡಾಗಿರುವಂಥದ್ದೇನೋ ಇದೆ!" ಎಂದನು.

ಅನಂತರ ಎರಡನೆಯವನು ಅದನ್ನೆತ್ತಿಕೊಂಡು ನೋಡುತ್ತಾ, "ಹೌದು! ಅದು ದುಂಡಾಗಿದೆ ಹಾಗೂ ಕೆಂಪಾಗಿದೆ!" ಎಂದನು.

ಮೂರನೆಯವನು ಹೇಳಿದ, "ಹೌದು! ಇದು ದುಂಡಾಗಿದೆ ಹಾಗೂ ಕೆಂಪಾಗಿದೆ! ಆದರೆ ಅದರಲ್ಲಿ ಬೀಜಗಳಿವೆ!"

ನಾಲ್ಕನೆಯವನು ಹೇಳಿದನು, "ಆಹಾ! ಅದು ದಾಳಿಂಬೆ ಹಣ್ಣು!"

ಹಿಗೆ ಹೇಳಿ ಅವನು ಆ ಮಡಿಕೆಯನ್ನು ನೆಲಕ್ಕೆ ಕುಕ್ಕಿದ! ಅದು ಒಡೆಯಲು, ಅದರಲ್ಲಿ ನಿಜಕ್ಕೂ ದಾಳಿಂಬೆ ಹಣ್ಣು ಇದ್ದದ್ದು ಕಂಡುಬಂದಿತು! ಅದನ್ನು ನೋಡಿ ರಾಜನಿಗೆ ಅವರ ಬುದ್ಧಿಯ ವಿಷಯದಲ್ಲಿ ಬಹಳ ಆಶ್ಚರ್ಯವಾಯಿತು! ಹಾಗಾಗಿ ಅವನು, ತಾನು ಈ ಸಮಸ್ಯೆಯನ್ನು ಪರಿಹರಿಸಲಾರೆನೆಂದೂ ಅವರಲ್ಲರೂ ಸ್ವರ್ಣಗಢಕ್ಕೆ ಹೋಗಬೇಕೆಂದೂ ಹೇಳಿದನು.

ಅದರಂತೆ ನಾಲ್ವರೂ ಸಹೋದರರೂ ಸ್ವರ್ಣಗಢಕ್ಕೆ ಹೊರಟರು. ದಾರಿಯಲ್ಲಿ ಹೋಗುತ್ತಾ ದೊಡ್ಡವನು ಹೇಳಿದನು, "ಈ ದಾರಿಯಲ್ಲಿ ಒಂದು ಕುಂಟು ಒಂಟೆ ಹೋದಂತಿದೆ!"

"ಆ ಒಂಟೆಗೆ ಒಂದೇ ಕಣ್ಣಿತ್ತು!" ಮೂರನೆಯವನು ಹೇಳಿದನು.

"ಅದರ ಒಂದು ಹಲ್ಲೂ ಇರಲಿಲ್ಲ!" ಮುರನೆಯವನು ಹೇಳಿದನು.

"ಆ ಒಂಟೆಯ ಮೇಲೆ ಒಬ್ಬ ಗರ್ಭಿಣಿ ಹೆಂಗಸು ಕುಳಿತಿದ್ದದಳೆನಿಸುತ್ತದೆ ನನಗೆ!" ನಾಲ್ಕನೆಯವನು ಹೇಳಿದನು.

ಈ ನಾಲ್ವರೂ ಸಹೋದರರೊಂದಿಗೆ ಅವರಿಗೆ ದಾರಿ ತೋರಿಸುತ್ತಿದ್ದ ಇನ್ನೊಬ್ಬ ಪ್ರಯಾಣಿಕನಿದ್ದನು. ಅವರೆಲ್ಲರೂ ಸ್ವರ್ಣಗಢವನ್ನು ತಲುಪಲು, ಆ ಮಾರ್ಗದರ್ಶಿ, ತಾನು ರಾಜನ ಬಳಿ ಹೋಗಿ ಭೇಟಿಯ ಸಮಯವನ್ನು ನಿಗದಿಪಡಿಸಿ ಬರುತ್ತೇನೆಂದು ಹೇಳಿ ಹೊರಟನು. ಆ ರಾಜನ ಬಳಿಗೆ ತಾನು ಧರ್ಮಪುರದ ರಾಜನ ದೂತನೆಂದು ಹೇಳಿ, ದಾರಿಯಲ್ಲಿ ಆ ನಾಲ್ವರು ಸಹೋದರರು ಹೇಳಿದ್ದ ಮಾತುಗಳನ್ನು ಹೇಳಿದನು. ರಾಜನು ಆ ನಾಲ್ವರು ಸಹೋದರರನ್ನು ಕರೆಸಿ ಕೇಳಿದನು, "ನಿಮಗೆ ಹೇಗೆ ದಾರಿಯಲ್ಲಿ ಒಂದೇ ಕಣ್ಣಿನ, ಮುರಿದ ಹಲ್ಲಿನ, ಗರ್ಭಿಣಿ ಹೆಂಸನ್ನು ಕೂರಿಸಿಕೊಂಡ, ಕುಂಟು ಒಂಟೆ ಹೋಗಿತ್ತೆಂದು ಗೊತ್ತಾಯಿತು?"

ಆಗ ಎಲ್ಲರಿಗಿಂತ ದೊಡ್ಡವನು ಹೇಳಿದನು, "ಮಹಾಪ್ರಭು! ದಾರಿಯಲ್ಲಿ ಒಂಟೆಯು ಮಾಡಿದ್ದ ಮೂರು ಹೆಜ್ಜೆ ಗುರುತುಗಳು ಸ್ಪಷ್ಟವಾಗಿದುದನ್ನೂ ಇನ್ನೊಂದು ಹೆಜ್ಜೆ ಗುರುತು ಅಸ್ಪಷ್ಟವಾಗಿದ್ದುದನ್ನೂ ನೋಡಿದೆ! ಹಾಗಾಗಿ ಆ ಒಂಟೆಯು ಕುಂಟುತ್ತಿತ್ತೆಂದೂ ಭಾವಿಸಿದೆ!"

ಎರಡನೆಯವನು, "ನಾನು ನೋಡಿದಂತೆ ಆ ಒಂಟೆಯು ದಾರಿಯ ಒಂದೇ ಬದಿಯ ಹುಲ್ಲನ್ನು ತಿಂದಿತ್ತು! ಇನ್ನೊಂದು ಬದಿಯ ಹುಲ್ಲನ್ನು ತಿಂದಿರಲಿಲ್ಲ! ಹಾಗಾಗಿ ಅದರ ಒಂದು ಕಣ್ಣು ಕುರುಡೆಂದು ತೀರ್ಮಾನಿಸಿದೆ!" ಎಂದು ಹೇಳಿದ.

ಮೂರನೆಯವನು ಹೇಳಿದ, "ನಾನು ನೋಡಿದಂತೆ, ಆ ಬದಿಯಲ್ಲೂ ಒಂದು ಕಡೆ ಅದು ಹುಲ್ಲನ್ನು ತಿಂದಿರಲಿಲ್ಲ! ಹಾಗಾಗಿ ಅದರ ಒಂದು ಹಲ್ಲು ಮುರಿದಿತ್ತೆಂದು ಭಾವಿಸಿದೆ!"

ನಾಲ್ಕನೆಯವನು ಹೇಳಿದನು, "ನಾನು ಆ ಒಂಟೆಯ ಮೇಲೆ ಒಬ್ಬ ಗರ್ಭಿಣಿ ಹೆಂಗಸು ಕುಳಿತಿದ್ದಳೆಂದು ಹೇಳಿದೆ! ಒಂಟೆಯು ವಿಶ್ರಾಂತಿ ಪಡೆಯುತ್ತಿದ್ದ ಸ್ಥಳದಲ್ಲಿ ಅದರ ಸವಾರಿ ಮಾಡಿದವರ ಕೈಗುರುತುಗಳನ್ನು ನೋಡಿ ಹಾಗೆ ಭಾವಿಸಿದೆ!"

ನಾಲ್ವರು ಸಹೋದರರ ಈ ವಿವರಣೆಯನ್ನು ಕೇಳಿ ಸ್ವರ್ಣಗಢದ ರಾಜನಿಗೆ ಆಶ್ಚರ್ಯವಾಗಿ ಅವನು ಹೇಳಿದ, "ನಿಮ್ಮಲ್ಲಿ ರತ್ನಗಳ್ಳ ಯಾರೆಂದು ತೀರ್ಮಾನಿಸುವುದು ನನಗೂ ಕಷ್ಟವಾಗಿದೆ! ಹಾಗಾಗಿ ನೀವು ಧಾರಾನಗರಿಗೆ ಹೋಗಿ ಅಲ್ಲಿರುವ ನನ್ನ ಮಗಳನ್ನು ಭೇಟಿಯಾಗಿ! ಅವಳು ನಿಮಗೆ ಸಹಾಯ ಮಾಡುತ್ತಾಳೆ!"

ಅದರಂತೆ ಆ ನಾಲ್ವರೂ ಧಾರಾನಗರಿಗೆ ಹೋದರು. ಅಲ್ಲಿ ರಾಜಕುಮಾರಿಯು ಅರಮನೆಯ ಉಪ್ಪರಿಗೆಯ ಮೇಲೆ ಪರದೆಯ ಹಿಂದೆ ಕುಳಿತುಕೊಂಡು ತೀರ್ಪು ಹೇಳುತ್ತಿದ್ದಳು! ಅರಮನೆಯ ಮಹಾದ್ವಾರದ ಬಳಿ ಒಂದು ದೊಡ್ಡ ನಗಾರಿಯಿದ್ದು, ಯಾರಿಗೆ ತೀರ್ಪು ಬೇಕಾಗಿತ್ತೋ ಅವರು ಆ ನಗಾರಿಯನ್ನು ಬಡಿಯಬೇಕಿತ್ತು! ಅಂತೆಯೇ ಈ ನಾಲ್ವರೂ ಸಹೋದರರೂ ಆ ನಗಾರಿಯನ್ನು ಬಡಿದರು. ಅದನ್ನು ಕೇಳಿದ ಕೂಡಲೇ ರಾಜಕುಮಾರಿಯು ಉಪ್ಪರಿಗೆಯ ಮೇಲೆ ಹೋಗಿ ಪರದೆಯ ಹಿಂದೆ ಕುಳಿತಳು.

ಆಗ ನಾಲ್ವರು ಸಹೋದರರು ಅರಮನೆಯೊಳಗೆ ಪ್ರವೇಶಿಸಿ ಹೇಳಿದರು, "ನಾವು ನಾಲ್ವರೂ ಸಹೋದರರು. ನಾವು ಸದಾ ಒಗ್ಗಟ್ಟಿನಿಂದ ಒಂದಾಗಿರಬೇಕೆಂದು ಬಯಸುವೆವು! ನಮ್ಮನಮ್ಮಲ್ಲೇ ಕಲಹವಾಗುವುದು ನಮಗೆ ಇಷ್ಟವಿಲ್ಲ! ಈಗ ನಮ್ಮಲ್ಲಿ ಒಂದು ಸಮಸ್ಯೆಯುಂಟಾಗಿದೆ! ನಮ್ಮಲ್ಲಿ ಯಾವುದೇ ಕಲಹವುಂಟಾಗದಂತೆ ನಮ್ಮ ಸಮಸ್ಯೆಯನ್ನು ಪರಿಹರಿಸಿಕೊಡಬೇಕು!".

ಹೀಗೆ ಹೇಳಿ ಅವರು ತಮ್ಮ ಸಮಸ್ಯೆಯನ್ನು ವರ್ಣಿಸಿ ಹೇಳಿದರು. ಅದನ್ನು ಕೇಳಿ ರಾಜಕುಮಾರಿಯು ಹೇಳಿದಳು, "ನಾನು ನನ್ನ ಕೈಲಾದಷ್ಟು ಸಹಾಯ ಮಾಡುವೆ! ಆದರೆ ನೀವು ಇದಕ್ಕಾಗಿ ಹದಿನೈದು ದಿನಗಳ ಕಾಲ ಇಲ್ಲೇ ಇರಬೇಕು!"

ಸಹೋದರರು ಅಲ್ಲೇ ಇರಲು ಒಪ್ಪಿದರು. ರಾಜಕುಮಾರಿಯು ನಾಲ್ವರೂ ಪರಸ್ಪರ ಸಂಪರ್ಕವಿಲ್ಲದಂತೆ ಬೇರೆ ಬೇರೆಯಿರುವಂತೆ ವ್ಯವಸ್ಥೆ ಮಾಡಿದಳು. ಆದರೆ ಅವಳು ಅವರ ಮೇಲೆ ಗುಮಾನಿಯಿರಿಸಿದಳು.

ಮರುದಿನ ರಾಜಕುಮಾರಿಯು ದೊಡ್ಡವನನ್ನು ತನ್ನ ಬಳಿಗೆ ಕರೆಸಿಕೊಂಡು ಅವನಿಗೊಂದು ಕಥೆ ಹೇಳಿದಳು. ಅದು ಹೀಗಿತ್ತು –

ಒಂದು ನಗರದಲ್ಲಿ ಒಬ್ಬ ರಾಜನಿದ್ದ. ಅವನ ಮಗನಿಗೂ ದಿವಾನನ ಮಗನಿಗೂ ಒಳ್ಳೆಯ ಸ್ನೇಹವಿತ್ತು. ಒಂದು ದಿನ, ಇವರಿಬ್ಬರೂ ಮದುವೆಯಾದ ಬಳಿಕ, ಪ್ರಥಮ ರಾತ್ರಿಯಂದು ತಮ್ಮ ಪತ್ನಿಯರನ್ನು ಪರಸ್ಪರರ ಬಳಿಗೆ ಕಳಿಸಬೇಕೆಂದು ಒಪ್ಪಂದ ಮಾಡಿಕೊಂಡರು! ಯಾರು ಮೊದಲು ಮದುವೆಯಾಗುವನೋ ಅವನು ಈ ಮಾತನ್ನು ಮೊದಲು ಉಳಿಸಿಕೊಳ್ಳಬೇಕಿತ್ತು. ಇದರಿಂದ ತಮ್ಮ ಸ್ನೇಹ ಇನ್ನಷ್ಟು ಗಟ್ಟಿಯಾಗುವುದೆಂದು ಅವರು ನಂಬಿದ್ದರು.

ಕೆಲವು ವರ್ಷಗಳ ನಂತರ, ರಾಜಕುಮಾರನಿಗೆ ಮದುವೆಯಾಯಿತು. ಅವನ ಹೆಂಡತಿ ಮನೆಗೆ ಬಂದಳು. ಆಗ ರಾಜಕುಮಾರನು ತನ್ನ ಸ್ನೇಹಿತನಿಗೆ ಮಾಡಿದ್ದ ವಾಗ್ದಾನದ ನೆನಪಾಗಿ, ಅದನ್ನು ತನ್ನ ಹೆಂಡತಿಗೆ ಹೇಳಿದನು. ಅವಳು ತನ್ನ ಗಂಡನ ಮಾತು ಪೂರೈಸಲು ದಿವಾನನ ಮಗನ ಬಳಿಗೆ ಹೋದಳು. ಸ್ವಲ್ಪ ದೂರ ಹೋಗುತ್ತಲೇ ಅವಳು ಒಂದು ಕಳ್ಳರ ಗುಂಪಿಗೆ ಎದುರಾದಳು! ಕಳ್ಳರು ಅವಳನ್ನು ತಡೆದು ಅವಳ ಆಭರಣಗಳನ್ನು ಕಿತ್ತುಕೊಳ್ಳಲು ಯತ್ನಿಸಿದರು! ಆಗ ಅವಳು ಅವರನ್ನು ಕೇಳಿಕೊಂಡಳು, "ನೋಡಿ! ನೀವು ನನ್ನ ಹೆತ್ತವರಿದ್ದಂತೆ! ನಾನು ರಾಜಕುಮಾರನ ಪತ್ನಿ! ಈಗ ನಾನು ದಿವಾನನ ಮಗನನ್ನು ನೋಡಲು ಹೋಗುತ್ತಿದ್ದೇನೆ! ಇಂದು ನನ್ನ ಮದುವೆಯ ಪ್ರಥಮ ರಾತ್ರಿ! ಆದರೆ ನನ್ನ ಪತಿಯ ಮಾತನ್ನು ನಡೆಸಲು ದಿವಾನನ ಮಗನ ಬಳಿಗೆ ಹೋಗುತ್ತಿದ್ದೇನೆ! ದಯವಿಟ್ಟು ನನಗೆ ಹೋಗಲು ಬಿಡಿ! ನಾನು ಹಿಂದಿರುಗಿ ಬರುವಾಗ ನನ್ನ ಆಭರಣಗಳನ್ನು ನಿಮಗೆ ಒಪ್ಪಿಸುತ್ತೇನೆ!"

ಕಳ್ಳರು ತಮ್ಮತಮ್ಮಲ್ಲೇ ಚರ್ಚಿಸಿದರು. ಒಬ್ಬನು ಹೇಳಿದನು, "ಅವಳು ಒಬ್ಬ ದೊಡ್ಡ ವ್ಯಕ್ತಿಯ ಮಗಳು! ಆದ್ದರಿಂದ ನಮಗೆ ಮೋಸ ಮಾಡಬಹುದು!"

"ಅವಳನ್ನು ಹಾಗೆ ಹೋಗಗೊಡುವುದು ಮೂರ್ಖತನವಾಗುತ್ತದೆ!" ಇನ್ನೊಬ್ಬನು ಹೇಳಿದನು.

ಆದರೆ ಕಳ್ಳರ ನಾಯಕ ಅವಳಿಗೆ, "ಇರಲಿ! ನೀನೀಗ ಹೋಗಬಹುದು! ಆದರೆ ನೀನು ಹಿಂದಿರುಗುವಾಗ ನಿನ್ನ ಮಾತನ್ನು ನಡೆಸುವುದನ್ನು ಮರೆಯಬೇಡ!" ಎಂದು ಹೇಳಿ ಅವಳನ್ನು ಹೋಗಗೊಟ್ಟನು.

ಅವಳು ಮುಂದೆ ಹೋದಳು. ಮಧ್ಯರಾತ್ರಿಯಾಗಿತ್ತು. ದಿವಾನನ ಮಗನು ಅವಳಿಗಾಗಿ ಕಾಯುತ್ತಿದ್ದ. ಅವಳ ಹೆಜ್ಜೆ ಸಪ್ಪಳವನ್ನು ಕೇಳಿದ ಕೂಡಲೇ ಅವನು ಬಾಗಿಲ ಬಳಿ ಬಂದು ಅವಳನ್ನು ಸ್ವಾಗತಿಸಿದ, "ಸ್ವಾಗತ ತಂಗಿ! ಬಾ ಒಳಗೆ!"

ಆ ನವವಧುವು ಒಳಗೆ ಹೋದಳು. ಅವನು ಅವಳಿಗೆ ಒಂದು ಹೊಸವಸ್ತ್ರವನ್ನೂ ಕೆಲವು ಆಭರಣಗಳನ್ನೂ ನೀಡುತ್ತಾ, "ಇದು ಒಬ್ಬ ಅಣ್ಣನಿಂದ ತನ್ನ ತಂಗಿಗೆ ಒಂದು ಚಿಕ್ಕ ಕಾಣಿಕೆ! ದಯವಿಟ್ಟು ಸ್ವೀಕರಿಸು!" ಎಂದನು.

ಅನಂತರ ಅವನು ಅವಳಿಗೆ ಒಳ್ಳೆಯ ಭೋಜನವನ್ನು ಮಾಡಿಸಿ, ಅವಳು ಹೊರಡುವಾಗ ಅವಳ ಪಾದಗಳನ್ನು ಮುಟ್ಟಿ ನಮಸ್ಕರಿಸಿ ಅವಳನ್ನು ಕಳಿಸಿದ. ಅವಳು ಹಿಂದಿರುಗಿ ಹೋಗುತ್ತಾ ದಾರಿಯಲ್ಲಿ ಕಳ್ಳರನ್ನು ಭೇಟಿಯಾದಳು. ಅವರಿಗೆ, "ನೋಡಿ! ನಾನು ಬಂದಿದ್ದೇನೆ! ನನ್ನ ಆಭರಣಗಳನ್ನು ತೆಗೆದುಕೊಳ್ಳಿ!" ಎಂದು ಹೇಳಿ ಅವಳು ತನ್ನ ಆಭರಣಗಳನ್ನು ಬಿಚ್ಚತೊಡಗಿದಳು! ಅದನ್ನು ನೋಡಿ ಕಳ್ಳರ ನಾಯಕನ ಕಣ್ಣುಗಳಲ್ಲಿ ನೀರು ಬಂದಿತು! ಇತರ ಕಳ್ಳರಿಗೂ ಲಕ್ಷಾಂತರ ರೂಪಾಯಿಗಳಷ್ಟು ಬೆಲೆಬಾಳುವ ಆಭರಣಗಳು ಅನಾಯಾಸವಾಗಿ ತಮಗೆ ದೊರೆಯುತ್ತಿರುವುದನ್ನು ನೋಡಿ ಆಶ್ಚರ್ಯವಾಯಿತು! ಆದರೆ ಕಳ್ಳರ ನಾಯಕನು ಅವಳನ್ನು ತಡೆದು, "ಮಗಳೇ! ನೀನು ನಮ್ಮನ್ನು ಹೆತ್ತವರೆಂದು ಕರೆದಿರುವೆ! ಹೀಗಿರಲು ನಾವು ನಿನ್ನಿಂದ ಹೇಗೆ ತಾನೇ ಆಭರಣಗಳನ್ನು ತೆಗೆದುಕೊಳ್ಳುವುದು? ಆದ್ದರಿಂದ ನೀನು ನಿನ್ನ ಆಭರಣಗಳನ್ನು ಕೊಡಬೇಡ!" ಎಂದು ತಾನೇ ಅವಳಿಗೆ ಒಂದು ವಜ್ರದ ಹಾರವನ್ನು ಉಡುಗೊರೆಯಾಗಿತ್ತು ಕಳಿಸಿದ.

ನವವಧುವು ಹೀಗೆ ತನ್ನ ಅರಮನೆಗೆ ಹಿಂದಿರುಗಿ, ತನ್ನ ಪತಿಯಾದ ರಾಜಕುಮಾರನಿಗೆ ನಡೆದ ಯಾವತ್ತೂ ಘಟನೆಗಳನ್ನು ಹೇಳಿದಳು.

ಈ ಕಥೆಯನ್ನು ಹೇಳಿ ಸ್ವರ್ಣಗಢದ ರಾಜಕುಮಾರಿ, ನಾಲ್ವರಲ್ಲಿನ ಆ ದೊಡ್ಡವನನ್ನು ಕೇಳಿದಳು, "ಈಗ ನೀನು ಕಥೆಯನ್ನು ಕೇಳಿದೆಯಷ್ಟೇ! ಈಗ ರಾಜಕುಮಾರನ ಬಗ್ಗೆ, ದಿವಾನನ ಮಗನ ಬಗ್ಗೆ, ಆ ನವವಧುವಿನ ಬಗ್ಗೆ, ಹಾಗೂ ಆ ಕಳ್ಳರ ಬಗ್ಗೆ ಏನೆನಿಸುತ್ತದೆ ಹೇಳು!"

ಅದಕ್ಕೆ ದೊಡ್ಡವನು ಹೇಳಿದ! "ಅವರೆಲ್ಲರೂ ಪ್ರಾಮಾಣಿಕ ವ್ಯಕ್ತಿಗಳೆನಿಸುತ್ತದೆ! ರಾಜಕುಮಾರನು ತಾನು ಕೊಟ್ಟ ಮಾತನ್ನುಳಿಸಿಕೊಳ್ಳಲು, ತನ್ನ ಪತ್ನಿಯನ್ನು ತನ್ನ ಮಿತ್ರನ ಬಳಿಗೆ ಕಳಿಸಿದನು. ತನ್ನ ಗಂಡನ ಮಾತನ್ನುಳಿಸಲು ಅವಳೂ ತನ್ನ ಮದುವೆಯ ಪ್ರಥಮ ರಾತ್ರಿಯೇ ಅವನ ಬಳಿಗೆ ಹೋದಳು. ಆ ದಿವಾನನ ಪುತ್ರನೂ ಅಷ್ಟೇ ವಿಶ್ವಸನೀಯನಾಗಿದ್ದ! ಒಬ್ಬ ಹುಡುಗಿಯನ್ನು ತನ್ನ ಕೋಣೆಯಲ್ಲಿ ನೋಡಿ ತನ್ನ ಸಹೋದರಿಯಂತೆ ಕಂಡ! ಇನ್ನು ಆ ಕಳ್ಳರೂ ಬಹಳ ಒಳ್ಳೆಯವರಾಗಿದ್ದರು! ಅವರು ನಿಜವಾದ ಹೆತ್ತವರಂತೆಯೇ ವರ್ತಿಸಿದರು. ಲಕ್ಷಾಂತರ ರೂಪಾಯಿಗಳಷ್ಟು ಬೆಲೆಬಾಳುವ ಆಭರಣಗಳನ್ನೂ ಅವರು ತೆಗೆದುಕೊಳ್ಳಲಿಲ್ಲ! ಅವರು ನಿಜಕ್ಕೂ ಅದ್ಭುತ ವ್ಯಕ್ತಿಗಳಾಗಿದ್ದರು! ಹೀಗೆ ಇವರೆಲ್ಲರೂ ಸತ್ಯವಂತರೂ ಪ್ರಾಮಾಣಿಕರೂ ಆಗಿದ್ದರೆಂದು ನಾನು ಭಾವಿಸುತ್ತೇನೆ.

ಅನಂತರ ರಾಜಕುಮಾರಿಯು ಎರಡನೆಯವನನ್ನು ಕರೆಸಿ ಅವನಿಗೂ ಇದೇ ಕಥೆಯನ್ನು ಹೇಳಿ ಪ್ರಶ್ನಿಸಿದಾಗ ಅವನೂ ಇದೇ ಉತ್ತರವನ್ನು ಹೇಳಿದ. ಅನಂತರ, ಅವಳು ಮೂರನೆಯವನನ್ನು ಕರೆಸಿ ಇದೇ ಕಥೆ ಹೇಳಿ ಪ್ರಶ್ನಿಸಿದಾಗ, ಅವನೂ ಇದೇ ಉತ್ತರ ನೀಡಿದ. ಕೊನೆಗೆ ಅವಳು ನಾಲ್ಕನೆಯವನನ್ನು ಕರೆಸಿ ಇದೇ ಕಥೆ ಹೇಳಿ ಪ್ರಶ್ನಿಸಿದಾಗ, ಅವನು ಮಾತ್ರ ವಿಭಿನ್ನ ಉತ್ತರ ನಿಡಿದ. ಅವನು ಹೇಳಿದ, "ನನ್ನನ್ನು ಕೇಳುವುದಾದರೆ, ಆ ರಾಜಕುಮಾರ ಒಬ್ಬ ಮೂರ್ಖನಾಗಿದ್ದ! ತನ್ನ ಪತ್ನಿಯನ್ನು ಮಧ್ಯರಾತ್ರಿಯ ವೇಳೆಯಲ್ಲಿ ತನ್ನ ಮಿತ್ರನ ಬಳಿಗೆ ಕಳಿಸುವುದು ಅತ್ಯಂತ ಮೂರ್ಖತನ! ಅಂಥ ವಾಗ್ದಾನಕ್ಕೆ ಧಿಕ್ಕಾರ! ಅವನ ಹೆಂಡತಿಯ ಚಾರಿತ್ರ್ಯವೂ ಸರಿಯಿಲ್ಲ! ಆದ್ದರಿಂದಲೇ ಅವಳು ಆ ಅಪರಾತ್ರಿಯಲ್ಲೂ ಇನ್ನೊಬ್ಬ ಪುರುಷನ ಮನೆಗೆ ಹೋಗಲು ಹಿಂಜರಿಯಲಿಲ್ಲ! ಇನ್ನು ದಿವಾನನ ಪುತ್ರ, ಯಾವ ಮೂರ್ಖನಿಗಿಂತಲೂ ಕಡಿಮೆಯಿಲ್ಲ! ಅಂಥ ಹುಡುಗಿ ಅವನ ಬಳಿಗೆ

ಬಂದಾಗಲೂ ಅವಳನ್ನು ಮುಟ್ಟದೆಯೇ ಬಿಟ್ಟ! ಆ ಕಳ್ಳರೂ ಅಷ್ಟೇ ಮೂರ್ಖರು! ಅವಕಾಶ ಸಿಕ್ಕರೂ ಬಳಸಿಕೊಳ್ಳಲಿಲ್ಲ!"

ರಾಜಕುಮಾರಿಯು ಅವನ ಮಾತುಗಳನ್ನು ಕೇಳಿ ಅವನೇ ಕಳ್ಳನೆಂದು ತೀರ್ಮಾನಿಸಿದಳು. ಅವಳು ಹೇಳಿದಳು, "ನೀನೇ ರತ್ನಗಳ್ಳ! ಬೇಗನೆ ಆ ಕದ್ದ ರತ್ನವನ್ನು ಕೊಡು! ಇಲ್ಲವಾದರೆ, ನೀನು ಮರೆಯಲಾಗದಂಥ ಪಾಠ ಕಲಿಸುತ್ತೇನೆ! ಕೊಡು! ಬೇಗನೆ ಕೊಡು!"

ಅಂತೂ ಅವಳು ರತ್ನಗಳ್ಳನನ್ನು ಹಿಡಿದಳು! ಮೊದಮೊದಲು ಅವನು ರತ್ನವನ್ನು ಕೊಡಲು ಒಪ್ಪಲಿಲ್ಲ. ಆದರೆ ಅವನು ರತ್ನವನ್ನು ಕೊಡದಿದ್ದರೆ ತನಗೆ ಉಳಿಗಾಲವಿಲ್ಲವೆಂದು ಅರಿತು, ತಾನು ಕದ್ದ ರತ್ನವನ್ನು ಅವಳಿಗೆ ಕೊಟ್ಟನು. ಅವಳು ಈ ಮೊದಲೇ ಇತರ ಮೂರು ರತ್ನಗಳನ್ನು ಇತರ ಮೂವರು ಸೋದರರಿಂದ ತೆಗೆದುಕೊಂಡಿದ್ದಳು. ಈಗ ಕಾಣೆಯಾಗಿದ್ದ ರತ್ನವೂ ಸಿಕ್ಕಿತು!.

ರಾಜಕುಮಾರಿಯು ಈಗ ನಾಲ್ವರನ್ನೂ ಒಟ್ಟಿಗೆ ಕರೆದು ಒಬ್ಬೊಬ್ಬರಿಗೂ ಒಂದೊಂದು ರತ್ನವನ್ನು ಕೊಟ್ಟಳು. ಹೀಗೆ ಅವಳು ರತ್ನಗಳ್ಳನನ್ನು ಕಂಡುಹಿಡಿದಳು. ಆದರೆ ಅವನು ಯಾರೆಂದು ಹೇಳಲಿಲ್ಲ. ಹಾಗಾಗಿ ನಾಲ್ವರಿಗೂ ಅವರವರ ರತ್ನ ಸಿಕ್ಕಿತು. ಅಂತೆಯೇ ಅವರ ನಡುವೆ ಒಗ್ಗಟ್ಟು, ಬಾಂಧವ್ಯಗಳೂ ಉಳಿದವು.

ಮಧ್ಯ ಪ್ರದೇಶದ ಜಾನಪದ ಕಥೆ:- ಸಮಸ್ಯೆಗಳ ಪಟೇಲ

ಒಂದು ಹಳ್ಳಿಯಲ್ಲಿ ಇಬ್ಬರು ಸಹೋದರರಿದ್ದರು. ಅವರ ತಂದೆಯು ಸತ್ತುಹೋದ ಬಳಿಕ, ಆಸ್ತಿ ಹಂಚಿಕೊಳ್ಳುವ ವಿಷಯದಲ್ಲಿ ಇಬ್ಬರಿಗೂ ಜಗಳವಾಯಿತು. ಆದರೆ ಸಮಸ್ಯೆ ಬಗೆಹರಿಯಲಿಲ್ಲ. ಕೊನೆಗೆ ಒಬ್ಬನು ಅವರಿಗೆ ಪಕ್ಕದ ಹಳ್ಳಿಯ ಬುದ್ಧಿವಂತ ಪಟೇಲನ ಬಳಿ ಹೋಗಿ ಸಮಸ್ಯೆ ಬಗೆಹರಿಸಿಕೊಳ್ಳುವಂತೆ ಸಲಹೆಯಿತ್ತ. ಇಬ್ಬರಿಗೂ ಈ ಸಲಹೆ ಹಿಡಿಸಿತು. ಅವರು ಒಳ್ಳೆಯ ಮೇಲ್ವಸ್ತ್ರವನ್ನೂ ರುಮಾಲನ್ನೂ ಧರಿಸಿ ಪಕ್ಕದ ಹಳ್ಳಿಗೆ ಹೊರಟರು. ಆದರೆ ಎಷ್ಟು ನಡೆದರೂ ಅವರಿಗೆ ಆ ಹಳ್ಳಿಯೇ ಸಿಗಲಿಲ್ಲ! ಕೊನೆಗೆ ಸ್ವಲ್ಪ ದೂರದಲ್ಲಿ ಅವರು ಒಂದಷ್ಟು ಮರಗಳನ್ನೂ ಹೊಲಗಳನ್ನೂ ಕಂಡರು. ಸ್ವಲ್ಪ ದೂರ ನಡೆಯಲು ಅವರು ಆ ಹಳ್ಳಿಯ ಅಂಚು ತಲುಪಿದರು. ಅಲ್ಲಿ ಅವರು ಆ ಪಟೇಲನ ಕೆಲಸಗಾರರು ಅವನ ಹೊಲಗಳಲ್ಲಿ ಕೆಲಸ ಮಾಡುತ್ತಿದ್ದುದನ್ನು ಕಂಡರು. ಆ ಕೆಲಸಗಾರರ ಬಳಿ ಹೋಗಿ, "ನಿಮ್ಮ ಒಡೆಯರು ಮನೆಯಲ್ಲಿರುವರೇ?" ಎಂದು ಕೇಳಿದರು. ಅದಕ್ಕೆ ಅವರು, "ಇದ್ದಾರೆ! ಆದರೆ ಅವರು ಮಹಾಕಿವುಡರು!" ಎಂದರು!

ಸಹೋದರರು ಇನ್ನೂ ಸ್ವಲ್ಪ ಮುಂದೆ ಹೋಗಲು, ಆ ಪಟೇಲನ ಮಗಳು ಸಿಕ್ಕಳು. ಅವರು ಅವಳನ್ನು, "ಏನಮ್ಮಾ! ನಿಮ್ಮಪ್ಪ ಮನೆಯಲ್ಲಿದ್ದಾನೆಯೇ?" ಎಂದು ಕೇಳಿದರು.

ತಲೆಯ ಮೇಲೆ ಕೊಡ ಹೊತ್ತಿದ್ದ ಅವಳು ಕೊಡ ಇಳಿಸುತ್ತಾ, "ಇದ್ದಾನೆ! ಆದರೆ ಅವನು ಪೂರ್ತಿ ಕುರುಡ!" ಎಂದಳು!

ಇಬ್ಬರೂ ಸಹೋದರರೂ ಮುಂದುವರೆದು ಪಟೇಲನ ಮನೆಗೆ ಹೋದರು. ಬಾಗಿಲಲ್ಲೇ ಅವನ ಒಬ್ಬ ಹೆಂಡತಿ ಕುಳಿತಿದ್ದಳು, ಸಹೋದರರು ಅವಳನ್ನು ಕೇಳಿದರು, "ಯಜಮಾನರು ಮನೆಯಲ್ಲಿರುವರೇ?"

ಅವಳು ಸ್ವಲ್ಪ ಒರಟಾಗಿ, "ಅವರು ಸತ್ತು ಹೋಗಿದ್ದಾರೆ!" ಎಂದಳು!

ಆದರೆ ಅಷ್ಟರಲ್ಲಿ ಪಟೇಲನೇ ಹೊರಬಂದು, "ಓಹೋ! ಬನ್ನಿ! ಒಳಗೆ ಬನ್ನಿ!" ಎಂದು ಅವರನ್ನು ಒಳಗೆ ಕರೆದನು. ಸಹೋದರರು ಅವನ ವಿಷಯದಲ್ಲಿ ಏನೋ ವೈಚಿತ್ರ್ಯವಿದೆಯೆಂದು ಯೋಚಿಸುತ್ತಾ ಒಳಗೆ ಹೋದರು. ಅವನು ಕಿವುಡನೂ ಕುರುಡನೂ ಆಗಿರಲಿಲ್ಲ! ಅಲ್ಲದೇ ಬದುಕೇ ಇದ್ದನು!

ಪಟೇಲನು ಸಹೋದರರಿಗೆ ಹೊಗೆಸೊಪ್ಪು ಮತ್ತು ಅಡಿಕೆಯನ್ನು ಕೊಡಿಸಿದನು. ಅಷ್ಟು ಹೊತ್ತಿಗೆ ಅವರಿಬ್ಬರೂ ಅವನ ಬಳಿ ತಮ್ಮ ಸಮಸ್ಯೆಯನ್ನು ಹೇಳಿಕೊಳ್ಳುವುದು ಬೇಡವೆಂದು ತೀರ್ಮಾನಿಸಿ ಅವನ ಬಗ್ಗೆಯೇ ಪ್ರಶ್ನಿಸಿದರು, "ಜನರೇಕೆ ನಿಮ್ಮನ್ನು ಕಿವುಡರು, ಕುರುಡರು, ಮತ್ತು ಸತ್ತವರು ಎಂದು ಕರೆಯುತ್ತಾರೆ?!"

ಅದಕ್ಕೆ ಆ ಪಟೇಲನು ಜೋರಾಗಿ ನಗುತ್ತಾ, "ನೋಡಿ! ನನಗೆ ಹತ್ತು ಹದಿನೈದು ಕೆಲಸಗಾರರಿದ್ದಾರೆ! ನಾನು ಹೊಲಗಳಲ್ಲಿ ಅವರಿಂದ ಕೆಲಸ ಮಾಡಿಸುತ್ತೇನೆ! ಅವರು ದಿನವೂ ನನ್ನ ಬಳಿ ಹಣ ಕೇಳುತ್ತಾರೆ. ಆದರೆ ನಾನು ಅವರ ಕಡೆ ಗಮನವನ್ನೇ ಹರಿಸುವುದಿಲ್ಲ! ಆದ್ದರಿಂದಲೇ ಅವರು ನನ್ನನ್ನು ಕಿವುಡ ಎನ್ನುತ್ತಾರೆ! ಇದರಲ್ಲಿ ಅವರದೇನೂ ತಪ್ಪಿಲ್ಲವೆಂದೇ ನಾನೂ ಭಾವಿಸುತೇನೆ! ಇನ್ನು ನನ್ನ ಮಗಳು ನನ್ನನ್ನು ಕುರುಡ ಎನ್ನುತ್ತಾಳೆ! ಅವಳೀಗ ಬೆಳೆದು ದೊಡ್ಡವಳಾಗಿದ್ದಾಳೆ, ಹಾಗೂ ನಾನು ಅವಳಿಗೆ ಒಬ್ಬ ಯೋಗ್ಯ ಪತಿಯನ್ನು ಹುಡುಕಿತ್ತಿದ್ದೇನೆ! ಆದರೆ ಅವಳಿಗೆ ಈ ವಿಷಯದಲ್ಲಿ ನಂಬಿಕೆಯೇ ಇಲ್ಲ! ಅವಳ ಯೌವನದ ಬಗ್ಗೆ ನಾನು ನಿರ್ಲಕ್ಷ್ಯ ಭಾವದಿಂದಿರುವೆನೆಂದು ತಿಳಿದಿದ್ದಾಳೆ! ಆದ್ದರಿಂದಲೇ ನನ್ನನ್ನು ಕುರುಡ ಎನ್ನುತ್ತಾಳೆ! ಇನ್ನು ನನ್ನ ಹೆಂಡತಿ ಹೇಳಿದ್ದೂ ನಿಜ! ನೋಡಿ! ನನಗೆ ನಾಲ್ವರು ಹೆಂಡತಿಯರಿದ್ದಾರೆ! ಆಗಾಗ ಅವರು ತಮ್ಮತಮ್ಮಲ್ಲೇ ಜಗಳವಾಡುತ್ತಿರುತ್ತಾರೆ! ಇಂದು ನಾನು ಒಬ್ಬಳಿಗೆ ಚೆನ್ನಾಗಿ ಹೊಡೆದೆ! ಆದ್ದರಿಂದಲೇ ಅವಳು ಬೇಸರದಿಂದ ನಾನು ಸತ್ತಿದ್ದೇನೆ ಎಂದಿದ್ದಾಳೆ! ಸರಿ! ಈಗ ಹೇಳಿ! ನಿಮಗಾಗಿ ನಾನೇನು ಮಾಡಲಿ?" ಎಂದನು!

ಇಬ್ಬರೂ ಸಹೋದರರು ಪರಸ್ಪರ ಮುಖ ನೋಡಿಕೊಂಡರು! ತಮ್ಮ ಸಮಸ್ಯೆಯ ಬಗ್ಗೆ ಏನೂ ಹೇಳುವುದು ಬೇಡವೆಂದು ನಿರ್ಧರಿಸಿ, "ಏನಿಲ್ಲ! ಸುಮ್ಮನೆ ಹಾಗೆಯೇ ನಿಮ್ಮನ್ನು ನೋಡಿ ಹೋಗೋಣವೆಂದು ಬಂದೆವು! ಎಂದಾದರೂ ನೀವು ನಮ್ಮ ಹಳ್ಳಿಯ ಕಡೆ ಬಂದರೆ, ನಮ್ಮನ್ನು ಭೇಟಿಯಾಗಿ!"

ಹೀಗೆ ಹೇಳಿ ಇಬ್ಬರೂ ಸಹೋದರರೂ ಹೊರಟರು. ಪಟೇಲನ ಸಮಸ್ಯೆಗಳನ್ನು ನೋಡಿ ತಾವು ಒಂದಾಗಿರಲು ಯೋಚಿಸಿದರು.

ಮಹಾರಾಷ್ಟ್ರದ ಜಾನಪದ ಕಥೆ: ಮೂವರು ಕುಶಲರು

ಒಂದಾನೊಂದು ಕಾಲದಲ್ಲಿ ಒಬ್ಬ ಬಿಲ್ಗಾರನಿದ್ದನು. ಅವನು ಬಹಳ ಶ್ರೀಮಂತನಾಗಿದ್ದನು. ಅಲ್ಲದೇ ಅವನಿಗೆ ಒಳ್ಳೆಯ ಚೆಲುವಾದ ಹೆಂಡತಿಯೂ ಇದ್ದಳು. ಅವನಿಗೆ ಬಿಲ್ಲಿಗೆ ಬಾಣಹೂಡಿ ಗುರಿಯನ್ನು ಹೊಡೆಯುವುದೆಂದರೆ ಬಹಳ ಇಷ್ಟವಾಗಿತ್ತು! ಆ ಕ್ರೀಡೆಯಲ್ಲಿ ಅವನು ಬಹಳ ಕುಶಲನೂ ಆಗಿದ್ದನು. ಅವನು ಪ್ರತಿದಿನವೂ ಎದ್ದ ಕೂಡಲೇ ಒಂದು ಪ್ರಯೋಗ ಮಾಡುತ್ತಿದ್ದನು. ಅದೇನೆಂದರೆ, ತನ್ನ ಹೆಂಡತಿಯ ಮೂಗುತಿಯಲ್ಲಿದ್ದ ಮುತ್ತೊಂದರ ಮೂಲಕ ಗುರಿಯಿಟ್ಟು ಬಾಣ ಹೊಡೆಯುತ್ತಿದ್ದನು! ಅವನು ಎಷ್ಟು ಚೆನ್ನಾಗಿ ಗುರಿಯಿಡುತ್ತಿದ್ದನೆಂದರೆ ಬಾಣವು ಆ ಮುತ್ತಿನ ಮೂಲಕವೇ ಹೋಗುತ್ತಿತ್ತೇ ಹೊರತು, ಎಂದೂ ಅವಳನ್ನು ಮುಟ್ಟುತ್ತಿರಲಿಲ್ಲ! ಈ ಕಾರಣದಿಂದ ಅವನು ಮುತ್ತಿನ ಬಿಲ್ಗಾರನೆಂದೇ ಪ್ರಸಿದ್ಧನಾಗಿದ್ದ!

ಒಂದು ದಿನ ಅವನ ಹೆಂಡತಿಯ ಸಹೋದರ, ಅವಳನ್ನು ತನ್ನ ಮನೆಗೆ ಕರೆದುಕೊಂಡು ಹೋಗಲು ಬಂದ. ಆಗ ಅವಳು ಸಪ್ಪಗಿರಲು ಅವನು, "ಏಕಮ್ಮಾ ಸಪ್ಪಗಿರುವೆ? ನಿನ್ನ ಗಂಡ ನಿನ್ನನ್ನು ಚೆನ್ನಾಗಿ ನೋಡಿಕೊಳ್ಳುತ್ತಿಲ್ಲವೇ?" ಎಂದು ಕೇಳಿದ. ಅದಕ್ಕೆ ಅವಳು, "ಹಾಗೇನಿಲ್ಲ! ಅವರು ತುಂಬಾ ಒಳ್ಳೆಯವರು! ನನಗೇನೂ ಕಡಿಮೆ ಮಾಡಿಲ್ಲ! ಆದರೆ ಅವರ ಒಂದು ಕ್ರೀಡೆ ನನ್ನನ್ನು ಬಹಳ ಭಯಪಡಿಸುತ್ತದೆ! ಪ್ರತಿದಿನವೂ ಅವರು ನನ್ನ ಮೂಗುತಿಯ ಮುತ್ತೊಂದರ ಮೂಲಕ ಬಾಣ ಬಿಡುತ್ತಾರೆ! ಇದುವರೆಗೂ ಅವರು ಗುರಿತಪ್ಪಿಲ್ಲ! ಆದರೆ ಆಕಸ್ಮತ್ತಾಗಿ ತಪ್ಪಿದರೆ ಬಾಣವು ನನಗೆ ತಗುಲಿ ನಾನು ಸಾಯುತ್ತೇನಲ್ಲವೇ? ಈ ಯೋಚನೆಯಿಂದ ನನಗೆ ಬಹಳ ಭಯವಾಗುತ್ತದೆ! ಆದರೆ ಅವರಿಗೆ ಈ ಕ್ರೀಡೆಯಿಂದ ಬಹಳ ಸಂತೋಷ ಸಿಗುತ್ತದೆ!" ಎಂದಳು.

"ಈ ವಿಷಯದ ಬಗ್ಗೆ ಅವರು ನಿನ್ನ ಬಳಿ ಏನು ಹೇಳುತ್ತಾರೆ?" ಅವಳ ಸಹೋದರ ಕೇಳಿದ.

"ಅವರು ದಿನವೂ ನನ್ನನ್ನು, ನನ್ನಷ್ಟು ಕುಶಲರು ಯಾರಾದರೂ ಇರುವರೇ ಎಂದು ಹೆಮ್ಮೆಯಿಂದ ಕೇಳುತ್ತಾರೆ! ಅದಕ್ಕೆ ನಾನು, ನನಗೆ ತಿಳಿದಮಟ್ಟಿಗೆ ಯಾರೂ ಇಲ್ಲ ಎನ್ನುತ್ತೇನೆ! ಅವರ ಮನಸ್ಸನ್ನು ನೋಯಿಸಬಾರದೆಂದು ನನಗೆ ಭಯವಾಗುವ ವಿಷಯವನ್ನು ಅವರಿಗೆ ಹೇಳುವುದಿಲ್ಲ!" ಅವಳು ಹೇಳಿದಳು.

ಆಗ ಅವಳ ಸಹೋದರನು ಹೇಳಿದನು, "ಒಂದು ಕೆಲಸ ಮಾಡು! ನಾಳೆ ಅವರು ನಿನ್ನನ್ನು ಹಾಗೆ ಕೇಳಿದಾಗ, ನಿಮಗಿಂತ ಕುಶಲರು ಎಷ್ಟೋ ಜನರು ಇರುವರೆಂದು ಹೇಳಿಬಿಡು! ಆಗ ಏನಾಗುವುದೋ ನೋಡೋಣ!

ಅದರಂತೆ ಮರುದಿನ, ಮುತ್ತಿನ ಬಿಲ್ಗಾರನ ಹೆಂಡತಿ, ಅವನ ಪ್ರಶ್ನೆಗೆ ತನ್ನ ಸಹೋದರನು ಹೇಳಿಕೊಟ್ಟಂತೆ ಹೇಳಿದಳು. ಇದರಿಂದ ಮುತ್ತಿನ ಬಿಲ್ಗಾರನಿಗೆ ಬಹಳ ಬೇಸರವಾಯಹಿತು. ಅವನು, "ನಿಜವಾಗಿಯೂ ನನಗಿಂತ ಕುಶಲರಿದ್ದರೆ, ಅವರನ್ನು ಕಾಣುವವರೆಗೂ ನಾನು ಮನೆಗೆ ಬರುವುದಿಲ್ಲ!" ಎಂದು ಹೇಳಿ ಮನೆ ಬಿಟ್ಟು ಹೊರಟುಹೋದನು!.

ಹಾಗೆ ಹೋಗುತ್ತಾ ಅವನು ಒಂದು ಕಾಡಿಗೆ ಬಂದನು. ಆ ಕಾಡಿನಲ್ಲಿ ಬಹುದೂರ ನಡೆಯಲು ಒಂದು ನದಿಯನ್ನು ಕಂಡ. ಆ ನದಿಯ ಬಳಿ, ಒಬ್ಬ ಪ್ರಯಾಣಿಕನು ಊಟ ಮಾಡುತ್ತಿರಲು, ಬಿಲ್ಗಾರನು ಅವನ ಬಳಿ ಕುಳಿತು, "ಯಾರು ನೀನು? ಎಲ್ಲಿಗೆ ಹೊರಟಿರುವೆ?" ಎಂದು ಕೇಳಿದ. ಅದಕ್ಕೆ ಆ ವ್ಯಕ್ತಿಯು, "ನಾನೊಬ್ಬ ಪೈಲ್ವಾನ! ಇಡೀ ದೇಶದಲ್ಲೇ ನಾನು ಬಹಳ ಬಲಶಾಲಿ! ಮಲ್ಲಯುದ್ಧ ಪ್ರವೀಣ! ನಾನು ಅನೇಕ ಭಾರಗಳನ್ನೆತ್ತಬಲ್ಲೆ ಹಾಗೂ ಅದ್ಭುತ ಚಮತ್ಕಾರಗಳನ್ನು ಪ್ರದರ್ಶಿಸಬಲ್ಲೆ! ಇಷ್ಟು ದಿನ, ನಾನೇ ಮಹಾಕುಶಲನೆಂದು ಭಾವಿಸಿದೆ! ಆದರೆ, ನನಗಿಂತಲೂ ಮುತ್ತಿನ ಬಿಲ್ಗಾರನೆಂಬುವನು ಕುಶಲನಾಗಿರುವನೆಂದು ಇತ್ತೀಚೆಗೆ ತಿಳಿಯಿತು! ಹಾಗಾಗಿ ಅವನನ್ನು ಹುಡುಕಿಕೊಂಡು ಹೊರಟಿದ್ದೆ!" ಎಂದು ಹೇಳಿದನು.

"ಹಾಗಾದರೆ ನೀನಿನ್ನು ಎಲ್ಲೂ ಹೋಗಬೇಕಿಲ್ಲ! ನಾನೇ ಆ ಮುತ್ತಿನ ಬಿಲ್ಗಾರ!" ಮುತ್ತಿನ ಬಿಲ್ಗಾರ ಹೇಳಿದನು.

"ಹೌದೇ?! ಬಹಳ ಸಂತೋಷ!" ಪೈಲ್ವಾನ ಹೇಳಿದನು, "ನೀನೆಲ್ಲಿಗೆ ಹೊರಟಿರುವೆ?"

"ನಾನೂ ಬಹಳ ಕುಶಲನೆಂದು ಭಾವಿಸಿದ್ದೆ! ಈಗ ನನಗಿಂತಲೂ ಕುಶಲರಿದ್ದಾರೆಂದು ತಿಳಿಯಿತು! ಹಾಗಾಗಿ ಹುಡುಕಿಕೊಂಡು ಹೊರಟಿರುವೆ!" ಮುತ್ತಿನ ಬಿಲ್ಲಾರನು ಹೇಳಿದನು. "ಹಾಗಾದರೆ ನಾವಿಬ್ಬರೂ ಸಹೋದರರಾಗೋಣ! ಒಟ್ಟಿಗೆ ಪ್ರಯಾಣ ಮಾಡೋಣ! ನಮಗಿಂತ ಕುಶಲರಾದವರನ್ನು ನಾವು ಮುಂದೆ ಕಾಣಬಹುದು!" ಪೈಲ್ವಾನ ಹೇಳಿದನು. ಮುತ್ತಿನ ಬಿಲ್ಗಾರನು ಒಪ್ಪಿದನು. ಅಂತೆಯೇ ಇಬ್ಬರೂ ಮುಂದೆ ಹೊರಟರು. ಇಬ್ಬರೂ ಸ್ವಲ್ಪದೂರ ಹೋಗುವಷ್ಟರಲ್ಲಿ ಇನ್ನೊಬ್ಬ ಪ್ರಯಾಣಿಕನನ್ನು ಭೇಟಿಯಾದರು. ಅವನನ್ನು ಯಾರೆಂದು ವಿಚಾರಿಸಲು, ಅವನು, "ನಾನೊಬ್ಬ ಪಂಡಿತ! ಎಲ್ಲರೂ ನನ್ನ ಬುದ್ಧಿಶಕ್ತಿಗಾಗಿ ನನ್ನನ್ನು ಬಹಳ ಗೌರವಿಸುತ್ತಾರೆ! ಇಷ್ಟು ದಿನ, ನಾನೇ ಅತ್ಯಂತ ಕುಶಲನೆಂದು ಭಾವಿಸಿದ್ದೆ! ಆದರೆ ಮುತ್ತಿನ ಬಿಲ್ಗಾರ ಮತ್ತು ಪೈಲ್ವಾನರು ನನಗಿಂತ ಕುಶಲರಾಗಿರುವರೆಂದು ಕೇಳಿದೆ. ಅದು ನಿಜವೇ ಎಂದು ಪರೀಕ್ಷಿಸಲು ಅವರನ್ನು ಹುಡುಕಿಕೊಂಡು ಹೊರಟಿರುವೆ!"

"ನೀನು ಕೇಳಿದ್ದು ನಿಜ! ನಾವೇ ಆ ಮುತ್ತಿನ ಬಿಲ್ಗಾರ ಮತ್ತು ಪೈಲ್ವಾನರು!" ಇಬ್ಬರೂ ಹೇಳಿದರು.

"ಹೌದೇ?! ಬಹಳ ಸಂತೋಷ! ನಾವು ಸಹೋದರರಾಗೋಣ! ನಿಮ್ಮ ಮನೆಗಳು ಬಹಳ ದೂರವಿರುವುದರಿಂದ ನೀವು ನನ್ನ ಮನೆಗೆ ಬನ್ನಿ! ಅಲ್ಲಿ ಊಟ ಮಾಡಿ ವಿಶ್ರಮಿಸಿಕೊಂಡು ನಮ್ಮ ಶಕ್ತಿ, ಸಾಮರ್ಥ್ಯಗಳನ್ನು ಪರೀಕ್ಷೆಗೆ ಒಡ್ಡೋಣ!" ಪಂಡಿತನು ಹೇಳಿದನು.

ಅದಕ್ಕೆ ಒಪ್ಪಿ ಅವರಿಬ್ಬರೂ ಪಂಡಿತನೊಂದಿಗೆ ಅವನ ಮನೆಗೆ ಹೋದರು. ಅಲ್ಲಿ ಊಟ ಮಾಡುವಾಗ ಪೈಲ್ವಾನನು, ಅಡುಗೆ ಮನೆಯಲ್ಲಿ ನೀರು ತುಂಬುವ ಒಂದು ದೊಡ್ಡ ಕಬ್ಬಿಣದ ಕಡಾಯಿಯಿದ್ದುದನ್ನು ಗಮನಿಸಿದನು. ಅದು ಎಷ್ಟು ಭಾರವಿತ್ತೆಂದರೆ, ಅದನ್ನು ಎತ್ತಲು ಕನಿಷ್ಠ ಇಪ್ಪತ್ತು ಜನರಾದರೂ ಬೇಕಾಗಿತ್ತು! ಪೈಲ್ವಾನನು ಅದನ್ನೆತ್ತಿ ತನ್ನ ಶಕ್ತಿಯನ್ನು ತೋರಿಸುವ ಮನಸ್ಸು ಮಾಡಿದನು. ರಾತ್ರಿಯ ಕೊನೆಯ ವೇಳೆಯಲ್ಲಿ, ಎಲ್ಲರೂ ಮಲಗಿದ್ದಾಗ ಅವನು ಆ ಕಡಾಯಿಯನ್ನು ತನ್ನ ತೋಳುಗಳಲ್ಲಿ ಹೊತ್ತುಕೊಂಡು ನದಿಯವರೆಗೂ ನಡೆದು ಹೋಗಿ, ಆ ನದಿಯ ಮರಳಿನಲ್ಲಿ ಅದನ್ನು ಹೂತು ಹಾಕಿದನು! ಅನಂತರ ಅವನು ಮೆಲ್ಲನೆ ಸದ್ದು ಮಾಡದೇ ಬಂದು ಮಲಗಿದ. ಅವನನ್ನು ಗಾಢ ನಿದ್ರೆಯು ಆವರಿಸಿತು. ಆದರೆ ಅವನು ಒಳಗೆ ಬರುವಾಗ ಆದಂಥ

ಅವನ ಹೆಜ್ಜೆಗಳ ಸ್ವಲ್ಪ ಶಬ್ದ, ಪಂಡಿತನ ಹೆಂಡತಿಯನ್ನು ಎಚ್ಚರಿಸಿಬಿಟ್ಟಿತು! ಅವಳು ತನ್ನ ಗಂಡನನ್ನೂ ಎಬ್ಬಿಸಿ, "ಯಾರೋ ಕಳ್ಳರು ಬಂದಿರಬೇಕು! ನನಗೆ ಹೆಜ್ಜೆ ಸಪ್ಪಳ ಕೇಳಿಸಿತು! ಆಶ್ಚರ್ಯವೆಂದರೆ ಈ ಕಳ್ಳರು ಕಳ್ಳತನ ಮಾಡಲು ಬೆಳದಿಂಗಳ ರಾತ್ರಿಯನ್ನು ಆರಿಸಿಕೊಂಡಿದ್ದಾರೆ!" ಎಂದಳು. ಆಗ ಪಂಡಿತನೂ ಎದ್ದು ಅವಳೊಂದಿಗೆ ಮನೆಯೆಲ್ಲಾ ಶೋಧಿಸಿದನು. ಕಬ್ಬಿಣದ ಕಡಾಯಿಯೊಂದನ್ನು ಬಿಟ್ಟು ಬೆಳ್ಳಿ, ಬಂಗಾರ, ಮೊದಲಾದ ಯಾವುದೇ ಅಮೂಲ್ಯ ವಸ್ತುಗಳೂ ಕಾಣೆಯಾಗಿರಲಿಲ್ಲ! ಅಂಥ ವಸ್ತುಗಳನ್ನು ಬಿಟ್ಟು ಆ ಭಾರವಾದ ಕಡಾಯಿಯನ್ನು ಕದ್ದೊಯ್ದಿದ್ದನ್ನು ನೋಡಿ ಅವರು ಆಶ್ಚರ್ಯಚಕಿತರಾದರು! ಅವರು ಹಾಗೆಯೇ ಗಮನಿಸುತ್ತಿದ್ದಾಗ, ಅಡುಗೆ ಮನೆಯ ಬಳಿ ಕೆಲವು ಹೆಜ್ಜೆ ಗುರುತುಗಳು ಕಂಡುಬಂದವು! ಅವನ್ನು ಅವರು ಅನುಸರಿಕೊಂಡು ಹೋಗಲು ಅವರು ನದಿಯನ್ನು ತಲುಪಿದರು! ಆದರೆ ನದಿಯವರೆಗಿದ್ದ ಹೆಜ್ಜೆ ಗುರುತುಗಳು ನದಿಯ ಆಚೆ ದಡದಲ್ಲಿರಲಿಲ್ಲ! ಹಾಗಾಗಿ, ಯಾರೋ ಆ ಕಡಾಯಿಯನ್ನು ನದಿಯವರೆಗೂ ಎತ್ತಿಕೊಂಡು ಹೋಗಿ ಅದರಡಿಯ ಮರಳಿನಲ್ಲಿ ಹೂತು ಹಾಕಿದ್ದಾನೆಂದು ಪಂಡಿತನಿಗೆ ಅರಿವಾಯಿತು! ಹೀಗೆ ಮಾಡಬೇಕಾದರೆ, ಅದು ಪೈಲ್ವಾನನೇ ಇರಬೇಕೆಂದು ಅವನು ಊಹಿಸಿದನು. ಮನೆಗೆ ಹೋದ ಬಳಿಕ, ಅವನು ಪೈಲ್ವಾನನ ಮೈಯನ್ನು ನೆಕ್ಕಿ ನೋಡಿದನು. ಉಪ್ಪುಪ್ಪಾಗಿರಬೇಕಾದ ಅವನ ಮೈ ಹಾಗಿರದೇ ಒದ್ದೆಯಾಗಿತ್ತು, ಹಾಗೂ ಅದರಿಂದ ತಾಜಾ ವಾಸನೆ ಬರುತ್ತಿತ್ತು! ಇದನ್ನು ನೋಡಿ ಅವನು ತನ್ನ ಹೆಂಡತಿಗೆ ಹೇಳಿದನು, "ಈ ಲಕ್ಷಣಗಳ ಅರ್ಥ, ಅವನು ನದಿಯಲ್ಲಿ ಕುತ್ತಿಗೆಯವರೆಗೂ ಮುಳುಗಿದ್ದಾನೆಂದು! ಅವನೇ ನಮ್ಮ ಕಡಾಯಿ ತೆಗೆದುಕೊಂಡು ಹೋಗಿ ನದಿಯಲ್ಲಿ ಹೂತಿಟ್ಟಿದ್ದಾನೆ! ನಾಳೆ ಬೆಳಗ್ಗೆ ಈ ವಿಷಯ ನನಗೆ ಗೊತ್ತಾಗಿದೆಯೆಂದು ತೋರಿಸಿ ಅವನನ್ನೇ ಅಚ್ಚರಿಗೊಳಿಸುತ್ತೇನೆ!"

ಮರುದಿನ, ಪಂಡಿತನು ಪೈಲ್ವಾನನಿಗೂ ಮುತ್ತಿನ ಬಿಲ್ಲಾರನಿಗೂ ಹೇಳಿದನು, "ನಾವು ಸ್ನಾನಕ್ಕೆ ನದಿಗೆ ಹೋಗೋಣ! ಏಕೆಂದರೆ, ನೀರನ್ನು ತುಂಬಿಡುತ್ತಿದ್ದ ನಮ್ಮ ಕಬ್ಬಿಣದ ಕಡಾಯಿ, ಇದ್ದಕ್ಕಿದ್ದಂತೆ ನಿಗೂಢವಾಗಿ ಮಾಯವಾಗಿದೆ!"

"ಅದು ಎಲ್ಲಿಗೆ ಹೋಗಿರಬಹುದು?! ಏನೂ ತಿಳಿಯದವನಂತೆ ಆಶ್ಚರ್ಯದಿಂದ ಕೇಳಿದ ಪೈಲ್ವಾನ.

"ಎಲ್ಲಿಯವರೆಗೂ ಹೋದೀತು?! "ಪಂಡಿತನು ಅವರಿಗೆ ಹೆಜ್ಜೆಯ ಗುರುತುಗಳನ್ನು ತೋರಿಸುತ್ತಾ ನದಿಯವರೆಗೆ ಕರೆದೊಯ್ದು, ನೋಡಿ! ಇಲ್ಲಿಯವರೆಗೂ ಹೋಗಿದೆ!" ಎಂದನು.

"ಆದರೆ ಅದನ್ನು ಇಲ್ಲಿ ಇಟ್ಟವರಾದರೂ ಯಾರು?" ಪೈಲ್ವಾನ ಆಶ್ಚರ್ಯದಿಂದ ಕೇಳಿದನು.

"ನನ್ನ ಅಭಿಪ್ರಾಯದಲ್ಲಿ ನೀನೇ!" ಪಂಡಿತನು ಹೇಳಿದನು.

ಪೈಲ್ವಾನನಿಗೆ ಆಶ್ಚರ್ಯವಾಯಿತು! ಆಗ ಪಂಡಿತನು ಹಿಂದಿನ ರಾತ್ರಿ, ತಾನೂ ತನ್ನ ಹೆಂಡತಿಯೂ ಹೇಗೆ ಅವನು ಮಾಡಿದ್ದನ್ನು ಕಂಡುಹಿಡಿದರೆಂದು ಹೇಳಿದನು. ಅವನ ಬುದ್ಧಿಶಕ್ತಿಗೆ ಪೈಲ್ವಾನನೂ ಮುತ್ತಿನ ಬಿಲ್ಲಾರನೂ ಬೆರಗಾದರು! ಅವನನ್ನು ಮನಸಾರೆ ಹೊಗಳಿದರು! ಪಂಡಿತನೂ ಪೈಲ್ವಾನನ ಬಾಹುಬಲಕ್ಕೆ ಅವನನ್ನು ಹೊಗಳಿದನು. ಅನಂತರ ಅವನೂ ಮುತ್ತಿನ ಬಿಲ್ಗಾರನೂ ನೋಡನೋಡುತ್ತಿದ್ದಂತೆಯೇ ಪೈಲ್ವಾನನು ಆ ಭಾರವಾದ ಕಬ್ಬಿಣದ ಕಡಾಯಿಯನ್ನು ಲೀಲಾಜಾಲವಾಗಿ ನದಿಯಿಂದ ಹೊತ್ತು ತಂದು ಪಂಡಿತನ ಮನೆಯಲ್ಲಿರಿಸಿನು! ಪಂಡಿತನೂ ಮುತ್ತಿನ ಬಿಲ್ಗಾರನೂ ಅವರನ್ನು ಮನಸಾರೆ ಹೊಗಳಿದರು.

ಅಂದು ದಿನವೆಲ್ಲಾ ಆ ಮೂವರು ಹರಟುತ್ತಾ ನಗುತ್ತಾ ವಿನೋದವಾಗಿ ಕಾಲ ಕಳೆದರು. ಸಂಜೆಯಾಗಲು, ಪಂಡಿತನು ಪೈಲ್ವಾನನಿಗೆ ಹೇಳಿದನು, "ಇಂದು ರಾತ್ರಿ ನಾವು ರಾಜಯೋಗ್ಯವಾದ ಭೋಜನ ಮಾಡೋಣ! ಆದ್ದರಿಂದ ಎಲೈ ಬಲಶಾಲಿಯೇ! ಚೆನ್ನಾಗಿ ಕೊಬ್ಬಿದ ಆಡೊಂದನ್ನು ಹಿಡಿದು ತಾ!"

ಅಂತೆಯೇ ಪೈಲ್ವಾನನು ಆಡೊಂದನ್ನು ಹುಡುಕಿಕೊಂಡು ಕಾಡಿಗೆ ಹೋದನು. ಅಲ್ಲಿ ಅವನು, ಬೆಟ್ಟವೊಂದರೆ ತಪ್ಪಲಿನಲ್ಲಿ ಮೇಯುತ್ತಿದ್ದ ಕೆಲವು ಆಡುಗಳನ್ನು ಕಂಡನು. ಅವುಗಳಲ್ಲೊಂದನ್ನು ಹಿಡಿಯಲು ಅವನು ಮೆಲ್ಲನೆ ಹೋದನು. ಅಲ್ಲಿಯೇ ಒಂದು ಪಿಶಾಚಿಯೂ ಇತ್ತು. ಇವನನ್ನು ನೋಡಿ ಅದು ಯೋಚಿಸಿತು, "ಇವನು ಒಂದು ಆಡನ್ನು ಆರಿಸಿಕೊಂಡು ಹೋಗಲು ಬರುತ್ತಿದ್ದಾನೆ! ನಾನೇ ಒಂದು ಆಡಾಗಿ, ನನ್ನನ್ನೇ ಇವನು ಆರಿಸಿಕೊಳ್ಳುವಂತೆ ಮಾಡಿದರೆ, ಇವನ ಮನೆಗ ಹೋಗಿ ಇವನನ್ನೂ ಇವನ ಸ್ನೇಹಿತರನ್ನೂ ನಾನು ತಿನ್ನಬಹುದು!"

ಹೀಗೆ ಯೋಚಿಸಿದ ಆ ಪಿಶಾಚಿಯು ಒಂದು ಕೊಬ್ಬಿದ ಆಡಾಗಿ ರೂಪಾಂತರ ಹೊಂದಿತು! ಅದನ್ನು ನೋಡಿದ ಪೈಲ್ವಾನನು ಅದು ಆಡೆಂದೇ ಭಾವಿಸಿ ಅದನ್ನು ಗಟ್ಟಿಯಾಗಿ ಹಿಡಿದುಕೊಂಡು ಮನೆಗೆ ಹೋದನು. ಅವನು ತಂದ ಆಡನ್ನು ಪಂಡಿತನು ಸೂಕ್ಷ್ಮವಾಗಿ ನೋಡಿದನು. ಅವನು ಅದರ ಕುತ್ತಿಗೆಯನ್ನು ಎಷ್ಟು ಗಟ್ಟಿಯಾಗಿ ಹಿಡಿದಿದ್ದನೆಂದರೆ, ಅದರ ಕಣ್ಣುಗಳು ಉಬ್ಬಿ ಹೊರಬರುವಂತಿದ್ದವು! ಅಲ್ಲದೇ ಅವು ಕೆಂಪಾಗಿ ಸುಡುವ ಕೆಂಡದಂತೆ ಭಯಂಕರವಾಗಿದ್ದವು! ಅದನ್ನು ನೊಡಿ ಪಂಡಿತನು ತನ್ನ ಬುದ್ಧಿಶಕ್ತಿಯಿಂದ ಅದು ಪಿಶಾಚಿಯೆಂದು ಅರಿತನು! ಈಗ ತಾನು ಹೆದರಿದಂತೆ ತೋರಿಸಿಕೊಂಡರೆ ಪಿಶಾಚಿಯು ತಮ್ಮೆಲ್ಲರನ್ನೂ ತಿಂದುಹಾಕೀತೆಂದು ಯೋಚಿಸಿ ಅವನು ಪಿಶಾಚಿಯನ್ನೇ ಹೆದರಿಸಲು ಪೈಲ್ವಾನನಿಗೆ ಹೇಳಿದನು, "ಅಯ್ಯೋ ಮೂರ್ಖ ಮಿತ್ರನೇ! ನಾನು ನಿನಗೆ ಕೊಬ್ಬಿದ ಆಡೊಂದನ್ನು ತರಲು ಹೇಳಿದರೆ, ನೀನೊಂದು ದರಿದ್ರ ಪಿಶಾಚಿಯನ್ನು ತಂದಿರುವೆ! ಈ ಪಿಶಾಚಿ ನಮಗೆಲ್ಲಿ ಸಾಕಾಗುತ್ತದೆ? ನನ್ನ ಮಗುವೇ ದಿನಕ್ಕೊಂದು ಪಿಶಾಚಿಯನ್ನು ತಿನ್ನುತ್ತದೆ! ನನ್ನ ಹೆಂಡತಿಯೋ ದಿನಕ್ಕೆ ಮೂರು ಪಿಶಾಚಿಗಳನ್ನು ತಿನ್ನುತ್ತಾಳೆ! ಇನ್ನು ನಾನೇ ದಿನಕ್ಕೆ ಹನ್ನೆರಡು ಪಿಶಾಚಿಗಳನ್ನು ತಿನ್ನುತ್ತೇನೆ! ಹೀಗಿರಲು ಈ ಒಂದು ಪಿಶಾಚಿ ನಮಗೆ ಸಾಲುವುದೇ?"

ಇದನ್ನು ಕೇಳಿ ಪಿಶಾಚಿಗೆ ಬಹಳ ಭಯವಾಯಿತು! ಅದು ಪಂಡಿತನನ್ನು ಬೇಡಿಕೊಂಡಿತು, "ಸ್ವಾಮಿ! ದಯವಿಟ್ಟು ನನ್ನನ್ನು ತಿನ್ನಬೇಡಿ! ನನ್ನ ಮೇಲೆ ಕರುಣೆ ತೋರಿ ನನ್ನನ್ನು ಬಿಟ್ಟು ಬಿಡಿ! ನೀವು ಕೇಳಿದಷ್ಟು ಸಂಪತ್ತನ್ನು ಕೊಡುತ್ತೇನೆ!"

ಅದಕ್ಕೆ ಪಂಡಿತನು, "ನೀನು ಹಿಂದಿರುಗಿ ಬರದಿದ್ದರೆ? ಹೇಗೆ ನಿನ್ನನ್ನು ನಂಬುವುದು?" ಎಂದು ಕೇಳಿದನು.

"ಖಂಡಿತವಾಗಿ ಬರುತ್ತೇನೆ ಸ್ವಾಮಿ! ಹಾಗೆಂದು ಮಾತು ಕೊಡತ್ತೇನೆ! ಈಗ ನನ್ನನ್ನು ಬಿಟ್ಟು ಬಿಡಿ! ಚೀಲಗಳ ತುಂಬಾ ಹಣ ತರುತ್ತೇನೆ!" ಪಿಶಾಚಿ ಹೇಳಿತು.

ಸರಿಯೆಂದು ಅವರು ಪಿಶಾಚಿಯನ್ನು ಹೋಗಗೊಟ್ಟರು. ಅದು ತನ್ನ ಲೋಕಕ್ಕೆ ಹೋಗಿ ತನ್ನ ಸಹಚರರ ಬಳಿ ತನ್ನ ವಿಷಯವನ್ನೆಲ್ಲಾ ಹೇಳಿ, "ನಾವು ಆ ಮನುಷ್ಯನಿಗೆ ಹಣ ಕೊಟ್ಟು ಬಿಡೋಣ! ಇಲ್ಲದಿದ್ದರೆ ಅವನು ನಮ್ಮೆಲ್ಲರನ್ನೂ ತಿಂದು ಬಿಡುತ್ತಾನೆ!" ಎಂದಿತು. ಕೆಲವು ಪಿಶಾಚಿಗಳು ಒಪ್ಪಿದರೆ ಕೆಲವು ಒಪ್ಪಲಿಲ್ಲ. ಅದನ್ನು ಬಯ್ಯುತ್ತಾ,

ಹೋಗದಂತೆ ಹಿಡಿದುಕೊಂಡವು! ಆದರೂ ಆ ಪಿಶಾಚಿ, ಅವುಗಳಿಂದ ಬಿಡಿಸಿಕೊಂಡು, ಸಾಕಷ್ಟು ಹಣ ತೆಗೆದುಕೊಂಡು ಹೊರಟಿತು. ಆಗ ಆ ಪಿಶಾಚಿಗಳು, "ನಿನ್ನನ್ನು ನ್ಯಾಯಮಂಡಳಿಯಲ್ಲಿ ವಿಚಾರಿಸುತ್ತೇವೆ!" ಎಂದವು.

ಅಂತೂ ಇಂತೂ ಪಿಶಾಚಿಯು ಹಣ ತೆಗೆದುಕೊಂಡು ಬರಲು, ಪಂಡಿತನು ಕೋಪದಿಂದ ಜೋರಾಗಿ ಆರ್ಭಟಿಸಿದನು, "ಏಕೆ ಮೂರು ದಿನ ತಡಮಾಡಿದೆ? ನಾವೆಲ್ಲರೂ ಊಟ ಮಾಡದೇ ಕುಳಿತಿದ್ದೇವೆ!"

"ದಯವಿಟ್ಟು ಕ್ಷಮಿಸಿ ಸ್ವಾಮಿ!" ಪಿಶಾಚಿಯು ಬಹಳ ಭಯದಿಂದ ಹೇಳಿತು, "ನನ್ನನ್ನು ಹೋಗದಂತೆ ಇತರ ಪಿಶಾಚಿಗಳು ಹಿಡಿದುಕೊಂಡಿದ್ದವು! ಅವುಗಳಿಂದ ಬಿಡಿಸಿಕೊಂಡು ಬರಲು ಇಷ್ಟು ದಿನಗಳಾದವು! ಈಗ ನನ್ನನ್ನು ನ್ಯಾಯಮಂಡಳಿಯಲ್ಲಿ ವಿಚಾರಿಸುತ್ತಾರಂತೆ!"

"ನ್ಯಾಯಮಂಡಳಿ ಎಲ್ಲಿ ನಡೆಯುತ್ತದೆ?" ಪಂಡಿತನು ಕೇಳಿದನು.

"ಬಹಳ ದೂರದಲ್ಲಿ ದಟ್ಟವಾದ ಅರಣ್ಯದ ಮಧ್ಯೆ ಪಿಶಾಚಿಗಳ ರಾಜನ ಸಭೆಯಲ್ಲಿ!" ಪಿಶಾಚಿ ಹೇಳಿತು.

"ನಮಗೆ ನಿನ್ನ ರಾಜನನ್ನೂ ಆ ನ್ಯಾಯಮಂಡಳಿಯನ್ನೂ ನೋಡುವ ಆಸೆಯಾಗಿದೆ! ಆದ್ದರಿಂದ ನಮ್ಮನ್ನೂ ಅಲ್ಲಿಗೆ ಕರೆದುಕೊಂಡು ಹೋಗು!" ಪಂಡಿತನು ಹೇಳಿದನು.

ಸರಿಯೆಂದು ಪಿಶಾಚಿಯು ಮೂವರನ್ನೂ ತನ್ನ ಬೆನ್ನ ಮೇಲೆ ಕೂರಿಸಿಕೊಂಡು ಅಲ್ಲಿಗೆ ಹೋಯಿತು. ಅಲ್ಲಿ ಅವರನ್ನು ಅದು ತಮ್ಮ ರಾಜ ಸಿಂಹಾಸನದ ಮೇಲಿನ ಸ್ಥಳದಲ್ಲಿನ ಒಂದು ಎತ್ತರವಾದ ಮರದ ಮೇಲೆ ಕೂರಿಸಿತು. ಅನಂತರ, ಪಿಶಾಚಿಯು ಇತರ ಪಿಶಾಚಿಗಳೊಂದಿಗೆ ಸೇರಿಕೊಂಡಿತು. ಅಲ್ಲಿ ಸಾವಿರಾರು ಪಿಶಾಚಿಗಳು ಸೇರಿಕೊಂಡು ಗದ್ದಲ ಮಾಡುತ್ತಿದ್ದವು. ಆಗ ರಾಜ ಪಿಶಾಚಿಯು ಈ ಆರೋಪಿ ಪಿಶಾಚಿಯನ್ನು ಕರೆದು ಕೇಳಿತು,"ಏಕೆ ನೀನು ಮನುಷ್ಯರಿಗೆ ಸಂಪತ್ತು ಕೊಟ್ಟೆ?"

ಅದಕ್ಕೆ ಆರೋಪಿ ಪಿಶಾಚಿ ಹೇಳಿತು, "ಅವರು ಸಾಮಾನ್ಯ ಮನುಷ್ಯರಲ್ಲ! ಪಿಶಾಚಿಗಳನ್ನೇ ತಿನ್ನುವ ಭಯಂಕರ ಮನುಷ್ಯರು!"

"ಹೌದೇ? ಅವರನ್ನು ಮೊದಲು ನಾವು ನೋಡಬೇಕು! ಅನಂತರವಷ್ಟೇ ಅವರನ್ನು ನಾವು ನಂಬುತ್ತೇವೆ...." ರಾಜ ಪಿಶಾಚಿ ಹೇಳತೊಡಗಿತು.

ರಾಜ ಪಿಶಾಚಿಯು ಇನ್ನೂ ಹೇಳುತ್ತಿರುವಾಗಲೇ ಮುತ್ತಿನ ಬಿಲ್ಲಾರನು ಅದರ ಕಿವಿಯೋಲೆಗೆ ಗುರಿಯಿಟ್ಟು ಬಾಣ ಹೊಡೆದ! ಆ ಬಾಣ ಅದರ ಕಿವಿಯೋಲೆಯನ್ನು ಭೇದಿಸಿ ಹಾರಿಸಿತು! ರಾಜ ಪಿಶಾಚಿಯು ಗಾಬರಿಗೊಂಡು ಧಿಗ್ಗನೆ ಎದ್ದು ನಿಂತಿತು! ಆದರೆ ಕಣ್ಣು ಮಿಟುಕಿಸುವಷ್ಟರಲ್ಲಿ ಈ ಮೂವರು ಕುಳಿತಿದ್ದ ಕೊಂಬೆಯು, ಪೈಲ್ವಾನನ ಭಾರಕ್ಕೆ ಮುರಿದು ಬಿತ್ತು! ಮರವು ರಾಜಪಿಶಾಚಿಯ ಸಿಂಹಾಸನದ ಮೇಲಿದ್ದರಿಂದ, ಮೂವರೂ ಆಕಾಶದಿಂದ ಉದುರುವಂತೆ ರಾಜಪಿಶಾಚಿಯ ಮೇಲೆ ತಪತಪನೆ ಉದುರಿಬಿದ್ದು ಅದನ್ನು ಚಚ್ಚಿ ಬೀಳಿಸಿದರು! ಆಗ ಅವರು, "ಮೊದಲು ಈ ಪಿಶಾಚಿಯನ್ನು ತಿನ್ನೋಣ! ಅನಂತರ ಇತರ ಪಿಶಾಚಿಗಳನ್ನು ತಿನ್ನೋಣ!" ಎಂದರು. ಅದನ್ನು ಕೇಳಿ ಎಲ್ಲಾ ಪಿಶಾಚಿಗಳೂ ದಿಕ್ಕಾಪಾಲಾಗಿ ಓಡಿದವು! ಇವರು ರಾಜಪಿಶಾಚಿಗೆ ತಮ್ಮ ಮನೆಯನ್ನು ಹಣದಿಂದ ತುಂಬುವವರೆಗೂ ಬಿಡುವುದಿಲ್ಲ ಎಂದು ಹೇಳಿದರು. ರಾಜ ಪಿಶಾಚಿಯು ಒಪ್ಪಿ ಅವರನ್ನು ಪಂಡಿತನ ಮನೆಗೆ ಕರೆದೊಯ್ದು ಬಿಟ್ಟು, ಸಾಕಷ್ಟು ಹಣಕೊಟ್ಟು ಹೋಯಿತು. ಹಣವನ್ನು ಮೂರು ಪಾಲು ಮಾಡಿ ಮೂವರೂ ಹಂಚಿಕೊಂಡರು. ಪಂಡಿತನ ಬುದ್ಧಿ, ಧೈರ್ಯಗಳಿಂದಲೇ ತಾವು ಪಿಶಾಚಿಗಳಿಂದ ಉಳಿದೆವೆಂದು ಇತರರು ಅವನನ್ನು ಹೊಗಳಿದರು.

ಮನೆಗೆ ಮರಳಿದ ಮುತ್ತಿನ ಬಿಲ್ಲಾರನು ತನ್ನ ಹೆಂಡತಿಯ ಕೈಗೆ ಹಣದ ಚೀಲಗಳನ್ನು ಕೊಡುತ್ತಾ ತನ್ನ ಕಥೆಯನ್ನೆಲ್ಲಾ ಹೇಳಿ, ತನಗಿಂತಲೂ ಕುಶಲರಿದ್ದಾರೆಂದು ಒಪ್ಪಿದ. ಅಂದಿನಿಂದ ಅವಳ ಮೂಗುತಿಯ ಮುತ್ತಿನ ಮೂಲಕ ಬಾಣ ಬಿಡುವುದನ್ನು ನಿಲ್ಲಿಸಿದ.

ಮಹಾರಾಷ್ಟ್ರದ ಜಾನಪದ ಕಥೆ
ಹೆಂಡತಿಯ ಉಪಾಯ:

ಒಂದು ಹಳ್ಳಿಯಲ್ಲಿ ಗುಂಡೋಬ ಭಟ್ ಎಂಬ ಒಬ್ಬ ಬ್ರಾಹ್ಮಣನಿದ್ದನು. ಅವನು ದಿನವೂ ವೈಜ್ನಾಥ್ ದೇವರ ಪೂಜೆ ಮಾಡಿದ ಬಳಿಕ, ಕೆಲವರಿಗೆ ಊಟ ಹಾಕುತ್ತಿದ್ದನು. ಇದು ಅವನ ಹೆಂಡತಿಗೆ ಇಷ್ಟವಿರಲಿಲ್ಲ. ಇದರಿಂದ ಅನವಶ್ಯಕವಾಗಿ ಹಣ ವ್ಯಯವಾಗುವುದೆಂದೂ ಇದನ್ನು ತಪ್ಪಿಸಿದರೆ ಸಾಕಷ್ಟು ಹಣ ಉಳಿಸಿ ಶ್ರೀಮಂತರಾಗಬಹುದೆಂದು ಅವಳ ಯೋಚನೆಯಾಗಿತ್ತು. ಆದರೆ ಇದನ್ನು ಗಂಡನಿಗೆ ನೇರವಾಗಿ ಹೇಳುವುದಾದರೂ ಹೇಗೆ? ಅದಕ್ಕಾಗಿ ಅವಳೊಂದು ಉಪಾಯ ಹುಡುಕತೊಡಗಿದಳು.

ಒಂದು ದಿನ, ಗುಂಡೋವನು ವೈಜ್ನಾಥ್ ದೇವರ ಗುಡಿಗೆ ಹೋಗುತ್ತಿರುವಾಗ, ದಾರಿಯಲ್ಲಿ ಒಬ್ಬ ಬಡ ಬ್ರಾಹ್ಮಣನು ಸಿಕ್ಕಿದನು. ಅಂದು ತನ್ನ ಮನೆಯಲ್ಲಿ ಊಟ ಮಾಡಬೇಕೆಂದು ಅವನನ್ನು ಒತ್ತಾಯಪಡಿಸಿದ ಗುಂಡೋಬನು ಮೊದಲು ಅವನು ತನ್ನ ಮನೆಗೆ ಹೋಗುವಂತೆಯೂ ತಾನು ದೇವರ ಪೂಜೆ ಮುಗಿಸಿ ಬರುವೆನೆಂದೂ ಹೇಳಿ ಅದರಂತೆ ಆ ಬ್ರಾಹ್ಮಣನು ಗುಂಡೋಬನ ಮನೆಗೆ ಬರಲು, ಗುಂಡೋಬನ ಹೆಂಡತಿಗೆ ಕೋಪ ಬಂದಿತು! ಹೇಗಾದರೂ ಮಾಡಿ ಅಂದು ಅವನನ್ನು ಆದರದಿಂದ ಒಳಗೆ ಕರೆದು ಕೂರಿಸಿ ನೀರು ಕೊಟ್ಟಳು. ಆ ನಂತರ, ಒಂದು ಮೂಲೆಯಲ್ಲಿ ಕುಳಿತು ಅಳುವವಳಂತೆ ನಾಟಕ ಮಾಡಿದಳು! ಅವಳು ಅಳುತ್ತಿರುವುದನ್ನು ನೋಡಿ ಗೊಂದಲಕ್ಕೊಳಗಾದ ಬ್ರಾಹ್ಮಣ, ಅವಳನ್ನು ಸಮಾಧಾನಪಡಿಸುತ್ತಾ ಅಳುವಿಗೆ ಕಾರಣವನ್ನು ಕೇಳಿದ. ಅದಕ್ಕೆ ಅವಳು, 'ಏನು ಹೇಳಲಿ ಸ್ವಾಮಿ! ನನ್ನ ಗಂಡ ದಿನವೂ ದೇವರ ಪೂಜೆ ಮಾಡಿ ಹೀಗೊಬ್ಬ ಅತಿಥಿಗೆ ಊಟ ಹಾಕುತ್ತಾನೆ! ಆದರೆ ಆಮೇಲೆ ಅವನನ್ನು ಹಗ್ಗದಿಂದ ಒಂದು ಕಂಬಕ್ಕೆ ಕಟ್ಟಿ ಒನಕೆಯಿಂದ ಚೆನ್ನಾಗಿ ಹೊಡೆಯುತ್ತಾನೆ! ಅದನ್ನು ನಾನು ನೋಡಲಾರೆ! ಆದರೆ

ಅಸಹಾಯಕಳಾದ ನಾನು ಏನು ತಾನೇ ಮಾಡಬಲ್ಲೆ? ಈ ಕಾರಣಕ್ಕಾಗಿಯೇ ಈಚೆಗೆ ನಮ್ಮ ಮನೆಗೆ ಬ್ರಾಹ್ಮಣರೇ ಬರುತ್ತಿಲ್ಲ!" ಎಂದಳು.

ಅತಿಥಿಗೆ ಬಹಳ ಭಯವಾಗಿ ಅವನು ತನ್ನನ್ನು ಹೇಗಾದರೂ ಉಳಿಸುವಂತೆ ಅವಳನ್ನು ಬೇಡಿಕೊಂಡ. ಆಗ ಅವಳು ಅವನನ್ನು ಹಿಂದಿನ ಬಾಗಿಲಿನಿಂದ ಕಳಿಸಿಬಿಟ್ಟಳು.

ಸ್ವಲ್ಪ ಹೊತ್ತಿಗೆ ಅವಳ ಗಂಡ ಗುಂಡೋಬ ಬಂದ. ತಾನು ಕಳಿಸಿದ ಅತಿಥಿಯು ಕಾಣದಿರಲು ಅವನ ಬಗ್ಗೆ ಹೆಂಡತಿಯನ್ನು ವಿಚಾರಿಸಿದ. ಅದಕ್ಕೆ ಅವಳು, "ಅವನೊಬ್ಬ ವಿಚಿತ್ರ ಮನುಷ್ಯ! ತನಗೊಂದು ಒನಕೆ ಮತ್ತು ಹಗ್ಗ ಬೇಕೆಂದು ಕೇಳಿದ. ನನಗೆ ಭಯವಾಗಿ ಇಲ್ಲ ಎಂದೆ! ಅಷ್ಟಕ್ಕೇ ಕೋಪಿಸಿಕೊಂಡು ಹೊರಟೇಹೋದ!" ಎಂದಳು. ಆಗ ಅವನು, "ಪಾಪ ಏನೋ ಪೂಜೆಗೆ ಕೇಳಿರಬೇಕು! ಕೊಡಬಾರದೇ? ಇರಲಿ, ನನಗೆ ಕೊಡು! ನಾನವನಿಗೆ ಕೊಟ್ಟು ಅವನನ್ನು ಕರೆತರುತ್ತೇನೆ!" ಎಂದನು.

ಹೆಂಡತಿಯು ಸರಿಯೆಂದು ಗುಂಡೋಬನಿಗೆ ಒನಕೆ ಮತ್ತು ಹಗ್ಗವನ್ನು ಕೊಟ್ಟಳು. ಅವುಗಳನ್ನು ತೆಗೆದುಕೊಂಡು ಅವನು ಆ ಬ್ರಾಹ್ಮಣನನ್ನು ಹುಡುಕಿಕೊಂಡು ಹೋದ. ದೂರದಲ್ಲಿ ಆ ಬ್ರಾಹ್ಮಣನು ಹೋಗುತ್ತಿರಲು, ಇವನು ಅವನ ಹಿಂದೆಯೇ ಓಡಿದ. ಗುಂಡೋಬನ ವಿಚಿತ್ರ ಸ್ವಭಾವದ ಬಗ್ಗೆಯೇ ಯೋಚಿಸುತ್ತಾ ಹೋಗುತ್ತಿದ್ದ ಆ ಬ್ರಾಹ್ಮಣ, ಒಮ್ಮೆ ಹಿಂದಿರುಗಿ ನೋಡುತ್ತಾನೆ, ಗುಂಡೋಬ ತನ್ನ ಕೈಗಳಲ್ಲಿ ಹಗ್ಗವನ್ನೂ ಒನಕೆಯನ್ನೂ ಹಿಡಿದು ಓಡಿ ಬರುತ್ತಿದ್ದಾನೆ! ಭಯಭೀತನಾದ ಆ ಬ್ರಾಹ್ಮಣ ಒಂದೇ ಸಮನೆ ಓಡಿದ! ಗುಂಡೋಬನೂ ಅವನ ಹಿಂದೆಯೇ, "ಸ್ವಾಮಿ! ನಿಲ್ಲಿ! ನಿಮಗಾಗಿ ಒನಕೆ, ಹಗ್ಗಗಳನ್ನು ತಂದಿದ್ದೇನೆ!" ಎನ್ನುತ್ತಾ ಓಡಿದ! ಪಾಪ, ಆ ಬ್ರಾಹ್ಮಣ ಇನ್ನಷ್ಟು ಹೆದರಿ ವೇಗವಾಗಿ ಓಡಿ ಕಣ್ಮರೆಯಾದ! ಗೊಂಡೋಬ ಬೇಸರಗೊಂಡು ಮನೆಗೆ ಹಿಂದಿರುಗಿದ.

ಈ ವಿಷಯ ಒಬ್ಬರಿಂದೊಬ್ಬರಿಗೆ ಹರಡಿ ಅಂದಿನಿಂದ ಯಾರೂ ಗುಂಡೋಬನ ಮನೆಗೆ ಊಟಕ್ಕೆ ಬರಲಿಲ್ಲ! ಹೀಗೆ ಅವನ ಹೆಂಡತಿಯ ಉಪಾಯ ಫಲಿಸಿತು!.

ಮಹಾರಾಷ್ಟ್ರದ ಜಾನಪದ ಕಥೆ
ಅನುಕರಣೆಯ ಫಲ

ಒಂದೂರಿನಲ್ಲಿ ಸುಖಿ ಎಂಬ ಒಬ್ಬ ಹೆಂಗಸಿದ್ದಳು. ಅವಳು ತನ್ನ ಗಂಡನೊಡನೆ ಸುಖವಾಗಿದ್ದಳು. ಆದರೆ ಅವಳಿಗೆ ಒಂದೇ ಒಂದು ತೊಂದರೆಯಿತ್ತು. ಅವಳ ನೆರೆಹೊರೆಯವಳಾಗಿದ್ದ ದುಃಖಿ ಎಂಬುವಳು, ಅವಳು ಮಾಡುತ್ತಿದ್ದುದೆಲ್ಲವನ್ನೂ ಅನುಕರಿಸುತ್ತಿದ್ದಳು. ಅಷ್ಟೇ ಅಲ್ಲದೇ, ಅವರಿಬ್ಬರ ಮನೆಗಳ ನಡುವೆಯಿದ್ದ ಗೋಡೆಗೆ ಕಿವಿಯಿಟ್ಟು ಸುಖಿಯು ತನ್ನ ಗಂಡನೊಂದಿಗೆ ಮಾತನಾಡುತ್ತಿದ್ದುದೆಲ್ಲವನ್ನೂ ಕದ್ದು ಕೇಳಿಸಿಕೊಳ್ಳುತ್ತಿದ್ದಳು! ಆಗಾಗ ಸುಖಿಯ ಮನೆಯ ಕಿಟಕಿಯಲ್ಲಿ ಇಣುಕಿ ಏನು ನಡೆಯುತ್ತಿದೆಯೆಂದು ನೋಡುತ್ತಿದ್ದಳು! ಆಗ ಯಾವುದಾದರೂ ಹೊಸ ಪಾತ್ರೆ, ಬಟ್ಟಲು, ತೂಗುಚಾಪೆ, ಅಥವಾ ಇನ್ನೇನಾದರೂ ಕಂಡರೆ, ಅವಳೂ ಅಂಥವನ್ನೇ ತನ್ನ ಮನೆಗೆ ತರುತ್ತಿದ್ದಳು! ಹೀಗೆಯೇ ಒಂದು ದಿನ, ಅವಳು, ಸುಖಿಗೆ ಅವಳ ಗಂಡನು ಹೇಳುತ್ತಿದ್ದ ಮಾತನ್ನು ಕದ್ದು ಕೇಳಿದಳು. ಅವನು ಹೇಳುತ್ತಿದ್ದನು, "ಸುಖಿ! ನೀನು ಈ ಕಿತ್ತಳೆ ಬಣ್ಣದ ಸೀರೆಯಲ್ಲಿ ಬಹಳ ಸೊಗಸಾಗಿ ಕಾಣುವೆ!"

ಇದನ್ನು ಕೇಳಿದ ಕೂಡಲೇ ದುಃಖಿಯು ತನ್ನ ಗಂಡನಿಗೆ, "ಸುಖಿಯ ಗಂಡನು ಅವಳಿಗೆ ಕಿತ್ತಳೆ ಬಣ್ಣದ ಸೀರೆಯನ್ನು ಕೊಡಿಸಿದ್ದಾನೆ! ನನಗೂ ಕಿತ್ತಳೆ ಬಣ್ಣದ ಸೀರೆ ಬೇಕು!" ಎಂದು ಹೇಳಿದಳು. ಅದಕ್ಕೆ ಅವಳ ಗಂಡನು, "ನೀನು ನೀಲಿ ಸೀರೆಯಲ್ಲಿ ಚೆನ್ನಾಗಿ ಕಾಣುವೆ!" ಎಂದನು. ಆದರೆ ತನಗೆ ಕಿತ್ತಳೆ ಸೀರೆ ಬೇಕೇ ಬೇಕು ಎಂದು ಅವಳು ಹಟ ಹಿಡಿದಳು. ಸರಿಯೆಂದು ಅವಳ ಗಂಡನು ಅವಳಿಗೆ ಕಿತ್ತಳೆ ಸೀರೆಯನ್ನು ತಂದುಕೊಟ್ಟನು. ಆದರೆ ಅವಳು ಆ ಕಿತ್ತಳೆ ಸೀರೆಯನ್ನು ಹೆಚ್ಚಾಗಿ ಉಡಲೇ ಇಲ್ಲ! ಹೀಗೆ ಮಾಡುತ್ತಾ ದುಃಖಿಯು ಸದಾ ದುಃಖಿಯಾಗೇ ಇದ್ದಳು!

ಹೀಗಿರಲು, ದೀಪಾವಳಿ ಹತ್ತಿರ ಬಂದಿತು. ಎಲ್ಲರೂ ಹೊಸಬಟ್ಟೆ ಮತ್ತಿತರ ವಸ್ತುಗಳನ್ನು ಕೊಳ್ಳುವುದರಲ್ಲಿ ಮಗ್ನರಾಗಿದ್ದರು. ಹಾಗಾಗಿ ಎಲ್ಲರೂ ಬಹಳ

ಸಂತೋಷವಾಗಿದ್ದರು. ಆದರೆ ದುಃಖಿಯು ಮಾತ್ರ ಸುಖಿಯು ಏನೇನು ವಸ್ತುಗಳನ್ನು ಕೊಳ್ಳುತ್ತಿದ್ದಾಳೆ ಎಂದು ಗಮನಿಸುವುದರಲ್ಲೇ ಮಗ್ನಳಾಗಿದ್ದಳು! ಇದಕ್ಕಾಗಿ ಅವಳು ಬಹಳ ಕಷ್ಟಪಡುತ್ತಿದ್ದುದನ್ನು ನೋಡಿ ಸುಖಿಗೆ ಹಿಂಸೆಯಾಯಿತು. ಅವಳು ತನ್ನ ಗಂಡನಿಗೆ ಹೇಳಿದಳು, "ದುಃಖಿಯು ಬಹಳ ಅನುಕರಣೆ ಮಾಡುತ್ತಿದ್ದಾಳೆ! ಅವಳ ಸ್ವಭಾವವನ್ನು ತಿದ್ದಬೇಕು!

"ಹೌದು! ಅವಳಿಗೊಂದು ಪಾಠ ಕಲಿಸಲೇಬೇಕು!" ಅವಳ ಗಂಡನು ಹೇಳಿದನು.

ಅನಂತರ ಇಬ್ಬರೂ ಸೇರಿ ಒಂದು ಉಪಾಯ ಮಾಡಿದರು. ಇಬ್ಬರೂ ದುಃಖಿಗೆ ಕೇಳಿಸಬಾರದೆಂದು ಪಿಸುಮಾತಿನಲ್ಲಿ ಚರ್ಚಿಸಿದರು. ಅನಂತರ, ದುಃಖಿಗೆ ಕೇಳಿಸುವಂತೆ ಜೋರಾಗಿ ಮಾತನಾಡತೊಡಗಿದರು. ಸುಖಿಯು ಹೇಳಿದಳು, "ಈ ದೀಪಾವಳಿಗೆ ನನಗೆ ಸೊಗಸಾದ ಮೂಗು ಬೇಕು! ಆದ್ದರಿಂದ ನನ್ನ ಮೂಗನ್ನು ಎರಡೂ ಬದಿಗಳಲ್ಲಿ ಸರಿಯಾಗಿ ಸ್ವಲ್ಪ ಸ್ವಲ್ಪ ಕತ್ತರಿಸಿ ಸುಂದರಗೊಳಿಸಿ!"

"ಇಲ್ಲಿ ಸ್ವಲ್ಪ ಕತ್ತರಿಸಲೇ? ಇಲ್ಲಿ ಸ್ವಲ್ಪ ಕತ್ತರಿಸಲೇ?" ಗಂಡ ಕೇಳಿದನು.

"ಹಾ! ಈ ತೀಕ್ಷ್ಣವಾದ ಚಾಕುವನ್ನು ಉಪಯೋಗಿಸಿ!" ಸುಖಿ ಹೇಳಿದಳು.

"ನೋಡು ಹೇಗೆ ಕತ್ತರಿಸಿದ್ದೇನೆ! ಕನ್ನಡಿಯಲ್ಲಿ ನಿನ್ನ ಮುಖ ನೋಡಿಕೋ!"

"ಎಡಗಡೆ ಇನ್ನೂ ಸ್ವಲ್ಪ ಕತ್ತರಿಸಿ!"

"ಹಾ! ಸರಿ! ಈಗ ಸರಿಯಿದೆಯೇ?"

"ಹಾ! ಈಗ ಸೊಗಸಾಗಿದೆ! ಒಂದು ಪಟ್ಟಿ ಕಟ್ಟಿಬಿಡಿ! ದೀಪಾವಳಿಯ ಹೊತ್ತಿಗೆ ಗಾಯ ವಾಸಿಯಾಗಬೇಕು!"

ಇದನ್ನು ಕೇಳಿ ದುಃಖಿಯು ಸ್ತಂಭೀಭೂತಳಾದಳು! ತಾನು ಕೇಳಿದುದು ನಿಜವೇ? ಅವಳಿಗೆ ಸಂಶಯವಾಯಿತು. ಇದನ್ನು ದೃಢೀಕರಿಸಿಕೊಳ್ಳಲು ಅವಳು ಮೊಸರು ಕೇಳುವ ನೆಪದಲ್ಲಿ ಸುಖಿಯ ಮನೆಗೆ ಹೋದಳು. ಸುಖಿಯನ್ನು ನೋಡಿದರೆ, ನಿಜಕ್ಕೂ ಅವಳು ತನ್ನ ಮೂಗಿಗೆ ಪಟ್ಟಿ ಕಟ್ಟಿಕೊಂಡಿದ್ದಳು! ಅದನ್ನು ನೋಡಿ ದುಃಖಿಯು, "ನಿನ್ನ ಮೂಗಿಗೆ ಏನಾಯಿತು?" ಎಂದು ಕೇಳಿದಳು.

ಅದಕ್ಕೆ ಸುಖಿಯು, "ಏನಿಲ್ಲ! ಒಂದು ಚಿಕ್ಕ ಶಸ್ತ್ರಕ್ರಿಯೆಯಷ್ಟೆ! ದೀಪಾವಳಿಗಾಗಿ ನನ್ನ ಮೂಗನ್ನು ಸುಂದರಗೊಳಿಸಲು ನನ್ನ ಗಂಡನಿಂದ ಸ್ವಲ್ಪ ಕತ್ತರಿಸಿಕೊಂಡೆ!" ಎಂದಳು.

"ದೀಪಾವಳಿಗಾಗಿಯೇ?" ದುःಖಿಯು ಆಶ್ಚರ್ಯದಿಂದ ಕೇಳಿದಳು.

"ಹೌದು! ಪ್ರತಿ ವರ್ಷವೂ ನನ್ನ ಗಂಡನು ನನ್ನ ಮೂಗನ್ನು ಸ್ವಲ್ಪ ಕತ್ತರಿಸಿ ಅದಕ್ಕೊಂದು ಸುಂದರ ರೂಪ ಕೊಡುತ್ತಾನೆ! ಒಂದು ವಾರದಲ್ಲಿ ಅದು ಚೆನ್ನಾಗಿ ಬೆಳೆಯುತ್ತದೆ! ಇದೇ ದೀಪಾವಳಿ ಮೂಗು! ಈ ಬಾರಿಯಂತೂ ನನ್ನ ಗಂಡನು ಬಹಳ ಚೆನ್ನಾಗಿ ಕತ್ತರಿಸಿದ್ದಾನೆ!" ಸುಖಿ ಹೇಳಿದಳು.

ದುःಖಿಯು ಕೂಡಲೇ ಮನೆಗೆ ಓಡಿದಳು. ತಾನು ಕೇಳಿದ್ದೆಲ್ಲಾ ನಿಜವೆಂದು ಅವಳಿಗೆ ಖಾತ್ರಿಯಾಗಿತ್ತು! ತನ್ನ ಗಂಡನಿಗೆ ತನ್ನ ಮೂಗನ್ನು ಸ್ವಲ್ಪ ಕತ್ತರಿಸಿ ಸುಂದರಗೊಳಿಸುವಂತೆ ಹೇಳಿದಳು. ಅವನಿಗೆ ಭಯ, ವಿಸ್ಮಯಗಳಾಗಿ ಅವನು ಒಪ್ಪಲಿಲ್ಲ! ಆಗ ದುःಖಿಯು, "ಆ ಸುಖಿಯ ಗಂಡನು ಅವಳ ಮೂಗನ್ನು ಸೊಗಸಾಗಿ ಕತ್ತರಿಸಿ ಸುಂದರಗೊಳಿಸಿದ್ದಾನೆ! ಪ್ರತಿ ವರ್ಷ ಅವನು ಹೀಗೆ ಮಾಡುತ್ತಾನಂತೆ! ನೀವೇಕೆ ಹಾಗೆ ಮಾಡಬಾರದು?" ಎಂದು ಹೇಳಿ ಹಟ ಹಿಡಿದಳು. ವಿಧಿಯಿಲ್ಲದೇ ಅವಳ ಗಂಡನು ಒಪ್ಪಿ ಚಾಕುವಿನಿಂದ ಅವಳ ಮೂಗನ್ನು ಸ್ವಲ್ಪ ಸ್ವಲ್ಪವಾಗಿ ಕತ್ತರಿಸತೊಡಗಿದ! ದುःಖಿಯು ನೋವಿನಿಂದ ಜೋರಾಗಿ ಕಿರುಚಿದಳು! ಆಗ ಅವಳ ಗಂಡನು, "ನಿಲ್ಲಿಸಲೇ?" ಎಂದ. ಆದರೆ ದುःಖಿಯು, "ಬೇಡ! ಬೇಡ! ಮುಂದುವರೆಸಿ! ಸುಖಿಯು ನೋವು ತಡೆಯಬಲ್ಲಳಾದರೆ ನಾನೇಕೆ ತಡೆಯಲಾರೆ? ಮೂಗು ಸುಂದರವಾಗುವವರೆಗೂ ಕತ್ತರಿಸಿ!" ಎಂದಳು. ಸರಿಯೆಂದು ಅವನು ಅವಳ ಮೂಗನ್ನು ಸ್ವಲ್ಪ ಕತ್ತರಿಸಿ ಅದಕ್ಕೆ ಪಟ್ಟಿ ಕಟ್ಟಿದ. ಅವಳಿಗೆ ಬಹಳ ನೋವಾಗುತ್ತಿದ್ದರೂ ತೋರಿಸಿಕೊಳ್ಳದೇ ಸುಮ್ಮನಿದ್ದಳು!

ಆಗ ಸುಖಿಯು ತನ್ನ ಪಟ್ಟಿಯನ್ನು ತೆಗೆದಳು. ಅವಳ ಮೂಗು ಮೊದಲಿನಂತೆಯೇ ಇದ್ದುದನ್ನು ನೋಡಿ ದುःಖಿಯು ಆಶ್ಚರ್ಯಗೊಂಡಳು! ಅವಳು ಮೂಗು ಕತ್ತರಿಸಿಕೊಂಡಂತೆ ಬರಿದೆ ನಟಿಸಿದಳೆಂದು ಆಗ ದುःಖಿಗೆ ಅರ್ಥವಾಯಿತು. ಅವಳನ್ನು ಅನುಕರಿಸಲು ಹೋಗಿ ತಾನು ಎಂಥ ಅನರ್ಥ ಮಾಡಿಕೊಂಡೆನೆಂದು ಅರಿತಳು. ಅಂದಿನಿಂದ ದುःಖಿಯು ಸುಖಿಯನ್ನು ಅನುಕರಿಸುವುದನ್ನು ನಿಲ್ಲಿಸಿದಳು.

ಮಣಿಪುರದ ಜಾನಪದ ಕಥೆ
ಇಬ್ಬರು ಪ್ರೇಮಿಗಳು

ಒಂದಾನೊಂದು ಕಾಲದಲ್ಲಿ ನಂಬೊಂಗ್ ಮತ್ತು ಖುಪ್‌ಟೆಂಗ್ ಎಂಬ ಇಬ್ಬರು ಪ್ರೇಮಿಗಳಿದ್ದರು. ಅವರು ಒಬ್ಬರನ್ನೊಬ್ಬರು ಬಹಳ ಪ್ರೀತಿಸುತ್ತಿದ್ದರು. ದಿನೇ ದಿನೇ ಅವರ ನಡುವೆ ಪ್ರೀತಿಯು ಹೆಚ್ಚುತ್ತಿತ್ತು. ನಂಬೊಂಗ್ ಮೃದುಹೃದಯಿಯಾಗಿದ್ದನು. ಆದರೆ ಪಾಪ, ಅವನು ಚಿಕ್ಕ ವಯಸ್ಸಿನಲ್ಲೇ ಅನಾಥನಾಗಿದ್ದನು! ಹಾಗಾಗಿ, ಅವನು ತನ್ನನ್ನು ತಾನೇ ನೋಡಿಕೊಳ್ಳಬೇಕಾಗಿತ್ತು. ಆದರೂ ಅವನು ಬಹಳ ಕಷ್ಟಪಟ್ಟು ಕೆಲಸ ಮಡುತ್ತಾ ತನ್ನನ್ನು ತಾನು ನೋಡಿಕೊಳ್ಳುತ್ತಿದ್ದನು. ಅವನೊಂದು ಪುಟ್ಟ ಗುಡಿಸಲಿನಲ್ಲಿದ್ದನು. ಎಂದಾದರೊಂದು ದಿನ, ಖುಪ್‌ಟೆಂಗ್ ತನ್ನೊಂದಿಗೆ ಬಂದು ವಾಸಿಸುತ್ತಾಳೆಂದು ನಂಬಿದ್ದನು. ಆದರೆ ಖುಪ್‌ಟೆಂಗ್‌ಳ ತಾಯ್ತಂದೆಯರಿಗೆ ಅವರ ಪ್ರೇಮ ಇಷ್ಟವಿರಲಿಲ್ಲ! ಅವರು ನಂಬೊಂಗ್‌ನನ್ನು ತಮಗಿಂತ ಕಡಿಮೆಯವನೆಂದು ಭಾವಿಸುತ್ತಿದ್ದರು. ಖುಪ್‌ಟೆಂಗ್‌ಳ ತಾಯಿಯಂತೂ ಎಷ್ಟೋ ಬಾರಿ ಅವನನ್ನು ಬಹಳ ಕೀಳಾಗಿ ನಡೆಸಿಕೊಂಡಿದ್ದಳು. ಆ ಇಬ್ಬರು ಪ್ರೇಮಿಗಳನ್ನು ದೂರ ಮಾಡಲು ಯಾವ ದಾರಿಯನ್ನೂ ಬಿಡುತ್ತಿರಲಿಲ್ಲ ಅವಳು!

ಇಷ್ಟಾದರೂ, ಆ ಇಬ್ಬರು ಪ್ರೇಮಿಗಳನ್ನು ವಿಧಿಯೇ ಬೇರೆ ಮಾಡಿತು! ಒಮ್ಮೆ, ಖುಪ್‌ಟೆಂಗ್‌ಗೆ ಇದ್ದಕ್ಕಿಂದ್ದಂತೆ ಯಾವುದೋ ವಿಚಿತ್ರ ಕಾಯಿಲೆ ಬಂದುಬಿಟ್ಟಿತು! ಯಾರಿಗೂ ಅವಳನ್ನು ಗುಣಪಡಿಸಲಾಗಲಿಲ್ಲ! ದಿನೇ ದಿನೇ, ಅವಳು ಬಹಳ ಸೊರಗಿ ಹೋದಳು! ಕ್ರಮೇಣ ಅವಳು ಹಾಸಿಗೆ ಬಿಟ್ಟೇಳದಂತಾದಳು! ಅವಳ ಕಾಯಿಲೆಯ ಬಗ್ಗೆ ಕೇಳಿದ ನಂಬೊಂಗ್, ಅವಳನ್ನು ನೋಡಲು ಬಂದಾಗ, ಅವಳ ಕ್ರೂರ ತಾಯ್ತಂದೆಯರು ಅವನನ್ನು ಒಳಗೆ ಬರಲು ಬಿಡಲಿಲ್ಲ! ಒಂದೇ ಒಂದು ಬಾರಿ ಅವಳನ್ನು ನೋಡಲು ಅವನು ಬೇಡಿಕೊಂಡರೂ ಅವರು ಅವನನ್ನು ನೋಡಲು ಬಿಡಲಿಲ್ಲ! ದುಃಖಿತನಾದ ನಂಬೊಂಗ್, ಏನು ಮಾಡುವುದೆಂದು ತೋಚದೇ ಅಲ್ಲಲ್ಲಿ ಒಬ್ಬನೇ ತಿರುಗಾಡಿದ. ಕೊನೆಗೆ ಅವಳನ್ನು

ಕದ್ದು ನೋಡಬೇಕೆಂದು ನಿರ್ಧರಿಸಿ, ಅವನು ಪ್ರತಿದಿನ ಬೆಳಿಗ್ಗೆ ಕೆಲಸಕ್ಕೆ ಹೋಗುವ ಮೊದಲು ಅವಳ ಮನೆಗೆ ಹೋಗಿ ಕಿಟಕಿಯಿಂದ ಅವಳನ್ನು ನೋಡತೊಡಗಿದ. ಅವಳ ಶೋಚನೀಯ ಸ್ಥಿತಿ ನೋಡಿ ಏನೂ ಮಾಡಲಾರದೇ ಕಣ್ಣೀರು ಸುರಿಸತೊಡಗಿದ! ಇಂಥ ದುರ್ವಿಧಿಯನ್ನು ಹಳಿಯತೊಡಗಿದ! ಅವನು ಇನ್ನೇನು ತಾನೇ ಮಾಡಲಾಗುತ್ತಿತ್ತು?

ನಂಬೊಂಗ್ ಪ್ರತಿದಿನವೂ ಬೆಳಿಗ್ಗೆ ಹಾಗೆ ಕಿಟಕಿಯಲ್ಲಿ ನೋಡುತ್ತಿದ್ದಾಗ, ಖುಪ್‌ಟೆಂಗ್‌ಳ ತಾಯಿ, ಅವಳ ಬಳಿ ಕುಳಿತು ಅಳುವುದನ್ನು ನೋಡುತ್ತಿದ್ದ. ಆಗ ಅವಳು ಒಂದು ಮಾತನ್ನೂ ಹೇಳುತ್ತಿದ್ದಳು, "ಅಯ್ಯೋ! ಯಾರಾದರೂ ನನ್ನ ಮಗಳನ್ನು ಗುಣಪಡಿಸಬಾರದೇ? ಹಾಗೆ ಮಾಡಿದರೆ ಅವರಿಗೆ ಒಳ್ಳೆಯ ಉಡುಗೊರೆ ಕೊಡುತ್ತೇನೆ! ಅದು ಗಂಡಾಗಿದ್ದರೆ, ಅವನಿಗೇ ಇವಳನ್ನು ಕೊಟ್ಟು ಮದುವೆ ಮಾಡುತ್ತೇನೆ! ಹೆಣ್ಣಾಗಿದ್ದರೆ, ಅವಳು ಕೇಳಿದ್ದನ್ನು ಕೊಟ್ಟು ಜೀವನವಿಡೀ ಅವಳಿಗೆ ಆಭಾರಿಯಾಗಿರುತ್ತೇನೆ!"

ಮತ್ತೆ ಮತ್ತೆ ಅವಳು ಹೀಗೆ ಹೇಳುವುದನ್ನು ಕೇಳಿದ ನಂಬೊಂಗ್, ಒಂದು ದಿನ ಖುಪ್‌ಟೆಂಗ್‌ಳ ತಾಯಿಯ ಮುಂದೆ ಕಾಣಿಸಿಕೊಂಡು ಈ ಸವಾಲನ್ನು ಸ್ವೀಕರಿಸಲು ಯೋಚಿಸಿದ. ಖುಪ್‌ಟೆಂಗ್‌ಳನ್ನು ತಾನೀಗ ಗುಣಪಡಿಸಿದರೆ, ಅವಳ ತಾಯ್ತಂದೆಯರ ಒಪ್ಪಿಗೆಯಿಂದಲೇ ಅವಳನ್ನು ಮದುವೆಯಾಗಬಹುದೆಂದು ಅವನು ಆಲೋಚಿಸಿದ. ಹಾಗಾಗಿ ಅವನು ತಾನು ಅಡಗಿಕೊಂಡಿದ್ದ ಜಾಗದಿಂದ ಹೊರಬಂದು ಅವಳ ಮನೆಯೊಳಗೆ ಪ್ರವೇಶಿಸಿ ಅವಳ ತಾಯಿಯನ್ನು ಕೇಳಿದ, "ಅಮ್ಮ! ನೀವೀಗ ಏನು ಹೇಳುತ್ತಿದ್ದಿರಿ?

ಆಗ ಖುಪ್‌ಟೆಂಗ್‌ಳ ತಾಯಿ ಗಾಬರಿಗೊಂಡಳು! ತಾನು ಹೇಳುತ್ತಿದ್ದುದನ್ನು ನಂಬೊಂಗ್ ನಿಜಕ್ಕೂ ಕೇಳಿಸಿಕೊಂಡಿದ್ದು ತನ್ನ ಮಗಳನ್ನು ಗುಣಪಡಿಸಿಬಿಟ್ಟರೆ, ತಾನು ತನ್ನ ಮಾತಿನಂತೆ ನಡೆದುಕೊಳ್ಳಬೇಕಾಗುವುದೆಂದು ಹೆದರಿ ಅವಳು, "ಇಲ್ಲ! ಇಲ್ಲ! ನಾನೇನೂ ಹೇಳುತ್ತಿರಲಿಲ್ಲ! ಸುಮ್ಮನೆ ಏನೋ ಗೊಣಗಿಕೊಳ್ಳುತ್ತಿದ್ದೆನಷ್ಟೆ!" ಎಂದು ಸುಳ್ಳು ಹೇಳಿದಳು!

ನಂಬೊಂಗ್ ಖಿನ್ನವಾಗಿ ಹೊರಟುಹೋದನು. ಆದರೆ ಮರುದಿನ ಅವನು ಪುನಃ ಬಂದಾಗ, ಖುಪ್‌ಟೆಂಗ್‌ಳ ತಾಯಿ ಅದೇ ಮಾತನ್ನು ಹೇಳಲು, ಅವನು ಪುನಃ ಅವಳ ಮುಂದೆ ಕಾಣಿಸಿಕೊಂಡು, "ಅಮ್ಮ! ಈಗಷ್ಟೇ ನೀವು ಏನು ಹೇಳಿದ್ದು?" ಎಂದು ಕೇಳಿದ.

ಅದಕ್ಕೆ ಅವಳು, "ಇಲ್ಲಿಲ್ಲ! ನಾನೇನೂ ಹೇಳುತ್ತಿರಲಿಲ್ಲ! ಏನೋ ಗೊಣಗಿಕೊಳ್ಳುತ್ತಾ ಸುಮ್ಮನೆ ಈ ಮಡಿಕೆ, ಕುಡಿಕೆ, ಒಲೆಗಳೊಂದಿಗೆ ಮಾತನಾಡುತ್ತಿದ್ದೆನಷ್ಟೆ!" ಎಂದಳು!

ಮುಂದಿನ ಕೆಲವು ದಿನಗಳು ಹೀಗೆಯೇ ನಡೆಯಿತು. ನಂಬೊಂಗ್ ಎಷ್ಟು ಪ್ರಯತ್ನಿಸಿದರೂ ಖುಪ್‌ಟೆಂಗ್‌ಳ ತಾಯಿ, ತಾನು ಹೇಳಿದ್ದನ್ನು ಅವನ ಮುಂದೆ ಹೇಳಲಿಲ್ಲ. ಪ್ರತಿದಿನವೂ ಅವಳು ಏನಾದರೂ ಸುಳ್ಳು ಹೇಳುತ್ತಿದ್ದಳು. ಕೊನೆಗೆ ನಂಬೊಂಗ್, ತಾನು ತನ್ನ ಪ್ರೇಮಿಯ ಚಿಕಿತ್ಸೆಗೆ ಪ್ರಯತ್ನಿಸುವುದಿರಲಿ, ಅವಳನ್ನು ನೋಡುವುದೂ ಸಾಧ್ಯವಿಲ್ಲ ಎಂದು ಅರಿತು ಹೊರಟುಹೋದ. ಆದರೆ ಅವಳನ್ನು ಹೇಗಾದರೂ ನೋಡುತ್ತಾ ಸಮಾಧಾನ ಹೊಂದಬೇಕೆಂದು ಅವನು ಒಂದು ಜೇನುಗೂಡಿನಿಂದ ಅವಳ ಬೊಂಬೆಯನ್ನು ಮಾಡಿ ತನ್ನ ಮನೆಯಲ್ಲಿಟ್ಟುಕೊಂಡ! ತನಗೆ ಬೇಕೆಂದಾಗಲೆಲ್ಲಾ ಅವನು ಆ ಬೊಂಬೆಯೊಂದಿಗೆ ಮಾತನಾಡತೊಡಗಿದ! ಅಂತೆಯೇ ಅವನು ಎಲ್ಲಿ ಹೋದರೂ ಅಲ್ಲಿಗೆ ಆ ಬೊಂಬೆಯನ್ನು ತೆಗೆದುಕೊಂಡು ಹೋದ.

ಹೀಗಿರಲು, ಒಂದು ದಿನ, ಖುಪ್‌ಟೆಂಗ್, ರೋಗವು ಗುಣವಾಗದಿರಲು ಸತ್ತುಹೋದಳು! ಇದು ನಂಬೊಂಗ್‌ಗೆ ಭರಿಸಲಾಗದ ದು:ಖ ತಂದಿತು! ಸತ್ತವರೇನೋ ಪರಲೋಕಕ್ಕೆ ಹೋಗಿಬಿಡುತ್ತಾರೆ! ಆದರೆ ಅವರ ಪ್ರೀತಿಪಾತ್ರರ ಗತಿ? ಅದು ಹೇಳತೀರದು! ಪಾಪ, ನಂಬೊಂಗ್‌ಗೂ ಹಾಗೆಯೇ ಆಯಿತು! ಬಹಳ ಕಾಲ ಅವನು ದು:ಖ ತಡೆಯಲಾರದೇ ಅತ್ತ! ಇತರರೊಂದಿಗೆ ಮಾತನಾಡುವುದನ್ನೂ ಅವನು ನಿಲ್ಲಿಸಿಬಿಟ್ಟ! ಒಂದು ದಿನ, ಅವನು ಮಾಡಿದ್ದ ಖುಪ್‌ಟೆಂಗ್‌ಳ ಬೊಂಬೆಯನ್ನು ತೆಗೆದುಕೊಂಡು ನದೀತೀರಕ್ಕೆ ಹೋದ. ಅಲ್ಲಿ ಕುಳಿತು ಅವನು ಇಡೀ ದಿನ ಅತ್ತ! ಸಂಜೆಯಾಗಲು, ಆ ಬೊಂಬೆಯನ್ನು ಅಲ್ಲಿಯೇ ಬಿಟ್ಟು ಮನೆಗೆ ಹೋದ.

ಅಲ್ಲಿಂದ ಮುಂದೆ, ಅವನು ತನಗೆ ಒಂಟಿಯೆನಿಸಿದಾಗಲೆಲ್ಲಾ ಆ ನದೀತೀರಕ್ಕೆ ಹೋಗಿ ಬೊಂಬೆಯ ಬಳಿ ಕುಳಿತು ಅಳುತ್ತಿದ್ದ. ತಾನು ಖುಪ್‌ಟೆಂಗ್‌ಳೊಂದಿಗೆ ಕಳೆದ ಸವಿಗಳಿಗೆಗಳನ್ನೆಲ್ಲಾ ನೆನಪಿಸಿಕೊಳ್ಳುತ್ತಾ ತನ್ನ ಕಣ್ಣೀರು ಒರೆಸಿಕೊಳ್ಳುತ್ತಿದ್ದ. ಹೀಗೆಯೇ ಕೆಲವು ದಿನಗಳು ಕಳೆದವು. ಅನಂತರ ಒಂದು ದಿನ ಎಂದಿನಂತೆ ಅವನು ಅಲ್ಲಿಗೆ ಬಂದಾಗ ನೋಡುತ್ತಾನೆ, ಆ ಬೊಂಬೆಯೇ ಅಲ್ಲಿರಲಿಲ್ಲ! ಬಹಳ ದು:ಖಗೊಂಡ ಅವನು ಇಡೀ ದಿನ ಆ ಬೊಂಬೆಯನ್ನು ಹುಡುಕಿದ! ನದಿಯ ಉದ್ದಗಲಕ್ಕೂ ಹುಡುಕಿದ! ನದಿಯ

ಸುತ್ತಮುತ್ತಲಿನ ಪೊದೆಗಳಲ್ಲೆಲ್ಲಾ ಹುಡುಕಿದ! ಕೊನೆಗೆ ನದಿಯಲ್ಲಿ ಧುಮುಕಿ ನದಿಯೆಲ್ಲಾ ಜಾಲಾಡಿ ನೋಡಿದ! ಆದರೆ ಅದು ಎಲ್ಲಿಯೂ ಸಿಗಲಿಲ್ಲ! ಇದರಿಂದ ಅವನಿಗೆ ತಡೆಯಲಾರದಷ್ಟು ದುಃಖವಾಗಿ, "ಅಯ್ಯೋ ನನ್ನ ದುರ್ವಿಧಿಯೇ! ಖುಪ್‌ಟೆಂಗ್‌ಳ ನೆನಪಿಗಾಗಿ ಇದ್ದದ್ದು ಅದೊಂದೇ ಬೊಂಬೆ! ಅದೂ ಹೋಯಿತೇ!" ಎಂದು ರೋದಿಸುತ್ತಾ, "ನನ್ನ ಬೊಂಬೆಯನ್ನು ಯಾರು ತೆಗೆದುಕೊಂಡಿದ್ದೀರಿ? ನನ್ನ ಬೊಂಬೆಯನ್ನು ಯಾರು ತೆಗೆದುಕೊಂಡಿದ್ದೀರಿ? ಎಂದು ಕಿರುಚಿದ!

ಆದರೆ ಅವನದು ಬರಿದೇ ಅರಣ್ಯರೋದನವಾಯಿತು! ಅಷ್ಟಕ್ಕೂ ಅಲ್ಲಿ ಅವನಿಗೆ ಉತ್ತರಿಸಲು ಯಾರೂ ಇರಲಿಲ್ಲ! ಕೊನೆಗೆ ವಿಧಿಯಿಲ್ಲದೇ ಅವನು ಮನೆಗೆ ಹೋದ. ಈಗ ಅವನಿಗೆ ದುಃಖ ಹೆಚ್ಚಾಯಿತು.

ಖುಪ್‌ಟೆಂಗ್ ಸತ್ತ ಬಳಿಕ, ಅವಳ ತಾಯ್ತಂದೆಯರಿಗೆ ಅವಳನ್ನು ನಂಬೊಂಗ್ ಜೊತೆಗೆ ಮದುವೆ ಮಾಡದಿದ್ದುದು ತಪ್ಪಾಯಿತೆನಿಸಿತು. ಇಷ್ಟು ತಡವಾಗಿ ಅವರಿಗೆ ನಂಬೊಂಗ್ ತಮ್ಮ ಮಗಳನ್ನು ಎಷ್ಟು ಆಳವಾಗಿ ಪ್ರೀತಿಸುತ್ತಿದ್ದನೆಂದು ತಿಳಿಯಿತು. ಅವನ ಪ್ರೀತಿ ನಿಜವಾದುದೆಂದು ಅರಿತರು. ಹಾಗಾಗಿ ಈಗಲಾದರೂ ಅವನಿಗೆ ಒಳ್ಳೆಯವರಾಗಿ ತಮ್ಮ ಕುಟುಂಬದಲ್ಲಿ ಒಬ್ಬನನ್ನಾಗಿ ಮಾಡಿಕೊಳ್ಳಲು ನಿರ್ಧರಿಸಿದರು. ಅದಕ್ಕಾಗಿ ಅವನಿಗೆ ಮಗಳೂ ಖುಪ್‌ಟೆಂಗ್‌ಳ ತಂಗಿಯೂ ಆದ ಸೆಲ್‌ನೆಂಗ್‌ಳನ್ನು ಕೊಟ್ಟು ಮದುವೆ ಮಾಡಲು ಮುಂದಾದರು. ಆದರೆ ನಂಬೊಂಗ್‌ಗೆ ಅವಳನ್ನು ಮದುವೆಯಾಗಲು ಇಷ್ಟವಿರಲಿಲ್ಲ. ಅವನು ತನ್ನ ಹೃದಯವನ್ನು ಖುಪ್‌ಟೆಂಗ್‌ಗೆ ಒಪ್ಪಿಸಿಬಿಟ್ಟಿದ್ದನು! ಅವಳ ಸಾವು ಕೂಡ ಅವನ ಪ್ರೇಮವನ್ನು ಬದಲಿಸಲಾಗಲಿಲ್ಲ! ಆದರೆ ಆಗಾಗ ಬಂದು ಖುಪ್‌ಟೆಂಗ್ ಕುಟುಂಬವನ್ನು ನೋಡಿಕೊಂಡು ಹೋಗಲು ಅವನು ಒಪ್ಪಿದನು. ಹಾಗಾದರೂ ತನ್ನ ಪ್ರೇಮಿಯ ನೆನಪನ್ನುಳಿಸಿಕೊಳ್ಳಬಹುದೆಂದು ಭಾವಿಸಿದನು. ಅಲ್ಲದೇ, ಮೃದುಹೃದಯಿಯಾದ ಅವನು, ಖುಪ್‌ಟೆಂಗ್‌ಳ ತಾಯ್ತಂದೆಯರು ತನ್ನನ್ನು ಕೀಳಾಗಿ ನಡೆಸಿಕೊಂಡಿದ್ದಕ್ಕೆ ಅವರನ್ನು ತನ್ನ ಮನದಲ್ಲೇ ಕ್ಷಮಿಸಿದನು.

ಖುಪ್‌ಟೆಂಗ್‌ಳ ಮನೆಯ ಪಕ್ಕದಲ್ಲಿ ಒಂದು ದೊಡ್ಡ ಮರವಿತ್ತು. ಅದರ ಕೊಂಬೆಗಳು ಆ ಮನೆಯ ಮೇಲೆ ಬಾಗಿದ್ದು, ಅವೇನಾದರೂ ಮನೆಯ ಮೇಲೆ ಬಿದ್ದರೆ, ಮನೆಯೇ ಮುರಿಯುವ ಸಂಭವವಿತ್ತು! ಹಾಗಾಗಿ, ಖುಪ್‌ಟೆಂಗ್‌ಳ ಕುಟುಂಬದವರಿಗೆ ಯಾರಾದರೂ

ಆ ಕೊಂಬೆಗಳನ್ನು ಕಡಿಯಬೇಕೆಂಬ ಆಸೆಯಿತ್ತು. ಖುಪ್‌ಟೆಂಗ್‌ಳ ತಂದೆಗೆ ಅವನ್ನು ಕಡಿಯಲು ನಂಬೊಂಗೇ ತಕ್ಕವನೆನಿಸಿತು. ಆದರೆ ಅವನು ಹಿಂದೆ ನಂಬೊಂಗ್‌ನನ್ನು ಕೀಳಾಗಿ ಕಂಡಿದ್ದರ ನೆನಪಾಗಿ ಅವನನ್ನು ಕೇಳಲು ಹಿಂಜರಿದನು. ಹಾಗಾಗಿ ಅವನು ತನ್ನ ಹೆಂಡತಿಗೆ ಅವನನ್ನು ಕೇಳುವಂತೆ ಹೇಳಿದನು. ಆದರೆ ಅವಳೂ ಇದಕ್ಕೆ ಒಪ್ಪಲಿಲ್ಲ. ಆದರೆ ಅವನು ಹೇಗಾದರೂ ಮಾಡಿ ಕೇಳಲೇಬೇಕೆಂದು ಒತ್ತಾಯ ಮಾಡಿದನು. ಅವಳಿಗೆ ಏನು ಮಾಡುವುದೆಂದು ತಿಳಿಯದೇ, ಒಂದು ಬಿದಿರಿನ ಬೊಂಬನ್ನು ತೆಗೆದುಕೊಂಡು ಅದನ್ನು ಸೀಳುತ್ತಾ ನಂಬೊಂಗ್ ಬರುವವರೆಗೆ ಕಾದಳು. ನಂಬೊಂಗ್ ಯಥಾ ಪ್ರಕಾರವಾಗಿ ಬಂದು ಅವಳ ಬಳಿ ಕುಳಿತು ಅವಳೊಂದಿಗೆ ಸ್ವಲ್ಪ ಹೊತ್ತು ಮಾತನಾಡಿ ಹೊರಡಲನುವಾದಾಗ ಅವಳಿಗೆ ಆ ವಿಷಯ ಕೇಳಲು ಆಗಲೇ ಇಲ್ಲವಲ್ಲ ಎಂದೆನಿಸಿತು. ಕೊನೆಗೆ ಅವನನ್ನು ಕಳಿಸಿ, ಈ ಕೆಲಸವನ್ನು ಸೆಲ್‌ನೆಂಗ್‌ಗೆ ಒಪ್ಪಿಸಿದಳು. ಸೆಲೆಎನೆಂಗ್ ಕೂಡ ನಂಬೊಂಗ್‌ನನ್ನು ನೇರವಾಗಿ ಕೇಳಲು ಹಿಂಜರಿದಳು. ಆದರೆ ತಾಯಿಯು ಒತ್ತಾಯಪಡಿಸಿದಾಗ, ಅವಳು ಏನಾದರೂ ನೆಪ ಮಾಡಿ ಪರೋಕ್ಷವಾಗಿ ಕೇಳಲೊಪ್ಪಿದಳು. ಅದರಂತೆ ಅವಳು ಮರುದಿನ ಬಟ್ಟೆ ನೂಲುತಾ ಕುಳಿತಳು. ನಂಬೊಂಗ್ ಯಥಾ ಪ್ರಕಾರ ಬಂದು ಅವಳೊಡನೆ ಮಾತನಾಡುತ್ತಾ ಕುಳಿತ. ಸೆಲ್‌ನೆಂಗ್ ಅವನನ್ನು ಕೇಳಲು ಬಹಳ ಪ್ರಯತ್ನಿಸಿದಳು. ಆದರೆ ಆಗಲಿಲ್ಲ. ಕೊನೆಗೆ ಅವಳು ನೂಲುವುದನ್ನು ಮುಗಿಸಲು, ನಂಬೊಂಗ್ ಹೊರಡಲು ಎದ್ದು ನಿಂತ. ಆಗ ತನ್ನ ತಾಯ್ತಂದೆಯರು ಹೇಳಿದ್ದ ಕೆಲಸವನ್ನು ಮಾಡಲಾಗಲಿಲ್ಲವೆಂದು ಸೆಲ್‌ನೆಂಗ್‌ಗೆ ವಿಷಾದ ಆವರಿಸಿತು. ಆದರೆ ಅದನ್ನು ತಿಳಿದುಕೊಳ್ಳಲಾರದಷ್ಟು ಮೂರ್ಖನಾಗಿರಲಿಲ್ಲ ನಂಬೊಂಗ್. ಖುಪ್‌ಟೆಂಗ್‌ಳ ಕುಟುಂಬದವರೆಲ್ಲಾ ತನ್ನನ್ನು ಏನನ್ನೋ ಕೇಳಲು ಪ್ರಯತ್ನಿಸುತ್ತಿದ್ದರೆಂದು ಅವನು ಅರಿತನು.

ಕ್ರಮೇಣ ಅವನಿಗೆ ಅವರ ಮನೆಗೆ ತೊಂದರೆಯಾಗಿದ್ದ ಮರದ ಕೊಂಬೆಗಳನ್ನು ಕಡಿಯಲು ಕೇಳಲು ಅವರು ಹಿಂಜರಿಯುತ್ತಿದ್ದರೆಂದು ಅರಿವಾಯಿತು. ಹಾಗಾಗಿ ಒಂದು ದಿನ ಅವನೇ ತನ್ನ ಕೊಡಲಿ ಹಿಡಿದು ಮರ ಹತ್ತಿ ಆ ಕೊಂಬೆಗಳನ್ನು ಒಂದೊಂದಾಗಿ ಕಡಿಯತೊಡಗಿದನು. ಆಗ ಅವನು ಯೋಚಿಸಿದನು, "ನಾನು ಕಡಿಯುವ ಈ ಕೊಂಬೆಗಳಿಗೆ ಏನೋ ಅರ್ಥವಿರಬೇಕು! ಅವು ಪೂರ್ವಕ್ಕೆ ಬಿದ್ದರೆ, ಪೂರ್ವದಿಕ್ಕಿನಲ್ಲಿ

ನನ್ನನ್ನು ಪ್ರೀತಿಸುವವರು ಯಾರೋ ಇರುವರೆಂದರ್ಥ! ಪಶ್ಚಿಮಕ್ಕೆ ಬಿದ್ದರೆ, ಪಶ್ಚಿಮದಿಕ್ಕಿನಲ್ಲಿ ನನ್ನನ್ನು ಪ್ರೀತಿಸುವವರಾರೋ ಇರುವರೆಂದರ್ಥ!"

ಹೀಗೆ ಯೋಚಿಸಿ ಅವನು ಒಂದೊಂದಾಗಿ ಆ ಎಲ್ಲ ಕೊಂಬೆಗಳನ್ನೂ ಕಡಿದುಹಾಕಿದ. ಇದರಿಂದ ಖುಪ್‌ಟೆಂಗ್‌ಳ ಕುಟುಂಬಕ್ಕೆ ಬಹಳ ಸಂತೋಷವಾಯಿತು! ಅವರಾರೂ ಕೇಳದೆಯೇ ಅವನು ಅವರಿಗೆ ತೊಂದರೆಯಾಗಿದ್ದ ಮರದ ಕೊಂಬೆಗಳನ್ನು ಕಡಿದುಹಾಕಿದ್ದನು. ಆದರೆ ತನ್ನಿಂದ ಉಪಯೋಗವಾಗಲೆಂದೇ ಅವರು ತನ್ನೊಂದಿಗೆ ವಿಶ್ವಾಸದಿಂದಿದ್ದಾರೆಂದೆನಿಸಿತು ಅವನಿಗೆ. ಏನೇ ಆದರೂ ಅವರಿಗೆ ಅವನು ಖುಪ್‌ಟೆಂಗ್‌ಳನ್ನು ಮರೆಯುವಂತೆ ಮಾಡಲಾಗಲಿಲ್ಲ.

ಈ ಮಧ್ಯೆ ಖುಪ್‌ಟೆಂಗ್ ಸತ್ತು ಅವಳ ಅಂತ್ಯಕ್ರಿಯೆಯಾದಗಲಿಂದ, ಅವಳ ಸಮಾಧಿಯ ಬಳಿ ದಿನವೂ ಹೋಗಿ ಒಂದು ಗೊಂಚಲು ಹೂವನ್ನಿಡುತ್ತಿದ್ದ. ಅವನೇ ಸುಂದರವಾದ ಹೂಗಳನ್ನು ಸಂಗ್ರಹಿಸಿ ಗೊಂಚಲು ಮಾಡಿ, ಸಮಾಧಿಯ ಬಳಿ ಪ್ರಾರ್ಥನೆ ಸಲ್ಲಿಸಿ ಅದರ ಮೇಲಿಡುತ್ತಿದ್ದ. ಹೀಗೆಯೇ ಸ್ವಲ್ಪ ಕಾಲವಾಗಲು, ಒಂದು ದಿನ ಅವನು ಬಂದು ನೋಡಿದರೆ, ಹಿಂದಿನ ದಿನ ಇಟ್ಟಿದ್ದ ಹೂವಿನ ಗೊಂಚಲು ಇರಲಿಲ್ಲ! ಯಾರೋ ಖುಪ್‌ಟೆಂಗ್‌ಳ ಹೂಗಳನ್ನು ಕದ್ದಿರಬೇಕೆಂದು ಅವನು ಭಾವಿಸಿದ. ಆದರೂ ತನ್ನ ಈ ಕೆಲಸವನ್ನು ಮುಂದುವರೆಸಿದ. ಆದರೆ ಪ್ರತಿದಿನಗೂ ಹೀಗೆಯೇ ಆಗತೊಡಗಿತು! ಆಗ ಒಂದು ದಿನ ಅವನು ಜೋರಾಗಿ ಕಿರುಚಿದ, "ಯಾರು ನನ್ನ ಪ್ರಿಯತಮೆಯ ಹೂಗಳನ್ನು ಕದಿಯುತ್ತಿರುವುದು? ನೀನು ಮನುಷ್ಯನೋ ಅಥವಾ ಭೂತವೋ?"

ಆದರೆ ಯಾವ ಉತ್ತರವೂ ಬರಲಿಲ್ಲ! ಕೊನೆಗೆ ಅವನು ತಾನೇ ಕಂಡುಹಿಡಿಯಲು ನಿರ್ಧರಿಸಿದನು. ಹಾಗಾಗಿ, ಮರುದಿನ ಅವನು ಹೂವಿನ ಗೊಂಚಲನ್ನು ಸಮಾಧಿಯ ಮೇಲಿಟ್ಟು, ನಡೆದು ಹೋಗುವವನಂತೆ ನಟಿಸುತ್ತಾ, ಪೊದೆಗಳ ಹಿಂದೆ ಅಡಗಿಕೊಂಡು ನೋಡತೊಡಗಿದನು. ಹಾಗೆ ಇಡೀ ದಿನ ಕಾದು ನೋಡಿದನು. ಆದರೆ ಯಾರೂ ಬಂದು ಹೂಗಳನ್ನು ತೆಗೆದುಕೊಳ್ಳಲಿಲ್ಲ. ಅವನು ರಾತ್ರಿಯೂ ಕಾದನು. ಮೊದಲಿಗೆ ಏನೂ ನಡೆಯಲಿಲ್ಲ. ಆದರೆ ಮಧ್ಯರಾತ್ರಿಯಾದಾಗ, ಒಂದು ವಿಚಿತ್ರ ಪ್ರಾಣಿ ಸಮಾಧಿಯ ಬಳಿಗೆ ಬರತೊಡಗಿತು! ಅದಕ್ಕೆ ಉದ್ದವಾದ ಬಾಲವಿತ್ತು! ಅದು ಸಮಾಧಿಯ ಮೇಲಿದ್ದ ಹೂಗಳ ಗೊಂಚಲನ್ನು ಎತ್ತಿಕೊಂಡು ಹೊರಟಿತು! ಆಗ ಇದನ್ನು ನೋಡುತ್ತಿದ್ದ ನಂಬೊಂಗ್

ಥಟ್ಟನೆ ಜಿಗಿದು ಬಂದು ಆ ಪ್ರಾಣಿಯನ್ನು ಹಿಡಿದು, "ಯಾರು ನೀನು? ಎಲ್ಲಿಂದ ಬಂದೆ? ನನ್ನ ಪ್ರಿಯತಮೆಯ ಹೂಗಳನ್ನು ಕದಿಯಲು ಎಷ್ಟು ಧೈರ್ಯ ನಿನಗೆ?" ಎಂದು ಕೇಳಿದ.

ಆಶ್ಚರ್ಯವೆಂಬಂತೆ ಆ ಪ್ರಾಣಿ ಮಾತನಾಡಿತು, "ಖುಪ್‌ಟೆಂಗ್‌ಳು ಈ ಹೂಗಳನ್ನು ತರಲು ಕಳಿಸಿದಳು. ಅವಳಿಗಾಗಿಯೇ ಅಲ್ಲವೇ ನೀನು ಈ ಹೂಗಳನ್ನಿಟ್ಟಿದ್ದು?"

ಇದನ್ನು ಕೇಳಿ ನಂಬೊಂಗ್‌ಗೆ ಆಶ್ಚರ್ಯ, ಸಂತೋಷಗಳೆರಡೂ ಒಟ್ಟಿಗೆ ಆದವು! ಅವನು ಆ ಪ್ರಾಣಿಯನ್ನು ಕೇಳಿದನು, "ಖುಪ್‌ಟೆಂಗ್ ಎಲ್ಲಿದ್ದಾಳೆ? ಅವಳಿಗೆ ಈಗಲೂ ನನ್ನ ನೆನಪಿದೆಯೇ? ನಾನು ಅವಳನ್ನು ನೆನೆಯುವಷ್ಟು ಅವಳೂ ನನ್ನನ್ನು ನೆನೆಯುವಳೇ? ಹಾಗೆಂದು ಅವಳನ್ನು ಕೇಳು!"

ಅನಂತರ ಒಂದು ನಿಮಿಷ ತಡೆದು ಅವನು, "ತಾಳು! ನಾನೇ ಅವಳಿರುವಲ್ಲಿಗೆ ಬರುತ್ತೇನೆ! ನನ್ನನ್ನು ಅವಳ ಬಳಿಗೆ ಕರೆದೊಯ್ಯುವೆಯಾ? ಅವಳ ಬಳಿ ನಾನು ಬಹಳ ಮಾತನಾಡಬೇಕು!" ಎಂದನು.

"ಇಲ್ಲ! ಇಲ್ಲ!" ಆ ಪ್ರಾಣಿ ಹೇಳಿತು, "ಅವಳ ಬಳಿಗೆ ನೀನು ಬರುವಂತಿಲ್ಲ! ಅವಳೀಗ ಸತ್ತು ಬೇರೆ ಲೋಕದಲ್ಲಿದ್ದಾಳೆ! ನೀನಾದರೋ ಇನ್ನೂ ಬದುಕಿರುವೆ! ನೀನು ಅವಳ ಬಳಿ ಹೋದರೆ ನಿನಗೆ ಬಹಳ ತೊಂದರೆಯಾಗುತ್ತದೆ!"

"ನನಗೇನೂ ಚಿಂತೆಯಿಲ್ಲ!" ನಂಬೊಂಗ್ ಹೇಳಿದನು, "ಏನೇ ಆದರೂ ನಾನು ಖುಪ್‌ಟೆಂಗ್‌ಳನ್ನು ಮತ್ತೆ ನೋಡಬೇಕು!"

ಪ್ರಾಣಿಯು ಪುನಃ ನಿರಾಕರಿಸಿದಾಗಲೂ ನಂಬೊಂಗ್ ಒತಾಯಪಡಿಸಿದ. ಅವನು ಮತ್ತೆ ಮತ್ತೆ ಒತ್ತಾಯಪಡಿಸಿದಾಗ ಆ ಪ್ರಾಣಿಯು, "ಸರಿ! ನನ್ನ ಬಾಲವನ್ನು ಹಿಡಿದುಕೋ! ನಾನು ಖುಪ್‌ಟೆಂಗ್ ಇರುವಲ್ಲಿಗೆ ಹಾರುತ್ತೇನೆ! ಅಲ್ಲಿಗೆ ಹೋಗಿ ತಲುಪುವವರೆಗೂ ನನ್ನ ಬಾಲವನ್ನು ಬಿಡಬೇಡ! ಹಾಗೇನಾದರೂ ಬಿಟ್ಟರೆ ಖಂಡಿತವಾಗಿಯೂ ನೀನು ಸಾಯುವೆ!" ಎಂದಿತು.

"ಆಹಾ! ಸಂತೋಷ! ಹಾಗೆಯೇ ಮಾಡುವೆ!" ನಂಬೊಂಗ್ ಆನಂದದಿಂದ ಹೇಳಿದನು.

ಅಂತೆಯೇ ಅವನು ಆ ಪ್ರಾಣಿಯ ಬಾಲ ಹಿಡಿದುಕೊಂಡನು. ಅದು ಆಕಾಶಕ್ಕೆ ಹಾರಿ ಖುಪ್‌ಟೆಂಗ್ ಇದ್ದ ಸ್ವರ್ಗಕ್ಕೆ ಹೋಯಿತು! ಅಂತೂ ನಂಬೊಂಗ್ ಪುನಃ ತನ್ನ ಖುಟ್‌ಟೆಂಗ್‌ಳನ್ನು ನೋಡುವಂತಾಯಿತು! ಇಬ್ಬರಿಗೂ ಒಬ್ಬರನ್ನೊಬ್ಬರು ನೋಡಿದ ಸಂತೋಷ ಹೇಳತೀರದು! ಬಹಳ ಹೊತ್ತು ಒಬ್ಬರನ್ನೊಬ್ಬರು ಹಾಗೆಯೇ ನೋಡುತ್ತಾ ನಿಂತುಬಿಟ್ಟರು! ಮುಂದೇನು ಮಾಡುವುದೆಂದೂ ಯೋಚಿಸಲಿಲ್ಲ! ಆದರೆ ಸ್ವಲ್ಪ ಹೊತ್ತಿನ ಬಳಿಕ, ಖುಪ್‌ಟೆಂಗ್‌ಳಿಗೆ ಆ ಯೋಚನೆ ಬಂದಿತು. ಅವಳು ನಂಬೊಂಗ್‌ಗೆ ಹೇಳಿದಳು, "ನಂಬೊಂಗ್! ಇಲ್ಲಿನ ಜೀವನ ಭೂಮಿಯ ಮೇಲಿನ ಜೀವನದಂತಲ್ಲ! ಇದು ಸತ್ತವರ ಲೋಕ! ಇಲ್ಲಿ ವಾಸಿಸುತಿರುವ ನಾವೆಲ್ಲಾ ಸತ್ತವರು! ಆದರೆ ನೀನಿನ್ನೂ ಸತ್ತಿಲ್ಲ! ಹಾಗಾಗಿ ನೀನಿಲ್ಲಿದ್ದರೆ ಇಲ್ಲಿನ ಜೀವನಕ್ಕೆ ಹೊಂದಿಕೊಳ್ಳುವುದು ಬಹಳ ಕಷ್ಟವಾಗುತ್ತದೆ! ನನಗೂ ನಿನ್ನನ್ನು ಬಿಟ್ಟಿರುವುದು ಇಷ್ಟವಿಲ್ಲ! ಆದರೆ ಮನುಷ್ಯನಂತೆ ಜೀವಿಸಲು ನೀನು ಭೂಮಿಗೆ ಹಿಂದಿರುಗಲೇಬೇಕು!"

ಇಷ್ಟು ಕಾಲದ ಬಳಿಕ ತನ್ನ ಪ್ರೇಮಿಯು ಸಿಕ್ಕಿರಲು, ನಂಬೊಂಗ್ ಅವಳ ಮಾತು ಕೇಳಲು ತಯಾರಿರಲಿಲ್ಲ! ಅವನು ಖಡಾಖಂಡಿತವಾಗಿ ಹೇಳಿದನು, "ನನಗೆ ಭೂಮಿಗೆ ಹಿಂದಿರುಗಲು ಇಷ್ಟವಿಲ್ಲ! ನಿನಗೇ ಗೊತ್ತಿರುವಂತೆ ನಾನು ನಿನ್ನನ್ನು ಬಹಳ ಪ್ರೀತಿಸುತ್ತೇನೆ! ಆದ್ದರಿಂದ ನೀನಿಲ್ಲದೇ ನಾನು ಭೂಮಿಗೆ ಹಿಂದಿರುಗುವುದಿಲ್ಲ! ಇಲ್ಲಿ ಹೇಗಿದ್ದರೂ ಸರಿ, ನಾನು ಹೊಂದಿಕೊಂಡಿರುತ್ತೇನೆ!"

ನಂಬೊಂಗ್ ಇಷ್ಟು ಒತ್ತಾಯ ಮಾಡಲು, ಖುಪ್‌ಟೆಂಗ್ ಏನೂ ಹೇಳಲಾಗದೇ, ಅವನು ಅಲ್ಲಿಯೇ ಇರಲು ಒಪ್ಪಿದಳು. ಆದರೆ ಬೇಗನೆ ಅವಳು ಹೇಳಿದ ಮಾತು ನಂಬೊಂಗ್‌ಗೆ ಅರಿವಾಗತೊಡಗಿತು. ಅಲ್ಲಿನ ವಾತಾವರಣ, ರೀತಿನೀತಿಗಳು, ಎಲ್ಲವೂ ಭೂಮಿಗಿಂತ ಬಹಳ ಭಿನ್ನವಾಗಿತ್ತು!

ಒಂದು ದಿನ, ಸ್ವರ್ಗದ ಜನರೆಲ್ಲರೂ ಮೀನು ಹಿಡಿಯಲು ಹೋದರು. ಖುಪ್‌ಟೆಂಗ್, ನಂಬೊಂಗ್‌ನನ್ನೂ ತನ್ನೊಂದಿಗೆ ಕರೆದೊಯ್ದಳು. ಅವರು ಮೀನು ಹಿಡಿಯುವ ಸ್ಥಳಕ್ಕೆ ಹೋದಾಗ, ಅಲ್ಲಿ ನೋಡಿದರೆ ನದಿಯೂ ಇರಲಿಲ್ಲ, ಮೀನುಗಳೂ ಇರಲಿಲ್ಲ! ಅಲ್ಲಿ ಕೇವಲ ಬಿದಿರಿನ ಎಲೆಗಳಿದ್ದವಷ್ಟೆ! ಆ ಬಿದಿರಿನ ಎಲೆಗಳನ್ನೇ ಹಿಡಿದು ಅವರೆಲ್ಲರೂ

ಸಂತೋಷಿಸುತ್ತಿದ್ದರು! ಅನಂತರ, ಆ ಬಿದಿರಿನ ಎಲೆಗಳನ್ನೇ ಎಣ್ಣೆಯಲ್ಲಿ ಕರಿದು ತಿಂದು ಸಂಭ್ರಮ ಆಚರಿಸಿದರು! ನಂಬೊಂಗ್ ದಿಗ್ಭ್ರಮೆಗೊಂಡು ನೋಡುತ್ತಿದ್ದ!

ಇನ್ನೊಂದು ದಿನ, ಅವರೆಲ್ಲರೂ ಬೇಟೆಯಾಡಲು ಹೋದರು. ಈಗಲಾದರೂ ಯಾವುದಾದರೂ ದೊಡ್ಡ ಪ್ರಾಣಿಗಳಾದ ಜಿಂಕೆ, ಹಂದಿ ಮೊದಲಾದವುಗಳನ್ನು ಬೇಟೆಯಾಡಿ ಅವುಗಳ ಮಾಂಸವನ್ನು ತಿನ್ನಬಹುದೆಂಬ ಆಸೆಯಿಂದ ನಂಬೊಂಗ್ ಅವರೊಂದಿಗೆ ಸೇರಿಕೊಂಡ. ಆದರೆ ಕಾಡಿನಲ್ಲಿ ಅವನು ಕೇವಲ ಚಿಕ್ಕ ಚಿಕ್ಕ ಕೀಟಗಳು, ನೊಣಗಳು, ಕಂಬಳ ಹುಳುಗಳನ್ನು ಕಂಡ! ಖಿನ್ನನಾಗಿ ಅವನು ಬರಿಗೈಲಿ ಹಿಂದಿರುಗುತ್ತಿದ್ದಾಗ, ಕೆಲವು ಕಂಬಳಹುಳುಗಳೂ ಕೀಟಗಳೂ ಅವನ ಮೇಲೆ ಬಿದ್ದು ತೊಂದರೆ ಕೊಡಲು, ಅವನು ಅವುಗಳನ್ನು ಕೊಂದುಹಾಕಿದ! ಅನಂತರ ಅವನು ಹಿಂದಿರುಗಿದಾಗ, ಸ್ವರ್ಗದ ಜನರು ಅವನನ್ನು ಕೇಳಿದರು, "ಯಾವುದಾದರೂ ಪ್ರಾಣಿಯನ್ನು ಕೊಂದೆಯಾ?"

"ಇಲ್ಲ! ಇಲ್ಲ!" ನಂಬೊಂಗ್ ಹೇಳಿದ, "ಅಲ್ಲಿ ನಾನು ಕಂಡದ್ದು ಕೇವಲ ಚಿಕ್ಕ ಚಿಕ್ಕ ಕೀಟಗಳು ಮತ್ತು ಕಂಬಳಹುಳುಗಳನ್ನು! ಅವು ನನಗೆ ತೊಂದರೆ ಕೊಡುತ್ತಿದ್ದವೆಂದು ಕೆಲವನ್ನು ಕೊಂದೆನಷ್ಟೆ!"

"ಎಲ್ಲಿವೆ ಅವು?! ಎಲ್ಲಿವೆ ಅವು?!" ಎಂದು ಉತ್ಸಾಹದಿಂದ ಕೇಳಿದರು ಅವರು.

ಅದಕ್ಕಾಗಿ ನಂಬೊಂಗ್ ತಾನು ಕೀಟಗಳನ್ನೂ ಕಂಬಳಹುಳುಗಳನ್ನೂ ಕೊಂದ ಜಾಗಕ್ಕೆ ಅವರನ್ನು ಕರೆದೊಯ್ದ. ಅಲ್ಲಿ ಅವರು ಆ ಕೀಟಗಳನ್ನೂ ಕಂಬಳಹುಳುಗಳನ್ನೂ ತೆಗೆದುಕೊಂಡು ಅತ್ಯಂತ ಸಂತೋಷದಿಂದ ಅವನಿಗೆ ಒಳ್ಳೆಯ ಬೇಟೆ ಸಿಕ್ಕಿದ್ದಕ್ಕೆ ಧನ್ಯವಾದ ಹೇಳಿದರು! ಅನಂತರ, ಆ ಕೀಟಗಳನ್ನೂ ಕಂಬಳಹುಳುಗಳನ್ನೂ ತಿಂದು ಹಬ್ಬವನ್ನಾಚಾರಿಸಿದರು! ಅವು ಅವರಿಗೆ ದೊಡ್ಡ ಪ್ರಾಣಿಗಳಂತಿದ್ದವು! ಪುನಃ ನಂಬೊಂಗ್ ವಿಸ್ಮಯದಿಂದ ಎಲ್ಲವನ್ನೂ ನೋಡುತ್ತಾ ನಿಂತನು!

ಇಂಥ ಹಲವಾರು ಘಟನೆಗಳಾದವು! ಅವೆಲ್ಲವನ್ನೂ ನೋಡುತ್ತಾ ನಂಬೊಂಗ್‌ಗೆ ಖುಪ್‌ಟೆಂಗ್ ಹೇಳಿದಂತೆ ತಾನು ಸತ್ತವರ ಸ್ವರ್ಗಕ್ಕೆ ಹೊಂದುವುದಿಲ್ಲವೆನಿಸಿತು. ಆದರೆ ಒಂದು ಘಟನೆ ಮಾತ್ರ ಅವನ ಮೈನವಿರೇಳಿಸಿತು! ಅದೊಂದು ಭಯಂಕರ ಆಟವಾಗಿತ್ತು! ಅದರಲ್ಲಿ ಭಯಂಕರ ಹೊಡೆದಾಟಗಳು, ರಕ್ತ ಸುರಿಸುವುದು, ಕೊಲ್ಲುವುದು, ತಲೆ

ಕತ್ತರಿಸುವುದು, ಮೊದಲಾದ ಕ್ರೂರ ಕಾರ್ಯಗಳಿದ್ದವು! ಬದುಕಿರುವವರು ನೋಡಲೂ ಆಗದಂಥ, ಅಷ್ಟೇಕೆ ಕಲ್ಪನೆ ಕೂಡ ಮಾಡಿಕೊಳ್ಳಲಾಗದಂಥ ಭಯಂಕರ ಆಟವಾಗಿತ್ತದು! ಆ ಆಟ ಆಡುವ ಸಮಯ ಬಂದಾಗ, ಅದು ಬಹಳ ಅತಿಯೆನಿಸಿ, ಖುಪ್‌ಟೆಂಗ್, ನಂಬೊಂಗ್‌ಗೆ ಹೇಳಿದಳು, "ನಂಬೊಂಗ್! ಇದು ಬೇಡ! ಇದು ಸತ್ತವರಿಗಾಗಿ ಇರುವ ಆಟ! ನೀನಿನ್ನೂ ಬದುಕಿರುವ ಮನುಷ್ಯ! ಬದುಕಿರುವವರಿಗೆ ಇದನ್ನು ನೋಡಲಾಗುವುದಿಲ್ಲ!. ಇಂದು ನೀನು ಮನೆಯಲ್ಲೇ ಇರು! ಹೊರಗೆ ಬರಬೇಡ! ನನ್ನ ಮಾತು ಕೇಳು!"

ಆದರೆ ನಂಬೊಂಗ್ ಒಪ್ಪಲಿಲ್ಲ. ಅವನು ಅವಳಿಗೆ, "ನೀನು ಎಲ್ಲಿಗೆ ಹೋದರೂ ನಿನ್ನೊಂದಿಗೆ ಬರುತ್ತೇನೆ! ಏನನ್ನಾದರೂ ಸಹಿಸಿಕೊಳ್ಳುತ್ತೇನೆ!" ಎಂದು ಹೇಳಿದನು.

ಖುಪ್‌ಟೆಂಗ್ ಅವನನ್ನು ಒಪ್ಪಿಸಲಾರದೇ ಆ ಭಯಂಕರ ಆಟಕ್ಕೆ ಕರೆದೊಯ್ದಳು. ನಿಜಕ್ಕೂ ಅದು ಅತ್ಯಂತ ಕ್ರೂರ ಹಾಗೂ ಭಯಂಕರ ಆಟವಾಗಿತ್ತು! ಅದನ್ನು ನೋಡುತ್ತಾ ನೋಡುತ್ತಾ ತಡೆಯಲಾರದೇ ನಂಬೊಂಗ್ ಮೂರ್ಛೆ ಬಿದ್ದನು! ಅವನು ಮೂರ್ಛೆ ತಿಳಿದೆದ್ದಾಗ, ಅವಳು ಹೇಳಿದಳು, "ನಾನು ಮೊದಲೇ ಎಚ್ಚರಿಕೆ ಕೊಟ್ಟಿದ್ದೆನಲ್ಲವೇ? ಈ ಆಟ ಸತ್ತವರಿಗೆ ಮಾತ್ರ!"

"ಹೌದು! ನೀನು ಹೇಳಿದ್ದು ನಿಜ!" ನಂಬೊಂಗ್ ಹೇಳಿದ," ನೀನು ಹೇಳಿದ್ದೆಲ್ಲಾ ನಿಜ! ನೀನು ಸತ್ತಿರುವವಳು! ನಾನು ಬದುಕಿರುವವನು! ಇದನ್ನು ಬದಲಿಸಲಾಗುವುದಿಲ್ಲ! ಇದನ್ನು ವಿಧಿಗೇ ಬಿಡಬೇಕಿತ್ತು! ಆದರೆ ಈಗ ನನಗೆ ಅರ್ಥವಾಗುತ್ತಿದೆ! ನಾನು ಪುನಃ ಭೂಮಿಗೆ ಹೋಗಬೇಕೆಂದು! ಹೇಗೆ ಹೋಗಬಹುದೆಂದು ಹೇಳುವೆಯಾ?"

ಈ ಮಾತನ್ನು ಹೇಳುವಾಗ ಅವನಿಗೆ ಅಳುವೇ ಬಂದಿತು! ಅವಳಿಗೂ ಅಳು ಬಂದಿತು! ಸ್ವಲ್ಪ ಹೊತ್ತು ಇಬ್ಬರೂ ಅತ್ತರು. ಆದರೆ ಎಷ್ಟು ಕಾಲ ತಾನೇ ನಂಬೊಂಗ್ ಅಲ್ಲಿರಲು ಸಾಧ್ಯವಿತ್ತು? ಕೊನೆಗೆ ಖಜಪ್‌ಟೆಂಗ್ ಹೇಳಿದಳು, "ನೀನು ಭೂಮಿಗೆ ಹೋಗಲೇಬೇಕು! ಬೇರೆ ದಾರಿಯೇ ಇಲ್ಲ! ಯಾವ ವಿಚಿತ್ರ ಪ್ರಾಣಿಯ ಬಾಲ ಹಿಡಿದುಕೊಂಡು ಬಂದೆಯೋ, ಅದೇ ಪ್ರಾಣಿಯ ಬಾಲ ಹಿಡಿದುಕೊಂಡು ಹೋಗಬಹುದು! ನೀನು ಅಲ್ಲಿಗೆ ಹೋದ ಬಳಿಕ, ಇಲ್ಲಿಗೆ ಬೇಗ ಬರಬೇಕೆನಿಸಿದರೆ, ಅಲ್ಲಿನ ಜನರಿಗೆ ನಿನಗಾಗಿ

ಒಂದು ಚಲೊಂಗ್ ಹೂವನ್ನು ಬಲಿಕೊಡಲು ಹೇಳು! ಅಲ್ಲಿಯೇ ಬಹಳ ಕಾಲ ಇರಬೇಕೆನಿಸಿದರೆ, ಒಂದು ಹಂದಿಯನ್ನು ಬಲಿಕೊಡಲು ಹೇಳು!"

ಹೀಗೆ ಹೇಳಿ ಖುಪ್‌ಟೆಂಗ್ ನಂಬೊಂಗ್‌ನನ್ನು ಅಳುತ್ತಾ ಕಳಿಸಿಕೊಟ್ಟಳು. ಅವಳು ಹೇಳಿದಂತೆಯೇ ಅವನು ಆ ವಿಚಿತ್ರ ಪ್ರಾಣಿಯ ಬಾಲ ಹಿಡಿದು ಭೂಮಿಗೆ ಬಂದನು. ಆದರೆ ಅವನಿಗೆ ಖುಪ್‌ಟೆಂಗ್‌ಳನ್ನು ಬಿಟ್ಟು ಹೆಚ್ಚು ಕಾಲ ಭೂಮಿಯಲ್ಲಿರಲಾಗಲಿಲ್ಲ. ಹಾಗಾಗಿ ಅವನು, ಅವಳು ಹೇಳಿದ್ದಂತೆ, ಭೂಮಿಯ ಜನರಿಗೆ ತನಗಾಗಿ ಒಂದು ಚಲೊಂಗ್ ಹೂವನ್ನು ಬಲಿಕೊಡಲು ಹೇಳಿದನು. ಅವರು ಹಾಗೆ ಮಾಡಲು, ಅವನು ಕೂಡಲೇ ಸತ್ತು ನೇರ ಸ್ವರ್ಗಕ್ಕೆ ಹೋದನು! ಅಲ್ಲಿ ಪುನಃ ತನ್ನ ಪ್ರೇಮಿಯೊಂದಿಗೆ ಸೇರಿಕೊಂಡನು! ಹೀಗೆ ಇಬ್ಬರೂ ಪ್ರೇಮಿಗಳು ಶಾಶ್ವತವಾಗಿ ಒಂದಾದರು. ಸ್ವರ್ಗದಲ್ಲಿ ಅವರಿಬ್ಬರೂ ಸುಖವಾಗಿದ್ದರು.

ಇದು ಕುಕಿ ಜನಾಂಗದವರ ಕಥೆ. ಕುಕಿ ಜನಾಂಗದವರು, ಈಗಲೂ ನಂಬೊಂಗ್ ಮತ್ತು ಖುಪ್‌ಟೆಂಗ್ ಸ್ವರ್ಗದಲ್ಲಿ ಒಟ್ಟಿಗಿದ್ದಾರೆ ಎಂದು ನಂಬುತ್ತಾರೆ! ಆಕಾಶದಲ್ಲಿ ಪೂರ್ಣ ಚಂದ್ರನು ಮೋಡದ ಹಿಂದೆ ಮರೆಯಾಗಿರುವುದನ್ನು ಅವರು ನೋಡಿದರೆ, ಅದು ಸ್ವರ್ಗದಲ್ಲಿ ನಂಬೊಂಗ್‌ನು ಖುಪ್‌ಟೆಂಗ್‌ಗಾಗಿ ಮರವೊಂದರ ಕೊಂಬೆಗಳನ್ನು ಕಡಿಯುತ್ತಿರುವುದರ ಸಂಕೇತ ಎಂದು ಭಾವಿಸುತ್ತಾರೆ!

ಮಣಿಪುರದ ಜಾನಪದ ಕಥೆ
ನಾಯಿಗೂ ಮನುಷ್ಯನಿಗೂ ಸ್ನೇಹವಾದುದು ಹೇಗೆ?

ಒಂದು ಕಾಡಿನಲ್ಲಿ ಒಂದು ಹೆಣ್ಣುನಾಯಿಗೆ ಎರಡು ಮರಿಗಳಿದ್ದವು. ಆ ಎರಡು ಮರಿಗಳೂ ದೊಡ್ಡವಾಗುವ ಹೊತ್ತಿಗೆ, ತಾಯಿ ನಾಯಿಯನ್ನು ಒಂದು ಜಿಂಕೆ ತನ್ನ ಕೊಂಬಿನಿಂದ ಚುಚ್ಚಿ ಸಾಯಿಸಿಬಿಟ್ಟಿತು! ಇದರಿಂದ ಮರಿಗಳಿಗೆ ಬಹಳ ದುಃಖವಾಗಿ ಆ ಜಿಂಕೆಯ ಮೇಲೆ ಸೇಡು ತೀರಿಸಿಕೊಳ್ಳಬೇಕೆಂದು ಯೋಚಿಸಿದವು. ಆಗ ಅವು, ಬಲಿಷ್ಠವಾದ ಆನೆಯ ಬಳಿ ಹೋದರೆ ತಮ್ಮ ಕೆಲಸವಾಗಬಹುದೆಂದು ಭಾವಿಸಿ ಅದರ ಬಳಿಗೆ ಹೋದವು. ಆನೆಯನ್ನು ಈ ವಿಷಯದ ಬಗ್ಗೆ ಕೇಳಲು, ಅದು ಒಪ್ಪಿತು. ಹಾಗಾಗಿ ಅವೆರಡೂ ಆನೆಯ ಜೊತೆ ಓಡಾಡತೊಡಗಿದವು.

ನಾಯಿಗಳಿಗೆ ಒಂದು ಅಭ್ಯಾಸವಿದೆ. ಸ್ವಲ್ಪ ಶಬ್ದವಾದರೂ ಅವು ಬೊಗಳಿಬಿಡುತ್ತವೆ. ಈ ನಾಯಿಗಳೂ ಹಾಗೆ ಮಾಡುತ್ತಿದ್ದವು. ಆದರೆ ಅದು ಆನೆಗೆ ಇಷ್ಟವಾಗುತ್ತಿರಲಿಲ್ಲ. ಅಕಸ್ಮಾತ್ ಹತ್ತಿರದಲ್ಲೆಲ್ಲಾದರೂ ಒಂದು ಹುಲಿಯಿದ್ದರೆ, ಅದು ಈ ನಾಯಿಗಳ ಬೊಗಳುವಿಕೆಯನ್ನು ಕೇಳಿ ತಮ್ಮನ್ನು ಪತ್ತೆಮಾಡಿ, ನಾಯಿಗಳನ್ನೂ ತನ್ನನ್ನೂ ಕೊಲ್ಲಬಹುದೆಂದು ಆನೆ ಹೆದರಿತು! ಹಾಗಾಗಿ ಅದು ಆ ನಾಯಿಗಳನ್ನು ಓಡಿಸಿಬಿಟ್ಟಿತು!

ಈಗ ನಾಯಿಗಳು ಹುಲಿಯ ಬಳಿಗೆ ಹೋದವು. ಜಿಂಕೆಯ ಮೇಲೆ ಸೇಡು ತೀರಿಸಿಕೊಳ್ಳಲು ಅದರ ಸಹಾಯ ಕೋರಿದವು. ಹುಲಿಯು ಅವುಗಳ ಕಥೆಯನ್ನು ತಾಳ್ಮೆಯಿಂದ ಕೇಳಿ ಕೊನೆಗೆ ಸಹಾಯ ಮಾಡಲು ಒಪ್ಪಿತು. ಆದರೆ ಅದಕ್ಕೂ ಈ ನಾಯಿಗಳು ಯಾವುದೇ ಶಬ್ದ ಕೇಳಿಬಂದಾಗ ಬೊಗಳುವುದು ಇಷ್ಟವಿರಲಿಲ್ಲ. ಆ ನಾಯಿಗಳ ಬೊಗಳುವಿಕೆಯನ್ನು ಮನುಷ್ಯನು ಕೇಳಿ ತನ್ನನ್ನು ಪತ್ತೆ ಮಾಡಿದರೆ ತನ್ನನ್ನು ಕೊಲ್ಲಬಹುದೆಂದು ಹುಲಿಗೆ ಭಯವಾಯಿತು! ಹಾಗಾಗಿ ತಾನು ಸಹಾಯ ಮಾಡಲಾರೆನೆನ್ನುತ್ತಾ ನಾಯಿಗಳನ್ನು ಕಳಿಸಿಬಿಟ್ಟಿತು!

ಈಗ ನಾಯಿಗಳು ಮನುಷ್ಯನ ಬಳಿ ಹೋಗಿ ಜಿಂಕೆಯ ಮೇಲೆ ಸೇಡು ತೀರಿಸಿಕೊಳ್ಳಲು ಸಹಾಯ ಮಾಡಬೇಕೆಂದು ಬೇಡಿಕೊಂಡವು. ಮನುಷ್ಯನು ಅವುಗಳ ಮಾತನ್ನು ಜಾಗ್ರತೆಯಿಂದ ಕೇಳಿ, ಕರುಣೆಯಿಂದ ಅವುಗಳಿಗೆ ಆಹಾರವನ್ನೂ ಆಶ್ರಯವನ್ನೂ ಕೊಟ್ಟನು. ಪ್ರತಿದಿನವೂ ರಾತ್ರಿಯ ಹೊತ್ತು ಅವು ಏನೇ ಶಬ್ದ ಕೇಳಬಂದರೂ ಬೊಗಳುತ್ತಿದ್ದವು. ಮನುಷ್ಯನಿಗೆ ಅವುಗಳ ಈ ಸ್ವಭಾವ ಇಷ್ಟವಾಯಿತು! ಅವುಗಳನ್ನು ಓಡಿಸುವ ಬದಲು, ಅವುಗಳ ಈ ವರ್ತನೆಯನ್ನು ಪ್ರೋತ್ಸಾಹಿಸಿದನು. ಇದರಿಂದ ನಾಯಿಗಳಿಗೆ ಸಂತೋಷವಾಗಿ, ಅವು ಮನುಷ್ಯನೊಂದಿಗಿರಲು ನಿರ್ಧರಿಸಿದವು.

ಬೇಗನೆ ನಾಯಿಗಳು ಮನುಷ್ಯನಿಗೆ ಹೊಂದಿಕೊಂಡವು. ಅವನ ಪ್ರೀತಿ ಆರೈಕೆಗಳಲ್ಲಿ ಅವು ಬಲಶಾಲಿಗಳಾಗಿ ಬೆಳೆದು ಅವನು ಹೇಳಿದಂತೆ ಕೇಳತೊಡಗಿದವು. ಒಂದು ದಿನ, ಅವು ಅವನಿಗೆ ಜಿಂಕೆಯ ಮೇಲೆ ಸೇಡು ತೀರಿಸಿಕೊಳ್ಳುವ ವಿಚಾರವನ್ನು ನೆನಪಿಸಿದವು. ಹಾಗಾಗಿ, ಅವನು ಅವುಗಳನ್ನು ಬೇಟೆಗೆ ಕರೆದುಕೊಂಡು ಹೊದನು. ಕಾಡಿನಲ್ಲೆಲ್ಲಾ ಸುತ್ತಾಡಿದ ಬಳಿಕ, ಕೊನೆಗೂ ಅವರು ಜಿಂಕೆಯನ್ನು ಕಂಡು ಅದನ್ನು ಅಟ್ಟಿಸಿಕೊಂಡು ಹೋದರು! ನಾಯಿಗಳು ವೇಗವಾಗಿ ಓಡಿದರೆ, ಮನುಷ್ಯನು ಒಂದು ಪೊದೆಯ ಹಿಂದೆ ಅಡಗಿಕೊಂಡನು. ಜಿಂಕೆಯು ಪೊದೆಯ ಸಮೀಪ ಓಡಿದಾಗ, ಅವನು ಅದಕ್ಕೆ ತನ್ನ ಶೂಲವನ್ನು ಎಸೆದನು! ಅದು ಚುಚ್ಚಿ, ಜಿಂಕೆಯು ಸತ್ತುಬಿದ್ದಿತು! ಅದನ್ನು ನೋಡಿ ನಾಯಿಗಳಿಗೆ ಬಹಳ ಸಂತೋಷವಾಗಿ, ಅವು ತಮ್ಮ ಬಾಲವನ್ನಾಡಿಸುತ್ತಾ ಬಂದವು. ಆ ಜಿಂಕೆಯ ಬಲ ಮುಂಗಾಲನ್ನು ಕಚ್ಚಿ ತಿಂದವು. ಹಾಗಾಗಿ, ಅಂದಿನಿಂದ ಮನುಷ್ಯನು ತನ್ನೊಂದಿಗೆ ಬೇಟೆಗೆ ಬರುವ ನಾಯಿಗಳಿಗೆ ಆಹಾರವುಣಿಸುವುದಾಗಿ ಮಾತುಕೊಟ್ಟನು. ನಾಯಿಗಳು ಮನುಷ್ಯನ ಮನೆಯಲ್ಲೇ ಇರಲು ಒಪ್ಪಿದವು. ಹಾಗಾಗಿ, ಮನುಷ್ಯರು ನಾಯಿಗಳೊಂದಿಗೆ ಬೇಟೆಗೆ ಹೋದಾಗ, ಅವುಗಳಿಗೆ ಬೇಟೆ ಪ್ರಾಣಿಯ ಬಲಮುಂಗಾಲನ್ನು ಕೊಡುತ್ತಾನೆ. ನಾಯಿಗಳೂ ತಮ್ಮ ಮಾತಿನಂತೆ, ಅಂದಿನಿಂದಲೂ ಮನುಷ್ಯನ ಮನೆಯಲ್ಲಿ ವಾಸಿಸುತ್ತಿವೆ.

ಹೀಗೆ ಮನುಷ್ಯನಿಗೂ ನಾಯಿಗೂ ಸ್ನೇಹವಾಯಿತು.

ಮಿಜೋರಾಂನ ಜಾನಪದ ಕಥೆ
ಅತಿಯಾದರೆ ರುಚಿಯಿರದು

ಕೆಲವೊಮ್ಮೆ ಅಪ್ಸರೆಯರು ಸ್ವರ್ಗದಿಂದ ಭೂಮಿಗೆ ಬಂದು ಕ್ರೀಡಿಸುತ್ತಾರೆ. ಅವರಿಗೆ ತಿಳಿನೀರಿನ ಕೊಳಗಳಲ್ಲಿ ಈಜಿ ಜಲಕ್ರೀಡೆಯಾಡುವುದೆಂದರೆ ಬಲು ಇಷ್ಟ! ಹೀಗೆಯೇ ಒಮ್ಮೆ ಅಪ್ಸರೆಯರು ಜಲಕ್ರೀಡೆಯಾಡಲು ಭೂಮಿಯ ಮೇಲಿನ ಒಂದು ಕೊಳಕ್ಕೆ ಬಂದಿದ್ದರು. ಆಗ ಕುಟ್ ಎಂಬ ಹಬ್ಬವಿತ್ತು. ಇದು, ಮಿಜೋರಾಂನ ಒಂದು ಪ್ರಮುಖವಾದ ಹಬ್ಬ. ಒಬ್ಬ ಯುವಕ, ಈ ಕುಟ್ ಹಬ್ಬದ ಆಚರಣೆಯಲ್ಲಿ ಪಾಲ್ಗೊಳ್ಳಲು ಆತುರದಿಂದ ಹೋಗುತ್ತಿದ್ದ. ಆಗ ಅವನು ಈ ಅಪ್ಸರೆಯರು ಕೊಳದ ಬಳಿಗೆ ಬರುವುದನ್ನು ನೋಡಿದ! ಕೂಡಲೇ ಅವನು ಒಂದು ದೊಡ್ಡ ಓಕ್ ವೃಕ್ಷದ ಹಿಂದೆ ಅಡಗಿಕೊಂಡ! ಅವನು ನೋಡುತ್ತಿದ್ದಂತೆ ಆ ಅಪ್ಸರೆಯರು ತಮ್ಮ ಬಟ್ಟೆಗಳನ್ನು ತೆಗೆದು ದಡದ ಮೇಲೆ ಗುಡ್ಡೆಹಾಕಿ ನೀರಿಗಿಳಿದರು. ಆಗ ಇವನು ಕೂಡಲೇ ಓಡಿಬಂದು ಒಬ್ಬ ಅಪ್ಸರೆಯ ಬಟ್ಟೆಗಳನ್ನು ತೆಗೆದುಕೊಂಡುಬಿಟ್ಟ! ಅದನ್ನು ನೋಡಿದ ಅಪ್ಸರೆಯರು ಹೆದರಿ ತಮ್ಮ ತಮ್ಮ ಬಟ್ಟೆಗಳನ್ನಾರಿಸಿಕೊಂಡು ಹಾರಿಹೋದರು! ಆದರೆ ಬಟ್ಟೆಯಿಲ್ಲದ ಅಪ್ಸರೆ ಹಾರಿಹೋಗಲಾರದೇ ಅವನ ಬಳಿ ಬಂದು ಹೇಳಿದಳು, "ದಯವಿಟ್ಟು ನನ್ನ ಬಟ್ಟೆಗಳನ್ನು ನನಗೆ ಕೊಡು! ನಿನಗೆ ಬೇಕಿದ್ದರೆ ಪ್ರತಿದಿನವೂ ಬೇಕಾದಷ್ಟು ಶಿಕಾರಿ ಸಿಗುವಂತೆ ಮಾಡುತ್ತೇನೆ! ಆದರೆ ಬಿಳಿಮುಖದ ಯಾವ ಪ್ರಾಣಿಯನ್ನೂ ಕೊಲ್ಲಬೇಡ! ಏಕೆಂದರೆ ನಾನು ಅದರ ಮೇಲೆ ಸವಾರಿ ಮಾಡುತ್ತಿರುತ್ತೇನೆ!"

ಅಪ್ಸರೆಯ ಈ ವರದಿಂದ ಸಂತುಷ್ಟನಾದ ಆ ಯುವಕ ಅವಳಿಗೆ ಅವಳ ಬಟ್ಟೆಗಳನ್ನು ಹಿಂದಿರುಗಿಸಿದ. ಅವಳು ಹಾರಿಹೋದಳು.

ಅಂದಿನಿಂದ ಅವನಿಗೆ ಬೇಟೆಯ ಕೊರತೆಯಿರಲಿಲ್ಲ. ಪ್ರತಿದಿನವೂ ಅವನು ಬೇಕಾದಷ್ಟು ಪ್ರಾಣಿಗಳನ್ನು ಬೇಟೆಯಾಡತೊಡಗಿದ! ಇದರಿಂದ ಅನೇಕರಿಗೆ ಅವನ ಮೇಲೆ ಮಾತ್ಸರ್ಯವುಂಟಾಯಿತು!

ಆದರೆ ಬಹುಬೇಗ ಅವನಿಗೆ ಬೇಟೆಯಾಡುವುದು ಸಾಕಾಯಿತು! ಆ ಕೆಲಸದಲ್ಲಿ ಅವನಿಗೆ ಆಸಕ್ತಿಯಿಲ್ಲದಂತಾಯಿತು! ಆಗ ಅವನು ಆ ಅಪ್ಸರೆಯನ್ನು ಪ್ರಾರ್ಥಿಸಿದ. ಅವಳು ಪ್ರತ್ಯಕ್ಷಳಾಗಲು ಅವನು, "ಅತಿಯಾಗಿ ಬೇಟೆಯಾಡಿ ನನಗೆ ಬೇಟೆಯಲ್ಲೇ ಆಸಕ್ತಿ ಹೊರಟು ಹೋಗಿದೆ! ಆದ್ದರಿಂದ ನನಗೆ ಕೊಟ್ಟ ವರವನ್ನು ಹಿಂತೆಗೆದುಕೊಂಡುಬಿಡು!" ಎಂದನು. ಅದರಂತೆ ಅವಳು ಆ ವರವನ್ನು ಹಿಂತೆಗೆದುಕೊಂಡು ಹೊರಟುಹೋದಳು. ಆಗ ಅವನು ಮೊದಲಿನಂತೆ ಸಾಧಾರಣ ಬೇಟೆಗಾರನೇ ಆದ.

ಹೀಗೆ ಅತಿಯಾದರೆ ಯಾವುದರಲ್ಲೂ ರುಚಿಯಿರುವುದಿಲ್ಲ.

—➤➤◄◄—

ಮಿಜೋರಾಂನ ಜಾನಪದ ಕಥೆ
ಕಪ್ಪೆ ಮತ್ತು ಹುಲಿ

ಒಂದು ಕಾಡಿನಲ್ಲಿ ಒಂದು ಕಪ್ಪೆ ಮತ್ತು ಒಂದು ಹುಲಿ ಗೆಳೆಯರಾಗಿದ್ದವು. ಹುಲಿಯು ಯಾವಾಗಲೂ ತಾನು ಮಹಾಬಲಶಾಲಿ, ಅತ್ಯಂತ ವೇಗವಾಗಿ ಓಡುವವ ಎಂದೆಲ್ಲಾ ಹೇಳಿಕೊಳ್ಳುತ್ತಿತ್ತು. ಆದರೆ ಕಪ್ಪೆಯು ಇದನ್ನು ಒಪ್ಪುತ್ತಲೇ ಇರಲಿಲ್ಲ. ಒಂದು ದಿನ, ಹುಲಿಗೆ ಬಹಳ ಕೋಪ ಬಂದು, ಒಂದು ಓಟದ ಸ್ಪರ್ಧೆ ನಡೆಸೋಣ ಎಂದಿತು. ಅದಕ್ಕೆ ಕಪ್ಪೆ ಒಪ್ಪಿತು. ಎರಡೂ ಒಂದು ಗುರಿಯನ್ನು ನಿಗದಿಪಡಿಸಿಕೊಂಡವು. ಇನ್ನೇನು ಹುಲಿ ಓಡಬೇಕು ಎನ್ನುವಾಗ, ಕಪ್ಪೆಯು ಅದಕ್ಕೆ ಗೊತ್ತಾಗದಂತೆ ಅದರ ಬೆನ್ನಿನ ಮೇಲೆ ಜಿಗಿಯಿತು! ಓಟದಲ್ಲಿ ಮೈಮರೆತ ಹುಲಿ, ಕಪ್ಪೆಯು ತನ್ನ ಬೆನ್ನ ಮೇಲೆಯೇ ಕುಳಿತಿದೆಯೆನ್ನುವುದನ್ನೇ ತಿಳಿಯದಾಯಿತು! ಗುರಿಯು ಹತ್ತಿರವಾದಂತೆ, ಕಪ್ಪೆಯು ಪುನ: ಹುಲಿಗೆ ಗೊತ್ತಾಗದಂತೆ ಅದರ ಬೆನ್ನಿನಿಂದ ಕೆಳಕ್ಕೆ ಜಿಗಿದು ಗುರಿಯನ್ನು ಮುಟ್ಟಿತು! ಹೀಗೆ ಅದು ಓಟದ ಸ್ಪರ್ಧೆಯಲ್ಲಿ ಗೆದ್ದಿತು!

ಇಷ್ಟು ಪುಟ್ಟ ಪ್ರಾಣಿಯಾದ ಕಪ್ಪೆ ತನ್ನನ್ನೂ ಮೀರಿಸಿ ಹೇಗೆ ಓಡಿತು ಎಂದು ಹುಲಿಗೆ ಪರಮಾಶ್ಚರ್ಯವಾಯಿತು! ಆದರೆ ಅದು ಅಷ್ಟು ಸುಲಭವಾಗಿ ಸೋಲೊಪ್ಪಿಕೊಳ್ಳಲಿಲ್ಲ. ಕಲ್ಲು ಎಸೆಯುವ ಸ್ಪರ್ಧೆ ಮಾಡೋಣವೆಂದಿತು. ಕಪ್ಪೆಯು ಅದಕ್ಕೂ ಒಪ್ಪಿತು. ಹುಲಿಯು ಈ ಬಾರಿ ಇತರ ಪ್ರಾಣಿಗಳನ್ನೆಲ್ಲಾ ಸೇರಿಸಿ ಒಂದು ಕಲ್ಲನ್ನು ತೆಗೆದುಕೊಂಡು ತನ್ನ ಬಲವನ್ನೆಲ್ಲಾ ಬಿಟ್ಟು ದೂರಕ್ಕೆ ಎಸೆಯಿತು! ಅದು ಸಾಕಷ್ಟು ದೂರ ಹೋಗಿ ಬಿತ್ತು. ಈಗ ಕಪ್ಪೆ, ಒಂದು ಕಲ್ಲನ್ನೆತ್ತಿಕೊಂಡು ಉಪಾಯವಾಗಿ ಒಂದು ಪಾರಿವಾಳದ ಗೂಡಿಗೆಸೆಯಿತು! ಕಲ್ಲು ಪಾರಿವಾಳದ ಬೆನ್ನ ಮೇಲೆ ಬೀಳಲು, ಹೆದರಿದ ಅದು, ಆ ಕಲ್ಲಿನೊಂದಿಗೇ ಫಕ್ಕನೆ ಮೇಲಕ್ಕೆ ಹಾರಿತು! ಆಕಾಶದಲ್ಲಿ ಅದು ಕಲ್ಲಿನಂತೆಯೇ ಕಂಡಿತು! ಹಾಗಾಗಿ ಎಲ್ಲಾ ಪ್ರಾಣಿಗಳೂ ಕಪ್ಪೆಯನ್ನೇ ಗೆದ್ದವನೆಂದು ಘೋಷಿಸಿದವು!.

ಹುಲಿಗೆ ಈ ಸೋಜಿಗ ಅರ್ಥವೇ ಆಗಲಿಲ್ಲ! ಇನ್ನು ಮುಂದೆ ಅದು ಕಪ್ಪೆಯ ಮುಂದೆ ಜಂಬ ಹೊಡೆಯುವುದನ್ನು ನಿಲ್ಲಿಸಿತು.

—⟶≫≪⟵—

ಮೇಘಾಲಯದ ಜಾನಪದ ಕಥೆ
ಹಂದಿಗಳೇಕೆ ಕೊಳಕಾಗಿರುತ್ತವೆ?

ಒಂದು ದೊಡ್ಡ ಕಾಡಿತ್ತು. ಅಲ್ಲಿ ಹಲವಾರು ಬಗೆಯ ಪ್ರಾಣಿಗಳಿದ್ದವು. ಆ ಎಲ್ಲಾ ಪ್ರಾಣಿಗಳಿಗೂ ಒಂದು ದೊಡ್ಡ ಹುಲಿ ರಾಜನಾಗಿತ್ತು. ಅದು ಬಹಳ ಬಲಶಾಲಿಯಾಗಿದ್ದರೂ ಸುಮ್ಮ ಸುಮ್ಮನೆ ಯಾವ ಪ್ರಾಣಿಯನ್ನೂ ಕೊಲ್ಲುತ್ತಿರಲಿಲ್ಲ. ತನಗೆ ಹಸಿವಾದಾಗ ಮಾತ್ರ ಯಾವುದಾದರೂ ಪ್ರಾಣಿಯನ್ನು ಕೊಂದು ತಿನ್ನುತ್ತಿತ್ತು. ಬೇರೆ ಸಮಯದಲ್ಲಿ ನಿಧಾನವಾಗಿ ನಡೆದಾಡುತ್ತಾ ಇತರ ಪ್ರಾಣಿಗಳ ಕಡೆ ನೋಡಿ ನಗುತ್ತಿತ್ತು!

ಹೀಗಿರಲು, ಒಂದು ದಿನ, ಆ ಹುಲಿ, ಒಂದು ದೊಡ್ಡ ಎಮ್ಮೆಯನ್ನು ಕೊಂದು ಹೊಟ್ಟೆಬಿರಿಯ ತಿಂದಿತು! ಅನಂತರ, ಅದಕ್ಕೆ ನೀರು ಕುಡಿಯಬೇಕೆನಿಸಿ ಒಂದು ಕೆರೆಯ ಬಳಿ ಹೋಯಿತು. ಅದೇ ಕೆರೆಯಲ್ಲಿ ನೀರು ಕುಡಿಯಲು ಒಂದು ಹಂದಿಯೂ ಬಂದಿತ್ತು. ಹುಲಿಯನ್ನು ಕಂಡು ಭಯಗೊಂಡ ಹಂದಿ, ಉಸಿರು ಬಿಗಿ ಹಿಡಿದು ಸ್ವಲ್ಪವೂ ಶಬ್ದವಾಗದಂತೆ ಸ್ತಬ್ಧವಾಗಿ ನಿಂತಿತು! ಅದು ಕೆರೆಯ ಇನ್ನೊಂದು ದಡದಲ್ಲಿತ್ತು. ಆದರೆ ಹುಲಿಯು ಅದನ್ನು ನೋಡಿತು. ಅದು ತನ್ನ ಮನದಲ್ಲಿ ಯೋಚಿಸಿತು, "ಆಹಾ! ಎಂಥ ದಷ್ಟಪುಷ್ಟವಾದ ಹಂದಿ! ಈ ಕೆರೆಯ ಮೇಲೆ ಒಂದು ನೆಗೆತ ನೆಗೆದು ಅದನ್ನು ಹಿಡಿದರೆ ಅದರ ಕೊನೆಯಾಗುತ್ತದೆ! ನನಗೆ ಅದ್ಭುತವಾದ ಭೋಜನವಾಗುತ್ತದೆ! ಆದರೆ ಈಗ ಹೊಟ್ಟೆ ತುಂಬಿರುವುದರಿಂದ ಬೇಡ! ಇನ್ನು ಈ ಹಂದಿಯನ್ನು ಹೆದರಿಸಬಾರದು! ಇಲ್ಲವಾದರೆ ಅದು ಈ ಕೆರೆಗೆ ಬರುವುದನ್ನೇ ನಿಲ್ಲಿಸಿಬಿಟ್ಟೀತು!"

ಹೀಗೆ ಯೋಚಿಸಿ ಹುಲಿಯು ಹಂದಿಯನ್ನು ನೋಡಿಯೇ ಇಲ್ಲವೆಂಬಂತೆ ಮೆಲ್ಲನೆ ನೀರು ಕುಡಿದು ಹೊರಟುಹೋಯಿತು. ನಿಧಾನವಾಗಿ ಪೊದೆಗಳ ಮಧ್ಯೆ ಅದು ಮರೆಯಾಗಲು, ಹಂದಿಯು ನೆಮ್ಮದಿಯ ನಿಟ್ಟುಸಿರುಬಿಟ್ಟಿತು! ಅದಕ್ಕೆ ಧೈರ್ಯವೂ ಮರಳಿತು! ಅದರೊಂದಿಗೆ ಅದರ ತಲೆಗೆ ಸ್ವಲ್ಪ ಅಹಂಕಾರವೂ ಹೊಕ್ಕಿತು! ಅದು ತನ್ನ ತಲೆಯನ್ನು ನೆಟ್ಟಗೆ ಮಾಡಿ ಜೋರಾಗಿ ಅರಚಿತು, "ಆಹಾ! ಈ ಹುಲಿಯು ಏಕೆ

ಹಾಗೆಯೇ ಹೊರಟುಹೋಯಿತು ಗೊತ್ತೇ? ನನ್ನನ್ನು ನೋಡದಿದ್ದುದರಿಂದಲ್ಲ! ಖಂಡಿತ ಅಲ್ಲ! ಅದು ನನ್ನನ್ನು ನೋಡಿದ ಕೂಡಲೇ ಓಡಿಹೋಯಿತು! ಪಾಪ, ಈಗ ಅದು ಮುದಿಯಾಗಿದೆ ಹಾಗೂ ನಿಶ್ಯಕ್ತವಾಗಿದೆ! ನನ್ನಂಥ ಕಿರಿಯ ಬಲಶಾಲಿ ಹಂದಿಯ ಮುಂದೆ ಅದು ಈಗ ನಿಲ್ಲಲಾರದು! ಆದ್ದರಿಂದ ಅದು ತನ್ನ ರಾಜಪದವಿಯನ್ನು ನನಗೆ ಬಿಟ್ಟುಕೊಡಬೇಕು! ಇನ್ನು ಮುಂದೆ ಈ ಕಾಡಿಗೆ ರಾಜನಾಗಿರಬೇಕಾದವನು ನಾನು! ಎಲ್ಲಾ ಪ್ರಾಣಿಗಳೂ ನನ್ನ ಸೇವಕರಾಗಿರಬೇಕು!"

ಎಲ್ಲಾ ಪ್ರಾಣಿಗಳೂ ತನ್ನ ಸೇವಕರಾಗಿರಬೇಕೆಂಬ ಭಾವನೆಯೇ ಹಂದಿಯ ಮನವನ್ನು ಉಬ್ಬಿಸಿತು! ಅದು ಜೋರಾಗಿ ಹುಲಿಯನ್ನೇ ಉದ್ದೇಶಿಸಿ ಕೂಗಿ ಹೇಳಿತು, "ಅಯ್ಯಾ ಹುಲಿರಾಯ! ಬಾ ನನ್ನೊಂದಿಗೆ ಹೋರಾಡು! ಬಾರಯ್ಯಾ ಹೇಡಿಯೇ ಬಾ! ಇಲ್ಲವಾದರೆ ನಿನ್ನ ರಾಜಪದವಿಯನ್ನು ನನಗೆ ಬಿಟ್ಟುಕೊಡು!"

ಹಂದಿಯ ಮಾತು ಹುಲಿಗೆ ಕೇಳಿಸಿತು. ಪುಣ್ಯಕ್ಕೆ ಅದಕ್ಕೆ ಹೊಟ್ಟೆ ತುಂಬಿತ್ತು! ಹಾಗಾಗಿ ಅದಕ್ಕೆ ಕೋಪ ಬಂದರೂ ಅದು ಹಂದಿಯ ಮೇಲೇರಿ ಹೋಗಲಿಲ್ಲ. ಆದರೆ ಅದು ದೂರದಿಂದಲೇ ಹೇಳಿತು, "ಅಯ್ಯಾ ಮೂರ್ಖ ಹಂದಿಯೇ! ನಿನಗೆ ನನ್ನೊಂದಿಗೆ ಯುದ್ಧ ಬೇಕಾಗಿದ್ದರೆ ಕೊಡುವೆ! ಇನ್ನೆರಡು ದಿನಗಳಿಗೆ ಸರಿಯಾಗಿ ಇದೇ ಸಮಯಕ್ಕೆ ಇದೇ ಸ್ಥಳಕ್ಕೆ ಬಾ!"

"ಆಗಲಿ! ಬರುತ್ತೇನೆ!" ಹಂದಿಯು ಎದೆಯುಬ್ಬಿಸಿ ಹೇಳಿತು, "ನಿನಗೆ ಬದುಕಲು ಇನ್ನೆರಡು ದಿನಗಳು ಮಾತ್ರ ಉಳಿದಿವೆ!"

ಹೀಗೆ ಹೇಳಿ ಹಂದಿಯು ಆನಂದದಿಂದ ಬೀಗುತ್ತಾ ತನ್ನ ಬಂಧುಮಿತ್ರರ ಬಳಿಗೆ ಹೋಯಿತು. ಅದು ಅಷ್ಟು ಸಂತೋಷದಿಂದಿರುವುದನ್ನು ನೋಡಿ ಅದರ ಬಂಧುಮಿತ್ರರಿಗೆ ಆಶ್ಚರ್ಯವಾಯಿತು! ಅವು ಅದನ್ನು ಕೇಳಿದವು. "ಏನಿವೊತ್ತು ಇಷ್ಟು ಸಂತೋಷವಾಗಿರುವೆ? ಬಿದಿರನ್ನೋ ಬಾಳೇಹಣ್ಣನ್ನೋ ತಿಂದೆಯಾ?"

ಅದಕ್ಕೆ ಈ ಹಂದಿಯು ಬಾಲವನ್ನಾಡಿಸುತ್ತಾ ಹೇಳಿತು,"ಇನ್ನು ಮುಂದೆ ನೀವು ನನ್ನನ್ನು ಹೆಚ್ಚು ಗೌರವದಿಂದ ಕಾಣಬೇಕು! ನಾನು ಈ ಕಾಡಿಗೆ ಮುಂದಿನ ರಾಜನಾಗುವವನು!"

"ಏನಂದೆ?" ಬಂಧುಮಿತ್ರರೆಲ್ಲಾ ಗೊಳ್ಳೆಂದು ನಕ್ಕವು!

"ಹೌದು! ಮುಂದಿನ ರಾಜ!" ಹಂದಿಯು ಹೇಳಿತು, "ಇಂದೇನಾಯಿತು ಗೊತ್ತೇ? ಕೆರೆಯ ಬಳಿ ಆ ಮುದಿ ಹುಲಿಯನ್ನು ಭೇಟಿಯಾದೆ! ನಾನು ಅದನ್ನು ನನ್ನೊಂದಿಗೆ ಹೋರಾಡಲು ಸವಾಲು ಹಾಕಿದೆ!. ಆದರೆ ಅದು ಹೆದರಿ ಓಡಿಹೋಯಿತು. ಇನ್ನೆರಡು ದಿನಗಳಲ್ಲಿ ನಾವಿಬ್ಬರೂ ಯುದ್ಧ ಮಾಡಲು ನಿರ್ಧರಿಸಿಸ್ದೇವೆ! ಆ ಮುದಿಹುಲಿ ಹೋದಂತೆಯೇ! ಒಂದೇ ಹೊಡೆತಕ್ಕೆ ಅದನ್ನು ಹೊಡೆದು ಕೊಲ್ಲುವೆ! ಅನಂತರ ರಾಜನಾಗುವೆ! ಇದರಲ್ಲಿ ತಪ್ಪೇನು?"

ಹಂದಿಯು ಎದೆಯುಬ್ಬಿಸಿ ಹೇಳುತ್ತಿದ್ದಂತೆ ಅದರ ಬಂಧುಮಿತ್ರರು ಬೆಕ್ಕಸಬೆರಗಾಗಿ ನೋಡುತ್ತಿದ್ದವು! ಅವುಗಳಲ್ಲೊಂದು ನಡುಗುತ್ತಾ ಕೇಳಿತು, "ನಿ... ನಿಜವಾಗಿಯೂ ನೀನು ಹುಲಿಗೆ ಸವಾಲು ಹಾಕಿದೆಯಾ? ನಿನಗೇನು ತಲೆಕೆಟ್ಟಿದೆಯಾ?"

ಆಗ ಇತರ ಬಂಧುಮಿತ್ತರು ಹೇಳಿದವು, "ಆ ಹುಲಿಗೆ ಹೊಟ್ಟೆ ತುಂಬಿದ್ದರಿಂದ ನಿನ್ನನ್ನು ಬಿಟ್ಟಿರಬೇಕು! ಮುಂದಿನ ಬಾರಿ ಅದೇನಾದರೂ ನಿನ್ನನ್ನು ಕಂಡತೆ ಖಂಡಿತವಾಗಿಯೂ ನಿನ್ನನ್ನು ಹಿಡಿದು ಸೀಳಿಹಾಕುತ್ತದೆ!"

ಎಲ್ಲ ಬಂಧುಮಿತ್ರರೂ ಹೀಗೆಯೇ ಹೇಳಿದಾಗ, ಹಂದಿಗೆ ಅವು ಹೇಳುತ್ತಿರುವುದು ಸರಿಯೆನಿಸಿತು! ಈಗ ಅದಕ್ಕೆ ಭಯವಾಗತೊಡಗಿತು! ಅದು ಹೇಳಿತು, "ಅಯ್ಯೋ ದೇವರೇ! ನಾನೇನು ಮಾಡಿದೆ! ನಾನು ಈ ಕಾಡಿನಿಂದಲೇ ಓಡಿಹೋಗುವೆ! ಆ ಕೆರೆಯ ಬಳಿಗೆ ಮತ್ತೆಂದೂ ಹೋಗುವುದಿಲ್ಲ!"

"ಹಾಗೇನಾದರೂ ಮಾಡಿಬಿಟ್ಟೀಯಾ!"ಬಂಧುಮಿತ್ರರು ಹೇಳಿದವು, "ನೀನೇನಾದರೂ ಕಾಡಿನಿಂದ ಹೊರಟುಹೋದರೆ ಆ ಹುಲಿ ನಮ್ಮೆಲ್ಲರನ್ನೂ ಕೊಂದುಬಿಡುತ್ತದೆ! ಹುಲಿಗೆ ಸವಾಲು ಹಾಕಿ ತೊಂದರೆ ತಂದುಕೊಂಡವನು ನೀನೇ! ಆದ್ದರಿಂದ ಅದರ ಫಲವನ್ನು ನೀನೇ ಅನುಭವಿಸು!"

ಈಗ ಹಂದಿಗೆ ತಲೆಕೆಟ್ಟುಹೋದಂತಾಯಿತು! ಅದು ಬಹು ದೈನ್ಯದಿಂದ ಹೇಳಿತು, "ನೀವು ಏನಾದರೂ ದಾರಿಯನ್ನಾದರೂ ತೋರಿಸಲಾರಿರಾ? ನಾನೇನೋ ಮೂರ್ಖನಂತೆ ತಪ್ಪು ಮಾಡಿದೆ ನಿಜ! ಆದರೆ ನೀವು ಇದಕ್ಕೊಂದು ದಾರಿ ತೋರಿಸಲಾರಿರಾ?"

"ಹಾಂ! ದಾರಿ ಹೋರಿಸೋಣ! ಇದಕ್ಕೆ ಸ್ವಲ್ಪ ಯೋಚಿಸಬೇಕು! ನೀನೇಕೆ ನಮ್ಮ ಹಿರಿಯಜ್ಜನನ್ನು ಕೇಳಬಾರದು?" ಬಂಧುಮಿತ್ರರು ಹೇಳಿದರು.

ಹಂದಿಯು ಕೂಡಲೇ ಹಿರಿಯಜ್ಜನ ಬಳಿಗೆ ಓಡಿ ತನ್ನಿಡೀ ಕಥೆ ಹೇಳಿಕೊಂಡು ದಾರಿ ತೋರಿಸಬೇಕೆಂದು ಬೇಡಿಕೊಂಡಿತು. ಆಗ ಹಿರಿಯಜ್ಜ ಊಟ ಮಾಡುತ್ತಿತ್ತು. ಹಂದಿಯ ಕಥೆ ಕೇಳಿ ಅದು ವಿಪರೀತ ಕೋಪಗೊಂಡು, "ಅಯ್ಯಾ ಮೂರ್ಖಶಿಖಾಮಣಿ! ಹೋಗೀ ಹೋಗೀ ಹುಲಿಯ ಹತ್ತಿರವೇ ಸವಾಲು ಹಾಕುವುದು? ನಿನಗೇನಾದರೂ ಬುದ್ಧಿ ನೆಟ್ಟಗಿದೆಯೋ ಹೇಗೆ? ಹುಲಿಯ ಬಳಿ ಹೋಗಬಾರದೆಂದು ಎಷ್ಟು ಬಾರಿ ನಿನಗೆ ಹೇಳಿಲ್ಲ? ನೀವು ಕಿರಿಯರೇ ಹೀಗೆ! ನೀವೇ ಬಹಳ ಬುದ್ಧಿಶಾಲಿಗಳೂ ಬಲಶಾಲಿಗಳೂ ಆಗಿರುವಿರೆಂದು ಭಾವಿಸಿ ಬೀಗುವಿರಿ! ಹೇಳಿದ ಮಾತು ಕೇಳುವುದಿಲ್ಲ! ಈಗ ಹುಲಿಗೆ ಸವಾಲು ಹಾಕಿರುವೆಯಲ್ಲ? ಹೋಗಿ ಯುದ್ಧ ಮಾಡಿಕೋ ಅದರೊಂದಿಗೆ!" ಎಂದು ಚೆನ್ನಾಗಿ ಬೈಯ್ಯಿತು!

ಆಗ ಈ ಹಂದಿ ಹಿರಿಯಜ್ಜನ ಕಾಲಿಗೆ ಬಿದ್ದು ಬೇಡಿಕೊಂಡಿತು, "ತಪ್ಪಾಯಿತಜ್ಜ! ಇನ್ನೆಂದೂ ಹೀಗೆ ಮಾಡುವುದಿಲ್ಲ! ಇದರಿಂದ ತಪ್ಪಿಸಿಕೊಳ್ಳಲು ಏನಾದರೂ ಉಪಾಯ ಹೇಳು! ದಯವಿಟ್ಟು!"

ಹಿರಿಯಜ್ಜ ಸ್ವಲ್ಪ ಕನಿಕರಗೊಂಡು, "ಆಗಲಿ! ಸ್ವಲ್ಪ ಯೋಚಿಸೋಣ!" ಎಂದಿತು.

ಸ್ವಲ್ಪ ಹೊತ್ತು ಯೋಚಿಸಿ ಹಿರಿಯಜ್ಜ ಹೇಳಿತು, "ನೋಡು! ಒಂದು ಉಪಾಯವಿದೆ! ನಿನ್ನ ಅದೃಷ್ಟವಿದ್ದರೆ, ಆ ಉಪಾಯ ಫಲಿಸಿ ಹುಲಿಯು ನಿನ್ನನ್ನು ಬಿಡಬಹುದು!"

'ಅದೇನು ಹೇಳಜ್ಜ!" ಹಂದಿ ಗೋಗರೆಯಿತು, "ನೀನೇನು ಹೇಳಿದರೂ ಮಾಡುತ್ತೇನೆ!"

ಆಗ ಹಿರಿಯಜ್ಜ ಮೆಲ್ಲನೆ ಪಿಸುದನಿಯಲ್ಲಿ ಹೇಳಿತು, "ನೋಡು! ನೀನು ಹುಲಿಯ ಬಳಿಗೆ ಹೋಗುವ ಮೊದಲು ಸಾಧ್ಯವಾದಷ್ಟು ನಿನ್ನ ಮೈಯನ್ನು ಕೊಳಕು ಮಾಡಿಕೋ! ಆಮೇಲೇನಾಗುವುದೋ ನೋಡೋಣ!"

ಹಂದಿಗೆ ಈ ಉಪಾಯ ಬಹಳ ಹಿಡಿಸಿತು! ಅದರಂತೆ ಅದು ಹುಲಿಯ ಬಳಿಗೆ ಹೋಗುವ ಮೊದಲು ಕೆಸರಿನಲ್ಲಿ ಚೆನ್ನಾಗಿ ಹೊರಳಾಡಿತು! ಅನಂತರ ತನ್ನ ಮೈ ಒಣಗಿಸಿಕೊಂಡು ಪುನಃ ಕೆಸರಿನಲ್ಲಿ ಹೊರಳಾಡಿತು! ಹೀಗೆ ಕೆಸರಿನಲ್ಲಿ ಹೊರಳಾಡುವುದು,

ಮೈ ಒಣಗಿಸಿಕೊಳ್ಳುವುದು ಮತ್ತೆ ಮತ್ತೆ ಮಾಡಲು ಅದರ ಮೈಮೇಲೆ ಸಾಕಷ್ಟು ಕೆಸರು ಮೆತ್ತಿಕೊಂಡು ಅದು ಅತ್ಯಂತ ಕೊಳಕಾಗಿ ಕಾಣುತ್ತಿತ್ತು!

ಹೀಗೆ ಬಹಳ ಕೊಳಕಾದ ಹಂದಿ ಕೆರೆಯ ಬಳಿ ಹೋಯಿತು. ಅಲ್ಲಿ ಹುಲಿಯು ಆಗಲೇ ಬಂದು ಕಾಯುತ್ತಿತ್ತು. ಈ ಕೊಳಕಾದ ಹಂದಿ ಬರುವುದನ್ನು ನೋಡಿ ಅದಕ್ಕೆ ಆಶ್ಚರ್ಯವಾಯಿತು! ಅದಕ್ಕೆ ಹಂದಿಯ ಗುರುತೇ ಸಿಗಲಿಲ್ಲ!

"ಯಾರು ನೀನು?" ಹುಲಿಯು ಆಶ್ಚರ್ಯದಿಂದ ಕೇಳಿತು.

"ನಾನೇ ಹುಲಿರಾಯ! ನಿನ್ನೊಡನೆ ಯುದ್ಧ ಮಾಡಬೇಕಾದ ಹಂದಿ!" ಹಂದಿ ಹೇಳಿತು.

"ನೀ... ನೇ....!" ಹುಲಿ ಅವಕ್ಕಾಗಿ ಹೇಳಿತು! ಹಂದಿಯ ಮೈಯ ದುರ್ನಾತ, ಅದರ ಮೂಗಿಗೇ ಬಡಿಯುತ್ತಿತ್ತು! ಇನ್ನು ಅದರ ಮೇಲೆ ಎಗರಿ ಬಿದ್ದರೆ ತನ್ನ ಮೈಯೆಲ್ಲಾ ಕೊಳಕಾಗುವುದು ಎಂದು ಗೊತ್ತಾಯಿತು ಹುಲಿಗೆ! ಬಹಳ ಅಸಹ್ಯವೆನಿಸಿತು ಅದಕ್ಕೆ! ರುಚಿಯಾದ ಹಂದಿಮಾಂಸದ ಭೋಜನದ ಕನಸು ಕಮರಿಹೋಯಿತು ಅದಕ್ಕೆ! ಮೊದಲು ಈ ಅಸಹ್ಯ ಪ್ರಾಣಿಯಿಂದ ದೂರ ಹೋದರೆ ಸಾಕೆನಿಸಿತು ಅದಕ್ಕೆ!

"ಛೀ! ತೊಲಗು ಇಲ್ಲಿಂದ!" ಹುಲಿಯು ಗರ್ಜಿಸಿತು!" ಇನ್ನೊಮ್ಮೆ ನನ್ನೆದುರು ಬಂದು ನಿಂತೀಯೆ ಜೋಕೆ!"

ಕೆಟ್ಟೆನೋ ಬಿಟ್ಟೆನೋ ಎಂದು ಹಂದಿ ಅಲ್ಲಿಂದ ಕಾಲುಕಿತ್ತಿತು! ಹಿರಿಯಜ್ಜನ ಬಳಿಗೋಡಿ ಅದರ ಉಪಾಯ ಫಲಿಸಿದ್ದಕ್ಕೆ ಧನ್ಯವಾದ ಹೇಳಿ ಕೊಂಡಾಡಿತು!

ಹಂದಿಯ ಗೆಲುವು ಕಂಡು ಎಲ್ಲಾ ಹಂದಿಗಳು ಒಟ್ಟಿಗೆ ಸಭೆ ಸೇರಿ ಇನ್ನು ಮುಂದೆ ಹುಲಿಯು ತಮ್ಮನ್ನು ಕೊಲ್ಲಬಾರದೆಂದರೆ ಸಾಧ್ಯವಾದಷ್ಟು ಕೊಳಕಾಗಿರಬೇಕೆಂದು ತೀರ್ಮಾನ ತೆಗೆದುಕೊಂಡವು!

ಆದ್ದರಿಂದಲೇ ಇಂದಿಗೂ ಹಂದಿಗಳು ಬಹಳ ಕೊಳಕಾಗಿರುತ್ತವೆ!

ಮೇಘಾಲಯದ ಜಾನಪದ ಕಥೆ
ದುರಾಸೆಯ ಫಲ

ಒಂದಾನೊಂದು ಕಾಲದಲ್ಲಿ ಒಬ್ಬ ದಂಪತಿಗಳಿಗೆ ಇಬ್ಬರು ಹೆಣ್ಣುಮಕ್ಕಳಿದ್ದರು. ಆ ಇಬ್ಬರು ಹೆಣ್ಣುಮಕ್ಕಳಿಗೆ ಮದುವೆಯಾದ ಕೂಡಲೇ ಆ ದಂಪತಿಗಳಿಬ್ಬರೂ ಸತ್ತುಹೋದರು. ಆ ಇಬ್ಬರು ಹೆಣ್ಣು ಮಕ್ಕಳಿಗೂ ಒಬ್ಬೊಬ್ಬ ಹೆಣ್ಣುಮಗಳು ಹುಟ್ಟಿದಳು. ಅನಂತರ ಅವರಿಗೆ ಮಕ್ಕಳಾಗಲಿಲ್ಲ. ಅವರಲ್ಲಿ ದೊಡ್ಡವಳಿಗೆ ಬಹಳ ದುರಾಸೆಯಿತ್ತು! ಅವಳು ಕೇವಲ ಹಣವನ್ನು ಪ್ರೀತಿಸುತ್ತಾ ಶ್ರೀಮಂತೆಯಾದಳು. ಅವಳು ಶ್ರೀಮಂತೆಯಾದರೂ ಇಡೀ ಹಳ್ಳಿಯಲ್ಲಿ ಯಾರೂ ಅವಳನ್ನು ಪ್ರೀತಿಸುತ್ತಿರಲಿಲ್ಲ. ಜನರು ಅವಳನ್ನು ಖ್ವಾನ್ [ದುರಾಸೆಯವಳು] ಎಂದು ಕರೆಯುತ್ತಿದ್ದರು. ಆದರೆ ಅವಳ ತಂಗಿ ಬಡವಳಾಗಿದ್ದರೂ ಬಹಳ ಉದಾರಿಯಾಗಿದ್ದಳು. ಹಾಗಾಗಿ ಜನರು ಅವಳನ್ನು ಬಹಳ ಪ್ರೀತಿಸುತ್ತಿದ್ದರು. ಆದರೆ ಅವಳ ಮಗಳು ದೊಡ್ಡವಳಾಗುವ ಹೊತ್ತಿಗೆ ಅವಳು ಸತ್ತುಹೋದಳು! ಪಾಪ, ಅನಾಥಳಾದ ಅವಳ ಮಗಳು ತನ್ನ ದೊಡ್ಡಮ್ಮನ ಜೊತೆ ಇರಬೇಕಾಯಿತು.

ದೊಡ್ಡಮ್ಮ ಖ್ವಾನ್, ಆ ಹುಡುಗಿಯನ್ನು ತನ್ನ ದಾಸಿಯಂತೆ ನಡೆಸಿಕೊಂಡಳು! ಸದಾ ಅವಳನ್ನು ಬೈಯುತ್ತಾ ಹೊಡೆಯುತ್ತಿದ್ದಳು! ಸರಿಯಾಗಿ ಊಟವನ್ನೂ ಕೊಡುತ್ತಿರಲಿಲ್ಲ! ಸಾಕಷ್ಟು ಕೆಲಸ ಮಾಡಿಸುತ್ತಿದ್ದಳು! ಅವಳ ಹೊಡೆತಗಳಿಂದ ಪಾಪ ಹುಡುಗಿಯ ಮೈಯೆಲ್ಲಾ ಗಾಯಗಳಾಗಿ, ಅತಿಯಾದ ಕೆಲಸದಿಂದಲೂ ಸರಿಯಾದ ಊಟ, ವಿಶ್ರಾಂತಿಗಳಿಲ್ಲದೆಯೂ ಅವಳು ಸೊರಗಿ ಸೊರಗಿ ಮೂಳೆ-ಚಕ್ಕಳವಾದಳು!

ಹೀಗಿರಲು, ಕೊಯ್ಲಿನ ಕಾಲ ಬಂದಾಗ, ಖ್ವಾನ್ ದೊಡ್ಡಮ್ಮ ಅವಳನ್ನು ಧಾನ್ಯವನ್ನು ತಿನ್ನುವ ಪಕ್ಷಿಗಳನ್ನೋಡಿಸಲು ಭತ್ತದ ಗದ್ದೆಗೆ ಕಳಿಸಿದಳು. ಅಂತೆಯೇ ಅವಳು ಭತ್ತದ ಗದ್ದೆಗೆ ಹೋಗಿ ಪಕ್ಷಿಗಳನ್ನು ಓಡಿಸುತ್ತಿದ್ದಾಗ, ಅವಳ ಧ್ವನಿಯನ್ನೇ ಅನುಕರಿಸುತ್ತಿರುವ ಒಂದು ವಿಚಿತ್ರ ಧ್ವನಿ ಕೇಳಿಸಿತು! ಅವಳು ಮೊದಲಿಗೆ ಯಾರೋ ತಮಾಷೆಗಾಗಿ ಹಾಗೆ ಮಾಡುತ್ತಿರುವರೆಂದು ಭಾವಿಸಿ ಸುಮ್ಮನಿದ್ದಳು. ಆದರೆ ಆ ಧ್ವನಿ ಮತ್ತೆ ಮತ್ತೆ ಬರಲು,

ಅವಳು, "ಏಯ್! ಏಯ್! ಯಾರದು?" ಎಂದು ಕೂಗಿದಳು. ಆ ಧ್ವನಿಯೂ ಹಾಗೆಯೇ ಕೂಗಿತು! ಆಗ ಅವಳು ಮನೆಗೆ ಓಡಿ ಹೋಗಿ ತನ್ನ ದೊಡ್ಡಮ್ಮನಿಗೆ ಈ ವಿಷಯ ಹೇಳಿದಳು. ಆದರೆ ದೊಡ್ಡಮ್ಮ ಅವಳನ್ನು ಚೆನ್ನಾಗಿ ಹೊಡೆದು ಪುನಃ ಗದ್ದೆಗೆ ಓಡಿಸಿದಳು. ಪುನಃ ಆ ಧ್ವನಿ ಬರತೊಡಗಿತು. ಮರುದಿನವೂ ಹೀಗೆಯೇ ಆದಾಗ, ಹುಡುಗಿಯು ಹೆದರಿ ಮನೆಗೋಡಿ ತನ್ನ ದೊಡ್ಡಮ್ಮನಿಗೆ ಮತ್ತೆ ಈ ವಿಷಯ ಹೇಳಿದಳು. ಆಗ ದೊಡ್ಡಮ್ಮ ಅವಳನ್ನು ಚೆನ್ನಾಗಿ ಬೈದು ಹೊಡೆದು, "ಅದು ಮನುಷ್ಯನಾಗಿದ್ದರೆ ಹೊರ ಬಂದು ಬಲಿಗಾಗಿ ಕುರಿಗಳನ್ನೂ ಆಕಳನ್ನೋ ಹಾಗೆಯೇ ದಾಸ, ದಾಸಿಯರನ್ನೂ ತಂದುಕೊಡಬೇಕೆಂದು ನೀನೇಕೆ ಹೇಳಲಿಲ್ಲ? ಹೋಗು!" ಎಂದು ಪುನಃ ಗದ್ದೆಗೆ ಓಡಿಸಿದಳು. ಹುಡುಗಿಯು ಪಾಪ, ಅಳುತ್ತಾ ಪುನಃ ಗದ್ದೆಗೆ ಬಂದಳು. ಅಲ್ಲಿ ಅವಳು ಪುನಃ ಪಕ್ಷಿಗಳನ್ನೋಡಿಸುವ ಕಾರ್ಯಕ್ಕೆ ತೊಡಗಿದಾಗ ಮತ್ತೆ ಅದೇ ಧ್ವನಿ ಬಂದಿತು! ಆಗ ಅಬಳು ತನ್ನ ದೊಡ್ಡಮ್ಮ ಹೇಳಿದಂತೆ ಹೇಳಿದಳು, "ಯಾರು ನೀನು? ದೇವರೋ ಮನುಷ್ಯನೋ? ಮನುಷ್ಯನಾಗಿದ್ದರೆ ಹೊರಬಂದು ಬಲಿಗಾಗಿ ಕುರಿಗಳನ್ನೂ, ಆಕಳನ್ನೂ ಹಾಗೆಯೇ ದಾಸ, ದಾಸಿಯರನ್ನೂ ತಂದುಕೊಡು!"

ಅವಳು ಹಾಗೆ ಹೇಳಿದಳೋ ಇಲ್ಲವೋ, ಇದ್ದಕ್ಕಿದ್ದಂತೆ ಒಂದು ದೊಡ್ಡ ಶಬ್ದವಾಗಿ ಎಲ್ಲಿಂದಲೋ ನೂರಾರು ಕುರಿಗಳೂ ಆಕಳೂ ಬರತೊಡಗಿದವು! ಅವುಗಳನ್ನು ಬೆಟ್ಟದ ತಪ್ಪಲಿನಿಂದ ಒಬ್ಬ ವಿಚಿತ್ರಾಕಾರದ ವ್ಯಕ್ತಿ ಓಡಿಸಿಕೊಂಡು ಬರುತ್ತಿದ್ದನು! ಆ ವ್ಯಕ್ತಿಯು ಸೊಂಟದವರೆಗೂ ಮನುಷ್ಯನಂತಿದ್ದರೆ ಸೊಂಟದಿಂದ ಕೆಳಗೆ ಸರ್ಪದಂತಿದ್ದನು! ಅವನನ್ನು ನೋಡಿ ಭಯಭೀತಳಾದ ಹುಡುಗಿ ಓಡತೊಡಗಿದಳು! ಆದರೆ ಅವನು ಅವಳ ಹಿಂದೆಯೇ ಬರುತ್ತಾ ತನ್ನ ಸರ್ಪಬಾಲದ ಕೊಂಡಿಯಲ್ಲಿ ಅವಳನ್ನು ಸುತ್ತಿ ಹಿಡಿದನು! ಅವಳು ಕೂಡಲೇ ಪ್ರಜ್ಞೆ ತಪ್ಪಿದಳು!

ಪ್ರಜ್ಞೆ ಮರಳಿ ಬಂದಾಗ ನೋಡಿದರೆ, ಅವಳನ್ನು ಒಬ್ಬ ಸುಂದರ ಯುವಕನು ಮುದ್ದಿಸುತಿದ್ದನು! ಅವಳಿಗೆ ಕೂಡಲೇ ಅವನ ಮೇಲೆ ಪ್ರೇಮವುಂಟಾಯಿತು! ಅವನೇ ತನ್ನ ಪತಿ ಎಂದು ಅವಳು ತಿಳಿದಳು. ಅವನೊಂದಿಗೆ ದನ, ಕುರಿಗಳನ್ನು ಹೊಡೆದುಕೊಂಡು ಅವಳು ಖ್ವಾನ್ ದೊಡ್ಡಮ್ಮನ ಬಳಿ ಹೋಗಿ ಎಲ್ಲ ವಿಷಯ ಹೇಳಿದಳು. ಅನಂತರ ಅವಳು ತನ್ನ ಪತಿ ಮತ್ತು ದನಕುರಿಗಳೊಂದಿಗೆ ಬೇರೆ ಮನೆಯಲ್ಲಿರತೊಡಗಿದಳು. ಈಗ ಅವಳು ಶ್ರೀಮಂತೆಯಾದಳು!

ಖ್ವಾನ್ ದೊಡ್ಡಮ್ಮನಿಗೆ ಒಬ್ಬ ಮಗಳಿದ್ದಳಷ್ಟೆ? ಅವಳಿಗೆ ತನ್ನ ಮಗಳೂ ಆ ಅನಾಥೆಯಂತೆ ಶ್ರೀಮಂತನೊಬ್ಬನನ್ನು ಮದುವೆಯಾಗಬೇಕೆಂಬ ಆಸೆಯಾಯಿತು! ಅನಾಥೆಯ ಮೇಲೆ ಮಾತ್ಸರ್ಯ ತಾಳಿದ ಅವಳು ಪ್ರತಿದಿನವೂ ಅನಾಥೆಯ ಮನೆಗೆ ಹೋಗುತ್ತಾ ಅವಳ ಗಂಡನ ಸಂಪತ್ತಿನ ರಹಸ್ಯವನ್ನು ಕಂಡುಹಿಡಿಯಲು ಪ್ರಯತ್ನಿಸಿದಳು. ಕ್ರಮೇಣ ಅವಳಿಗೆ, ಅನಾಥೆಯ ಗಂಡನ ಹೆಸರು ಉಮುಂಜ್ ಎಂದೂ ಅವನಿಗೆ ಉಸಹ್ ಎಂಬ ತಮ್ಮನಿರುವನೆಂದೂ ತಿಳಿಯಿತು. ಆಗ ಅವಳಿಗೆ ಹೇಗಾದರೂ ಮಾಡಿ ತನ್ನ ಮಗಳನ್ನು ಆ ಉಸಹ್‌ನೊಂದಿಗೆ ಮದುವೆ ಮಾಡಿಸಬೇಕೆಂಬ ದುರಾಸೆಯುಂಟಾಯಿತು! ನಿಧಾನವಾಗಿ ಈ ವಿಷಯವನ್ನು ಅವಳು ಉಮುಂಜ್‌ಗೆ ಹೇಳಿದಳು. ಆದರೆ ಅದು ಸಾಧ್ಯವಿಲ್ಲವೆನ್ನುತ್ತಾ ಉಮುಂಜ್ ಹೇಳಿದನು, "ನಾನು ಅರ್ಧ ಮನುಷ್ಯ, ಅರ್ಧ-ಸರ್ಪವಾಗಿ ಹುಟ್ಟಿದೆ! ದೇವರ ಆಜ್ಞೆಯ ಪ್ರಕಾರ, ನಾನು ಒಬ್ಬ ಹೆಣ್ಣನ್ನು ನನ್ನ ಹೆಂಡತಿಯಾಗಿ ಸ್ವೀಕರಿಸಿದ ಕೂಡಲೇ ನನಗೆ ಪೂರ್ಣ ಮಾನವತ್ವವು ಬರುವುದಿತ್ತು! ಆದರೆ ನನ್ನನ್ನು ನೋಡಿದ ಕೂಡಲೇ ಯಾವ ಹೆಣ್ಣಾದರೂ ಓಡಿಹೋಗುತ್ತಿದ್ದಳು! ಅದು ಹೇಗೋ ಈ ಹುಡುಗಿ ನನಗೆ ಸಿಕ್ಕಿದಳು! ಹಾಗಾಗಿ ನಾನು ಪೂರ್ಣ ಮಾನವನಾದೆ! ಆದರೆ ನನ್ನ ತಮ್ಮನಿಗೆ ಆ ಭಾಗ್ಯವಿಲ್ಲ! ಅವನೊಬ್ಬ ಪೂರ್ಣ ಸರ್ಪ! ಅವನು ಸರ್ಪವಾಗಿಯೇ ಇರಬೇಕೆಂಬುದು ದೈವನಿಯಮ! ನಾವಿಬ್ಬರೂ ಬಹಳ ಶ್ರೀಮಂತರು ನಿಜ! ಆದರೆ ನಿಮ್ಮ ಮಗಳನ್ನು ನನ್ನ ತಮ್ಮನಿಗೆ ಮಾತ್ರ ಮದುವೆ ಮಾಡಬೇಡಿ! ಅದರಿಂದ ತೊಂದರೆಯೇ ಆದೀತು! ಬೇರೆ ಯಾರಿಗಾದರೂ ನಿಮ್ಮ ಮಗಳನ್ನು ಕೊಟ್ಟು ಮದುವೆ ಮಾಡಿ!"

ಆದರೆ ಖ್ವಾನ್ ಸಂಪತ್ತಿನ ದುರಾಸೆಯಿಂದ ಕುರುಡಾಗಿದ್ದಳು! ಅವಳು ಉಮುಂಜ್‌ನ ಮಾತುಗಳನ್ನು ಒಪ್ಪಲಿಲ್ಲ. ಅವನ ಕಥೆ ಕೇಳಿದ ಬಳಿಕ, ತನ್ನ ಸ್ನೇಹಿತೆಯರನ್ನೆಲ್ಲಾ ಮೀನು ಹಿಡಿಯುವ ಆಟಕ್ಕೆಂದು ಕರೆದು, ಅವರೆಲ್ಲರನ್ನೂ ಉಮುಂಜ್ ಮತ್ತು ಉಸಹ್ ವಾಸಿಸುತ್ತಿದ್ದ ನದಿಯ ಬಳಿಗೆ ಕರೆದೊಯ್ದಳು. ಅಲ್ಲಿ ಎಲ್ಲರೂ ಬಲೆ ಬೀಸಿ ಮೀನು ಹಿಡಿಯತೊಡಗಿದರು. ಆದರೆ ಇತರರೆಲ್ಲರೂ ಸಾಕಷ್ಟು ಮೀನುಗಳನ್ನು ಹಿಡಿಯುತ್ತಿದ್ದರೆ, ಖ್ವಾನ್‌ಳ ಬಲೆ ಖಾಲಿಖಾಲಿಯಾಗೇ ಇರುತ್ತಿತ್ತು! ಅದೇಕೆಂದು ಅವರಾರಿಗೂ ಅರ್ಥವಾಗುತ್ತಿರಲಿಲ್ಲ! ವಾಸ್ತವವಾಗಿ ಖ್ವಾನ್‌ಳು, ತಾನು ಹಿಡಿದ ಮೀನುಗಳನ್ನೆಲ್ಲಾ ನೀರಿಗೆ

ಎಸೆದುಬಿಡುತ್ತಿದ್ದಳು! ಏಕೆಂದರೆ ಅವಳಿಗೆ ಬೇಕಾಗಿದ್ದುದು ಉಸಹ್ ಸರ್ಪ! ಅವಳು ಮೀನುಗಳನ್ನು ಪುನಃ ನೀರಿಗೆಸೆಯುತ್ತಿದ್ದುದು ಅವರಿಗೆ ಗೊತ್ತಾಗುತ್ತಲೇ ಇರಲಿಲ್ಲ!.

ಹೀಗೆಯೇ ಕೆಲದಿನಗಳಾದವು. ಒಂದು ದಿನ, ಖ್ವಾನ್ ತಾನು ಹಿಡಿದ ಮೀನುಗಳನ್ನೆಲ್ಲಾ ಪುನ: ನದಿಗೆಸೆಯುವುದನ್ನು ಅವಳ ಸ್ನೇಹಿತೆಯರು ನೋಡಿದರು. ಹಾಗೇಕೆ ಮಾಡುವೆಯೆಂದು ಅವಳನ್ನು ಕೇಳಲು, ಅವಳು ತನಗೆ ಕೇವಲ ಏಡಿಗಳು ಬೇಕೆಂದಳು. ಹೀಗೆಯೇ ನಡೆಯುತ್ತಿರಲು, ಒಂದು ದಿನ, ಖ್ವಾನ್‌ಳ ಬಲೆಯಲ್ಲಿ ಒಂದು ಹಾವು ಸಿಕ್ಕಿಬಿತ್ತು! ಅದು ಉಮುಂಜ್ ವರ್ಣಿಸಿದಂತೆಯೇ ಇತ್ತು! ಅದೇ ಉಸಹ್ ಇರಬೇಕೆಂದು ಭಾವಿಸಿ ಅವಳು ಅದನ್ನು ಮನೆಗೆ ತೆಗೆದುಕೊಂಡು ಹೋದಳು. ಅಲ್ಲಿ ಮಂಚದ ಮೇಲೆ ತನ್ನ ಮಗಳ ಪಕ್ಕದಲ್ಲಿ ಅದನ್ನು ಮಲಗಿಸಿ, ಬೆಳಗ್ಗೆ ಉಮುಂಜ್‌ನಂತೆಯೇ ಅದೂ ಒಬ್ಬ ಶ್ರೀಮಂತ ಪುರಷನಾಗುವುದೆಂದು ಭಾವಿಸಿ ಮಲಗಲು ಹೋದಳು.

ಮರುದಿನ ಬೆಳಗಾಗಲು, ಖ್ವಾನ್ ತನ್ನ ಮಗಳಿಗೂ ಉಸಹ್‌ಗೂ ಒಳ್ಳೆಯ ತಿಂಡಿ ಮಾಡಿಕೊಡಲೆಂದು ಮಲಗುವ ಕೋಣೆಗೆ ಹೋದಳು. ಆದರೆ ಅಲ್ಲಿ ಯಾರೂ ಇರಲಿಲ್ಲ! ಬಿದಿರಿನ ಗೋಡೆಯಲ್ಲಿ ಒಂದು ದೊಡ್ಡ ರಂಧ್ರವಾಗಿತು! ಅವಳು ಗಾಬರಿಗೊಂಡು ತನ್ನ ಗಂಡನನ್ನೆಬ್ಬಿಸಿ ಅವನೊಂದಿಗೆ ಇಬ್ಬರನ್ನೂ ಎಲ್ಲೆಲ್ಲೂ ಹುಡುಕಿದಳು. ಕೊನೆಗೆ ಅವರು ಹಂದಿಲಾಯದಲ್ಲಿ ಉಸಹ್ ಬಹಳ ದೊಡ್ಡ ಗಾತ್ರಕ್ಕೆ ಬೆಳೆದು ಮಲಗಿದ್ದುದನ್ನು ಕಂಡರು! ಉಸಹ್ ಅವರ ಮಗಳನ್ನು ನುಂಗಿದ್ದನು! ಖ್ವಾನ್ ಏನು ಮಾಡುವುದೆಂದು ತೋಚದೇ ಗರಬಡಿದವಳಂತೆ ನಿಂತಳು! ಆಗ ಅವಳ ಗಂಡನು ಕೂಡಲೇ ಉಮುಂಜ್‌ನ ಬಳಿ ಹೋಗಿ ನಡೆದುದನ್ನು ಹೇಳಿದನು. ಕೂಡಲೇ ಉಮುಂಜ್, ಒಂದು ಚಿನ್ನದ ಚಾಕುವನ್ನೂ ಚಿನ್ನದ ಬೀಸಣಿಗೆಯನ್ನೂ ನೀರು ತುಂಬಿದ ಬಟ್ಟಲನ್ನೂ ತೆಗೆದುಕೊಂಡು ಬಂದನು. ಮಲಗಿದ್ದ ಉಸಹ್‌ನ ಹೊಟ್ಟೆಯನ್ನು ಚಿನ್ನದ ಚಾಕುವಿನಿಂದ ಮೆಲ್ಲನೆ ಸೀಳಿ ಒಳಗಿದ್ದ ಖ್ವಾನ್‌ಳ ಮಗಳನ್ನು ತೆಗೆದನು! ಅನಂತರ ತನ್ನ ಬಟ್ಟಲಿನಿಂದ ನೀರನ್ನು ತೆಗೆದುಕೊಂಡು ಅವಳ ಮೇಲೆ ಚಿಮುಕಿಸುತ್ತಾ ಬೀಸಣಿಗೆಯಿಂದ ಗಾಳಿ ಬೀಸುತ್ತಾ ಅವಳನ್ನು ಉಪಚರಿಸಿದನು. ನಿಧಾನವಾಗಿ ಅವಳಿಗೆ ಜೀವ ಬಂದು ಅವಳು ಎಚ್ಚೆತ್ತಳು! ತನ್ನ ಮಗಳು ಬದುಕಿದ್ದನ್ನು ನೋಡಿ ಖ್ವಾನ್ ಸಂಭ್ರಮಿಸಿದಳು! ಆಗ ಉಮುಂಜ್, ಪುನ: ಉಸಹ್‌ನ ಸೀಳಿದ ಹೊಟ್ಟೆಯನ್ನು ಹೊಲಿದು, ತಾನೇ ಅವನನ್ನು ಎತ್ತಿಕೊಂಡು ಹೋಗಿ

ನೀರಿಗೆಸೆದನು. ಅನಂತರ ಅವನು ಹಿಂದಿರುಗಿ, ಇಷ್ಟು ದುರಾಸೆಯಿದ್ದುದಕ್ಕೆ ಖ್ವಾನ್‌ಳನ್ನು ನಿಂದಿಸಿದನು. ಖ್ವಾನ್‌ಗಳಾದರೋ ಕೋಪಗೊಂಡು, "ನನ್ನ ಮಗಳನ್ನು ಉಸಹ್‌ನೊಂದಿಗೆ ಸೇರಿಸಲು ನೀನೇ ಅಲ್ಲವೇ ಹೇಳಿದ್ದು?" ಎಂದು ಅವನನ್ನೇ ಬಯ್ದಳು!.

"ಅಂಥ ಸುಳ್ಳನ್ನು ಹೇಳಬೇಡಿ!" ಉಮುಂಜ್ ಕೋಪದಿಂದ ಹೇಳಿದನು.

"ಓಹೋ! ಸರಿ! ನಾನು ದುರಾಸೆಯವಳು ಎನ್ನುವುದೇ ನಿಜವಾದರೆ ಆ ಉಸಹ್ ಮತ್ತೆ ನನ್ನ ಮಗಳನ್ನು ನುಂಗಲಿ!" ಖ್ವಾನ್ ಹೇಳಿದಳು! ಪುನಃ ಹಾಗಾಗುವುದಿಲ್ಲವೆಂದು ಅವಳು ಭಾವಿಸಿದಳು. ಉಸಹ್ ಸತ್ತುಹೋದನೆಂದೂ ತಪ್ಪು ತಿಳಿದಳು.

ಆದರೆ ಅವಳು ಭಾವಿಸಿದುದು ತಪ್ಪಾಗಿತ್ತು! ಉಸಹ್‌ಗೆ ಅವಳ ಮಗಳನ್ನು ನುಂಗಬೇಕೆಂಬ ಆಸೆ ಬಲವಾಗಿತ್ತು. ಬದುಕಿಯೇ ಇದ್ದ ಅವನು, ಕ್ರಮೇಣ ತನ್ನ ಗಾಯಗಳು ವಾಸಿಯಾಗಲು, ತನ್ನ ನದಿಯಿಂದ ಖ್ವಾನ್‌ಳ ಮನೆಯವರೆಗೆ ಒಂದು ಸುರಂಗ ತೋಡಿದನು. ಒಂದು ದಿನ, ಖ್ವಾನ್‌ಳ ಮಗಳು, ಮನೆಯ ಮುಂದಿನ ಮರದ ಮೇಲೆ ಕುಳಿತು ಭತ್ತದ ಗದ್ದೆಯತ್ತ ನೋಡುತ್ತಿದ್ದಾಗ, ಉಸಹ್ ತನ್ನ ಸುರಂಗದ ಮೂಲಕ ಬಂದು ಅವಳನ್ನು ಎತ್ತಿಕೊಂಡು ಹೋಗಿಬಿಟ್ಟನು! ತನ್ನ ಮಗಳನ್ನು ಅವನು ಎತ್ತಿಕೊಂಡು ಹೋಗುವುದನ್ನು ನೋಡಿದ ಖ್ವಾನ್ ಸಹಾಯಕ್ಕಾಗಿ ಕಿರುಚಿದಳು! ಆದರೆ ಯಾರೂ ಬರಲಿಲ್ಲ! ಏಕೆಂದರೆ ಆಗ ಎಲ್ಲಾ ಗಂಡಸರೂ ಹಳ್ಳಿಯ ಆಚೆ ಹೋಗಿದ್ದರು!

ಆ ಸಂಜೆ, ಖ್ವಾನ್, ಉಮುಂಜ್‌ನ ಬಳಿ ಹೋಗಿ ನಡೆದುದನ್ನು ಹೇಳಿ ಸಹಾಯವನ್ನು ಬೇಡಿದಳು. ಆದರೆ ಉಮುಂಜ್, ಅವಳ ಮಾತನ್ನೇ ಜ್ಞಾಪಿಸಿ, ಅವಳು ಹೇಳಿದಂತೆಯೇ ನಡೆದಿರುವುದರಿಂದ ತಾನೀಗ ಸಹಾಯ ಮಾಡಲಾರೆನೆಂದನು! ಆಗ ಖ್ವಾನ್ ಏನೂ ಮಾಡಲಾರದೇ ಕ್ರಮೇಣ ಕೊರಗಿ ಕೊರಗಿ ಸತ್ತಳು.

ದುರಾಸೆಯ ಫಲ ಅವಳಿಗೆ ಸಿಕ್ಕಿತ್ತು!

ರಾಜಸ್ಥಾನದ ಜಾನಪದ ಕಥೆ
ಒಗಟು

ಒಂದು ಗ್ರಾಮದಲ್ಲಿ ಅಮರಸಿಂಗನೆಂಬ ವೃದ್ಧನಿದ್ದ. ಅವನು ಬಹಳ ಬುದ್ಧಿವಂತನಾಗಿದ್ದ. ಮೊದಲು ಬಹಳ ಬಡವನಾಗಿದ್ದ ಅವನು ಎರಡು ನಾಣ್ಯಗಳೂ ಇಲ್ಲದವನಾಗಿ ಕಷ್ಟದಲ್ಲಿದ್ದ. ಆಗ ಅವನು ಕಷ್ಟಪಟ್ಟು ಉನ್ನತ ಮಟ್ಟಕ್ಕೆ ಬರುವೆನೆಂದು ಶಪಥ ಮಾಡಿ, ಅಂತೆಯೇ ಹತ್ತು ವರ್ಷಗಳ ಕಾಲ ದೃಢಮನಸ್ಕನಾಗಿ ಕಷ್ಟಪಟ್ಟು ದುಡಿದ. ಆ ಹೊತ್ತಿಗೆ ಅವನು ಉಳಿಸಿದ್ದ ಹಣ, ಒಂದು ದೊಡ್ಡ ಮೊತ್ತವಾಗಿತ್ತು. ಆಗ ಅವನು ಚಿಕ್ಕದಾಗಿದ್ದ ತನ್ನ ಹೊಲವನ್ನು ಮಾರಿ ಹೆಚ್ಚು ದೊಡ್ಡದಾದ ಹಾಗೂ ತನ್ನ ಹಳ್ಳಿಯಲ್ಲೇ ಅತ್ಯಂತ ಫಲವತ್ತಾದ ಹೊಲವನ್ನು ಕೊಂಡುಕೊಂಡ. ಅನಂತರ, ಅವನು ದನಗಳ ಜಾತ್ರೆಗೆ ಹೋಗಿ ಅತ್ಯುತ್ತಮವಾದ ಹಸುಗಳನ್ನು ಕೊಂಡುಕೊಂಡ. ಅಲ್ಲಿಂದ ಮುಂದೆ ಅವನು ಹಿಂದಿರುಗಿ ನೋಡಲಿಲ್ಲ! ಅವನು ಕೊಂಡ ಹೊಲ ಮತ್ತು ಹಸುಗಳಿಂದ ಅವನಿಗೆ ಸಾಕಷ್ಟು ಹಣ ಬಂದಿತು. ಹಾಗಾಗಿ ಅವನು ನೆಮ್ಮದಿಯಿಂದ ಜೀವಿಸತೊಡಗಿದ.

ಅಮರಸಿಂಗನಿಗೆ ಮೂವರು ಪುತ್ರರಿದ್ದರು. ಅವರು ಪರಸ್ಪರ ಪ್ರೀತಿ, ಸ್ನೇಹಗಳಿಂದಿದ್ದರು. ಆದರೆ ಬುದ್ಧಿವಂತನಾಗಿದ್ದ ಅಮರಸಿಂಗನಿಗೆ ಅವರ ನಡುವಿನ ಸ್ನೇಹ ಶಾಶ್ವತವಾಗಿರುವುದಿಲ್ಲವೆಂದು ತಿಳಿದಿತ್ತು. ಮುಂದೆ ಅವರು ಮದುವೆಯಾಗಿ ಅವರಿಗೆ ಮಕ್ಕಳಾದಾಗ ಅವರ ನಡುವೆ ಕಲಹಗಳಾಗಿ, ಅವರು ಬೇರೆಯಾಗಿ ಆಸ್ತಿಯೂ ವಿಭಾಗವಾಗುತ್ತದೆಯೆಂದು ಅವನಿಗೆ ತಿಳಿದಿತ್ತು. ಹಾಗಾಗಿ, ಅವನು ತನ್ನ ಆಸ್ತಿಯನ್ನು ಹೇಗೆ ವಿಭಾಗಿಸಬಹುದೆಂದು ಬಹಳ ಯೋಚಿಸಿದನು. ಅವನಿಗೆ ಸಮಾಧಾನಕರವಾದ ಉಪಾಯ ಹೊಳೆದಾಗ, ತನ್ನ ಮೂರು ಮಕ್ಕಳನ್ನು ಕರೆದು ಹೇಳಿದ, "ನಾನೀಗ ವೃದ್ಧನಾಗಿದ್ದೇನೆ! ಇನ್ನು ಕೆಲವು ವರ್ಷಗಳು ಮಾತ್ರ ನಾನು ಬದುಕಿರುತ್ತೇನೆ. ನೀವು ಒಟ್ಟಾಗಿ ಕೆಲಸ ಮಾಡುತ್ತಾ ಹಂಚಿಕೊಂಡು ಬದುಕುವವರೆಗೆ ನನ್ನಿಂದ ನಿಮಗೆ ಏನೂ ಬೇಕಾಗುವುದಿಲ್ಲ. ಆದರೆ ನಾನು ಸತ್ತ ಬಳಿಕ, ಎಂದಾದರೂ ನೀವು ಬೇರೆಯಾಗಿ

ಬದುಕಬೇಕೆಂದು ಬಯಸಬಹುದು. ಆ ದಿನಕ್ಕಾಗಿ ನಾನು ವ್ಯವಸ್ಥೆ ಮಾಡಿದ್ದೇನೆ. ನಿಮ್ಮ ವಯಸ್ಸಿಗೆ ತಕ್ಕಂತೆ ನನ್ನ ಆಸ್ತಿಯನಬ್ಬು ನಿಮಗಾಗಿ ವಿಭಾಗಿಸಿದ್ದೇನೆ. ಈ ನನ್ನ ಹಾಸಿಗೆಯ ಕೆಳಗೆ ನನ್ನ ಆಸ್ತಿಯ ಉಯಿಲನ್ನು ಹೂತಿಟ್ಟಿದ್ದೇನೆ! ನಿಮಗೆ ಅದು ಬೇಕೆಂದು ಖಾತ್ರಿಯಾದಾಗ ಅದನ್ನು ತೆಗೆದು ಆಸ್ತಿಯನ್ನು ವಿಭಾಗಿಸಿಕೊಳ್ಳಿ!"

ಮಕ್ಕಳು ಇದಕ್ಕೊಪ್ಪಿದರು. ಅಮರಸಿಂಗನು ಚೆನ್ನಾಗಿ ಬದುಕಿ ಒಂದು ದಿನ ಸತ್ತನು. ಅವನು ಸತ್ತ ಬಳಿಕ, ಸ್ವಲ್ಪ ಕಾಲ ಎಲ್ಲವೂ ಚೆನ್ನಾಗಿ ನಡೆಯಿತು. ಮೂವರೂ ಸಹೋದರರು ಚೆನ್ನಾಗಿ ದುಡಿದು ಹಂಚಿಕೊಂಡು ಸುಖವಾಗಿದ್ದರು. ಅನಂತರ ಅವರು ಮದುವೆಯಾಗಿ ಮಕ್ಕಳನ್ನು ಪಡೆದರು. ಆಗ ಅವರ ಹೆಂಡಿರ, ಮಕ್ಕಳ ನಡುವೆ ಕಲಹಗಳಾಗತೊಡಗಿದವು! ಆಗ ಅವರು ನೆಮ್ಮದಿಯಿಲ್ಲದಂತಾಗಿ ಪರಸ್ಪರ ಚರ್ಚಿಸಿದರು, "ನಾವು ಬೇರೆ ಬೇರೆಯಾಗಿ ಬುದುಕುವುದು ಒಳ್ಳೆಯದು. ಅಪ್ಪನು ಒಮ್ಮೆ ತನ್ನ ಹಾಸಿಗೆಯ ಅಡಿಯಲ್ಲಿ ತನ್ನ ಆಸ್ತಿಯ ವಿಭಾಗ ಮಾಡಿರುವನೆಂದು ಹೇಳಿದ್ದ. ಅದೇನೆಂದು ಈಗ ನೋಡೋಣ!"

ಅಂತೆಯೇ ಅವರು ತಮ್ಮ ತಂದೆಯ ಹಾಸಿಗೆಯ ಅಡಿಯಲ್ಲಿ ನೆಲವನ್ನು ಅಗೆದರು. ಅಲ್ಲಿ ಅವರು ಮೂರು ಹಿತ್ತಾಳೆ ಬಟ್ಟಲುಗಳನ್ನು ಕಂಡರು. ಒಂದರಲ್ಲಿ ಮಣ್ಣೂ, ಇನ್ನೊಂದರಲ್ಲಿ ಮೂಳೆಗಳೂ, ಮೂರನೆಯದರಲ್ಲಿ ಇದ್ದಿಲೂ ಇದ್ದವು! ಇದನ್ನು ಕಂಡು ಅವರು ಆಶ್ಚರ್ಯಗೊಂಡರು! ಅದರ ಅರ್ಥವೇನೆಂದು ಅವರಿಗೆ ತಿಳಿಯಲಿಲ್ಲ. ಅದೊಂದು ಒಗಟಾಯಿತು ಅವರಿಗೆ. ಎಷ್ಟು ಯೋಚಿಸಿ ಚರ್ಚಿಸಿದರೂ ಅವರಿಗೆ ಅದರ ಅರ್ಥ ತಿಳಿಯಲಿಲ್ಲ. ಕೊನೆಗೆ ಅವರು ತಮ್ಮ ಹಳ್ಳಿಯ ಹಿರಿಯರನ್ನು ಒಟ್ಟಿಗೆ ಕರೆದು ಅವರ ಮುಂದೆ ತಮ್ಮ ಸಮಸ್ಯೆಯನ್ನಿಟ್ಟರು. ಈ ಹಿರಿಯರು ತಾವು ಹಳ್ಳಿಯ ಹಿರಿಯರೆಂದು ಬಹಳ ಗರ್ವ ಹೊಂದಿದ್ದರು. ಅವರು ತಮ್ಮ ಬುದ್ಧಿ, ವಿಕ್ರಮಾದಿತ್ಯರಾಜನಿಗೆ ಸಮವೆಂದು ಭಾವಿಸಿದ್ದರು! ಆದರೆ ಈ ಮೂವರು ಸಹೋದರರ ಸಮಸ್ಯೆ ಅವರಿಗೆ ಸವಾಲಾಯಿತು! ಅವರು ಎಷ್ಟು ತಲೆಕೆರೆದುಕೊಂಡರೂ ಅವರಿಗೆ ಉತ್ತರ ಹೊಳೆಯಲಿಲ್ಲ! ಅವರು ಕೆಮ್ಮಿದರು, ನೀರು ಕುಡಿದರು, ಅತ್ತಿತ್ತ ನೋಡಿದರು! ಕೊನೆಗೆ ತಮ್ಮ ಸೋಲೊಪ್ಪಿಕೊಂಡರು! ಇದರಿಂದ ಆ ಮೂವರು ಸಹೋದರರಿಗೆ ಬಹಳ

ಬೇಜಾರಾಯಿತು! ಅಷ್ಟೇ ಅಲ್ಲವೇ ಆ ಹಿರಿಯರು ಬಹಳ ಬುದ್ಧಿವಂತರೆಂದುಕೊಂಡಿದ್ದ ಅವರಿಗೆ ಭ್ರಮನಿರಸನವಾಯಿತು!

ಆದರೂ ಈ ಒಗಟನ್ನು ಹೇಗಾದರೂ ಬಿಡಿಸಿ, ತಮ್ಮ ಪಾಲಿನ ಆಸ್ತಿಯೇನೆಂದು ತಿಳಿಯಲು ಕಾತರರಾಗಿ ಆ ಮೂವರು ಒಬ್ಬ ಬುದ್ಧಿಶಾಲಿಯನ್ನು ಹುಡುಕುತ್ತಾ ಹೊರಟರು. ಹಾಗೆ ಅನೇಕ ದಿನಗಳು ಪಯಣಿಸುತ್ತಾ ಕೊನೆಗೆ ಅವರು ಸರೋವರಗಳ ನಗರವೆಂದು ಖ್ಯಾತವಾಗಿದ್ದ ಉದಯಪುರಕ್ಕೆ ಬಂದರು. ಅಲ್ಲಿ ಎಲ್ಲೆಲ್ಲೂ ವಿಚಾರಿಸಿದಾಗ ಅವರಿಗೆ, ಆ ನಗರದ ಉತ್ತರ ಭಾಗದಲ್ಲಿ ಒಬ್ಬ ವೃದ್ಧ ಬುದ್ಧಿವಂತ ಸಂನ್ಯಾಸಿಯಿರುವುದಾಗಿ ತಿಳಿಯಿತು. ಅವನೊಬ್ಬನೇ ಅವರ ಸಮಸ್ಯೆಯನ್ನು ಪರಿಹರಿಸಬಲ್ಲ ಸಮರ್ಥಶಾಲಿ ವ್ಯಕ್ತಿಯೆಂದು ಎಲ್ಲರೂ ಹೇಳಿದರು. ಹಾಗಾಗಿ ಅವರು ಆ ವೃದ್ಧ ಸಂನ್ಯಾಸಿಯನ್ನು ಹುಡುಕಿಕೊಂಡು ಹೋದರು.

ಕೊನೆಗೆ ಆ ಸಂನ್ಯಾಸಿಯ ಮನೆ ಸಿಕಿತು. ಅವನು ಒಂದು ಪುಟ್ಟ ಗುಡಿಸಲಿನಲ್ಲಿ ವಾಸವಾಗಿದ್ದನು. ಮೂವರು ಸಹೋದರರೂ ಅವನಿಗೆ ತಲೆಬಾಗಿ ನಮಿಸಿದರು. ಅನಂತರ ಎಲ್ಲರಿಗಿಂತಲೂ ದೊಡ್ಡವನು ಹೇಳಿದನು, "ಸ್ವಾಮಿ! ನಾವು ಒಂದು ಸಮಸ್ಯೆಯ ಪರಿಹಾರಕ್ಕಾಗಿ ಬಹಳ ದೂರದಿಂದ ಬಂದಿದ್ದೇವೆ! ತಾವು ದಯಮಾಡಿ ಪರಿಹರಿಸಬೇಕು!"

ಹೀಗೆ ಹೇಳಿ ಅವನು ಆ ವೃದ್ಧ ಸಂನ್ಯಾಸಿಗೆ ತಮ್ಮ ತಂದೆಯು ಮಾಡಿದ್ದ ಆಸ್ತಿ ಹಂಚಿಕೆಯ ಬಗ್ಗೆ ಹೇಳಿದನು. ಅದನ್ನು ಕೇಳಿ ಆ ಸಂನ್ಯಾಸಿಯು ನಗುತ್ತಾ, "ವತ್ಸ! ನೀವು ಸ್ವಲ್ಪ ಹೊತ್ತು ಯೋಚಿಸಿದ್ದಿದ್ದರೆ ಈ ಸಮಸ್ಯೆಯನ್ನು ನೀವೇ ಬಗೆಹರಿಸಬಹುದಿತ್ತು. ಇಷ್ಟು ದೂರ ಪ್ರಯಾಣ ಮಾಡುವ ಅಗತ್ಯವಿರಲಿಲ್ಲ!" ಎಂದನು.

"ಆದರೆ ನಾವಷ್ಟೇ ಅಲ್ಲ! ನಮ್ಮ ಹಳ್ಳಿಯ ಹಿರಿಯರೆಲ್ಲರೂ ಬಹಳ ಯೋಚಿಸಿದರೂ ಇದಕ್ಕೆ ಉತ್ತರ ಸಿಗಲಿಲ್ಲ! ಆದ್ದರಿಂದಲೇ ನಿಮ್ಮನ್ನು ಹುಡುಕಿಕೊಂಡು ಬಂದೆವು! ಹಿರಿಯ ಸಹೋದರನು ಹೇಳಿದನು.

ಆಗ ಸಂನ್ಯಾಸಿಯು ಹೇಳಿದನು, "ನಿಮ್ಮ ತಂದೆಯು ಅಷ್ಟು ಬುದ್ಧಿವಂತನಾಗಿದ್ದನು! ಅವನ ಮಕ್ಕಳಾಗಿ ನೀವು ಈ ಒಗಟನ್ನು ಬಿಡಿಸಲಾರದೇ ಹೋದಿರಾ? ನೋಡಿ! ಇದರ ಉತ್ತರ ಹೀಗಿದೆ! ಎಲ್ಲರಿಗಿಂತ ಹಿರಿಯನಿಗೆ ಅವನು ಮಣ್ಣನ್ನು ಕೊಟ್ಟಿದ್ದಾನೆ! ಅಂದರೆ ಅವನು ತನ್ನ ಹೊಲಗಳನ್ನೂ ಅವುಗಳ ಉತ್ಪನ್ನಗಳನ್ನೂ ಕೊಟ್ಟಿದ್ದಾನೆ! ಎರಡನೆಯವನಿಗೆ

ಅವನು ಮೂಳೆಗಳನ್ನು ಕೊಟ್ಟಿದ್ದಾನೆ! ಅಂದರೆ ಅವನು ತನ್ನ ದನಗಳನ್ನು ಕೊಟ್ಟಿದ್ದಾನೆ! ಮೂರನೆಯವನಿಗೆ ಅವನು ಇದ್ದಿಲನ್ನು ಕೊಟ್ಟಿದ್ದಾನೆಠ! ಅಂದರೆ ತನ್ನ ಚಿನ್ನವನ್ನೆಲ್ಲಾ ಕೊಟ್ಟಿದ್ದಾನೆ! ಇದೇ ನಿಮ್ಮ ತಂದೆಯ ಆಸ್ತಿ ಹಂಚಿಕೆ! ಇದರಿಂದ ನಿಮಗೆ ಸಮಾಧಾನವಾಯಿತೇ?"

"ಖಂಡಿತ ಆಯಿತು! ಬಹಳ ಸಂತೋಷ! ನಿಮಗೆ ನಾವು ಕೃತಜ್ಞರು!" ಸಹೋದರರು ಒಕ್ಕೊರಲಿನಿಂದ ಹೇಳಿದರು.

ಹೀಗೆ ತಮ್ಮ ಒಗಟು ಪರಿಹಾರವಾಗಲು, ಮೂವರು ಸಹೋದರರೂ ಸಂತೋಷದಿಂದ ತಮ್ಮ ಹಳ್ಳಿಗೆ ಹಿಂದಿರುಗಿ ಆಸ್ತಿಯನ್ನು ಹಂಚಿಕೊಂಡು ಸುಖವಾಗಿ ಬಾಳಿದರು.

ರಾಜಸ್ಥಾನದ ಜಾನಪದ ಕಥೆ
ಬುದ್ಧಿಯು ಏನನ್ನು ಧರಿಸುತ್ತದೆ?

ಒಂದಾನೊಂದು ಕಾಲದಲ್ಲಿ ಒಬ್ಬ ರಾಜನಿದ್ದ. ಅವನಿಗೆ ಒಬ್ಬ ದಿವಾನನಿದ್ದ. ಆ ದಿವಾನನು ಬಹಳ ಬುದ್ಧಿವಂತನೂ ಒಳ್ಳೆಯ ಮುತ್ಸದ್ದಿಯೂ ಆಗಿದ್ದ. ರಾಜನೂ ಪ್ರಜೆಗಳೂ ಅವನನ್ನು ಬಹಳ ಇಷ್ಟಪಡುತ್ತಿದ್ದರು. ಆದರೆ ಒಮ್ಮೆ ಅವನಿಗೆ ಬಹಳ ಕಾಯಿಲೆಯಾಗಿ ಅವನು ಸತ್ತೊಹೋದ! ಇದರಿಂದ ರಾಜನೂ ಪ್ರಜೆಗಳೂ ಅತ್ಯಂತ ಶೋಕತಪ್ತರಾದರು. ಆದರೆ ವಿಧಿಯ ಇಚ್ಛೆಯ ಮುಂದೆ ಅವರೇನು ತಾನೇ ಮಾಡಬಹುದಿತ್ತು? ಹಾಗಾಗಿ ಕೆಲದಿನಗಳಲ್ಲಿ ಸಮಾಧಾನ ಮಾಡಿಕೊಂಡು ಮುಂದಿನ ದಿವಾನನ ಬಗ್ಗೆ ಯೋಚಿಸತೊಡಗಿದರು. ದಿವಾನನ ಮಗ ಇನ್ನೂ ಚಿಕ್ಕವನಾಗಿದ್ದರಿಂದ, ರಾಜನು ದಿವಾನನ ತಮ್ಮನನ್ನು ಮುಂದಿನ ದಿವಾನನನ್ನಾಗಿ ಮಾಡಿದನು.

ಬಹು ಬೇಗನೆ ಹೊಸ ದಿವಾನನಿಗೆ ಅಧಿಕಾರ ಮದವುಂಟಾಯಿತು! ಪ್ರತಿದಿನವೂ ಅವನು ರಾಜಸಭೆಗೆ ಹೋಗುವಾಗ, ಗತಿಸಿಹೋದ ತನ್ನ ಅಣ್ಣನ ಮನೆಯ ಮುಂದೆ ಸ್ವಲ್ಪ ಹೊತ್ತು ನಿಂತು ಅವನ ವಿಧವಾ ಪತ್ನಿಯನ್ನು ಅಣಕಿಸತೊಡಗಿದನು! ಅವಳ ಗಂಡನಿದ್ದ ಸ್ಥಾನವನ್ನು ತಾನು ಪಡೆದಿರುವೆನೆಂದು ತೋರಿಸಲು ಅವನು ತನ್ನ ಮೀಸೆಯನ್ನು ತಿರುವುತ್ತಾ ಜಂಬದಿಂದ ಸ್ವಲ್ಪ ಕೆಮ್ಮುತ್ತಾ ಅವಳತ್ತ ನೋಡಿ ಹೋಗುತ್ತಿದ್ದನು! ಇದರಿಂದ ಪಾಪ, ಆ ವಿಧವೆಗೆ ಬಹಳ ದು:ಖವಾಗುತ್ತಿತ್ತು. ಆ ದು:ಖಕ್ಕೆ ಅವಳು ಬರುಬರುತ್ತಾ ಊಟವನ್ನೂ ಕಡಿಮೆ ಮಾಡಿ ಆರೋಗ್ಯ ಕೆಡಿಸಿಕೊಂಡಳು. ಈ ಮಧ್ಯೆ, ಅವಳ ಮಗ ಸ್ವಲ್ಪ ದೊಡ್ಡವನಾದನು. ಆದರೆ ತಾಯಿಯ ಆರೋಗ್ಯ ಹೀಗೇಕೆ ಹದಗೆಡುತ್ತಿದೆಯೆಂದು ಅವನಿಗೆ ಅರ್ಥವಾಗಲಿಲ್ಲ. ಇದರಿಂದ ಅವನಿಗೂ ಬಹಳ ಬೇಸರವಾಯಿತು. ಒಂದು ದಿನ ಅವನು ವಿನಯದಿಂದ ಅವಳನ್ನು ನೇರವಾಗಿಯೇ ಕೇಳಿದನು, "ಅಮ್ಮ! ನಿನಗೇನಾಗಿದೆ? ಏಕೆ ಸರಿಯಾಗಿ ಊಟ ಮಾಡುತ್ತಿಲ್ಲ? ನಿನಗೆ ಯಾವುದೇ ನಿರ್ದಿಷ್ಟ ಕಾಯಿಲೆಯಿಲ್ಲ! ಆದರೂ ನಿನ್ನ ಆರೋಗ್ಯ ಅಷ್ಟು ಚೆನ್ನಗಿಲ್ಲ! ನಿನ್ನನ್ನು ಒಬ್ಬ ವೈದ್ಯರಲ್ಲಿಗೆ ಕರೆದೊಯ್ಯಲೇ?"

ಅದಕ್ಕೆ ಅವನ ತಾಯಿ ಹೇಳಿದಳು, "ಮಗು! ನನ್ನ ಸಮಸ್ಯೆ ಯಾವ ವೈದ್ಯನಿಗೂ ಅರ್ಥವಾಗುವುದಿಲ್ಲ! ದೇವರಿಗೆ ಮಾತ್ರ ಅರ್ಥವಾಗುತ್ತದೆ!"

ಆದರೆ ಅವಳ ಮಗ ಅವಳನ್ನು ಬಲವಂತಪಡಿಸಿದಾಗ ಅವಳು ಹೇಳಿದಳು, "ನಾಳೆ ಬೆಳಗ್ಗೆ ನಾನು ನಿನಗೆ ನನ್ನ ಸಮಸ್ಯೆಯ ಕಾರಣವನ್ನು ತೋರಿಸುತ್ತೇನೆ!"

ಮರುದಿನ ಬೆಳಗ್ಗೆ ಹೊಸದಿವಾನನು ಅವಳ ಮನೆಯ ಮುಂದೆ ಹಾದುಹೋಗುವಾಗ ಸ್ವಲ್ಪ ಹೊತ್ತು ಯಥಾಪ್ರಕಾರ ನಿಂತು ಜಂಬದಿಂದ ತನ್ನ ಮೀಸೆ ತಿರುವುತ್ತಾ ಕೆಮ್ಮಿದನು. ಅದನ್ನು ತಾಯಿಯು ತನ್ನ ಮಗನಿಗೆ ತೋರಿಸುತ್ತಾ, "ನೋಡಿದೆಯಾ! ಇದೇ ನನ್ನ ಸಮಸ್ಯೆ! ನಿನ್ನ ಚಿಕ್ಕಪ್ಪ ಎಷ್ಟೋ ವರ್ಷಗಳಿಂದ ಹೀಗೆ ನನ್ನನ್ನು ಅಣಕಿಸುತ್ತಿದ್ದಾನೆ! ಹೇಗಾದರೂ ಮಾಡಿ ನೀನು ಅವನ ದಿವಾನಗಿರಿಯನ್ನು ನಿನ್ನದಾಗಿಸಿಕೊಂಡರೆ ನನಗೆ ನೆಮ್ಮದಿಯಾಗುತ್ತದೆ!"

ಬುದ್ಧಿವಂತ ಅಪ್ಪನ ಬುದ್ಧಿವಂತ ಮಗನಾಗಿದ್ದ ಆ ಹುಡುಗ ಕೂಡಲೇ ತನ್ನ ತಾಯಿಯ ಸಮಸ್ಯೆಯನ್ನು ಅರ್ಥಮಾಡಿಕೊಂಡ. ಮರುದಿನವೇ ಅವನು ರಾಜನ ಸಭೆಗೆ ಹೋದ. ಅಲ್ಲಿ ವಿದ್ಯಾವಂತ ಕವಿಗಳು, ಕಲಾವಿದರು, ಸಾಮಾನ್ಯರು, ಮೊದಲಾದವರೆಲ್ಲರೂ ಇದ್ದರು. ಸಾಹಿತ್ಯ ಮತ್ತು ರಾಜಕೀಯ ವಿಚಾರಗಳಿಗೆ ಸಂಬಂಧಿಸಿದ ಚರ್ಚೆಗಳು ನಡೆಯುತ್ತಿದ್ದವು. ಆಗ ಒಂದು ಸೂಕ್ತ ಅವಕಾಶವನ್ನು ಬಳಸಿಕೊಂಡು ಅವನು ತನ್ನ ಮನಸ್ಸಿನಲ್ಲಿದ್ದ ಒಂದು ಗೊಂದಲಮಯ ಪ್ರಶ್ನೆಗೆ ಉತ್ತರ ಕಂಡುಕೊಳ್ಳಲು ರಾಜನನ್ನು ಅನುಮತಿ ಬೇಡಿದ. ರಾಜನು ಅನುಮತಿ ನೀಡಲು ಅವನು, "ಮನುಷ್ಯನು ಜೀವನದಲ್ಲಿ ಯಶಸ್ಸನ್ನು ತನ್ನ ಬುದ್ಧಿಯಿಂದ ಗಳಿಸುತ್ತಾನೆ ಎಂದು ಹೇಳುತ್ತಾರೆ! ಆದರೆ ಈ ಬುದ್ಧಿ ಇರುವುದಾದರೂ ಎಲ್ಲಿ?"

ಒಂದು ಕ್ಷಣ ಇಡೀ ಸಭೆ ಸ್ತಬ್ಧವಾಯಿತು! ಇದೊಂದು ಹೊಸ ರೀತಿಯ ಚಾತುರ್ಯದ ಪ್ರಶ್ನೆಯಾಗಿತ್ತು! ಹೇಗಾದರೂ ಈ ಗೊಂದಲದ ಪರಿಸ್ಥಿತಿಯಿಂದ ಪಾರಾಗಲು, ಯಾರೋ ಒಬ್ಬರು ದಿವಾನನ ಕಡೆ ಬೆರಳು ತೋರಿಸುತ್ತಾ, "ದಿವಾನರೇ! ಈ ಪ್ರಶ್ನೆಗೆ ನೀವೇನು ಹೇಳುವಿರೋ ನೋಡೋಣ!" ಎಂದರು.

ಆಗ ರಾಜನೂ ದನಿಗೂಡಿಸಿ, "ಹೌದು! ಹೌದು! ಈ ಪ್ರಶ್ನೆಗೆ ದಿವಾನರೇ ಸರಿ!" ಎಂದನು. ಇದರಿಂದ ದಿವಾನನು ಆಘಾತಗೊಂಡ! ಇಕ್ಕಟ್ಟಿನ ಪರಿಸ್ಥಿತಿಯಲ್ಲಿ ಸಿಕ್ಕಿಕೊಂಡ

ಅವನಿಗೆ ಏನು ಹೇಳಬೇಕೆಂದೇ ತೋಚಲಿಲ್ಲ! ಏನೂ ಗೊತ್ತಾಗದೇ ಅವನು ದೈನ್ಯದಿಂದ, "ಮಹಾಸ್ವಾಮಿ! ದಯವಿಟ್ಟು ನನಗೆ ಒಂದು ದಿನ ಕಾಲಾವಕಾಶ ಕೊಡಿ! ನಾಳೆ ಇದಕ್ಕೆ ಉತ್ತರ ಹೇಳುತ್ತೇನೆ!" ಎಂದನು.

ರಾಜನು ಅದಕ್ಕೆ ಒಪ್ಪಿದ. ಸಭೆ ಮುಕ್ತಾಯವಾಗಲು, ಅವನು ಮನೆಗೆ ಹೋಗುತ್ತಾ ಮೊದಲು ತನ್ನ ಅಣ್ಣನ ಮನೆಗೆ ಬಂದನು. ಮೊದಲೇ ಕೋಪಗೊಂಡಿದ್ದ ಅವನು ತನ್ನ ವಿಧವೆ ಅತ್ತಿಗೆಯನ್ನೂ ಅವಳ ಮಗನನ್ನೂ ಚೆನ್ನಾಗಿ ಬಯ್ದ. ಅನಂತರ ಹುಡುಗನ ಕಡೆ ತಿರುಗಿ, "ನೀನೇಕೆ ರಾಜಸಭೆಗೆ ಬಂದೆ? ಹಾಗೆ ಬಂದರೂ ಆ ಪ್ರಶ್ನೆ ಕೇಳಿ ನನ್ನನ್ನೇಕೆ ತೊಂದರೆಯಲ್ಲಿ ಸಿಕ್ಕಿಸಿದೆ?" ಎಂದು ಕೇಳಿದ. ಅದಕ್ಕೆ ಹುಡುಗನು, "ಚಿಕ್ಕಪ್ಪ! ಈ ಚಿಕ್ಕ ಪ್ರಶ್ನೆಗೆ ಅಷ್ಟೇಕೆ ತಲೆಕೆಡಿಸಿಕೊಳ್ಳಬೇಕು? ಇದರ ಉತ್ತರ ತುಂಬಾ ಸರಳ!" ಎಂದನು.

"ಹಾಗಾದರೆ ಏನು ಆ ಉತ್ತರ?" ದಿವಾನ ಕೇಳಿದ.

"ಕಾಕಾಜಿ! ಬುದ್ಧಿಯು ತುಟಿಗಳ ಮೇಲಿರುತ್ತದೆ! ಒಬ್ಬ ಮನುಷ್ಯನು ಸ್ವಲ್ಪ ಮಾತನಾಡಿದ ಕೂಡಲೇ ಅವನ ಬುದ್ಧಿಯನ್ನು ಅಳೆಯಬಹುದು!" ಹುಡುಗನು ಹೇಳಿದ.

ಮರುದಿನ, ದಿವಾನನು ರಾಜಸಭೆಗೆ ಹೋಗಿ, ಬಹಳ ಬುದ್ಧಿವಂತನಂತೆ ಠೀವಿಯಿಂದ ಉತ್ತರ ಹೇಳಿದ. ಆ ಉತ್ತರದಿಂದ ಎಲ್ಲರಿಗೂ ಸಂತೋಷವಾಯಿತು. ಎಲ್ಲರೂ ದಿವಾನನನ್ನು ಅವನ ಬುದ್ಧಿಶಕ್ತಿಗಾಗಿ ಪ್ರಶಂಸಿಸಿದರು! ಆಗ ಅಲ್ಲಿ ಬಂದಿದ್ದ ಹುಡುಗನು, "ಬುದ್ಧಿಯು ಮನುಷ್ಯನ ತುಟಿಗಳ ಮೇಲಿರುತ್ತದೆಯೆಂಬುದೇನೋ ಸರಿ! ಆದರೆ ಅದು ಏನನ್ನು ತಿನ್ನುತ್ತದೆ? ಎಂದು ಕೇಳಿದನು. ಪುನಃ ಎಲ್ಲರೂ ದಿವಾನನ ಕಡೆ ತಿರುಗಿದರು. ಆಗ ದಿವಾನನು ಮರುದಿನ ಹೇಳುತ್ತೇನೆಂದನು. ಅಂದು ಪುನಃ ಅವನು ತನ್ನ ಅಣ್ಣನ ಮನೆಗೆ ಹೋಗಿ ಅವನ ಮಗನನ್ನು ಬಯ್ಯುತ್ತಾ "ಏಕೆ ದಿನವೂ ನನ್ನನ್ನು ಹೀಗೆ ಹಿಂಸಿಸುತ್ತಿರುವೆ? ನನ್ನ ಸ್ಥಾನಮಾನಗಳ ಬಗ್ಗೆ ನಿನಗೇಕೆ ಹೊಟ್ಟೆಕಿಚ್ಚು? ನಿನ್ನ ವಿಚಿತ್ರ ಪ್ರಶ್ನೆಗೆ ಸರಿಯಾದ ಉತ್ತರ ಕೊಡದಿದ್ದರೆ ನನ್ನ ಗತಿಯೇನು? ರಾಜರಿಗೆ ಮೊದಲೇ ಕೋಪ ಹೆಚ್ಚು! ಕೋಪದಿಂದ ನನ್ನನ್ನು ತೆಗೆದು ಬೇರೆಯವರನ್ನು ದಿವಾನನನ್ನಾಗಿ ಮಾಡಿದರೆ ನಾನೇನು ಮಾಡಲಿ?" ಎಂದು ಕೇಳಿದನು.

ಅದಕ್ಕೆ ಹುಡುಗನು ಹೇಳಿದನು, "ಕಾಕಾಜಿ! ಇದಕ್ಕೇಕೆ ಇಷ್ಟು ಕೋಪ? ಆ ಪ್ರಶ್ನೆಗೆ ಉತ್ತರ ತುಂಬಾ ಸುಲಭ!"

"ಹಾಗಾದರೆ ಏನದು?"

"ಬುದ್ಧಿಯು ತಾಳ್ಮೆಯನ್ನು ತಿನ್ನುತ್ತದೆ! ಇದೇ ಉತ್ತರ!" ಹುಡುಗನು ಹೇಳಿದ. ಮರುದಿನ, ದಿವಾನನು ರಾಜಸಭೆಗೆ ಹೋಗಿ ಠೀವಿಯಿಂದ ಆ ಉತ್ತರ ಹೇಳಿದನು. ಎಲ್ಲರಿಗೂ ಆ ಉತ್ತರ ಇಷ್ಟವಾಯಿತು. ಬುದ್ಧಿವಂತ ವ್ಯಕ್ತಿಯು ತಾಳ್ಮೆಯನ್ನು ಸಾಕಷ್ಟು ಆಶ್ರಯಿಸಬೇಕೆಂದು ಎಲ್ಲರೂ ಒಪ್ಪಿದರು. ರಾಜನೂ ಸಂತೋಷಗೊಂಡು ಅವನಿಗೆ ಬೆಲೆಬಾಳುವ ವಸ್ತ್ರಗಳನ್ನು ಉಡುಗೊರೆಯಾಗಿ ಕೊಟ್ಟನು. ಸ್ವಲ್ಪ ಹೊತ್ತಿಗೆ ಹುಡುಗನು ಎದ್ದು, "ಬುದ್ಧಿಯು ಮನುಷ್ಯನ ತುಟಿಗಳ ಮೇಲಿರುತ್ತಾ ತಾಳ್ಮೆಯನ್ನು ತಿನ್ನುತ್ತದೆಯೆನ್ನುವುದೇನೋ ಸರಿ! ಆದರೆ ಅದು ಏನನ್ನು ಧರಿಸುತ್ತದೆ?" ಎಂದು ಕೇಳಿದನು.

ಪುನಃ ಸಭೆಯಲ್ಲಿ ಮೌನವು ಆವರಿಸಿತು. ಕೊನೆಗೆ ಯಾರೋ ಒಬ್ಬ ಎದ್ದು ಅದನ್ನು ದಿವಾನನು ಉತ್ತರಿಸುತ್ತಾನೆಂದನು. ದಿವಾನನು ಪುನಃ ಒಂದು ದಿನದ ಸಮಯ ಕೇಳಿ ಹೋದನು. ಅವನು ಮತ್ತೆ ತನ್ನ ಅಣ್ಣನ ಮನೆಗೆ ಹೋಗಿ ಹುಡುಗನಿಗೆ ಹೇಳಿದನು, "ನೀನು ಮತ್ತೆ ನನ್ನನ್ನು ಸಂಕಷ್ಟಕ್ಕೆ ಸಿಕ್ಕಿಸಿರುವೆ! ಉತ್ತರಕ್ಕಾಗಿ ನಿನ್ನನ್ನೇ ಆಶ್ರಯಿಸಿದ್ದೇನೆ!"

ಅದಕ್ಕೆ ಹುಡುಗನು ಹೇಳಿದನು, "ಕಾಕಾಜಿ! ಯೋಚಿಸಬೇಡಿ! ಈ ಪ್ರಶ್ನೆಗೆ ನಾನೇ ಉತ್ತರಿಸುವೆ! ನೀವು ನನಗೆ ರಾಜನಿಂದ ಉಡುಗೊರೆಯಾಗಿ ಪಡೆದ ಆ ಬೆಲೆಬಾಳುವ ವಸ್ತ್ರಗಳನ್ನು ಮಾತ್ರ ಕೊಡಿ!"

ದಿವಾನನು ವಿಧಿಯಿಲ್ಲದೇ ಆ ವಸ್ತ್ರಗಳನ್ನು ಹುಡುಗನಿಗೆ ಕೊಟ್ಟ. ಮರುದಿನ ಅವನು ರಾಜಸಭೆಗೆ ಹೋದಾಗ, ಹುಡುಗನು ಆ ಬೆಲೆಬಾಳುವ ವಸ್ತ್ರಗಳನ್ನು ಧರಿಸಿಕೊಂಡು ಬಂದ! ಸಭೆಯಲ್ಲಿದ್ದ ಪಂಡಿತರು ದಿವಾನನ ಹಿಂದಿನ ದಿನದ ಪ್ರಶ್ನೆಗೆ ಉತ್ತರವನ್ನು ಕೇಳಲು, ಅವನು ಏನನ್ನೂ ಹೇಳಲಾರದೇ ಸುಮ್ಮನಿದ್ದ. ಆಗ ಹುಡುಗನು ಮುಂದೆ ಬಂದು, "ಬುದ್ಧಿಯು ಮಹಾರಾಜರು ಕೊಟ್ಟ ಈ ಬೆಲೆಬಾಳುವ ವಸ್ತ್ರಗಳನ್ನು ಧರಿಸುತ್ತದೆ! ಆದ್ದರಿಂದಲೇ ನಾನು ಆ ವಸ್ತ್ರಗಳನ್ನು ಧರಿಸಿಕೊಂಡು ಇಲ್ಲಿದ್ದೇನೆ!" ಎಂದನು.

ಈ ಮಾತು ಅರ್ಥವಾಗದೇ ರಾಜನು ಅವನನ್ನು ಕೇಳಿದ, "ಏನು ವಿಷಯ? ನೀನು ಏನು ಹೇಳಲು ಪ್ರಯತ್ನಿಸುತಿರುವೆ?"

"ನಾನು ಹೇಳುವುದಕ್ಕಿಂತ ನಿಮ್ಮ ದಿವಾನರೇ ಈ ವಿಷಯವನ್ನು ಚೆನ್ನಾಗಿ ಬಲ್ಲರು!" ಹುಡುಗನು ವಿನಯದಿಂದ ತಲೆಬಾಗುತ್ತಾ ಹೇಳಿದನು.

ಪುನಃ ದಿವಾನನು ಸಂಕಷ್ಟಕ್ಕೆ ಸಿಕ್ಕಿದನು! ಆಗ ಹುಡುಗನು ಇಡೀ ಕಥೆಯನ್ನು ರಾಜನಿಗೆ ಹೇಳಿದನು. ಅದನ್ನು ಕೇಳಿದ ರಾಜನು, ಅವನ ಬುದ್ಧಿಶಕ್ತಿಯನ್ನು ಪ್ರಶಂಸಿಸಿದನು. ದಿವಾನನನ್ನು ಅವನ ಸ್ಥಾನದಿಂದ ತೆಗೆದು, ಹುಡುಗನನ್ನು ದಿವಾನನ್ನಾಗಿ ನೇಮಿಸಿದನು.

ಈ ವಿಷಯ ತಿಳಿದ ಕೂಡಲೇ ಅವನ ತಾಯಿಯ ಆರೋಗ್ಯ ಸುಧಾರಿಸಿತು. ಅವಳ ಆಸೆ ಪೂರೈಸಿತ್ತು.

ರಾಜಸ್ಥಾನದ ಜಾನಪದ ಕಥೆ
ಚಿನ್ನದ ಚಪ್ಪಲಿ

ಒಬ್ಬ ರಾಜನಿಗೆ ಇಬ್ಬರು ರಾಣಿಯರಿದ್ದರು. ಆದರೆ ಅನೇಕ ವರ್ಷಗಳವರೆಗೆ ಅವನಿಗೆ ಮಕ್ಕಳಾಗಲಿಲ್ಲ. ಕೊನೆಗ ಅವನ ಹಿರಿಯ ರಾಣಿಯಾದ ತಾರಾ ಗರ್ಭಿಣಿಯಾದಳು. ಇದರಿಂದ ಇಡೀ ಅರಮನೆಯಲ್ಲಿ ಸಂಭ್ರಮ ತುಂಬಿಕೊಂಡಿತು! ಆದರೆ ಅವನ ಕಿರಿಯ ರಾಣಿಗೆ ಅವಳ ಮೇಲೆ ಮಾತ್ಸರ್ಯವುಂಟಾಯಿತು. ಹಿರಿಯ ರಾಣಿಗೆ ಹೊಸ ಸೀರೆಗಳೂ ಒಡವೆಗಳೂ ದೊರೆಯಿತು ಅವಳು ರಾಜನ ಪ್ರಿಯತಮೆಯಾಗಬಹುದೆಂದು ತಿಳಿದು ಕಿರಿಯ ರಾಣಿ ಅವಳನ್ನು ದ್ವೇಷಿಸತೊಡಗಿದಳು. ಅವಳೊಂದು ಉಪಾಯ ಮಾಡಿ ರಾಜನಿಗೆ ಹೇಳಿದಳು, "ತಾರೆಯನ್ನು ಯಾರೋ ಇತರೆ ಪುರುಷರು ಆಗಾಗ ಭೇಟಿಯಾಗುವುದನ್ನು ನಾನು ನೋಡಿದ್ದೇವೆ! ಅವಳಿಗಾಗುವ ಮಗು, ಅವರಲ್ಲೊಬ್ಬರದು!"

ರಾಜನು ಕಿರಿಯ ರಾಣಿಯನ್ನು ಬಹಳ ಪ್ರೀತಿಸುತ್ತಿದ್ದನು. ಆದ್ದರಿಂದ ಅವಳು ಹೇಳಿದ ಸುಳ್ಳು ಕಥೆಯನ್ನು ನಂಬಿದನು! ಅವನು ತಾರೆಯನ್ನು ಅರಮನೆಯನ್ನು ಬಿಟ್ಟು ಹೋಗುವಂತೆ ಆಜ್ಞಾಪಿಸಿದನು! ಆಗ ತಾರೆಯು ಆಘಾತಕ್ಕೊಳಗಾಗಿ, "ನಿನ್ನ ಮನ ನೋಯಿಸುವಂಥ ಕೆಲಸ ನಾನೇನು ಮಾಡಿದ್ದೇನೆ?" ಎಂದು ಕೇಳಿದಳು.

"ನಿನಗೆ ನಾನೇನು ಹೇಳಬೇಕಾಗಿಲ್ಲ!" ರಾಜನು ಹೇಳಿದನು; ತನ್ನ ಸೇವಕರಿಗೆ ಅವಳನ್ನು ಕಾಡಿಗೆ ಕರೆದೊಯ್ದು ಕೊಂದು, ಆ ಗುರುತಿಗಾತಿ ಅವಳ ಕಣ್ಣುಗಳನ್ನು ತಂದು ತೋರಿಸಲು ಆಜ್ಞಾಪಿಸಿದನು!.

ಅಂತೆಯೇ ರಾಜನ ಸೇವಕರು ತಾರೆಯನ್ನು ಕಾಡಿಗೆ ಕರೆದೊಯ್ದರು. ಆದರೆ ಅಬಳ ಮೇಲೆ ಕರುಣೆಯುಂಟಾಗಿ ಅವರು ಅವಳನ್ನು ಕೊಲ್ಲದೇ ಹಾಗೆಯೇ ಬಿಟ್ಟರು; ಬದಲಿಗೆ ಒಂದು ಜಿಂಕೆಯನ್ನು ಕೊಂದು ಅದರ ಕಣ್ಣುಗಳನ್ನು ಗುರುತಿಗಾಗಿ ತೆಗೆದುಕೊಂಡು

ಹೋಗಿ ರಾಜನಿಗೆ ತೋರಿಸಿದರು. ತಾರೆಯ ಸತ್ತಳೆಂದು ತಿಳಿದು ರಾಜನು ಸಮಾಧಾನ ಹೊಂದಿದನು.

ಕಾಡಿನಲ್ಲಿ ತಾರೆಯು ಒಂದು ಹಳ್ಳ ತೋಡಿ ಅದರಲ್ಲಿ ಮರದ ಕೊಂಬೆಗಳಿಂದ ಒಂದು ಪುಟ್ಟ ಮನೆ ಕಟ್ಟಿಕೊಂಡಳು. ಅವಳು ಅಲ್ಲೇ ಇರಲಾಗಿ, ಬೇಗನೆ ಅವಳಿಗೆ ಮಗು ಹುಟ್ಟುವ ಸಮಯ ಹತ್ತಿರವಾಯಿತು. ಆದರೆ ಅವಳಿಗೆ ಸಹಾಯ ಮಾಡಲು ಯಾರೂ ಇರಲಿಲ್ಲ. ಹೆರಿಗೆಯ ನೋವು ವಿಪರೀತವಾಗಿ ಅವಳು ಬಹಳ ಜೋರಾಗಿ ಕಿರುಚತೊಡಗಿದಳು! ಅವಳ ಕಿರುಚಾಟ ಎಷ್ಟು ಜೋರಾಗಿತ್ತೆಂದರೆ, ಅದು ಸ್ವರ್ಗದವರೆಗೂ ಹೋಗಿ, ವಿಷ್ಣುವಿನ ಸಿಂಹಾಸನವನ್ನೇ ಅಲ್ಲಾಡಿಸಿತು! ಆಗ ವಿಷ್ಣುವು ತನ್ನ ದೂತ ನಾರದನಿಗೆ, "ಯಾರೋ ಅಳುವುದು ಕೇಳುತ್ತಿದೆ! ಅದೇನು ಹೋಗಿ ನೋಡು!" ಎಂದು ಹೇಳಿದನು.

ಅದರಂತೆ ನಾರದನು ಕಾಡಿಗೆ ಹೋದನು. ಅಲ್ಲಿ ಅವನು, ರಾಣಿಯು ತನ್ನ ಗುಡಿಸಲಿನಲ್ಲಿ ಅಳುತ್ತಿರುವುದನ್ನು ಕಂಡನು. ಅನಂತರ ವಿಷ್ಣುವಿನ ಬಳಿ ಹೋಗಿ ವಿಷಯ ತಿಳಿಸಿದನು. ಆಗ ವಿಷ್ಣುವು, "ಆ ಹೆಣ್ಣಿಗೆ ನಾನು ಸಹಾಯ ಮಾಡುವೆ. ನೀನು ಹೋಗಿ ದೇವತೆಗಳ ಸೂಲಗಿತ್ತಿಯಾದ ವೈಮಾತೆಯನ್ನು ಕರೆದುತಾ. ಅಂತೆಯೇ ದೇವತೆಗಳಲ್ಲೆಲ್ಲಾ ಶಕ್ತಿವಂತಳಾದ ದುರ್ಗೆಯನ್ನು ಎಬ್ಬಿಸು. ಆದರೆ ಎಚ್ಚರ! ಅವಳು ಆರು ತಿಂಗಳ ನಿದ್ರೆಯನ್ನಾರಂಭಿಸಿದ್ದಾಳೆ. ಹಾಗಾಗಿ ಪ್ರಾಯಶಃ ಅವಳಿಗೆ ನಿದ್ರಾಭಂಗವಾಗುವುದು ಇಷ್ಟವಾಗುವುದಿಲ್ಲ!"

ಅದರಂತೆ ನಾರದನು ದುರ್ಗಾದೇವಿಯ ಅರಮನೆಗೆ ಹೋಗಿ, ಬಾಗಿಲಲ್ಲಿ ಮಲಗಿದ್ದ ಹುಲಿಯ ಬಳಿ ಮೆಲ್ಲನೆ ಹೆಜ್ಜೆಯಿಡುತ್ತಾ ಒಳಗೆ ಹೋದ. ಅಲ್ಲಿ, ಮಲಗಿದ್ದ ದುರ್ಗೆಗಾಗಿ ತನ್ನ ವೀಣೆ ನುಡಿಸಿದ. ಆಗ ದುರ್ಗೆಯು ಜೋರಾಗಿ ಕಿರುಚುತ್ತಾ ಎದ್ದಳು! ತನ್ನ ನಾಲ್ಕು ಕೈಗಳಲ್ಲಿ ಒಂದರಿಂದ ಅವನ ತಲೆಗೆ ಕತ್ತಿಯನ್ನೆಸೆದಳು! ಆದರೆ ನಾರದನು ಪಕ್ಕಕ್ಕೆ ಜರುಗಲು ಆ ಕತ್ತಿ ಗೋಡೆಗೆ ಕಟ್ಟಿಕೊಂಡಿತು! ಅಷ್ಟರಲ್ಲಿ ದುರ್ಗೆಗೆ ನಿದ್ರೆ ಪೂರ್ತಿ ಇಳಿದು, ಅವಳು ನಾರದನಿಂದ ವಿಷಯ ತಿಳಿದುಕೊಂಡು ತಾರೆಗೆ ಸಹಾಯ ಮಾಡಲು ಒಪ್ಪಿದಳು.

ಅನಂತರ, ಭಗವಾನ್ ವಿಷ್ಣು, ನಾರದ, ಮುದಿ ಹೆಂಗಸಾದ ವೈಮಾತೆ, ತಮ್ಮ ಪಲ್ಲಕ್ಕಿಯಲ್ಲಿ ಕಾಡಿಗೆ ಹಾರಿದರೆ, ದುರ್ಗೆಯು ತನ್ನ ಹುಲಿಯ ಮೇಲೆ ಅವರನ್ನು ಹಿಂಬಾಲಿಸಿದಳು. ವೈಮಾತೆಯೂ ದುರ್ಗೆಯೂ ರಾಣಿಯ ಗುಡಿಸಲಿನೊಳಗೆ ಹೋಗಿ

ಅವಳಿಗೆ ಮಗುವನ್ನು ಹೆರಲು ಸಹಾಯ ಮಾಡಿದರು. ವಿಷ್ಣುವೂ ನಾರದನೂ ಹೊರಗೆ ನಿಂತು ಕಾದರು. ಮಗುವು ಹುಟ್ಟಿದ ಬಳಿಕ, ಎಲ್ಲರೂ ಅದನ್ನು ಮುದ್ದಿಸಿ ಸ್ವರ್ಗಕ್ಕೆ ಹಿಂದಿರುಗಿದರು.

ಅದು ಗಂಡುಮಗುವಾಗಿತ್ತು. ತಾರೆಯು ಅದಕ್ಕೆ ಸುಜನ್‌ಸಿಂಗ್ ಎಂದು ಹೆಸರಿಟ್ಟಳು. ದೇವತೆಗಳೇ ಅವನು ಹುಟ್ಟಲು ಸಹಾಯ ಮಾಡಿದ್ದುದರಿಂದ, ಅವನು ಮುಂದೆ ಅನೇಕ ಸಾಹಸಗಳನ್ನು ಮಾಡುವನೆಂದು ಅವಳಿಗೆ ಗೊತ್ತಿತ್ತು. ಆದರೆ ಪಾಪ, ಅವಳ ಬಳಿ ಏನೂ ಇರಲಿಲ್ಲ! ಇಡೀ ದಿನ ಅವಳು ಸುಮ್ಮನೆ ಮಗುವನ್ನು ತೊಡೆಯ ಮೇಲೆ ಮಲಗಿಸಿಕೊಂಡು ಗುಡಿಸಲಿನ ಬಳಿ ಕುಳಿರುತ್ತಿದ್ದಳು. ಅವಳ ಬಳಿ ಉಡಲು ಸರಿಯಾದ ಬಟ್ಟೆಯೂ ಇರಲಿಲ್ಲ! ಒಂದು ದಿನ, ಒಬ್ಬ ವರ್ತಕನು ದಾರಿಯಲ್ಲಿ ಬರುತ್ತಾ ಅವಳ ಗುಡಿಸಲಿನ ಬಳಿ ಬಂದನು. ಬಹುತೇಕ ಬೆತ್ತಲಾಗಿದ್ದ ಅವಳನ್ನು ನೋಡಿ ಅವನು, ಅವಳೊಬ್ಬ ರಾಕ್ಷಸಿಯೆಂದು ಭಾವಿಸಿದನು! ಏಕೆಂದರೆ ರಾಕ್ಷಸಿಯರೇ ಹಾಗೆ ದಾರಿಯ ಬದಿಯಲ್ಲಿ ಬೆತ್ತಲಾಗಿ ಕಾಣಿಸಿಕೊಳ್ಳುವುದು. ಆದರೆ ತಾರೆಯನ್ನು ಅವನು ಮಾತನಾಡಿಸಿ ಅವಳ ಕಥೆ ಕೇಳಿದಾಗ ಅವಳ ಮೇಲೆ ಅವನಿಗೆ ಕರುಣೆಯುಂಟಾಯಿತು. ಅವನು ಅವಳಿಗೆ ಉಡಲು ಒಂದು ಬಟ್ಟೆಯನ್ನು ಕೊಟ್ಟು, "ನೀನು ನನಗೆ ಮಗಳಿದ್ದ ಹಾಗೆ! ನನ್ನ ಮನೆಗೆ ಬಾ!" ಎಂದು ಅವಳನ್ನು ತನ್ನ ಮನೆಗೆ ಕರೆದೊಯ್ದ. ಅವನಿಗೂ ಅವನ ಹೆಂಡತಿಗೂ ಮಕ್ಕಳಿಲ್ಲದ್ದರಿಂದ, ಅವರು ತಾರೆಯನ್ನೂ ಅವಳ ಮಗುವನ್ನೂ ತಮ್ಮ ಮನೆಯಲ್ಲಿ ಪ್ರೀತಿಯಿಂದ ನೋಡಿಕೊಂಡರು.

ಸುಜನ್‌ಸಿಂಗನು ದೃಢಕಾಯನಾಗಿಯೂ ಆರೋಗ್ಯವಂತನಾಗಿಯೂ ಬೆಳೆದನು. ವರ್ತಕನು ಅವನಿಗೆ ತನ್ನ ವ್ಯಾಪಾರವನ್ನು ಕಲಿಸಿದನು. ಒಂದು ದಿನ, ಅವನಿಗೆ ಹದಿನಾರು ತುಂಬಿದಾಗ ತನ್ನ ಸಾಕುತಂದೆಯೊಂದಿಗೆ ಸಮುದ್ರದ ಮೇಲೆ ದೋಣಿಯಲ್ಲಿ ಯಾವುದೋ ವ್ಯಾಪಾರಕ್ಕಾಗಿ ಹೋದನು. ಅವರು ಒಂದು ದೊಡ್ಡ ನಗರವನ್ನು ತಲುಪಲು, ವರ್ತಕನು ಹುಡುಗನಿಗೆ ದೋಣಿಯಲ್ಲೇ ಕಾಯುವಂತೆ ಹೇಳಿ, ತಾನು ಯಾವುದೋ ವ್ಯಾಪಾರವನ್ನು ಮುಗಿಸಿಕೊಂಡು ಬರಲು ಹೋದನು. ಆದರೆ ಹುಡುಗನಿಗೆ ಸ್ವಲ್ಪ ಹೊತ್ತಿನಲ್ಲೇ ದೋಣಿಯಲ್ಲಿ ಕುಳಿತಿರುತ್ತಾ ಬೇಸರವಾಗಿ, ಅವನು ದೋಣಿಯನ್ನು ನಡೆಸುತ್ತಾ ಸ್ವಲ್ಪ ದೂರ ಸಮುದ್ರದ ಮೇಲೆ ಹೋದನು. ಆಗ ಅವನು ದಡದ ಮೇಲೆ ಒಬ್ಬ

ಸುಂದರ ಹುಡುಗಿಯನ್ನು ಕಂಡನು! ಅವಳು ಒಂದು ಮರಕ್ಕೆ ಕಟ್ಟಿದ್ದ ಉಯ್ಯಾಲೆಯ ಮೇಲೆ ಕುಳಿತು ಆಡುತ್ತಿದ್ದಳು! ಆದರೆ ಸುಜನ್‌ನನ್ನು ನೋಡಿದ ಕೂಡಲೇ ಅವಳು ಬೇಗನೆ ಸಮುದ್ರಕ್ಕೆ ಧುಮುಕಿದಳು! ಅಲೆಗಳ ಮಧ್ಯೆ ದೊಡ್ಡ ಶಬ್ದದೊಂದಿಗೆ ಬಿದ್ದ ಅವಳು ಹಾಗೆಯೇ ನೀರಿನಲ್ಲಿ ಮರೆಯಾದಳು! ಹುಡುಗನು ಕೂಡಲೇ ಅವಳು ಬಿದ್ಧ ಸ್ಥಳಕ್ಕೆ ದೋಣಿ ನಡೆಸಿಕೊಂಡು ಹೋದನು. ಆದರೆ ಅಲ್ಲಿ ಒಂದು ಚಿನ್ನದ ಚಪ್ಪಲಿಯಷ್ಟೇ ನೀರಿನಲ್ಲಿ ತೇಲುತ್ತಿತ್ತು! ಅದನ್ನು ಅವನು ಕೂಡಲೇ ಎತ್ತಿಕೊಂಡು ದೋಣಿ ನಡೆಸಿಕೊಂಡು ನಗರಕ್ಕೆ ಹಿಂದಿರುಗಿದನು. ಅಲ್ಲಿ ಅದನ್ನು ತನ್ನ ವರ್ತಕ ತಂದೆಗೆ ತೋರಿಸಿದನು. ಅದನ್ನು ನೋಡಿದ ವರ್ತಕನಿಗೆ ಬಹಳ ಸಂತೋಷವಾಯಿತು! ಅವನು, "ಇದನ್ನು ಈ ನಗರದ ರಾಜನಿಗೆ ಉಡುಗೊರೆಯಾಗಿ ಕೊಡುತ್ತೇನೆ! ಆನಂದಗೊಳ್ಳುವ ಅವನು ನನಗೆ ಚಿನ್ನಾಭರಣಗಳನ್ನು ಕೊಡುತ್ತಾನೆ!" ಎಂದನು. ಅಂತೆಯೇ ಅವನು ರಾಜನ ಬಳಿಗೆ ಹೋಗಿ ಅದನ್ನು ಕೊಡಲು, ರಾಜನೇನೂ ವಿಶೇಷ ಸಂತೋಷ ತೋರಿಸಲಿಲ್ಲ. ಅವನು ವರ್ತಕನಿಗೆ, "ನನಗೆ ಇದರ ಜೊತೆಯಾದ ಇನ್ನೊಂದು ಚಪ್ಪಲಿಯೂ ಬೇಕು! ಅದನ್ನು ನನಗೆ ತಂದುಕೊಡು! ಇಲ್ಲವಾದರೆ ನಿನ್ನನ್ನು ರುಬ್ಬುವ ಗುಂಡಿನಡಿಯಲ್ಲಿ ಸಾಸಿವೆಕಾಳನಂತೆ ಅರೆದುಬಿಡುತ್ತೇನೆ!" ಎಂದು ಹೇಳಿದನು!

ಅಂತೆಯೇ ವರ್ತಕನು ಸುಜನ್‌ನೊಂದಿಗೆ ಪುನಃ ದೋಣಿ ನಡೆಸುತ್ತಾ ಸಮುದ್ರದ ಮೇಲೆ ಹೊರಟ. ಆಗ ಇದ್ದಕ್ಕಿದ್ದಂತೆ ಸುಜನ್‌ನಿಗೆ ಆ ಹುಡುಗಿ ಉಯ್ಯಾಲೆಯಾಡುತ್ತಾ ಕಾಣಿಸಿದಳು! ಅವನು ಅವಳನ್ನು ಕೂಗಿ ಕರೆದ. ಆದರೆ ಅವಳು ಸಮುದ್ರಕ್ಕೆ ಹಾರಿ ಕಣ್ಮರೆಯಾದಳು! ಈ ಬಾರಿ, ಸುಜನ್ ಅವಳ ಹಿಂದೆಯೇ ತಾನೂ ಸಮುದ್ರಕ್ಕೆ ಹಾರಿದ! ಅವಳೊಂದಿಗೇ ಅವನೂ ಸಮುದ್ರದಲ್ಲಿ ಈಜಿಕೊಂಡು ಹೋಗುತ್ತಾ ಸಮುದ್ರತಳದ ಒಂದು ಅರಮನೆಯನ್ನು ತಲುಪಿದ! ಆ ಅರಮನೆ ಎಷ್ಟು ದೊಡ್ಡದಿತ್ತೆಂದರೆ, ಅದರ ಮೇಲ್ಛಾವಣಿ ಅಲೆಗಳ ಮೂಲಕ ಆಕಾಶವನ್ನು ಮುಟ್ಟುತ್ತಿತ್ತು! ಸರಲಾ ಎಂಬ ಹೆಸರಿನ ಆ ಹುಡುಗಿ, ಸುಜನ್‌ನನ್ನು ಅರಮನೆಯೊಳಗೆ ಬರಲು ಆಹ್ವಾನಿಸಿದಳು. ಅವನು ಒಳಗೆ ಪ್ರವೇಶಿಸಲು, ಇಬ್ಬರೂ ಸ್ನೇಹಿತರಾದರು. ಅವಳ ತಂದೆಯು ಅವಳು ಯಾವುದೇ ಮನುಷ್ಯನನ್ನು ನೋಡಲು ಅದುವರೆಗೂ ಬಿಟ್ಟಿರಲಿಲ್ಲ! ಆದರೆ ಸುಜನ್ ಬಹಳ ಸುಂದರವಾಗಿದ್ದುದನ್ನು ನೋಡಿ ಸರಳೆಯು ಅವನ ಸ್ನೇಹ ಮಾಡಿದಳು. ರಾತ್ರಿಯೆಲ್ಲಾ ಅವರಿಬ್ಬರೂ ಚದುರಂಗವಾಡುತ್ತಾ ವಿನೋದಪಟ್ಟರು! ಆದರೆ ಬೆಳಗಾಗುತ್ತಿದ್ದಂತೆ,

ಸರಳೆಯು ಸುಜನ್‌ಗೆ ಹೇಳಿದಳು, "ನನ್ನ ತಂದೆಯು ಈ ಸಮುದ್ರದ ರಾಕ್ಷಸ! ಅವನು ಮನೆಗೆ ಬಂದಾಗ ನಿನ್ನನ್ನು ನೋಡಿದರೆ ತಿಂದುಬಿಡುತ್ತಾನೆ!"

ಹೀಗೆ ಹೇಳಿ ಅವಳು ಸುಜನ್‌ನನ್ನು ತನ್ನ ಮಾಯಾವಿದ್ಯೆಯಿಂದ ಒಂದು ಹೂವಾಗಿ ಪರಿವರ್ತಿಸಿ ಒಂದು ನೀರಿನ ಪಾತ್ರೆಯಲ್ಲಿ ಹಾಕಿದಳು. ಸ್ವಲ್ಪ ಹೊತ್ತಿನಲ್ಲಿ ಅವಳ ತಂದೆ ಬಂದ. ಅವನು ಬಹಳ ಎತ್ತರವೂ ದಪ್ಪವೂ ಇದ್ದ ರಾಕ್ಷಸನಾಗಿದ್ದು ಮೈತುಂಬಾ ಕೂದಲನ್ನೂ ಹಂದಿಯ ಮುಖವನ್ನೂ ಹೊಂದಿದ್ದ! ಅವನ ಕಣ್ಣುಗಳು ಭಯಂಕರವಾಗಿ ಹೊರಚಾಚುತ್ತಿದ್ದವು! ಅವನ ಉದ್ದವಾದ ಚೂಪಾದ ಕೋರೆಹಲ್ಲುಗಳಿಂದ ರಕ್ತ ಸೋರುತ್ತಿತ್ತು!

"ಆಹಾ....! ನನಗಿಲ್ಲಿ ಮನುಷ್ಯರ ವಾಸನೆ ಬರುತ್ತಿದೆ!" ಅವನು ಗರ್ಜಿಸಿ ಮಗಳನ್ನು ಕೇಳಿದ, "ಯಾರದು?"

"ನಾನು ಒಬ್ಬ ಮನುಷ್ಯನನ್ನು ಈ ಅರಮನೆಗೆ ಕರೆತರುವ ಧೈರ್ಯ ಹೇಗೆ ತಾನೇ ಮಾಡಲಿ? ರಾತ್ರಿಯೆಲ್ಲಾ ನೀನು ಹೊರಗೆ ಸುತ್ತುತ್ತಾ ಮನುಷ್ಯರನ್ನು ತಿನ್ನುವೆ! ಇನ್ನು ಇಲ್ಲಿಗೆ ಒಬ್ಬ ಮನುಷ್ಯನನ್ನು ನಾನು ಕರೆತಂದರೆ ನೀನು ಅವನನ್ನು ಕೊಲ್ಲುವೆ ಎಂದು ನನಗೆ ತಿಳಿದಿಲ್ಲವೇ?" ಎಂದಳು ಅವನ ಮಗಳ ಸರಳೆ.

ರಾಕ್ಷಸನು ಮಗಳ ಮಾತನ್ನು ನಂಬಿ ಸುಮ್ಮನಾದ. ಅಂದು ರಾತ್ರಿ ಅವನು ಪುನ: ಹೊರಗೆ ಹೋದಾಗ, ಸರಳೆ ಸುಜನ್‌ನನ್ನು ಮತ್ತೆ ಹೂವಿನಿಂದ ಪೂರ್ವರೂಪಕ್ಕೆ ತಂದಳು! ಇಬ್ಬರೂ ರಾತ್ರಿಯೆಲ್ಲಾ ಸರಸಸಲ್ಲಾಪಗಳಲ್ಲಿ ಪರಸ್ಪರ ರಮಿಸಿದರು. ಬೆಳಗಾಗುತ್ತಿದ್ದಂತೆ ಸರಳೆ ಸುಜನ್‌ನನ್ನು ಪುನ: ಹೂವಾಗಿಸಿದಳು. ಹಿಗೆಯೇ ಕೆಲವು ದಿನಗಳು ಕಳೆದವು. ಒಂದು ದಿನ, ಸುಜನ್ ಸರಳೆಗೆ, "ಇನ್ನೂ ಎಷ್ಟು ದಿನ ಹೀಗೆಯೇ ಇರುವುದು? ನಾನು ಏನಾದರೂ ದಾರಿ ಕಂಡುಹಿಡಿದು ಆ ರಾಕ್ಷಸನನ್ನು ಕೊಲ್ಲಬೇಕು!" ಎಂದು ಹೇಳಿದ.

ರಾಕ್ಷಸನು ಪುನಃ ಬಂದಾಗ, ಸರಳೆ ಅವನಿಗೆ ಹೇಳಿದಳು, "ನೀನು ಹೀಗೆ ಹೊರಗೆ ಹೋಗಿದ್ದಾಗ ಯಾರಾದರೂ ನಿನ್ನನ್ನು ಕೊಂದುಬಿಟ್ಟರೆ ಅನಂತರ ನಾನೇನು ಮಾಡಲಿ? ನನ್ನನ್ನು ನೋಡಿಕೊಳ್ಳುವವರು ಯಾರೂ ಇರುವುದಿಲ್ಲ!"

ಅದಕ್ಕೆ ರಾಕ್ಷಸನು ಹೇಳಿದನು, "ಮೂರ್ಖಳಂತೆ ಮಾತನಾಡಬೇಡ! ನಾನು ಸಾಯಲು ಸಾಧ್ಯವೇ ಇಲ್ಲ! ಏಕೆಂದರೆ ನನ್ನ ಪ್ರಾಣ ನನ್ನ ದೇಹದಲ್ಲೇ ಇಲ್ಲ! ಇನ್ನು ನನ್ನನ್ನು ಯಾರು ತಾನೇ ಕೊಲ್ಲಲು ಸಾಧ್ಯ?"

"ಹಾಗಾದರೆ ನಿನ್ನ ಪ್ರಾಣ ಎಲ್ಲಿದೆ?" ಸರಳಾ ಕೇಳಿದಳು.

ಆದರೆ ರಾಕ್ಷಸನು ಹೇಳಲಿಲ್ಲ. ಸರಳೆಯು ಮತ್ತೆ ಮತ್ತೆ ಕೇಳಿದರೂ ಮೊದಲಿಗೆ ಅವನು ಹೇಳಲಿಲ್ಲ. ಕೊನೆಗೆ ಅವನು ಹೇಳಿದ, "ನನ್ನ ಪ್ರಾಣ ಒಂದು ಬಾತುಕೋಳಿಯಲ್ಲಿದೆ. ಅದು, ಏಳು ಮನೆಗಳಲ್ಲಿ ಒಂದಾದ ಅತ್ಯಂತ ಪುಟ್ಟ ಮನೆಯಲ್ಲಿದೆ. ಆ ಮನೆಗಳು ಒಂದರೊಳಗೊಂದು ಇವೆ. ಆದರೆ ಹೆದರಬೇಡ! ಅದನ್ನು ಕೊಲ್ಲಲು ಇರುವುದು ಒಂದೇ ದಾರಿ. ಯಾರಾದರೂ ಅವುಗಳಲ್ಲಿ ಅತ್ಯಂತ ದೊಡ್ಡದಾದ ಮನೆಯನ್ನು ಎಲ್ಲಾ ಮನೆ ಬಾಗಿಲುಗಳ ಬೀಗಗಳು ಒಂದೇ ಬಾರಿಗೆ ತೆರೆದುಕೊಳ್ಳುವಂತೆ ಒದ್ದರೆ ಆಗ ಮಾತ್ರ ಅದು ಸಾಧ್ಯವಾಗುತ್ತದೆ!"

ಸರಳಾ ಇದನ್ನು ಸುಜನ್‌ಸಿಂಗ್‌ಗೆ ಹೇಳಿದಳು. ಮರುದಿನ ರಾತ್ರಿ, ಅವನು ಸಮುದ್ರತಳದಲ್ಲಿ ಈಜುತ್ತಾ ಆ ಏಳುಮನೆಗಳನ್ನು ಕಂಡುಹಿಡಿದನು. ಅನಂತರ ಅವನು ಬಹಳ ಎಚ್ಚರಿಕೆಯಿಂದ ಅತ್ಯಂತ ದೊಡ್ಡ ಮನೆಯ ಬಾಗಿಲನ್ನು ಒದ್ದನು! ಆಗ ಏಳೂ ಮನೆಗಳ ಬೀಗಗಳು ಒಮ್ಮೆಲೇ ತೆರೆದುಕೊಂಡವು! ಆಗ ಅವನು ಅವುಗಳಲ್ಲಿನ ಅತ್ಯಂತ ಚಿಕ್ಕ ಮನೆಯಲ್ಲಿ ಬಾತುಕೋಳಿಯು ಈಜುತ್ತಾ ತನ್ನತ್ತಲೇ ಬರುತ್ತಿದ್ದುದನ್ನು ನೋಡಿದ! ಆ ಪಕ್ಷಿಯು ಹಾಗೆ ಮನೆಯಿಂದ ಹೊರಬಂದಕೂಡಲೇ ದೂರದಲ್ಲೆಲ್ಲೋ ದಡದ ಮೇಲೆ ಮನುಷ್ಯನೊಬ್ಬನನ್ನು ತಿನ್ನುತ್ತಿದ್ದ ರಾಕ್ಷಸನ ಮೈಯೆಲ್ಲಾ ನಡುಗತೊಡಗಿತು! ಬಾತುಕೋಳಿಯು ಅಪಾಯದಲ್ಲಿದೆಯೆಂದು ಅರಿತ ಅವನು ಕೂಡಲೇ ನೀರಿಗೆ ಧುಮುಕಿ ಆ ಬಾತುಕೋಳಿಯ ಮನೆಯತ್ತ ಈಜುತ್ತಾ ಹೋದ! ಅಲ್ಲಿ ಸುಜನ್‌ಸಿಂಗ್ ಅದನ್ನು ಹಿಡಿಯಲು ಕಾಯುತ್ತಿದ್ದುದನ್ನು ನೋಡಿ ಇನ್ನಷ್ಟು ವೇಗವಾಗಿ ಈಜುತ್ತಾ ಹೋದ! ಅದು ಅವನ ಹತ್ತಿರ ಹತ್ತಿರ ಬರುತ್ತಿದ್ದಂತೆ, ಸುಜನ್ ಕೂಡ ಅದರತ್ತ ಈಜುತ್ತಾ ಹೋದ. ಅಷ್ಟರಲ್ಲಿ ಅಲ್ಲಿಗೆ ಬಂದ ರಾಕ್ಷಸ ಅವನ ಮೇಲೆ ಬೀಳಹೊರಟ. ಆದರೆ ಸುಜನ್, ಅಷ್ಟರಲ್ಲಿ ಬಾತುಕೋಳಿಯನ್ನು ಅದರ ಕತ್ತಿನಿಂದ ಹಿಡಿದು ಬೇಗನೆ ಅದನ್ನು ತಿರುಗಿಸಿ ಹಿಸುಕಿಬಿಟ್ಟ!

ಆಗ ರಾಕ್ಷಸನು ಭಯಂಕರವಾಗಿ ಅರಚುತ್ತಾ ಕಣ್ಣು ಬಿಡುತ್ತಾ ಸಮುದ್ರತಳದ ಮೇಲೆ ಸತ್ತುಬಿದ್ದ!

ಈಗ ಸುಜನ್‌ಸಿಂಗ್ ಮತ್ತು ಸರಳಾ ಹಗಲಿನಲ್ಲಿ ಆ ರಾಕ್ಷಸನ ಅರಮನೆಯನ್ನು ಶೋಧಿಸಿದರು. ಅರಮನೆಯ ಅನೇಕ ಕೋಣೆಗಳಲ್ಲಿ ಅವರು ರಾಶಿ ರಾಶಿ ವಜ್ರವೈಡೂರ್ಯ ಮುತ್ತು ರತ್ನಾದಿಗಳನ್ನು ಕಂಡರು! ಆದರೆ ಅವು ಬಹಳವಿದ್ದುದರಿಂದ ಅವನ್ನು ಹಾಗೆಯೇ ತೆಗೆದುಕೊಂಡು ಹೋದರೆ ಅವನ್ನು ನೋಡಿದ ಕೂಡಲೇ ಜನರು ಕಿತ್ತುಕೊಳ್ಳಬಹುದೆಂದು ಅವರು ಹೆದರಿದರು. ಆಗ ಸರಳಾ ಒಂದು ಉಪಾಯ ಮಾಡಿದಳು. ಸಗಣಿ ಮತ್ತು ಹುಲ್ಲಿನಿಂದ ಬೆರಣಿ ತಟ್ಟಿ ಆ ಬೆರಣಿಗಳಲ್ಲಿ ವಜ್ರವೈಡೂರ್ಯಗಳನ್ನು ಅಡಗಿಸಿಟ್ಟಳು! ಅವುಗಳೊಮದಿಗೆ ಅವರು ದಡಕ್ಕೆ ಹೋದಾಗ, ಅಲ್ಲಿ ವರ್ತಕನೂ ರಾಣಿ ತಾರೆಯೂ ಕಾಯುತ್ತಿದ್ದರು. ಅವರು ತಂದಿದ್ದ ಬೆರಣಿಗಳನ್ನು ನೋಡಿ ವರ್ತಕನು, "ಇಷ್ಟೊಂದು ಬೆರಣಿಗಳನ್ನು ನಾವು ತೆಗೆದುಕೊಂಡು ಹೋಗಲಾಗುವುದಿಲ್ಲ!" ಎಂದನು. ಆಗ ಸುಜನ್‌ಸಿಂಗನು ಒಂದು ಬೆರಣಿಯನ್ನು ಮುರಿದು ಅದರಲ್ಲಿರಿಸಿದ್ದ ರತ್ನಗಳನ್ನು ತೋರಿಸಿದನು. ಅದನ್ನು ನೋಡಿ ಸಂತೋಷಗೊಂಡ ವರ್ತಕನು ಆ ಬೆರಣಿಗಳನ್ನು ದೋಣಿಯಲ್ಲಿ ತುಂಬಿಸಿಕೊಳ್ಳಲು ಒಪ್ಪಿದನು. ಅನಂತರ ಅವರೆಲ್ಲರೂ ನಗರದ ಕಡೆಗೆ ಹೊರಡಲು, ವರ್ತಕನು ಪುನ: ಕೇಳಿದನು, "ಆ ಚಪ್ಪಲಿಯ ಜೊತೆ ನಿನ್ನ ಬಳಿಯಿದೆಯೇ?"

"ಹೌದು! ಇದೆ!" ಸುಜನ್‌ಸಿಂಗ್ ಹೇಳಿದನು, "ಆದರೆ ಅದನ್ನು ನಾನು ರಾಜನಿಗೆ ಕೊಡುವುದಿಲ್ಲ!"

ಅನಂತರ ಸುಜನ್‌ಸಿಂಗ್ ತನಗೆ ಸಿಕ್ಕಿದ ಧನದಿಂದ ಒಂದು ಸೈನ್ಯವನ್ನು ಕಟ್ಟಿದನು. ಆನೆಗಳು, ಕುದುರೆಗಳು, ರಥಗಳು ಮತ್ತು ಕತ್ತಿ ಗುರಾಣಿಗಳನ್ನು ಹಿಡಿದಿದ್ದ ವೀರಸೈನಿಕರನ್ನೊಳಗೊಂಡಿತ್ತು ಅವನ ದೊಡ್ಡ ಸೈನ್ಯ. ಇಂಥ ದೊಡ್ಡ ಸೈನ್ಯದೊಂದಿಗೆ, ಕವಚ ಧರಿಸಿದ ಸುಜನ್‌ಸಿಂಗ್, ರಾಜನ ಅರಮನೆಯನ್ನು ಮುತ್ತಿದನು! ಅವನು ಸೈನ್ಯಕ್ಕೆ ಆಕ್ರಮಿಸಲು ಅಣತಿ ನೀಡಲು, ಸೈನಿಕರು ಆನೆಗಳನ್ನು ನುಗ್ಗಿಸಿ ಅರಮನೆಯ ಹೆಬ್ಬಾಗಿಲು ಮುರಿದುಹಾಕಿದರು! ರಥಿಕರು ಒಳನುಗ್ಗಿದರು! ಆಗ ರಾಜನ ಸೈನ್ಯವೂ ಅವರನ್ನೆದುರಿಸಿತು. ಎರಡೂ ಸೈನ್ಯಗಳ ನಡುವೆ ಘೋರಯುದ್ಧ ನಡೆಯಿತು! ಅನೇಕ

ದಿನಗಳು ಯುದ್ಧ ನಡೆದರೂ ಯಾರೊಬ್ಬರೂ ಗೆಲ್ಲಲಿಲ್ಲ! ಕೊನೆಗೆ ರಾಣಿ ತಾರೆಗೆ ತನ್ನ ಮಗನ ಪ್ರಾಣದ ವಿಷಯದಲ್ಲಿ ಭಯವಾಗಿ ಅವಳು ಎರಡೂ ಸೈನ್ಯಗಳ ನಡುವೆ ರಥದಲ್ಲಿ ಹೋಗಿ ರಾಜನ ಬಳಿ ನಿಲ್ಲುತ್ತಾ ರಥದ ಪರದೆಯನ್ನು ಸರಿಸಿದಳು. ಆಗ ಅವಳನ್ನು ನೋಡಿದ ಕೂಡಲೇ ರಾಜನಿಗೆ ಆಶ್ಚರ್ಯವಾಯಿತು! ಏಕೆಂದರೆ ಅವನೇ ಅವಳ ಗಂಡನಾಗಿದ್ದನು! ಅವಾಕ್ಕಾದ ಅವನು ಕೂಡಲೇ ತನ್ನ ಖಡ್ಗವನ್ನು ಕೆಳಗೆ ಬೀಳಿಸಿಕೊಂಡನು! ರಾಣಿಗೂ ಅವನು ತನ್ನ ಗಂಡನೆಂದು ತಿಳಿಯಿತು! ಅವಳು ಹೇಳಿದಳು, "ಈ ಯುದ್ಧವನ್ನು ನೀನು ಕೂಡಲೇ ನಿಲ್ಲಿಸಬೇಕು! ಆ ರಾಜಕುಮಾರ ಬೇರಾರೂ ಅಲ್ಲ! ನಿನ್ನ ಸ್ವಂತ ಮಗ! ನೋಡು ಅವನು ನಿನ್ನನ್ನು ಹೇಗೆ ಹೋಲುತ್ತಾನೆಂದು!"

ಆಗ ಸುಜನ್‌ಸಿಂಗ್ ತನ್ನ ತಾಯಿಯ ಬಳಿಗೆ ಬರುತ್ತಾ ತನ್ನ ಮುಖದ ಮುಸುಕನ್ನು ತೆಗೆದನು. ರಾಜನು, ಅವನು ತನ್ನನ್ನೇ ಹೋಲುವುದನ್ನು ನೋಡಿದನು. ಆಗ ರಾಣಿಯು ಪುನಃ ಹೇಳಿದಳು, "ನೀವಿಬ್ಬರೂ ಸಮಬಲರು! ಹೀಗೆಯೇ ಯುದ್ಧ ಮಾಡುತ್ತಿದ್ದರೆ ಒಬ್ಬರನ್ನೊಬ್ಬರು ಕೊಂದುಕೊಂಡುಬಿಡಿವಿರಿ!"

ಆಗ ರಾಜನು ತನ್ನ ಸೈನ್ಯಕ್ಕೆ ಆಜ್ಞೆ ಮಾಡಿದನು, "ಯುದ್ಧವನ್ನು ನಿಲ್ಲಿಸಿ!"

ರಾಜಕುಮಾರನೂ ತನ್ನ ಸೈನಿಕರಿಗೆ ಆಜ್ಞೆ ಮಾಡಿದನು, "ನಿಮ್ಮ ಆಯುಧಗಳನ್ನು ಕೆಳಗೆ ಹಾಕಿ!".

ಯುದ್ಧವು ನಿಂತಿತು. ರಾಜನು ತಾನು ಮಾಡಿದ ಕಾರ್ಯಕ್ಕೆ ಪಶ್ಚಾತ್ತಾಪಪಟ್ಟನು. ಅವನು ತನ್ನ ಕಿರಿಯ ರಾಣಿಯನ್ನು ರಾಜ್ಯದಿಂದ ಬಹಿಷ್ಕರಿಸಿ ಪುನಃ ತನ್ನ ಹಿರಿಯ ರಾಣಿ ತಾರೆಯನ್ನು ಕರೆದುಕೊಂಡನು. ಅನಂತರ, ಸುಜನ್‌ಸಿಂಗ್‌ಗೂ ಸರಳೆಗೂ ವಿಜೃಂಭಣೆಯಿಂದ ಮದುವೆ ಮಾಡಲಾಯಿತು. ವರ್ತಕನು ಅವನ ಪತ್ನಿಯೂ ಆ ಮದುವೆಗೆ ಬಂದರು. ಅನಂತರ ಎಲ್ಲರೂ ಅರಮನೆಯಲ್ಲಿ ಸುಖವಾಗಿದ್ದರು.

ಮುಂದೆ, ಸುಜನ್‌ಸಿಂಗ್ ರಾಜನಾದನು. ಅವನೂ ಅವನ ಸುಂದರ ರಾಣಿಯೂ ರಾಜ್ಯವನ್ನು ಚೆನ್ನಾಗಿ, ಬುದ್ಧಿವಂತಿಕೆಯಿಂದ ಆಳಿದರು.

ಸಂತಾಲರ ಕಥೆ
ಸಂತಾಲರ ಜಾನಪದ ಕಥೆ
ಸರ್ಪದ ಉಪಕಾರ

ಒಂದು ಹಳ್ಳಿಯಲ್ಲಿ ಒಬ್ಬ ದನಕಾಯುವವನಿದ್ದನು. ಅವನು ದಿನವೂ ಹಸುಗಳ ಒಂದು ಹಿಂಡನ್ನು ಹೊಡೆದುಕೊಂಡು ಒಂದು ಅರಳೀಮರದ ಬಳಿ ಬರುತ್ತಿದ್ದನು. ಅವು ಅಲ್ಲಿ ಮೇಯುತ್ತಿದ್ದಾಗ ಇವನು ವಿಶ್ರಮಿಸುತ್ತಿದ್ದನು. ಹೀಗಿರಲು, ಒಂದು ದಿನ, ಅರಳೀಮರದಿಂದ ಒಂದು ಧ್ವನಿ ಬಂತು, "ನೀನು ದಿನವೂ ನನ್ನ ಬೇರುಗಳಿಗೆ ಹಾಲು ಸುರಿದರೆ, ನಾನು ನಿನಗೊಂದು ವರ ಕೊಡುತ್ತೇನೆ!"

ದನಕಾಯುವವನು ಆಶ್ಚರ್ಯಗೊಂಡು ದಿನವೂ ಅರಳೀಮರದ ಬೇರುಗಳಿಗೆ ಹಾಲೆರೆಯತೊಡಗಿದನು. ಕೆಲದಿನಗಳಲ್ಲಿ ಆ ಬೇರುಗಳ ಬಳಿ, ನೆಲದಲ್ಲಿ ಬಿರುಕು ಬಿಟ್ಟಿತು! ಅವನು ಅರಳೀಮರದ ಬೇರುಗಳು ಹಾಗೆ ನೆಲದಲ್ಲಿ ಬಿರುಕು ಮೂಡಿಸುತ್ತಿವೆ ಎಂದು ಭಾವಿಸಿದನು. ಆದರೆ ಅಲ್ಲೊಂದು ಹಾವು ಸಿಕ್ಕಿಕೊಂಡಿತ್ತು! ಅದೇ ಅರಳೀಮರದಂತೆ ಮಾತನಾಡಿತ್ತು! ಈಗ ಹಾಲು ಕುಡಿದೂ ಕುಡಿದೂ ತನ್ನ ಗಾತ್ರ ಹೆಚ್ಚಿಸಿಕೊಂಡು ನೆಲದಲ್ಲಿ ಬಿರುಕು ಮೂಡಿಸಿ ಹೊರಬರಲು ಯತ್ನಿಸುತ್ತಿತ್ತು! ಹಾಗೆ ಯತ್ನಿಸುತ್ತಾ ಕೊನೆಗೆ ಅದು ಆ ಬಿರುಕಿನಿಂದ ಹೊರಬಂದಿತು! ಅದನ್ನು ನೋಡಿ ಹೆದರಿದ ದನಕಾಯುವವನು, ಅದು ಖಂಡಿತವಾಗಿಯೂ ತನ್ನನ್ನು ನುಂಗಿಬಿಡುವುದೆಂದು ಭಾವಿಸಿದನು! ಆದರೆ ಆ ಸರ್ಪ ಹೇಳಿತು, "ಹೆದರಬೇಡ! ನಾನು ಪಾತಾಳದಲ್ಲಿ ಸಿಕ್ಕಿಕೊಂಡು ಆಹಾರವಿಲ್ಲದೇ ಸಾಯುತ್ತಿದ್ದೆ! ನೀನು ನಿನ್ನ ಕರುಣೆಯಿಂದ ಹಾಲೆರೆದು ನನ್ನನ್ನು ಕಾಪಾಡಿರುವೆ! ಹಾಗಾಗಿ ನಿನಗೆ ಕೃತಜ್ಞತೆ ಸಲ್ಲಿಸಲಿಕ್ಕಾಗಿ ನಿನಗೊಂದು ವರ ಕೊಡುತ್ತೇನೆ! ಏನು ಬೇಕಾದರೂ ಕೇಳಿಕೋ!"

"ನೀನೇ ಏನಾದರೂ ಕೊಡು! ನನಗೆ ಏನು ಕೇಳಬೇಕೋ ಗೊತ್ತಿಲ್ಲ!" ದನ ಕಾಯುವವನು ಮುಗ್ಧತೆಯಿಂದ ಹೇಳಿದನು.

ಆಗ ಸರ್ಪವು ಅವನನ್ನು ಹತ್ತಿರ ಕರೆದು ಅವನ ಕೂದಲ ಮೇಲೆ ತನ್ನ ಉಸಿರು ಬಿಟ್ಟಿತು! ಉದ್ದವಾಗಿದ್ದ ಅವನ ಕೂದಲು ಚಿನ್ನದ ಬಣ್ಣಕ್ಕೆ ತಿರುಗಿತು! ಆಗ ಸರ್ಪವು ಹೇಳಿತು, "ಈ ನಿನ್ನ ಚಿನ್ನದ ಕೇಶವು ನಿನಗೆ ಒಳ್ಳೆಯ ಹೆಂಡತಿಯನ್ನು ತಂದು ಕೊಡುತ್ತದೆ! ಆಗ ನೀನು ಬಹಳ ಬಲಶಾಲಿಯಾಗುವೆ! ಇದರ ಜೊತೆಗೆ ಇನ್ನೊಂದು ವರವನ್ನು ಕೊಡುತ್ತೇನೆ! ನೀನೇನು ಹೇಳುವೆಯೋ ಅದು ಆಗುತ್ತದೆ! ಉದಾಹರಣೆಗೆ ಯಾರನ್ನಾದರು ನೋಡಿ ಅವನು ಸಾಯಲಿ ಎಂದರೆ ಅವನು ಸಾಯುತ್ತಾನೆ! ಬದುಕಲಿ ಎಂದರೆ ಬದುಕುತ್ತಾನೆ! ಆದರೆ ಇದನ್ನು ನೀನು ಯಾರಿಗೂ ಹೇಳಬಾರದು! ನೀನು ಮದುವೆಯಾಗುವ ಹುಡುಗಿಗೂ ಹೇಳಬಾರದು! ಹಾಗೆ ಹೇಳಿದರೆ, ನಿನ್ನ ಶಕ್ತಿ ಹೊರಟುಹೋಗುತ್ತದೆ!"

ಹೀಗೆ ಹೇಳಿ ಸರ್ಪವು ಬಿರುಕಿನ ಮೂಲಕ ಭೂಮಿಯೊಳಗಿನ ಪಾತಾಳಕ್ಕೆ ಹೋಯಿತು. ದನಕಾಯುವವನಿಗೆ ಬಹಳ ಸಂತೋಷವಾಯಿತು.

ಒಂದು ದಿನ, ದನಕಾಯುವವನು ನದಿಯಲ್ಲಿ ಸ್ನಾನ ಮಾಡುತ್ತಿದ್ದನು. ಆಗ ಅವನ ಒಂದು ಕೂದಲು ಬಿಚ್ಚಿ ಬಂದಿತು! ಅವನು ಮೋಜಿಗಾಗಿ ಅದನ್ನು ಒಂದು ಎಲೆಯಲ್ಲಿ ಕಟ್ಟಿ ನೀರಿನಲ್ಲಿ ತೇಲಿಬಿಟ್ಟನು! ಆ ನದಿಯ ಇನ್ನೊಂದು ದಡದಲ್ಲಿ ಒಬ್ಬ ರಾಜಕುಮಾರಿ ತನ್ನ ಸಖಿಯರೊಂದಿಗೆ ಸ್ನಾನ ಮಾಡುತ್ತಿದ್ದಳು. ದನ ಕಾಯುವವನು ತೇಲಿಬಿಟ್ಟ ಎಲೆ, ಅವರ ಬಳಿ ಬಂದಿತು! ರಾಜಕುಮಾರಿಯ ಸಖಿಯರು ಅದನ್ನು ಹಿಡಿಯಲು ಪ್ರಯತ್ನಿಸಿದರು. ಆದರೆ ಅದು ನೇರವಾಗಿ ರಾಜಕುಮಾರಿಯ ಬಳಿಗೇ ಬಂದಿತು! ಅವಳು ಅದನ್ನು ತೆಗೆದುಕೊಂಡು ಬಿಚ್ಚಿ ನೋಡಿದಳು. ಅದರಲ್ಲಿ ಹನ್ನೆರಡು ಅಂಗುಲಗಳಷ್ಟು ಉದ್ದದ ಒಂದು ಚಿನ್ನದ ಕೂದಲಿದ್ದುದನ್ನು ನೋಡಿ ಅವಳು ಆಶ್ಚರ್ಯಚಕಿತಳಾದಳು! ಅವಳು ಅದನ್ನು ತನ್ನ ಬಟ್ಟೆಗೆ ಕಟ್ಟಿಕೊಂಡು ಅರಮನೆಗೆ ಹೊರಟಳು.

ಅರಮನೆಗೆ ಬಂದ ರಾಜಕುಮಾರಿಯು ತನ್ನ ಕೋಣೆ ಸೇರಿಕೊಂಡು, ಅನ್ನ, ನೀರು, ಮಾತು, ಎಲ್ಲವನ್ನೂ ಬಿಟ್ಟಳು! ಗಾಬರಿಯಿಂದ ಅವಳ ತಾಯಿ, ಅವಳ ಇಬ್ಬರು ಸಖಿಯರನ್ನು ವಿಷಯವೇನೆಂದು ವಿಚಾರಿಸಲು ಕಳಿಸಿದಳು. ಬಹಳ ಬಲವಂತ ಮಾಡಿದ ಬಳಿಕ, ರಾಜಕುಮಾರಿಯು ಹೇಳಿದಳು, "ನನಗೆ ಸಿಕ್ಕಿರುವ ಚಿನ್ನದ ಕೂದಲಿನ ವ್ಯಕ್ತಿಯನ್ನು ಪತ್ತೆಮಾಡುವವರೆಗೂ ನಾನು ಊಟ, ನಿದ್ರೆಗಳನ್ನು ಮಾಡುವುದಿಲ್ಲ! ಅದು

ಪುರುಷನಾಗಿದ್ದರೆ, ನಾನು ಅವನನ್ನೇ ಮದುವೆಯಾಗುತೇನೆ! ಸ್ತ್ರೀಯಾಗಿದ್ದರೆ, ಅವಳು ಬಂದು ನನ್ನೊಂದಿಗೇ ಇರಬೇಕು!"

ಈ ವಿಷಯವನ್ನೂ, ರಾಜಕುಮಾರಿಯ ಬಳಿಗೆ ಚಿನ್ನದ ಕೂದಲು ಎಲೆಯ ಪೊಟ್ಟಣದಲ್ಲಿ ತೇಲಿಬಂದ ವಿಷಯವನ್ನೂ ಕೇಳಿದ ರಾಜ, ರಾಣಿಯರು, ಅವಳ ಬಳಿಗೆ ಬಂದು, ತಾವು ಕೂಡಲೇ ದೂತರನ್ನು ಕಳಿಸಿ ಆ ಕೂದಲಿರುವ ವ್ಯಕ್ತಿಯನ್ನು ಹುಡುಕಿಸುತ್ತೇವೆಂದು ಹೇಳಿ ಅವಳನ್ನು ಸಮಾಧಾನಪಡಿಸಿದರು. ಆಗ ಅವಳು ಎದ್ದು ಊಟ ಮಾಡಿದಳು. ಅನಂತರ, ಆ ದಿನವೇ ರಾಜನು ನದಿಯ ಎರಡೂ ದಡಗಳಿಗೆ ಹೋಗಿ ಅಲ್ಲಿರುವ ಎಲ್ಲ ಹಳ್ಳಿಗಳನ್ನೂ ಆ ಚಿನ್ನದ ಕೂದಲಿನ ವ್ಯಕ್ತಿಗಾಗಿ ಹುಡುಕಿ ಅವರಿಗೆ ಸಿಕ್ಕ ಪ್ರತಿಯೊಬ್ಬರನ್ನೂ ಆ ವ್ಯಕ್ತಿಯ ಬಗ್ಗೆ ಪ್ರಶ್ನಿಸಬೇಕೆಂದು ಆಜ್ಞಾಪಿಸಿದನು. ಅಂತೆಯೇ ಅವರು ಹೊರಟರು. ಆದರೆ ಅವರು ಎಷ್ಟು ಹುಡುಕಿದರೂ ಆ ವ್ಯಕ್ತಿ ಸಿಗಲಿಲ್ಲ. ಅನಂತರ ಸಾಧು, ಸಂತರು ಆ ವ್ಯಕ್ತಿಯನ್ನು ಹುಡುಕಲು ಹೊರಟರು. ಅವರಿಗೂ ಸಿಗಲಿಲ್ಲ! ರಾಜಕುಮಾರಿಯು, "ಆವ್ಯಕ್ತಿಯು ಸಿಗದಿದ್ದರೆ ನಾನು ನೇಣುಹಾಕಿಕೊಳ್ಳುತ್ತೇನೆ!" ಎಂದು ಹೇಳಿದಳು.

ಆ ಅರಮನೆಯಲ್ಲಿ ಒಂದು ಕಾಗೆ ಮತ್ತು ಒಂದು ಗಿಳಿಯನ್ನು ಸಾಕಿದ್ದರು. ಅವನ್ನು ಒಂದೊಂದು ಕೋಲಿಗೆ ಕಟ್ಟಿದ್ದರು. ಅವು ಹೇಳಿದವು, "ನೀವು ಆವ್ಯಕ್ತಿಯನ್ನು ಪತ್ತೆ ಮಾಡಲು ಸಾಧ್ಯವೇ ಇಲ್ಲ! ಏಕೆಂದರೆ ಅವನು ಕಾಡಿನ ಮಧ್ಯದಲ್ಲಿದ್ದಾನೆ! ಅವನು ಯಾವುದೋ ಹಳ್ಳಿಯಲ್ಲಿದ್ದಿದ್ದರೆ ನಿಮಗೆ ಸಿಗುತ್ತಿದ್ದ! ಈಗ ನಾವು ಮಾತ್ರ ಅವನನ್ನು ಕಂಡುಹಿಡಿಯಬಲ್ಲೆವು! ನಮ್ಮ ಕಟ್ಟುಗಳನ್ನು ಬಿಚ್ಚಿರಿ! ನಾವು ಹೋಗಿ ಅವನನ್ನು ಹುಡುಕಿ ಕರೆತರುತ್ತೇವೆ!"

ಆಗ ರಾಜನು ಅವುಗಳ ಕಟ್ಟುಗಳನ್ನು ಬಿಚ್ಚಿಸಿದನು. ಅನಂತರ ಅವುಗಳಿಗೆ ಒಳ್ಳೆಯ ಊಟ ಹಾಕಿಸಿ ಕಳಿಸಿದನು. ಏಕೆಂದರೆ ಅಷ್ಟು ದೂರ ಹಾರಲು ಅವುಗಳಿಗೆ ಶಕ್ತಿ ಬೇಕಾಗಿತ್ತಲ್ಲವೇ? ಹೀಗೆ ಊಟ ಮಾಡಿ ಎರಡೂ ಆಕಾಶಕ್ಕೆ ಹಾರಿದವು. ಅವು ನದಿಯನ್ನು ದಾಟಿ ಕಾಡಿನ ಮಧ್ಯಕ್ಕೆ ಹೋದವು. ಅಲ್ಲಿ ಅರಳೀಮರದ ಬಳಿ ದನಕಾಯುವವನನ್ನು ಕಂಡು ಅವನನ್ನು ಹೇಗೆ ಅರಮನೆಗೆ ಕರೆತರುವುದೆಂದು ಚರ್ಚಿಸಿದವು. ಆಗ ಗಿಳಿಯು ಹೇಳಿತು, "ನನಗೆ ಅವನ ಹಸುಗಳ ಬಳಿಗೆ ಹೋಗಲು ಭಯ! ನೀನು ಮೆಲ್ಲನೆ ಹೋಗಿ,

ಅರಳೀಮರದ ಬುಡದ ಬಳಿ ಇಟ್ಟಿರುವ ಅವನ ಕೊಳಲನ್ನು ಎತ್ತಿಕೊಂಡು ಬಂದುಬಿಡು! ಅನಂತರ ಅವನು ತನ್ನ ಕೊಳಲಿಗಾಗಿ ನಿನ್ನ ಹಿಂದೆ ಬರುತ್ತಾನೆ! ಆಗ ನಾವಿಬ್ಬರೂ ಹಾರುತ್ತಾ ಅವನನ್ನು ಅರಮನೆಯ ಕಡೆಗೆ ಸೆಳೆಯೋಣ!"

ಅದರಂತೆ ಕಾಗೆಯು ಹಸುವಿನಿಂದ ಹಸುವಿಗೆ ಹೋಗುತ್ತಾ ಮರದ ಬುಡದ ಬಳಿಗೆ ಹೋಗಿ ದನಕಾಯುವನ ಕೊಳಲನ್ನು ಎತ್ತಿಕೊಂಡು ಹಾರಿ ಹೋಯಿತು! ಅದನ್ನು ನೋಡಿ ದನಕಾಯುವವನು ಅದರ ಹಿಂದೆಯೇ ಹೋದನು. ಆಗ ಕಾಗೆಯು ಮರದಿಂದ ಮರಕ್ಕೆ ಹಾರುತ್ತಾ ಹೋಯಿತು. ಅದಕ್ಕೆ ಆಯಾಸವಾದಾಗ, ಅದು ಕೊಳಲನ್ನು ಗಿಳಿಗೆ ಕೊಟ್ಟಿತು. ಹೀಗೆ ಎರಡೂ ಆಗಾಗ್ಗೆ ಕೊಳಲನ್ನು ಬದಲಾಯಿಸಿಕೊಳ್ಳುತ್ತಾ ಹಾರಿಹೋದವು. ಹಾಗೆಯೇ ನದಿಯನ್ನೂ ದಾಟಿ ಅವನನ್ನು ಆಕರ್ಷಿಸುತ್ತಾ ಅರಮನೆಯವರೆಗೂ ಕರೆತಂದವು! ಅನಂತರ ಅವು ರಾಜಕುಮಾರಿಯ ಕೋಣೆಗೆ ಹೋಗಿ ಅವಳ ಕೈಯಲ್ಲಿ ಕೊಳಲನ್ನು ಹಾಕಿದವು. ದನಕಾಯುವವನೂ ಹಿಂಬಾಲಿಸುತ್ತಾ ಆ ಕೋಣೆಯವರೆಗೂ ಬರಲು, ರಾಜಕುಮಾರಿಯ ಸಖಿಯರು ಬಾಗಿಲನ್ನು ಹಾಕಿಬಿಟ್ಟರು! ಆಗ ದನಕಾಯುವವನು ಕಿಟಕಿಯಿಂದ ನೋಡುತ್ತಾ ತನ್ನ ಕೊಳಲನ್ನು ಕೊಡುವಂತೆ ರಾಜಕುಮಾರಿಗೆ ಹೇಳಿದನು. ಆಗ ಅವಳು, "ನೀನು ನನ್ನನ್ನು ಮದುವೆಯಾಗುವೆಯೆಂದು ಮಾತುಕೊಟ್ಟರೆ ಮಾತ್ರ ನಿನ್ನ ಕೊಳಲನ್ನು ನಿನಗೆ ಕೊಡುತ್ತೇನೆ!" ಎಂದಳು. ಅದಕ್ಕೆ ಅವನು, "ನಾನು ನಿನ್ನನ್ನು ಮದುವೆಯಾಗುವುದೇ? ಅದು ಹೇಗೆ ಸಾಧ್ಯ? ಇದ್ದಕ್ಕಿದ್ದಂತೆ ಹೀಗೆ ಹೇಳಿದರೆ ಹೇಗೆ? ನಮ್ಮಿಬ್ಬರಿಗೂ ಯಾವಾಗ ಮದುವೆ ನಿಶ್ಚಯವಾಗಿದೆ?" ಎಂದನು. ಆಗ ಅವಳು, "ಯಾವಾಗಲೋ ಆಗಿದೆ! ನೀನೊಂದು ದಿನ ನಿನ್ನ ಒಂದು ಕೂದಲನ್ನು ಒಂದು ಎಲೆಯಲ್ಲಿ ಕಟ್ಟಿ ನೀರಿನಲ್ಲಿ ತೇಲಿಬಿಟ್ಟೆಯಲ್ಲವೇ? ಅದೇ ನಮ್ಮಿಬ್ಬರ ನಡುವೆ ಮದುವೆ ನಿಶ್ಚಯ ಮಾಡಿತು!" ಎಂದಳು. ಆಗ ಅವನಿಗೆ ಸರ್ಪವು ತನಗೆ ಆ ಕೂದಲು ಒಳ್ಳೆಯ ಹೆಂಡತಿಯನ್ನು ದೊರಕಿಸಿಕೊಡುವುದೆಂದು ಹೇಳಿದ್ದು ನೆನಪಾಯಿತು. ಅವನು ರಾಜಕುಮಾರಿಗೆ ಆ ಕೂದಲನ್ನು ತೋರಿಸಲು ಹೇಳಿದ. ಅವಳು ಕೂಡಲೇ ತಾನು ಸುರಕ್ಷಿತವಾಗಿರಿಸಿದ್ದ ಆ ಕೂದಲನ್ನು ತಂದು ತೋರಿಸಿದಳು. ಉದ್ದವಾಗಿದ್ದು ಚಿನ್ನದ ಬಣ್ಣ ಹೊಂದಿದ್ದ ಅದನ್ನು ನೋಡಿ ಅದು ತನ್ನದೇ ಎಂದು ಗುರುತಿಸಿದ ದನಕಾಯುವವನು ಸಂತೊಷಗೊಂಡು, "ಹೌದು! ನಾವಿಬ್ಬರೂ ಒಬ್ಬರಿಗೊಬ್ಬರು ಸೇರಿದ್ದೇವೆ!" ಎಂದನು. ಆಗ ರಾಜಕುಮಾರಿಯು ಬಾಗಿಲು ತೆಗೆದು, ಅವನನ್ನು ತನ್ನ ಅಪ್ಪ, ಅಮ್ಮಂದಿರ ಬಳಿಗೆ

ಕರೆದೊಯ್ದಳು. ಅವಳು ಅವನನ್ನು ಅವರಿಗೆ ತೋರಿಸಿ, "ಅಪ್ಪ! ಅಮ್ಮ! ಇವನೇ ಚಿನ್ನದ ಕೂದಲಿನ ಮನುಷ್ಯ! ಇಂದು ನನ್ನ ಹೃದಯದಾಸೆ ನೆರವೇರಿತು! ಇವನನ್ನು ನಾನು ಈ ಅರಮನೆಯಲ್ಲೇ ಮದುವೆಯಾಗದಿದ್ದರೆ, ನಾನು ಇವನೊಂದಿಗೆ ಓಡಿಹೋಗುತ್ತೇನೆ!" ಎಂದಳು. ಆ ಮಾತನ್ನು ಕೇಳಿ ಅವರ ಮದುವೆಗೆ ಒಪ್ಪಿದ ರಾಜನು, ಅದಕ್ಕಾಗಿ ಒಂದು ಒಳ್ಳೆಯ ದಿನವನ್ನು ನಿಶ್ಚಯಿಸಿ ಎಲ್ಲರಿಗೂ ಆಹ್ವಾನ ಪತ್ರಿಕೆಗಳನ್ನು ಕಳಿಸಿದನು. ಅನಂತರ, ಆ ಶುಭದಿನದಂದು ಅವರಿಬ್ಬರ ಮದುವೆ ನಡೆಯಿತು.

ದನಕಾಯುವವನು ಸ್ವಲ್ಪ ದಿನಗಳ ಕಾಲ ತನ್ನ ಹೊಸ ಹೆಂಡತಿಯೊಡನೆ ಸುಖವಾಗಿದ್ದ. ಅವಳ ಪ್ರೀತಿಯಲ್ಲಿ ಅವನು ಜಗತ್ತನ್ನೇ ಮರೆತ! ಆದರೆ ಒಂದು ದಿನ ಅವನಿಗೆ ತನ್ನ ಹಸುಗಳ ನೆನಪಾಯಿತು! ಎಷ್ಟೋ ದಿನಗಳ ಕಾಲ ಅವನು ಹಸುಗಳನ್ನು ಯಾರ ಆರೈಕೆಯೂ ಇಲ್ಲದಂತೆ ಬಿಟ್ಟು ಬಂದಿದ್ದನು! ಹಾಗಾಗಿ ತಾನು ಬೇಗನೆ ತನ್ನ ಹಸುಗಳ ಬಳಿಗೆ ಹೋಗಬೇಕೆಂದು ತನ್ನ ಹೆಂಡತಿಗೆ ಹೇಳಿದನು. ಅವಳು ತನ್ನ ಅಪ್ಪ, ಅಮ್ಮಂದಿರಿಗೆ ಹೇಳಿ ಅವನೊಂದಿಗೆ ಬರುವೆನೆಂದು ಹೇಳಿದಳು. ಅಂತೆಯೇ ಅವಳು ರಾಜ, ರಾಣಿಯರಿಗೆ ಈ ವಿಷಯ ಹೇಳಲು,ಅವರು ಇಬ್ಬರಿಗೂ ಒಂದು ದೊಡ್ಡ ಔತಣ ನೀಡಿ, ದನಕಾಯುವವನಿಗೆ ಅರ್ಧರಾಜ್ಯವನ್ನೂ ಅನೇಕ ಆನೆ, ಕುದುರೆಗಳನ್ನೂ ಕೊಟ್ಟರು. ಅನಂತರ ರಾಜನು ಅವನಿಗೆ, "ನಿನಗೆ ಹೇಗೆ ಬೇಕಾದರೂ ಹಾಗೆ ಮಾಡು! ಇಲ್ಲಿಯೇ ಇರಬಹುದು ಅಥವಾ ನಿನ್ನ ಮನೆಗೆ ಹೋಗಬಹುದು! ಆದರೆ ನೀನು ಇಲ್ಲಿಯೇ ಇದ್ದರೆ ನಾನು ನಿನ್ನನ್ನು ಎಂದಿಗೂ ಇಲ್ಲಿಂದ ಕಳಿಸುವುದಿಲ್ಲ!" ಎಂದು ಹೇಳಿದನು. ಅದಕ್ಕೆ ದನಕಾಯುವವನು, ತಾನು ಒಮ್ಮೆ ಹೋಗಿ ತನ್ನ ದನಕರುಗಳನ್ನು ನೋಡಿ ಬರುವೆನೆಂದು ಹೇಳಿ ಹೊರಟನು.

ದನಕಾಯುವವನೂ ಅವನ ಹೆಂಡತಿಯೂ ಕಾಡಿಗೆ ಹೋದರು. ಅಲ್ಲಿ ಅವನ ಹಸುಕರುಗಳೆಲ್ಲವೂ ಸತ್ತುಹೋಗಿದ್ದವು! ಅದನ್ನು ನೋಡಿ ದನಕಾಯುವವನು ಬಹಳ ದು:ಖಗೊಂಡು ಅಳತೊಡಗಿದನು! ಆಗ ಅವನಿಗೆ ಸರ್ಪವು ತನಗೆ ಹೇಳಿದ್ದ ಮಾತು ನೆನಪಾಯಿತು. ಅದರಂತೆ ತಾನು ಏನು ಹೇಳಿದರೂ ನಡೆಯುತ್ತಿತ್ತು! ಅದನ್ನೀಗ ಪ್ರಯೋಗಿಸುವ ಅವಕಾಶ ಬಂದಿತ್ತು! ಆದರೆ ಆ ವಿಷಯವನ್ನು ತನ್ನ ಹೆಂಡತಿಗೆ ಹೇಳಿದರೆ ಆ ಶಕ್ತಿ ಹೊರಟುಹೋಗುತ್ತಿತ್ತು! ಹಾಗಾಗಿ ಅವನು ಅವಳಿಗೆ ತಾನು ಹಸುಗಳಿಗೆ

ಯಾವುದೋ ಔಷಧಿ ಕೊಡುತ್ತೇನೆಂದು ಹೇಳಿ, ಕೆಲವು ಬೇರುಗಳನ್ನು ತಂದನು. ಅವುಗಳನ್ನು ಅವನು ಆ ಹಸುಗಳ ಮೂಗುಗಳ ಬಳಿ ಆ ಬೇರುಗಳನ್ನು ಹಿಡಿಯುತ್ತಾ, ಅವುಗಳಿಗೆ 'ಜೀವಂತವಾಗಿ!' ಎಂದು ಮೆಲ್ಲನೆ ಹೇಳತೊಡಗಿದನು. ಅದರಿಂದ ಆ ಹಸು, ಕರುಗಳು ಬದುಕೆದ್ದವು! ಸಂತೋಷಗೊಂಡ ಅವನು ಸರ್ಪವನ್ನು ಸ್ಮರಿಸುತ್ತಾ ಒಂದು ಬಟ್ಟಲಿನ ತುಂಬಾ ಹಾಲು ತುಂಬಿಸಿಕೊಂಡು ಆ ಅರಳೀಮರದ ಬೇರಿಗೆ ಸುರಿದನು. ಆಗ ಸರ್ಪವು ಹೊರಬಂದು, ಅವನ ಹೆಂಡತಿಯ ಕೇಶರಾಶಿಯ ಮೇಲೂ ಉಸಿರು ಬಿಡಲು, ಅದೂ ಚಿನ್ನದ ಬಣ್ಣಕ್ಕೆ ತಿರುಗಿತು! ಆಗ ಇಬ್ಬರೂ ಸರ್ಪಕ್ಕೆ ನಮಿಸಿ ಕೃತಜ್ಞತೆ ಹೇಳಿದರು.

ಅನಂತರ, ದನಕಾಯುವವನು ತನ್ನ ದನಕರುಗಳನ್ನು ಹೊಡೆದುಕೊಂಡು ಹೆಂಡತಿಯೊಂದಿಗೆ ಅರಮನೆಗೆ ಹೋದನು. ಅಲ್ಲೇ ಒಂದು ದೊಡ್ಡಿಯಲ್ಲಿ ಆ ದನಕರುಗಳನ್ನಿರಿಸಿ, ತನ್ನ ಹೆಂಡತಿಯೊಂದಿಗೆ ಅರ್ಧರಾಜ್ಯವನ್ನು ಆಳುತ್ತಾ ಸುಖವಾಗಿದ್ದನು.

ಕೆಲವರ್ಷಗಳ ಬಳಿಕ, ತನ್ನ ತಾಯ್ತಂದೆಯರಂತೆ ಉಪಕಾರ ಮಾಡಿದ್ದ ಸರ್ಪವನ್ನು ನೋಡಲೆಂದು ದನಕಾಯುವವನು ಪುನ: ಅರಳೀಮರದ ಬಳಿಗೆ ಹೋದನು. ಆದರೆ ಅಲ್ಲಿ ಆ ಸರ್ಪವಿರಲಿಲ್ಲ! ಅವನು ಅರಳೀಮರವನ್ನು ಕೇಳಲು, ಅದು ಏನೂ ಹೇಳಲಿಲ್ಲ! ಸರ್ಪದ ಉಪಕಾರವನ್ನು ನೆನೆದು ಆಶ್ಚರ್ಯಗೊಳ್ಳುತ್ತಾ ದನಕಾಯುವವನು ಅರಮನೆಗೆ ಹಿಂದಿರುಗಿ ಸುಖವಾಗಿದ್ದನು.

ಸಿಕ್ಕಿಂನ ಜಾನಪದ ಕಥೆ
ಲೆಪ್ಚಾಗಳಿಗೆ ಧಾನ್ಯ ಸಿಕ್ಕಿದ್ದು ಹೇಗೆ?

ಲೆಪ್ಚಾಗಳು ಸಿಕ್ಕಿಂನಲ್ಲಿ ವಾಸವಾಗಿರುವ ಒಂದು ಜನಾಂಗ. ಅವರು ಕಾಂಚನಗಂಗಾ ಪರ್ವತದ ತಪ್ಪಲಿನಲ್ಲಿ ವಾಸಿಸುತ್ತಾರೆ. ಅವರಿಗೆ ಆ ಪರ್ವತವೆಂದರೆ ಒಂದು ದೊಡ್ಡ ಅಚ್ಚರಿ. ಆ ಪರ್ವತ, ದೇವತೆಗಳ ಹಾಗೂ ಆತ್ಮಗಳ ವಾಸಸ್ಥಾನ ಎಂದು ಅವರ ನಂಬಿಕೆ. ಹಾಗಾಗಿ ಅದು ಅವರಿಗೆ ಬಹಳ ಪವಿತ್ರ. ಅಲ್ಲದೇ, ಕಾಂಚನಗಂಗಾ ಪರ್ವತದ ಹಿಂದೆ, ಬೆಟ್ಟಗಳ ನಡುವೆ ಒಂದು ಕಣಿವೆಯಿದೆಯೆಂದು ಅವರು ನಂಬುತ್ತಾರೆ. ಆ ಕಣಿವೆಯ ಹೆಸರು ಮಯೆಲ್ ಎಂದಿದ್ದು, ಅಲ್ಲಿ ಅವರ ಪೂರ್ವಜರು ವಾಸಿಸುತ್ತಾರೆ ಎಂದು ಅವರ ನಂಬಿಕೆ! ನೂರಾರು ವರ್ಷಗಳಾದರೂ ಇನ್ನೂ ಈ ನಂಬಿಕೆಯಿದೆ. ಆದರೆ ಯಾರೂ ಅಲ್ಲಿಗೆ ಹೋಗುವಂತಿಲ್ಲ ಎನ್ನುತ್ತಾರೆ. ಏಕೆಂದರೆ ಆ ಕಣಿವೆಯನ್ನು ಭಯಂಕರ ರಾಕ್ಷಸರು ಕಾಯುತ್ತಿದ್ದು ಯಾರನ್ನೂ ಅಲ್ಲಿಗೆ ಹೋಗಲು ಬಿಡುವುದಿಲ್ಲವಂತೆ! ಅಲ್ಲದೇ, ಯಾವ ಮನುಷ್ಯನಿಂದಲೂ ತೆಗೆಯಲಾಗದ ಒಂದು ದೊಡ್ಡ ಬಂಡೆ ಆ ಕಣಿವೆಗೆ ಅಡ್ಡಲಾಗಿದೆಯಂತೆ!

ಒಂದು ಕಾಲದಲ್ಲಿ, ಲೆಪ್ಚಾಗಳು ಈಗ ವಾಸಿಸುತ್ತಿರುವ ಕಣಿವೆಗೆ ಅವರ ಪೂರ್ವಜರು ಬಂದು ಇವರೊಡನೆ ಕಲೆತು ಸುಖದುಃಖಗಳನ್ನು ಹಂಚಿಕೊಳ್ಳುತ್ತಿದ್ದರಂತೆ! ಆದರೆ ಈಗಿನ ಲೆಪ್ಚಾ ಪೀಳಿಗೆಯವರು ಮೊದಲಿನವರಿನಷ್ಟು ಒಳ್ಳೆಯವರಲ್ಲವಾದ್ದರಿಂದ ಅವರು ಈಗ ಹಾಗೆ ಬಂದು ಬೆರೆಯುವುದಿಲ್ಲವಂತೆ. ಅವರು ಬರುವುದನ್ನು ನಿಲ್ಲಿಸಿದಾಗ ಲೆಪ್ಚಾಗಳಿಗೆ ಬಹಳ ಬೇಸರವಾಯಿತಂತೆ. ಅವರು ಆಗ ತಮ್ಮ ಪೂರ್ವಜರಿಗಾಗಿ ಬಹಳ ಹುಡುಕಾಡಿದರಂತೆ! ನೂರಾರು ವರ್ಷಗಳ ಕಾಲ ಹೀಗೆ ಅವರು ಹುಡುಕಾಡಿದರಂತೆ! ಆದರೂ ಅವರ ಪೂರ್ವಜರು ಅವರಿಗೆ ಸಿಗಲಿಲ್ಲವಂತೆ!.

ಒಂದು ದಿನ, ಒಬ್ಬ ಧೈರ್ಯವಂತ ಲೆಪ್ಚಾ ದೂರದ ಒಂದು ಕಾಡಿನಲ್ಲಿ ಬೇಟೆಯಾಡುತ್ತಿದ್ದ. ಆಗ ಅವನು ಒಂದು ಹೊಳೆಯನ್ನು ಕಂಡ. ಆ ಹೊಳೆಯಲ್ಲಿ ಒಂದು

ಮರದ ಕೊಂಬೆ ಹರಿದು ಹೋಗುತ್ತಿತ್ತು.ಅದಕ್ಕೆ ಎಲೆಗಳಿರುವ ಬದಲಿಗೆ ನೀಲಿ–ಹಸಿರು ಬಣ್ಣದ ಸೂಜಿಗಳಿದ್ದವು! ಅದರ ತೊಗಟೆ, ಚಿನ್ನದಿಂದ ಮಾಡಲ್ಪಟ್ಟಂತಿತ್ತು! ತಮ್ಮ ಕಣಿವೆಯಲ್ಲೆಲ್ಲೂ ಅಂಥ ಮರವಿದ್ದುದನ್ನು ಅವನು ಕಂಡಿರಲಿಲ್ಲ! ಹಾಗಾಗಿ, ಆ ಕೊಂಬೆ ಮಯೆಲ್‌ನಿಂದ ಬಂದಿರಬೇಕೆಂದೂ ಮಯೆಲ್ ಕಣಿವೆ ಆ ಹೊಳೆಯ ಮೇಲ್ತುದಿಯಲ್ಲಿರಬೇಕೆಂದೂ ಅವನು ಭಾವಿಸಿದ. ಕೂಡಲೇ ತಾನು ಬೇಟೆಯಾಡಿದ್ದ ಪ್ರಾಣಿಗಳ ಚೀಲವನ್ನು ಅಲ್ಲೇ ಬಿಟ್ಟು ಹೊಳೆಯನ್ನು ಅನುಸರಿಸಿಕೊಂಡು ಬೆಟ್ಟವನ್ನು ಹತ್ತತೊಡಗಿದ! ಅವನು ಎಷ್ಟು ಉತ್ಸಾಹಭರಿತನಾಗಿದ್ದನೆಂದರೆ ಎಷ್ಟೋ ದಿನಗಳ ಕಾಲ ಬೆಟ್ಟ ಹತ್ತಿದರೂ ಆಯಾಸಗೊಳ್ಳಲಿಲ್ಲ! ಬೆಟ್ಟ ಹತ್ತುತ್ತಾ ಕಾಡನ್ನು ದಾಟಿ ಹಿಮದಿಂದ ಆವೃತವಾದ ಬೆಟ್ಟಗಳ ಬಳಿ ಬಂದ! ಆ ಬೆಟ್ಟಗಳನ್ನೂ ದಾಟಿದಬಳಿಕ, ಅವನು ಒಂದು ಬಯಲು ಪ್ರದೇಶಕ್ಕೆ ಬಂದ. ಅದರ ಮಧ್ಯೆಯಲ್ಲಿ ಒಂದು ಕೆರೆಯಿತ್ತು. ಆ ಕೆರೆಯ ಸುತ್ತಮುತ್ತಲೂ ಅನೇಕ ಬಿಳಿಯ ಪುಕ್ಕಗಳನ್ನು ಕಂಡ! ಆದರೆ ಅಲ್ಲಿ ಯಾವ ಪಕ್ಷಿಗಳನ್ನೂ ಕಾಣದೇ, ಯಾವ ಪಕ್ಷಿಗಳು ಆ ಪುಕ್ಕಗಳನ್ನು ಉದುರಿಸಿರಬಹುದೆಂದು ಅವನು ಆಶ್ಚರ್ಯಗೊಂಡ!.

ಅವನು ಇನ್ನೂ ಮುಂದೆ ಹೋಗಲು, ಬಹಳ ದೂರದ ಬಳಿಕ, ದೊಡ್ಡ ದೊಡ್ಡ ಬೆಟ್ಟಗಳಿಂದ ಸುತ್ತುವರಿಯಲ್ಪಟ್ಟ ಒಂದು ಸೊಗಸಾದ ಹಸಿರು ಕಣಿವೆಗೆ ಬಂದ! ಇದೇ ಲೆಪ್ಚಾಗಳ ಪೂರ್ವಜರು ವಾಸಿಸುತ್ತಿದ್ದ ಮಯೆಲ್ ಕಣಿವೆಯಾಗಿತ್ತು!

ಈ ಲೆಪ್ಚನೂ ನಡೆಯುತ್ತಾ ಆ ಕಣಿವೆಯಲ್ಲಿನ ಮೊದಲ ಮನೆಗೆ ಹೋದ. ಅಷ್ಟು ಹೊತ್ತಿಗೆ ಸೂರ್ಯಾಸ್ತಮಯವಾಗುತ್ತಿತ್ತು. ಅವನು ಆ ಮನೆಯ ಗಟ್ಟಿಯಾದ ಮರದ ಬಾಗಿಲನ್ನು ಬಡಿಯಲು, ಒಬ್ಬ ಮುದುಕಿ ಬಾಗಿಲು ತೆಗೆದಳು. ಅವನನ್ನು ಅವಳು ಒಳಗೆ ಕರೆದೊಯ್ದು ಒಂದು ಕಂಬಳಿಯ ಮೇಲೆ ಕೂರಿಸಿದಳು. ಅನಂತರ, ಅವಳು ಅವನಿಗೆ ಕೈಕಾಲು ತೊಳೆಯಲು ಬಿಸಿನೀರು ಕೊಟ್ಟು, ಹುರಿದ ಧಾನ್ಯ, ಹಾಲು ಹಣ್ಣುಗಳ ಸರಳ ಆಹಾರ ಕೊಟ್ಟಳು. ಸ್ವಲ್ಪ ಹೊತ್ತಿಗೆ ಒಬ್ಬ ಮುದುಕನೂ ಅಲ್ಲಿಗೆ ಬಂದ. ಆ ಮನೆಯಲ್ಲಿ ಆ ಮುದುಕ ಮುದುಕಿ ಇಬ್ಬರೇ ಇದ್ದರೆಂದು ಲೆಪ್ಚಾ ಅರ್ಥ ಮಾಡಿಕೊಂಡ. ಅವರನ್ನು ಅವನು, "ನಿಮಗೆ ಮಕ್ಕಳಿದ್ದಾರೆಯೇ?" ಎಂದು ಕೇಳಿದ.

"ಇಲ್ಲ! ನಮಗೆ ಮಕ್ಕಳಿಲ್ಲ!" ಆ ಮುದಿ ದಂಪತಿಗಳು ಉತ್ತರಿಸಿದರು.

ಊಟ ಮಾಡಿ ಆ ಲೆಪ್ಚಾ, ಕಂಬಳಿಯ ಮೇಲೆ ಮಲಗಿ ನಿದ್ರೆ ಹೋದ. ಅವನಿಗೆ ಎಷ್ಟು ಗಾಢವಾದ ನಿದ್ರೆ ಬಂತೆಂದರೆ, ಪುನಃ ಅವನಿಗೆ ಎಚ್ಚರವಾಗಿದ್ದು ಪರ್ವತ-ಶಿಖರಗಳ ಹಿಂದಿನಿಂದ ಸೂರ್ಯೋದಯವಾದಾಗ! ಆಗ ಅವನಿಗೆ ಮಕ್ಕಳ ಆಟದ ಸದ್ದುಗದ್ದಲಗಳಿಂದ ಎಚ್ಚರವಾಯಿತು! ಅವನು ಎದ್ದು ನೋಡುತ್ತಾನೆ, ಆ ಮನೆಯಲ್ಲಿ ಒಬ್ಬ ಹುಡುಗ, ಹುಡುಗಿ ಆಡುತ್ತಿದ್ದರು! ಅವರಿಬ್ಬರೂ ಪಕ್ಕದ ಮನೆಯ ಮಕ್ಕಳೆಂದೂ ಮುದಿದಂಪತಿಗಳು ಹೊಲಗಳಲ್ಲಿ ಕೆಲಸ ಮಾಡಲು ಹೋಗಿರಬಹುದೆಂದೂ ಅವನು ಭಾವಿಸಿದ. ಆದರೆ ಸ್ವಲ್ಪ ಹೊತ್ತಾದ ಬಳಿಕ ಅವನು ಆ ಮಕ್ಕಳನ್ನು ಅವರು ಯಾರೆಂದು ಕೇಳಲು ಅವರು ನಗುತ್ತಾ, "ನಿನ್ನೆ ಸಂಜೆ ನೀನು ನೋಡಿದ ಮುದಿದಂಪತಿಗಳೇ ನಾವು!" ಎಂದರು!

"ಅದು ಹೇಗೆ ಸಾಧ್ಯ?!" ಗೊಂದಲಗೊಂಡ ಲೆಪ್ಚಾ ಕೇಳಿದ.

"ನಮ್ಮ ಪ್ರಪಂಚ ಹಾಗೆಯೇ ನಡೆಯುವುದು!" ಆ ಮಕ್ಕಳು ಹೇಳಿದರು, "ಬೆಳಗಿನ ಹೊತ್ತಿನಲ್ಲಿ ನಾವು ಮಕ್ಕಳಾಗಿರುತ್ತೇವೆ! ಮಧ್ಯಾಹ್ನದ ಹೊತ್ತಿಗೆ ದೊಡ್ಡವರಾಗುತೇವೆ! ಸಂಜೆಯ ಹೊತ್ತಿಗೆ ಮುದುಕರಾಗುತ್ತೇವೆ! ಮಾರನೆಯ ಬೆಳಗ್ಗೆಯ ಹೊತ್ತಿಗೆ ಪುನಃ ಮಕ್ಕಳಾಗುತ್ತೇವೆ! ಹೀಗೆ ನಾವು ನಿರಂತರವಾಗಿ ಬದುಕುತ್ತೇವೆ!"

ಆ ಲೆಪ್ಚನು ಆ ಕಣಿವೆಯಲ್ಲಿ ಏಳು ಸುಂದರ ದಿನಗಳನ್ನು ಕಳೆದ. ಅಲ್ಲಿನ ಸುಂದರ ದೃಶ್ಯಾವಳಿಗಳನ್ನು ನೋಡುತ್ತಾ ಸುತ್ತಾಡಿದ! ಅವನು ಹೊಳೆಯಲ್ಲಿ ನೋಡಿದ್ದ ನೀಲಿ, ಹಸಿರು ಸೂಜಿಗಳು ಹಾಗೂ ಬಂಗಾರದ ತೊಗಟೆಯ ಮರಗಳಿದ್ದ ಒಂದು ಕಾಡನ್ನೇ ನೋಡಿದ! ಬೆಳಗ್ಗೆ ಹಾಗೂ ಸಂಜೆ, ಅವನು ಬಿಳಿ ಪಕ್ಷಿಗಳು ಹಿಂಡುಹಿಂಡಾಗಿ ಹಾರಿಹೋಗುತ್ತಿದ್ದುದನ್ನು ಕಂಡ!

ಏಳು ದಿನಗಳು ಕಳೆಯಲು, ಮುದುಕಿಯು ಅವನಿಗೆ ಹೇಳಿದಳು, "ಮಗನೇ! ಇನ್ನು ನೀನು ಎಲ್ಲಿಂದ ಬಂದೆಯೋ ಅಲ್ಲಿಗೆ ಹಿಂದಿರುಗಿ ಹೋಗಬೇಕು! ಏಕೆಂದರೆ ಈ ಮಯೆಲ್ ಕಣಿವೆಯಲ್ಲಿ ಸಾಮಾನ್ಯ ಮನುಷ್ಯನನ್ನು ಬಿಡುವುದಿಲ್ಲ! ಆದರೆ ಸ್ವಲ್ಪ ತಾಳು! ನಿನಗೊಂದು ಉಡುಗೊರೆ ಕೊಡುತ್ತೇನೆ!"

ಮುದುಕಿಯು ಅವನಿಗೆ ವಿವಿಧ ಧಾನ್ಯಗಳ ಬೀಜಗಳನ್ನು ಕೊಟ್ಟಳು. ಅನಂತರ ಅವಳು ಹೇಳಿದಳು, "ಈ ಬೀಜಗಳನ್ನು ನಿನ್ನ ಹಳ್ಳಿಯಲ್ಲಿ ಬಿತ್ತು. ಆಗ ನಿನ್ನ ಜನರಿಗೆ

ತಿನ್ನಲು ಯಾವಾಗಲೂ ಬೇಕಾದಷ್ಟು ಸಿಗುತ್ತದೆ! ಆದರೆ ಇವನ್ನು ಸರಿಯಾದ ಸಮಯದಲ್ಲಿ ಬಿತ್ತು! ಇಲ್ಲವಾದರೆ ಇವು ಬೆಳೆಯುವುದಿಲ್ಲ!"

ಆಗ ಲೆಪ್ಚಾ ಕೇಳಿದ, "ಸರಿಯಾದ ಸಮಯ ಯಾವುದೆಂದು ನನಗೆ ಹೇಗೆ ತಿಳಿಯುತ್ತದೆ?"

ಆ ಹೊತ್ತಿಗೆ ಸರಿಯಾಗಿ ಬಿಳಿಪಕ್ಷಿಗಳ ಒಂದು ಹಿಂಡು ಅವರ ಬಳಿ ಹಾರಿಹೊಯಿತು. ಮುದುಕಿ ನಗುತ್ತಾ ಹೇಳಿದಳು, "ನಾವು ಈ ಪಕ್ಷಿಗಳನ್ನು ದೂತರಂತೆ ನಿಮ್ಮ ಬಳಿಗೆ ಕಳಿಸುತ್ತೇವೆ! ನಿಮ್ಮ ಹಳ್ಳಿಯಲ್ಲಿ ಇವುಗಳ ಹಿಂಡನ್ನು ಕಂಡಾಗ, ಅದೇ ಹೊಲಗಳಲ್ಲಿ ಕೆಲಸ ಮಾಡಲು ತಕ್ಕ ಸಮಯವೆಂದು ತಿಳಿಯಿರಿ!

ಲೆಪ್ಚನು ಆ ಧಾನ್ಯಬೀಜಗಳನ್ನು ತೆಗೆದುಕೊಂಡು ತನ್ನ ಹಳ್ಳಿಗೆ ಹಿಂದಿರುಗಿದ. ಮುದುಕಿ ಹೇಳಿದಂತೆ, ಪಕ್ಷಿಗಳು ಬಂದಾಗ ಅವನ್ನು ಹೊಲದಲ್ಲಿ ಬಿತ್ತಿದ. ಧಾನ್ಯಗಳು ಸಮೃದ್ಧವಾಗಿ ಬೆಳೆದವು.

ಲೆಪ್ಚಾಗಳು ತಮಗೆ ಧಾನ್ಯಗಳು ಸಿಕ್ಕಿದ್ದು ಹೀಗೆಯೇ ಎಂದು ನಂಬುತ್ತಾರೆ. ಬಿಳಿಪಕ್ಷಿಗಳನ್ನು ಕಂಡಾಗ ಬೀಜ ಬಿತ್ತಿ ಬಿತ್ತನೆ ಮುಗಿದ ಬಳಿಕ ಮಯೆಲ್ ಕಣಿವೆಯ ತಮ್ಮ ಪೂರ್ವಜರನ್ನು ಒಳ್ಳೆಯ ಬೆಳೆಕೊಡುವಂತೆ ಪ್ರಾರ್ಥಿಸುತ್ತಾರೆ.

ಸಿಕ್ಕಿಂನ ಜಾನಪದ ಕಥೆ
ಬೆಕ್ಕು ಮನುಷ್ಯನೊಂದಿಗೆ ವಾಸಿಸತೊಡಗಿದ್ದು ಹೇಗೆ?

ಬಹಳ ಹಿಂದೆ ಒಬ್ಬ ಸಂನ್ಯಾಸಿಯಿದ್ದನು.ಅವನು ಹಲವಾರು ತಿಂಗಳುಗಳ ಕಾಲ ಕಾಡಿನಲ್ಲಿ ತಪಸ್ಸು ಮಾಡಿ ಮನೆಗೆ ಹಿಂದಿರುಗಿ ಬಂದನು. ಆಗ ಅವನಿಗೊಂದು ಆಘಾತ ಕಾದಿತ್ತು! ಅವನ ಬಟ್ಟೆಬರೆಗಳನ್ನೂ ತಿಂಡಿತಿನಿಸುಗಳನ್ನೂ ಇಲಿಗಳು ಕಡಿದೂ ಕಡಿದೂ ಹಾಳುಮಾಡಿ ಬಿಟ್ಟಿದ್ದವು! ತಿನ್ನಲು ಏನೂ ಇಲ್ಲದಂತಾಗಿ ಆ ಮುದಿ ಸಂನ್ಯಾಸಿಯು ಕಿರುಚಿದನು, "ಛೀ ಕ್ಷುದ್ರ ಜೀವಿಗಳಾ! ನನ್ನ ಆಹಾರವನ್ನೆಲ್ಲಾ ತಿಂದಿದ್ದಲ್ಲದೇ ನನ್ನ ಬಟ್ಟೆಬರೆಗಳನ್ನೆಲ್ಲಾ ಕಡಿದು ಹಾಳು ಮಾಡಲು ಎಷ್ಟು ಧೈರ್ಯ ನಿಮಗೆ? ಏಕೆ ನನಗೆ ಹೀಗೆ ತೊಂದರೆ ಕೊಡುತ್ತಿರುವಿರಿ? ಈಗ ನನಗೆ ತಿನ್ನಲು ಏನೂ ಇಲ್ಲದೇ ವಿಪರೀತ ಹಸಿವಾಗುತ್ತಿದೆ!"

ಆದರೆ ಇಲಿಗಳು ತಾವೇನೂ ಮಾಡಿಲ್ಲ ಎಂದವು! ಇಲಿಗಳೇ ಈ ತಪ್ಪು ಮಾಡಿವೆಯೆಂದು ದೃಢಪಡಿಸಿಕೊಳ್ಳಲು ಒಂದು ಬೋನಿಟ್ಟನು. ರಾತ್ರಿ ಅವನು ಮಲಗಿದಾಗ, ಇಲಿಗಳ ಒಂದು ಗುಂಪು ಅವನ ಉಗ್ರಾಣಕ್ಕೆ ಲಗ್ಗೆಯಿಟ್ಟು ಸ್ವಲ್ಪ ಆಹಾರ ತಿಂದವು. ಮರುದಿನ, ಸಂನ್ಯಾಸಿಯು ನೋಡಲು, ಬೋನಿನಲ್ಲಿ ಒಂದು ಇಲಿಯು ಸಿಕ್ಕಿಬಿದ್ದಿತ್ತು! ಕೋಪಗೊಂಡ ಅವನು ಆ ಇಲಿಯನ್ನೆತ್ತಿಕೊಂಡು ಅದರ ಮೀಸೆಗಲನ್ನೂ ಬಾಲವನ್ನೂ ಕತ್ತರಿಸಿ ಮೋರಿಗೆ ಎಸೆದು, "ಈಗ ಅದೆಷ್ಟು ಆಹಾರ ತಿನ್ನುವೆಯೋ ತಿನ್ನು!" ಎಂದನು.

"ಇದು ಮಹಾಕ್ರೌರ್ಯ ಮುದಿ ಸಂನ್ಯಾಸಿ!" ಇಲಿಯು ಹೇಳಿತು, "ರಾಜನು ತಪ್ಪಿತಸ್ಥರಿಗೆ ಕಠಿಣ ಶಿಕ್ಷೆಗಳನ್ನು ಕೊಡಬೇಕು ನಿಜ! ಆದರೆ ನೀನು ಮಾಡಿದಂತೆ ಯಾರಿಗೂ ಹೀಗೆ ಮೀಸೆ ಕತ್ತರಿಸಬಾರದು! ಅದರಲ್ಲೂ ಪ್ರಾಣಿಗಳಿಗೆ ಬಾಲ ಬಹಳ ಮುಖ್ಯ! ಅದನ್ನು ಎಂದೂ ಕತ್ತರಿಸಬಾರದು! ನೀನೊಬ್ಬ ಸಾಧುವಾಗಿದ್ದರೂ ಇವರೆಡನ್ನೂ ಮಾಡಿರುವೆ! ಇದನ್ನು ನಾನು ಮರೆಯಲಾರೆ! ನಾನು ನನ್ನೆಲ್ಲಾ ಬಂಧುಬಾಂಧವರನ್ನೂ ಮಿತ್ರರನ್ನೂ ಕರೆದು ನಿನ್ನ ಮೇಲೆ ಯುದ್ಧ ಸಾರುವೆ! ಇಂದಿನಿಂದ ನಾವು ನಮಗೆಷ್ಟು

ಬೇಕೋ ಅಷ್ಟು ನಿನಗೆ ತೊಂದರೆ ಕೊಡುತ್ತೇವೆ! ನಮ್ಮಿಂದ ನಿನ್ನನ್ನು ಯಾರೂ ಕಾಪಾಡಲಾರರು! ನೋಡುತ್ತಿರು!"

"ಅಯ್ಯೋ ಹೋಗು!" ಸಂನ್ಯಾಸಿ ಉಪೇಕ್ಷೆಯಿಂದ ಹೇಳಿದ, "ನೀವು ನನಗೆ ತೊಂದರೆ ಕೊಟ್ಟರೆ, ನಾನು ಸ್ವರ್ಗದ ದೇವತೆಗಳನ್ನು ಪ್ರಾರ್ಥಿಸಿ ರಕ್ಷಣೆ ಕೇಳುತ್ತೇನೆ!"

ಆಗ ಇಲಿಯು ತನ್ನ ಬಂಧುಬಾಂಧವರನ್ನೂ ಸ್ನೇಹಿತರನ್ನೂ ಕರೆಯಲೆಂದು ಹೋಗಲು, ಸಂನ್ಯಾಸಿಯು ಏಕಾಂತದಲ್ಲಿ ಸ್ವರ್ಗದ ದೇವತೆಗಳನ್ನು ಪ್ರಾರ್ಥಿಸಲು ಹೋದ. ಅವನು ಹಾಗೆ ಪ್ರಾರ್ಥಿಸಲು, ದೇವತೆಗಳು ಅವನನ್ನು ಇಲಿಗಳಿಂದ ರಕ್ಷಿಸಲು ಹಿಟ್ಟಿನಿಂದ ಮುಚ್ಚಿದ ಒಂದು ಬೆಕ್ಕನ್ನು ಕಳಿಸಿದರು. ಈ ಹೊತ್ತಿಗೆ ಇಲಿಯೂ ತನ್ನ ಬಂಧುಬಾಂಧವರನ್ನೂ ಸ್ನೇಹಿತರನ್ನೂ ಕರೆತಂದಿತು! ಸಂನ್ಯಾಸಿಯು ತನ್ನ ಪ್ರಾರ್ಥನೆ ಮುಗಿಸಿ ಕಣ್ಣು ತೆಗೆದಾಗ, ಎಲ್ಲೆಲ್ಲಿ ನೋಡಿದರೂ ಇಲಿಗಳೇ ಕಂಡವು!

ಆದರೆ ಸಂನ್ಯಾಸಿಯ ಮನೆಯ ಬಳಿಯಿದ್ದ ಇಲಿಗಳ ಒಂದು ಕುಟುಂಬ ಮಾತ್ರ ಇತರ ಇಲಿಗಳ ಕ್ರಮವನ್ನು ಒಪ್ಪಲಿಲ್ಲ. ಅವು ಆ ಇತರ ಇಲಿಗಳ ಬಳಿಗೆ ಹೋಗಲು, ಅವುಗಳ ಮುಖ್ಯಸ್ಥ ಇಲಿ ಇತರ ಇಲಿಗಳಿಗೆ ಹೇಳಿತು, "ಅಣ್ಣಂದಿರಾ! ತಮ್ಮಂದಿರಾ! ನಾನು ಹೇಳುವುದನ್ನು ಕೇಳಿ ತಪ್ಪು ತಿಳಿಯಬೇಡಿ! ನಾವು ಆ ಸಂನ್ಯಾಸಿಯ ಬಟ್ಟೆಗಳನ್ನಾಗಲೀ ಆಹಾರವನ್ನಾಗಲೀ ಕಡಿದು ತಿನ್ನಬಾರದು! ನಾವು ಹಾಗೆ ಮಾಡಿದರೆ ನಮಗೆ ತೊಂದರೆಯಾದೀತು!"

ಆದರೆ ಬಾಲ ಕತ್ತರಿಸಿಕೊಂಡಿದ್ದ ಇಲಿಯು ಇದನ್ನು ಕೇಳು ಸಿದ್ಧವಿರಲಿಲ್ಲ. ಅದು ಹೇಳಿತು, "ಈ ಮೂರ್ಖತನವನ್ನು ನಿಲ್ಲಿಸು! ಇಲ್ಲಿ ನಾನೇ ನಾಯಕ! ನಾನು ಹೇಳಿದಂತೆ ನಡೆಯಬೇಕು! ನಿನ್ನ ಮಾತನ್ನು ಯಾರೂ ಕೇಳುವುದಿಲ್ಲ!"

ಆ ಮುಖ್ಯಸ್ಥ ಸುಮ್ಮನಿರಬೇಕಾಯಿತು. ಎಲ್ಲಾ ಇಲಿಗಳೂ ಸಂನ್ಯಾಸಿಯ ಮನೆಯಲ್ಲಿ ಇರತೊಡಗಿದವು. ಪಾಪ, ಸಂನ್ಯಾಸಿಯ ಕಷ್ಟ ಹೇಳತಿರದು! ಅವು ಅವನ ಆಹಾರ ಪದಾರ್ಥಗಳನ್ನೆಲ್ಲಾ ತಿನ್ನತೊಡಗಿದವು! ಅವನು ಬೆಕ್ಕು ಏನಾದರೂ ಮಾಡೀತೆಂದು ಸುಮ್ಮನೆ ಕುಳಿತನು. ಆ ಬೆಕ್ಕೂ ಏನೂ ಮಾಡಲಾಗದೇ ಅವನಂತೆಯೇ ಒಂದು ಮೂಲೆಯಲ್ಲಿ ಸುಮ್ಮನೆ ಕುಳಿತಿತ್ತು! ಇಲಿಗಳನ್ನು ಹೇಗೆ ಬೇಟೆಯಾಡಬೇಕೆಂದು ಗೊತ್ತಾಗದೇ ಅದು ಎಷ್ಟೋ ದಿನಗಳು ಸುಮ್ಮನೆ ಕುಳಿತಿತ್ತು! ಅನಂತರ, ಅದು ಆಗಾಗ

ಉಗ್ರಾಣಕ್ಕೆ ಹೋಗತೊಡಗಿತು. ವಿಶಾಲವಾದ ಆ ಉಗ್ರಾಣ, ಬೇಟೆಯಾಡಲು ಸೂಕ್ತ ತಾಣವೆಂದು ಅದಕ್ಕನಿಸಿತು. ಹಾಗಾಗಿ ಅಲ್ಲಿ ಯಾವುದಾದರೂ ಇಲಿಯು ಬಂದಾಗ, ಮೂಲೆಯೊಂದರಲ್ಲಿ ಅಡಗಿರುತ್ತಿದ್ದ ಬೆಕ್ಕು ಅದರ ಮೇಲೆ ಹಠಾತ್ತನೆ ಎರಗಿ ಕೊಲ್ಲತೊಡಗಿತು! ಹೀಗೆ ನೂರಾರು ಇಲಿಗಳನ್ನು ಅದು ಕೊಂದಿತು! ಆದರೆ ಬರುಬರುತ್ತಾ ಅದಕ್ಕೆ ಹೀಗೆ ಕಾದೂ ಕಾದೂ ಇಲಿಗಳನ್ನು ಕೊಲ್ಲುವುದು ಸಾಕಾಯಿತು. ಹಾಗಾಗಿ ಅದೊಂದು ಉಪಾಯ ಮಾಡಿತು. ಹೇಗೂ ಅದು ನೂರಾರು ಇಲಿಗಳನ್ನು ಕೊಂದಿದ್ದರಿಂದ, ಇಲಿಗಳು ಅದರ ಮಾತು ಕೇಳಲು ಸಿದ್ಧವಾಗಿದ್ದವು. ಹಾಗಾಗಿ ಕ್ರಮೇಣ ಬೆಕ್ಕು ನಾಯಕನಾಗಿ ಇಲಿಗಳಿಗೆ ಆಹಾರ, ನೀರುಗಳನ್ನು ತರಲು ಆಜ್ಞೆ ಮಾಡತೊಡಗಿತು! ಇಲಿಗಳು ಸರದಿಯಂತೆ ಆಹಾರ, ನೀರುಗಳನ್ನು ಬೆಕ್ಕಿಗೆ ತರತೊಡಗಿದಾಗ ಬೆಕ್ಕು ಅವುಗಳನ್ನು ಕೊಲ್ಲತೊಡಗಿತು! ಇಲಿಗಳು ಹಿಂದಿರುಗಿ ಬರದಿರಲು, ಇತರ ಇಲಿಗಳಿಗೆ ಸಂಶಯವುಂಟಾಯಿತು. ಆಹಾರ ತೆಗೆದುಕೊಂಡು ಹೋಗುತ್ತಿದ್ದ ಇಲಿಗಳು ಎಲ್ಲಿಗೆ ಹೋಗುತ್ತಿದ್ದವು? ಬೆಕ್ಕು ಮಾತ್ರ ದಷ್ಟಪುಷ್ಟವಾಗುತ್ತಿತ್ತು! ಅಂದರೆ ಅದಕ್ಕೆ ಆಹಾರ, ನೀರುಗಳು ತಲುಪುತ್ತಿದ್ದವು. ಆದರೆ ಇಲಿಗಳು ಮಾತ್ರ ಕಣ್ಮರೆಯಾಗುತ್ತಿದ್ದವು! ಬಹುಬೇಗನೆ ಒಂದು ಇಲಿಯನ್ನು ಬಿಟ್ಟು ಎಲ್ಲಾ ಇಲಿಗಳೂ ಸತ್ತುಹೋದವು! ಉಳಿದ ಆ ಒಂದು ಇಲಿ ಗರ್ಭಿಣಿಯಾಗಿದ್ದ ಒಂದು ಹೆಣ್ಣಿಲಿಯಾಗಿತ್ತು. ಅದಕ್ಕೆ ಬೆಕ್ಕಿನ ಬಗ್ಗೆ ಬಹಳ ಸಂಶಯವುಂಟಾಗಿ ಅದು ಓಡಿ ಹೋಯಿತು!"

ಒಂದು ದಿನ ಬೆಳಗ್ಗೆ, ಸಂನ್ಯಾಸಿಯು ತನಗಾಗಿ ಬೆಕ್ಕನ್ನು ಕಳಿಸಿದ್ದಕ್ಕಾಗಿ ದೇವತೆಗಳಿಗೆ ಕೃತಜ್ಞತಾ ಪ್ರಾರ್ಥನೆ ಸಲ್ಲಿಸುತ್ತಿದ್ದ. ಅದನ್ನು ನೋಡಿದ ಬೆಕ್ಕು ಅವನ ಬಳಿಗೆ ಬಂದಿತು. ಅವನು ಪ್ರೀತಿಯಿಂದ ಅದನ್ನೆತ್ತಿ ತನ್ನ ತೊಡೆಯ ಮೇಲೆ ಮಲಗಿಸಿಕೊಂಡ. ಆದರೆ ಇನ್ನೂ ಒಂದು ಇಲಿ ತಪ್ಪಿಸಿಕೊಂಡಿದೆಯೆಂದು ಬೆಕ್ಕಿಗೆ ಗೊತ್ತಿತ್ತು! ಹಾಗಾಗೆ ಅದು ಶಾಂತವಾಗಿ ನಿದ್ರಿಸುವಂತಿರಲಿಲ್ಲ. ಆ ಒಂದು ಇಲಿಗಾಗಿ ತಾನು ಸದಾ ಹುಡುಕಾಡಬೇಕಾಗಿತ್ತು. ಅಲ್ಲದೇ ಗರ್ಭಿಣಿಯಾಗಿದ್ದ ಅದು ಈಗ ಮರಿಗಳನ್ನೂ ಹಾಕಿತ್ತೇನೋ!

ಲೆಪ್ಚಾಗಳ ನಂಬಿಕೆಯ ಪ್ರಕಾರ, ಬೆಕ್ಕು ಆ ಒಂದು ಇಲಿಯನ್ನೂ ಕೊಂದು ತಿಂದುಬಿಟ್ಟಿದ್ದರೆ, ಮತ್ತೆ ಅದು ಸ್ವರ್ಗಕ್ಕೆ ಹೊರಟು ಹೋಗಿರುತ್ತಿತ್ತು! ಆದರೆ ಆ ಒಂದು ಇಲಿ

ಉಳಿದುಕೊಂಡಿದ್ದರಿಂದ, ಬೆಕ್ಕು, ಸಂನ್ಯಾಸಿಯ ಉಗ್ರಾಣವನ್ನೂ ಬಟ್ಟೆಗಳನ್ನೂ ನೋಡಿಕೊಳ್ಳಲು ಇಲ್ಲೇ ಇರಬೇಕಾಯಿತು. ಹೀಗೆ ಬೆಕ್ಕು ಮನುಷ್ಯನೊಡನೆ ವಾಸಿಸತೊಡಗಿತು. ಆದ್ದರಿಂದಲೇ ಮನುಷ್ಯರು ಬೆಕ್ಕುಗಳನ್ನು ಎಂದೂ ಕೊಲ್ಲುವುದಿಲ್ಲ. ಲೆಪ್ಚಾಗಳು, ಬೆಕ್ಕು ಸ್ವರ್ಗದಿಂದ ಬಂದಿರುವ ಪ್ರಾಣಿಯಾದ್ದರಿಂದ ಅದನ್ನು ಕೊಲ್ಲುವುದು ಮಹಾಪಾಪವೆಂದು ನಂಬುತ್ತಾರೆ. ಬೆಕ್ಕಿನ ಗುರುಗುಟ್ಟುವಿಕೆ, ಅದು ದೇವತೆಗಳಿಗೆ ಮಾಡುವ ಪ್ರಾರ್ಥನೆಯೆಂದು ನಂಬುತ್ತಾರೆ.

ಹರ್ಯಾಣದ ಜಾನಪದ ಕಥೆ
ಮೂರ್ಖ ಚಮ್ಮಾರ

ಒಂದು ಹಳ್ಳಿಯಲ್ಲಿ ಒಬ್ಬ ಚಮ್ಮಾರನಿದ್ದ. ಒಂದು ದಿನ, ಸೌದೆಗಾಗಿ ಒಂದು ಮರದ ಕೊಂಬೆಯೊಂದನ್ನು ಕಡಿಯಲು ಅದನ್ನು ಹತ್ತಿದ. ಆ ಕೊಂಬೆಯ ತುದಿಯ ಮೇಲೆ ಕುಳಿತು ಅದರ ಬುಡವನ್ನೇ ಕಡಿಯತೊಡಗಿದ! ಆಗ ಕೆಳಗೆ ಹೋಗುತ್ತಿದ್ದ ಬ್ರಾಹ್ಮಣನೊಬ್ಬನು ಅವನನ್ನು ನೋಡಿ, "ಅಯ್ಯೋ ಮೂರ್ಖ! ನಿನ್ನ ಕುಟುಂಬಕ್ಕೇನು ಬೇಡವಾದೆಯಾ?" ಎಂದನು.

"ಏಕೆ ಸ್ವಾಮಿ ಹಾಗೆನ್ನುವಿರಿ?" ಚಮ್ಮಾರ ಕೇಳಿದ.

"ಮತ್ತಿನ್ನೇನು?" ಬ್ರಾಹ್ಮಣ ಹೇಳಿದ", ನೀನು ಕುಳಿತಿರುವ ಕೊಂಬೆಯ ಬುಡವನ್ನೇ ನೀನು ಕಡಿಯುತ್ತಿರುವೆಯಲ್ಲ! ಬೀಳುವುದಿಲ್ಲವೇ ನೀನು?"

"ನಿಮ್ಮ ಕೆಲಸ ನೀವು ನೋಡಿಕೊಳ್ಳಿ!" ಚಮ್ಮಾರ ಹೇಳಿದ.

"ಆಯಿತಪ್ಪ! ನಿನ್ನಿಷ್ಟ!" ಬ್ರಾಹ್ಮಣನು ಹೇಳಿ ಹೊರಟ.

ಸ್ವಲ್ಪ ಹೊತ್ತಿನಲ್ಲೇ ಆ ಚಮ್ಮಾರ ತಾನು ಕುಳಿತಿದ್ದ ಕೊಂಬೆಯ ಬುಡವನ್ನು ಕಡಿದು ಅದರೊಂದಿಗೆ ತಾನೂ ಧೊಪ್ಪನೆ ಕೆಳಗೆ ಬಿದ್ದ! ಆಗ ಅವನಿಗೆ ಆಶ್ಚರ್ಯವಾಯಿತು. ತಾನು ಬೀಳುವುದನ್ನು ಅಷ್ಟು ನಿಖರವಾಗಿ ಆ ಬ್ರಾಹ್ಮಣನು ಹೇಗೆ ಹೇಳಿದ? ಖಂಡಿವಾಗಿಯೂ ಅವನಿಗೆ ಜ್ಯೋತಿಷ್ಯ ಹೇಳಲು ಬರುತ್ತದೆಂದು ಭಾವಿಸಿದ! ಕೂಡಲೇ ಎದ್ದು ಆ ಬ್ರಾಹಣನ ಬಳಿಗೋಡಿ ಅವನನ್ನು ನಿಲ್ಲಿಸಿ, "ಸ್ವಾಮಿ! ನೀವು ಹೇಳಿದಂತೆಯೇ ನಾನು ಬಿದ್ದೆ! ಖಂಡಿತವಾಗಿಯೂ ನಿಮಗೆ ಜ್ಯೋತಿಷ್ಯ ಹೇಳಲು ಬರುತ್ತದೆ! ಇನ್ನೊಂದು ವಿಷಯ ಹೇಳಿಬಿಡಿ! ನಾನು ಯಾವಾಗ ಸಾಯುತ್ತೇನೆ!" ಎಂದನು.

ಅದಕ್ಕೆ ಆ ಬ್ರಾಹ್ಮಣನು ಜೋರಾಗಿ ನಗುತ್ತಾ, "ನೀನು ನಿಜಕ್ಕೂ ಮೂರ್ಖನಯ್ಯ! ನಿನ್ನನ್ನು ನೋಡಿದ ಯಾರಾದರೂ ನೀನು ಬೀಳುವೆ ಎಂದು ಹೇಳುತ್ತಿದ್ದರು! ಇದರಲ್ಲಿ ಜ್ಯೋತಿಷ್ಯವೇನು ಬಂತು?" ಎಂದನು.

ಆದರೆ ಆ ಚಮ್ಮಾರ ಬ್ರಾಹ್ಮಣನನ್ನು ಬಿಡಲೇ ಇಲ್ಲ! ಅವನ ಕಾಲಿಗೆ ಬಿದ್ದು ತಾನು ಯಾವಾಗ ಸಾಯುವೆನೆಂದು ಹೇಳಲೇಬೇಕೆಂದು ಒತ್ತಾಯಪಡಿಸಿದ! ಕೊನೆಗೆ ಬೇಸತ್ತ ಬ್ರಾಹ್ಮಣನು ಅವನಿಂದ ಬಿಡಿಸಿಕೊಳ್ಳಲು, ತನ್ನ ಮೇಲ್ವಸ್ತ್ರದಿಂದ ಒಂದು ದಾರವನ್ನು ಕಿತ್ತಿ, ಅವನ ಮೊಣಕೈಗೆ ಅದನ್ನು ಕಟ್ಟಿ, "ಈ ದಾರ ಕಿತ್ತುಹೋದಾಗ ನೀನು ಸಾಯುವೆ!" ಎಂದುಬಿಟ್ಟ!

ಅದನ್ನೇ ನಂಬಿಕೊಂಡ ಚಮ್ಮಾರ, ಮನೆಗೆ ಹೋಗಿ ತನ್ನ ಹೆಂಡತಿಗೆ ನಡೆದುದೆಲ್ಲವನ್ನೂ ಹೇಳಿದ. ತನ್ನ ಮೊಣಕೈಗೆ ಕಟ್ಟಿದ್ದ ಆ ದಾರವನ್ನು ಬಹು ಜೋಪಾನವಾಗಿ ನೋಡಿಕೊಳ್ಳತೊಡಗಿದ. ಆದರೂ ಒಂದು ದಿನ ಸ್ನಾನ ಮಾಡುತ್ತಿದ್ದಾಗ ಆ ದಾರ ಕಿತ್ತು ಹೋಯಿತು! ಆಗ ಅವನು ಜೋರಾಗಿ ಅಳತೊಡಗಿದ! ಅದನ್ನು ಕೇಳಿ ಅವನ ಹೆಂಡತಿ ಓಡಿಬಂದು, "ಏನಾಯಿತು ನಿಮಗೆ?" ಎಂದಳು.

"ಅಯ್ಯೋ! ದಾರ ಕಿತ್ತುಹೋಗಿರುವುದು ಕಾಣುತ್ತಿಲ್ಲವೇ?" ಅವನು ಅಳುತ್ತಾ ಹೇಳಿದ, "ನಾನು ಸತ್ತು ಹೋಗಿದ್ದೇನೆ!"

ಅದಕ್ಕೆ ಅವಳು, "ಇಲ್ಲ ಇಲ್ಲ! ನೀವಿನ್ನೂ ಬದುಕಿರಿವುರಿ!" ಎಂದಳು.

"ಎಂಥ ದಡ್ಡಿ ನೀನು?" ಅವನು ಹೇಳಿದ, "ದಾರ ಕಿತ್ತುಹೋದಾಗ ನಾನು ಸಾಯುವೆನೆಂದು ಬ್ರಾಹ್ಮಣನು ಭವಿಷ್ಯ ಹೇಳಿದ್ದನೆಂದು ನಾನು ನಿನಗೆ ಹೇಳಿರಲಿಲ್ಲವೇ?"

ಇದಕ್ಕೆ ಅವಳೇನೂ ಹೇಳಲಾಗಲಿಲ್ಲ.

ಅವನು ಜೋರಾಗಿ ಅಳುವುದನ್ನು ಕೇಳಿ ಅಕ್ಕಪಕ್ಕದ ಮನೆಯವರೆಲ್ಲರೂ ಬಂದು ಏನಾಯಿತೆಂದು ಕೇಳಿದರು. ಅದಕ್ಕೆ ಅವನು, "ಮಿತ್ರರೇ! ನಾನು ಸತ್ತುಹೋಗಿದ್ದೇನೆ! ನೀವು ನನ್ನನ್ನು ಅಂತ್ಯಕ್ರಿಯೆಗೆ ಎತ್ತಿಕೊಂಡು ಹೋಗಿ! ಹೆಣವನ್ನು ಮನೆಯಲ್ಲಿ ಹೆಚ್ಚುಕಾಲ ಇಟ್ಟುಕೊಳ್ಳಬಾರದು!" ಎಂದನು.

ಅಂತೆಯೇ ಅವನ ನೆರೆಹೊರೆಯವರು ಒಂದು ಚಟ್ಟ ಕಟ್ಟಿ ಅದರ ಮೇಲೆ ಅವನನ್ನು ಮಲಗಿಸಿ ಸ್ಮಶಾನಕ್ಕೊಯ್ದರು. ದಾರಿಯಲ್ಲಿ ಹೋಗುತ್ತಿರುವಾಗ, ಒಬ್ಬ ಪ್ರಯಾಣಿಕ ಅಡ್ಡ ಬಂದು ಒಂದು ಹಳ್ಳಿಗೆ ಹೋಗಲು ದಾರಿಯನ್ನು ಕೇಳಿದ. ಚಟ್ಟ ಹೊರುತ್ತಿದ್ದವರು ತಮಗೆ ಗೊತ್ತಿಲ್ಲವೆಂದೂ ತಾವು ಅವನಿಗೆ ಸಹಾಯ ಮಾಡುವ ಸ್ಥಿತಿಯಲ್ಲಿಲ್ಲವೆಂದೂ ಹೇಳಿದರು. ಅವರ ಮಾತುಗಳನ್ನು ಕೇಳುತ್ತಿದ್ದ ಚಮ್ಮಾರನು ಥಟ್ಟನೆ ಎದ್ದು, "ಕೇಳಿ! ನಾನು ಬದುಕಿದ್ದಾಗ, ಆ ಹಳ್ಳಿ ಉತ್ತರದಿಕ್ಕಿನ ಕಡೆಗಿತ್ತು!" ಎಂದನು!

ಆಗ ನೆರೆಹೊರೆಯವರು ಮತ್ತು ಇತರ ಜನರು ಅಲ್ಲೇ ಚಟ್ಟವನ್ನಿಳಿಸಿ ಓಡಿ ಹೋದರು! ಇದರಿಂದ ಚಮ್ಮಾರನಿಗೆ ಬಹಳ ಆಶ್ಚರ್ಯವಾಯಿತು! ಆದರೆ ಅವನು ಹಾಗೆಯೇ ನಡೆದುಕೊಂಡು ಮನೆಗೆ ಬಂದನು. ಆಗ ಅವನ ಹೆಂಡತಿ ಅವನನ್ನು ಸ್ವಾಗತಿಸಿದಳು. ತಾನಿನ್ನೂ ಸತ್ತಿಲ್ಲವೆಂದು ಅವನಿಗೆ ಕೊನೆಗೂ ಅರ್ಥವಾಯಿತು!

ಹರ್ಯಾಣದ ಜಾನಪದ ಕಥೆ
ಸಹಾಯಕನ ತುಂಟತನ

ಒಂದು ಹಳ್ಳಿಯಲ್ಲಿ ಒಬ್ಬ ಜಾಟನಿದ್ದ [ಜಾಟರು ಎಂಬುದು ಒಂದು ಜನಾಂಗ]. ಅವನಿಗೆ ತನ್ನ ಹೊಲ ಉಳಲಿಕ್ಕೆ ಒಬ್ಬ ಸಹಾಯಕನ ಅಗತ್ಯವಿತ್ತು. ಆದರೆ ಯಾರನ್ನು ಕೇಳಿದರೂ ಅವರು ಹೆಚ್ಚು ಸಂಬಳ ಕೇಳುತ್ತಿದ್ದುದರಿಂದ ಅವನಿಗೆ ಯಾರೂ ಸಹಾಯಕರು ಸಿಗಲಿಲ್ಲ. ಹೀಗಿರಲು, ಒಂದು ದಿನ ಒಬ್ಬ ಅಪರಿಚತನು ಕೆಲಸ ಹುಡುಕಿಕೊಂಡು ಇವನಲ್ಲಿಗೆ ಬಂದ. ಜಾಟನು ಅವನಿಗೆ ಎಷ್ಟು ಸಂಬಳ ಕೊಡಬೇಕೆಂದು ಕೇಳಿದಾಗ ಅವನು, "ಸಂಬಳದ ಬಗ್ಗೆ ಏನೂ ಯೋಚಿಸಬೇಡಿ! ಊಟ, ಬಟ್ಟೆ ಕೊಟ್ಟರೆ ಸಾಕು!" ಎಂದನು. ಇದರಿಂದ ಜಾಟನಿಗೆ ಬಹಳ ಸಂತೋಷವಾಯಿತು!

‘"ಆದರೆ...." ಆ ಅಪರಿಚಿತನು ರಾಗ ಎಳೆದ, "ನನ್ನದು ಒಂದೇ ಒಂದು ಷರತ್ತು! ವರ್ಷಕ್ಕೊಮ್ಮೆ ನಾನೊಂದು ತುಂಟತನ ಮಾಡುತ್ತೇನೆ! ಅದನ್ನು ನೀವು ಸಹಿಸಿಕೊಳ್ಳಬೇಕು!"

"ಅಷ್ಟೇ ತಾನೇ!" ಜಾಟನು ಮನಸ್ಸಿನಲ್ಲೇ ಯೋಚಿಸಿದ, "ಇಂಥ ಸುಲಭದ ಕೆಲಸದಾಳು ಸಿಗುವುದು ಕಷ್ಟ! ಆದ್ದರಿಂದ ಇವನನ್ನು ಬಿಡಬಾರದು! ಇವನೇನು ತುಂಟತನ ಮಾಡಿಯಾನು? ನಮ್ಮ ಎಚ್ಚರದಲ್ಲಿ ನಾವಿದ್ದರಾಯಿತು!"

"ಆಗಲಿ! ಅದಕ್ಕೇನಂತೆ?" ಒಪ್ಪಿಗೆ ಸೂಚಿಸುತ್ತಾ ಜಾಟನು ಹೇಳಿದ.

ಆ ಹೊಸ ಮನುಷ್ಯ ಅಂದಿನಿಂದಲೇ ಕೆಲಸ ಮಾಡತೊಡಗಿದ. ನಿಜಕ್ಕೂ ಅವನು ಬಹಳ ಚೆನ್ನಾಗಿ ಕೆಲಸ ಮಾಡಿದ. ಹೊಲದಲ್ಲಿ ಒಳ್ಳೆಯ ಬೆಳೆಯಾಯಿತು. ಜಾಟನಿಗೆ ಅವನ ಸಹಾಯದಿಂದ ಸಾಕಷ್ಟು ಬಿಡುವೂ ದೊರೆಯಿತು. ಅವನು ಹೇಳಿದ್ದ ತುಂಟಾಟದ ಬಗ್ಗೆ ಇವನು ಸಂಪೂರ್ಣವಾಗಿ ಮರೆತೇಬಿಟ್ಟ!

ಹೀಗೆಯೇ ಐದಾರು ತಿಂಗಳುಗಳು ಕಳೆದವು. ಈಗ ಆ ಸಹಾಯಕ ಏನಾದರೂ ತುಂಟತನ ಮಾಡಬೇಕೆಂದು ಯೋಚಿಸಿದ. ಒಂದು ದಿನ, ಆ ಜಾಟನ ಅಣ್ಣ, ಅತ್ತಿಗೆಯರು ಅವನ ಮನೆಗೆ ಬಂದು ತಂಗಿದರು. ತುಂಟಾಟವಾಡಲು ಇದೇ ಸರಿಯಾದ ಸಮಯವೆಂದು ಆ ಸಹಾಯಕ ಭಾವಿಸಿದ. ಒಂದು ಉಪಾಯವನ್ನು ಸಿದ್ಧಪಡಿಸಿಕೊಂಡು, ಮೊದಲು ಜಾಟನ ಹೆಂಡತಿಯ ಬಳಿ ಹೋಗಿ, "ಅಮ್ಮಾ! ನಿಮ್ಮ ಯಜಮಾನರಿಗೆ ಏನೋ ಕಾಯಿಲೆಯಾಗಿದೆ! ಅವರು ಹೆಚ್ಚು ದಿನಗಳು ಬದುಕುವಂತೆ ಕಾಣುತ್ತಿಲ್ಲ! ಯಾವ ಚಿಕಿತ್ಸೆಯೂ ಫಲಕಾರಿಯಾಗುವಮತಿಲ್ಲ! ನಿಮಗೆ ನಂಬಿಕೆ ಬರದಿದ್ದರೆ ಅವರಿಂದು ಸ್ನಾನಕ್ಕೆ ಕುಳಿತಾಗ ಅವರ ಬೆನ್ನನ್ನು ನೆಕ್ಕಿ ನೋಡಿ! ಅದು ಉಪ್ಪುಪ್ಪಾಗಿರುತ್ತದೆ!" ಎಂದು ಹೇಳಿದ.

ಪಾಪ, ಜಾಟನ ಹೆಂಡತಿಗೆ ಭಯವೇ ಆಯಿತು!

ಅನಂತರ ಅವನು ಜಾಟನ ಬಳಿ ಹೋಗಿ, "ಯಜಮಾನರೇ! ನಿಮ್ಮಾಕೆಗೆ ತಲೆಕೆಡುತ್ತಿರುವಂತಿದೆ! ಸ್ವಲ್ಪ ಜೋಪಾನವಾಗಿರಿ!" ಎಂದು ಹೇಳಿದ.

ಜಾಟನಿಗೆ ಗಾಬರಿಯಾಯಿತು!.

ಅನಂತರ ಅವನು ಜಾಟನ ಅತ್ತಿಗೆಯ ಬಳಿ ಹೋಗಿ, "ಅಮ್ಮಾ! ನಿಮ್ಮ ಭಾವಮೈದುನರಿಗೆ ಅವರ ಹೆಂಡಿರೊಂದಿಗೆ ಏನೋ ಕೋಪವಾದಂತಿದೆ! ಸಂಜೆ ಅವರನ್ನು ಇವರು ಜೋರಾಗಿ ಹೊಡೆಯುವ ಸಾಧ್ಯತೆಯಿದೆ! ನೀವು ಸ್ವಲ್ಪ ಎಚ್ಚರವಾಗಿರಿ!" ಎಂದನು.

ಹೀಗೆ ಒಬ್ಬೊಬ್ಬರ ಬಳಿ ಒಂದೊಂದು ರೀತಿ ಹೇಳಿ ಅವನು ಮೆಲ್ಲನೆ ಅಲ್ಲಿಂದ ಹೊರಟು ಹೋದ!

ಜಾಟನು ಸಂಜೆಯ ಹೊತ್ತಿಗೆ ಹೊಲದಿಂದ ಹಿಂದಿರುಗಿ ತನ್ನ ಹೆಂಡತಿಗೆ ಸ್ನಾನಕ್ಕೆ ಅಣಿ ಮಾಡುವಂತೆ ಹೇಳಿದ. ಅಂತೆಯೇ ಅವಳು ನೀರು ತರುವ ಹೊತ್ತಿಗೆ ಇವನು ಬಟ್ಟೆ ಕಳಚಿ ಕುಳಿತಿದ್ದ. ಅವನು ಬರಿಮೈಲಿ ಕುಳಿರುವುದನ್ನು ಕಂಡ ಅವನ ಹೆಂಡತಿಗೆ ಆ ಸಹಾಯಕನು ಹೇಳಿದ ಮಾತನ್ನು ಪರೀಕ್ಷಿಸಬೇಕೆನಿಸಿತು. ಮೆಲ್ಲನೆ ಅವನ ಬಳಿ ಹೋಗಿ ಅವನ ಬೆನ್ನನ್ನು ನೆಕ್ಕಿದಳು! ಸಹಜವಾಗಿಯೇ ಅದು ಉಪ್ಪುಪ್ಪಾಗಿರಲು ಅವಳು ಗಾಬರಿಯಾದಳು! ಅವಳು ಹಾಗೆ ಬೆನ್ನು ನೆಕ್ಕಲು ಅವನೂ ಅವಳಿಗೆ ನಿಜಕ್ಕೂ ತಲೆಕೆಟ್ಟಿದೆ, ಇನ್ನೇನು ಕಚ್ಚೇಬಿಡುತ್ತಾಳೆಂದು ಹೌಹಾರಿ ಅವಳನ್ನು ಹೊಡೆಯಲು ಒಂದು

ಕೋಲನ್ನೆತ್ತಿಕೊಂಡ! ಭಯಗೊಂಡ ಅವಳು ಓಡತೊಡಗಲು ಇವನು ಕೋಲಿನೊಂದಿಗೆ ಅವಳ ಹಿಂದೆ ಓಡಿದ! ಇನ್ನು ಅವನ ಅತ್ತಿಗೆಯಾದರೋ, ಸಹಾಯಕನು ಹೇಳಿದ್ದ ಮಾತನ್ನು ತನ್ನ ಗಂಡನಿಗೆ ಈಗಾಗಲೇ ಹೇಳಿ ಇಂಥ ಸಂದರ್ಭಕ್ಕೆ ಅವನನ್ನು ತಯಾರು ಮಾಡಿದ್ದಳು! ಈಗ ನಿಜಕ್ಕೂ ಇಂಥ ಸಂದರ್ಭ ನೋಡಿ ಅವನು ತನ್ನ ತಮ್ಮನಿಂದ ಕೋಲನ್ನು ಕಿತ್ತುಕೊಂಡ! ಒಬ್ಬರಿಗೊಬ್ಬರು ಜಗಳವಾಡತೊಡಗಿ ಎಲ್ಲರೂ ಜೋರಾಗಿ ಕಿರುಚತೊಡಗಿದರು!

ಜೋರು ಗಲಾಟೆಯ ಶಬ್ದ ಕೇಳಿ ಅಕ್ಕಪಕ್ಕದ ಮನೆಗಳವರೆಲ್ಲರೂ ಬಂದರು! ಜಗಳವನ್ನು ನಿಲ್ಲಿಸಿ ವಿಷಯವೇನೆಂದು ನಿಧಾನವಾಗಿ ಚರ್ಚಿಸಿದರು. ಆಗ ಇದಕ್ಕೆಲ್ಲಾ ಕಾರಣ, ಆ ಸಹಾಯಕನ ತುಂಟಾಟವೆಂದು ಎಲ್ಲರಿಗೂ ಅರಿವಾಯಿತು! ಅವನಿಗಾಗಿ ಹುಡುಕಿದರು. ಆದರೆ ಅವನು ಆಗಲೇ ಎಲ್ಲೋ ಹೊರಟುಹೋಗಿದ್ದನು!

ಜಾಟನ ಮನೆಯವರೆಲ್ಲರೂ ಮೌನವಾದರು. ಅಕ್ಕಪಕ್ಕದ ಮನೆಗಳವರು ಚೆನ್ನಾಗಿ ನಗುತ್ತಾ ತಮ್ಮ ತಮ್ಮ ಮನೆಗಳಿಗೆ ಹೋದರು!

ಹರ್ಯಾಣದ ಜಾನಪದ ಕಥೆ

ವಿಚಿತ್ರ ಕಥೆಗಳು

ಒಂದು ಹಳ್ಳಿಯಲ್ಲಿ, ರಾಮು, ಶ್ಯಾಮು, ಬನ್ಸಿ ಮತ್ತು ಬೀರು ಎಂಬ ನಾಲ್ವರು ಸ್ನೇಹಿತರಿದ್ದರು. ಇವರಿಗೆ ವಿಚಿತ್ರ ಕಥೆಗಳನ್ನು ಕಟ್ಟಿ ಹೇಳುವ ಅಭ್ಯಾಸವಿತ್ತು! ಒಂದು ದಿನ ಅವರು ವಾರದ ಸಂತೆಯಿಂದ ಬರುತ್ತಿದ್ದಾಗ ಒಂದು ಸರಯಿಯಲ್ಲಿ [ತಂಗುದಾಣದಲ್ಲಿ] ವಿಶ್ರಾಂತಿಗಾಗಿ ಇಳಿದುಕೊಂಡರು. ಅಲ್ಲಿ ಸುಂದರವಾದ ವಸ್ತ್ರಗಳನ್ನು ಧರಿಸಿದ್ದ ಒಬ್ಬ ಪ್ರಯಾಣಿಕನಿದ್ದುದನ್ನು ಅವರು ನೋಡಿದರು. ಅವನನ್ನು ಮೋಸಗೊಳಿಸಿ ಅವನ ವಸ್ತ್ರಗಳನ್ನು ಲಪಟಾಯಿಸುವುದಾಗಿ ಅವರು ಹೊಂಚು ಹಾಕಿದರು! ಅದರಂತೆ ಅವರು ಆ ಪ್ರಯಾಣಿಕನ ಬಳಿಗೆ ಹೋಗಿ, "ನೀವು ಎಲ್ಲಿಂದ ಬರುತ್ತಿರುವಿರಿ ಸ್ವಾಮಿ?" ಎಂದು ಕೇಳಿದರು.

ಅದಕ್ಕೆ ಆ ಪ್ರಯಾಣಿಕ, "ಮೊದಲು ನೀವು ಯಾರೆಂದು ಹೇಳುವಿರಾ?" ಎಂದು ಕೇಳಿದನು.

"ನಾನು ವರ್ತಕರ ಹಳ್ಳಿಯಿಂದ ಬರುತ್ತಿದ್ದೇನೆ!" ರಾಮು ಹೇಳಿದ.

"ನನ್ನ ಮನೆಯಿರುವುದು ಒಂದು ದಟ್ಟಡವಿಯಲ್ಲಿ! ಅಲ್ಲಿ ಅನೇಕ ಕ್ರೂರ ಪ್ರಾಣಿಗಳಿವೆ!" ಶ್ಯಾಮು ಹೇಳಿದ.

"ನನ್ನ ಮನೆಯಿರುವುದು ಒಂದು ದೊಡ್ಡ ನದಿಯ ದಂಡೆಯ ಮೇಲೆ!" ಬನ್ಸಿ ಹೇಳಿದ, "ಅದನ್ನು ದಾಟುವುದೇ ಬಹಳ ಕಷ್ಟ!"

"ನಾನಿರುವುದು ಹತ್ತಿರದಲ್ಲೇ ಇರುವ ಅತ್ಯಂತ ದೊಡ್ಡ ಬೆಟ್ಟದ ಮೇಲೆ!" ಬೀರು ಹೇಳಿದ.

ಆಗ ಪ್ರಯಾಣಿಕನು ಹೇಳಿದ, "ನಾನು ಅನೇಕ ವರ್ಷಗಳ ಕಾಲ ವ್ಯಾಪಾರ ಮಾಡಿದ ಬಳಿಕ, ದೂರದ ಒಂದು ನಾಡಿನಿಂದ ಬರುತ್ತಿದ್ದೇನೆ!"

ಆಗ ರಾಮು ಹೇಳಿದ, "ಈಗ ರಾತ್ರಿಯಾಗಿದೆ! ಬೆಳಗಾಗಲು ಬಹಳ ಹೊತ್ತಾಗುತ್ತದೆ! ಕಾಲ ಕಳೆಯಲು, ನಾವು ಒಬ್ಬೊಬ್ಬರು ಒಂದೊಂದು ಕಥೆ ಹೇಳೋಣ! ಯಾರು ಅತಿ ನಂಬಲಾಗದ ಕಥೆ ಹೇಳುವನೋ ಅವನು ಗೆದ್ದಂತೆ! ಅವನು ಏನು ಹೇಳುವನೋ ಅದರಂತೆ ಇತರರು ಕೇಳಬೇಕು!"

ಪ್ರಯಾಣಿಕನು ಇದಕ್ಕೊಪ್ಪಿದ. ಅಂತೂ ಅವನು ತಮ್ಮ ಬಲೆಗೆ ಬಿದ್ದ ಎಂದು ಮನಸ್ಸಿನಲ್ಲಿ ಯೋಚಿಸುತ್ತಾ ನಾಲ್ವರು ಮಿತ್ರರು ಒಬ್ಬರನ್ನೊಬ್ಬರು ನೋಡಿ ಕಣ್ಣುಗಳಲ್ಲೇ ಹೇಳಿಕೊಂಡು ಮೆಲ್ಲನೆ ನಕ್ಕರು!

ಮೊದಲು ಶ್ಯಾಮು ತನ್ನ ಕಥೆ ಹೇಳಿದ, "ನಾನು ಹುಟ್ಟಿದ ಕೂಡಲೇ ನಮ್ಮಮ್ಮ ನಮ್ಮಪ್ಪನನ್ನು ಮನೆಯ ಮುಂದಿದ್ದ ಮರದಿಂದ ಹಣ್ಣುಗಳನ್ನು ಕಿತ್ತುಕೊಡಲು ಕೇಳಿದಳು. ಆದರೆ ನಮ್ಮಪ್ಪ ಹಣ್ಣುಗಳನ್ನು ಆ ಮರ ಬಹಳ ಎತ್ತರವಾಗಿದ್ದುದರಿಂದ ತಾನು ಅದನ್ನು ಹತ್ತಲಾರೆ ಎಂದು ಹೇಳಿ ಹಣ್ಣುಗಳನ್ನು ತಂದುಕೊಡಲಿಲ್ಲ. ಆಗ ನಮ್ಮಮ್ಮ ನನ್ನ ಅಣ್ಣಂದಿರನ್ನು ಕೇಳಿದಳು. ಆದರೆ ಅವರೂ ಒಪ್ಪಲಿಲ್ಲ! ಆಗ ನಾನು, ಮೆಲ್ಲನೆ ನನ್ನ ಮಂಚದಿಂದ ಎದ್ದು ಹೋಗಿ, ಮರವನ್ನು ಹತ್ತಿ ಹಣ್ಣುಗಳನ್ನು ಕಿತ್ತು ತಂದು ಒಂದು ಬಟ್ಟೆಯಲ್ಲಿ ಹಾಕಿ, ಅಡುಗೆ ಮನೆಯಲ್ಲಿಟ್ಟು ಪುನಃ ಹೋಗಿ ಮಲಗಿದೆ! ಅನಂತರ, ನಮ್ಮಮ್ಮ ಅಡುಗೆ ಮನೆಗೆ ಹೋಗಿ ನೋಡಿ ಆಶ್ಚರ್ಯ, ಸಂತೋಷಗಳಿಗೊಳಗಾದಳು! ಆದರೆ ಹಣ್ಣುಗಳನ್ನು ಯಾರು ತಂದಿಟ್ಟರೆಂದು ಅವಳಿಗೆ ತಿಳಿಯಲೇ ಇಲ್ಲ! ಬಹಳ ಸಂತೋಷದಿಂದ ಅವಳು ತನಗೆಷ್ಟು ಬೇಕೋ ಅಷ್ಟು ಹಣ್ಣುಗಳನ್ನು ತಿಂದು ಮಿಕ್ಕವನ್ನು ನೆರೆಹೊರೆಯವರಿಗೆ ಹಂಚಿದಳು!"

ಇಷ್ಟು ಹೇಳಿ ಶ್ಯಾಮು, ಆ ಮುದಿ ಪ್ರಯಾಣಿಕ ಏನಾದರೂ ಹೇಳುವನೋ ಎಂದು ನೋಡಿದ. ಆದರೆ ಆ ಪ್ರಯಾಣಿಕನು ಸರಿಸರಿಯೆಂದು ತಲೆಯಾಡಿಸಲು ಅವನು ಸುಮ್ಮನಾದ.

ಈಗ ಕಥೆ ಹೇಳುವ ಸರದಿ ರಾಮುವಿನದಾಗಿತ್ತು. ಅವನು ತನ್ನ ಕಥೆ ಹೇಳತೊಡಗಿದ. "ನನಗೆ ಒಂದು ವಾರ ವಯಸ್ಸಾಗಿದ್ದಾಗ, ನಾನು ಕಾಡಿನಲ್ಲಿ

ತಿರುಗಾಡಿಕೊಂಡು ಬರಲು ಹೋದೆ! ಅಲ್ಲಿ ಹುಣಿಸೇಹಣ್ಣುಗಳಿಂದ ತುಂಬಿದ್ದ ಒಂದು ಮರನ್ನು ಕಂಡೆ! ಆ ಮರವನ್ನು ಹತ್ತಿ ಎಷ್ಟು ಬೇಕೋ ಅಷ್ಟು ಹುಣಿಸೇಹಣ್ಣುಗಳನ್ನು ತಿಂದೆ! ಆದರೆ ಮರದಿಂದ ಕೆಳಗಿಳಿಯುವುದು ಹೇಗೆಂದು ತಿಳಿಯಲಿಲ್ಲ! ಹಾಗಾಗಿ, ನಾನು ಏಣಿಯೊಂದನ್ನು ಹುಡುಕಿಕೊಂಡು ಹಳ್ಳಿಗೆ ಹೋದೆ. ಅಲ್ಲಿ ಏಣಿಯನ್ನು ಸಂಪಾದಿಸಿ ತಂದು ಅದನ್ನು ಮರಕ್ಕೆ ತಾಗಿಸಿಟ್ಟು ಅದರಿಂದ ಇಳಿದೆ!"

ಹೀಗೆ ಅಸಂಬದ್ಧವಾದ ಕಥೆಯೊಂದನ್ನು ಹೇಳಿ ಮುಗಿಸಿ ಪ್ರಯಾಣಿಕನ ಮಾತಿಗೆ ಕಾದು ನೋಡಿದ. ಆದರೆ ಪ್ರಯಾಣಿಕನು ಈ ಕಥೆಗೂ ಸರಿಸರಿಯೆಂದು ತಲೆಯಾಡಿಸಿದ. ರಾಮು ಸುಮ್ಮನಾದ. ಅನಂತರ, ಬೀರು, ತನ್ನ ಕಥೆ ಹೇಳತೊಡಗಿದ, "ನಾನು ನನ್ನ ಮೊದಲು ಸಾಹಸವನ್ನು ಸ್ವಲ್ಪ ನಿಧಾನವಾಗಿಯೇ ಮಾಡಿದೆ! ನನಗೆ ಒಂದು ವರ್ಷವಾಗಿದ್ದಾಗ, ನಾನೊಂದು ಮೊಲವನ್ನು ಅಟ್ಟಿಸಿಕೊಂಡು ಹೋದೆ! ಆದರೆ ನನ್ನ ಆಶ್ಚರ್ಯಕ್ಕೆ ಕಾಡಿಗೆ ಹೋದ ಕುಡಲೇ ಆ ಮೊಲ ಹುಲಿಯಾಗಿಬಿಟ್ಟಿತು! ಆಗ ನಾನು ಆ ಹುಲಿಗೆ ನಾನು ಅದನ್ನು ಮೊಲವೆಂದು ಭಾವಿಸಿ ಅಟ್ಟಿಸಿಕೊಂಡು ಬಂದದ್ದರಿಂದ, ಅದು ನನ್ನನ್ನು ತಿನ್ನುವುದು ನ್ಯಾಯವಲ್ಲವೆಂದು ಹೇಳಿದೆ! ಆದರೆ ಆ ಹುಲಿ ನನ್ನ ಮಾತು ಕೇಳದೇ ನನ್ನ ಮೇಲೆರಗಿತು! ಆಗ ನಾನು ಅದರ ದವಡೆಗಳನ್ನೆಳೆದು ಅದನ್ನು ಎರಡು ಹೋಳುಗಳಾಗಿ ಸೀಳಿಹಾಕಿದೆ!"

ಈ ಕಥೆಯನ್ನು ಪ್ರಯಾಣಿಕನು ಖಂಡಿತವಾಗಿಯೂ ನಂಬುವುದಿಲ್ಲವೆಂದು ಬೀರು ಭಾವಿಸಿದ್ದ. ಆದರೆ ಪ್ರಯಾಣಿಕನು ಇದಕ್ಕೂ ಸರಿಸರಿಯೆಂದು ತಲೆಯಾಡಿಸಿದ! ಈಗ ಬಸ್ಸಿಯ ಸರದಿಯೊಂದೇ ಉಳಿದಿತ್ತು. ಅವನು ತನ್ನಕಥೆಯನ್ನು ಆರಂಭಿಸಿದ, "ಕಳೆದ ವರ್ಷ, ನಾನೊಂದು ದೋಣಿಯನ್ನು ತೆಗೆದುಕೊಂಡು ಮೀನು ಹಿಡಿಯಲು ಹೋದೆ! ಅಲ್ಲಿ ಬೇರೆ ಮೀನುಗಾರರೂ ಇದ್ದರು. ಆದೆ ಅವರಿಗೆ ಒಂದು ಮೀನೂ ಸಿಗಲಿಲ್ಲ! ಆಗ ನಾನು ದೋಣಿಯನ್ನು ಬಿಟ್ಟು ನದಿಯೊಳಗೆ ಜಿಗಿದೆ! ನದಿಯ ಅಡಿಗೆ ಹೋಗುತ್ತಾ ಮೂರು, ನಾಲ್ಕು ಗಂಟೆಗಳಲ್ಲಿ ನಾನು ತಳವನ್ನು ಮುಟ್ಟಿದೆ! ಅಲ್ಲಿ ನನ್ನ ಆಶ್ಚರ್ಯಕ್ಕೆ ಒಂದು ಭಾರೀ ದೊಡ್ಡ ಮೀನನ್ನು ನೋಡಿದೆ! ಅದು ಇತರ ಎಲ್ಲಾ ಮೀನುಗಳನ್ನೂ ನುಂಗುತ್ತಿತ್ತು! ಆದರೆ ಅದು ನನ್ನನ್ನು ನೋಡುವ ಮೊದಲು ನಾನು ಅದನ್ನು ನನ್ನ ಮುಷ್ಟಿಯಿಂದ ಗುದ್ದಿದೆ! ಕೂಡಲೇ ಅದು ಸತ್ತುಹೋಯಿತು! ನನಗೆ ಬಹಳ ಹಸಿವಾಗಿದ್ದರಿಂದ ಅಲ್ಲೇ ಬೆಂಕಿ ಹಾಕಿ

ಆ ಮೀನನ್ನು ಬೇಯಿಸಿ ತಿಂದೆ! ಅನಂತರ, ನಾನು ತೇಲುತ್ತಾ ಮೇಲೆ ಬಂದು ಇತರ ಮೀನುಗಾರರಿಗೆ ನನ್ನ ಸಾಹಸವನ್ನು ಹೇಳಿದೆ!

ಇದಕ್ಕೂ ಪ್ರಯಾಣಿಕನು ಸರಿಸರಿಯೆಂದು ತಲೆಯಾಡಿಸಿದ. ನಾಲ್ವರು ಸ್ನೇಹಿತರೂ ತೆಪ್ಪಗೆ ಕುಳಿತರು. ಈಗ ಕಥೆ ಹೇಳುವ ಸರದಿ ಪ್ರಯಾಣಿಕನದಾಗಿತ್ತು. ಅವನು ತನ್ನ ಗಂಟಲು ಸರಿಪಡಿಸಿಕೊಳ್ಳುತ್ತಾ ಹೇಳತೊಡಗಿದ, "ಕೆಲವು ವರ್ಷಗಳ ಹಿಂದೆ, ನಾನೊಂದು ಹತ್ತಿಯ ಹೊಲವನ್ನು ಇಟ್ಟುಕೊಂಡಿದ್ದೆ. ಅದರಲ್ಲಿ ಒಂದು ದೊಡ್ಡ ಮರವಿತ್ತು! ಅದು ಕೆಂಪಾಗಿತ್ತು! ಆದರೆ ಬಹಳ ಕಾಲ, ಅದು ರೆಂಬೆಕೊಂಬೆಗಳಾಗಲೀ ಎಲೆಗಳಾಗಲೀ ಏನನ್ನೂ ಹೊಂದಿರದೇ ಬರಿದಾಗಿತ್ತು! ಅನಂತರ ಅದರಲ್ಲಿ ನಾಲ್ಕು ಕೊಂಬೆಗಳು ಹುಟ್ಟಿದವು! ಪ್ರತಿಯೊಂದು ಕೊಂಬೆಯಲ್ಲೂ ಒಂದು ಮೊಗ್ಗು ಹುಟ್ಟಿ ಅದು ಹೂವಾಗಿ ಅರಳಿತು! ಅನಂತರ ಪ್ರತಿ ಹೂವೂ ಒಂದೊಂದು ಹಣ್ಣಾಯಿತು! ಬಹಳ ದೊಡ್ಡದಾಗಿದ್ದ ಆ ನಾಲ್ಕು ಹಣ್ಣುಗಳನ್ನೂ ನಾನು ಕಿತ್ತು ಕತ್ತರಿಸಿದೆ. ಆಗ ಏನಾಶ್ಚರ್ಯ! ಒಂದೊಂದು ಹಣ್ಣಿನಿಂದಲೂ ಒಬ್ಬೊಬ್ಬ ಯುವಕ ಹೊರಜಿಗಿದ! ಆ ನಾಲ್ವರು ಯುವಕರೂ ಹೀಗೆ ನ್ನನ ಹೊಲದಲ್ಲಿ ಬೆಳೆದಿದ್ದರಿಂದ ಅವರು ನನ್ನ ಸೇವಕರಾದರು!"

ನಾಲ್ವರು ಸ್ನೇಹಿತರೂ ಸರಿಯೆಂದು ತಲೆಯಾಡಿಸಿದರು. ಆದರೆ ಕಥೆಯಿನ್ನೂ ಮುಗಿದಿರಲಿಲ್ಲ! ಪ್ರಯಾಣಿಕನು ಮುಂದುವರೆಸಿದ, "ಒಂದು ದಿನ, ನಾನು ಬೇರೊಂದು ಹಳ್ಳಿಗೆ ಹೋಗಬೇಕಿತ್ತು. ಹಾಗೆ ನಾನು ಹೋಗಿ ಬರುವಷ್ಟರಲ್ಲಿ ಆ ನಾಲ್ವರು ಸೇವಕರೂ ಓಡಿಹೋಗಿದ್ದರು! ಅಂದಿನಿಂದ ನಾನು ಅವರನ್ನು ಹುಡುಕುತ್ತಿದ್ದೇನೆ! ಅಂತೂ ನನ್ನ ಅದೃಷ್ಟಕ್ಕೆ ಅವರು ನನಗೆ ಸಿಕ್ಕಿದ್ದಾರೆ! ಯುವಕರೇ! ಆ ನಾಲ್ವರು ಸೇವಕರು ನೀವೇ ಎಂದು ನಿಮಗೂ ಗೊತ್ತು! ಹಾಗಾಗಿ ನನ್ನ ಹೊಲಕ್ಕೆ ಹಿಂದಿರುಗಿ ಬನ್ನಿ!"

ಹೀಗೆ ಹೇಳಿ ಪ್ರಯಾಣಿಕನು ತನ್ನ ಕಥೆಯನ್ನು ಮುಗಿಸಿದ. ಆಗ ಆ ನಾಲ್ವರು ಸ್ನೇಹಿತರೂ ಕಕ್ಕಾಬಿಕ್ಕಿಯಾಗಿ ಪರಸ್ಪರ ಮುಖ ನೋಡಿಕೊಂಡರು! ಈಗ ಅವರು ಈ ಕಥೆ ನಿಜವೆಂದು ಒಪ್ಪಿಕೊಂಡರೆ, ಅವರು ಆ ಪ್ರಯಾಣಿಕನ ಸೇವಕರಾಗಬೇಕು! ಅವರು ಅದು ನಿಜವಲ್ಲವೆಂದು ಹೇಳಿದರೆ, ಪ್ರಯಾಣಿಕನು ಹೇಳಿದಂತೆ ಕೇಳಬೇಕು! ಹೀಗೆ ಅವರು ಆ ಪ್ರಯಾಣಿಕನಿಂದ ಸರಿಯಾಗಿ ಚಳ್ಳೇಹಣ್ಣು ತಿಂದಿದ್ದರು! ಅವನ ಬುದ್ಧಿಚಾತುರ್ಯಕ್ಕೆ

ಬೆರಗಾಗಿ ಕೈಮುಗಿಯುತ್ತಾ ಅವರು, "ನಿಮ್ಮಿಷ್ಟದಂತೆ ನಡೆಯುತ್ತೇವೆ ಸ್ವಾಮಿ! ನೀವೇ ಗೆದ್ದವರು!" ಎಂದರು.

ಆಗ ಆ ಪ್ರಯಾಣಿಕನು, "ನೀವೇನೂ ನನ್ನ ಹೊಲಕ್ಕೆ ಬರಬೇಕಾಗಿಲ್ಲ! ನಿಮ್ಮ ವಸ್ತ್ರಗಳನ್ನು ಕಳಚಿಕೊಡಿ!" ಎಂದನು.

ಕೂಡಲೇ ಆ ನಾಲ್ವರೂ ತಮ್ಮ ವಸ್ತ್ರಗಳನ್ನು ಕಳಚಿಕೊಟ್ಟರು! ಪ್ರಯಾಣಿಕನು ಅವನ್ನು ಗಂಟು ಕಟ್ಟಿಕೊಂಡು ಹೊರಟ! ನಾಲ್ವರೂ ಕಣ್ಣು ಬಿಟ್ಟುಕೊಂಡು ನೋಡುತ್ತಾ ನಿಂತರು!

-≫≪-

ಹಿಮಾಚಲ ಪ್ರದೇಶದ ಜಾನಪದ ಕಥೆ
ಚಾತಕ ಪಕ್ಷಿಯ ಕಥೆ

ಚೈತ್ರಮಾಸದ ಧಗೆಯ ದಿನಗಳಲ್ಲಿ ಚಾತಕಪಕ್ಷಿಯು ಒಂದು ನೀರಿನ ಹನಿಗಾಗಿ ಚೀಂವ್ ಚೀಂವ್ ಎಂದು ಪದೇ ಪದೇ ಕೂಗುತ್ತದೆಯಲ್ಲವೇ? ಈ ಚಾತಕಪಕ್ಷಿಯು ಹೇಗೆ ಬಂತೆಂಬುದಕ್ಕೆ ಒಂದು ಸುಂದರವಾದ ಕಥೆಯಿದೆ.

ಒಮ್ಮೆ, ಒಂದು ಹಳ್ಳಿಯಲ್ಲಿ, ಒಂದು ಮನೆಯಲ್ಲಿ ಮೂರೇ ಜನರು ವಾಸಿಸುತ್ತಿದ್ದರು. ಒಬ್ಬ ಮುದುಕಿ, ಅವಳ ಮಗಳು ಮತ್ತು ಅವಳ ಸೊಸೆ. ಮಗಳ ಬಳಿ ಹಾಗೂ ಸೊಸೆಯ ಬಳಿ ತಲಾ ಒಂದೊಂದು ಜೊತೆ ಎತ್ತುಗಳಿದ್ದವು. ಅವರಿಬ್ಬರೂ ಒಂದು ದಿನ, ಎತ್ತುಗಳನ್ನು ಹೊಡೆದುಕೊಂಡು ಹೊಲಕ್ಕೆ ಉಳಲು ಹೋದರು. ಎತ್ತುಗಳು ಹೊಲ ಉಳತೊಡಗಿದವು. ಮಧ್ಯಾಹ್ನವಾಯಿತು! ಸೂರ್ಯನು ನೆತ್ತಿಯ ಮೇಲೆ ಸುಡುತ್ತಿದ್ದ! ಆದರೆ ಹೊಲವು ಸ್ವಲ್ಪ ಮಾತ್ರ ಉಳಲಾಗಿತ್ತು! ಇನ್ನೂ ತುಂಬಾ ಭಾಗ ಉಳಬೇಕಿತ್ತು! ಆದರೆ ಇಬ್ಬರು ಹುಡುಗಿಯರಿಗೂ ಬಹಳ ಆಯಾಸವಾಗಿತ್ತು. ಎತ್ತುಗಳಿಗೂ ಬಹಳ ಆಯಾಸವಾಗಿ ಅವು ಮುಂದೆ ಚಲಿಸಲು ನಿರಾಕರಿಸಿದವು!

ಆಗ ಹತ್ತಿರದಲ್ಲಿದ್ದ ಬೆಟ್ಟದ ಮೇಲೆ ನಗಾರಿಯ ಸದ್ದು ಕೇಳಿಸಿತು! ಅಲ್ಲಿ ಪೂಜೆ ಮತ್ತು ಉತ್ಸವ ನಡೆಯುವುದಿತ್ತು. ಸ್ವಲ್ಪ ಹೊತ್ತಿಗೆ ಶಂಖದ ಸದ್ದೂ ಕೇಳಿಸಿತು! ಆ ಸದ್ದುಗಳನ್ನು ಕೇಳಿ ಮಗಳಿಗೆ ಉತ್ಸವಕ್ಕೆ ಹೋಗಬೇಕೆಂದು ಆಸೆಯಾಯಿತು. ಇಬ್ಬರೂ ಎತ್ತುಗಳನ್ನು ಹೊಲದಲ್ಲೇ ಬಿಟ್ಟು ಮನೆಗೋಡಿದರು. ಮನೆಗೆ ಬಂದಾಗ, ಮಗಳು ತಾಯಿಯನ್ನು ಉತ್ಸವಕ್ಕೆ ತಾನು ಹೋಗಗೊಡಲು ಕೇಳಿದಳು. ಮೊದಲಿಗೆ ತಾಯಿಯು ಒಪ್ಪಲಿಲ್ಲ. ಅನಂತರ, ಒಂದು ನಿಬಂಧನೆ ಹಾಕಿ ಒಪ್ಪಿದಳು. ಆ ನಿಬಂಧನೆಯೇನೆಂದರೆ, ಮೊದಲು ಅವಳು ಎತ್ತುಗಳಿಗೆ ನೀರು ಕುಡಿಸಿ ಅನಂತರವಷ್ಟೇ ಉತ್ಸವಕ್ಕೆ ಹೋಗಬೇಕು ಎಂಬುದು. ಅಲ್ಲದೇ ಅವಳು ಇಬ್ಬರಿಗೂ ಹೇಳಿದಳು, "ನಿಮ್ಮಿಬ್ಬರಲ್ಲಿ ಯಾರು ಮೊದಲು ಎತ್ತುಗಳಿಗೆ ನೀರು ಕುಡಿಸಿ ಮನೆಗೆ ತರುತ್ತಾಳೋ, ಅವಳಿಗೆ ನಾನು ಪಾಯಸ ಕೊಡುತ್ತೇನೆ!"

ಇಬ್ಬರೂ ಹೊಲಕ್ಕೆ ಹೋಗಿ ಎತ್ತುಗಳನ್ನು ಕೆರೆಗೆ ಕರೆದೊಯ್ಯಲು ಪ್ರಯತ್ನಿಸಿದರು. ಆದರೆ ಅವು ಬಾಯಾರಿದ್ದರೂ ಮೊಂಡುತನ ತೋರಿಸುತ್ತಾ ಮುಂದೆ ಹೋಗಲಿಲ್ಲ! ಸ್ವಲ್ಪ ಹೊತ್ತು ಪ್ರಯತ್ನಿಸಿ ಸಾಕಾಗಿ, ಮಗಳು ಎತ್ತುಗಳನ್ನು ಮನೆಗೆ ಹೊಡೆದುಕೊಂಡು ಹೋಗಿಬಿಟ್ಟಳು! ಆಗ ತಾಯಿಯು ಅವಳು ಎತ್ತುಗಳಿಗೆ ನೀರು ಕುಡಿಸಿ ಅವನ್ನು ಕರೆತಂದಿದ್ದಾಳೆಂದು ಭಾವಿಸಿ ಅವಳಿಗೇ ಅಷ್ಟೂ ಪಾಯಸವನ್ನು ಕೊಟ್ಟಳು. ಅವಳು ಪಾಯಸವನ್ನು ಕುಡಿದು ಉತ್ಸವಕ್ಕೆ ಹೋದಳು.

ಸೊಸೆಯಾದರೋ, ಹೇಗೋ ಮಾಡಿ ತನ್ನ ಎತ್ತುಗಳನ್ನು ಕೆರೆಗೆ ಹೊಡೆದುಕೊಂಡು ಹೋಗಿ ಅವುಗಳಿಗೆ ನೀರು ಕುಡಿಸಿ, ಸುಮಾರು ಒಂದು ಗಂಟೆಯ ಬಳಿಕ ಅವುಗಳೊಂದಿಗೆ ಮನೆಗೆ ಬಂದಳು. ಅವಳು ನಿಧಾನವಾಗಿ ಬಂದುದಕ್ಕೆ ಅವಳ ಅತ್ತೆಯು ಅವಳನ್ನು ಬಯ್ದಳು! ಆದರೆ ಒಳ್ಳೆಯ ಹುಡುಗಿಯಾದ್ದರಿಂದ ಅವಳು, ಅತ್ತೆಯ ಮಗಳು ಮಾಡಿದುದನ್ನು ಹೇಳಲಿಲ್ಲ.

ಆ ರಾತ್ರಿ, ಮಗಳ ಎತ್ತುಗಳು, ದನದ ಕೊಟ್ಟಿಗೆಯಲ್ಲಿ ಬಾಯಾರಿಕೆಯಿಂದ ಸತ್ತುಹೋದವು! ಆದರೆ ಸಾಯುವಾಗ ಅವು, ಆ ಮಗಳು ಸತ್ತ ಬಳಿಕ, ಸದಾ ನೀರಿಗಾಗಿ ಹಂಬಲಿಸುವ ಒಂದು ದಾಹದ ಪಕ್ಷಿಯಾಗಿ ಹುಟ್ಟಲೆಂದು ಶಾಪ ಕೊಟ್ಟವು!

ಸ್ವಲ್ಪ ಕಾಲದ ಬಳಿಕ, ಆ ಮಗಳು ಸತ್ತು, ಒಂದು ಚಾತಕ ಪಕ್ಷಿಯಾಗಿ ಹುಟ್ಟಿದಳು. ಈ ಚಾತಕಪಕ್ಷಿ ನೆಲದ ಮೇಲಿರುವ ನೀರನ್ನು ಕುಡಿಯುವುದಿಲ್ಲ! ಅದು ಮಳೆ ನೀರನ್ನು ಮಾತ್ರ ಕುಡಿಯುತ್ತದೆ! ಅದಕ್ಕಾಗಿ ಹಂಬಲಿಸಿ ಹಂಬಲಿಸಿ ಕಾಯುತ್ತದೆ! ಆದ್ದರಿಂದಲೇ ಬೇಸಿಗೆ ಕಾಲದಲ್ಲಿ ಚಾತಕಪಕ್ಷಿಯ ಚೀಂವ್ ಚೀಂವ್ ಎಂಬ ಹಂಬಲದ ಕೂಗು ಕೇಳಿಸುತ್ತದೆ.

ಹಿಮಾಚಲ ಪ್ರದೇಶದ ಜಾನಪದ ಕಥೆ

ಹಂದಿ ಮಾಟಗಾತಿ

ಕೂರ್ಮಾಚಲ ಎಂಬ ಹಳ್ಳಿಯಲ್ಲಿ ಒಬ್ಬ ಮುದುಕಿಯಿದ್ದಳು. ಅವಳಿಗೆ ಏಳು ಮಕ್ಕಳಿದ್ದರು. ಅವರಲ್ಲಿ ಆರು ಮಕ್ಕಳು ಬಹಳ ಕಷ್ಟಪಟ್ಟು ಕೆಲಸ ಮಾಡುತಿದ್ದರು. ಅವರು ಬೆಳಗ್ಗೆ ಬೇಗನೆ ಎದ್ದು ಹೊಲವನ್ನು ಉತ್ತು, ಬೀಜ ಬಿತ್ತಿ, ದೂರದ ಕೆರೆಯಿಂದ ನೀರು ತರುತ್ತಿದ್ದರು. ಅವರು ತಮ್ಮ ಹೊಲವನ್ನು ಕಾಡು ಪ್ರಾಣಿಗಳಿಂದ ರಕ್ಷಿಸಲು ಒಂದು ಗೋಡೆ ಕಟ್ಟಿದ್ದರು. ಇಡೀ ದಿನ ತಮ್ಮ ಹೊಲವನ್ನು ಅವರು ನೋಡಿಕೊಳ್ಳುತ್ತಿದ್ದರು. ಆದರೆ ರಾತ್ರಿಯ ಹೊತ್ತಿನಲಿ ಕೆಲವು ಪ್ರಾಣಿಗಳು ಹೊಲಕ್ಕೆ ನುಗ್ಗಿ ಬೆಳೆಯನ್ನು ಹಾಳು ಮಾಡಿಬಿಡುತ್ತಿದ್ದವು!

ಮುದುಕಿಯ ಏಳನೆಯ ಮಗ ಮಾತ್ರ ಯಾವ ಮನೆಗೆಲಸವನ್ನೂ ಮಾಡುತ್ತಿರಲಿಲ್ಲ! ಅವನು ಬೆಳಗ್ಗೆ ಬೇಗನೆ ಮನೆಯಿಂದ ಹೊರಹೋಗಿ ಅಲ್ಲಲ್ಲಿ ಅಲೆದಾಡಿ ಸಂಜೆಯ ಬಳಿಕವಷ್ಟೇ ಮನೆಗೆ ಬರುತ್ತಿದ್ದ! ಅವನು ಮನೆಯನ್ನು ಊಟ ಮಾಡಲು ಹಾಗೂ ಮಲಗಲು ಮಾತ್ರ ಇರುವುದೆಂದು ಭಾವಿಸಿದ್ದ. ಆದರೆ ಅವನಿಗೆ ಬೇಟೆಯಾಡುವುದರಲ್ಲಿ ಬಹಳ ಆಸಕ್ತಿಯಿತ್ತು. ದಿನವೂ ಅವನು ಬಿಲ್ಲು ಬಾಣಗಳನ್ನು ಹಿಡಿದು ಬೇಟೆಗೆ ಹೊರಟುಬಿಡುತಿದ್ದ. ಕೆಲವೊಮ್ಮೆ ಕ್ರೂರ ಪ್ರಾಣಿಗಳನ್ನು ಬೇಟೆಯಾಡಿ ಮನೆಗೆ ತರುತ್ತಿದ್ದ.

ಒಂದು ದಿನ, ಮುದುಕಿಯು ಅವನಿಗೆ ಹೇಳಿದಳು, "ನೋಡು! ನೀನು ಹೀಗಿರಬಾರದು! ನಾವು ನಮ್ಮ ಬೆಳೆಗಳಿಂದಲೇ ಜೀವನ ನಡೆಸಬೇಕು! ನೀನೇಕೆ ನಿನ್ನ ಅಣ್ಣಂದಿರಂತೆ ಹೊಲದಲ್ಲಿ ಉಳಬಾರದು?".

ಅದಕ್ಕೆ ಅವನು ಹೇಳಿದನು, "ಅಮ್ಮ! ನನಗೆ ಬೇಟೆಯಾಡುವುದೆಂದರೆ ಬಹಳ ಇಷ್ಟ! ಹೊಲ ಉಳುವುದೆಂದರೆ ಬಹಳ ಸಾಧಾರಣ ಕೆಲಸವೆನಿಸುತ್ತದೆ ನನಗೆ! ಅದು ದನಕಾಯುವ ಕೆಲಸವಿದ್ದಂತೆ! ಅದರಲ್ಲೇನೂ ಧೈರ್ಯ, ಸಾಹಸಗಳಿಲ್ಲ!".

ಆಗ ಮುದುಕಿ ಹೇಳಿದಳು, "ನಿನಗೆ ಧೈರ್ಯತೋರಿಸುವ ಆಸೆಯಿದ್ದರೆ ನಿನ್ನ ಕೆಲಸದಲ್ಲೇ ಏಕೆ ತೋರಿಸಬಾರದು? ಕಾಡುಪ್ರಾಣಿಗಳು ಹೊಲಕ್ಕೆ ನುಗ್ಗಿ ಬೆಳೆಯನ್ನು ಹಾಳು ಮಾಡುತ್ತವೆಯಲ್ಲಾ? ಅವನ್ನೇಕೆ ನೀನು ಹೊಡೆಯಬಾರದು?"

ಅದಕ್ಕೆ ಅವನು, "ಅಮ್ಮಾ! ಅವು ಇಲಿಗಳೋ ಮೊಲಗಳೋ ಇರಬೇಕು! ಅವನ್ನು ಕೊಲ್ಲುವುದರಲ್ಲಿ ಎಂಥ ಧೈರ್ಯವಿರುತ್ತದೆ? ಅವನ್ನು ಬೇಟೆಯಾಡುವುದೆಂದರೆ ನನಗೆ ಅವಮಾನ!" ಎಂದನು.

ಇದಕ್ಕೆ ಅವನ ತಾಯಿಯು ಏನನ್ನೂ ಹೇಳಲಾರದೇ ಸುಮ್ಮನಾದಳು. ಯಥಾ ಪ್ರಕಾರ, ಅವನು ಬಿಲ್ಲು, ಬಾಣಗಳನ್ನು ಹಿಡಿದು ಬೇಟೆಗೆ ಹೊರಟನು.

ಹೀಗಿರಲು, ಮುದುಕಿಯ ಆರು ಜನ ಮಕ್ಕಳು ತಮ್ಮ ಬೆಳೆಗಳನ್ನು ಹಾಳುಗೆಡವುತ್ತಿದ್ದ ಕಾಡು ಪ್ರಾಣಿಗಳನ್ನು ಹೇಗಾದರೂ ಕೊಲ್ಲಲು ನಿರ್ಧರಿಸಿದರು. ಅದಕ್ಕಾಗಿ ಅವರು ತಮ್ಮ ಹೊಲದಲ್ಲಿ ಒಂದು ಪುಟ್ಟ ಗುಡಿಸಲನ್ನು ಕಟ್ಟಿಕೊಂಡು ದಿನವೂ ರಾತ್ರಿಯ ಹೊತ್ತು ಸರದಿಯ ಪ್ರಕಾರ ಹೊಲ ಕಾಯಲು ನಿರ್ಧರಿಸಿದರು. ಮೊದಲಿಗೆ ದೊಡ್ಡವನು ಆರಂಭಿಸಿದನು. ಅವನು ರಾತ್ರಿ ಊಟ ಮಾಡಿ ಒಂದು ಶೂಲವನ್ನು ತೆಗೆದುಕೊಂಡು ಗುಡಿಸಲಿಗೆ ಹೋದನು. ಅಲ್ಲಿ ರಾತ್ರಿಯೆಲ್ಲಾ ಎಚ್ಚರವಾಗಿದ್ದನು. ಮಧ್ಯರಾತ್ರಿಯವರೆಗೆಗೂ ಯಾವ ಪ್ರಾಣಿಯೂ ಬರಲಿಲ್ಲ. ಆಗ ಅವನಿಗೆ ಸ್ವಲ್ಪ ನಿದ್ರೆ ಬಂದಿತು. ಸ್ವಲ್ಪ ಹೊತ್ತು ನಿದ್ರಾವಶನಾಗಿ ಅವನು ಮತ್ತೆ ಕಣ್ತೆರೆದು ನೋಡಿದಾಗ, ಒಂದು ಕಂದು ಬಣ್ಣದ ಹಂದಿ ಹೊಲಕ್ಕೆ ಬಂದು ಬೆಳೆ ಮೇಯುತ್ತಿದ್ದುದು ಕಂಡಿತು! ಆಗ ಅವನು ತನ್ನ ತಮ್ಮಂದಿರಿಗಾಗಿ ಕೂಗಿದನು. ಆದರೆ ಯಾರೂ ಬರಲಿಲ್ಲ. ಕೊನೆಗೆ ತಾನೇ ಶೂಲವನ್ನೆತ್ತಿಕೊಂಡು ಹಂದಿಯ ಹಿಂದೆ ಓಡಿದನು. ಹಂದಿಯು ತನ್ನ ಹಿಂದೆ ಇವನು ಓಡಿಬರುತ್ತಿರುವುದನ್ನು ಕಂಡು, ತನ್ನ ಪ್ರಾಣವುಳಿಸಿಕೊಳ್ಳಲು ವೇಗವಾಗಿ ಓಡಿತು! ಅದು ಓಡುತ್ತಾ ಓಡುತ್ತಾ ಬೆಟ್ಟಗಳನ್ನೂ ದಾಟಿ, ಕೊನೆಗೆ ದೇವದಾರು ವೃಕ್ಷಗಳಿಂದ ತುಂಬಿದ್ದ ಒಂದು ದಟ್ಟವಾದ ಕಾಡಿನಲ್ಲಿ ಮರೆಯಾಯಿತು!

ದೊಡ್ಡವನು ಹಂದಿಯನ್ನು ಅಟ್ಟಿಸಿಕೊಂಡು ಬರುತ್ತಾ ಆಯಾಸಗೊಂಡ ಒಂದು ಮರದ ಕಡೆಗೆ ಕುಳಿತನು. ಆಗ ಅವನು ಒಂದು ಗುಹೆಯನ್ನು ಕಂಡನು. ಹಂದಿಯು ಆ ಗುಹೆಯೊಳಗೆ ಹೋಗಿರಬಹುದೆಂದು ಅವನೂ ಆ ಗುಹೆಯನ್ನು ಹೊಕ್ಕನು. ಹೊರಗೆ ಬಹಳ ಕತ್ತಲೆಯಿದ್ದರೂ ಗುಹೆಯೊಳಗೆ ಬಹಳ ಬೆಳಕಿತ್ತು! ಅಲ್ಲಿ ಸೊಗಸಾದ ಮರಗಳೂ ನೀರಿನ ಕಾರಂಜಿನಗಳು ಇದ್ದವು! ಅಲ್ಲೊಬ್ಬ ಸುಂದರ ತರುಣಿಯೂ ಇದ್ದಳು! ಅವಳು ಕೆಂಪು ಸೀರೆಯನ್ನುಟ್ಟಿದ್ದಳು! ಗುಹೆಯ ದ್ವಾರದಲ್ಲಿ ಒಂದು ಕಬ್ಬಿಣದ ಬಾಗಿಲಿದ್ದು ಅದರಾಚೆಗೆ ಇವೆಲ್ಲಾ ಇದ್ದವು! ಅವನು ಆ ಕಬ್ಬಿಣದ ಬಾಗಿಲನ್ನು ದಾಟಿ ಮುಂದೆ ಹೋದಲು. ಆಗ ಅವನಿಗೆ ಇದ್ದಕ್ಕಿದ್ದಂತೆ ಪ್ರಜ್ಞೆ ತಪ್ಪುವಂತಾಯಿತು! ಕೂಡಲೇ ಅವನು

ಹಿಂದಕ್ಕೆ ಓಡಿಹೋಗಲು ನೋಡಿದನು. ಆದರೆ ಆ ಕಬ್ಬಿಣದ ಬಾಗಿಲು ಥಟ್ಟನೆ ಮುಚ್ಚಿಕೊಂಡಿತು! ಹೀಗೆ ಅವನು ಅಲ್ಲೇ ಸಿಕ್ಕಿಕೊಂಡನು!

ದೊಡ್ಡಣ್ಣನು ಮನೆಗೆ ಬರದಿರಲು, ಇತರ ಐವರು ಸಹೋದರರಿಗೆ ಚಿಂತೆಯಾಯಿತು! ಅವರ ತಾಯಿಯಂತೂ ಅಳತೊಡಗಿದಳು!

ಎರಡನೆಯ ರಾತ್ರಿ, ಎರಡನೆಯ ಸಹೋದರನು ಹೊಲಕಾಯಲು ಹೋದನು. ಅವನಿಗೂ ಮೊದಲನೆಯವನಿಗಾದ ಗತಿಯೇ ಆಗಿ, ಅವನೂ ಗುಹೆಯಲ್ಲಿ ಬಂಧಿಯಾದನು. ಅನಂತರ, ಹೊಲ ಕಾಯಲು ಹೋದ ಇತರ ಸಹೋದರರಿಗೂ ಅದೇ ಗತಿಯಾಯಿತು! ಮುದುಕಿಯು ಅಳುತ್ತಾ ತನ್ನ ಏಳನೆಯ ಮಗನಿಗೆ ಅವರನ್ನು ಹುಡುಕಲು ಹೇಳಿದಳು. ಧೈರ್ಯವಂತನಾದ ಅವನು ತನ್ನ ಬಿಲ್ಲು, ಬಾಣಗಳನ್ನು ತೆಗೆದುಕೊಂಡು ಹೊಲ ಕಾಯಲು ಹೋದನು. ಅವನೂ ಮಧ್ಯರಾತ್ರಿಯಲ್ಲಿ ಅದೇ ಕಂದು ಬಣ್ಣದ ಹಂದಿಯನ್ನು ನೋಡಿದನು. ಅದನ್ನು ಅಟ್ಟಿಸಿಕೊಂಡು ಹೋಗುತ್ತಾ ಅದಕ್ಕೊಂದು ಬಾಣ ಬಿಟ್ಟನು! ಆ ಬಾಣ ಅದಕ್ಕೆ ತಗುಲಿತಾದರೂ ಅದು ಓಡುತ್ತಾ ಹೋಯಿತು. ಹೇಗಾದರೂ ಅದನ್ನು ಹಿಡಿದು ತರಬೇಕೆಂದು ಹೋದ ಅವನಿಗೆ ಕೊನೆಗೂ ಅದು ಸಿಗಲಿಲ್ಲ! ಬದಲಿಗೆ ಅದು ಹೋದ ದಾರಿಯಲ್ಲಿ ಒಬ್ಬ ಮುದುಕಿಯು ಹುಲ್ಲು ಕೊಯ್ಯುತ್ತಿದ್ದುದನ್ನು ನೋಡಿದ. ಆ ಹಂದಿ ಅಲ್ಲೇನಾದರೂ ಹೋಯಿತೇ ಎಂದು ಅವಳನ್ನು ಕೇಳಿದ. ಅದಕ್ಕೆ ಅವಳು, "ಮೊದಲು ನನ್ನ ಪಾದಕ್ಕೆ ಸಿಕ್ಕಿಕೊಂಡಿರುವ ಮುಳ್ಳನ್ನು ತೆಗೆ! ಅನಂತರ ಹಂದಿಯ ಬಗ್ಗೆ ಹೇಳುತ್ತೇನೆ!" ಎಂದಳು.

ಅಂತೆಯೇ ಅವನು ಅವಳ ಪಾದಕ್ಕೆ ಸಿಕ್ಕಿಕೊಂಡಿದ್ದ ಮುಳ್ಳನ್ನು ತೆಗೆದ. ಆಗ ಆ ಮುದುಕಿ ಹೇಳಿದಳು, "ನೀನು ನೇರ ಹೋಗು! ಒಂದು ಮರದಿಂದ ಎಲೆಗಳನ್ನು ಕೊಯ್ಯುತ್ತಿರುವ ಒಬ್ಬ ಮುದುಕಿ ಸಿಗುತ್ತಾಳೆ! ಅವಳು ಹಂದಿಯ ಬಗ್ಗೆ ಹೇಳುತ್ತಾಳೆ!"

ಅದರಂತೆ ಅವನು ನೇರ ಹೋದನು. ಮುದುಕೊಯೊಬ್ಬಳು ಒಂದು ಮರದಿಂದ ಎಲೆಗಳನ್ನು ಕೊಯ್ಯುತ್ತಿರುವುದನ್ನು ಕಂಡನು. ಅವಳನ್ನು ಅವನು ಹಂದಿಯ ಬಗ್ಗೆ ವಿಚಾರಿಸಲು ಅವಳು, "ಮೊದಲು ಎಲೆಗಳ ಕಟ್ಟನ್ನು ನಿನ್ನ ಕೈಯ ಸಹಾಯವಿಲ್ಲದೇ ನನ್ನ ತಲೆಯ ಮೇಲಿರಿಸು" ಎಂದಳು.

ಆಗ ಅವನು ಅವಳನ್ನು ಕುಳಿತುಕೊಳ್ಳುವಂತೆ ಹೇಳಿ, ಆ ಎಲೆಗಳ ಕಟ್ಟಿಗೆ ಒಂದು ಬಾಣ ಬಿಟ್ಟನು. ಆ ಬಾಣದಿಂದ ಆ ಕಟ್ಟು ಮೇಲೇರಿ ಅವಳ ತಲೆಯ ಮೇಲೆ ಕುಳಿತಿತು! ಆಗ ಆ ಮುದುಕಿ ಹೇಳಿದಳು, "ಇಲ್ಲಿಂದ ನೇರ ಹೋಗು! ಆಗ ದೇವದಾರು ವೃಕ್ಷಗಳ ಒಂದು ದಟ್ಟ ಕಾಡು ಸಿಗುತ್ತದೆ! ಆ ಕಾಡಿನಲ್ಲಿ ಒಂದು ಗುಹೆಯಿದೆ. ಆ ಹಂದಿ, ಆ ಗುಹೆಯಲ್ಲಿ ವಾಸಿಸುತ್ತದೆ!"

ಅದರಂತೆ ಅವನು ಮುಂದೆ ಹೋಗುತ್ತಾ ದೇವದಾರು ವೃಕ್ಷಗಳ ಆ ದಟ್ಟ ಕಾಡಿಗೆ ಬಂದನು. ಆ ಗುಹೆಯನ್ನೂ ಕಂಡನು. ಇನ್ನೇನು ಅದರೊಳಗೆ ಹೋಗಬೇಕು ಎನ್ನುವಷ್ಟರಲ್ಲಿ ಅವನ ದೊಡ್ಡಣ್ಣನ ಧ್ವನಿ ಕೇಳಿಸಿತು, "ಒಳಗೆ ಬರಬೇಡ ತಮ್ಮ! ಬರಲೇಬೇಕೆಂದರೆ ಮುಂದೆ ಇರುವ ಹುಲ್ಲುಹಾಸಿನ ಮೇಲೆ ಎಗರಿ ಬಾ! ಆದರೆ ಆ ಹುಲ್ಲುಹಾಸಿನ ಮೇಲೆ ಮಾತ್ರ ಕಾಲಿಡಬೇಡ!"

ಅವನು ಹಾಗೆಯೇ ಮಾಡಿದನು. ಮುಂದೆ ಒಂದು ವಿಶಾಲ ಹುಲ್ಲುಹಾಸು ಹಾಗೂ ನೀರಿನ ಕಾರಂಜಿಯಿದ್ದವು. ಬಾಯಾರಿದ್ದ ಅವನು ಆ ಕಾರಂಜಿಯಿಂದ ನೀರು ಕುಡಿಯಲು ಹೋದನು. ಆಗ ಅವನಿಗೆ ಎರಡನೆಯ ಧ್ವನಿಯು ಕೇಳಿಸಿತು, "ನೀನು ಬಾಯಾರಿದ್ದರೂ ಈ ಆಕರ್ಷಕವಾದ ನೀರನ್ನು ಕುಡಿಯಬೇಡ!"

ಅಂತೆಯೇ ಅವನು ಆ ನೀರನ್ನು ಕುಡಿಯದೇ ಮುಂದೆ ಹೋದ. ಮುಂದೆ ಇನ್ನೊಂದು ಸುಂದರವಾದ ಹುಲ್ಲುಹಾಸಿತ್ತು. ಅದರ ಮಧ್ಯದಲ್ಲಿ ಒಂದು ಅಮೃತಶಿಲೆಯ ಮೇಜಿತ್ತು. ಅದರ ಮೇಲೆ ಒಂದಿಷ್ಟು ಹಣ್ಣುಗಳೂ ಸಿಹಿತಿಂಡಿಗಳೂ ಇದ್ದವು. ಅವನಿಗೆ ಹಸಿವಾಗಿದ್ದರಿಂದ ಅವನ್ನು ತಿನ್ನಲು ಹೊರಟನು. ಆಗ ಅವನಿಗೆ ಮೂರನೆಯ ಅಣ್ಣನ ಧ್ವನಿ ಕೇಳಿಸಿತು, "ಆ ಮೇಜಿನ ಮೇಲಿರುವುದೇನನ್ನೂ ಮುಟ್ಟಬೇಡ!"

ಅಂತೆಯೇ ಅವನು ಅವುಗಳನ್ನು ಮುಟ್ಟದೆಯೇ ಮುಂದೆ ಹೋದನು. ಆಗ ಅವನು ಒಂದು ಗುಲಾಬಿ ತೋಟದ ಬಳಿಗೆ ಬಂದನು. ಅಲ್ಲಿ ಅವನು ಬಹಳ ಸುಂದರವಾದ, ವಿವಿಧ ಬಣ್ಣಗಳ, ಸೊಗಸಾದ ಪರಿಮಳ ಬೀರುತ್ತಿದ್ದ ಅನೇಕ ಗುಲಾಬಿ ಹೂಗಳನ್ನು ಕಂಡನು! ಕೆಲವು ಸುಂದರ ಹೂಗಳನ್ನು ಕಿತ್ತುಕೊಳ್ಳಲು ಹೊರಟನು. ಆಗ ಇದ್ದಕ್ಕಿದ್ದಂತೆ ಅವನಿಗೆ ತನ್ನ ನಾಲ್ಕನೆಯ ಅಣ್ಣನ ಧ್ವನಿ ಕೇಳಿಸಿತು, "ದಯವಿಟ್ಟು ಈ ಹೂಗಳನ್ನು ಕೀಳಬೇಡ!"

ಏಳನೆಯ ಸಹೋದರನು ಅಂತೆಯೇ ಹೂಗಳನ್ನು ಕೀಳದೆಯೇ ಮುಂದೆ ಹೋದನು. ಆಗ ಅವನಿಗೆ ಒಂದು ಮೇಜಿನ ಮೇಲೆ ಒಂದು ವೀಣೆಯಿದ್ದುದು ಕಂಡಿತು! ಅದರ ಹತ್ತಿರ ಹೋಗುತ್ತಿದ್ದಂತೆ ಅವನಿಗೆ ತನ್ನ ಐದನೆಯ ಅಣ್ಣನ ಧ್ವನಿ ಕೇಳಿಸಿತು, "ದಯವಿಟ್ಟು ಆ ವೀಣೆಯನ್ನು ಮುಟ್ಟಬೇಡ!"

ಅಂತೆಯೇ ಅವನು ವೀಣೆಯನ್ನು ಮುಟ್ಟದೇ ಮುಂದೆ ಹೋದ. ಈಗ ಅವನು ಬಹಳ ಹೊತ್ತು ನಡೆದ. ಕೊನೆಗೆ ಅವನು ಕೆಂಪು ಸೀರೆಯುಟ್ಟಿದ್ದ ಒಬ್ಬ ಸುಂದರ ಹುಡುಗಿ ಒಂದು ಸೊಗಸಾದ ಕುರ್ಚಿಯ ಮೇಲೆ ಕುಳಿತಿದ್ದನ್ನು ಕಂಡ! ಅವಳ ಬಳಿಗೆ ಹೋಗಲು, ಅವನಿಗೆ ತನ್ನ ಆರನೆಯ ಅಣ್ಣನ ಧ್ವನಿ ಕೇಳಿಸಿತು, "ಪ್ರೀಯ ತಮ್ಮನೇ! ದಯವಿಟ್ಟು ಅವಳನ್ನು ಮುಟ್ಟಬೇಡ! ಅವಳೊಬ್ಬ ಮಾಟಗಾತಿ!"

ಈಗ ಏಳನೆಯ ಸಹೋದರನು ಧೈರ್ಯ ಮಾಡಿ ತನ್ನ ಬಿಲ್ಲಿಗೆ ಒಂದು ತೀಕ್ಷ್ಣವಾದ ಬಾಣವನ್ನು ಹೂಡಿದ. ಆಗ ಆ ಹುಡುಗಿಯು ಕೂಡಲೇ ಆ ಕುರ್ಚಿಯಿಂದ ಎಗರಿ ಹಂದಿಯಾದಳು! ಆದರೆ ಅದು ಓಡುವಷ್ಟರಲ್ಲಿ ಅವನು ವೇಗವಾಗಿ ಅದಕ್ಕೆ ಬಾಣ ಹೊಡೆದನು! ಆ ಹಂದಿ ಕೂಡಲೇ ಸತ್ತು ಬಿದ್ದಿತು! ಆಗ ಕಣ್ಣುಮಿಟುಕಿಸುವಷ್ಟರಲ್ಲಿ ಅಲ್ಲಿದ್ದ ಸುಂದರ ಮರಗಳು, ಹುಲ್ಲು ಹಾಸುಗಳು, ಗುಲಾಬಿ ತೋಟ, ನೀರಿನ ಕಾರಂಜಿ ಎಲ್ಲವೂ ಮಾಯವಾದವು!

ಎಲ್ಲಾ ಆರು ಸಹೋದರರೂ ಅಲ್ಲಿ ಮಾಟಗಾತಿಯಿಂದ ಕಾಣದಂತೆ ಸೆರೆಯಾಗಿದ್ದರು. ಈಗ ಎಲ್ಲರೂ ಸೆರೆಯಿಂದ ಬಿಡಿಗಡೆಗೊಂಡರು! ಎಲ್ಲರೂ ಪರಸ್ಪರ ಆಲಂಗಿಸಿಕೊಂಡು, ಏಳನೆಯ ಸಹೋದರನ್ನು ಅಭಿನಂದಿಸುತ್ತಾ ಅವನೊಂದಿಗೆ ಮನೆಗೆ ಬಂದರು. ಅವರ ತಾಯಿಗೆ ಅತ್ಯಾನಂದವಾಗಿ ಇಡೀ ಹಳ್ಳಿಗೆ ಸೊಗಸಾದ ಭೋಜನ ಮಾಡಿಸಿದಳು.

ಅಂತು ಹಂಗಿಸಲ್ಪಟ್ಟಿದ್ದ ಏಳನೆಯ ಸಹೋರದನಿಂದ ಇತರ ಆರು ಸಹೋದರರ ಪ್ರಾಣವುಳಿದು, ಅವನೀಗ ಎಲ್ಲರ ದೃಷ್ಟಿಯಲ್ಲಿ ಮಹತ್ತರ ವ್ಯಕ್ತಿಯಾಗಿದ್ದ!

ಹಿಮಾಚಲದ ಪ್ರದೇಶದ ಜಾನಪದ ಕರ್ಮಫಲ

ಶಿವ, ಪಾರ್ವತಿಯರಿಗೆ ಹಿಮಾಚಲಪ್ರದೇಶದಲ್ಲಿ ಅನೇಕ ಭಕ್ತರಿದ್ದಾರೆ. ಅವರಿಗೆ ಅಲ್ಲಿ ಅನೇಕ ದೇವಾಲಯಗಳೂ ಇವೆ. ಬೆಟ್ಟದ ಜನರು ಪಾರ್ವತಿಯನ್ನು ಕರುಣೆಯ ದೇವಿ ಎಂದೇ ಕರೆಯುತ್ತಾರೆ. ಅಲ್ಲಿನ ಜನ, ಶಿವ, ಪಾರ್ವತಿಯರ ಬಗ್ಗೆ ಒಂದು ಸ್ವಾರಸ್ಯಕರ ಕಥೆ ಹೇಳುತ್ತಾರೆ. ಅದರಂತೆ, ಒಂದು ದಿನ, ಶಿವ, ಪಾರ್ವತಿಯರು ಲೋಕಪರ್ಯಟನೆ ಮುಗಿಸಿ ತಮ್ಮ ನಿವಾಸಕ್ಕೆ ಹಿಂದಿರುಗುತ್ತಿದ್ದರು. ಆಗ ಪಾರ್ವತಿ ಶಿವನನ್ನು ಆಕ್ಷೇಪಿಸಿದಳು, "ಪ್ರಭು! ನೀನು ಬಹಳ ಕ್ರೂರಿ! ಜನರ ಸಂಕಟಗಳ ಕಡೆ ನಿನ್ನ ಮನಸ್ಸೇ ಹರಿಯುವುದಿಲ್ಲ! ಅವರ ಪ್ರಾರ್ಥನೆಗಳನ್ನು ಉಪೇಕ್ಷಿಸುವೆ! ಭೂಮಿಯ ಮೇಲೆ ಎಷ್ಟೋ ಜನರಿಗೆ ದಿನವೂ ತಿನ್ನಲು ಊಟವೂ ದೊರೆಯುತ್ತಿಲ್ಲ!"

ಇದನ್ನು ಕೇಳಿ ಶಿವನು, "ಈಗೇನಾಯಿತು? ಯಾರು ನರಳುತ್ತಿದ್ದಾರೆ?" ಎಂದು ಕೇಳಿದ.

ಈ ಅವಕಾಶವನ್ನು ಬಳಸಿಕೊಂಡ ಪಾರ್ವತಿಯು ಕೂಡಲೇ ಭೂಮಿಯ ಮೇಲಿನ ಒಬ್ಬ ಭಿಕ್ಷುಕನನ್ನು ತೋರಿಸಿ, "ನೋಡು! ಅವನು ಎಷ್ಟು ಬಡವನಿದ್ದಾನೆ! ಅವನಿಗೇನಾದರೂ ಮಾಡಬೇಕು!" ಎಂದಳು.

ಆಗ ಶಿವನು ಹೇಳಿದನು, "ನೋಡು ದೇವಿ! ಇದೆಲ್ಲಾ ಕರ್ಮಫಲ! ಎಲ್ಲರೂ ಅವರು ಈಗ ಮಾಡಿದ ಇಲ್ಲವೇ ಹಿಂದಿನ ಜನ್ಮದಲ್ಲಿ ಮಾಡಿದ ಸತ್ಕರ್ಮ ಅಥವಾ ದುಷ್ಕರ್ಮಗಳ ಫಲಗಳನ್ನು ಅನುಭವಿಸುತ್ತಿರುತ್ತಾರೆ!"

ಆದರೆ ಪಾರ್ವತಿಯು ಒಪ್ಪದೇ, "ಆ ಭಿಕ್ಷುಕನಿಗೆ ಅವನ ಬಡತನ ನೀಗಲು ಏನಾದರೂ ಸಹಾಯ ಮಾಡಲೇಬೇಕು!" ಎಂದಳು.

ಸರಿಯೆಂದು ಶಿವನು ಆ ಭಿಕ್ಷುಕನ ದಾರಿಯಲ್ಲಿ ಒಂದು ಚಿನ್ನದ ಇಟ್ಟಿಗೆಯನ್ನು ಹಾಕಿದನು!

ಆ ಸಮಯದಲ್ಲಿ, ಹೆಗಲಿನಲ್ಲಿ ಒಂದು ಚೀಲವನ್ನು ಹಾಕಿಕೊಂಡಿದ್ದ ಆ ಭಿಕ್ಷುಕನು ತನ್ನ ಬಡತನದ ಬಗ್ಗೆ ಯೋಚಿಸುತಾ ಏನೇನೋ ಕಲ್ಪನೆ ಮಾಡಿಕೊಳ್ಳುತ್ತಾ ಬರುತ್ತಿದ್ದನು! ಅವನು ಹೀಗೆ ಯೋಚಿಸುತ್ತಿದ್ದನು, "ನಾನು ಮುದುಕನಾಗುವ ಮೊದಲು ಸಾಯದಿದ್ದರೆ, ಬೇಗನೆ ಕುರುಡನಾದೇನು! ಆಗ ನನ್ನ ಜೀವನ ಬಹಳ ಕಷ್ಟಕರವಾಗಿರುತ್ತದೆ! ಆಗ ನಾನು ಹೇಗೆ ನಡೆಯುವೆನೋ....!"

ಹೀಗೆ ಯೋಚಿಸುತ್ತಾ ಅವನು ಕುರುಡನಂತೆ ಹೇಗೆ ನಡೆದೇನು ಎಂದು ತನ್ನನ್ನು ತಾನೇ ಪರೀಕ್ಷಿಸಿಕೊಳ್ಳಲು ಕಣ್ಣು ಮುಚ್ಚಿಕೊಂಡು ನಡೆಯತೊಡಗಿದನು! ಹಾಗೆ ನಡೆಯುತ್ತಾ ಆ ಚಿನ್ನದ ಇಟ್ಟಿಗೆಯನ್ನು ನೋಡದೇ ಅದರ ಬಳಿಯೇ ಮುಂದೆ ಹೋದನು!

ಈಗ ಶಿವನು ನಗುತ್ತಾ ಪಾರ್ವತಿಗೆ ಹೇಳಿದನು, "ನೋಡಿದೆಯಾ? ನಾನು ಕೊಟ್ಟರೂ ಆ ಭಿಕ್ಷುಕನು ಚಿನ್ನದ ಇಟ್ಟಿಗೆಯನ್ನು ನೋಡದೇ ಹೋದನು! ಹೀಗೆಯೇ ಮನುಷ್ಯರಿಗೆ ಎಷ್ಟೋ ಅವಕಾಶಗಳು ಬಂದರೂ ಅವರು ಅವುಗಳನ್ನು ಬಳಸಿಕೊಳ್ಳುವುದಿಲ್ಲ! ಅದಕ್ಕೇ ನಾನು ಹೇಳಿದ್ದು! ಯಾರಿಗೆ ಏನು ಕರ್ಮಫಲವಿರುವುದೋ ಅದನ್ನೇ ಅವರು ಅನುಭವಿಸುವುದು! ಒಳ್ಳೆಯ ಕರ್ಮಗಳಿಂದ ಒಳ್ಳೆಯ ಫಲ, ಕೆಟ್ಟ ಕರ್ಮಗಳಿಂದ ಕೆಟ್ಟ ಫಲ ಬರುತ್ತದೆ! ತಿಳಿಯಿತೇ?"

ಪಾರ್ವತಿಯು ಒಪ್ಪಿ ತಲೆಯಾಡಿಸಿದಳು! ಆದರೆ ಅವಳ ಹೃದಯ ಭಿಕ್ಷುಕನ ಮೇಲಿನ ದಯೆಯಿಂದ ತುಂಬಿತ್ತು!

ಆಧಾರ

1. Best Loved Folk Tales of India - Edited by P.C. Roy Chaudhari.

2. Folklore of Andhrapradesh - B. RamaRaju

3. Folk Tales of Andhra Pradesh - Gita Iyengar

4. Folk Tales of Kerala - K.Jacob

5. AFlowering Tree and other Oral Tales - A.K.Ramanujan

6. Folk Tales ofBengal - Lal Behari Day

7. Bengal Household Tales - Mc Culloch

8. The Diwali nose and other Marathi Tales - Anuradha Khati Rajivan

9. Dogri Folk Tales - Shivanath

10. Folk Tales of Nicobar - Rabin Roy Chaudhuri

11. Abolim: The Flower songs, Folk Tales and Legends of Goa - Lucio Rodrigues

12. Folk Tales of India - Edited by By Brenda E.F.Beck and Others

13. Folk Tales of Pondicherry - P. Raja

14. Folk Tales of Mizoram - Lathuangliana Khiangle

15. ತುಳು ಜನಪದ ಸಾಹಿತ್ಯ – ಡಾ॥ ಬಿ.ಎ. ವಿವೇಕ ರೈ

16. ಅಮರ ಚಿತ್ರಕಥಾ ಸಂಪುಟಗಳು

17. Santal Folk Tales - A.Campbell

18. Folk Tales of Sind and Guzarat - C. A. Kincaid

19. Indian folktales and legends - Pratibha Nath

20. The Pomegranate princess and other tales from India - Edward Hower

21. Where we come from, where we go, Tales from the seven sisters - Uddipana Goswami

22. ಅಂತರ್ಜಾಲ ಇತ್ಯಾದಿ.

www.ingramcontent.com/pod-product-compliance
Lightning Source LLC
LaVergne TN
LVHW012229200825
819220LV00034B/306